சந்தியா
பதிப்பகம்

"எகிப்தில் அடிமைகளாக இருந்த இஸ்ராயேல் மக்களை காப்பாற்ற அவர்களின் இனத்திலிருந்தே கடவுள் மோசேயை அனுப்பினார். அதற்காக வேறு எந்த இனத்தாரையும் நியமிக்க வில்லை. அதுபோன்று மிசிஹா கர்த்தாவும் தன் நற்செய்தியை உலகமெங்கும் அறிவிப்பதற்கு அப்போஸ்தலர்களைத் தேர்ந்தெடுத்த போது, இந்த அறிவிப்பை ஏற்றுக்கொள்ள இருப்பவர்களில் முக்கிய இனத்தவரான யூதர்களிடமிருந்தே அப்போஸ்தலர்களைத் தேர்ந்தெடுத்தார். இவர்கள் தங்களுக்குக் கொடுக்கப்பட்ட கட்டளையின்படி ஒவ்வொரு நாடுகளுக்கும் நற்செய்தி அறிவிக்கச் சென்றார்கள்; அங்குள்ள மக்களை மதமாற்றம் செய்த பிறகு அதே மக்களிடமிருந்து தான் தகுதியுள்ளவர்களைத் தேர்ந்தெடுத்து சபை ஆட்சியை ஒப்படைத்தார்கள். திருச்சபையும் இந்த வழியில்தான் பயணிக் கிறது. ஒவ்வொரு பிராந்திய சபையிலும் ஆயராக இருக்க வேண்டியது அந்தப் பிரதேசத்தைச் சேர்ந்த பாதிரியார்களிட மிருந்து தேர்தெடுக்கப்பட்டவர்களாக இருக்க வேண்டும் என்று பொது மத மாநாடுகள் முடிவு செய்திருக்கின்றன."

ரோமாபுரி யாத்திரை

இந்திய மொழிகளில் முதலாவது
பயண விவரண நூல்

பாரேம்மாக்கல் கோவர்ணதோர்

தமிழில்
யூமா வாசுகி

சந்தியா பதிப்பகம்
சென்னை - 83.

ரோமாபுரி யாத்திரை

பாரேம்மாக்கல் கோவர்ணதோர்

தமிழில்
யூமா வாசுகி

முதற்பதிப்பு : 2013
அளவு : டெமி ● தாள் : 60 gsm ● பக்கம் : 448
அச்சு அளவு : 11 புள்ளி ● விலை : ரூ. 380/-
அச்சாக்கம் : சென்னை மைக்ரோ பிரிண்ட் பி.லிமிட்,
சென்னை - 29.

சந்தியா பதிப்பகம்
புதிய எண் 77, 53வது தெரு, 9வது அவென்யூ,
அசோக் நகர், சென்னை - 600 083.
தொலைபேசி: 044-24896979

ISBN : 978-93-81343-67-8

Romapuri Yathirai
(Tamil Translation of the Book 'Roma Yathra')

Paremmakkal Govarnathor

Tamil Translation by **Yuma Vasuki**

Printed at Chennai Micro Print Pvt Ltd.,
Chennai - 29.

Published by
Sandhya Publications
New No. 77, 53rd Street, 9th Avenue, Ashok Nagar,
Chennai - 600 083. Tamilnadu.
Ph : 044 - 24896979

Price Rs. 380/-

sandhyapathippagam@gmail.com
sandhyapublications@yahoo.com
www.sandhyapublications.com

இன உரிமைப் பாய்விரித்த இறையாத்திரைக் கலத்தின் கதை

லிபி ஆரண்யா

பாரேமாக்கல் கோவர்ணதோர் மலையாள மொழியில் எழுதித் தந்ததுதான் இந்த 'ரோமாபுரி யாத்திரை', இதைப் 'பயண விவரண நூல்' என்று ஒரு வசதிக்காகக் குறிப்பிடலாம். என்றாலும் வாசிப்பில் பற்பல திறப்புகளின் சாத்தியங் கொண்ட இந்நூல் பயணநூலின் வகைமைக்கு வெளியே காரியமாற்றவும் செய்கிறது.

கரையிலிருந்து கட்டுமரத்தை, அலையடிக்கும் கடலுக்குள் செலுத்தும் ஒரு மீனவன் எதிர்கொள்ள வேண்டிய முகப்புத் தடைகளை நீங்கள் புரிந்து கொள்வீர்களெனில் புதிய புதிய பதவிப் பெயர்களோடும், புதிய புதிய ஸ்தாபனப் பெயர்களோடும் அலையடிக்கும் சில முகப்பு அத்தியாயங்களைக் கடந்து இணையற்ற கடல் யாத்திரையில் உங்களை இணைத்துக் கொள்ளலாம்.

ஒரு வரலாற்று ஆவணத்தின் லட்சணங்கள் கொண்ட இந்நூல் கிறிஸ்தவ நிறுவனங்கள் குறித்த ஆய்வுக்கு ஏதுவான தரவுங்கூட.

இன்றைய சூழலில் தேவாலயங்கள் மற்றும் கிறிஸ்தவ நிறுவனங்களில் நிகழும் அதிகாரப் பூசல்கள் தொடர்பாக விரக்தியுறும் ஒரு விசுவாசியைத் தேற்றும்படியான ஒரு நற்செய்தி இந்நூலில் இருக்கவே செய்கிறது. "ஆதியிலே பூசல் இருந்தது" என்பதே அது.

தேவாலயங்கள் மீதான அதிகாரப் போட்டியில் பனச்சிக்கல் வர்கீஸ் பாதிரியாரைக் கட்டிலில் மல்லாக்கக் கிடத்தி அடித்துத் துன்புறுத்திய சம்பவத்தையும், சாக்கோ பாதிரியாரைத் தனியறையில் தள்ளிப் பூட்டி அன்னந்தண்ணி காட்டாமல் சாகவைத்துப் பாயில் சுற்றிக் குளக்கரையில் புதைத்த கொடுங்கதையையும் விவரிக்கும் பாரேமாக்கல் தோமா பாதிரியாரின் 18ஆம் நூற்றாண்டின் வார்த்தைகள் குலைநடுங்கப் பண்ணுகின்றன.

“தமது இனத்தைச் சேர்ந்த ஒருவரே மலங்கரைப் பிரதேசத்தில் கொடுங்கல்லூர்ப் பேராயராக வரவேண்டும்” என்கிற இன ரீதியிலான வேண்டுதலே ரோமாபுரி யாத்திரையின் ஆதார நோக்கம். ஸுரியானி கிறிஸ்தவ தேவாலயங்களின் ஒப்புதல் கடிதத்தோடு 1778இல் ஒரு குழு பயணம் கிளம்புகிறது. கப்பலேறப் போக பயணத்தொகை போதாமையால் நான்கு பேர் தவிர ஏனையோர் பாதியில் ஊர்த் திரும்பும்படி ஆகிறது.

ரோமில் வேதப் பயிற்சிக்காக வரும் இரண்டு மாணவர்கள் தவிர கரியாட்டி மல்பானும், தோமா பாதிரியாரும் மட்டுமே கப்பலேறிப் பயணம் போகிறார்கள்.

18ஆம் நூற்றாண்டின் கடல் பயணம் ஒரு வகையில் தற்கொலை முயற்சியே. வாசிப்பினூடாக இவர்களோடு யாத்திரை போகிறவர்கள் இதை உணரவும் முடியும்.

ஏழு கடல் தாண்டி, ஏழு மலை தாண்டி அப்பாலிருக்கும் ஆகப்பெரிய அதிகாரங்களிடம் மண்டியிட்டுப் பெறுவதற் காக, எளிய கோரிக்கைகளை ஏந்திச் செல்லும் மல்பானும், தோமாவும் எதிர்கொள்ளும் துயரங்களும் துரோகங்களும், வன்மங்களும், பழிச்சொற்களும், அவனமானங்களும், ஆபத்துகளும் வாசிப்போரை இரக்கங்கொள்ள வைத்து விடும்தான்.

எந்தச் சூழலிலும் வந்த நோக்கம் கெடாது நடந்து கொள்ளும் இருவரது சாமர்த்தியமும், காரிய நோக்கும் வார்த்தைகளை இறைக்காத பக்குவமும், உணர்ச்சி வசப் படாத காய் நகர்த்தலும் இவர்களைக் கொஞ்சம் கொஞ்ச மாகக் காரிய சித்திக்கு நகர்த்திச் செல்கின்றன.

ரோம் நகரில் மல்பானையும் தோமாவையும் வசை வார்த்தைகளால் அவமானப்படுத்தும் ஒருவரைப் பற்றி

தோமா குறிப்பிடுவதைக் கவனியுங்கள். "குறைவான கபடம் கொண்ட ஆளாக இருந்ததால் மனதிலிருந்ததைப் பட்டென்று வெளியே கொட்டிவிட்டார்". ஒரு காரியக்கார னுக்குத் தேவையான நிதானம் இது.

புத்திபூர்வமாய் இயங்க வேண்டிய தருணங்களில், வறுபடும் சோளமணிகளுக்கு இசைவாய் வெறுமனே பொரிந்து தள்ளும் வார்த்தைத் தமிழனும், ரோட்டோரக் கடையின் காய்ந்த கல்லில் அள்ளித் தெளித்த கைநீரெனக் கொந்தளித்து, பிற்பாடு குச்சிக்கட்டொன்றின் வருடலுக்கு அடங்கிப் போகும் தமிழ்த் தலைமைகளும் கற்றுக்கொள்ள வேண்டிய ஏதோவொன்று மேற்கத்தி மலைக்கு அப்பால் இருக்கத்தான் செய்கிறது. இந்த யாத்திரை நூல் உணர்த்தும் சூசகக் குறிப்பைப் பற்றிக்கொள்வது இன நலனுக்கான உபாயம் என்று தாரளமாக அறிவிக்கலாம்.

முல்லைப் பெரியாறின் மதகுகளில், அவர்கள் நிராகரித்த அணு உலைகளில் தள்ளிவிட்ட நியூட்ரினோவில் என நீளும் அவர்களது விழிப்பின் யாத்திரை இங்கு ஏன் கைகூட வில்லை? தவிரவும் இந்நூலின் வேறு பல அம்சங்கள் கவனங்கொள்ளத் தக்கவை.

பாண்டி நாட்டிற்கும் சேலத்திற்கும் இடையில் பாம்பனாறு இருந்தது. தூத்துக்குடியிலிருந்து நாகப்பட்டணத் திற்கும், சென்னப்பட்டணத்திற்கும்(மதறாஸ்) கடல் வழியாகப் பயணம் போகிறவர்கள் பாம்பனாற்றின் வழியாகப் போனால் நேர, தூரங்களை மிச்சங்கொள்ளலாம் என்பதான குறிப்பு ஒரு புவியியலாளனுக்குப் பயன்படலாம்.

போர்ச்சுகீஸுக்கு இந்தியாவிலிருந்து கிளம்பிப் போகும் கப்பல்களில் எடுத்துச் செல்லப்படும் எந்தப் பொருளையும் வழியில் விற்பனை செய்யக்கூடாது என்ற போர்ச்சுகீஸு ராணியின் ஆணை போன்ற செய்திகள் வரலாற்று வாசிப்புக்கு உதவக்கூடும்.

'சகிக்க வேண்டி வந்த வெப்பமும் உடல் துயரமும்' என்றொரு குறிப்புடன் தீக்கோட்டைத் தாண்டுவதைப் போல கடல் வழியாகப் பாண்டி நாட்டைக் கடந்து விடுகிறார் தோமா. இத்தகு வழிக் குறிப்புகள் நுலெங்கும் இரைந்து கிடக்கின்றன.

மல்பானிடமும் தோமாவிடமும் "பற்பல நோய்களைக் குணப்படுத்தும் அசாதாரணமான இந்தியக் குளிகைகள் ஏதும் உங்களிடத்தில் இல்லையா?" என்று ஜெனோவாவில் ஒரு சீமாட்டி வேண்டி நிற்கிறார். இதை வாசிக்கும்போது மகத்தான நமது கீழை மருத்துவத்தை விழுங்கிச் செரித்து, நமது கழுத்தைச் சுற்றி ஸ்டெத்தாஸ்கோப்பாக நெளியும் மேற்கின் அலோபதி சர்ப்பம் நினைவுக்கு வந்து தொலைக் கிறது.

"அடிப்பேன்" என்பதற்கும் "செருப்பால் அடிப்பேன்" என்பதற்கும் இடையில் பதுங்கியிருக்கும் சாதி துவேஷ மனக்கட்டமைப்பை "வடுகரைக் கொண்டு வர்கீஸ் பாதிரியாரை அடித்துவிட்டார்களே" என்று தோமா பாதிரியார் விசனமுறும் வார்த்தைகளில் தரிசிக்க முடிகிறது.

கொடூரமான கடல் பயணத்தின் ஆபத்துகளுக்கும் எதிரியின் தந்திரங்களுக்கும் தப்பிப் பிழைத்து மல்பானும், தோமாவும் ரோம் வருகின்றனர். போப்பாண்டவரை நேரில் சந்திக்கின்றனர். மண்டியிட்டு விண்ணப்பங்களைச் சொல் கின்றனர். வேண்டுதல் களை எழுத்து பூர்வமாகவும் கையளிக்கின்றனர். போப்பின் வார்த்தைகள் நம்பிக்கையும் ஆசுவாசமும் அளிக்கின்றன. ஆனால் அடுத்த அரைமணி நேரத்திற்குள் சகலமும் தலைகீழாகிறது. தமது வேண்டுதல் களுக்கு முட்டுக்கட்டை போடுகிற ஒரு நபரிடமே போப் இந்த விஷயத்தை ஒப்படைத்து விடுகிறார். மல்பானும், தோமாவும் நொறுங்கிப் போகிறார்கள்.

அந்தத் தருணத்தில், உச்ச மத, அதிகார மையமான போப்பாண்டவரின் மீது தோமா வைக்கும் கடும் விமர்சன வார்த்தைகள் ஏமாற்றத்தின் வலியையும் திக்கற்றவனின் ஆவேசத்தையும் சுமந்தவை.

ரோமின் மதத் தலைமையை மதிக்காமல் முதலில் ஏன் போர்த்துகீஸு ராணியிடம் போய் மனுச் செய்தீர்கள் என்று கோபங்கொள்கிறார் ப்ரொப்பகந்தா தலைவர் கர்தினால்.

"ராயனுடையதை ராயனுக்கும் தேவனுடையதை தேவனுக்கும் கொடுக்க வேண்டும்" என்ற விவிலிய வாசகங் களை நினைவூட்டி கர்த்தினாலிடமே தர்க்கம் செய்கின்றனர். பலனில்லை. கிட்டத்தட்ட ரோம் இவர்களைக் கைவிடுகிறது.

மனந்தளராமல் மீண்டும் போர்ச்சுகீஸ் ராணியிடம் திரும்புகிறார்கள். அங்கும் அலைக்கழிப்புகளும் தந்திரங் களும் தொடரவே செய்கின்றன.

ஒருவழியாக கரியாட்டி மல்பானைப் பேராயராகப் போர்ச்சுகீஸு ராணி அறிவிக்கிறார். பிறகும் ஆயரபிஷேகத் திற்குத் தடைகள். மாதங்கள் கரைகின்றன. வைராக்கியமான போராட்டத்தால் ஆயரபிஷேகம் கைகூடுகிறது.

இந்தியா திரும்புவதற்கான அனுமதியும் இழுத்தடிக்கப் படுகிறது. கடைசியில் காரிய சித்தியோடு கப்பலேறி இந்தியா திரும்பும் இவர்களுக்கு கோவாவில் வைத்து நிகழும் துயரார்ந்த சம்பவம் வாசிக்கும் எவரையும் தொந்தரவு செய்துவிடக் கூடியது.

பேராயராகத் திரும்பி வந்தவர் மாங்காய் தின்றதால் காய்ச்சல் வந்து செத்தும் போனார் என்பதாகத் துயர் மிகுந்த யாத்திரை முடித்து வைக்கப்படுகிறது.

மிச்சக் கதையில் சொல்லப்படும் "பேராயரின் காய்ச்சலுக்குத் தரப்பட்ட மருந்துகள் எதுவும் காய்ச்சலை குணப்படுத்த அல்ல" என்ற வரிகள் அதிகார வன்மத்தின் குறுக்குவெட்டு.

பேராயர் செத்துக்கிடந்த பாயில் இருந்த தமது கவர்னர் நியமனத்துக்கான கடிதத்தை எடுத்துக்கொண்டு பாரேமாக்கல் கோவர்ணதோர் தனித்து ஊர் திரும்புவது ஒரு காவிய சோகம்.

இப்பயண நூலின் தனித்துவமிக்க அம்சம் 'மீள்பார்வை' அத்தியாயத்தின் முடிவில் நடந்த நிகழ்வுகளை முன்வைத்துப் பேசுகிற தோமா தமது நியாயங்களை நைச்சியமாக வாசிப்ப வனிடத்தில் இறக்கிவைத்து விடுகிறார். நமக்கோ, சக யாத்ரீக னாகி அடுத்த அத்தியாயத்தினுள் பிரவேசிப்பதைத் தவிர வேறு மார்க்கமற்றுப் போகிறது. விவிலியத்திலிருந்து தோமா வசனங்களை, நிகழ்வுகளைத் தேர்ந்து தமது நியாயங்களுக்கு அருகாமையில் வைத்துப் பேசும் தோமாவின் தர்க்கமுறை இந்நூலின் உச்சம்.

"கப்பலின் முன்னும் பின்னும் யானைத் துதிக்கை போன்ற சுழல்காற்று வீசியடித்தது" என்பன போன்ற அசாதரணமான விவரிப்பு இடங்களை வாசிப்பவர்கள் சற்று கவனம் பிசகினாலும் தவறவிட்டுவிடக் கூடும்.

தாங்கவியலாத கண்நோய், உடல் முழுக்க ரணமாகி ரத்தமும் சீழும் கொட்டும் கொடூர, சொறி சிரங்கு, உயிர் குடிக்கும் பெரியம்மை, பயணத்திற்கு தடையாகப் பெய்யும் பேய்மழை, கப்பலைக் கவிழ்க்கும் புயல் என பேராபத்து

களின் விளிம்புகளைத் தமது பிரார்த்தனையின் தயவால் கடந்து போவதாகச் சொல்லும் தோமாவின் சிற்சில வாசகங்களில் மட்டும் ஒருவித 'சுவிசேஷ பிரசங்க நெடியை' உணர முடிகிறது. மற்றபடி எளிமையான விவரிப்புகளைக் கொண்ட சொல்முறை நம்பகத்தன்மையை உயர்த்தவே செய்கிறது.

இறையுணர்வில் முற்றாகக் கவிழ்ந்து போகச் சம்மதியாத இன உணர்வின் யாத்திரையாக ரோம யாத்திரையை அர்த்தப்படுத்தலாம் தான். அளவில் நீண்ட 72ஆம் அத்தியாயம் அதை உறுதி செய்கிறது. தமது இனத்தைப் பழிக்கும் எதிரிகளின் குற்றச்சாட்டுகளை எதிர்கொள்ளும் விதம் உணர்வுக் கொந்தளிப்பானது ஒருமையில் விளித்து தோமா பேசும் தொனி பிற அத்தியாயங்களின் சொல் முறையிலிருந்து விலகி நிற்கிறது.

ஒரு பறங்கியரைப் பேராயராக அறிவித்தால் கூடப் பரவாயில்லை. கன்னடியார் உள்ளிட்ட பிற இனத்தவர் வேண்டாம் என்பதுதான் யாத்திரையின் பிரதான நோக்கம். இன உரிமையைக் கரைத்துவிட்டு தேசிய நீரோட்டத்தின் கரைகளில் நிற்கும் அப்பாவித்தனத்தை 'ரோமாபுரி யாத்திரை' நிராகரிக்கிறது.

இனப்படுகொலையின் உதிரத்தில் ஈழம் உறைந்து கிடந்த நிலையிலும் தேசியத்தை அகலவிரித்து கிரிக்கெட் மைதானங்களில் ஆடிக் கொண்டிருந்த இனத்திற்கு ரோம யாத்திரையை மொழிபெயர்த்துக் கையளிப்பதன் வாயிலாக சந்தியா பதிப்பகம் 'செய்தக்க' செய்திருக்கிறது.

'அதனை அவன்கண் விடல்' என்பதான தெளிவுடன், தோமாவை யூமாவின் வசம் ஒப்படைத்த சந்தியா பதிப்பகத் தாரைப் பாராட்டத்தான் வேண்டும்.

விவிலிய மொழியின் கவிதைக்குப் பக்கமான நடையில் யூமா வாசுகியின் மொழிபெயர்ப்பு யாத்திரையை மகிமைப் படுத்துகிறது.

இந்திய மொழியொன்றில் எழுதி, முதல் பயண விவரண நூலைத் தந்த தோமாவின் கரம் முத்தமிடத் தகுந்ததே. தமிழில் இந்நூலை ஆக்கித் தந்திருக்கும் யூமாவின் வழியாக அந்த மரியாதையைச் செய்யவே நான் விழைகிறேன்.

முன்னுரை

சர்வேஸ்வரனின் எல்லையற்ற கருணையால், பாரத கிறிஸ்தவ சபையின் அஸ்திவாரமானவரும் முதன்மையாக அறியப்பட்டவருமான புனித தோமா அப்போஸ்தலரின் புண்ணியத்தால், எகிப்தின் மோசமான அரசாட்சியில் இஸ்ரயேல் மக்களைப்போல நம் சமுதாயமும் இன்றுவரை பல அரசாங்கங்களின் கீழே எந்தத் தளர்ச்சியும் ஏற்படாமல் பாதுகாக்கப்பட்டு வருகிறது. ஆனால், ஆணின் எதிரிகள் அவனது சந்ததிகள்தான் என்பது இறைவாக்கு. அதற்கேற்ற படி இந்தக் கால கட்டத்தில் நம் சமூகத்தை ஆன்மிகத் தந்தைகளே அழிக்க முயல்கிறார்கள் என்று கடவுள் அறிந்தார். ஒரு சமூகத்திலிருந்தே அதன் தலைவனும் ஆன்மீகத் தந்தையும் உருவாகி வந்தால்தான் இந்தகைய தொரு துயரநிலைக்குப் பரிகாரம் ஏற்படும் என்று கடவுள் அறிந்தார். அவர் முற்காலத்தில், இஸ்ரயேல் மக்களுக்கு அவர்களின் இடையிலிருந்தே மோசே என்றொரு தலைவனை அளித்து அவர்களை விடுவித்ததுபோல, நம் இனத்திலும் வம்சத்திலும் பிறந்த, ஆலங்காட்டுக்கரையைச் சேர்ந்த புகழ் பெற்ற கரியாட்டி தரவாட்டின் 13 மார் யௌஸேப்பு (ஜோசப்) என்பவரை நம் சமுதாயத்தின் தலைவராகவும் ஆன்மிகத் தந்தையாகவும் நியமித்தளித்தார். அதன் வரலாற்றை நம் சகோதரர்களும் நண்பர்களும் அறிந்திருக்க வேண்டும் என்று தோன்றியது. எனவே நாங்கள்

ஊரிலிருந்து புறப்பட்டு யூரோப்பு, போர்ட்டுகல், ரோம் முதலான இடங்களுக்குச் சென்ற விவரத்தையும் வழியில் ஏற்பட்ட அனுபவங்களையும் இறையுதவிகளையும் இந்தப் புத்தகத்தில் எழுத முடிவானது.

கிறிஸ்து வருடம் 1773இல் ஆர்யாப்போஸின் ஆயரான மார் ப்லாரன்ஸியூஸ் (Msgr. Florennce) இறந்தபோது மலங்கரை வட்டாரத்தில் ஏற்பட்ட சம்பவங்களிலிருந்துதான் வரலாறு தொடங்குகிறது. இந்த நூலில் எழுதியிருக்கும் விஷயங்களையும் கடவுள் நமக்குச் செய்த பிரத்தியேக உதவிகளையும் படித்தறியும் சகோதரர்கள், எதிர்காலத்தில் நம் சமுதாயத்தின் நன்மைக்கும் ஒற்றுமைக்கும் தேவையானதையெல்லாம் செயற்படுத்த இணைந்திசைந்து பரஸ்பர அன்புடன் உறுதிகொள்ள வேண்டுமென்று மனப்பூர்வமாக வேண்டிக் கேட்டுக்கொள்கிறேன். அதற்கு நம்மை என்றென்றும் அனுக்கிரகிக்க வேண்டுமென்று சர்வ வல்லமை பெற்றவனிடம் நாம் பிரார்த்திப்போம்.

"இது மிசிஹா பிறந்து 1785ஆம் ஆண்டு கன்னி மாதம் ஒன்றாம் தேதி (AD 1785 Sept. 1) பாரேம்மாக்கல் தோமா பாதிரியார் எழுதுவது."

(ஒப்பம்)

இந்திய ஸுரியானி[1] கிறிஸ்தவர்களின் தனித்துவமான பாம்பரியத்தைப் பற்றியும் அமைப்பு ரீதியான சிறப்புகளைப் பற்றியும் படிப்பவர்களுக்கு ஒரு அறிவுச் சுரங்கம்தான் பாரேம்மாக்கல் கோவர்ணதோர் எழுதிய 'ரோமாபுரி யாத்திரை'. இந்திய மொழிகளில் முதலாவது பயண விவரணம் என்ற நிலையில் இந்த நூல், இலக்கிய வரலாற்றில் இணையற்ற ஸ்தானம் பெற்றிருக்கிறது. ஆனால், கேரளத்தில் புராதன கிறிஸ்தவ மக்களின் சமூக வரலாறு என்ற நிலையில் இந்த நூலை அதிகமாக யாரும் படித்ததில்லை. கேரள கிறிஸ்தவ சமூகத்தைப் பற்றி விளக்கமாக விவரித்தும் ஆராய்ந் தும் ஒரு மலையாளி எழுதிய முதலாவது நூலும் 'ரோமாபுரி யாத்திரை' தான். அந்த நிலையில் பாரேம்மாக்கல் கோவர்ண தோர், இந்திய ஸுரியானி சபையில் 'சபைத் தந்தை' என்று அறியப்பட முற்றிலும் தகுதியுடையவர்தான்.

பத்தொன்பதாம் நூற்றாண்டு மலையாளம் இன்றைய வாசகர்களுக்கு மிகவும் சிரமமானது. அதனால், ரோமாபுரி யாத்திரையை நவீன மலையாள மொழிக்கு மாற்றி 1983இல் டி. சி. புக்ஸ் வெளியிட்டது. இந்த மொழிமாற்றத்தைச் செய்தது புகழ்பெற்ற இலக்கியவாதியான பேராசிரியர் மாத்யு உலகம்தர அவர்கள்.

இந்த நவீன மொழிபெயர்ப்பை பிரசுரிப்பதற்கு அனுமதி யளித்த டி. சி. புக்ஸின் உரிமையாளர் டி. சி. கிழக்கே முறி அவர்களுக்கு நன்றி சொல்கிறோம். நூலை கணிப்பொறியில் தட்டச்சு செய்ததும் அச்சிட்டதும் டி. சி. ஆஃப்செட் அச்சகத்தார். அவர்களுக்கும் நன்றி சொல்கிறோம்.

கேரள கிறிஸ்தவ சபைச் சரித்திரத்தைப் பற்றி அறிபவர் களுக்கு இந்த நூல் உதவிகரமாக இருக்கட்டும் என்று வாழ்த்துகிறேன்.

18.9.1994 — ஜோசப் புலிக்குன்னேல்

இடமற்றம் — ஓசானா மௌண்ட் இயக்குனர்
கிறிஸ்தவ ஆய்வுகளுக்கான இந்திய நிறுவனம்

வரலாற்றுப் பின்னணி

ஜோசப் புலிக்குன்னேல்

18ஆம் நூற்றாண்டின் கடைசிப் பகுதியில் எழுதிய ரோமாபுரி யாத்திரை, மலையாள உரைநடை இலக்கியத்தில் நிகரற்ற இடம் பெற்றிருக்கிறது. இந்த நூலின் உருவாக்கம் பயண விவரணைதான் என்றாலும், நூலாசிரியருக்கு வெளிப்படையான மற்றொரு முக்கியமான நோக்கம் இருந்தது. நூலாசிரியர் ஒரு கத்தோலிக்கப் பாதிரியார். இவர் இந்தப் படைப்பு உருவாக்கத்தின் மூலமாக, கேரளத்துக் கிறிஸ்தவர்களின் சுயமரியாதையை விழிக்கச் செய்வது என்பதைத்தான் முக்கிய நோக்கமாகக் கொண்டிருந்தார். மிகவும் புராதனமான கேரள கிறிஸ்தவ சமூகத்துக்கு அக்கால கட்டத்தில் ஏற்பட்ட அடிமைத்தனத்தையும் துன்பத்தையுமெல்லாம் பாரேம்மாக்கல் தோமா பாதிரியார் மிகவும் விரிவாக இந்த நூலில் விவாதித்திருக்கிறார். அவ்வாறு பாதிரியாரின் ரோமாபுரிப் பயணத் துக்கும் இந்தப் படைப்பு உருவாக்கத்துக்கும் காரணமாக அமைந்த கேரள கிறிஸ்தவ சபை வரலாற்றுத் தொடர்பைப் பற்றிய ஆய்வு, இந்த நூலின் ஆன்மாவைக் கண்டுபிடிக்க அவசியமாகிறது.

கேரளக் கிறிஸ்தவர்கள்

கேரளத்து கிறிஸ்தவர்கள், தாங்கள் கிறிஸ்துவின் பன்னிரண்டு சீடர்களில் ஒருவரான தோமாவிடமிருந்து (புனித தாமஸிடமிருந்து) கிறிஸ்துவின் மீதான நம்பிக்கையை ஏற்றுக்கொண்டவர்களின் வழி வந்தவர்கள் என்று நம்பி வருகிறார்கள். தொடர்ந்து பல நூற்றாண்டுகளிலும், இந்தியாவில் குடியேறி வசித்த மத்தியக் கிழக்கு

தேசவாசிகளான கிறிஸ்தவர்களின் வழி வந்தவர்களும் சேர்ந்து, கேரளத்தில் ஒரு வலுவான கிறிஸ்தவ சபை நிலை பெற்றிருந்தது.

மேலை நாட்டுக் கிறிஸ்தவர்கள்

மேற்கு மத்திய கிழக்கு நாடுகளின் மீது ஆதிக்கம் கொண்டிருந்த ரோம சாம்ராஜ்யத்தின் ஆட்சி மையமான ரோமில், கிறிஸ்தவ செய்தி முதல் பத்தாண்டுகளிலேயே சென்று சேர்ந்து விரிவடைந் திருந்தது. சக்கரவர்த்தியை தேவனாக ஆராதித்து வந்த, பல கடவுள் நம்பிக்கையை அங்கீகரித்த ரோமில், சக்கரவர்த்தியின் தெய்வீகத்தை மறுத்து ஒரு கடவுள் நம்பிக்கையை அறிவித்த கிறிஸ்து மத ஆதர வாளர்கள் ஆரம்ப நூற்றாண்டில் மிக அதிகக் கொடுமைகளைச் சகிக்க வேண்டி வந்தது. இன்னல்களைக் கடந்து, ரோமில் வலுப்பெற்ற கிறிஸ்தவ மதத்தை, கடைசியில் ரோமச் சக்கரவர்த்தி அங்கீகரித்தார். கான்ஸ்டன்டைன் சக்கரவர்த்தி மிலான் விளம்பரத் தின் (கி. பி. 313) மூலமாக, கிறிஸ்தவர்களுக்கு ரோம சாம்ராஜ்யத் தில் மத சுதந்திரத்தை அனுமதித்தார்.

தொடர்ந்து ரோம சாம்ராஜ்யத்தின் தலைநகராக இருந்த ரோமப் பட்டணம், கிறிஸ்தவர்களின் மையமாக வளர்ந்தது. சக்கரவர்த்தி, ரோமில் கிறிஸ்தவர்களின் தலைவருக்கு லாட்டன் அரண்மனையைத் தானமாக வழங்கினார். இதர கிறிஸ்தவ சமூகங்களை ரோம சபைத் தலைவரின் கீழே கொண்டு வருவதற் கான அரசியல் அழுத்தம் ஆரம்பிக்கவும் செய்தது.

ஆதிக் கிறிஸ்தவர்கள்

ஆதிக் கிறிஸ்தவ சமூகம், ஒவ்வொரு பிரதேசங்களில் சுதந்திரமாகப் பரவியது. ஆரம்ப நூற்றாண்டுகளில் இந்தக் கிறிஸ்தவ சமூகங்க ளுக்கு (சபைகளுக்கு) மையப்படுத்தப்பட்ட ஆட்சி ஏற்பட்டிருக்க வில்லை. ஒவ்வொரு சபையும் உள் சுதந்திரத்தை அனுபவித்து வந்தது. ஆனால், ரோமச் சக்கரவரத்திகள் கிறிஸ்தவ மதத்தை ஏற்றுக்கொண்டவுடன், ரோமாபுரி சபையின் தலைவருக்கு மற்ற சபைகளின் தலைவர்களைவிட முக்கியத்துவம் கிடைத்தது. ரோமை மையங்கொண்ட ராஜ்ய ஆட்சியைப்போன்று, மத ஆட்சி யையும் ரோமை மையங்கொண்டதாக ஆக்குவதற்கான முயற்சி, ராஜ தூண்டுதலிலும் உற்சாகத்திலும் நடந்து வந்தது. ஆனால், நான்காம் நூற்றாண்டின் மூன்றாம் பத்தாண்டுகளில் ரோம சாம்ராஜ்யத்தின் தலைமையை, கான்ஸ்டாண்டிநோபிலுக்கு மாற்றிய வுடன் ரோமுடன் கான்ஸ்டாண்டிநோபிலும் கிறிஸ்தவ சபை ஆட்சி மையமாக்கப்பட்டது: சபைக் கூட்டங்களில், கான்ஸ்டாண்டி

நோபிலின் சபைத் தலைவருக்கு, ரோம சபைத் தலைவருக்கு அடுத்த ஸ்தானம் கிடைத்தது. தொடர்ந்து ரோம சாம்ராஜ்யத்தின் உள்ளே ரோமின் சபைத் தலைவருக்கும் (பாத்ரியார்க்கீஸ்)[2] கான்ஸ்டாண்டிநோபிலின் சபைக்கும் (பாத்ரியார்க்கீஸ்) இடையில் கிறிஸ்தவ சபைகளின் தலைமை தொடர்பாக நூற்றாண்டுகள் நீண்ட விவாதம் ஏற்பட்டது. வெளிநாட்டு ஆக்கிரமிப்புகள் மூலம், ரோமை மையங்கொண்ட ரோம சாம்ராஜ்யம் சிறுகச் சிறுக வலு விழந்தபோது, பிரெஞ்சு ராஜாக்களின் ஆதரவுடன் ரோமின் பாத்ரியார்க்கீஸ் (மேலை நாட்டில்) மேலும் சக்தி பெற்றார். அது மட்டுமல்ல, பிரெஞ்சு ராஜாவின் ஆதரவில், ரோமன் பாத்ரியார்க்கீஸ் இத்தாலியின் மாகாணங்களின் ராஜாவுமானார். தொடர்ந்து ராஜாக்களின் உதவியுடன், ஐரோப்பிய கிறிஸ்தவ சமூகங்களை ரோமாபுரி சபையின் ஆதிக்கத்தின் கீழ்கொண்டு வந்தார்.

கிறிஸ்துவின் சீடர்களில், ரோமாபுரி சாம்ராஜ்யத்திற்கு வெளியில் உள்ள பிரதேசங்களில் மதப் பிரச்சாரம் நடத்தியது ஒருக்கால் தாமஸ் மட்டுமாகத்தான் இருப்பார். அவரின் முக்கியமான செயல்பாட்டுக் களம் இந்தியா என்று கருதப் படுகிறது. பெர்சியாவிலும் அவர் சபை சமூகங்கள் ஸ்தாபித்தார் என்பது பாரம்பரியம். ஆட்சி ரீதியாக பெர்சியா ரோமாபுரி சாம்ராஜ்யத்திற்கு வெளியில் இருந்தது என்றாலும் புவியியல் ரீதியாக, கிழக்கு ரோம சாம்ராஜ்யத்துக்குப் பக்கத்தில் இருந்ததால், ரோமாபுரி சாம்ராஜ்யத்தின் உள்ளே கிறிஸ்தவ சமூகங்களில் உருக்கொண்ட மையப்படுத்தப்பட்ட ஆட்சி முறையை, சிறுகச் சிறுக பெர்சியாவிலும் வியாபிக்கச் செய்வதற்கான முயற்சிகள் நடந்தன. ஆனால், பெர்சியா அதனை எதிர்த்தது. ரோமாபுரி சாம்ராஜ்ய எல்லைக்குள் அந்தக் காலத்தில் ஐந்து பாத்ரியர்க்கா வினர் இருந்தார்கள். ரோம், அந்தியோக்கியா, ஜருஸலேம், கான்ஸ்டாண்டிநோபில், அலெக்ஸாந்த்ரியா. இவற்றில் கடைசி யாகச் சொன்ன நான்கு பாத்ரியர்க்கேட்டுகளும் கிழக்கு ரோமாபுரி சாம்ராஜ்யத்தின் கீழிருந்தன. (பாத்ரியர்க்கேட்டுகள் என்றால், ஒரு பிரதேசத்து சபை சமூகங்களின் மீது அதிகபட்ச அதிகாரம் உள்ள அதிகார மையம் என்று பொருள்). அதிகாரத்தைப் பரவச் செய்வதற்காக ஒவ்வொரு பாத்ரியர்க்காவினரும் ஒருவரோடொ ருவர் போட்டியிட்டு வந்தார்கள்.

அந்தக் காலமெல்லாம் கேரளக் கிறிஸ்தவ சமூகம் மற்ற கிறிஸ்தவ சமூகங்களிலிருந்து தனிப்பட்டிருந்தது. அதனால், மேற்கு

கிழக்கு நாடுகளில் கிறிஸ்தவ சமூகங்களில் உருவான மையப்படுத்தப்பட்ட ஆட்சி முறையோ இறையியல் ரீதியான வாதப் பிரதிவாதங்களோ, அதிகாரத்திற்காக பாத்ரியார்க்கீஸ் இடையில் நடந்த போட்டிகளோ கேரள சபையைப் பாதித்திருக்கவில்லை. அதுமட்டுமல்ல, இந்தச் சபைகளில் உருவான வழிபாட்டு முறைகளும் கேரள கிறிஸ்தவர்கள் அறியாதவை.

குடியேற்றக்காரர்களான பெர்சிய வம்சத்தினர், வியாபாரிகளா யிருந்ததால் அவர்களுக்கு அந்தக் காலகட்டத்தின் கேரள ஆட்சி யாளர்களிடமிருந்து தனிப்பட்ட சலுகைகள் கிடைத்தன. க்னாயிதொம்மன் செப்பேடு, தரிசாம்பள்ளி செப்பேடு முதலியவை இவர்களுக்குக் கிடைத்த பிரத்தியேக பரிசீலனையைக் குறிக்கின்றன. ஆட்சியாளர்களின் பிரத்தியேக பரிசீலனைக்கு ஆட்பட்ட பெர்சியக் கிறிஸ்தவர்களின் மீது, இந்த நாட்டுக் கிறிஸ்தவர்களுக்கு அன்பும் மரியாதையும் ஏற்படுவது நியாயம் தானே? இந்த மரியாதையின் மறைவில், பெர்சிய கிறிஸ்தவ சமூகத்தின் வழிபாட்டு முறைகளும், புனிதமாக்கும் சடங்குகளும் கேரளக் கிறிஸ்தவர்களிடம் புகுத்தப்பட்டன என்று நம்ப வேண்டும். பெர்சியர்களான குடியேற்றக்காரர்கள், தங்கள் சொந்த நாட்டுடன் வியாபாரிகள் மூலம் தொடர்ந்து உறவு மேற்கொண்டு வந்தார்கள். மட்டுமல்ல, தங்கள் வம்சத்தினரான கேரளத்துக் குடியேற்றக்காரர்களின் மீது மதரீதியான அதிகாரத்தை பெர்சிய ஆயர் (Bishop) உரிமைகோரவும் செய்தார். காலக்கிரமத்தில் இந்தச் செல்வாக்கு கேரளத்துக் கிறிஸ்தவர்களின் மீதும் வந்து சேர்ந்தது.

அவ்வாறு சிறுகச் சிறுக கேரளத்தின் கிறிஸ்தவ சமூகம் மத ரீதியாக பெர்சியன் சபையின் ஆதிக்கத்துக்கு ஆட்பட்டுவிட்டது.

ரோமில் மையப்படுத்தப்பட்ட, சக்தியும் மகத்துவமும் பெற்ற மேலைநாட்டு சபையால் கேரள கிறிஸ்தவ சமூகத்தின் மீது ஆதிக்கத்தை நிறுவ முடியவில்லை. ஏனென்றால் ரோம சாம்ராஜ்யத் தின் எல்லைக்கு அப்பால், அரேபியப் பெருங்கடலால் பிரிக்கப் பட்டிருந்த இந்தச் சிறிய கிறிஸ்தவ சமூகத்தின் மீது அதிகாரத்தை ஸ்தாபிப்பது அவ்வளவு எளிதல்லவே.

16ஆம் நூற்றாண்டு

மேற்கு நாடுகள் தொடர்பாகவும், ரோமை மையங்கொண்ட கிறிஸ்தவ சபை (கத்தோலிக்க சபை) தொடர்பாகவும் 15ஆம் நூற்றாண்டு மிகவும் முக்கியத்துவம் பெறுகிறது. 9ஆம் நூற்றாண்டு முதல் 16ஆம் நூற்றாண்டுவரை, ரோம போப்பாண்டவர், ஐரோப்பிய

கிறிஸ்தவ சமூகங்களின் இணையற்றப் பெருந் தலைவராயிருந்தார். ராஜாக்களும் பிரபுக்களும் போப்பாண்டவரின் அதிகாரத்துக்கு முன்னால் ஒளியற்று மங்கிப்போனார்கள். ஆனால், 15ஆம் நூற்றாண்டில், ஐரோப்பாவில் வெடித்துக் கிளம்பிய மறுமலர்ச்சிப் புரட்சி, ரோம போப்பாண்டவரின் அதிகாரத்தை ஒரு எல்லைவரை கவிழ்த்தது. அன்றுவரை ஒன்றாயிருந்த மேலை கிறிஸ்தவ சபை பிளவுபடுத்தப்பட்டது. இந்தக் காலத்தில்தான் வாஸ்கோடகாமா ஆப்பிரிக்காவைச் சுற்றிக் கடல் வழியாக இந்தியாவுக்கு வந்தார். அன்றுவரை இந்தியாவுடனான வியாபாரத்தின் முக்கிய பங்கு அரேபியர்களுக்குத்தான் இருந்தது. ஆயினும் இந்தக் கண்டுபிடிப்பு மேலைநாட்டினருக்கு இந்தியாவுக்கும் தொலைதூர கிழக்குப் பிரதேசங்களுக்கும் வாயில் திறந்துவிட்டது.

ஆசியாவுடனான வியாபாரத்தின் ஆதிக்கத்தை நிலைநாட்டவும் காலனிகள் அமைத்து சாம்ராஜ்யத்தை விரிவுபடுத்தவும் ஐரோப்பிய நாடுகள் போட்டியிட்டுக் களம் புகுந்தன.

ரோம போப்பாண்டவரின் மத மேலாதிக்கத்தை ஐரோப்பாவின் ஒரு பிரிவு ராஜாக்களும் பிரபுக்களும் கவிழ்த்தபோது, போர்த்துகல் ஸ்பெயின் ஆகிய இரண்டு நாடுகள் போப்பாண்டவரின் அணியில் நின்றன. காலனி உருவாக்கத்திலும் வியாபாரத்திலும் இந்த இரண்டு நாடுகளுக்கிடையே போட்டி ஏற்படாதிருப்பதற்காக போப்பாண்டவர்கள், 15ஆம் நூற்றாண்டின் கடைசிப் பகுதியில், புதிதாகக் கண்டுபிடித்த மேற்கு நாடுகளை (அமெரிக்கா) ஸ்பெயினுக்கும் கிழக்கு நாடுகளை (இந்தியா உட்பட) போர்த்துகலுக்கும் பிரித்துக் கொடுத்தார்கள். தொடர்ந்து 1500ஆம் ஆண்டில் அலெக்ஸாண்டர் ஆறாவது போப்பாண்டவரும், 1514ஆம் ஆண்டு பத்தாம் லியோ போப்பாண்டவரும் போர்த்துகலுக்கு இந்தியா மற்றும் இதர கிழக்கு நாடுகளின் மீது மதரீதியான அதிகாரம் கொடுத்தார்கள்.

பத்ருவாதோ

இந்தக் காலத்தில் ரோமின் போப்பாண்டவருக்குத்தான் ஆயர்களை நியமிப்பதற்கான அதிகாரம் இருந்தது. மறுமலர்ச்சி இயக்கம் வலுப் பெற்றவுடன் பலவீனமடைந்துவிட்ட போப்பாண்டவர்கள், தங்கள் அதிகாரத்தை நிலைநிறுத்துவதற்காக, தங்களோடு ஒட்டி நிற்கும் ராஜாக்களுக்கு புதிதாகக் கண்டுபிடிக்கப்படுகிற நாடுகளின் மத அதிகாரத்தையும் கொடுத்தார்கள். போப்பாண்டவர் போர்த்துகல் ராஜாவுக்கு, இந்தியாவில் ஆயர்களை நியமிக்கும் அதிகாரத்தைக் கொடுத்தார். போப்பாண்டவரிடமிருந்து போர்த்துகீசு ராஜாவுக்குக்

கிடைத்த மத அதிகாரம்தான், பத்ருவாதோ ஆட்சி என்று விவரிக்கப் படுகிறது.

இந்த அதிகாரம் புடைசூழத்தான் போர்த்துகீசியர்கள் இந்தியா வுக்கு வந்தார்கள். அதுவரை கேரளத்துக் கிறிஸ்தவர்களுக்கு மேலைச் சபைகளுடன் ஆட்சி ரீதியான தொடர்பு இருந்தில்லை.

காலனி அமைப்பதிலும், வியாபாரத்தை விரிவு செய்வதிலும் கண் வைத்திருந்த போர்த்துகீசியர்கள், கேரளத்தில் கிறிஸ்தவர்கள் இருக்கிறார்கள் என்று அறிந்தபோது அவர்களை மத ரீதியாக போர்த்துகலின் ஆட்சியின் கீழ் கொண்டு வரும் பட்சம், அது தங்கள் வியாபார லட்சியத்தை அடைவதற்கு மேலதிக உதவியாக இருக்கும் என்று நினைத்து அதற்காகக் காய் நகர்த்தத் தொடங்கி னார்கள். அதுவரை கேரளத்துடன் அரபிகள்தான் வியாபாரம் செய்து கொண்டிருந்தனர். மத்தியக் கிழக்கு நாட்டுடன், கேரள கிறிஸ்தவர்களுக்கு உள்ள உறவை பிரிக்கும் பட்சத்தில், அவர்களை தங்கள் ஆட்சியின் கீழ்கொண்டு வருவது சுலபம் என்று போர்த்து கீசியர்கள் கருதினார்கள். இதற்கு அவர்கள் இரண்டு வழிகளைக் கடைபிடித்தார்கள்: (1) அரபிக் கடலில் போர்த்துகீசியருக்கான ஆதிக்கத்தைப் பயன்படுத்தி, பெர்சியாவிலிருந்து மத காரியங்களுக் காக இந்தியாவுக்கு வரும் ஆயர்களைத் தடுப்பது. (2) சாம தான பேத தண்டங்களைப் (நயத்தல், தானமளித்தல், பிரித்தாளுதல் ஆகிய மூன்றிலும் நோக்கம் நிறைவேறாத பட்சத்தில் வன்முறையை மேற்கொள்ளுதல்) பயன்படுத்தி கேரளத்துக் கிறிஸ்தவர்களை போர்த்துகல் மத ஆட்சியின் கீழே கொண்டு வருவது.

இந்த வழியில் சென்ற போர்த்துகீசியர்கள் இரண்டாவது லட்சியத்தை சாத்தியப்படுத்துவதற்காக, அசாதாரண அறிவும் தந்திரமும் துணிவுமுள்ள கோவா பேராயரை மெனஸ்ஸீஸியை நியமித்தார்கள். கொச்சி மகாராஜாவின் ஆதரவில் 1599ஆம் ஆண்டு உதயம்பேரூரில் நடத்திய மத மாநாட்டில் கேரள கிறிஸ்தவர்களை அவர்களின் பெர்சிய உறவிலிருந்து விடுவித்து, போர்த்துகீசு மத ஆட்சியின் கீழ் பத்ருவாதோ ஆட்சியின் கீழ் கொண்டுவந்தார்கள்.

உதயம் பேரூர் மத மாநாட்டிற்கு முன்பான கேரள கிறிஸ்தவர் களின் மத ரீதியான நிலைமைகளைப் பற்றி அறிந்துகொள்ள வேண்டும். ஒவ்வொரு தேவாலயமும் சுதந்திரமாயிருந்தது. தேவாலயத்தின் செல்வமும் ஆட்சியும், தேவாலயத்தின் வயது வந்த அனைத்து உறுப்பினர்களும் உள்ளிட்ட சபைக்கு அளிக்கப்பட்டி ருந்தது. இந்த தேவாலயங்கள் மையப்படுத்தப்பட்ட ஒரு ஆட்சி

நிலையின் கீழ் இல்லை. ஆயினும் இனத்திற்கு அதிகாரி என்ற ஒருவரை அனைத்துக் கிறிஸ்தவர்களின் தலைவராகத் தேர்ந்தெடுத் திருந்தார்கள். தேவாலய பிரதிநிதிக் கூட்டம்தான் இனத்திற்கு அதிகாரியைத் தேர்ந்தெடுத்திருந்தது. கேரளத்துக் கிறிஸ்தவர்களுக்கு ஒரு பிரத்தியேக ஆயர் இல்லை. மத ரீதியான சடங்குகளுக்காக பெர்சியாவிலிருந்து அவ்வப்போது ஆயர்களை வரவழைப்பதுதான் வழக்கம். இந்த ஆயர்களுக்கு தேவாலயங்களின் மீது எந்த ஆட்சி யுரிமையும் இல்லை. தேவாலயத்தின் ஆன்மிகப் பணிவிடைகள் செய்யும் பாதிரியாரை அந்தந்த தேவாலயத்தினர்தான் நியமித்திருந்தார்கள்.

உதயம்பேரூர் மத மாநாட்டைத் தொடர்ந்து கேரளத்து தேவாலயங்களின் ஆட்சியை, மேலை ரோம சம்பிரதாயத்திற்கு ஏற்றபடி மையப்படுத்துவதற்கான முயற்சிகள் தொடங்கப்பட்டன. 1599ஆம் ஆண்டில், போர்த்துக்கீசு ராஜா, போர்த்துகீசியரான பிரான்ஸிஸ் ரோஸை, கேரள கிறிஸ்தவர்களின் ஆயராக நியமித்தார். இந்த ஆயர், கோவாவின் பேராயரின் கீழே வரும்படிப் பொறுப்பளித்தார்.

மேலை நாட்டு கிறிஸ்தவ சபையின் ஆட்சிமுறை, கேரள கிறிஸ்தவர்களின் சபை ஆட்சியிலிருந்து முற்றிலும் வித்தியாசமா யிருந்தது. கேரளப் பாரம்பரியத்துக்கு ஏற்ற வகையில், ஒவ்வொரு தேவாலயமும் சுதந்திர அங்கமாக இருந்தபோது, மேலை நாட்டு மத ஆட்சி நிலைக்கு ஏற்றபடி தேவாலயங்கள் ஆயரின் நேரடியான ஆட்சியின் கீழ் வந்தன. ஆயர், பேராயரின் கீழே இருந்தார். போப்பாண்டவர் இந்தியாவில் பேராயரையும் பெயரளவில் நியமித்திருந்தார் என்றாலும், நியமனம் செய்து வந்தது போர்த்துகீஸ் ராஜாதான். அப்படி அதிகாரப் படிநிலையுள்ள ஆட்சி முறையைத் தான் மேலைத்தேயர் கடைபிடித்து வந்தார்கள். கேரளத்துக் கிறிஸ் தவர்களுக்கு இதுபோன்ற மையப்படுத்தப்பட்ட ஆட்சி சம்பிர தாயம் இருந்ததே இல்லை.

மேலைநாட்டு ஆயர்கள், கேரள கிறிஸ்தவர்களின் பாரம் பரியத்துக்கு விரோதமாக, மேற்கத்திய சபை பாணியிலான ஒருமுகப் படுத்தப்பட்ட ஆட்சியை தொடங்கியவுடன், கேரளத்துக் கிறிஸ்தவர்களிடையே அமைதியின்மை ஆரம்பித்தது. அவர்கள் தங்கள் சுதந்திரத்தை நிலைநிறுத்தியிருந்த பெர்சிய மையத்துடன் மீண்டும் தொடர்புகொள்ள விரும்பினார்கள். ஆனால், பெர்சியா விலிருந்து வரும் ஆயர்கள் கேரளத்தில் நுழைவதற்கு போர்த்துகீசு அரசாங்கம் அனுமதிக்கவில்லை. 1653ஆம் ஆண்டு பெர்சியாவி

லிருந்து அஹத்தள்ளா என்னும் ஆயர் கப்பல் மூலம் கொச்சியில் வந்து இறங்குவார் என்று அறிந்து, அவரை வரவேற்பதற்காக பெருந்திரளான கிறிஸ்தவர்கள் மட்டாஞ்சேரிக்கு வந்தார்கள். ஆனால், போர்த்துகீசு அதிகாரிகள் அவரை மட்டாஞ்சேரியில் இறங்க அனுமதிக்கவில்லை. இதில் சினமடைந்த கிறிஸ்தவர்கள், இனி போர்த்துகீசியர்களின் (பௌலஸ்த்யர்களின்[3]) ஆட்சியின் கீழ் இருக்க மாட்டோம் என்று மட்டாஞ்சேரி தேவாலய முற்றத்தில் சத்தியம் செய்தனர். "கூனன் குரிசு சத்தியம்"[4] என்னும் பெயரில் அறியப்படும் இந்தச் சம்பவத்தின் மூலமாக, போர்த்துகீசியர்களுக்கு எதிரான கிறிஸ்தவர்களின் புரட்சி ஆரம்பித்தது.

போர்த்துகீசியர்கள் ரோமன் கத்தோலிக்க நம்பிக்கையாளராக இருந்தார்கள் என்றாலும் இந்தியாவில் அவர்களின் மத ஆட்சி, போர்த்துகீஸ் அரசாங்கத்தின் ஒரு பிரிவாக இருந்தது அல்லவா. ரோமின் போப்பாண்டவர்தான் கத்தோலிக்க சபையின் தலைவர் என்று போர்த்துகீசியர்கள் ஏற்றுக்கொண்டிருந்தார்கள் என்றாலும், இந்தியாவின் பிராந்திய மத ஆட்சி போர்த்துகீஸ் ராஜாவினுடைய தாயிருந்தது. போர்த்துகீஸ் மத ஆட்சிக்காக நியமிக்கப்பட்டவர் களில் கணிசமான பகுதியினர் யேசுசபையைச் சேர்ந்த பாதிரிகள்.

ப்ரொப்பகந்தா

ஆனால், சீரமைப்பின் தாக்குதலிலிருந்து போப் விடுபட்டபோது, புதிதாகத் திறக்கப்பட்ட கிழக்குப் பிரதேசங்களில் (மிஷனரி [5]பிரதேசங்களில்) போர்த்துகீஸ் ராஜா மத ஆட்சி நடத்து வதைத் தான் ரோம் பார்த்தது. ஸ்பெயினில் ஆரம்பித்த இயேசு சபை, ராஜரீதியான ஆதரவுடன் வலிமை பெற்றுவிட்டிருந்தது. பதினைந்தாம் கிரிகரி போப்பாண்டவர் காலத்தில் 1621ஆம் ஆண்டில் ரோமில் 'விசுவாசப் பிரச்சார சங்கம்' (Propaganda) என்ற ஒரு சமூகம் ஸ்தாபிக்கப்பட்டது. இந்த சமூகத்தின் தலைமை 'கர்மலீத்தா கப்பூச்சின்'[6] ஆகிய சபைகளிடமிருந்தன. இந்த இரண்டு துறவி சபைகளும் இயேசு சபையை விடவும் புராதனமான வையாக இருந்தன. போர்த்துகீசியர்கள் அவர்களைப் பொதுவாக இந்தியாவைவிட்டு விலக்கி வைத்திருந்தார்கள்.

ஆனால் போர்த்துகீஸ் ராஜாவும் போப்பாண்டவரும் ஒப்பிட்ட 'கோண்கோர்தாத்' (உடன்படிக்கை) அடிப்படையில், இந்தியாவில் ஒரு ஆயரை நியமிப்பதற்கோ, மதப் பரப்புச் செயற்பாட்டுக்காக பாதிரியார்களை அனுப்புவதற்கோ போப்பாண்டவருக்கு உரிமையில்லை. இந்தியாவில் மத ஆட்சி, போர்த்துகீஸ் ராஜாவின் குத்தகையாயிருந்தது.

17ஆம் நூற்றாண்டுடன் மீண்டும் சக்தி பெற்று, ரோம போப்பாண்டவருக்கு இந்தியாவின் மத ஆட்சியை நேரடியாக நடத்தவேண்டும் என்ற ஆசை பிறந்தது. இந்தச் சூழ்நிலையில்தான் "கூனன் சிலுவை சத்தியம்". போப்பாண்டவர், கூனன் சிலுவை சத்தியத்தையும் அதைத் தொடர்ந்து ஏற்பட்ட சம்பவங்களையும் பற்றி விசாரிப்பதற்காக, ரோமிலிருந்து கர்மலீத்தா துறவிகளான ஜோசப் ஸெபஸ்ட்டியானி, ஹயாஸிந்தா ஆகிய இரண்டு கர்மலீத்தா மிஷனரியினரை கேரளத்துக்கு அனுப்பினார்.

கூனன் சிலுவை சத்தியத்துக்குப் பிறகு கேரளத்துக் கிறிஸ்தவர்கள் (நஸ்ரானிகள் - syrian christian) 1653ஆம் ஆண்டு மே மாதம் 22ஆம் நாள், ஆலங்காட்டில் கூடிய அன்று சமூகத் தலைவராயிருந்த உதவிக் குரு (Arch Deacon) தோமா, நஸ்ரானிகளின் ஆயராக நியமிக்கப்பட்டார். ஆனால், ஒரு ஆயருக்கு மட்டும்தான் மற்றொரு ஆயருக்குத் திருமுழுக்காட்டி முடிசூட்ட அனுமதியுண்டு என்ற ரோமன் பெர்சிய பாரம்பரியத்தை மீறி, பன்னிரண்டு பாதிரியார்கள் சேர்ந்து சமூகத் தலைவரான தோமாவை, தலையில் கை வைத்து மக்கள் சம்மதத்தைக் குறிப்பிட்டுத் திருமுழுக் காட்டினர். இந்த மார் தோமா (தோமா என்பது பெயர். முன்னால் "மார்" என்று வருவது மதத் தலைவர்களுக்கான மரியாதைச் சொல்) ஆயருக்கு ஆதரவாக இருந்தவர்கள்தான் "புத்தன் கூற்று காரர்கள்"[7] என்று அழைக்கப்பட்டு வந்தார்கள்.

கேரள சம்பவங்களைப் பற்றி ரோமில் அறிக்கை சமர்ப்பித்த ஜோசப் ஸெபஸ்ட்டியானியை போப்பாண்டவர், ஹிராப்போலீஸ் என்னும் மறை ஆயத்தின் (Diocese) பதவிக்குரிய ஆயராக நியமித்து, விகாரி[8] அப்பஸ்தோலிக்கா[9] என்ற பெயரில் கேரளத்திற்கு அனுப்பினார். போர்த்துகீஸ் ராஜா, போப்பாண்டவருடன் செய்திருந்த ஒப்பந்தத்தின்படி கேரளத்தில் ஆயரை நியமிக்க போப்பாண்டவருக்கு அதிகாரமில்லை. ஆனால், விகாரி அப்பஸ்தோலிக்கா என்ற பெயரிலான ஸெபஸ்ட்டியானியின் நியமனம், இந்த ஒப்பந்தத்தை மீறி, போப்பாண்டவரின் நேரடியான ஆட்சியைக் கேரளத்தில் நிறுவுவதற்கான முதல் காலடியாயிருந்தது. (இது, இயேசு சபையினரான போர்த்துக்கீஸ் மத ஆட்சியர்களுடன் விரோதங்கொண்டிருந்த கேரள கிறிஸ்தவர்களை அவர்களிட மிருந்து பிரித்து, கர்மலீத்தா கப்பூச்சின் துறவி சபைகளுக்கு நிர்வாக முக்கியத்துவமுள்ள ப்ரொப்பகந்தா சங்கத்தின் ஆட்சிக்குக் கீழே கொண்டு வருவதற்கான ஒரு காய் நகர்த்தலாயிருந்தது. "ப்ரொப்பகந்தா"[10] என்ற சங்கம் போப்பாண்டவரின் நேரடியான ஆட்சியின் கீழிருந்தது அல்லவா).

கேரளத்தின் அன்றைய அரசியல் சூழல் ரோமின் தந்திரத்துக்கு உதவிகரமாக இருந்தது. 1662ஆம் ஆண்டு டச்சுக்காரர்கள், போர்த்துகீசியர்களை கேரளத்திலிருந்து வெளியேறினர். அதனால் ரோமால், போர்த்துகீசியர்களின் எதிர்ப்பில்லாமலேயே தங்கள் திட்டத்தை செயற்படுத்த முடிந்தது.

கேரளத்து கிறிஸ்தவர்கள் கூனன் சிலுவை சத்தியத்திற்குப் பிறகு சுதந்திரமாக ஒரு ஆயரை நியமித்து சபை ஆட்சியை நடத்தி வந்து கொண்டிருந்தார்கள். அதனால் அவர்களை மீண்டும் ஒரு வெளி நாட்டு ஆயரின் ஆட்சியின் கீழ் வசீகரிப்பது அவ்வளவு சுலபமாக இல்லை. டச்சுக்காரர்கள் கொச்சியைக் கைப்பற்றவும் வெளிநாட்டினரையெல்லாம் கேரளத்திலிருந்து வெளியேற்றவும் செய்த சூழ்நிலையில், கேரள கிறிஸ்தவர்களின் மீது ஒரு வெளிநாட்டு ஆயரின் ஆட்சியை உறுதிப்படுத்துவது அசாத்தியமாக இருந்தது.

இந்த வகையில் ஸெபஸ்ட்டியானி ஆயர், பிரித்தாள்வது என்னும் மேற்கத்திய ஆட்சித் தந்திரத்தை கேரள கிறிஸ்தவர்களின் மீது பிரயோகிக்க முடிவு செய்தார். நஸ்ரானி கிறிஸ்தவர்கள் நியமித்த தோமா ஆயரின் ஆலோசகரும், ஆயரின் நெருங்கிய உறவினருமான 'பள்ளிவீட்டில் பரம்பில் சாண்டி பாதிரியாரை' ஆயராக நியமித்த பிறகுதான் ஸெபஸ்ட்டியானி கேரளம் விட்டுச் சென்றார். அவ்வாறு கேரளத்தில் இரண்டு உள்ளூர் ஆயர்கள் ஆட்சி செய்யத் தொடங்கினார்கள்.

ஒரே கல்லில் இரண்டு மாங்காய்

ரோம போப்பாண்டவரின் நேரடியான ஆட்சியின் கீழ், கேரளத்துக்கு முதன்முதலில் வந்த இத்தாலிக்காரரான ஸெபஸ்ட்டியானி ஆயரின் தந்திரமான காய் நகர்த்தல், ரோமுக்கு இரண்டு லாபங்களை ஏற்படுத்தியது. பள்ளிவீட்டில் சாண்டிப் பாதிரியாரை ஆயராக நியமித்ததன் மூலமாக, மக்கள் தேர்ந்தெடுத்த மார் தோமா ஆயருக்கு எதிராக சொந்த ரத்தத்தைச் சேர்ந்த ஒருவருக்கே அதிகாரம் அளித்து எதிர்த்து நிற்க நியமித்தார்கள். கேரளத்துக் கிறிஸ்தவர்கள் தேர்ந்தெடுத்த ஆயர்தான் தோமா ஆயர். பள்ளி வீட்டில் சாண்டி ஆயரோ, இத்தாலிக்காரரான ஸெபஸ்ட்டியானி தேர்ந்தெடுத்து ஆயர் பட்டம் கொடுத்த ஆள். ஆயினும் சாண்டி ஆயருக்கும் சீடர்கள் கிடைத்தார்கள். அவ்வாறு, ஒன்றாயிருந்த கேரளத்து கிறிஸ்தவர்களைப் பிரிக்க ஸெபஸ்ட்டியானியால் முடிந்தது. இரண்டாவதாக, கூனன் சிலுவை சத்தியத்துக்குப் பிறகு போர்த்துகீசியர்களுக்கு கேரளத்தில் அவர்களின் ஆதிக்கத்தை

மீண்டும் உருவாக்குவதற்கான இடைவேளை கிடைக்கவில்லை. டச்சுக்காரர்களின் ஆக்கிரமிப்பின் மூலம் போர்த்துகீசியரின் நிலை சிக்கலானது. யேசு சபையினரான போர்த்துகீசியர் மீண்டும் கேரளத்தில் நுழைவதைத் தடுப்பது கர்மலீத்தரான ஸெபஸ்ட்டி யானியின் மற்றொரு நோக்கம். ரோமுக்கு, கேரளத்துக் கிறிஸ்தவர் களின் மீது நேரடியாக ஆதிக்கம் ஸ்தாபிக்க வேண்டும் என்ற இலக்கு இருந்தது. அப்படி ரோமின் நேரடியான ஆட்சியை நிறுவு வது என்ற லட்சியத்தை, பள்ளிவீட்டில் சாண்டிப் பாதிரியாரை ஆயராக நியமித்ததன் மூலம் வென்றார்கள். அது மட்டுமல்ல, போர்த்துகீசியர்களின் கேரள மீள் பிரவேசத்தை அசாத்தியமான தாகவும் ஆக்கினார்கள்.

ப்ரொப்பகந்தா ஆட்சி

இந்த நேரத்தில், ப்ரொப்பகந்தா ஆட்சி என்றால் என்னவென்று நாம் அறிந்துகொள்ள வேண்டியிருக்கிறது.

ரோம கத்தோலிக்க சபை, ரோமின் போப்பாண்டவரை அதன் மிகப் பெரும் தலைவராகப் பரிசீலிக்கிறது. ரோம போப்பாண்ட வருக்குக் கீழே உள்ள பல பிரதேசங்களைச் சேர்ந்த கிறிஸ்தவர் களை ஆள்வது ஆயர்கள். பத்ருவாதோ ஆட்சியும், ப்ரொப்பகந்தா ஆட்சியும் ரோம போப்பாண்டவரின் உச்ச, உயர் அதிகாரத்தை அங்கீகரிக்கவும், நம்பிக்கையை ஏற்றுக்கொள்ளவும் செய்கின்றன. ஆனால், பத்ருவாதோ ஆட்சியில் ஆயர்களை நியமிப்பதற்கான அதிகாரம், போர்த்துகீசு ராஜாவுக்குத்தான் என்று நாம் பார்த்தோம். ஆனால், 1621ஆம் ஆண்டு ஸ்தாபிதமான 'விசுவாச பிரச்சார சங்கம்' போப்பாண்டவரின் நேரடி ஆட்சியின் கீழே மிஷனரி பிரதேசங்களில் சபை ஆட்சியை நடத்தி வந்தது. போப்பாண்டவர் நேரடியாகத்தான் ஆயர்களை நியமித்து வந்தார். பத்ருவாதோ ஆட்சி முறையினுடையவும், ப்ரொப்பகந்தா ஆட்சி முறையினுடை யவும் ஸ்தாபனத்தின் வரலாற்று ரீதியான காரணங்களை முன்பு கூறியிருக்கிறோம் அல்லவா.

கைவைப்பு

விசுவாசிகளுக்கு ஒரு பிரத்தியேகமான ஒரு ஆட்சி முறையை யேசு உபதேசிக்கவில்லை. அதிகாரம் என்றால் சேவை என்ற பார்வை தான் கிறிஸ்துவின் அதிகார நோக்கின் முக்கிய சாரம். ஆனால் ரோம சாம்ராஜ்ஜியம் கிறிஸ்து மதத்தை அங்கீகரித்தவுடன், கிறிஸ்தவ சபை சமூகங்களின் ஆட்சி ஒருமுகப்படத் தொடங்கியது. கிறிஸ்துவுக்குப் பிறகு ஆரம்ப நூற்றாண்டுகளில் பிரதேச சபை

சமூகங்களின் தலைவரை அந்தந்த சமூகங்களே தேர்ந்தெடுப்பது வழக்கமாயிருந்தது. ஆனால், சபை ஆட்சி மையப்படுத்தப்பட்ட போது பிரதேச சபை சமூகத்தின் தலைவரை அந்தந்த பிரதேசத்து ராஜாக்களும், பிறகு பாத்ரியர்க்கீஸுகளும் நியமிக்கும் சம்பிரதாயம் நடைமுறைக்கு வந்தது. அப்படி நியமிக்கப்படுகின்ற ஆட்சியதிகாரிகளைத்தான் ஆயர்கள் என்று அழைத்து வந்தார்கள். பிற்பாடுதான், ஆயர்களுக்கு ஒரு சபை சமூகத்தின் மீது ஆட்சியுரிமை கிடைக்க வேண்டும் என்றால், சபையின் மைய இடத்திலிருந்து நியமனம் கிடைக்க வேண்டும் என்றான சட்டப்படியான முறை உருவானது. அப்படி நியமிக்கப்படுபவர்களை இதர ஆயர்கள் கை வைத்து அங்கீகரிக்க வேண்டும் என்ற பாரம்பரியம் சபையில் வளர்ந்தது. இந்தக் கைவைப்பு, ஆயர் பதவியில் அமர்வதற்குத் தவிர்க்க முடியாத ஒன்று என்ற சிந்தனையும் வளர்ந்து வந்தது. மக்களின் அங்கீகாரம் இல்லையென்றாலும் 'கைவைப்பு' கிடைத்தால் ஆயர் ஆகலாம் என்ற பாரம்பரியம், மேற்கத்திய கிழக்கு நாடுகளின் சபை ஆட்சி நிலையில் அங்கீகரிக்கப்பட்ட ஒரு தத்துவமாகி விட்டது.

கூனன் சிலுவை சத்தியத்துக்குப் பிறகு மக்கள் தேர்ந்தெடுத்த பன்னிரண்டு பாதிரியார்கள், தலையில் கை வைத்து நியமித்த ஒன்றாம் மார் தோமாவுக்கு மக்களின் அங்கீகாரம் இருந்தது என்றாலும், சட்டப்படியான கைவைப்பு இல்லை என்ற வாதம் எழுப்பப்பட்டது. அப்படி ஒன்றாம் மார் தோமா, உண்மையான ஆயர் இல்லை என்ற எண்ணம் மக்களிடையே வளர்த்தெடுக்கப் பட்டது. எப்படியாவது சட்டப்படியான கைவைப்பைப் பெற வேண்டியது, தோமா ஆயரின், ஆயர் பதவிக்கு ஏற்ற தகுதிக்குத் தேவையானது என்ற எண்ணத்தை, தோமா ஆயரிடமும் அவர் சீடர்களிடமும் உருவாக்க சாண்டி ஆயராலும் அவர் சீடர்களாலும் முடிந்தது.

சாண்டி ஆயருக்குப் பிறகு

மத ரீதியான காரணங்களால் ரோம போப்பாண்டவரின் பிரதிநிதி, ஒரு கேரளீயனை ஆயராக ஆக்கினார் என்றாலும் சாண்டி ஆயர் வாழ்ந்திருக்கும்போது அவரின் ஆசைக்கு எதிராக, ஒரு போர்த்துகீசியனுக்கு இந்தியப் பெண்ணில் பிறந்த ரபாயேல் நிக்வரேதாவை சாண்டி ஆயரின் உதவி ஆயராக நியமனம் பெற்றார். இந்த ஆயர், ஆரம்பத்திலிருந்தே எல்லா விஷயத்திலும் சாண்டி ஆயரிடம் ஆணவத்துடன் நடந்துகொண்டார்: தன்னிச்சையாகச் செயல்பட்டார்.

ப்ரொப்பகந்தாவின் தந்திரம் பலித்தது. கேரளத்து நஸ்ரானி கிறிஸ்தவர்களைப் பிளவுபடுத்த அவர்களால் முடிந்தது. போர்த்து கீசியர்களை கேரளத்திலிருந்து வெளியேற்றினார்கள். அவ்வாறு, பத்ருவாதோவைப் புறந்தள்ளி, ரோமிலிருந்து ப்ரொப்பகந்தாவின் நேரடியான ஆட்சியை, கேரளத்தின் ஒரு பகுதி கிறிஸ்தவர்களின் மீது நடைமுறைப்படுத்தினர்.

கூனன் சிலுவை சத்தியத்தைத் தாண்டி, பரம்பில் சாண்டி ஆயரால் வசீகரிக்கப்பட்டு ப்ரொப்பகந்தாவின் ஆட்சியை அங்கீகரித்த கேரள கிறிஸ்தவர்கள், மேலும் வலிமையான அடிமைத்தனத்தில்தான் வீழ்ந்தார்கள். பத்ருவாதோ ஆட்சியின் மறைவில், யேசு சபைக்காரர்கள்தான், நஸ்ரானிக் கிறிஸ்தவர்களை ஆண்டிருந்தார்கள் என்றால் ரோமின் நேரடியான ஆட்சியின் கீழே கர்மலீத்தா துறவிகள்தான் ஆட்சியேற்றார்கள். கேரளத்தில் கிறிஸ்தவர்களை அடக்கும் விஷயத்தில் இரண்டு கூட்டத்தினருக் கும் சமமான மனநிலைதான் இருந்தது. ஒரு அடிமைத்தனத்திலி ருந்து மற்றொரு அடிமைத்தனத்திற்கான பரிதாபமான பயணம். வராப்புழயை மையமாகக் கொண்ட கர்மலீத்தரின் ஆட்சிக் காலத்தில், வெளிநாட்டுப் பாதிரிகள், கேரளத்து நஸ்ரானிக் கிறிஸ்தவர்களுக்கு எதிராகக் கையாண்ட ஒடுக்குமுறை நடவடிக்கைகளின் முற்றிய விளைவுதான் பாரேம்மாக்கல் தோமா பாதிரியார், கரியாட்டி ஜோசப் மல்பானின் (மல்பான் என்பது பதவிப் பெயர். High Priest) உதவியாளராக மேலை நாடுகளுக்குச் சென்றது.

பாதிரியார்களின் அகங்காரத்திற்கும் தைரியத்திற்கும் காரணம், கேரளத்தில் கிறிஸ்தவர்கள் இரண்டாகப் பிரிக்கப்பட்டதுதான் என்று கரியாட்டி மல்பானும் பாரேம்மாக்கல் தோமா பாதிரியாரும் கருதினார்கள். கூனன் சிலுவை சத்தியத்துக்குப் பிறகு, அந்த சத்தியத்தில் உறுதியாக இருந்து பாதிரியார்களை எதிர்த்தவர்களின் பின் தலைமுறையினரையும் ரோம சபைக்கு இட்டுச் செல்லும் பட்சம், கேரள கிறிஸ்தவர்கள் கூடுதல் சக்தி பெற முடியும் என்று அவர்கள் நம்பினார்கள். இதற்காக, ரோம போப்பாண்டவருக்கு ஆட்படுவதற்கு அந்தப் பிரிவின் ஆயர், ஆறாம் மார் தோமாவின் ஒரு விண்ணப்பத்தையும், கரியாட்டி மல்பானும் பாரேம்மாக்கல் பாதியாரும் தங்கள் மேலைநாட்டுப் பயணத்தில் கொண்டு சென்றிருந்தார்கள். மார் தோமா ஆயரையும், கத்தோலிக்க சபையில் சேர்ப்பதற்கு போப்பாண்டவரின் சம்மதம் பெறுவது என்பதும் கரியாட்டி மல்பான் மற்றும் பாரேம்மாக்கலின் பயணத்தின் முக்கிய நோக்கமாக இருந்தது.

ப்ரொப்பகந்தா ஆயராக இருந்த ப்லாரன்ஸியூஸ் ஆயர் இறந்த போது அவரை அடக்கம் செய்யச் சென்ற கேரள கிறிஸ்தவர்களை அனுமதியளிக்காமல், அவர்களின் ஆயர் பூக்காட்டில் வசிப்பதாகச் சொல்லி பாதிரியார்கள் அவமானப்படுத்தி அனுப்புவதிலிருந்து தான் நூல் ஆரம்பிக்கிறது. பூக்காட்டில் வசிக்கும் ஆயர் என்று பாதிரியார்கள் விவரிக்கும் ஆயர், பத்ருவாதோவின் கீழே உள்ள ஆயர் ஆவார்.

யாத்ரீகர்களின் தந்திரம்

கரியாட்டி ஜோசப் மல்பான் ரோமில் ப்ரொப்பகந்தா கல்லூரியில் வெகுகாலம் படித்து புரோகிதரானவர். பாரேம்மாக்கல் தோமா பாதிரியாரும் கூர்த்த அறிவும் மிகுந்த செயல் திறனும் கொண்டிருந்தார் என்று அவரின் இந்த நூலிலிருந்து நாம் புரிந்து கொள்ளலாம். அந்தக் காலத்தில் கேரளத்தில் நடைமுறையிலிருந்தது ரோமிலிருந்தான நேரடி ஆட்சிதான். அப்போது ப்ரொப்பகந்தா கல்லூரியில் படித்து, ரோமின் ஆட்சி விவகாரங்களைப் பற்றி நன்கு அறிவு பெற்றிருந்த கரியாட்டியும் செயற்சாதுர்யம் மிக்க பாரேமாக்கல் தோமா பாதிரியாரும், ஏன் ரோமுக்குச் செல்லாமல், லிஸ்பனுக்கு, கேரள விஷயமாக போர்த்துகீசு ராணியிடம் சென்றார்கள் என்று நியாயமாகவே சந்தேகிக்கலாம். இந்தியாவின் மத ஆட்சி, ஒப்பந்தத்தின் மூலமாக, போப்பாண்டவரிடமிருந்து போர்த்துகீசு நாட்டுக்குக் கிடைத்தது என்றும், போர்த்துகீசு ராஜாவின் இந்த உரிமையை மிகைத்துதான் ரோம், விகாரி அப்பஸ்தோலிக்கா மூலமாக கேரளத்துக் கிறிஸ்தவர்களை ஆண்டு வருகிறது என்றும் இவர்கள் புரிந்து கொண்டிருக்க வேண்டும். கூனன் சிலுவை சத்தியத்திற்குப் பிறகு கேரளத்தில் தங்களுக்கு ஆதரவாளர்கள் இல்லையென்று கருதி, போர்த்துகீசு ராணி கேரள ஆட்சியில் ஆர்வம் கொண்டிருக்கவில்லை. தங்களை மறுத்த கேரளியரிடம் ராணிக்கு பிரத்தியேக ஈடுபாடு எதுவும் இல்லை.

ஆனால், ப்ரொப்பகந்தாவின் ஆணவத்தை அழிக்கவும் கேரளத்திலிருந்து கர்மலீத்தரைப் பெட்டி சட்டியுடன் அனுப்பவும் புறப்பட்ட கரியாட்டிக்கும் பரேம்மாக்கலுக்கும் அதற்கு ஏற்ற ஒரு துருப்புச் சீட்டு போர்த்துகீசு ராணிதான் என்று தெரியும்.

ராணிக்கு இவர்கள் கொடுத்த விண்ணப்பத்தில், ஒரு போர்த்துகீசியரையே தங்களுக்கு ஆயராக நியமிக்க வேண்டும் என்று கோருவதைப் பார்க்கலாம். இந்த வேண்டுகோளின்

பொருள், பத்ருவாதோ ஒப்பந்தத்தின்படி போர்த்துகீசு ராணி கேரளத்தின் மீதான மத ஆட்சி உரிமையை மீண்டும் உருவாக்க வேண்டும் என்பதுதான். அப்படி மீண்டும் உருவாக்கிவிட்டால், கர்மலீத்தர் கேரளத்தை விட்டுச் செல்ல கடமைப்பட்டவர்களா வார்கள். அதுமட்டுமல்ல, கேரளியரான ஒரு விகாரி ஜனரலும்[11] ஏற்பட்டால், கர்மலீத்தரின் ஆட்சியின் சிதைக்கு எரியூட்டிவிட முடியும் என்று, அந்த மனுதாரர்கள் கருதினார்கள்.

இவர்களுக்கு முன்பு போர்த்துகீசுக்குச் சென்ற கோவாக்கார ரான கயத்தானோஸ் பாதிரியின் நோக்கமும் கேரளத்தில் பத்ருவாதோ ஆட்சியை மீண்டும் கொண்டு வரவேண்டும் என்பது தான். அவரும், கர்மலீத்தா ஆட்சியின் கீழே கேரள கிறிஸ்தவர்கள் அதிருப்தியடைந்திருக்கிறார்கள் என்று புரிந்துகொண்டிருந்தார். ஆனால், ஒரு கோவாக்காரனைத்தான் ஆயராக நியமிக்க வேண்டும் என்பது அவர் கருத்து. அதுமட்டுமல்ல, கோவாவிலும் அந்தப் பிரதேசத்தைச் சேர்ந்த ஒரு ஆயர் வேண்டும் என்று அவர் வாதிட்டிருந்தார் (38ஆம் அத்தியாயம்). பிற்பாடு கரியாட்டியையே ஆயராக நியமிக்க வேண்டும் என்று காயத்தானோஸ் பாதிரி வாதிடுவதாகவும் பார்க்கிறோம்.

கரியாட்டியும் பாரேம்மாக்கலும் கயத்தானோஸ் பாதிரியும் கேரளத்தில் பத்ருவாதோ ஆட்சியை மீண்டும் உருவாக்க வேண்டும் என்பதற்காக லிஸ்பனில் கடும் முயற்சி செய்துகொண்டிருந்தபோது, வராப்புழயிலுள்ள கர்மலீத்தர்களின் பிரதிநிதியான யோஹன்னான் தெஸெந்த மர்கரீத்தா என்ற பாதிரி, ப்ரொப்பகந்தாவின் ஆட்சியை கேரளத்தில் உறுதிப்படுத்துவதற்காக ரோமில் பாடுபட்டுக் கொண்டிருந்தார்.

போர்த்துகீசு தந்திரம்

கூனன் சிலுவை சத்தியத்தினூடே தங்களை வெளியேற்றிய மலங்கரை[12] நஸ்ரானிகள், கேரளத்துக்கு போர்த்துகீசியர்தான் ஆயராக வரவேண்டும் என்று கோரி, கேரளத்தைத் தங்கத் தட்டில் வைத்து ராணிக்குக் கொடுத்திருக்கிறார்கள்! தங்களை, தந்திரங்க ளின் வாயிலாக கேரளத்திலிருந்து வெளியேற்றிய ரோமுக்குப் பதிலடி கொடுப்பதற்கு வாய்ப்புக் கிடைத்த போர்த்துகீசு, கேரளத் தின் மீதான தன் உரிமையை ரோமுக்கு உறுதியாக அறிவித்தது. ரோம் நியமித்த யோஹன்னான் தெஸெந்த மர்கரீத்தா என்ற ஆயரின் நியமன உத்தரவை, ரோமே தந்திரமாகத் திரும்பப் பெற்றுக்கொண்டதற்கு இதுதான் காரணமாக இருக்க வேண்டும்.

பாரேம்மாக்கல் கோவர்ணதோர் | 29

கூனன் சிலுவை சத்தியத்துக்குப் பிறகு பத்ருவாதோ ஆட்சியை வெளியேற்றுவதற்கு, ரோம் பிரயோகித்த அதே தந்திரத்தையே திருப்பிப் பிரயோகிக்க போர்த்துகீசியர்களும் முடிவு செய்தார்கள். கரியாட்டி என்னும் கேரளியரை ஆயராக நியமிக்கின்ற பட்சம், மக்கள், ப்ரொப்பகந்தாவின் ஆட்சியை விட்டு, மீண்டும் போர்த்துகீசு ஆட்சியின் கீழே வருவார்கள் என்று அவர்கள் நினைத்தார்கள். அப்படி பதிலுக்குப் பதில் என்ற வகையில் கரியாட்டி மல்பானை ஆயராக நியமித்து போர்த்துகீசு, ரோமுக்கு எதிராக ஒரு பெரிய காய் நகர்த்தலைச் செய்தது.

கரியாட்டி ஜோசப் மல்பானை ஆயராக நியமித்தது, போர்த்துகீசு ராணிக்கு மலங்கரை கிறிஸ்தவர்களின் மீதான தனிப்பட்ட அன்பினால் அல்ல. பள்ளிவீட்டில் சாண்டி ஆயரும், கரியாட்டி ஜோசப் ஆயரும், ரோமுக்கும் போர்த்துகீசுக்கும் இடையிலுள்ள இன்னும் கொஞ்சம் தெளிவாகச் சொன்னால் கர்மலீத்தருக்கும் யேசு சபையினருக்கும் இடையிலுள்ள அதிகாரப் போட்டியில் இரண்டு காய்கள் மட்டுமாகத்தானிருந்தார்கள்.

அந்தக் காலத்தில் கேரளத்தில் கர்மலீத்தரில் பெரும்பான்மை யினர் இத்தாலியர்களாயிருந்தனர். ஆனால், ரோம் எப்படியோ ஜெர்மன்காரரான பிரான்ஸிஸ் ஸாலஸை வராப்புழயில் விகாரி அப்பஸ்தோலிக்காவாக நியமித்தது. இதை இத்தாலியர்கள் எதிர்க்கவும் ஒரு விண்ணப்பத்துடன் யோஹன்னான் பாதிரியாரை ரோமுக்கு அனுப்பவும் நேர்ந்தது. இந்தப் பாதிரியாரை, ரோமிலிருந்து ஆயராக நியமித்தார்கள். ஆனால், போர்த்துகீசின் எதிர்ப்பின் வெளிச்சத்தில், தந்திரமாக (ஏமாற்றி) ரோம் அவரின் நியமன உத்தரவைப் பறித்துக்கொண்டது (அத்தியாயம் ஐம்பது). இதிலிருந்து, ப்ரொப்பகந்தாவின் கேரள ஆட்சியை மூட்டை கட்டி விட்டு, போர்த்துகீசின் பத்ருவாதோ ஆட்சியை மீண்டும் உருவாக்கு வதற்கு, போர்த்துகீசு கடும் முயற்சி மேற்கொண்டிருந்தது என்று புரிந்துகொள்ளலாம். கரியாட்டி மல்பானை ஆயராக நியமித்ததற்குப் பிறகும் வெகுகாலம் கடந்த பிறகுதான் அவரால் இந்தியாவுக்குத் திரும்ப முடிந்தது. இந்தக் கால கட்டத்தில் ப்ரொப்பகந்தாவுக்கும் போர்த்துகீசுக்கும் நடந்த கடிதப் போக்குவரத்து, ஒரு வரலாற்று மாணவருக்கு ஆர்வமூட்டுவதாக இருக்கும்.

அன்று ஐரோப்பாவில், "மதப் பிரச்சாரத்திற்காக" என்ற போலிக் காரணத்துடன் இந்தியாவுக்கு வர ஆர்வம் காட்டிய துறவி சபைகளின் உள் நோக்கத்தைப் பற்றி, கூர்ந்த பார்வையுடைய

பாரேமாக்கல் பாதிரியார் எழுதுவதைப் பாருங்கள்: "நாங்கள் மதோநெத்தாயில் வசிக்கும்போது அங்குள்ள பாதிரியார்கள் இந்தியாவில் எங்காவது அவர்களுக்கு ஒரு மிஷனரிக் களம் ஏற்பாடு செய்து கொடுத்தால் நல்லது என்று சொன்னார்கள். ஆயினும் நாங்கள் உறுதியொன்றும் கொடுக்காமல், முயற்சிக் கிறோம் என்று சொல்லித் தவிர்த்துவிட்டோம். மிஷனரிக்காரர் களான துறவிப் புரோகிதர்கள் ஆசையுடனும் பணிவுடனும்தான் இங்கே வருகிறார்கள் என்றாலும், இங்கே வந்த பிறகு தங்களுக்கும் தங்கள் சமூகத்துக்குமான காரிய லாபத்தைத்தான் தேடுகிறார்களே அன்றி யேசுமிசிஹாவின் (மிசிஹா: மீட்பர் இயேசு) விஷயத்தைத் தேடுவதில்லை என்று நாங்கள் எங்கள் அனுபவத்தால் அறிந்திருக்கிறோம். கடவுளுக்காகத்தான் மிஷன் செயல்பாடுகள் நடத்துகிறார்கள் என்றால் தங்கள் துறவி சமூகத்துக்காகப் பிரத்தி யேகமாக விண்ணப்பிக்கத் தேவையில்லையல்லவா. அவர்களின் சமூகத்துக்கு மிஷன் செயற்பாட்டுக் களம் வேண்டும் என்று சொன்னது தங்கள் சொந்தக் காரிய லாபத்துக்காகத்தான் என்று நியாயமாகவே நாங்கள் யூகித்தோம். வெகு காலத்துக்கு முன்பே ஆரம்பித்து கர்மலீத்தர்கள் இங்கே காட்டி வருவதும் அப்படித் தானே." அவர் தொடர்ந்து எழுதுகிறார்: "நல்ல தீபோன்றிருக்கும் சாராயமும் பன்றியிறைச்சியும் கோழியும் முட்டையும் பிற உணவும் குடியும்தான் உன் இங்குள்ள துயரங்கள். அவற்றைத் தின்று குடித்துத் திமிர்ப்பதைப் பற்றித்தான், மலங்கரை வட்டாரத்தில் கிடந்து நீ பாடுபடுவதாகச் சொல்கிறாய். பெரிய திருவிழாவும் வரவுமுள்ள எங்கள் தேவாலயங்களுக்கு ஆண்டுதோறும் உன் கூட்டத்தினர் வந்து அங்கே வசூலாகிற காணிக்கைப் பணத்தை யெல்லாம் வாரிக் கட்டி, மேற்குறித்த துயரங்களை வாங்க உன் வீட்டுக்கு எடுத்துச் செல்கிறாய். நேர்மையாளர்களும் அறிவிலி களுமான நாங்கள் அதையெல்லாம் அனுமதிக்கிறோம். அப்படி யென்றால் மலங்கரையில் நீ பாடுபட்டு துயரங்கள் அனுபவிப்ப தற்கு நாங்கள்தானே காரணம்? இந்தக் காரணத்தால்தான் மலங்கரையில் மிசிஹாவுக்காகப் பாடுபடநீ ஓடி வருகிறாய். மேற் சொன்ன செல்லநாட்டுக்கும் சீனாவுக்கும் சென்று மிசிஹாவுக் காகப் பாடுபட உனக்கு மனதில்லாததும் இதனால்தான்." எப்படி யாயினும், செல்வமும் ஆடம்பரமும் உள்ள ஐரோப்பியன் சபையை யும், அந்தச் சபையின் பேரில் கேரள சபையையும் இந்தியாவையும் சுரண்டுவதற்காகப் புறப்பட்ட துறவி சபைகளையும் பாரேம்மாக்கல் பாதிரியார் மிகக் கடுமையாக விமர்சிக்கிறார். பாரேம்மாக்கலின் விவரணையிலிருந்து, ரோமின் மத ஆட்சி முற்றிலும் ராஜ ரீதியான

ஆடம்பரங்களுடன் இருந்தது என்று புரிந்துகொள்ளலாம். கேரளத்தில் கிறிஸ்தவர்களின் நிலை இரங்கத் தக்கதாக இருந்த போது, ஐரோப்பிய சபை, ராஜரீக ஒளிவட்டமணிந்திருந்தது. இந்தியாவில் காலனிகள் ஸ்தாபித்து இந்தியாவைச் சுரண்டி செல்வம் சேர்ப்பதற்கு ஆசைப்பட்ட ஐரோப்பிய ராஜாக்களின் அதே மனோநிலைதான், ஐரோப்பாவின் மத அதிகாரிகளுக்கும் இருந்தது என்று பாதிரியார் தெளிவுபடுத்துகிறார்.

மல்பான் மற்றும் பாரேம்மாக்கலின் விண்ணப்பம் மல்பானும் பாரேம்மாக்கலும் நூல் முழுதும் பெரும் தேசபக்தர்களாகத்தான் காட்சிப்படுகிறார்கள். ஆனால் போர்த்துகீசு ராணிக்கு அவர்கள் கொடுத்த விண்ணப்பம் இந்த தேசபக்திக்குத் தீங்கு செய்தது என்று சொல்லாமல் இருக்க முடியாது. (அத்தியாயம் 33).

இந்த விண்ணப்பத்தில், கேரள சபையை ஆள்வதற்கு போர்த்துகீசிய ஆயரைத்தான் நியமிக்க வேண்டும் என்ற பகுதி மல்பான் மற்றும் பாரேம்மாக்கலின் நாட்டுப் பற்றின் மேன்மையை மாசுபடுத்தியிருக்கிறது. அவர்கள் கேரளத்தை, ப்ரொப்பகந்தா அடிமைத்தனத்திலிருந்து மீண்டும் பத்ருவாதோ அடிமைத்தனத்துக்குக் கொண்டு செல்லும் பணியைத்தான் செய்தார்கள். அதை விட மிகவும் குற்றகரமானது, நஸ்ரானிகளின் காரியத்தைப் பார்த்துக்கொள்ளும் விகாரிகளுக்கு போர்த்துகீசு ஊதியம் கொடுக்க வேண்டும் என்று கேட்டுக்கொண்டதுதான். நூற்றாண்டு காலம், வெளிநாட்டு (பெர்சிய) ஆயர்களுக்கு அன்பளிப்புப் பணம் கொடுத்து வந்த பாரம்பரியமுள்ள கேரளத்துக் கிறிஸ்தவர்களின் பூர்வகாலச் செழிப்பை மறந்து, உதவிக் குருவை (Arch Deacon) போர்த்துகீசின் சம்பளக்காரன் ஆக்க வேண்டும் என்று கேட்டதன் மூலமாக, மல்பானும் பாதிரியாரும் தாங்கள் அறிவித்த நோக்கத்திலிருந்து மிகவும் பின்னடைந்தார்கள் என்று சொல்லாமல் இருக்க முடியாது. ஒருக்கால், ப்ரொப்பகந்தாவின் அடிமைத்தனத்தை எதிர்க்க, போர்த்துகீசு ராணியைச் சார வேண்டியது தந்திரமான தேவையென்று தோன்றியதால்தான் அவர்கள் இப்படிப்பட்ட ஒரு பின்னடைவுக்குத் துணிந்திருக்க வேண்டும். ஆயினும் அது, மன்னிக்க முடியாத குற்றமாகிவிட்டது என்று சொல்லாதிருக்க முடியாது. இது, பெரும் பணம் செலவிட்டு மேலைநாட்டுப் பயணத்துக்கு அனுப்பிய கேரளக் கிறிஸ்தவர்களை ஒரு எல்லைவரை அவமானப்படுத்துவதாகிவிட்டது.

கேரளக் கிறிஸ்தவர்களைப் பொறுத்தவரை மல்பான் மற்றும் பாரேம்மாக்கலின் ரோமப் பயணம், பெரிய பயன்கள் எதையும் விளைவிக்கவில்லை. மல்பான் மற்றும் பாரேம்மாக்கல் ஆகிய இருவராலும் ப்ரொப்பகந்தாவின் ஆட்சிக்கு எதிராக போர்த்துகீசு ராணியைத் தந்திரமாகக் களத்துக்குக் கொண்டு வர தற்காலிகமாக முடிந்தது. தற்காலிகமாக ரோம் தோல்வியடைந்தது. ஆனால், கரியாட்டி ஆயரின் மரணத்துக்குப் பிறகு, போர்த்துகீசிலிருந்து மற்றொரு தேசிய ஆயரை நியமனம் பெறுவதற்கு பாரேம்மாக்கல் கவர்னர் (கவர்னர் என்பது மத ரீதியான ஒரு உயர் பதவி) செய்த கடும் பிரயத்தனங்கள், ரோமின் எதிர்ப்பின் முன்னால் தோல்வியடைந்தன. பாரேம்மாக்கல் கவர்னரின் மரணத்திற்குப் பிறகு 1838ஆம் ஆண்டு இந்தியாவில் ஆயர்களை நியமிப்பதற்கான போர்த்துகீசியர்களின் அதிகாரத்தையே பத்ருவாதோ ரோம் ஒரு சார்பாக எடுத்துவிட்டது. கூனன் சிலுவை சத்தியத்துக்குப் பிறகு பள்ளிவீட்டில் சாண்டி ஆயருக்கு அனுகூலமாக இருந்த பிரிவு, முற்றிலுமாகவே ரோமன் ப்ரொப்பகந்தாவின் ஆட்சிக்கு உட்பட்டது. அவ்வாறு மல்பான் மற்றும் பாரேம்மாக்கல் கவர்னர் ஆகியோரின் ரோமப் பயணத்தின் நோக்கம் இறுதியாகத் தோல்வி யடைந்தது. பயணிகளான பாரேம்மாக்கல் கவர்னரும் கரியாட்டி மல்பானும் வித்தியாசமான ஆளுமை கொண்டவர்களாயிருந்தனர்.

கரியாட்டி, சிறு வயதிலேயே ரோமுக்குச் சென்று மதக் கல்வி பயின்று முடித்து பட்டம் பெற்று கேரளத்துக்குத் திரும்பி வந்தவர். இயல்பாகவே, மேற்கத்திய சபையின் நியமங்களையும் சட்டங் களையும் நன்கறிந்த ஒரு பேரறிவாளர். அவர், மேற்கத்தியர்களுக்கு எதிராக இந்திய நஸ்ரானிகள் நடத்திய சுதந்திரப் போராட்டத்தில் தன்னிச்சையாகக் குதித்தவர் அல்ல. அங்கமாலியில் கூடிய தேவாலயப் பிரதிநிதி சபை பாதிரியார்களுடன் ஏற்படுத்த வேண்டிய நிபந்தனைகளை எழுதிக் கொடுப்பதற்காகத்தான் பாதிரியார்கள், கரியாட்டி மல்பானை ஆள் அனுப்பி வரவழைத் தார்கள். அன்று அவர் பாதிரியார்களின் கீழே செயல்பட்டுவந்தார்.

அங்கமாலி கூட்டத்தில் அவர் முழு அமைதியுடனிருந்தார். அவர் சர்ச்சைகளில் கலந்துகொண்டதாகவோ, கூட்டத்தினருக்குத் தலைமையேற்றதாகவோ நாம் காண முடியவில்லை. அது மட்டு மல்ல, செய்த வேலைக்கு ஊதியம் என்பதைப்போல, “தேவாலயத் தினர் தங்களால் முடிந்தவரை பங்குப் பணம் வசூலித்துக் கொடுத்த பண முடிப்பை” அவர் ஏற்றுக்கொண்டதிலிருந்து, அவர் பாரபட்ச மற்ற ஒரு மொழிபெயர்ப்பாளராகவோ மத்தியஸ்தராகவோதான்

இருந்தார் என்று தெளிவாகிறது. அங்கமாலியில் தேவாலயக்காரர் களுடன் ஒப்பந்தம் செய்துகொண்ட பிறகு, அங்கமாலிக்காரர்கள் மல்பனின் தலைமையில்தான் ஆசீர்வாதம் வாங்க பாதிரியார் களைப் பார்க்கிறார்கள். பாதிரியார்கள், கூட்டத்தினரை "நான் பாவி" என்று சொல்லவைத்தபோது, அதற்கு முன்னின்று செயல் பட்ட மல்பான் தன் அறையில் மௌனமாக ஒதுங்கியிருந்தார். தன் மக்களின் சுயமரியாதையைப் புண்படுத்திய இந்தச் சம்பவத்தைப் பாரேம்மாக்கல் பாதிரியார் மதிப்பிடுகிறார். இந்த வெட்கம்கெட்ட நாடகத்தின் சூத்திரதாரி, தந்திரசாலியான கரியாட்டிதான். பாரேம்மாக்கல் இந்த நாடகத்துக்கு எதிராக தர்ம ஆவேசத்தை வெளிப்படுத்துவதைப் பாருங்கள்.

இடப்பள்ளி சாக்கோ பாதிரியை பலவந்தமாகப் பிடித்துக் கொண்டு சென்று, தாக்கி பட்டினி போட்டுக் கொன்றதற்குப் பொறுப்பாளியான பிரான்சிஸ் ஸாலஸ் பாதிரி, ஆயராக மலங்கரைக்குத் திரும்பி வந்தபோது அவரை பாதிரியார்கள்கூட ஏற்றுக்கொள்ளத் தயாராயில்லை. ஆனால், ஆயர் எவ்வளவுதான் மோசக்காரனாக இருந்தாலும் அதிகாரத்தைக் கையாள்பவன் என்னும் மேற்கத்திய சபை நியமத்தின் பார்வையில், அவரை ஏற்றுக்கொள்ளும்படி தேவாலயத்தினரைத் தூண்டியது கரியாட்டிதான். கரியாட்டி, ஸாலஸின் கபட பச்சாதாபத்தால் வசீகரிக்கப்படுமளவு களங்கமற்றவர் அல்ல.

கருத்துப் போர்க்களத்தில் இரண்டு விதமான தலைவர்களைப் பார்க்க முடியும். முதல் பிரிவு, உத்தம விசுவாசத்துடன் கையும் மெய்யும் மறந்து களமிறங்குகின்றவர்கள். அதிகார சிம்மாசனங்களும் அவற்றின் வசீகரமும் அவர்களுக்குப் பிரச்சினை அல்ல. லட்சியம் தான் முக்கியம். அந்த லட்சியத்தை வென்றெடுப்பதற்காக உறுதியாக நின்று போராடவும் எதிர்ப்பவர்களை எதிர்க்கவும் அவர்கள் தயாராவார்கள். இரண்டாவது பிரிவினர், கருத்துப்போர் வெற்றியடைந்தால் தங்களுக்கு தனிப்பட்ட வகையில் ஏற்படக் கூடிய லாபங்களைக் குறித்த கனவுகளில்தான் சஞ்சரித்துக் கொண்டிருப்பார்கள். அதிகாரத்துடன் எதிர்க்கும்போது மிதவாதி களாக நின்று, சமூக அழுத்தத்தால் அதிகாரத்தைப் பங்கிட வேண்டிய கட்டாயத்துக்கு ஆட்பட்டவர்கள் சம்மதிக்கக்கூடிய விதத்தில் செயல் திட்டம் வகுப்பவர்கள் அவர்கள். இதில், முதலா வது பிரிவினர் லட்சியத்தை அடைவதுவரை உறுதியாக நிற்பார்கள். இரண்டாவது பிரிவினர் அதிகாரத்துக்காக சமரசங்களுக்குத் தயாராவார்கள்.

இதில் பாரேம்மாக்கல் முதலாவது பிரிவைச் சேர்ந்தவராக இருக்கிறார். அவரின் எல்லா சாகசங்களுக்குமான தூண்டல், அந்த ஆளுமையின் முக்கிய ஆதாரமாக இருக்கும் பிறவிப் பெருமைதான். கொச்சி ஆயர் யௌஸேப்பு ஸொல்லிதெரெ போப்பாண்டவருக்கு அனுப்பிய கடிதத்துக்கு பாரேம்மாக்கல் கொடுக்கும் பதில், அவரில் ஜொலித்துக்கொண்டிருந்த நாட்டுப் பற்றினுடையவும் பைபிள் புலமையினுடையவும் மனித இயல்பு சித்திரிப்புத் திறனுடையவும் பிரகாசமான உதாரணம். பாரேம்மாக்கலின் வார்த்தைகள் அக்கினிச் சுவாலையாக பாதிரியின் ஆணவத்தையும் வாதங்களை யும் சுட்டெரிக்கின்றன. (அத்தியாயம் எழுபத்திரண்டு) பிரத்தியேக மாக எடுத்துச் சொல்ல முடியாதபடி வாக்கியத்தோடு வாக்கிய மாகப் பொருத்தப்பாட்டின் சிமென்ட் பூசி பாரேம்மாக்கல் உறுதிப் படுத்தியிருக்கிறார். அவர் தன் வாதங்களை நிரூபிக்க, அவர் பழைய ஏற்பாட்டையும் அதன் சம்பவங்களையும் பகுத்து ஆராய்கிறார்.

பாரேம்மாக்கல், மலங்கரை நஸ்ரானிகளின் நாக்காக செயல்பட, மொழிப் பண்டிதர் எனும் நிலையில் கரியாட்டி அதை ரோமில் வெளிப்படுத்தியிருக்க வாய்ப்பிருக்கிறது. பாரேம்மாக்கல் உதவியாளராக இல்லையென்றால், கரியாட்டியின் ரோமாபுரி யாத்திரை முற்றிலும் பயனற்றுப்போயிருக்கக் கூடுமோ என்று நாம் சந்தேகிக்க வேண்டும்.

பாரேமாக்கலின் கூர்ந்த பார்வை

பாரேம்மாக்கல் ரோமுக்குச் சென்றது தன் சொந்த சமுதாய வேலைக்காகத்தான். தன் பயண நோக்கங்களுடன் தொடர்புடைய வெறும் ஒரு அறிக்கையைத்தான் அவர் எழுதியிருந்தார் என்றால் இலக்கிய ரீதியாக அதற்கு முக்கியத்துவம் ஏற்பட்டிருக்காது. ஆனால், “ரோமாபுரி யாத்திரை” யை ஒரு பயண விவரணமாகவும் இலக்கியப் படைப்பாகவும் ஆக்குவது, அவர் சென்ற இடங்களையும், தொடர்பு கொண்ட மனிதர்களையும் பற்றிய அவரின் பார்வைதான்.

பாரேம்மாக்கல் ஜனோவாவிலிருந்து பயணம் புறப்பட்டுச் சென்றடைந்த ஒரு வறுமைப் பிரதேசத்தைப் பற்றிய அவதானிப்பைப் பாருங்கள்: “இங்கு வசிப்பதில் நிறைய ஓய்வு நேரம் கிடைத்ததால் அந்த இடத்தையெல்லாம் நடந்து சுற்றிப் பார்த்தோம். அப்போதுதான் மலையாளிகள் எவ்வளவு சோம்பேறி களென்றும் மந்தமானவர்களென்றும் எங்களுக்குத் தெரிந்தது.

ஏனென்றால், போர்ட்டுவினு என்று சொல்கிற அந்தப் பிரதேசம் எதற்கும் பயனற்ற பாறைகள் நிறைந்த குன்றுப் பிரதேசம். இருந்த போதிலும் அங்குள்ள மக்கள் இரும்புக் கடப்பாறையைப் பயன்படுத்தி பாறைகளை உடைத்துக் கடினமாகப் பாடுபட்டு ஆலிவ் மரங்களும் தெத்த மரங்களும் ஆரஞ்சுகளும் திராட்சை களும் விளைவித்து ஆண்டுதோறும் நிலம் உழுது உரமிட்டு கோதுமையும் பயிர் செய்து அவர்களுக்குத் தேவையான உணவுக்கு வழி செய்து கொள்கிறார்கள். அப்படிப் பார்க்கும்போது மலங்கரை யிலுள்ள மக்கள், இவர்கள் உழைப்பதில் நான்கில் ஒரு பங்காவது உழைக்க மனம் வைத்திருந்தால் நம் நாட்டில் வறுமையும் பஞ்சமும் தீர்ந்திருக்கும்: கூடுதல் லாபம் உண்டாக்கியிருந்திருக்கலாம்." பாரேம்மாக்கல் பாதிரியாரின் இந்தத் துயரம் இன்றும் சரியாக நிலைநிற்கிறது.

இந்தப் பயணத்தின் மூலமாக, மலையாள இலக்கியத்துக்கு அருமதிப்புள்ள பயண விவரண நூலும் வரலாற்றியலாளர்களுக்கு மேற்கொண்டு தோண்டுவதற்கு ஏற்ற வைரச் சுரங்கமும் கிடைத்தது என்பது பெரும் லாபம்தான்.

மலையாளத்தை எனக்கு அறிமுகப்படுத்திய ஜெயமோகனுக்கு நன்றியின் சமர்ப்பணமாக இந்த மொழிபெயர்ப்பு.

யூமா வாசுகி

1

ஆர்யாப் போலீஸ் ஆயர் ப்லாரன்ஸியூஸ் இறந்த பிறகு ஏற்பட்ட சம்பவங்கள்

வராப்புழயில் வசித்திருந்த ஆர்யாப்போலீஸ் ஆயரும் மலங்கரைப் பிரதேசத்தின்[14] பேராயத்தின் விகாரி அப்பஸ்தோலிக்காவுமான மார் ப்லாரன்ஸியூஸ், கிறிஸ்து வருடம் 1773இல் இறந்தார். அக்காலத்தில் கொடுங்ஙல்லூர் பேராயராக மார் ஸல்வதோர் தொஸரயிஸ் இருந்தார். இறந்த ஆயரின் இறுதிச்சடங்கில் கலந்து கொள்வதற்காக மரபுப்படி மலங்கரைப் பிரதேசத்தின் ஸுரியானி தேவாலயங்களிலிருந்து விசுவாசிகள் வராப்புழய்க்கு வந்தனர். பழைய காலம் முதல் கடைபிடித்து வரும் ஆசார முறைப்படி அவர்கள் சவ அடக்கச் சடங்குகளில் பங்கேற்க ஆரம்பிக்கும்போது அனஸ்தாஸ்யோஸ் தெஸந்தஹீரானிமோ (Anasthasius of St. Jerome) எனும் புகழ் பெற்ற கர்மலீத்தா பாதிரி முன்னால் வந்து அதைத் தடுத்தார். இவர், கர்மலீத்தா துறவி சமூகத்தின் மாகாண ஆட்சியரும், இறந்த ஆயரின் இடத்தில் மற்றொரு ஆயர் நியமிக்கப்படுவது வரை ஆயத்தை ஆள்வதற்கு பாதிரியார்களால் நியமிக்கப்பட்ட வருமாவார். சடங்குகளை முறைப்படி ஒத்துழைத்துச் செய்து கொண்டிருந்த ஸுரியானி பாதிரியார்களிடமும் சாதாரண மக்களிடமும் அவர் இப்படிச் சொன்னார்:

“நீங்கள் இப்போது இங்கே ஏன் வந்தீர்கள்? பூக்காட்டில் (அன்று கொடுங்ஙல்லூர் பேராயர் டச்சுக்காரர்களுக்குப் பயந்து பூக்காட்டில் வசித்திருந்தார்) வசிப்பவர்தானே உங்கள் ஆயர்? இந்த ஆயர் எங்களுக்கு மட்டுமானவர். இவரின் சவ அடக்கத்துக்கும் உங்களுக்கும் தொடர்பு இல்லை. அது எங்கள் விஷயம். அதனால்

நீங்கள் விலகிக்கொள்ள வேண்டும். நாங்கள் எங்கள் ஆயரை எங்கள் முறைப்படி அடக்கம் செய்துகொள்வோம்."

இப்படி மலங்கரைப் பிரதேசத்தினரை விலக்கிவிட்டு பாதிரி யார்கள் (வெளிநாட்டுக் கர்மலீத்தா பாதிரியார்கள்) தங்கள் முறைப் படி இறுதிச் சடங்குகளைச் செய்தனர்.

ஒரு வகையில் யோசித்துப் பார்த்தால் மலங்கரை தேவாலயத் தினரிடம் "பெரிய பாதிரி" சொன்னது சரிதான். மலங்கரை சபை யின் உண்மையான ஆயர், கொடுங்ஙல்லூர் பேராயர்தான். அதன் மீதான தெய்வீக அதிகாரமும் அவருக்குத்தான். மலங்கரை சபையின் உறுப்பினர்கள் கடவுள் இச்சைப்படியும் தங்கள் விருப்பப்படியும் அவரை ஆயராக ஏற்றுக்கொண்டு ஆட்பட கடமைப்பட்டவர்களாயிருந்தனர். போப்பாண்டவர், வராப்புழ ஆயரை ஒரு மத்தியஸ்தர் என்ற நிலையில் மட்டும்தான் நியமித் திருந்தார். ஆடுகளின் முட்டாள்தனத்தாலோ, ஆயனின் அனுபவ மின்மையின் காரணத்தாலோ பேராயருக்கும் அவரின் கீழுள்ள மக்களுக்கும் இடையில் ஏதாவது கலகம் ஏற்பட்டால், அதைத் தணித்து அவர்களுக்கிடையில் இணக்கம் நிலவச் செய்ய வேண்டிய பொறுப்பு மட்டும்தான் மத்தியஸ்தருக்கு இருந்தது. அதுபோன்ற கலகங்களின் காரணமாக ஆடுகள் உண்மை விசுவாசத்தின் நல்ல மேய்ச்சல் நிலங்களை விட்டுவிட்டு மூட நம்பிக்கைகளின் கொடுங் காட்டில் அகப்பட்டுப் புலிகளுக்கு இரையாகிவிடாமல் அவர்களை நயந்து தொழுவத்திற்கு இட்டுச் செல்ல மத்தியஸ்தர் உதவ வேண்டும். மலங்கரையில் மூட நம்பிக்கைகளின் (இடத்தூட்டு[15]) செல்வாக்கு முடிவடைவதுவரை அவர்களை இப்படிக் காப்பதற் காகத்தான் போப்பாண்டவர் அவரை நியமித்திருந்தார். இப்படி மத்தியஸ்தராக மட்டுமாக நியமிக்கப்பட்டிருந்த வராப்புழ ஆயருக்கு, மலங்கரை வட்டாரத்தின் மீது ஆட்சியதிகாரம் ஏதும் இல்லாததால், பாதிரி சொன்னது உண்மைதான்.

அதனால் மலங்கரை தேவாயத்தினருக்கு இது பெரிய மன வேதனையை அளித்தது. முன்பு ஒருபோதும் அவர்கள் இப்படிப் பட்ட நிந்தை வார்த்தைகளைக் கேட்டதில்லை. அது மட்டுமல்ல, இது, மலங்கரைக்காரர்களை எதிர்ப்பதற்காக பாதிரியார்கள் ஒன்று சேர்ந்து சதியாலோசனை செய்ததன் பயன்தான் என்று அவர் களுக்குப் புரிந்தது. அவர்களை விலக்கிவிட்டு ஆயரின் சவத்தை அடக்கம் செய்ததில் அவர்களுக்குத் தாங்க முடியாத துயரம் ஏற்பட்டது. அதனால் அவர்கள் எல்லோரும் வராப்புழயிலிருந்து திரும்பி ஆலங்ஙாட்டில் கூடி, பாதிரியார்கள் தங்களிடம் காட்டிய

ஆணவத்துக்கு என்ன பரிகாரம் என்று ஆலோசிக்க ஆரம்பித் தார்கள்.

இதற்கு முன்பு ஆயரும் பாதிரியார்களும் மலங்கரை சமுதாய உறுப்பினர்களைப் பற்பல வகையில் புறக்கணித்திருக்கிறார்கள். அவர்களிடம் ஆணவமாக நடந்து கொண்டிருக்கிறார்கள். இனியாவது அனைத்திற்கும் சேர்த்து ஒரு பரிகாரம் கண்டுபிடிக்க வில்லையென்றால், மேலும் இதற்கும் அதிகமான கெட்ட அனுபவங் கள் ஏற்படும். அதனால் தாங்கள் தனியாக ஆலோசித்தால் போதாது, மலங்கரை சபையின் மற்ற தேவாலயத்தினரான சகோதரர்களையெல்லாம் அழைத்துக் கூட்டி ஒரு பெரிய கூட்டம் நடத்துவதற்கு, மிச்சமுள்ள சகோதரர்களுக்கும் கடிதங்கள் அனுப்ப வேண்டும் என்று அவர்கள் தீர்மானித்தார்கள். அதன்படி, ஆயர் காலமானபோது வராப்புழய்க்குச் சென்றவர்களிடம் பாதிரிகள் சொன்ன வார்த்தைகளைப் பற்றியும், அவர்களைத் தவிர்த்துவிட்டு சவ அடக்கம் செய்த விஷயத்தைப் பற்றியும், மற்ற பல விஷயங் களையும் ஆலோசித்து முடிவு செய்வதற்கு எல்லோரும் அங்கமாலிக்கு வந்துசேர வேண்டும் என்று கடிதம் எழுதி, பிரதேசத்தினர் அனைவருக்கும் அனுப்பினார்கள்.

மீள் பார்வை

மலங்கரை தேவாலயத்தினர் இங்கே, முன்னோர்கள் காலத்திலி ருந்து கடைபிடித்து வருகிற நேர் வழியிலான நடவடிக்கையைத் தான் மேற்கொண்டார்கள். என்னவெனில், சமுதாயத்தை மொத்தமாகப் பாதிக்கும் ஒரு முக்கியமான விஷயத்தை ஒன்றிரண்டு தேவாலயத்தினர் மட்டுமே கூடி முடிவு செய்வதில்லை. ஒரு சம்பவம் நடந்தால் அதற்கு என்ன தீர்வு என்று, மிச்சமுள்ள தேவாலயத்தி னரையும் அழைத்து ஆலோசிப்பதுதான் முற்காலம் தொட்டு வரும் வழக்கம். இப்போதும் ஏற்பட்டிருக்கிற பிரச்சினையில் இது நியாயம் என்பது மட்டுமல்ல, அத்தியாவசியமானதும்கூட. ஏனென்றால், பாதிரியார்கள் முற்காலத்தைவிட சக்தி பெற்றுவிட்டிருக்கிறார்கள். அவர்களின் சம்மதமின்றி எந்த விஷயத்திற்கும் தீர்வு ஏற்படுத்த ஒன்றிரண்டு தேவாலயத்தினர் போதாது. ஆகையால், அந்த விவரத்தைத் தெரிவித்து மலங்கரை வட்டாரத்திலுள்ள எல்லோருக்கும் கடிதம் எழுதி அனுப்பியது மிகப் பொருத்த மானதும் அறிவுப்பூர்வமானதுமான செயல் என்பதில் சந்தேகமில்லை.

2

ஆலங்காட்டில் கூடிய தேவாலயத்தினரின் கடிதத்தை ஏற்று மலங்கரைப் பிரதேசத்திலுள்ள அனைத்து தேவாலயத்தினரும் சேர்ந்து அங்கமாலியில் நடத்திய மாநாடு

மலங்கரை மார் தோமா நஸ்ரானிகளுக்கு முன்பிருந்த சக்தி மிகவும் சோர்ந்திருக்கிறது என்றாலும் இறையருளால் முற்றிலும் அழிந்து போகவில்லை. ஆலங்காட்டில் கூடிய தேவாலயத்தினரின் கடிதத்தை, மலங்கரையில் உள்ள மற்ற தேவாலயத்தினருமெல்லாம் ஆழ்ந்த முறையில் பரிசீலித்தார்கள். தங்கள் பட்டக்காரர்களிட மும்[16] மக்களிடமும், பாதிரியார்கள் ரகசியமாகக் காட்டும் நிந்தையும் புறக்கணிப்பும் போதாதென்று இப்போது ஆயரின் சவ அடக்கத் துக்குச் சென்ற வைதிகர்களையும் சாதாரண மக்களையும் வெளிப் படையாக நிந்திக்கவும் செய்திருக்கிறார்கள். அதை அடிப்படை யாக்கி சமுதாயத்தின் நன்மைக்கும் மேன்மைக்கும் வேண்டி தங்கள் சகோதரர்கள் எழுதியனுப்பிய கடிதத்தை ஆதரித்து அங்கமாலிக்குச் சென்றே தீர வேண்டும் என்று அவர்கள் முடிவு செய்தார்கள். அதற்கேற்றபடி ஒவ்வொரு தேவாலயத்தினரும் தேவாலயச் செலவில் அங்கமாலி சபைக் கூட்டத்துக்குப் பயணம் புறப்பட்டார்கள். தெற்கிலிருந்தும் வடக்கிலிருந்தும் இப்படிப் பல தேவாலயத்தினரும் ஆயத்தமாகிப் புறப்பட்டார்கள். என்றாலும், விவரமுள்ள பல பாதிரியார்களும் சாதாரண மக்களும் எத்தனை பேர் கூடுவார்கள் என்று சந்தேகித்தும் தற்கால நிலையில் விஷயத் திற்குத் தீர்வு ஏற்படுத்த மூன்று மாதங்களாவது தேவைப்படும் என்று கணக்கிட்டும் தங்கள் முறைப்படி பின்னால் செல்லலாம் என்று தயங்கியும் பயணத்துக்கு காலதாமதம் செய்தார்கள்.

ஆயினும் கூட்டத்தில் தாங்களும் கலந்துகொண்டே ஆகவேண்டும் என்ற விஷயத்தில் அவர்களுக்குச் சந்தேகமில்லாதிருந்ததால் அவர்கள் பின்னால் புறப்பட்டார்கள்.

இப்படி ஒரு கூட்டம் நடக்கவிருக்கிறது என்று தெரிந்து வராப்புழ பாதிரியார்களுக்குப் பயம் ஏற்பட்டுவிட்டது. கூட்டத்தைச் சின்னாபின்னமாக்குவதற்காக அவர்கள் பல முயற்சிகளும் செய்து பார்த்தார்கள். என்றாலும், எதுவொன்றும் பலிக்கவில்லை. தெற்கிலிருந்தும் வடக்கிலிருந்தும் புறப்பட்டு வந்த நாற்பது தேவாலயத்தினர் அங்கமாலியில் தடையற்றுக் கூடினார்கள். இப்படி அவர்கள் ஒன்று சேர்ந்தபோது இவர்களுக்குத் தேவையான விறகும் உப்பும் விளக்கெண்ணெயும் அங்கமாலி தேவாலயக்காரர்கள் கொடுத்தார்கள். மிச்சமுள்ள தேவாலயக் காரர்களும் வரும்வரை நேரத்தை வீணாக்காமல் விஷயத்தைப் பற்றி ஆலோசிக்கத் தொடங்கலாம் என்று அவர்கள் முடிவு செய்தார்கள். அதன்படி அங்கமாலி ஆயரின் தலைமைத் தேவாலயத்தில், காலை பத்து மணிவரையிலும் மதியத்திற்குப் பிறகு நான்கு மணிவரையிலும் நாள்தோறும் இரண்டு கூட்டங்கள் ஆரம்பித்தார்கள். ஒவ்வொரு கூட்டமும் இரண்டிரண்டு மணி நேரம் நடந்தது. வந்து சேர்ந்தவர்களில் குரவிலங்நாட்டு ஆயத்தைச் சேர்ந்த பனங்குழய்க்கல் குர்யேப்பு பாதிரியார்தான் வயதிலும் அறிவிலும் மூத்தவர். எனவே தலைமைப் பொறுப்பு அவருக்கு வழங்கப்பட்டது. மற்ற பாதிரியார்களும் மக்களும் அவரவர் நிலைக்கு ஏற்றபடி இருக்கைகளில் அமர்ந்தார்கள்.

இதுவரை வந்து சேர்ந்த பாதிரியார்களில் மிகவும் வயதும் அனுபவமும் குறைந்தவர்களாயிருந்ததாலும் முதிர்ந்தவர் கள் பின்னால் வருவார்கள் என்ற எதிர்பார்ப்பு இருந்ததாலும் கூட்டத்தில் யாரும் எதையும் வெளிப்படையாகப் பேசத் துணிய வில்லை. ஆனால் கூட்டத்துக்கோ, ஆலோசனைகளுக்கோ தடை ஏற்படவில்லை. ஏனென்றால் அவர்களிடையே விஷய விவரமும் பேச்சுத் திறமையும் கொண்ட சாதாரண மத விசுவாசிகள் சிலர் இருந்தார்கள். கொரட்டியைச் சேர்ந்த இட்டிமாணி மாப்பிள்ள[17], ஞாரய்க்கல்கல்லைச் சேர்ந்த குஞ்ஞுதுப்பு மாப்பிள்ள, காத்தூர்க் காரரான உதுப்பு மாப்பிள்ள, அங்கமாலியில் உள்ள கிழக்கன் வர்க்கீஸ் மாப்பிள்ள, ஆரக்குழயிலிருந்து வந்த முடியில் கொச்சிட்டித் தரகன் முதலானவர்கள் கருத்துத் தெரிவித்தார்கள். மற்றவர்கள் அதைக் கேட்டு ஆதரவு தெரிவித்து நேரத்தைச் செலவிட்டு வந்தார்கள். இப்படி ஐந்தாறு நாட்கள் சர்ச்சை நடந்த

பிறகு, நம் சமூகத்துக்கு ஒரு தலைவன் இல்லாத குறையை எல்லோரும் நன்றாக உணர்ந்தார்கள். ஏனென்றால் சமுதாயத்திலிருந்துதான் ஒரு தலைவனும் நாயகனும் உருவாகியிருந்த பழைய காலங்களில் நஸ்ரானி சமூகம், எந்த விஷயத்திலும் ஒரு மனதாக இசைந்து செயற்பட்டு வந்தது. பிற்பாடு, தனக்குப் பூர்விகமாகச் சித்தித்த ஒழுங்கு முறையைக் கைவிட்டு பல கருத்துக்கள் கொண்டு சின்னாபின்னமானது. பழைய காலத்தில் இருந்ததுபோன்று ஒரு சமூகத் தலைவர் (ஜாதித் தலைவர்) உருவானால்தான் சமூகத்துக்கு நல்லது நடக்கும் என்றும், அதனால் பழைய முறையை அனுசரித்து, சமூகத்துக்கான ஒரு தலைவராக ஒரு பாதிரியாரைத் தேர்ந்தெடுக்க வேண்டும் என்றும் சிலர் வாதிட்டார்கள். வேறு சிலர், அதற்குத் தேவை இல்லையென்றும் வராப்புழக்காரர்கள் தங்களை அவமானப்படுத்தியதால் அவர்களின் தலைமைக்கு ஆட்படாமல், கொடுங்கல்லூர் பேராயரைப் பார்த்து தங்கள் கீழ்ப்படிதலைத் தெரிவித்து இருந்து கொண்டிருந்தால் போதும் என்றும் கருத்துத் தெரிவித்தார்கள். இது இரண்டுமே வேண்டாம், வராப்புழ பாதிரியார்களையே பார்த்து, இனிமேல் இப்படியான ஆணவமான நடவடிக்கைகளோ, புறக்கணிப்புகளோ ஏற்படக் கூடாது என்று ஓர் ஒப்பந்தம் எழுதி வாங்கிக்கொண்டு இன்னும் நெடுங்காலம் அவர்களின் கீழேயே பழையபடி வாழலாம் என்று மற்ற சிலர் சொன்னார்கள். மிச்சமுள்ள தேவாலயக்காரர்கள் வருவதற்கு முன்பு, இப்போது வந்து சேர்ந்திருப்பவர்களே இந்த தர்க்கத்தின் காரணமாக கலைந்துபோய்விடுவார்களோ என்று சிலருக்குப் பயம். அதனால் மிச்சமுள்ள தேவாயலத்தினரும் வந்து பிரச்சினைக்குத் தீர்வு காண்பதுவரை தாங்கள் கலைந்து செல்ல மாட்டோம் என்று கூட்டம் ஒருமனதாக ஒரு தீர்மானம் உருவாக்கியது. எல்லோரும் அதில் கையெழுத்திட வேண்டும் என்பது அவர்களின் நிலை. அது சாத்தியம் இல்லையென்று வேறு சிலர் சொன்னார்கள். இப்படிப் பல பிரிவுகளையும் சட்டங்களையும் எழுப்பியதால் தர்க்கம் வலுத்தது. சுக்கான் இல்லாத கப்பல் வழி தெரியாமல் காற்றடிக்கும் திசையிலெல்லாம் செல்வதுபோல, சமுதாயத்தின் நன்மைக்கு என்ன தேவையென்று தெரியாமல் ஒவ்வொருவரும் தனக்குத் தோன்றியதையெல்லாம் உரத்துக் கூறினார்கள். அங்கங்கே குழுமியிருந்து பேசிக்கொண்டிருந்தார்கள்.

மீள் பார்வை

அங்கமாலிக் கூட்டம் ஆரம்பிப்பதுவரை மேற்கொண்ட நடவடிக்கைகள் முன்னோர்களின் அடிச்சுவட்டைப் பின்

தொடர்ந்தும், சமுதாயத்தின் மதிப்புக்கு ஏற்றவகையிலும் நடந்தது. ஆனால் கூட்டம் ஆரம்பித்த பின்பு ஏற்பட்ட வாதப் பிரதிவாதங்களின் தன்மை, புராதனப் புகழுக்கு ஏற்றதாக இல்லை. கூட்டத்தின் நோக்கத்தைத் தோல்வியடையச் செய்யவும் சகோதர அன்புக்கு பங்கம் ஏற்படுத்தவும்தான் அது பயன்படக்கூடும். ஒரு நாட்டில் பிரிவு ஏற்பட்டால் அது நாட்டின் அழிவுக்கான அடையாளம்தான் என்றும், ஒரு வீட்டில் கலகம் ஏற்பட்டால் அது அந்த வீட்டின் வீழ்ச்சி ஆரம்பித்துவிட்டது என்றும் நற்செய்தியின் மூலம் கிறிஸ்து அருளிச் செய்திருக்கிறார். அதன்படி கருத்தொற்றுமையின் மூலமாகவும் இணக்கத்தின் மூலமாகவும் முன்னே செல்ல வேண்டிய ஒரு சமுதாயக் கூட்டத்தில் பிளவு ஏற்பட்டால், அது பலவீனப்படுதலின் தெளிவான அடையாளமாக இருக்கும் என்று சொல்ல வேண்டியதில்லை அல்லவா.

இப்படியான நோக்கற்ற தன்மைக்கு, பிளவுக்கு என்ன காரணம் என்று கூர்மையாக யோசித்தால், “சமூகத் தலைவர்” ஒருவர் இல்லாத ஒரே காரணத்தால்தான் என்று சொல்ல முடியும். பழங்காலச் சமுதாயம்தான் இன்றும் உள்ளது. பழங்கால மனிதர்களின் பிள்ளைகள்தான் அதன் உறுப்பினர்கள். ஆயினும் அன்றைய நிலைக்கும் இன்றைய நிலைக்கும் இடையில் எவ்வளவு வித்தியாசம்! அன்று இனத்திற்கொரு தலைவர் இருந்தார்: இன்று தலைவர் இல்லை. இந்த வித்தியாசத்துக்கு இதைத் தவிர வேறு எந்தக் காரணத்தையும் இதற்கு மேற்பட்டதாக நான் நினைக்கவில்லை. அப்படியென்றால் இந்த ஒரு குறைபாட்டினால் நம் சமுதாயத்துக்கு எவ்வளவு பெரிய வீழ்ச்சியும் உறுதியற்ற தன்மையும் ஏற்பட்டது என்று அறிவுடையோர் சிந்தித்தால் புரியும். முற்காலத்தில் நம் சமுதாயத்துக்கு தலைவர் இருந்த காலத்தில் கேரளத்துக்கு வந்த ஒரு ஸுரியானி ஆயரை (இக்னேஷியஸ் அஹத்தள்ளா) கொச்சியில் கட்டிக் கடலில் மூழ்கடித்தார்கள் என்ற செய்தி அறிந்தவுடன், மலங்கரையில் உள்ள தேவாயலத்தினரெல்லாம் ஒற்றுமையாக கொச்சியில் உள்ள மட்டாஞ்சேரி தேவாலயத்தில் ஒன்று திரண்டார்கள். இனிமேல் ஒருபோதும் தாங்கள் இயேசு சபையினரை (Jesuits) ஏற்கவோ அங்கீகரிக்கவோ மாட்டோம் என்று சபதம் செய்தார்கள். ஆனால் சமுதாயத்துக்குத் தலைவன் இல்லாதிருந்த காலத்தில் கர்மலீத்தரான இன்னசென்ட் பாதிரி, ஸுரியானி கிறிஸ்வரான மார் செமயோன் ஆயரை ஆலங்காட்டு தேவாலயத்துக்குக் கொண்டு வந்தார். மார் செமயோனைக் கொண்டு நம் மக்களின், பாதிரிகளின் கண் முன்னால், மார் ஆஞ்சலோஸ் என்ற என்ற ஆயருக்கு பட்டம்

கட்டுவித்த பிறகு திரும்பி அழைத்துச் சென்றார். மார் செமயோன் ஆயரிடம் நம் பாதிரிகள் ஒரு வார்த்தை பேசக்கூட அனுமதிக்காமல், நள்ளிரவில் ஒரு திருடனை அழைத்துச் செல்வது போல உடல் ரீதியாகத் துன்புறுத்தித்தான் அவரை ஆலங்காட்டுத் தேவாயலத்திலிருந்து கொண்டு சென்றார். அதற்கெதிராக ஒருவர் கூட குரலெழுப்பவில்லை. நமக்குத் தலைவன் இருந்த காலத்தில் நம் தேவாலயத்தின் மீதோ, பாதிரியார்களின் மீதோ, விசுவாசி களின் மீதோ யாராவது ஆணவமாக நடந்து கொண்டால் அதற்கு பதில் கேட்காமல் இருந்ததில்லை. ஆனால் தலைவன் இல்லாத காலத்தில் நம் தேவாலயத்தினரையும் பாதிரிகளையும் பெரிய அளவில் துன்புறுத்துவது மட்டுமல்ல, அவர்களில் சிலரை, அவர்கள் செய்த குற்றம் என்னவென்று வெளிப்படுத்தாமல் வடுகரைக் (தாழ்ந்த ஜாதிக்காரர்கள்) கொண்டு அடிக்கவும் கொல்லவும் செய்து, அதற்கு பதில் கேட்க முடியாமல் போய் விட்டது. இதையெல்லாம் யோசிக்கும்போது இந்த விஷயத்தின் உண்மை நிலையைப் புரிந்துகொள்வது சிரமமில்லை அல்லவா.

ஆனால், ஒரு சமுதாயத்தின் தலைவன் அதே சமுதாயத்தி லிருந்து உருவாகும் சமுதாயத்துக்கு வலிமையும் புகழும் ஏற்படும் என்ற உண்மை, நாம் மட்டுமல்ல அனைத்து மக்கள் பிரிவினரும் அறிந்ததுதான். இயற்கை நியமத்தாலேயே அதற்கு நியாயப் படுத்துதல் உண்டு. ஐரோப்பாவில் இத்தாலியர்களும் பிரெஞ்சுக் காரர்களும் ஆங்கிலேயர்களும் போர்த்துகீசியரும் மற்ற எல்லா நாட்டினரும் தங்கள் ஆட்சி அதிகாரிகளையும் சமுதாயத் தலைவர் களையும் தங்கள் சொந்த மக்களிடமிருந்தே தேர்ந்தெடுப்பது வழக்கம். அது மட்டுமல்ல, துருக்கியரின் கீழே அடிமைப்பட்டு துன்புற்று வாழும் பல பிரிவைச் சேர்ந்த கிறிஸ்தவர்கள்கூட அதாவது, கிரேக்கர்களும் அர்மேனியரும் ஸுரியானிகளும் பிறரும் தங்கள் சமுதாயத் தலைவர்களையும் ஆட்சியதிகாரிகளையும் தங்கள் சொந்த சமூகத்திலிருந்தே கண்டுபிடிக்கிறார்கள். இதெல்லாம் எதற்கு? நம் இந்த மலையாளக் கரையிலேயே ஸுரியானி கிறிஸ்தவர்களைத் (பழைய கூற்றுக்காரர்கள்/ ஸுரியானி கத்தோலிக்கர்கள்) தவிர மற்ற ஜாதியினரெல்லாம் பிராமணரிலி ருந்து புலயர்வரை தங்கள் சமுதாயத் தலைவரையும் புரோகிதர் களையும் அதே சமூகத்திலிருந்தே வளர்த்துக்கொண்டு வருகிறார்கள். சமுதாயத்தைப் பொதுவாகப் பாதிக்கும் ஏதாவது பிரச்சினைகள் ஏற்படும்போது சமுதாயத் தலைவர்களும் தொண்டர்களும் சேர்ந்து களமிறங்குகிறார்கள்.

3 அங்கமாலிக் கூட்டம் ஆலோசனையைத் தொடங்கிய பிறகு

மேற்சொன்னது போன்று அங்கமாலியில் கூடிய தேவாலயத்தினர் எந்த உறுதியும் முடிவுமற்ற நிலையை அடைந்தார்கள். ஆயினும் பாதிரியார்களின் பயம் குறையவில்லை. கூட்டத்தில் அன்றன்று நடக்கும் சம்பவங்களை வராப்புழயில் தெரிவிப்பதற்கு பாதிரியார் களின் தூதர்களாக சிலர் கூட்டத்தில் சம்மந்தப்பட்டிருந்தனர். அவர்கள் அடிக்கடி விவரங்களை வராப்புழய்க்கு அறிவித்துக் கொண்டிருந்தார்கள். ஆயினும் அதனால் பாதிரிகள் சமாதான மடையவில்லை. தங்களின் ஒரு பிரதிநிதியைக் கூட்டத்துக்கு அனுப்பி கூட்டத்தினருக்கு வெளிப்படையாகப் பதில் சொல்வது நன்றாயிருக்கும் என்று அவர்களுக்குத் தோன்றியது. அதற்காக, வராப்புழயில் இறந்த ஆயரின் படியெடுப்போனாகவும் (Copyist) ஆயர் இல்லத்தின் நிர்வாகியுமாயிருந்த ஆலங்ஙாட்டைச் சேர்ந்த தாழெக்காட்டு இடியச்சன் பாதிரியை நியமித்தார்கள். இவர் கூட்டம் நடக்கும் இடத்துக்கு வந்தார். கூட்டத்தினரின் முன்னால் தலையில் உள்ள தொப்பியை எடுத்து வணக்கத்தைக் காட்டி பணிவுடன் தன் கடமையைத் தெரிவித்தார். தேவாலயக்காரர்கள், ஆயரின் சவ அடக்கத்திற்காக வராப்புழயில் கூடியபோது அவர் களிடம் பாதிரியார்கள் அவமரியாதையாக நடந்துகொண்டு விட்டார்கள் என்றும், அதற்கு கூட்டம் முடிவு செய்யும் பரிகாரத் தைச் செய்ய பாதிரிகள் தயாராக இருக்கிறார்கள் என்றும் அவர் சொன்னார். அவருக்குப் பதில் சொல்லுமுகமாகக் கூட்டம், மற்ற தேவாயத்தினர் வந்து சேர்ந்தாலல்லாது இதைப் பற்றி ஒரு முடிவெடுக்க தங்களுக்கு வழியில்லை என்று சொன்னது.

இப்படியிருக்கும்போது, முக்கியப்பட்ட வேறு சிலரும் கூட்டத்தில் கலந்துகொள்வதற்காகப் பயணம் புறப்பட்டுவிட்டிருந்தார்கள். மேற்கு முட்டத்து தேவாலயத்திலிருந்து பௌன்வாணி என்று தரவாட்டுப் பெயரில் அறியப்படும், விஷய அறிவும் விவேகமும் கொண்ட ஒரு சாக்கோ பாதிரியாரும், இடவழிக்கல் சாக்கோவும், கோதமங்கலத்தைச் சேர்ந்த வாரார தேவாலயத்து சாக்கோ எனும் பக்த ஆத்மாவும் அவர்களில் உட்பட்டவர்கள். வாரார தேவாலயத்து பக்தர் சாக்கோவின் கையில் தமிழ் மொழியிலுள்ள கிறிஸ்துவின் சித்திரவதை தியானப் புத்தகமும் இருந்தது. ஆனால் அங்கமாலிக்கான இவர்களின் வழி வராப்புழ மார்க்கமாகச் சென்றது. அது மட்டுமல்ல, பாதிரியார்களின் சிந்தனைப் போக்கு என்னவென்று அறியவும் இவர்களுக்கு விருப்பம் இருந்தது. அதனால் அவர்கள் வழி நடுவில் வராப்புழய்க்குச் சென்று பாதிரியார்களைப் பார்த்துப் பேசிய பிறகு சற்றும் தாமதமில்லாமல் அங்கமாலியை அடைந்தார்கள். கூட்டத்தில் நடக்கும் தர்க்கங்களையும் வாதப் பிரதிவாதங்களையும் கவனித்து முட்டத்தைச் சேர்ந்த சாக்கோ பாதிரியார் ஆலோசனைக் கூட்டத்தின் தலைமையைத் தான் ஏற்றுக்கொண்டார். சாக்கோ பாதிரியாரின் விஷய அறிவைப் பற்றியும் விவேகத்தைப் பற்றியும் கேள்விப்பட்டிருந்த சபையினர் மகிழ்ச்சியடைந்தார்கள். இனி நம்மிடையே உள்ள பிளவுகளெல்லாம் தீர்ந்து, சமுதாயத்திற்கும் மக்களுக்கும் தேவையான விஷங்களைச் சர்ச்சை செய்து முடிவெடுக்க முடியுமென்று எல்லோரும் நிம்மதியடைந்திருக்கும் போது எப்படியென்று தெரியவில்லை கூட்டத்தில் கலக்கம் ஏற்பட்டது. அவ்வளவு நேரம் வெளிப்படையாகச் சர்ச்சை செய்யப்பட்ட விஷயங்கள் அங்கங்கே ரகசியமாக சர்ச்சை செய்யப்படத் தொடங்கின. தேவாயத்தில் கூட்டம் கூடி ஆலோசித்த விஷயத்தை சிலர் தனிப்பட்ட குழுக்களாகப் பிரிந்து முக்கிலும் மூலையிலுமிருந்து பேசினார்கள். பகலில் உரக்கப் பேசியிருந்த விஷயங்களைப் பற்றி இரவில் கிசுகிசுக்க ஆரம்பித்தார்கள். அங்குமிங்குமுள்ள மூலைகளில் புதிய தோழமைகள் உருவாயின. இதற்கிடையில் வாரார தேவாலயத்தைச் சேர்ந்த சாக்கோ தன் சித்திரவதை தியானப் புத்தகம் எடுத்து கிறிஸ்து சகித்துக்கொண்ட பாடுகளைப் பற்றியும் பிற பக்தி நிறைந்த பகுதிகளை உரக்க வாசிக்கத் தொடங்கினார். கிசுகிசுப்புகளில் கலந்துகொள்ளாதிருந்த மிச்சமுள்ள மக்கள், தாங்கள் வந்த காரியத்தையெல்லாம் மறந்து தியான வழிபாட்டுக்கு வந்தவர்களைப்போல வாசிப்பைக் கேட்டு தியானமும் ஆரம்பித்தார்கள்.

இப்படிக் கூட்டத்தில் முணுமுணுப்புகளும் தியானங்களும் வழிபாடுகளுமான சந்தர்ப்பத்தில் கூட்டத்திலிருந்த, பாதிரியார் களின் ரகசிய தூதுவர்கள் வராப்புழய்க்கு ஆளனுப்பி பாதிரியார் கள் உடனே அங்கமாலிக்கு வந்தால் விஷயங்களை நினைத்தபடி சாதித்துக் கொள்ளலாம் என்று தகவல் கொடுத்தார்கள். உடனே பாதிரியார்கள் எல்லோரும் சேர்ந்து ஆலோசித்து ஸுரியானிகளின் ஆசார முறைகளைப் பற்றி விசாரிப்பதற்காக ரோமிருந்து அனுப்பப் பட்ட லௌரந்தியோஸ் யுஸ்தின்னியானி (Lawrence Justin), லௌரந்தியோஸ் தெஸந்த ரொஸீனா, யோஹன்னான் தெஸந்த மர்கரீத்தா ஆகிய மூன்று பாதிரியார்களை அங்கமாலிக்கு அனுப்பி னார்கள். இந்தப் பாதிரியார்கள் படகு மூலம் அங்கமாலிக்குப் புறப்பட்டார்கள். அங்கமாலி தேவாயத்தின் படகுத் துறையை அடைந்த உடனே, தாங்கள் வந்திருக்கும் விவரத்தை கூட்டம் நடக்கும் இடத்தில் உள்ள தங்கள் ஆட்களுக்கும், அங்கமாலி தேவாலயத்தினருக்கும் அறிவித்தார்கள். ஆனால், பாதிரியார்கள் ஸுரியானி தேவாலயத்தினரை அவமானப்படுத்தியவர்கள் என்பதாலும் அதன் பரிகாரத்திற்காக எதிர் பகுதி நடத்தும் கூட்டம் என்பதாலும் ஆசார மரியாதைகளின்படி வரவேற்க, அவர்களைச் சேர்ந்தவர்களோ, அங்கமாலி தேவாலயத்தினரோ துணியவில்லை. ஆயினும் இரவில் ரகசியமாகச் சென்று அவர்களை வரவேற்று ஆயர் தேவாலயத்தின் படிப்புர மாளிகைக்கு அழைத்து வந்து தங்கச் செய்தார்கள்.

மீள் பார்வை

மேலே பதிவு செய்த சம்பவங்களை மதிப்பிடும்போது அங்கமாலி தேவாலயத்தினரின் மனதிலிருந்தது என்னவென்று தெளிவாகப் புரிந்துகொள்ளலாம். தங்களிடம் பாதிரியார்கள் வராப்புழயில் காட்டிய ஆணவத்திற்கு அவர்களைக் கொண்டு சற்று வருத்தம் தெரிவிக்க வைத்த பிறகு, மீண்டும் இணங்கி அவர் களுக்கு ஆட்பட்டிருக்க வேண்டும் என்பதுதான் அங்கமாலிக்காரர் களின் நோக்கம். பாதிரியார்களை தவறை ஒப்புக்கொள்ளச் செய்வதற்கு தாங்கள் மட்டும் முயன்றால் முடியாது என்று நினைத்துத்தான் மற்ற தேவாலயத்தினரையும் அழைத்தார்கள். அவர்களின் மனதில் வேறு ஏதாவது இருந்திருந்தது என்றால், கூட்டத்திற்கு அறிவிக்காமல் நள்ளிரவில் பாதிரியார்களைக் கொண்டு வந்து, அவர்கள் தங்குவதற்கு படிப்புர மாளிகையை ஏற்பாடு செய்து கொடுக்க வேண்டிய அவசியம் இல்லையல்லவா.

4 அங்கமாலி கூட்டத்தில் இடப்பள்ளியிலிருந்து வந்த உறுப்பினர்கள் செய்த புகார்

மார் ப்லாரன்ஸியோஸ் எனும் ஆர்யாபோலீசு ஆயர், கொச்சி ஆயத்தினுடையவும் மலங்கை ஆயத்தினுடையவும் விகாரி அப்பஸ் தோலிக்காவாக வராப்புழயில் வசித்திருக்கும் காலத்தில் ஒரு சம்பவம் நடந்தது. வராப்புழயில் பரிசுத்த த்ரேஸ்யா அன்னையின் திருநாள். தங்களின் துறவி சமூகத்தை நிறுவிய அன்னையின் திருநாள் என்பதால் பாதிரியார்களெல்லாம் வராப்புழய்க்கு வந்தார்கள். பெருநாள் சடங்குகளும் கொண்டாட்ட திருப்பலியும் முடிந்து முற்கால ஆசாரப்படி தங்கத்தால் செய்யப்பட்ட அருளிக்காவில் (காட்சிப் பெட்டி) புனித பலியை எடுத்து வைத்து, விசுவாசிகள் வழிபடுவதற்காக பலிபீடத்தில் பிரதிஷ்டை செய்து விட்டு பாதிரியார்கள் சாப்பிடச் சென்றுவிட்டார்கள்.

பெருநாள் கொண்டாட்டத்திற்கு அந்நிய ஆயங்களிலிருந்து பாதிரியார்களும் சாதாரண மக்களும் வந்து கூடுவது வழக்கம். அதன்படி இடப்பள்ளி தேவாலயத்தின் விகாரியாயிருந்த கல்லூர் காட்டைச் சேர்ந்த சாக்கோ பாதிரியாரும் வந்திருந்தார். பெருநாள் முடிந்து மக்களெல்லாம் கலைந்தபோது இவர் தன் இடப்பள்ளி ஆயத்திற்குத் திரும்பிச் சென்றார்.

இந்த நேரத்தில் பாதிரியார்கள் சாப்பாடு முடிந்து களித்திருந் தார்கள். உல்லாச மிகுதியின் காரணத்தால் அன்று தேவாலயத் தைப் பூட்டுவதைப் பற்றி யாரும் நினைத்துப் பார்க்கவில்லை. மறுநாள் பொழுது விடிந்து பார்த்தபோது தேவாலயம் திறந்து கிடக்கிறது! பலிபீடத்தில் வைத்திருந்த திருப்பலியும், தங்க

அருளிக்காவும் காணவில்லை. பிறகு பதற்றமும் விசாரணையுமானது. ஆலோசனைகள் பல வழிகளிலும் பிரிந்து சென்றதோடு சேர்த்து எப்படி என்று தெரியவில்லை இடப்பள்ளி தேவாலய விகாரி சாக்கோ பாதிரியாரின் மீது சந்தேகம் ஏற்பட்டது. உடனே இடப்பள்ளிக்கு ஆளனுப்பி சாக்கோ பாதிரியாரை வரவழைத்துக் கேள்வி கேட்டார்கள். தனக்கு எதுவும் தெரியாதென்றும் பாதிரியார்களெல்லாம் சாப்பாடு முடிந்து தூங்கச் சென்றதால்தான் சொல்லிக்கொள்ளாமல் இடப்பள்ளிக்குச் சென்றதாகவும் சாக்கோ பாதிரியார் உண்மை நிலையை உணர்த்தினார். அது சரிதான் என்று தோன்றியதால் ஆயரும் பாதிரியார்களும் சாக்கோ பாதிரியாரை அனுப்பினார்கள். ஆனால் சாக்கோ பாதிரியாரை விசாரித்த நேரத்தில் பிரான்ஸிஸ்கோஸ் ஸாலஸ் எனும் பெயருடைய பாதிரி இடத்தில் இல்லை. அவர் வராப்புழய்க்குத் திரும்பி வந்து செய்தி அறிந்தவுடன், சாக்கோ பாதிரியாரை மீண்டும் வரவழைத்துச் “சோதனை செய்ய வேண்டும்” என்றும் தங்க அருளிக்காவைத் திருடியது அவர்தான் என்றும் சொல்லி இடப் பள்ளிக்கு மீண்டும் ஆளனுப்பினார். தன்னை மீண்டும் வராப் புழய்க்குச் செல்லும்படிச் சொன்னது, உடல் ரீதியாகப் பல வகையிலும் துன்புறுத்தி வழக்கை விசாரிக்கத்தான் என்று சாக்கோ பாதிரியாருக்குப் புரிந்தது. ஸாலஸ் பாதிரியாரின் எண்ணத்தைப் புரிந்து கொண்ட சாக்கோ பாதிரியார் பெரிதும் அஞ்சினார். அச்ச மிகுதியார் வேறு எதைப் பற்றியும் யோசிக்காமல், ஆயரிடமோ பாதிரியாரிடமோ சொல்லிக்கொள்ளாமல் மீண்டும் இடப் பள்ளிக்கு விரைந்து சென்றார். ஆயினும் அச்சம் விலகாமல் அவர் சென்று இடப்பள்ளி ராஜாவைப் பார்த்து தன் துன்பத்தை எடுத்துரைத்தார். ராஜா அவருக்கு அபயமளித்தார்.

ஆனால், சாக்கோ பாதிரியார் இப்படிச் செய்தது ஆயர் மற்றும் பாதிரிகளின் சந்தேகத்தை உறுதிப்படுத்தவே செய்தது. ஏனென்றால் சாக்கோ பாதிரியார் தங்க அருளிக்காவைத் திருடியிருக்கவில்லையென்றால் இப்படி ஓடி ஒளிய வேண்டிய அவசியம் இல்லையல்லவா? அவர் ஓடி ஒளிந்த செயலிலிருந்து, அவர்தான் திருடன் என்று நிரூபணமானதாக ஆயரும் பாதிரியார்களும் முடிவு செய்தார்கள்.

மீள் பார்வை

இப்படியான முடிவுகள் சில சமயங்களில் சரியாக இருக்கலாம் என்றாலும், பெரும்பாலும் உண்மை நிலையுடன் தொடர்பற்ற மடத்தனமாக இருப்பதற்குத்தான் வாய்ப்பு அதிகம். அதிகாரமும்

சக்தியும் மிகவும் அதிகமாக உள்ள ஒருவரும், அவரின் கீழுள்ள மற்றொருவரும் வாதி பிரதிவாதிகளாக வரும்போது இரண்டாமவர் சொன்னதுதான் அதிகச் சரியாக இருக்கும். ஏனென்றால் அச்ச மென்ற உணர்ச்சி மிகப் பெரியது. எல்லையற்ற அச்சமேற்படும் போது தான் செய்வது என்னவென்று மனிதர்கள் சிந்திப்பதில்லை. தண்டிக்கவிருக்கும் ஆள் கல் நெஞ்சம் கொண்டவனாகவும் விவேகமற்றவனாகவும் இருந்தால் மற்றவரின் பீதி அதிகமாயிருக்கும். இதற்கான ஆதாரங்கள் பைபிளிலேயே இருக்கின்றன. தாவீது ராஜா யாருக்கும் எந்தக் கெடுதலும் செய்யாத ஒரு புனிதராக இருந்தாலும், ஸாவூல் பலமுறை அவரிடமிருந்து தன் உயிரைக் காப்பாற்றிக்கொள்ள ஓடி ஒளிந்திருக்கிறான். போரில் தாவீதின் பட்டாளத்தினர் தன்னைப் பிடித்துத் துன்புறுத்துவார்கள் என்று பயந்து ஸாவூல், தன் பணியாளனின் கரத்தால் இறக்கவேண்டும் என்ற தன் விருப்பத்தை வெளிப்படுத்தினான். இப்படியான பல கதைகளைப் பற்றியும் யோசித்துப் பார்க்கும்போது மேற்சொன்னது போன்ற முடிவு அபத்தமாக இருக்குமென்று புரியும்.

இப்படி சாக்கோ பாதிரியாரைப் பற்றி ஆயருக்கும் பாதிரியார் களுக்கும் ஏற்பட்ட சந்தேகம் உறுதிப்படவும், சாக்கோ பாதிரியார் அச்சமிகுதியால் இடப்பள்ளி அரண்மனையில் அகதியாகத் தங்கவும் நேரிட்டபோது, பாதிரியார்கள் அவரை அங்கிருந்து பலவந்தமாகப் பிடித்துச் செல்வதற்கான முயற்சியை ஆரம்பித்தார் கள். ஜர்மனீஸியயின் பதவிக்குரிய ஆயராகவும் மலங்கரை ஆயத்தின் விகாரி அப்பஸ்தோலிக்காவாகவும் வந்த பிரான்ஸிஸ் கோஸ் ஸாலஸ் எனும் முன்னர் குறிப்பிட்ட பாதிரி முன்பு ஒரு போதும் கேள்விப்பட்டிராத விதமாக ஒரு பெரிய படைப் புறப் பாடுபோல அதிக புதுக் கிறிஸ்தவர்களையும் சேர்த்துக்கொண்டு ஆயுத ஆயத்தங்களுடன் இடப்பள்ளி[19] அரண்மனையை முற்றுகை யிட்டு, சாக்கோ பாதிரியாரை அங்கிருந்து பிடித்துக்கொண்டு வந்து அங்கே அறையில் போட்டுப் பூட்டினார். தொடர்ந்து அவரை வதைக்கத் தொடங்கினார். உடல் ரீதியாகக் கடுமையாகத் துன்புறுத்தியும் அவர் தான்தான் எடுத்தேன் என்று ஏற்றுக் கொள்ளாததால் அவரைப் பட்டினி போட்டுக் கொல்ல முடிவு செய்தார். அனேக நாட்கள் அன்னம் தண்ணீர் எதுவும் கொடுக்கா மல் அவரை அறையில் பூட்டி வைத்தார். மரண நேரம் வந்தபோது தான் பாவமன்னிப்புப் பெற்று திருப்பலி[20] வாங்கவேண்டும் என்று சாக்கோ பாதிரியார் வேண்டினார். அதற்குக்கூட சம்மதிக்காமல் அவர்கள் அவரைக் கொன்றார்கள். சவ உடலை ஒரு பாயில் சுற்றிக் கட்டி தேவாலயத்துக்கு வெளியே ஒரு குளக்கரையில் புதைத்தார்கள்.

மீள் பார்வை

இந்தச் சம்பவத்தைப் பற்றிச் சிந்திக்கும்போது களங்கமற்ற நம் மதத்திற்குப் பொருத்தமற்றது என்பது மட்டுமல்ல அதிபுராதன மலங்கரை சபையின் ஆசார முறைகளுக்கும் கத்தோலிக்க சபைக்கும், லௌகீக நீதி நியமங்களுக்கும் நேர் எதிரானது என்று பார்க்கலாம். ஏனென்றால் பயங்கரமான குற்றங்களுக்குக்கூட நான்கு தேவாலயத்தினர் கேட்டுத் தீர்ப்புச் சொல்லாமல் தண்டனையளிக்கக்கூடாது என்னும் மலங்கரை சபையின் சட்டம் பிரபலமானது. ஒரு குற்றவாளியின் வாக்கு மூலத்தின்மீது நம்பிக்கையற்று அவனைத் தண்டிக்க வேண்டும் என்றால், குறைந்தபட்சம் அவனுக்கு எதிராக இரண்டு சாட்சிகளாவது வாக்குமூலம் அளித்திருக்க வேண்டும் என்று சபையின் சட்டமும் உலகத்தின் சட்டமும் அறிவுறுத்துகின்றன. அப்படியென்றால், மிகவும் முக்கியமான இந்த நிகழ்ச்சியில் யாரும் விசாரித்துத் தீர்ப்பளிக்காமலும், ஏற்றுக்கொள்ளக்கூடிய ஒரு சாட்சியும் இல்லாமலும், இடப்பள்ளி சாக்கோ பாதிரியாரை பலவந்தமாக அறையில் பட்டினிபோட்டு கடும் சித்திரவதைகள் செய்து கொன்றது, இக்காலத்து மலங்கரை சபையின் இயலாமையின் காரணத்தாலும் ஆயர் மற்றும் பாதிரிகளின் ஆணவத்தின் காரணத்தாலும்தான் என்று சொன்னால் போதுமல்லவா. அதற்கு மேலாக, மரண நேரத்தில் அந்தப் பாதிரியார் பாவமன்னிப்பும், திருப்பலியும் வேண்டியும் அதை மறுத்தது, கடவுளின் கட்டளைக்கும் சகோதர நேசத்திற்கும் எதிரான கொடூரமான பாவம்தான்.

சாக்கோ பாதிரியாருக்குச் செய்த இந்தக் கொடுமையைப் பற்றி இடப்பள்ளி தேவாலயத்தினர் புகார் செய்தனர். தங்கள் விகாரியை சாட்சியும் விசாரணையும் இல்லாமல் பிடித்துக் கட்டிக்கொண்டு செல்ல ஸாலஸ் பாதிரி படை ஆயத்தத்துடன் சென்றபோது, இடப்பள்ளிக்காரர்கள் அதைத் தடுப்பதற்கும் பாதிரியாரைக் காப்பாற்றுவதற்கும் இயன்றதெல்லாம் செய்து பார்த்தார்கள். இது ஆயருக்கும் பாதிரியார்களுக்கும் அதிகப் பகைக்குக் காரணமாயிற்று. அதனால் இடப்பள்ளி தேவாலயத்தின் சாவியை தேவாலய உறுப்பினர்களிடமிருந்து வாங்கி புதுக் கிறிஸ்தவர்களுக்குக் கொடுப்பதற்குப் பாதிரியார்கள் முயன்றார்கள். உறுப்பினர்கள் பயந்து தேவாலயத்தைப் பூட்டி சாவியை இடப்பள்ளி ராஜாவிடம் கொடுத்தார்கள். இதில் சினங்கொண்ட ஆயரும் பாதிரியார்களும் இடப்பள்ளி தேவாலயத்தை விலக்கினார்கள். இதனால் நெடுநாட்கள் தேவாலயம் முடங்கிக் கிடந்தது. ஆயத்தில்

உள்ள மக்களுக்கு அது பெரிய மனவேதனையை ஏற்படுத்தியது. தாங்கள் ஏதாவது தவறு செய்திருந்தால் அதற்குப் பிராயச்சித்தம் செய்துவிடுவதாகவும், தேவாலயத்துக்கு விதிக்கப்பட்ட விலக்கை திரும்பப் பெற்றுக்கொள்ள வேண்டும் என்றும் இடப்பள்ளியினர் விண்ணப்பம் சமர்ப்பித்தனர். ஆயினும் ஆயர் அதை ஏற்றுக் கொள்ளவில்லை. இப்படியிருக்கும்போதுதான் அங்கமாலியில் கூட்டம் நடக்கும் விவரம் இடப்பள்ளிக்காரர்களுக்குத் தெரிந்தது. இதுதான் நல்ல வாய்ப்பென்று கருதி, இடப்பள்ளிக்காரர்கள் அங்கமாலிக்குச் சென்று மாநாட்டில் புகார் செய்தார்கள். கூட்டம் அவர்களின் மனக்குறையைக் கேட்டது. மற்ற விஷயங்களுக்குத் தீர்வு காணும்போது அவர்களின் விஷயத்திற்கும் தீர்வு ஏற்படுத்திக் கொடுப்பதாக ஏற்றுக்கொள்ளவும் செய்தது.

மீள் பார்வை

இடப்பள்ளியினரின் செயலில் குற்றகரமாக எதுவும் இல்லை. அது மட்டுமல்ல, கடவுளின் கட்டளைக்கும் இயல்பான நீதிக்கும் ஏற்ற செயல் அது. ஏனெனில் சொந்தத் தந்தைகளும், பெரியோர்களும் துன்பம் அனுபவிக்கும்போது அவர்களுக்கு உதவி செய்ய வேண்டும் என்று கடவுளே நமக்குக் கட்டளையிட்டி ருக்கிறார். மனிதநீதியும் அதுதானே. தங்கள் இடையனான பாதிரி யாரை அநியாயமாகப் பிடித்து வதைப்பார்கள் என்று அறிந்த போது அதைத் தடுப்பதற்காக யத்தனித்ததும், தங்கள் முன்னோர் கள் கட்டிய தேவாலயத்தின் சாவியை அபகரிக்க வந்தபோது எதிர்த்து நிற்கச் சக்தியில்லை என்றறிந்து சாவியை ராஜாவிடம் கொண்டுபோய்க் கொடுத்ததும் குற்றமற்ற விஷயங்களாகின்றன. ஒருவன் மற்றவனிடம் அநியாயமாக நடந்து கொள்ளும்போது பாதிக்கப்பட்டவன் தனக்கு நீதி கிடைப்பதற்கு ராஜாக்களிடம்தான் அபயம் தேடவேண்டும். கடவுள் ராஜாக்களை நீதியின் காவலர் களாக நிச்சயித்திருக்கிறார். அதனால்தான் புனித பௌலோஸ் சொல்வதுபோல, போப்பாண்டவராக இருந்தாலும், ஆயராக இருந்தாலும் இந்த அதிகாரத்திற்கு ஆட்பட்டாக வேண்டும். ஆயரும் பாதிரியார்களும் தங்களுக்குச் செய்த அநியாயத்திலிருந்து தப்பிக்க இடப்பள்ளிக்காரர்கள் ராஜாவிடம் அபயம் தேடியது குறித்தும், சாவியை அங்கே கொடுத்தது குறித்தும் யாரும் எந்த ஆட்சேபணையும் சொல்ல முடியாது. எல்லோரும் அதன்படிச் செய்ய வேண்டியதாகவும் இருந்தது. இப்படி முற்றிலும் நியாயமான காரியங்களில்கூட மனிதர்கள் சிலபோது சுயநலம் மற்றும் விவேக மின்மையின் காரணத்தாலும், மற்ற சிலபோது உலகப் புகழுக்கு

ஆசைப்பட்டும் ஆணவத்தாலும் அநியாயம் செய்ய முற்படு கிறார்கள். பெர்சிய ராஜாவான டாரியூஸ், தீர்க்கதரிசி தானியேலை சிங்கங்களின் குகையில் அடைத்ததும், பீலாத்தோஸ் கிறிஸ்துவுக்கு சிலுவை மரணத்தை விதித்ததும் மேற்சொன்ன காரணங்களால் தானே.

5 | பாதிரியார்கள் அங்கமாலிக்கு வந்த பிறகு நடந்த சம்பவங்கள்

முன்பு விவரித்ததுபோன்று மூன்று பாதிரியார்கள் அங்கமாலிக்கு வந்து படிப்புர மாளிகையில் தங்கினார்கள். அதில் லௌரந்தியோஸ் யுஸ்தின்னியாயி என்ற பாதிரி, கூட்டத்துக்கு ஒரு குறிப்புக் கொடுத்து அனுப்பினார். மலங்கரைப் பிரதேசத்தை மேற்பார்வை செய்யும்படி தனக்குப் போப்பாண்டவர் உத்தரவிட்டு அனுப்பி யிருப்பதாகவும், அதன்படி பாதிரியார்களுக்கும் மலங்கரை தேவாலயத்தினருக்கும் ஏற்பட்ட கலகத்தின் நியாயத்தைக் கேட்டு தீர்ப்புச் சொல்ல தான் வந்திருப்பதாகவும் அந்தக் குறிப்பின் சாரம் அமைந்திருந்தது. இப்படியொரு மேற்பார்வையாளரை ரோமிலிருந்து அனுப்பியதற்கு இவரின் வார்த்தைகளைத் தவிர மற்ற ஆதாரங்கள் ஏதுமில்லை என்றும் இதை நம்புவதற்கு தங்களுக்கு வழியில்லை என்றும் கூட்டத்தினர் பதிலளித்தனர். பதிலைக் கேட்ட லௌரந்தியோஸ் பாதிரி, கூட்டத்தின் முன்னால் தன் நியமன உத்தரவையும் மற்ற ஆவணங்களையும் முன்வைப்பது தனக்கு கௌரவக் குறைவாகும் என்று கருதினார். எனவே, கூட்டத் தில் கலந்து கொண்டிருந்த பாரேம்மாக்கல் தோமா பாதிரியாரைப் பெயர் சொல்லி அழைத்து தன் கைவசமிருந்த நியமன ஆதாரங் களை அவரிடம் காட்டி வாசிக்கச் செய்தார். பாதிரி கேட்டுக் கொண்டதன்படி தோமா பாதிரியார் அதைக் கூட்டத்தில் வாசிக்க வும் செய்தார்.

இப்படி லௌரந்தியோஸ் யுஸ்தின்னியானிக்கு ரோமிலிருந்து அதிகாரம் கிடைத்திருக்கிறது என்று கூட்டம் புரிந்து கொண்ட

வுடன், பாதிரியார்களுடன் இணங்குவதற்கு ஒரு நிபந்தனையை முன்வைத்தார்கள். பாதிரியார்கள் இனிமேல் கைக்கொள்ள வேண்டிய சில மரியாதைகளை கூட்டத்திற்கு எழுதிக்கொடுக்க வேண்டும் என்றும், அதற்கு ஆலங்ஙாட்டு ஸெமினாரியைச் (Seminary=ஆன்மிக கல்விச்சாலை) சேர்ந்த மல்பான் (இதை எழுதும் காலத்தில் கொடுங்ஙல்லூர் பேராயர்) ப. கரியாட்டில் யௌஸேப்பு அவர்களை வரவழைக்க வேண்டும் என்றும் அதன் சாரம் இருந்தது. உடனே பாதிரியார்கள் ஆள் அனுப்பி கரியாட்டில் மல்பானை கூட்டத்துக்கு அழைத்து வந்தார்கள். இப்படியொரு தீர்மானத்துடன் கூட்டம் கலைய வேண்டி வருவதையும் இந்தக் கூட்டத்தால் சமுதாயத்துக்கு முக்கியமான பயனோ உயர்வோ கிடைக்காமல் போவதையும் பார்த்து மல்பானுக்கு மிகவும் துயரம் ஏற்பட்டது. ஆயினும் தான் அப்போது பாதிரியார்களின் கீழே செயல்படுபவன் என்றும் தனக்கு நிறை எதிரிகள் இருக்கிறார்கள் என்றும் விஷயங்கள் தான் எட்ட முடியாத நிலைக்குச் சென்றிருக்கின்றன என்றுமான யதார்த்தப் பிரக்ஞையுடன் அவர் மௌனித்திருந்து, எல்லாவற்றையும் கூட்டத்தின் முடிவுக்கே விடவும் செய்தார்.

கூட்டத்தினர் பாதிரியார்களிடம் எழுதித் தரும்படிக் கேட்ட எதிர்கால நடவடிக்கைகள் கீழ்க்கண்டவை:

1. எதிர்காலத்தில் ஒரு ஆயர் இறந்தால் சவ அடக்கம் செய்வதற்கான உரிமையை விவாதத்திற்கு இடமின்றி மலங்கரை தேவாலயத்தினருக்கே விட்டுக்கொடுக்க வேண்டும்.

2. பாதிரியார்களோ, சாதாரண மதவிசுவாசிகளோ யாராவது ஒரு கடுங் குற்றம் செய்தால் நான்கு தேவாலயத்தினர் விசாரித்துத் தீர்ப்புச் சொல்லாமல் தண்டிக்கக் கூடாது.

3. பாதிரியார்கள் மலங்கரைப் பெருநாள் கொண்டாட்டங்களுக்கு வந்தால், அவர்கள்தான் அருளிக்காவை எடுக்க வேண்டும் என்ற கட்டாயத்தை விட்டுவிட்டு, வழிபாடு சொல்லும் பாதிரியாரையே அருளிக்காவை எடுப்பதற்கு அனுமதிக்க வேண்டும். அதற்கு எந்தத் தடையும் ஏற்படக் கூடாது.

4. மலங்கரையினரின் பல உரிமைகளை ஆதரித்து போப்பாண்டவர் அவர்களுக்காக அனுமதித்திருக்கும் ஸெமினரியை வராப்புழய்க்கு மாற்றாமல் ஆலங்ஙாட்டிலேயே தொடர்ந்து நடத்தச் சம்மதிக்க வேண்டும்.

இந்த நான்கு நிபந்தனைகளையும் ஏற்றுக்கொண்டு பாதிரியார்கள் எழுதித் தரவேண்டும் என்றும், இடப்பள்ளி தேவாலயத்திற்கு விதித்த விலக்கைத் திரும்பப் பெற்றுக்கொண்டு வழிபாடுகள் செய்ய அனுமதிக்க வேண்டும் என்றும், கூட்டத்துக்கு வந்த ஊர்ப் பாதிரியார்கள் கேட்டுக்கொண்டார்கள். பாதிரிகள் இவற்றுக்கெல்லாம் சம்மதித்தார்கள். ஒவ்வொன்றையும் எழுதிப் பதிவு செய்தார்கள். அதில் லௌரந்தியோஸ் யுஸ்தின்னியானி எனும் மேற்பார்வைப் பாதிரியும் மற்றும் இரண்டு பாதிரிகளும் அதில் கையெழுத்திட்டு முத்திரை வைத்து கூட்டத்தினரிடம் கொடுத்தார்கள். இந்த ஆவணம் இன்றுவரை அங்கமாலி தேவாலயத்தில் பாதுகாக்கப்பட்டு வருகிறது. கூட்டத்தில் கலந்து கொண்ட சில தேவாலயத்தினருக்கு இந்த முடிவு திருப்திகரமாக இல்லை. எனவே அவர்கள் சண்டையிட்டுப் பிரிந்து தத்தம் ஆயங்களுக்குச் சென்றுகொண்டிருந்தார்கள்.

இப்படி விஷயம் முடிந்த பிறகு அங்கிருந்த தேவாலயத்தினர் இயன்றபடி பணம் வசூல் செய்து கரியாட்டில் மல்பானுக்கு ஒரு பண முடிப்புக் கொடுத்தார்கள். அவர் தங்கள் சமூகத்தைச் சேர்ந்தவர் என்றும், மலங்கரைப் பிரதேசத்தின் ஆன்மிக ஆலோசக ரென்றும், ரோமிலிருந்து அவருக்குக் கிடைத்துக்கொண்டிருக்கும் மாதந்தோறுமான சம்பளத்திற்கு பாதிரியார்கள் ஊறு விளைவித் தால் அவர் வாழ்வதற்கு வேறு வழி ஏதுமில்லை என்றுமான உண்மைகளைப் பரிசீலித்துத்தான் இந்தப் பண முடிப்பு வழங்கப் பட்டது. நடந்த காரியங்களைத் திரும்பிப் பார்த்தால், லௌரந்தி யோஸ் யுஸ்தின்னியானி நீதிபதியைப்போல அல்ல, பிரச்சினையில் ஒரு தரப்புபோலத்தான் வந்து சேர்ந்தார். நீதிபதியைப்போல வந்திருந்தார் என்றால் கட்சிக்காரர்களுடன் சேர்ந்து கையெழுத்துப் போடவேண்டிய அவசியம் இல்லையல்லவா. எதிர்கால நடவடிக்கைகளைப் பற்றி தேவாலயத்தினர் பாதிரியார்களிடம் எழுதி வாங்கியதையும் பாதிரியார்கள் எழுதிக் கொடுத்ததையும் பற்றி யோசித்துப் பார்த்தால், பிணங்காதிருக்க வேண்டியது தேவாயலத்தினருக்குத் தேவை என்ற விதத்தில்தான் இருந்தது. பாதிரியார்களிடம் பிணங்கியிருக்க வேண்டியதில்லை என்றும், பிணங்கிய நிலையில் எங்காவது அதற்கொரு முற்றுப்புள்ளி யிட்டால் போதும் என்ற சிந்தனைதான் தேவாலயத்தினரை நடத்திச் சென்றது. தவிர, எழுதிவைத்த விஷயங்களை தங்கள் சமுதாயத்தின் உயர்வுக்காகவும் நன்மைக்காகவும் நடைமுறைப் படுத்த வேண்டிய நிர்ப்பந்தமொன்றும் அவர்களுக்கு இல்லை. இப்படிச் சொல்வதற்குக் காரணமும் இருக்கிறது. இந்தக் காலத்தில் பாதிரியார்களின் பலமும் ஆணவமும் அசாதாரணமாயிருந்தது.

தேவாலயத்தினரோ முற்றிலும் பலவீனர். தேவாலயத்தினர் சொன்னால் பாதிரியார்கள் சற்றும் பொருட்படுத்த மாட்டார்கள். மலங்கரை தேவாலயத்தினரையெல்லாம் ஒன்று சேர்ப்பது என்பது மிகச் சிரமமாக இருந்தது. இவையெல்லாம் தெரிந்திருக்கும்போது, இப்படி எழுதிக் கொடுத்தது நடைமுறைப்படுத்தப்பட்டுப் பார்க்க வேண்டும் என்ற ஆசையிருந்தால், அதை நடைமுறைப்படுத்தும் அதிகாரமுள்ள ஒருவரையும் நியமிக்க வேண்டும் என்று கட்டாயப் படுத்தியிருப்பார்கள். அப்படியொன்றும் செய்யாமல் எழுதி வாங்க மட்டுமே செய்ததிலிருந்து, எப்படியாவது தற்சமயம் காரியத்தை முடிக்கவேண்டும் என்பதல்லாமல், இனிமேல் நல்லபடியாக நடத்த வேண்டும் என்ற விருப்பமிருக்கவில்லை என்பது தெளிவு.

அல்லது எழுதி வைத்தது நடைமுறைக்கு வந்து பார்க்க வேண்டும் என்று சபையினருக்கு விருப்பமிருந்தால்கூட ஒரு தலைவர் இல்லாமல் அது சாத்தியமாகாது என்று வாதங்களால் தெளிவுபடுத்தப்பட்டிருந்தது. அதுமட்டுமல்ல, பாதிரியார்களும் அதை நன்றாகப் புரிந்துகொண்டிருந்தார்கள். இப்போது தேவால யத்தினர் சொல்வது போலெல்லாம் எழுதிக்கொடுத்தாலும் நாளை அதற்கு நேர் எதிராகச் செயல்படலாம். அதைக் கேள்வி கேட்பதற்கான திறன் தேவாலயத்தினருக்கு ஏற்படாது என்று பாதிரியார்களுக்கு உறுதியிருந்தது. தொடர்ந்த செயல்பாடுகளில் பாதிரியார்கள் அதை நிரூபிக்கவும் செய்தார்கள். வராப்புழய்க்கு மாற்றுவதில்லை என்று எழுதி வைத்து இரண்டு மாதங்களுக்குள் ஸெமினரியை வராப்புழய்க்கு மாற்றினார்கள். பிரதட்சிணை நேரத்தில் அருளிக்காவை எடுப்பது, வழிபாடு சொன்ன அதே பாதிரியாராகத்தான் இருக்கவேண்டும் என்று எழுதி வைத்த அதே வருடத்திலேயே முற்றிலும் வெளிப்டையாக அதை மீறினார்கள். அந்த வருடம் மலையாற்றூர் புது ஞாயிற்றுக்கிழமைப் பெருநாளுக்கு வழிபாடு சொல்லவேண்டியது பனச்சிக்கல் வர்க்கீஸ் பாதிரியார்தான். வழிபாட்டுக்குப் பிறகு அவர் அருளிக்காவை பிரதிஷ்டை செய்தார். ஆயத்து மக்கள் பெரும்பாலும் எல்லோரும் கூடியிருக்கும் சந்தர்ப்பத்தில் நள்ளிரவில் அங்கமாலி ஒப்பந்தத்தில் கையெழுத்திட்ட ஒரு பாதிரியே (யோஹன்னான் தெஸந்த மர்கரீத்தா) பனச்சிக்கல் பாதிரியை, அருளிக்காவைப் பிரதிஷ்டை செய்த குற்றத்திற்காக அழைத்துக் கட்டி, வராப்புழய்க்குக் கொண்டு சென்று ஒரு கட்டிலில் மல்லாந்து படுக்க வைத்து வடுகரைக் கொண்டு அடித்துத் துவைத்தார்கள். பெருங்குற்றம் ஏதாவது செய்தால்கூட நான்கு தேவாலயத்தினர் விசாரித்துத் தீர்ப்புச் சொல்லாமல் தண்டிக்கக் கூடாது என்ற நிபந்தனையும் அவ்வாறு மீறப்பட்டது. பாதிரியார்கள் எழுதிக் கையெழுத்திட்டுக் கொடுத்ததன் பொருள் இப்போது புரிகிறதல்லவா.

6

எதிர்கால செயல்பாடுகளுக்கு ஒப்பந்தம் எழுதி பாதிரியார்கள் தேவாலயத்தினருக்குக் கொடுத்த பிறகு ஒருவருக்கொருவர் விடை பெற்று எல்லோரும் பிரிவதற்கு முன்பு அங்கமாலியில் நடந்த சம்பவங்கள்

மேற்சொன்ன விதமாக பிரச்சினை முடிந்தது என்றாலும் பிரச்சினைக்கு ஏற்பட்ட முடிவு ஒரு முடிவல்ல என்றும் அது மலங்கரை தேவாலயத்தினருக்குக் கூடுதல் நெருக்கடி ஏற்படுத்து வதற்கான ஒரு காரணம் மட்டும்தானென்றும் கூட்டத்தில் கலந்துகொண்ட அறிவாளிகளான பலருக்கும் புரிந்தது. தங்களின் எதிர்ப்பு விலைபோகாது என்றறிந்து அவர்கள் அடங்கியிருந்தார் கள், அவ்வளவுதான். ஆனால், அங்கமாலியில் உள்ள பெரிய மனிதர்களுக்கும் மற்றவர்களுக்கும் காரியம் முடிந்ததில் மகிழ்ச்சிதான். அதுமட்டுமல்ல, பாதிரியார்களிடம் கூடுதல் நன்றியும் அனுசரணையும் காட்டவேண்டும் என்றும் அவர்களுக்கு அபிப் பிராயம் இருந்தது. அங்கமாலியைச் சேர்ந்த பிரபலமான உள்ளூர் கிறிஸ்தவர், இட்டியவிரா மல்பானின் தலைமையில் சில "பக்தர்கள்" லௌரந்தியோஸ் யுஸ்தின்னியானி பாதிரியை அணுகி, புதிய சமாதானம் மற்றும் முன் வழக்கத்தின் அடையாளமாகவும் பாதிரி யார்களின் அன்பைப் பெறவும் ஆசீர்வாதம் வேண்டினார்கள். யுஸ்தின்னியானி அந்த வேண்டுகோளை ஏற்றுக்கொள்ளவும் செய்தார்.

இதன் பிறகு கூட்டத்தினரெல்லாம் சேர்ந்து பாதிரியார்களை அங்கமாலி தலைமை தேவாலயத்திலிருந்து மரியாதையுடன் வரவேற்று மார் கீவருகீஸ் புனிதரின் தேவாலயத்துக்கு அழைத்துச் சென்றனர். லௌரந்தியோஸ் யுஸ்தின்னியானி முக்கிய மதகுருவுக் கான பதவி உடையையும் (காப்ப: நீண்ட மேலங்கி), மற்ற இரண்டு

பாதிரியார்களும் உதவிக் குருக்களின் உடையையும் (அத்மத்தி) அணிந்துகொண்டார்கள். பிறகு தேவாலயத்தினரிடம் சொன்னார் கள்: "எல்லோரும் மண்டியிட்டு, "நான் பாவம் செய்தவன்" சொல்லிக்கொள்ளுங்கள்." (கரியாட்டி இதிலொன்றும் சம்மந்தப் படாமல் தன் அறையில் மௌனமாக ஒதுங்கித்தான் இருந்தார்). இதைக் கேட்டவுடன் அனைவரைவிடவும் முதிர்ந்தவரான உள்ளூர் இட்டியவிரா பாதிரியாரும் மற்றவர்களும் பெரிய பத்தியை வெளிக்காட்டிக்கொண்டு கூட்டமாக, "நான் பாவம் செய்தவன்" என்று சொன்னார்கள். அதன் முடிவில் லௌரந்தியோஸ் யுஸ்தின்னியானி கூட்டத்தினரை ஆசீர்வதித்தார். அது முடிந்ததும் கூட்டத்தினரெல்லாம் சேர்ந்து முன்புபோலவே பாதிரியார்களைக் கொண்டாட்டமாகப் புடைசூழ்ந்து ஆயர் தேவாலயத்தின் படிப்புர மாளிகைக்கு அழைத்துச் சென்றுவிட்டார்கள். அங்கே பாரேம் மாக்கல் தோமா பாதிரியார் பரஸ்பர அன்பைப் பற்றி ஒரு சிறு பிரசங்கம் செய்தார். அதன் பிறகு அங்கமாலி தேவாலயத்தினர், வெளியிலிருந்து வந்தவர்களுக்கு ஒரு விருந்தளித்தனர். அதன் பிறகு பல தேவாலயத்தினரும் ஆங்காங்கே பிரிந்து சென்றனர்.

மீள் பார்வை

மேலான பக்தியின் காரணத்தால் மட்டுமே லௌரந்தியோஸ் யுஸ்தின்னியானி எனும் பாதிரியாரிடம் ஆசீர்வாதம் கேட்டார்கள் என்றாலும் நடந்த சம்பவத்தைப் பற்றிச் சிந்தித்துப் பாருங்கள்: ஆசீர்வாதமளிக்கும் பாவனையில் தேவாலயத்தினரையெல்லாம் மண்டியிட வைத்து உரத்த குரலில், "நான் பாவம் செய்தவன்" என்று சொல்ல வைத்தது வெறுமனே அல்ல. தேவாலயத்தினர் பாதிரியார்களிடம் சச்சரவிட்டதற்குப் பிராயச்சித்தமாக அவர்கள் முழங்காலில் வீழ்ந்து "நான் பாவம் செய்வதன்" என்று சொன்னார்கள் என்பதாகச் சொல்லிக்கொண்டு திரிவதற்காகத் தான் அது. பொதுவாக ஆசீர்வாத நேரத்தில் புரோகிதரின் உதவியாளர் (Deacon: பாதிரியாவதற்கு முன்புள்ள புரோகித ஸ்தானத்தில் உள்ளவர்) மட்டுமே "நான் பாவம் செய்தவன்" என்று சொல்வதுண்டு. மக்கள் கூட்டத்தில் சொல்வதில்லை. இங்கே மலங்கரையினர் பாதிரியார்களை அவமதித்து அங்கமாலியில் கூடியதறிந்து பாதிரியார்கள் அங்கே வந்து அவர்களை வென்றார் கள். "நான் பாவம் செய்தவன்" என்று சொல்ல வைத்தார்கள். இந்த அவமானத்தை ஏற்கவும் அங்கமாலியினரின் சுவை மிகுந்த விருந்துண்ணவும்தான் ஸுரியானி தேவாலயத்தினர் அங்கமாலியில் கூடினார்கள் என்று யாரேனும் சொன்னால், அதற்கு பதில் சொல்ல எனக்கு வழியில்லை.

7 ஆசீர்வாதமும் விருந்தும் முடிந்து அங்கமாலியில் நடந்த சம்பவங்கள்

லௌரந்தியோஸ் யுஸ்தின்னியானி கொடுத்த ஆசீர்வாதமும் அங்கமாலிக்காரர்களின் விருந்தும் முடிந்து பல தேவாலயத்தினர் விடைபெற்றுப் பிரிந்தார்கள். மற்ற பலரும் புறப்பட்டுச் செல்ல ஆயத்தமானார்கள். இந்த நேரத்தில், புகழ் பெற்றவரும் பெரு மதிப்புக்குரியவருமான கடநாட்டைச் சேர்ந்த கானாட்டு அயிப்பு மல்பானின் மருமகனும் பண்டிதரும் உலக அனுபவம் பெற்ற அறிஞருமான மாத்தன் பாதிரியார் கூட்டத்துக்கு வந்தார். கூட்டம் கலைந்ததைக் கேட்டு வருந்தினார். மாத்தன் பாதிரியார் புறப் படுவதற்கு முன்பே காஞ்ஞிரப்பள்ளியைச் சேர்ந்த குஞ்சாக்கோ பாதிரியாரிடமிருந்து அவருக்கு, விரைவில் அங்கமாலிக்கு வந்து சேரவேண்டும் என்றும் தான் அங்கே வந்து சேர்ந்து கொள்வ தாகவும் ஒரு கடிதம் வந்திருந்தது. குஞ்சாக்கோ பாதிரியார் கேரளத் தில் பரவலாகப் பெயரும் புகழும் பெற்றவராயிருந்தார். இவர் முன்பு கொடுங்கல்லூர் பேராயருடன் பிணக்கம் கொண்டு, காஞ்ஞிரப்பள்ளிக்காரர்களைத் திரட்டி அவர்களுடன் ஆயம் மாறி வராப்புழ ஆயத்திற்குக் கீழிருப்பவராயிருந்தார். இப்படி நெடுங்காலம் வராப்புழ அன்பிற்குரியவராக இருந்தார் என்றாலும் பிற்பாடு இந்த அன்புறவில் விரிசல் ஏற்பட்டது. காரணம், குரவிலங் காட்டு சபைக் கூட்டத்திற்கு எதிராகச் சில விஷயங்களை ஆயரிடம் கேட்டு, ஆயர் அனுமதிக்காததுதான். இப்படி ஆயரிடமும் பாதிரியார்களிடமும் சண்டையிட்டு, தான் நினைத்த காரியங்கள் நிறைவேறுவதற்கு என்ன வழி என்று யோசித்திருக்கும் போதுதான், பாதிரியார்களுக்கு எதிராக அங்கமாலியில் ஒரு

கூட்டம் நடக்கிறது என்று கேள்விப்பட்டார். உடனே மிகப் பெரிய மகிழ்ச்சியுடன் கடநாட்டில் மாத்தன் பாதிரியாருக்குக் கடிதம் கொடுத்து அனுப்பினார். கடிதத்தில், மாத்தன் பாதிரியார் உடனே அங்கமாலிக்குச் சென்று, சமூகத் தலைவரை நியமிக்க முயற்சி செய்ய வேண்டும் என்று சொல்ல வேண்டும் என்றும், அதற்கான வழிகளைச் சொல்லவேண்டும் என்றும், தானும் விரைவில் அங்கே வந்து விடுவாகவும் எழுதியிருந்தார்.

அந்தக் கடிதத்தின்படி மாத்தன் பாதிரியார் புறப்பட்டார். விரைவிலேயே குஞ்சாக்கோ பாதிரியாரும் பயணம் புறப்பட்டார். ஆனால் பயணத்தினிடையில் அங்கமாலியில் "காரியம் முடிந்துவிட்டது" என்ற செய்தியைக் கேட்க நேரிட்டது. உடனே அவர் வராப்புழய்க்குப் பயணத்தைத் திருப்பினார். அங்கே சென்று பாதிரியார்களைப் பார்த்தபோது, அவர் எண்ணியிருந்த காரியங்களையெல்லாம் நிறைவேற்றுவதாக பாதிரியார்கள் உறுதி யளித்தார்கள். இவ்வளவு ஆனபோது குஞ்சாக்கோ பாதிரியாரின் மனம் மாறியது. அவர் பாதிரியார்களுடன் தங்கவும் செய்தார்.

கடிதத்தின்படி அங்கமாலியை அடைந்த மாத்தன் பாதிரியார் விஷயம் முடிந்துவிட்டதையறிந்து மிகவும் துயரம் கொண்டார். ஆயினும் தேவாலயத்தினர் சிலர் பிரிந்து செல்லாமல் அங்கே இருந்தார்கள் அல்லவா. அவர்களை அழைத்து ஒன்று சேர்த்து சமுதாயத்தின் எதிர்காலத்தைப் பற்றி ஆலோசிக்காவிட்டால் தன் கடமை தீராது என்று நினைத்தார். பாதிரியார்களுடன் இணக்கம் கொண்டது சரியல்லவென்றும், அவர்களிடம் எழுதி வாங்கிய நிபந்தனைகள் நடைமுறைக்கு வரவேண்டும் என்றால் தங்கள் சமூகத்துக்கான ஒரு தலைவரை நியமிக்க வேண்டும் என்றும் அவர் கூட்டத்தினரிடம் சொன்னார். கூட்டத்தினரால் அவருக்கு திருப்திகரமான ஒரு பதில் சொல்ல முடியவில்லை. அதனால் அவரின் ஆலோசனைப்படி செயலபடுவதாகக் கூட்டத்தினர் உறுதியளித்தார்கள். ஆனால், பதில் சொல்ல முடியாமல்தான் இப்படிச் சொன்னார்கள் என்பதைத் தவிர, கூட்டத்தில் பல பெரிய மனிதர்களுக்கும் மனப்பூர்வமாக அதில் ஆர்வம் ஏற்படவில்லை. தலைவர் உருவாகி சமுதாயம் வலுப்பெற்றால் தங்களின் செல்வாக்கு நலிந்துபோகுமென்றும் இப்படித் தலைவர் இல்லா திருந்தால் பாதிரியார்களுக்குப் பணி செய்து தங்கள் காரியத்தைச் சாதித்துக்கொள்வது சுலபம் என்றும் அவர்களுக்குத் தெரியும். சமுதாயத்தின் மேன்மையைவிட சுயநலத்தை விரும்பிய அவர்கள் வெளியே சம்மதித்தாலும் உள்ளில் வெறொன்று இருந்தது.

இப்படி அரை மனது கொண்ட நிறையப் பெரிய மனிதர்களுடனும், மாத்தன் பாதிரியார் சொன்ன வழியில் செல்ல வேண்டியது அவசிமென்ற பூரணப் பிரக்ஞை வந்த கெட்டிக்காரரும் பேச்சுத் திறன் கொண்டவருமான தெக்கன் பரவூர் ஆயத்தைச் சேர்ந்த வர்க்கீஸ் பாதிரியாருடனும் சேர்ந்து மாத்தன் பாதிரியார், மலங்கரை பேராயரின் தலைமையிடமான பூக்காட்டுக்குச் சென்று பேராயரின் எழுத்தரான ஜனோம் பாதிரியாரைப் பார்த்து விவரத்தைச் சொன்னார். சமூகத் தலைவரை நியமித்துத் தருவதற்கு பேராயரைச் சம்மதிக்க வைப்பதாக ஜனோம் பாதிரியார் ஏற்றுக்கொண்டவுடன், கூட்டத்தில் வந்த பெரிய மனிதர்களுக்குத் திகைப்பேற்பட்டது. மனதில் ஒளித்து வைத்திருப்பதை வெளிப்படுத்தாமல் இனி வழியில்லை என்று வந்துவிட்டது. சமூகத் தலைவர் வேண்டுமென்று பேராயரைப் பார்த்து விண்ணப்பம் சமர்ப்பிப்பதில் எங்களுக்கு உடன்பாடில்லை என்று வெட்டு ஒன்று; துண்டு இரண்டாகச் சொல்லிய பிறகு அவர்கள் பிரிந்து செல்லத் தொடங்கினார்கள்.

மீள் பார்வை

ஐயய்யோ, எதிர்தரப்பினரே நீங்கள் என்ன நினைக்கிறீர்கள். இப்படி வெளிப்படையாகப் பேசியதால் கடவுளுக்குப் பணிவிடை செய்ததாக நீங்கள் நினைக்கிறீர்களா? அப்படியென்றால் அது சரியல்ல. சுயநலத்தைவிடப் பிறர் நலம்தான் கடவுளுக்குப் பிரியமானதென்றும், சமூகத்தின் நன்மைக்காகப் பாடுபட வேண்டும் என்றும் பிரத்தியேகமாகச் சொல்லாமல் கடவுள் மனிதனுக்குக் கொடுத்த சமூக அறிவால் அறிந்துகொள்ள முடியாதா? அதற்கு விரோதமாக நடந்து கொண்டதால் உங்கள் மனது, கடவுள் விருப்பத்தின்படி நடந்துகொள்ள வேண்டும் என்ற மனதல்ல. அக்கிரமக்காரர்களோடும் கொள்ளைக்காரர்களோடும் ஒத்துழைப்பவர்கள் குற்றமற்றவர்களாக இருக்கமாட்டார்கள் என்று அறிவுள்ளவர்களுக்கெல்லாம் தெரியும்.

இப்படிக் கூட்டத்தில் சிலர் சமூக நன்மையைப் பற்றிச் சிந்திக்காமல் நல்ல காரியங்களுக்கு எதிராக முறித்துக்கொண்டு திரும்ப ஆரம்பித்தபோது, பேராயரின் எழுத்தரான ஜனோம் பாதிரியார் அவர்களைத் தடுத்தார். மலங்கரை தேவாலயத்தின் நன்மைக்காக ஒன்று சேர்ந்த மனிதர்கள் வந்த விவரத்தை பேராயரிடமும் தெரிவிக்காமல் பிரிந்துபோகக்கூடாது என்று அவர் கட்டாயமாகச் சொன்னார். எனவே அவர்கள் மனதில்லாமல் அங்கே தங்கி, எல்லோரும் சேர்ந்து பேராயரைப் பார்த்து சமூகத் தலைவரை நியமித்தளிக்க வேண்டும் என்று கேட்டுக்கொண்டார்கள். ஆனால்,

மலங்கரைப் பிரதேசத்தின் எல்லா தேவாலயத்தினரும் சேர்ந்து வந்து விண்ணப்பம் சமர்ப்பித்தால்தான் அதற்கேற்றபடி நடவடிக்கையெடுக்கலாம் என்று பேராயர் பதில் சொன்னார்.

பேராயரின் இந்தக் கட்டளையைக் கேட்டவுடன் கூட்டத்தின ரெல்லாம் சேர்ந்து, வராப்புழயில் வசிக்கிற காஞ்ஞிரப்பள்ளியைச் சேர்ந்த குஞ்சாக்கோ பாதிரியாருக்குக் கடிதம் எழுதி கரியாட்டி மல்பானின் தலைமை இடமான ஆலங்நாட்டுக்கு வரவழைத்தார் கள். அங்கே அவர்களிடம் விவரத்தைச் சொன்னார்கள். ஆனால், அவர் முன்பே மாத்தன் பாதிரியாருக்கு எழுதியனுப்பியதை யெல்லாம் மறந்து நேர்எதிரான நிலையை மேற்கொண்டார். சமூகத் தலைவரை நியமித்தார். அவரைப் பாதுகாப்பதற்கு என்ன வழியென்று அவர் கேட்டார். அதற்கான வழியைக் கண்டுபிடிக் காமல் சமூகத் தலைவரை உருவாக்குவது சாத்தியமல்லவென்று அவர் வெளிப்படையாக அறிவித்தார்.

மீள் பார்வை

குஞ்சாக்கோ பாதிரியார் இப்போது எழுப்பும் எதிர்வாதத்தைப் பற்றிச் சிந்தியுங்கள். மலங்கரை மார் தோமா நஸ்ரானிகளை இப்போது ஆள்வது பறங்கி ஆயர்களானதாலும் அந்த ஆயர் களுக்கு போர்த்துகீசு ராஜா ஊதியம் கொடுப்பதாலும் நாம் வசூல் எதுவும் கொடுப்பதில்லை. ஆனாலும் முற்காலத்தில் பல நூற்றாண்டுகளாக மலங்கரை மக்கள், மலங்கரைப் பேராயர் களையும், சமூகத் தலைவர்களையும் தங்கள் செலவில் சீர் சிறப்புட னும் பெருமையுடனும் பாதுகாத்து வந்திருந்தார்கள். பிற்காலத்தில் பங்குத்தொகை வசூல் செய்து, பாக்தாதில் இருக்கும் பாத்ரியர்க் கீசியர்களுக்கும் அனுப்பிய ஒரு சமுதாயம் இது. இன்று பல பலவீனங்களையும் அனுபவித்துத் சோர்ந்திருக்கும் ஒரு சமுதாயம் என்றாலும் மலங்கரையைச் சேர்ந்த 172 தேவாலயத்தினரும் சேர்ந்தால் ஒருவரைக் காப்பாற்ற முடியாது போகுமா? அதற்கு ஆள் இருக்க மாட்டார்களா? அப்படியொன்றும் நினைத்து குஞ்சாக்கோ பாதிரியார் இப்படிச் சொல்லவில்லை. இலவசங்கள் அறிவாளிகளின் கண்களைக்கூட மூடிவிடுமென்றும் நேர்மை மிக்கோனின் வார்த்தைகளைக்கூட வழுக்கச் செய்துவிடும் என்றும் உபதேசப் புத்தகத்தின் 16ஆம் அத்தியாத்தில் சொல்லியிருக்கிறது. அதுபோன்று, குஞ்சாக்கோ பாதிரியார் விரும்பும் காரியங்களை நிறைவேற்றித் தருவதாக பாதிரியார்கள் உறுதியளித்திருப்பதாலும் பாதிரியார்களுடன் சேர்ந்து வராப்புழயில் வசித்தால் தனக்குச் சில பயன்கள் ஏற்படும் என்றும் அறிந்ததாலும்தான் அவர் இப்படி

நடந்திருக்க வேண்டும். சமூகத் தலைவரைக் காப்பாற்றுவதற்கான பணத்தை ஒன்று சேர்க்காமல் சமூகத் தலைவரை நியமித்தால் காப்பாற்ற முடியாதென்று அவர் சொன்னது தன் சுய அறிவுடன் தான் என்றால், சமூகத் தலைவர் வேண்டும் என்றும் பிறவும் சொல்லி முன்பே மாத்தன் பாதிரியாருக்குக் கடிதம் எழுதியிருக்க மாட்டார் அல்லவா.

இப்படி ஆலங்காட்டில் நடந்த கலந்தாய்விலும் எதிர்ப்புகள் ஏற்பட்டன. அதனால் இந்த விஷயம் தற்காலம் நடக்காதென்றும் கடவுள் முடிவு செய்கிற வேறொரு சமயத்தில் நடக்குமென்றும் சொல்லி அவரும் மற்றவர்களுக்கும் தத்தமது வீடுகளுக்குத் திரும்பிச் சென்றார்கள். வெகுநாட்கள் இப்படிக் கடந்தபோது கொடுங்கல் லூர் பேராயர் மார் ஸல்வதோர் தொஸரயிஸ் இயற்கை எய்தினார்.

மீள் பார்வை

இவற்றையெல்லாம் வாசித்தறிந்தவரே! நீங்கள் என்ன நினைக் கிறீர்கள்? இந்தக் காரியத்துக்கு இவ்வளவு இடையூறு ஏற்பட்டதால் இது கடவுளுக்கு விருப்பமற்ற காரியம் என்று உங்களுக்குத் தோன்றுகிறதா? அப்படியென்றால் அது முட்டாள்தனம்தான். ஏனென்றால் இடையூறுகளும் சிரமங்களும் ஏற்படுவது கடவுளுக்குப் பிடித்தமான காரியத்தின் அடையாளமாகிறது. அதற்கு வேதப் புத்தகத்திலேயே பல ஆதாரங்கள் இருக்கின்றன. சாவேஸ் ராஜாவின் கொடுஞ்செயல்களின் காரணத்தால் கடவுள் அவரைச் சிம்மாசனத்திலிருந்து விலக்கி, அதற்குப் பதிலாக சாமுவேல் தீர்க்கதரிசியின் கரங்களால் தாவீது ராஜாவை அபிஷேகம் செய்தார். ஆயினும் தாவீதுக்கு ராஜ பதவியை நிலைப் படுத்திக் கொள்வதற்கு எத்தனையோ துன்பங்களைச் சகித்துக் கொள்ள வேண்டிவந்தது. இஸ்ராயேல் சந்ததிகளுக்கு கானான் நாட்டைக் கொடுப்பதாக அப்ரஹாமிடம் சொல்லி ஏற்றிருந்தார் என்றாலும், ஒருநாட்டைப் பெறுவதற்கு மிகவும் துன்பங்கள் அனுபவிக்க வேண்டிவந்தது, யுத்தங்கள் செய்ய நேரிட்டது. இவ்வளவு ஏன், நம் கர்த்தராகிய யேசு மிசிஹாவும் அவர் சீடர் களும் சேர்ந்து சத்தியத்தின் நீதியின் செய்தியைப் பிரச்சாரம் செய்தார்கள். அதை வெற்றியடையச் செய்ய உயிரையும் பலி கொடுக்க வேண்டி வந்ததல்லவா? அப்படிப் பார்க்கும்போது கடவுளின் திருவுளத்திற்கு ஏற்ற காரியங்களுக்காக முயற்சி செய்யத் தொடங்கினால் மிகுந்த கஷ்டங்களையும் எதிர்ப்புகளையும் நேரிட வேண்டி வரும் என்றறியலாம். ஆயினும் அதெல்லாம் கடைசியில் நீங்கி காரியங்கள் சுலபமாக வெற்றியடையும். இதைப் பற்றி புனித பௌலோஸ் சொல்கிறார்: "நாங்கள் துன்புறுகிறோமென்றாலும் தோல்வியடையவில்லை."

8 ஜெர்மனீஸ்ய ஆயர் பிரான்சிஸ் ஸாலஸ் மலங்கரைப் பிரதேசத்திற்கு விகாரி அப்பஸ்தோலிக்காவாக வந்ததற்குப் பிறகு நடந்த சம்பவங்கள்

அங்கமாலியில் கூடிய தேவாலயத்தினருக்கு பாதிரியார்கள் சில வாக்குறுதிகளை எழுதிக்கொடுத்தார்கள் என்றாலும், அவற்றை நடைமுறைப்படுத்த வேண்டும் என்று அவர்கள் நினைக்கவில்லை. அது மட்டுமல்ல, மலங்கரை தேவாலயத்தினர் அனுபவித்து வந்திருந்த பதவி பெருமைகளின் நிழல்களைக்கூடத் துடைத்தழித்து அவர்களை அவமானப்படுத்துவதற்கான வழிகளையெல்லாம் அவர்கள் தேடத் தொடங்கினார்கள். இப்படியிருக்கும்போது கிறிஸ்து வருடம் 1775ஆம் ஆண்டு, பிரான்ஸிஸ் ஸாலஸ் என்ற புகழ்பெற்ற ஜர்மனீஸ்யவின் ஆயர் மலங்கரைப் பிரதேசத்தினுடைய வும் கொச்சி ஆயத்தினுடையவும் விகாரி அப்பஸ்தோலிக்காவாக வராப்புழய்க்கு வந்து சேர்ந்தார். மேற்படி வருடம் டிசம்பர் 25ஆம் தேதி அவர் பதவியேற்றார்.

இந்த ஸாலஸ் ஆயர், சாதாரண பாதிரியாராகவும் மலங்கரை வட்டாரத்தில் சமயப் பரப்பாளராகவும் இருந்த காலத்தில் மற்ற பாதிரியார்களுடன் இணங்கிப் போகாமல் கலகங்கள் உண்டாக் கினார், மலங்கரைப் பிரதேசத்திலேயே வெளிப்படையாகப் பல விஷமத்தனங்களும் செய்தார். அதனால் இவர் தேவ ஊழியச் செயற்பாட்டுக்குப் பொருந்தாதவன் என்றும் மற்ற பாதிரியார் களுக்கு அவமானத்தை ஏற்படுத்துகிறவன் என்றும் சொல்லி ஐரோப்பியருக்குத் திருப்பி அனுப்பப்பட்டவர். ஆனால், அவர் எப்படியோ ரோமுக்குச் சென்று ஜர்மனீஸ்யவின் ஆயர் பட்டமேற்று, மலங்கரை மற்றும் கொச்சியின் விகாரி அப்பஸ்

தோலிக்கா பதவியும் பெற்று வராப்புழயக்கு வந்து அதிகாரமேற்றது பாதிரியார்களுக்குச் சற்றும் பிடிக்கவில்லை. அவர்கள் அவருக்கு எதிராகக் காய் நகர்த்தல்களைத் தொடங்கினார்கள். ஸாலஸ் ஆயர் முன்பு விஷமத்தனங்கள் செய்துகொண்டிருந்த ஆள் என்றும் மீண்டும் இங்கே வந்து விஷமங்கள் புரிய ஆரம்பித்திருப்பதால் மலங்கரையின் விகாரி அப்பஸ்தோலிக்கா ஆவதற்கோ பாதிரியார்களுடன் வசிப்பதற்கோ தகுதியுடையவர் அல்லவென்றும் வெளிப்படையாக அறிவித்துக்கொண்டு, ஆயரை வராப்புழயிலிருந்து பிடரியைப் பிடித்து வெளியே தள்ள யோஹன்னான் தெஸந்த மர்கரீத்தா எனும் பாதிரியின் தலைமையின் கீழ் அவர்கள் களத்தில் குதித்தனர்.

ஆயர் கெட்டவர் என்றும் அவர் நாங்கள் ஏற்றுக்கொள்ளத் தக்கவர் அல்லவென்றும் பாதிரியார்கள் சொல்லிப் பரப்பியதன் பின்னால் மற்றொரு ரகசியம் இருக்கிறது. ஸாலஸ் ஆயர் ஜெர்மன்காரர். மற்ற பாதிரிகளில் முக்கியமானவர்களெல்லாம் இத்தாலிக்காரர்களாக இருந்தார்கள். ஜெர்மானியனின் கீழ் இத்தாலியர்கள் இருக்கக்கூடாது என்ற பிடிவாதம்தான் அவர்களுக்கு. அதை வெளியே சொல்ல வழியில்லாததால் அவர் கெட்ட குணம் கொண்டவர் என்று குற்றம் சாட்டினார்கள்.

மீள் பார்வை

பாதிரியார்களுக்கிடையில் தேச, இன, கலாசார வித்தியாசங்கள் உண்டு. இன ரீதியாகச் சற்று வித்தியாசமுள்ள மலங்கரையினரை அவர்கள் ஆளவும் செய்கிறார்கள். இந்த ஆட்சிக்குச் சலனம் ஏற்படாமல் தடுக்க மலங்கரையில் உள்ள பெரிய மனிதர்களைக் கொஞ்சம் பரிசுகளாலும் கொஞ்சம் இன் சொல்லாலும் கொஞ்சம் அச்சுறுத்தல்களாலும் கொஞ்சம் நியாயங்களும் சட்டங்களும் பேசியும் பிடிக்குள் வைத்துக் கொண்டிருப்பதைத்தான் அவர்கள் செய்தார்கள். அந்த நிலையில் ஜர்மனியைச் சேர்ந்தவர் என்று சொல்லி ஆயரிடம் பிணங்க வேண்டிய அவசியமில்லை. வராப்புழ சிம்மாசனத்திலேயே ஐரோப்பாவிலுள்ள பல இனத்தவர்களும் ஆயர்களாக இருந்திருக்கிறார்கள். அனைவரும் அதை அங்கீகரித்து, அதுகுறித்து இவ்வளவு காலம் எந்த முரண்பாடும் இல்லாமல் வசித்து வந்திருக்கிறார்கள். இந்த நிலையில் இந்தக் கலகத்துக்கு சற்றும் உரிமையில்லை. ஆயினும் முன்பெங்கும் கேள்விப்பட்டிராதது போன்று ஆயரும் பாதிரியார்களும் தங்களுக்கிடையில் சச்ரவிட்டுக்கொள்ள வேண்டும் என்று கடவுள்

முடிவு செய்தது, ஏழை மலங்கரை நஸ்ரானிகளைக் காப்பாற்றுவதற் காகத்தான் இருக்கவேண்டும். ஆயர்களும் பாதிரியார்களும் ஒன்றிணைந்து நின்று எதிர்க்க ஆரம்பித்தால் ஏழைகளும் அடிமை களுமான மலங்கரை நஸ்ரானிகள் துன்புறுவார்கள் என்று கடவுள் அறிந்துகொண்டார். முற்காலத்தில் இஸ்ராயேல் மக்களிடம் போரிடப் புறப்பட்ட மெதியானாக்காரர்கள் பட்டாளத்தில் பிரச் சினை ஏற்பட்டதன் காரணத்தால்தானே இஸ்ராயேல்காரர்கள் தப்பித்தார்கள். போரிடுவதற்கு அவர்களிடம் கெதயோன் என்ற தலைவரின் கீழ் முந்நூறு பேர் மட்டும்தான் இருந்தார்கள். ஆனால் மெதியானாக்காரர்கள் ஒருவருக்கொருவர் வெட்டிக்கொண்டு செத்தார்கள். அதுபோன்று, மலங்கரை நஸ்ரானிகளைத் தொடாமல் ஆயரும் பாதிரியார்களும் தங்களுக்குள் சண்டையிட்டு அழியட்டும் என்று எல்லையற்ற அறிவுகொண்ட கடவுள் முடிவு செய்தார். இப்படிப் பாதிரியார்களெல்லாம் சேர்ந்து ஆயரை வராப்புழயிலிருந்து மூச்சு முட்டச் செய்து (புகை போட்டு பொந்துக்குள்ளிருந்து எலியை வெளியேற்றுவதுபோல) வெளியேற்றுவார்கள் என்ற கட்டம் வந்தது. அப்போது ஆயருக்கு வேறு வழியெதுவும் தெரியாமல் ஆலங்ஙாட்டில் உள்ள கரியாட்டில் மல்பானுக்குக் கடிதம் அனுப்பி வரவழைத்து அவரிடம் புகார் சொன்னார். முற்காலங்களில் தான் ஏதாவது கெட்ட செயல்கள் செய்து விட்டிருந்தாலும் இனிமேல் நல்லவனாக வாழ்வேன் என்று மல்பானிடம் சத்தியம் செய்தார். கரியாட்டி மல்பானுக்கு ஆயர்மீது இரக்கம் ஏற்பட்டது. உடனே அவர் குத்தியத்தோட்டிலுள்ள தச்சில் மாத்துத் தரகனுக்கு கடிதம் அனுப்பி வராப்புழய்க்கு வரவழைத்தார். ஆயரின் கஷ்ட நிலை களையெல்லாம் தரகனிடம் சொன்னார். மல்பானும் மாத்துத் தரகனும் சேர்ந்து ஆலோசித்து அங்கமாலி தேவாலயத்தினரையும் மற்ற சில தேவாலயத்தினரையும் வரவழைத்தார்கள். ஆயரின் வீட்டுப் பொருட்களையெல்லாம் எடுத்துக் கட்டிக்கொண்டு அவரைக் கொண்டாட்டமாக ஆலங்ஙாட்டுக்கு வரவேற்றுக் கொண்டு சென்று அங்கே தங்க வைத்தார்கள்.

9

ஆயரை ஆலங்காட்டுக்குக் கொண்டு சென்று தங்க வைத்ததற்குப் பிறகு நடந்த சம்பவங்கள்

கரியாட்டி மல்பானும் மாத்துத் தரகனும் அங்கமாலி, ஆலங்காடு முதலிய தேவாலயத்தினரும் கூடி கூட்டம் சேர்ந்து ஆயரை ஆடம்பரமாக ஆலங்காட்டுக்கு அழைத்துச் சென்று தங்க வைத்தார்கள் என்பதையறிந்து பாதிரியார்களுக்குக் துயரம் ஏற்பட்டது. ஆயர் மலங்கரையினரின் ஆளாகிவிட்டார் என்று தெரிந்தபோது, அவரிடம் பிணங்கியிருக்க வேண்டாம் என்று அவர்களுக்குத் தோன்றியது. இரண்டாவது நாளில் பாதிரியார்களில் இருவர், ஆயரை நலம் விசாரிக்க வராப்புழயிலிருந்து ஆலங்காட்டுக்கு வந்தார்கள். ஆயரைப் பார்த்து அவர்கள் சமா தானப் பேச்சுக்கள் நடத்திப் பார்த்தார்கள் என்றாலும் அவர் களுக்கு இடையிலுள்ள இடைவெளி தீரவில்லை. அது மட்டுமல்ல, இந்தப் பாதிரியார்கள் தேவாலயத்துக்குள் நுழையக்கூடாது என்றும் அப்படி மீறி நுழைந்தால் உடலுக்குக் கேடு விளையும் என்றும் தேவாலயத்தினர் எச்சரித்திருந்தார்கள். எனவே அவர்கள் தேவாலயத்துக்குச் செல்லாமல்தான் திரும்பினார்கள். ஆயரை ஆலங்காட்டில் தங்க வைத்தபிறகு பாதிரியார்கள் ஏதாவது பழிவாங்க முற்படும் பட்சத்தில், அதை என்னவென்று பார்த்து விட்டே கலைந்து செல்லவேண்டும் என்று முடிவு செய்து சபையின ரெல்லாம் தேவாலயத்திலேயே தங்கியிருந்தார்கள். அப்படியிருக்கும் போது பாதிரியார்களும் கொடுங்கல்லூர் பேராயரின் விகாரி ஜனரல் மத்யாஸ் ஸெர்ப்பன்ஸெல் என்ற பாதிரியும் சேர்ந்து ஆலங்காட்டுக்கு வந்தார்கள். முன்பு பேசி வைத்திருந்தபடி,

அப்போது அங்கே வராப்புழயிலிருந்து இரண்டு பாதிரியார்களும் வந்திருந்தார்கள்.

இப்படி மத்யாஸ் பாதிரியும் வராப்புழ பாதிரிகளும் வந்திருக்கிறார்கள் என்று தேவாலயத்தினர் அறிந்தார்கள். அவர்கள், ஆயருக்கும் பாதிரியார்களுக்குமுள்ள விலகலை கௌரவமாகத் தீர்ப்பதற்கு ஏற்ற வாய்ப்பு இதுவென்று கருதி ஆயரைப் பார்த்து விவரம் சொன்னார்கள். ஆயர் சம்மதித்தார். அதன்படி விஷயத்தைப் பேசித் தீர்க்க பாதிரியார்கள் ஆயரிடம் வரவேண்டும் என்ற செய்தியுடன் இரண்டு ஸுரியானி பாதிரியார்களை பாதிரியார்களிடம் அனுப்பினார்கள். ஆனால், பாதிரியார்கள் அதற்கு ஒப்புக்கொள்ளவில்லை. உண்மையில், ஆயருடனான சச்சரவைத் தீர்க்கவேண்டும் என்று பாதிரியார்கள் விரும்பினார்கள். அதற்காகத்தான் அவர்கள் வராப்புழயிலிருந்து ஆலங்னாட்டுக்கு வந்தார்கள். ஆனால், மலங்கரை தேவாலயத்தினர் ஆள் அனுப்பிக் கூப்பிட்டால் போகமுடியுமா? தேவாலயத்தினர் தங்களைவிடத் தகுதிக் குறைவானவர்கள் அல்லவா? அவர்கள் சொற்படிக் கேட்பது அவமானம் அல்லவா? இந்த ஆணவத்தின் காரணத்தால்தான் பாரிதியார்கள் ஆயரின் வீட்டுக்குச் செல்ல மறுத்தார்கள்.

தாங்கள் அழைத்து பாதிரியார்கள் வரச் சம்மதிக்கவில்லை என்று தேவாலயச் சபையினர் அறிந்தார்களென்றாலும் கடமையைத் தீர்ப்பதற்காக மற்றொரு முறை பாதிரியார்களுக்கு ஆளனுப்பினார்கள். பாதிரியார்கள் அதையும் புறக்கணித்தபோது பேராயரின் விகார் ஜனரல் மத்யாஸ் பாதிரிக்கு ஆள் அனுப்பி அழைத்தார்கள். சபைக்கு வர பாதிரியார்கள் அனுமதிக்க மாட்டார்கள் என்று அவர் பதில் சொன்னார். மத்யாஸ் பாதிரி இப்படிப் பதில் சொல்லி அனுப்பினார் என்றாலும் அவர் விகாரி ஜனரலாக இருந்ததால், தேவையேற்படின் தன் அதிகாரத்தைப் பயன்படுத்திச் செயல்பட்டிருக்கலாம். பாதிரியார்களால் அதைத் தடுக்க முடிந்திருக்காது. எனவே, அவருக்கு விருப்பமில்லாத காரணத்தால்தான் கூட்டத்துக்கு வரவில்லை என்பது தெளிவு.

பாதிரியார்களின் இந்த ஆணவமும் கெட்ட பிடிவாதமும் சபையினரின் ஆலோசனைக்கான விஷயமாயின. இன்று தங்களுக்கு எதற்கும் சக்தியில்லை என்றாலும் வீட்டைப் பாதுகாக்க தாங்கள் போதுமென்று அவர்கள் முடிவு செய்தார்கள். மலங்கரை பிரதேசத்தில் வேத பிரச்சாரம் செய்யத் தகுதியற்றவர்கள் என்று தோன்றிய ஒன்பது பாதிரியார்கள் தேவ ஊழியர்கள் என்று

சொல்லிக்கொண்டு மலங்கரைப் பிரதேசத்தில் நுழையக்கூடாது என்று தடைவிதித்து ஒரு அறிவிப்பு எழுதி வைத்தார்கள்.

அறிவிப்பு (லத்தீன் மொழியிலிருந்தான மொழிபெயர்ப்பு)

கிறிஸ்து வருடம் 1776ஆம் ஆண்டு பிப்ரவரி மாதம் 15ஆம் தேதி ஆலங்காட்டு புனித கன்னி மேரியின் தேவாலயத்தில், பெரு வணக்கத்திற்குரிய அருட்பெருந்திரு ஜர்மனீஸியா ஆயரின் முன்னால் மலங்கரை தேவாலயத்தினர் சேர்ந்து இந்த வகையில் முடிவெடுத்து ஒரு காகிதத்தில் எழுதி அனைவரும் தங்கள் கையெழுத்தை இட்டிருக்கிறார்கள்.

ஆர்யாப்போலீஸ் ஆயரான பெருவணக்கத்திற்குரிய ப்ளாரன்ஸியூஸ் இறந்தபோது நாங்கள் அவரின் சவ அடக்கத்திற்குச் சென்றோம். ஆனால், எங்களை வெளியேற்றிவிட்டு பாதிரியார்கள் சடங்குகள் செய்தனர். இதன் காரணமாக மலங்கரை கிறிஸ்தவ சபையினரெல்லாம் சேர்ந்து அங்கமாலியில் கூடி எதிர்கால நடவடிக்கையைப் பற்றி ஆலோசித்தார்கள். மலங்கரை சபையின் அப்பஸ்தோலிக்கா மேல் விசாரணையாளரான லெளரந்தியோஸ் யுஸ்தின்னியானி என்ற பாதிரி, வேறு இரண்டு பாதிரிகளுடன் அங்கமாலிக்கு வந்து தேவாலயத்தினரின் மனக்குறைகளைக் கேட்டு வார்த்தையால் பல உறுதிகள் அளித்தார்கள், சிலவற்றை எழுதியளித்தார். எதிர்கால நடவடிக்கைச் சட்டங்கள் தொகுக்கப் பட்டுள்ள மேற்படி ஆவணத்தில் அவரே கையெழுத்திட்டிருக் கிறார். இந்தப் பின்னணியில்தான் பேரறிவாளர் ஸாலஸ் ஆயர் வராப்புழய்க்கு வந்து பதவியேற்கிறார். பழைய நடைமுறைகளுக்கு நேர்எதிராக பாதிரியார்கள் அவருக்கும் எங்களுக்கும் பலவகையில் தீங்கிழைக்கத் தொடங்கினார்கள். அதனால் நாங்கள் எங்கள் ஆயரை ஆலங்காட்டுக்கு அழைத்துவந்து தங்க வைத்தோம். அந்தப் பாதிரியார்கள் எங்கள் ஆயருக்கும் எங்களுக்கும் செய்த குற்றங்களுக்காக நாங்கள் கீழ்க்கண்ட முடிவெடுத்திருக்கிறோம். ஆயர்மீது அனுசரணையுள்ள லெளரந்தியோஸ் யுஸ்தின்னியானி எனும் பாதிரியைத் தவிர மற்ற பாதிரிகள், அதாவது “அனஸ்தாஸியூஸ், க்லெமன்ட், ஜோன், அலோஷ்யஸ், பிரான்ஸிஸ், ஆன்டனி அனஸ்தாஸியூஸ் ஆகியவர்கள் எங்கள் தேவாலயங்களில் நுழையக் கூடாது. நாங்கள் அவர்களை அனுசரிக்கவும் மாட்டோம். ரோம போப்பாண்டவரின் கட்டளைக்கு ஆட்பட்டதுதான் இந்த முடிவு. இதை, சமுதாயத்தின் ஒற்றுமையை முன்னிறுத்தியும் பொது நன்மைக்காகவும் எல்லோரும் ஏகமனதாக நிபந்தனையற்று கட்டுப்பட வேண்டும் என்பதற்காக மலங்கரை சபைக்கூட்டம் இவ்வகையில் முடிவு செய்து எழுதி வைத்ததாகிறது.

(ஒப்பு...)

இந்த முடிவை ரோம் போப்பாண்டவருக்குத் தெரிவிக்கும் பொறுப்பை ஆயரிடம் ஒப்படைத்தபிறகு கூட்டம் கலைந்தது. விவரமறிந்த பாதிரியார்கள் இந்த அறிவிப்பின் முடிவை மீறுவதற் காக க்லெமன்ட் பாதிரியாரை பரவூருக்கு அனுப்பினார்கள். பரவூர் தேவாலயத்தினர் பலரும் க்லெமன்ட் பாதிரியாரின் நண்பர்கள் ஆனதால் அவர்கள் அவர் தங்குவதற்கு தேவாலயத்தின் படிப்புர மாளிகையைத் திறந்துவிட்டார்கள். ஆனால், பழையபடி க்லெமன்ட் தேவாலயத்துக்கு உள்ளே வந்து வழிபாடு சொல்ல முற்பட்டபோது பரவூர்க்காரர்கள், அதுமட்டும் தற்காலம் சாத்திய மல்லவென்று விளக்கினார்கள். பாதிரி ஆயரின் அனுமதிக்கு ஆலங்நாட்டுக்கு விண்ணப்பம் அனுப்பினார். ஆனால் அங்கே வழிபாடு சொல்லக்கூடாது என்று ஆயரும் தடுக்கவே செய்தார். அதைப் புறக்கணித்துக்கொண்டு தேவாலயத்துக்குள் நுழைய க்லெமன்ட் பாதிரி ஒருமுறை முயற்சி செய்து பார்த்தார். பாதிரி தேவாலயத்துக்கு வருவதைப் பார்த்த சபையினர், தேவாலயத்தின் கதவடைத்துப் பூட்டினார்கள். உடனே க்லெமன்ட் பாதிரி வராப்புழய்க்கு ஆள் அனுப்பி வழிபாட்டுக்குத் தேவையான உடைகளையும் பிறவற்றையும் வரவழைத்து படிப்புர மாளிகை யிலேயே வழிபாடு சொன்னார். பிறகு வந்ததுபோன்றே திரும்பிச் சென்றார்.

இப்படி மலங்கரை சபையினர் எழுதி வைத்த அறிக்கையை அவர்கள் அப்படியே கடைப்பிடிப்பார்கள் என்றும் அதற்கு ஆயரின் ஆதரவு உண்டென்றும் பாதிரியார்கள் உணர்ந்து கொண் டார்கள். உடனே யோஹன்னான் தெஸந்த மர்கரீத்தா என்ற பாதிரி மலங்கரை பிரதேசத்திலுள்ள ஞாரய்க்கல் தேவாலயத்தினரான இரண்டு உதவியாளர்களையும் அழைத்துக்கொண்டு ரோமுக்குப் பயணம் புறப்பட்டார்.

மீள் பார்வை

முன்பே பாதிரியார்கள் அங்கமாலி தேவாலயத்தில் மலங்கரை சபையினருக்கு எழுதிக்கொடுத்த ஆவணத்திற்கும் இப்போது பாதிரியார்களுக்கு எதிராக மலங்கரை சபையினர் எழுதி வைத்த ஆவணத்திற்குமிடையில் சற்று வித்தியாசம் உண்டு. பாதிரியார்கள் எழுதிக் கொடுத்த ஆவணத்தில், தங்கள் மரியாதைக்குக் குறைவு ஏற்படாமல் மலையாள நாட்டில் நடைமுறையிலிருந்த பழைய ஆசாரங்களை நிலைநிறுத்திக்கொள்ளலாம் என்று வாக்களித்தார் கள், அவ்வளவுதான். ஆனால், இப்போது பாதிரியார்களுக்கு எதிராக மலங்கரை சபையினர் எழுதி வைத்திருக்கும் ஆவணம்,

பாதிரியார்களின் பெருமைக்குப் பங்கம் ஏற்படுத்துகிறது என்பதோடு, அவர்களின் பொறுப்பான மிஷன் நடவடிக்கைகளுக் குக்கூட தடை ஏற்படுத்தியிருக்கிறார்கள். இந்த இரண்டு ஆவணங் களையும் எப்படி நடைமுறைப்படுத்தினார்கள் என்று பார்த்தாலும் நிறைய வித்தியாசங்களைக் காண முடியும். முன்பே பாதிரியார்கள் எழுதிக்கொடுத்த ஆவணத்தின் நிபந்தனைகளை அவர்களே மீறி விட்டார்கள், செமினரியை வராப்புழய்க்கு மாற்றினார்கள். அது மட்டுமல்ல, ஆவணத்தில் அளிக்கப்பட்டிருக்கும் உறுதிமொழிக் கேற்றபடி அருளிக்காவை எடுத்த பனச்சிக்கல் வர்கீஸ் பாதிரியாரை, தேவாலயத்தினர் அனைவரின் முன்னாலும் பிடித்துக் கட்டிக் கொண்டு சென்றார்கள். நான்கு தேவாலயத்தினர் விசாரித்து தீர்ப்புச் சொல்லாமல் தண்டிக்கக்கூடாது எனும் ஆவணத்தின் நிபந்தனையையும் மீறி, அவரை ஒரு கட்டிலில் மல்லாந்த நிலையில் கிடத்தி வடுகரைக் கொண்டு அடிக்க வைத்தார்கள். இந்த ஒப்பந்த மீறலுக்கு தேவாலயத்தினர் யாருமே பதில் கேட்கவில்லை. ஆனால், இப்போது மலங்கரைவாசிகள் எழுதி வைத்த ஆவண அறிவிப்பைத் தெரிந்துகொள்ள வந்த பாதிரி, தேவாலயத்திற்குள் நுழைய கற்ற வித்தை அத்தனையும் பயன்படுத்திப் பார்த்தார். ஆனால் அவர் தேவாலயத்துக்குள் கால்வைக்க அனுமதிக்காமல் மலங்கரைக் காரர்கள் தேவாலயத்தை அடைத்துப் பூட்டினார்கள். இந்த வித்தியாசத்திற்கு என்ன காரணம்? அன்று வலுவற்றிருந்த மலங்கரை தேவாலயத்தினருக்கு இன்று பலம் ஏற்படக் காரணம் என்ன?

இங்கே பார்த்தது மலங்கரை சபையின் பலம்தான் என்று அறிவுள்ள எவரும் சொல்வதற்கு வாய்ப்பில்லை. சபையின் தலைவரான ஆயர், பாதிரியார்களின் மீதான பிணக்கத்தின் காரண மாக சபையின் பக்கம் நின்றதால்தான் இப்போது சபைக்கு இந்தப் பலம் ஏற்பட்டது. பாதிரியார்களுக்கு எதிராக சபை எழுதிவைத்த முடிவை கட்டாயமாகக் கடைபிடிக்க வேண்டும் என்று அவர் உத்தரவிட்டிருந்தார். அப்படியென்றால் சமுதாயத்தின் தலைவரான ஆயர், உடன் இல்லையென்றால் “சமுதாயம்” எடுக்கும் முடிவுகள் நிறைவேறாது என்று மற்ற பல விஷயங்களிலிருந்து அறிவதுபோன்று இதுவும் தெளிவுபடுத்துகிறது. அதனால் இந்தப் புத்தகத்தில் முன்பே எழுதியதுபோன்று, சமுதாயத்தின் தலைவன் சமுதாயத் திலிருந்தே வந்த ஆளாக இருந்தால் அந்த சமுதாயத்துக்கு எவ்வளவு வலு ஏற்படும் என்று சொல்லாமலேயே அனைவரும் புரிந்து கொள்ளலாம்.

10

ஆயரை வராப்புழயிலிருந்து ஆடம்பரமாக ஆலங்காட்டுக்கு அழைத்துச் சென்ற விவரத்தை முக்கிய அதிகாரிகள் அறிந்ததற்குப் பிறகு

வராப்புழ ஆயரை ஆடம்பரமாக ஊர்வலமாக ஆலங்காட்டுக்கு வரவேற்று அழைத்து வந்தார்கள் என்ற விவரத்தை ஆலங்காட்டு முக்கிய அதிகாரி அறிந்தார். ஒரு ஆயரை இப்படி வராப்புழயிலி ருந்து வரவேற்று எழுந்தருளச் செய்வதற்கு ராஜாவின் பிரத்தியேக அனுமதி தேவையென்பதால், அது இல்லாமல் இப்படிச் செய்த தற்கு விளக்கமளிக்க வேண்டும் என்று அவர் கேட்டார். உடனே மாத்துத் தரகனைப்போன்றவர்கள் தலையிட்டு இது நஸ்ரானிகளின் பழைய வழக்கத்தின்படியும் உரிமையின்படியும் செய்ததுதான் என்று விளக்கமளித்தனர். முக்கிய அதிகாரி அத்துடன் கேள்வியை நிறுத்திக்கொண்டார்.

ஆனால் மாத்துத் தரகன் திருவனந்தபுரத்திற்குச் சென்றபோது தளவாய்21 இதைப் பற்றிக் கேள்விகேட்டார். ராஜாவின் அனுமதி யில்லாமல் ஒரு ஆயரை எழுந்தருளச் செய்ததற்கு அபராதம் கட்ட வேண்டும் என்று உத்தரவிட்டார். மலங்கரையில் உள்ள ராஜாக் களும் தங்களின் இந்த உரிமையை மறுத்ததில்லை என்று மாத்துத் தரகன் விளக்கமளித்தார். அதுகுறித்து விவாதம் ஏற்பட்டது. அன்று திருவனந்தபுரத்திலிருந்த பண்டிதரும் பழைய காரியங்கள் தெரிந்த வருமான, முதுக்குளத்து தேவாலய வட்டாரத்தைச் சேர்ந்த பாரேக்காட்டில் குருவிளா பாதிரியாரும் மற்ற பலரும் தளவாயின் முன்னால் ஆஜரானார்கள். இது எங்கள் முன்மரபுதான் என்றும் முன்னோர்கள் தொடங்கி இன்றுவரை நடைமுறையிலிருக்கும் சம்பிரதாயம்தான் என்றும் சாட்சி சொன்னபிறகே விவாதம் முடிவுக்கு வந்தது. தளவாய், நஸ்ரானிகளின் இந்த உரிமை இனி மேல் கேள்விக்குட்பட்டது அல்ல என்று உத்தரவு பிறப்பித்தார்.

11 நிரணத்து மார் தோமா ஆயர், ஸாலஸ் ஆயருக்கு ஆலங்நாட்டுக்குக்கடிதம் எழுதி அனுப்பியது தொடர்பான விவரங்கள்

முற்காலத்திலொரு முறை பிரான்ஸிஸ்கோஸ் கார்சியா கொடுங்நல்லூர் பேராயராக மலங்கரைப் பிரதேசத்தை ஆண்டு கொண்டிருக்கும்போது, ஒரு ஸுரியானி ஆயரை யேசு சபைப் பாதிரியார்களின் தூண்டுதலால் பறங்கியர்கள் கடலில் கட்டி மூழ்கடித்தார்கள் என்ற செய்தி பரவியது. உடனே மலங்கரையில் உள்ள நஸ்ரானிகளெல்லாம் மட்டாஞ்சேரியில் கூடி, இனி ஒருபோதும் யேசு சபைக்காரர்களின் கீழே இருப்பதில்லை என்று முடிவு செய்தார்கள். இந்த சந்தர்ப்பத்திற்குப் பிறகு ஸுரியானிகள் ஆலங்நாட்டில் கூடி போப்பாண்டவரின் பொய்க் கையெழுத்திட்ட ஒரு ஆவணத்தை நம்பி அன்று மலங்கரை சபையின் உதவிக் குருவாயிருந்த குரவிலங்நாட்டு பள்ளிவீட்டில் தோமா பாதிரியாரை பன்னிரண்டு பாதிரியார்கள் சேர்ந்து அவர் தலையில் கை வைத்து ஆயர் பதவியில் அமர வைத்தார்கள். உண்மையான ஆயர் அபிஷேகம் கிடைக்காதிருந்த இந்த ஆயரின் கீழே நெடுங்காலம் மலங்கரையின் தேவாலயங்கள் இயங்கிவந்தன. அப்படியிருக்கும் போது ஆர்யாபோலீஸின் ஆயரான கர்மலீத்தா துறவி சபையைச் சேர்ந்த ஒருவர் (அப்பஸ்தோலிக்க ஆணையராக வந்த ஜோசப் ஸெபஸ்ட்டியானி) ரோமிலிருந்தான அதிகாரத்துடன் மலங்கரைக்கு வந்தார். மலங்கரை சபையில் ஏற்பட்ட இந்த முரண்பாட்டைத் தீர்ப்பதற்காக பன்னிரண்டு பாதிரியார்கள் சேர்ந்து அபிஷேகம் செய்த தோமா உதவிக் குருவையே உண்மையான ஆயராகப் பதவி யேற்றி, மலங்கரை சபையின் விகாரி அப்பஸ்தோலிக்காவாக

நியமித்துவிடலாம் என்று அவர் முடிவுசெய்தார். ஆனால் அதற்காகக் கூப்பிட்டு அனுப்பியபோது தோமா உதவிக் குரு போக வில்லை. அதன்பிறகு குரவிலங்காட்டு வட்டாரத்தைச் சேர்ந்த பனங்குழய்க்கல் சாண்டிப் பாதிரியாரை ஆயர் பதவியிலேற்றி, மலங்கரைப் பிரதேசத்தின் சபை ஆட்சியை அவரிடம் ஒப்படைத் தார். அவரின் பிரயத்தனத்தின் பயனாக, முரண்பட்டுப்போன பல தேவாலயத்தினரும் தங்களுக்கு ஏற்பட்ட பிழையைப் புரிந்து கொண்டு உண்மையான சபைக்குத் திரும்பி வந்தார்கள். ஆயினும் மற்ற பலரும், உண்மையான பதவிப் பிரமாணம் கிடைக்காத உதவிக் குருவையே (மார் தோமாவையே) ஆயராக ஏற்றுக்கொண்டு அவரின் சொற்படி நடந்து வருகிறார்கள். இன்றுவரை மலங்கரை யில் இந்த நிலை தொடர்கிறது.

ஆனால் இப்போது அந்தப் பதவியில் இருக்கும் குரவிலங்காட்டு பள்ளி வீட்டில் அயிப்பு பாதிரியார், தன் முன்னோர்களுக்கோ தனக்கோ உண்மையான ஆயர் அபிஷேகம் (கை வைப்பு 22) கிடைக்கவில்லையென்று புரிந்துகொண்டார்.தன் முன்னோரானா மார் தோமா ஆயருக்கும் ஆசியாவிலிருந்து (பெர்சியாவிலிருந்து) வந்த ஆயர்களுக்கும் இடையிலிருந்த முரண்பாட்டைப் பேசித் தீர்த்து அவர், அவர்களிடமிருந்து உண்மையான ஆயர் அபிஷேகத்தைச் (கை வைப்பைச்) சம்பாதித்தார். அவர் மிகுந்த அறிவுள்ளவர். உலக மரியாதையைவிட தன் ஆன்மாவின் பாதுகாப்புதான் முக்கியமென்றும் சத்திய மார்க்கத்தை ஏற்றுக் கொள்ள தான் கடமைப்பட்டவன் என்றும் அவர் தெரிந்து கொண்டார். திருச்சபையின் தலைவர் ரோம போப்பாண்டவர் தான் என்றும் ஆன்ம ரட்சிப்பை அடைய இந்த நம்பிக்கையை ஏற்றுக்கொள்ள வேண்டும் என்றும் அறிவு ஏற்பட்டதன் பயனாக அவர் அதற்கான முயற்சிகளை ஆரம்பித்தார். காலம் சென்ற மார் ப்ளாரன்ஸியூஸ் பேராயருக்கும் மார் ஸல்வதோர் தொஸரயிஸ் என்ற பேராயருக்கும் அவர் விண்ணப்பங்களை சமர்ப்பித்தார். ஆனால் அந்த விண்ணப்பங்களெல்லாம் மறுக்கப்பட்டன. இனி என்ன வழியென்று யோசித்துக்கொண்டிருக்கும் போதுதான், ஸாலஸ் ஆயரும் பாதிரியார்களுடன் சச்சரவிட்டு தேவாலயத்தின ரின் பாதுகாப்பில் வராப்புழயிலிருந்து ஆலங்காட்டுக்கு வந்து வசிக்கிறார் என்றும் ஆயரின் முக்கிய உதவியாளராகச் செயல் படுவது கரியாட்டி மல்பான்தான் என்றும் செய்திகளைக் கேள்விப் பட்டார். கரியாட்டி மல்பானை அணுகினால் தன் விருப்பம் நிறை வேறும் என்று முடிவு செய்தார். மல்பான் நிரணத்துக்கு வந்து பேசுவதற்கு ஒரு வாய்ப்பை ஏற்படுத்தினால் தனக்கு மிகவும்

மகிழ்ச்சியாகவும் நிம்மதியாகவும் இருக்கும் என்ற கடிதத்துடன் அவர் ஆலங்காட்டுக்கு ஒரு தூதனை அனுப்பினார். இன்னொரு கடிதத்தை ஸாலஸ் ஆயருக்கும் கொடுத்து அனுப்பினார்.

ஆனால், மார் தோமா ஆயரின் இந்தக் கடிதத்தைப் பார்த்து ஸாலஸ் ஆயரின் முகம் கருகத்தான் செய்தது. தந்திரசாலியான அவர் தன் கபடத்தை மறைத்து வைத்துக்கொண்டு மல்பானை நிரணத்துக்கு அனுப்பினார். நிரணத்துக்குச் சென்றால் மார் தோமா ஆயரிடம் மரியாதை எதுவும் காட்டக் கூடாது, பணிவும் கூச்சமும் இல்லாமல் நடந்துகொள்ள வேண்டும், கண்டிப்பான தொனியில் பேச வேண்டும் என்றால் மற்றும் பல கட்டளைகளை கூறித்தான் அவர் மல்பானை அனுப்பி வைத்தார்.

மீள் பார்வை

வாசகர்களுக்கு என்ன தோன்றுகிறது? ஆயர், மதத்தின்மீது தீவிரமாக இருந்ததால்தான்தான் மல்பானுக்கு இப்படிப்பட்ட கட்டளைகள் அளித்து அனுப்பினார் என்று தோன்றுகிறதா? அப்படியென்றால் பரிசுத்த வேத நூல் என்ன சொல்கிறது என்று பாருங்கள். நற்செய்தியில் பதிவாகியிருக்கும் யேசு மிசிஹாவின் வார்த்தைகள் இப்படியிருக்கின்றன: "நான் சாந்தமும் எளிமையும் உள்ளவனாக இருக்கிறேன். என்னிடமிருந்து நீங்கள் கற்றுக்கொள் ளுங்கள்." தவிர, நியதிப் புத்தகத்தில் புனித பௌலோஸ், அபிஷேகம் செய்த ஆயர்களை அழைத்துச் சொல்கிறார்: "நான் ஆசியாவில் கால் வைத்த நாள் முதல் எளிமையுடனும் கண்ணீருட னும்தான் உங்களுக்கிடையில் வசித்துக்கொண்டு நற்செய்திப் பிரசங்கம் செய்தேன் என்று உங்களுக்குத் தெரியுமல்லவா?" புனித பௌலோஸ் மற்றொரு திசையில் இப்படிச் சொல்கிறார்: "அதிகப் பொறுமையின், சகிப்பின், துயரங்களின் மூலமாகத்தான் நாம் கடவுளின் தூதுவர்களாகக் காட்சிப்பட வேண்டும்." அப்படி யென்றால் போதகராகப் புறப்படுகின்றவர்கள் எளிமையும் பொறுமையும் சாந்தமும் உள்ளவர்களாக இருக்கவேண்டும். அதைப் பார்த்துத்தான் மற்றவர்களும் சொர்க்கத் தந்தையைத் துதிக்க வேண்டும். வேதநூலில் சற்றே பரிச்சயம் உள்ளவர்களுக்குக் கூட இதெல்லாம் தெரியும். ஆனால் இதெற்கெல்லாம் நேர் எதிராக தன் நிலைக்குப் பொருந்தாத கட்டளைகளை ஆயருக்குக் கொடுத்து அனுப்பியதன் நோக்கம் என்னவாயிருக்கும் என்று உங்களுக்குத் தோன்றுகிறது? ஆயர் அறியாமல் செய்துவிட்டதாகத் தோன்றுகிறதா? அப்படியல்ல விஷயம். பிறகு? மார் தோமா ஆயர்

கத்தோலிக்கச் சபையில் சேர்ந்தால் தன் அதிகாரத்துக்குக் குறைவு ஏற்படும் என்றும் பிற்பாடு மலங்கரை நஸ்ரானிகளிடம் தன் விருப்பப்படி நடந்துகொள்ள முடியாதென்று அவருக்குத் தெரியும். அதனால், எப்படியேனும் மார் தோமா ஆயரின் நல்வழிக்கான ஆசையை அழிக்க வேண்டும். மார் தோமா ஆயரிடம் திமிராக நடந்து கொண்டால் தன்மானம் புண்பட்டு சினங்கொண்டு அவர் பின்வாங்கிவிடுவார். அவ்வாறு, சத்திய மார்க்கத்தை ஏற்பதற்கான தன் விருப்பத்தைக் கைவிட்டுவிடுவார். அப்போது அவர் தலையி லேயே குற்றம் சுமத்தி கை கழுவிவிடலாம். இதுதான் ஆயரின் சதித்திட்டம். பிற்பாடு நிகழ்ந்த சம்பவங்கள் அதை நிரூபிக்கவும் செய்தன.

12 கரியாட்டி மல்பான் மார் தோமா ஆயரைச் சந்திக்கிறார்

ஸாலஸ் ஆயர் அளித்த ஆலோசனைகளையெல்லாம் கவனமாகக் கேட்டுக்கொண்டார் என்றாலும், மார் தோமா ஆயரைப் பார்க்கும் போது நம் தர்ம ஆசாரங்களுக்குப் பொருத்தமான பணிவு மரியாதைகளுடன் நடந்துகொள்ள வேண்டும் என்று மனதில் உறுதிகொண்டுதான், கரியாட்டி மல்பான் நிரணத்துக்குச் சென்றார். அங்கே சென்றபோது மார் தோமா ஆயர் மிகவும் மரியாதையுடன் மல்பானை வரவேற்றார். நம் திருச்சபையின் சத்திய நம்பிக்கைகளில் பெரும்பாலானவற்றை ஆயர் அங்கீகரித் திருந்தார் என்றாலும் அவருக்குச் சில சந்தேகங்கள் மிச்சமிருந்தன. அவற்றையெல்லாம் அவர் மல்பானிடம் கேட்டார். மல்பான் அவற்றுக்கெல்லாம் பொருத்தமான பதில் சொல்லி ஆயருக்கு அறிவு புகட்டினார். அதன்பிறகு, தான் கத்தோலிக்க சபையில் சேர முழு விருப்பத்துடன் இருப்பதாகவும் அதற்கான வழியை உபதேசிக்க வேண்டும் என்றும் ஆயர், இதயத்தைத் தீண்டும்படி மல்பானிடம் சொன்னார். திருச்சபையுடன் புனர் ஐக்கியமாவதற்கு முழு சம்மதம் என்றால் ஸாலஸ் ஆயரின் பெயருக்கு விண்ணப்பம் அனுப்பினால் மட்டும் போதும் என்று மல்பான் பதில் சொன்னார். ஒருக்கால், ஸாலஸ் ஆயர் அந்த விண்ணப்பத்தை ஏற்றுக்கொள்ளாமல் போனால் அதுகுறித்து வருத்தப்பட வேண்டிய தில்லை. “தங்களுக்காக நான் என் ஆயுளைக் கடவுளுக்கு பலியர்ப் பிக்கவும் ரோம்வரை சென்று உங்கள் விருப்பத்தை நிறைவேற்றி வருவதற்கும் நான் தயாராக இருக்கிறேன்” என்று கரியாட்டி மல்பான் மார் தோமா ஆயரிடம் சொன்னார். மல்பான்

ஆலங்காட்டுக்குத் திரும்பிவந்து விவரங்களையெல்லாம் ஆயரிடம் சொன்னார். ஆயர் ஒரே விஷயத்தையே இரண்டு மூன்று முறை மீண்டும் மீண்டும் கேட்டார். தவிர்ப்பதற்கு எந்த வழியும் இல்லையென்று ஆயருக்குப் புரிந்தது. தன் மனதில் உள்ள கபடத் தைத் திரை விலக்கிக் காட்டுவதைவிட அவருக்கு வேறு வழியற்றுப் போனது. திருச்சபைக்குத் திரும்பி வருவதெல்லாம் சரிதான். ஆனால் ஆயர் பதவியிலிருந்து மலங்கரை சபையை ஆளச் சம்மதிக்கமாட்டேன் என்று அவர் வெளிப்படையாகச் சொன்னார். ஆயர் பதவியைத் தவிர வேறு ஏதாவது பதவி வாங்கிக் கொடுக்க முயற்சிக்கலாம், ஆயர் பதவி கிடைத்தே ஆக வேண்டும் என்றால் அவரை ஐரோப்பாவுக்கு அனுப்பவும் முயற்சிக்கலாம். இதுதான் ஸாலஸ் ஆயரின் பதில். இதைக் கேட்டு கரியாட்டி மல்பான் துயருற்றார்.

மீள் பார்வை

ஐயோ! ஒருபோதும் கேட்டறியாத காரியம். சத்திய விசுவாசத்தை ஏற்றுக்கொள்ள வேண்டும் என்றால் தன் நாட்டை யும் வீட்டையும் பதவியையும் விட்டுவிட்டு வெளிநாட்டுக்குச் செல்ல வேண்டும்போலும். உறவினர்களையும் நண்பர்களையும் தனக்குக் கீழே உள்ள மக்களையும் கைவிட வேண்டும்போலும். எந்த வேதப் புத்தகத்தில் இப்படிச் சொல்லியிருக்கிறது? மார் தோமா ஆயர் இடத்தூட்டுக்காரர் என்பதால் அவரை நம்புதவற்கு வழியில்லை என்றும், சத்திய விசுவாசத்தை ஏற்றுக்கொண்டதாக நடித்த பிறகு மீண்டும் இடத்தூட்டுக்குத் திரும்பிப் போவார் என்ற சந்தேகத்தால்தான் ஆயர் இப்படிச் சொல்கிறார் என்றும் யாராவது என்னிடம் சொல்கிற பட்சம் நான் அவர்களிடம் கேட்கிறேன்: " ஸாலஸ் ஆயரை ஜர்மனீஸ்ய நாட்டின் ஆயராகவும் மலங்கரைப் பிரதேசத்தின் அப்பஸ்தோலிக்காவாகவும் நியமித்தபோது, அவர் எக்காலத்திலும் சத்திய விசுவாசத்தில் உறுதியாக நிற்பார் என்றும் முன்மாதிரியான வாழ்க்கையை வாழ்வார் என்றும் யாருக்கு உறுதி யிருந்தது. ஒருவனின் உள்ளே இருப்பது என்னவென்று அறிவதற்கு வழியொன்றுமில்லாததால், திருச்சபை வெளி அடையாளங்களை யும் பேச்சுக்களையும்தான் ஏற்றுக்கொள்கிறது. ஸாலஸ் ஆயரின் மனதில் என்ன இருக்கிறது என்று தெரியாமல் அவரின் வார்த்தை களையும் வெளி நடவடிக்கைகளையும் நம்பி அவரை விகாரி அப்பஸ்தோலிக்காவாக நியமித்தது போன்று இன்று மார் தோமா ஆயர் சொல்வதையும் செய்வதையும் நம்புவதற்கு ஸாலஸ் ஆயருக்கும் கடமை இருந்தது. அப்போது மற்றொரு வாதம்

ஏற்படலாம். ஸாலஸ் ஆயர் சிறு வயதிலிருந்தே சத்திய விசுவாசத்தில் வளர்ந்தவர் ஆனதால் இடத்தூட்டுக்குத் திரும்புவார் என்று சந்தேகிப்பதற்கு வாய்ப்பில்லை. மாறாக, மார் தோமா ஆயர் இடத்தூட்டில் பிறந்து வளர்ந்தவர் ஆனதால் அவருக்கு வாய்ப்பு ஏற்படும்போது இடத்தூட்டுக்கே திரும்பிப் போகத் தோன்றலாம். இதுதான் ஆயரின் சந்தேகம் என்று யாரேனும் வாதிட்டால் அதற்கு நான் சொல்கிறேன்: இது நம் புனிதமான மதத்துக்கும் வேத நூலுக்கும் சற்றும் பொருந்தாத ஒரு பாவகரமான சாக்குப்போக்கு. இந்த விவாதத்தை ஏற்றுக்கொள்ளும் பட்சம், இடத்தூட்டுக்காரர்களிலிருந்தோ, கிறிஸ்தவர் அல்லாதவர்களிலிருந்தோ யாரையும் திருச்சபைக்கு வரவேற்க முடியாமல் போகும். வெகுகாலத்திற்கு முன்பிருந்து இடத்தூட்டிலிருந்து வலத்தூட்டுக்கு[23] வருகின்ற கிழக்கத்திய சபை அதிபர்களை நாம் அன்புடன் வரவேற்று, அவர்களின் மீதான விலக்கைத் தள்ளுபடி செய்து நமது ஆயங்களின் ஆட்சியை அவர்களிடம் ஒப்படைக்கவும் செய்து வருவதுதான் வழக்கம். அது மட்டுமல்ல, அவர்களின் மறு ஐக்கியத்திற்காக நாம் எப்போதும் முயற்சி செய்து கொண்டுமிருக்கிறோம். இந்த மறு ஐக்கிய முயற்சிக்கு ரோமச் சபையைக் குற்றவாளியாக்க வேண்டுமா? குறிப்பாக, இடத்தூட்டிலிருந்து வலத்தூட்டுக்கு வருகிற யாராவது ஒரு மனிதனை நம்பலாம் என்றால் மார் தோமா ஆயரை நிச்சயமாக நம்பலாம் என்று விஷயங்களின் நுட்பமான கிரகிப்பு வெளிப்படுத்துகிறது. அது என்னவெனில், அவர் புனித கத்தோலிக்க நம்பிக்கையைக் கைக்கொண்டிருக்கிற குரவிலங்காட்டு தேவாலய வட்டாரத்தின் புனிதப்படுத்தப்பட்ட பெற்றோருக்குப் பிறந்து கத்தோலிக்க ஞானஸ்நானம் பெற்று வெகு காலம் கத்தோலிக்கராக வளர்ந்தவர். அந்த பூர்வ நம்பிக்கைக்குத் திரும்பவேண்டும் என்று இன்று அவருக்கு விருப்பம் ஏற்படுகிறது என்றால் அது அறிவு, நல் மனது, தாய்ப்பாலோடு உட்கொண்ட விசுவாச நற்செயல்களின் சக்தியின் காரணத்தால்தான். இன்றைய நிலையில் அவருக்கு எந்தச் சிரமமும் தேவையும் இல்லை. எதிரிகளை வென்று தன் ஆயத்தை அவர் அமைதியாக ஆண்டு கொண்டிருக்கும் இந்தக் காலத்தில் சத்திய விசுவாசத்தை ஏற்றுக்கொள்ள அவர் தயாராகிறார் என்றால் அது உண்மையான விருப்பத்தின் காரணத்தாலும் மனதின் காரணத்தாலும்தான். வேறு எந்தத் தேவையும் அவருக்கு இல்லை. ஒரு முறை இப்படி வெளிப்படையாக இடத்தூட்டைக் கைவிட்டு சத்தியம் செய்த பிறகு மீண்டும் இடத்தூட்டுக்குச் சென்றால் அவர்களும் தன்னை ஏற்றுக்கொள்ள மாட்டார்கள் என்றும், இரண்டு கூட்டத்

தினரிடையிலும் இடம் கிடைக்காமல் மானம் கெட்டவனாகி விடுவோம் என்றும் இறந்துதான் பரலோகத்துக்குச் சென்றால் அங்கும் தான் கடவுளின் தண்டனைக்கு ஆட்படுவோம் என்றும் யோசித்து உணர்வதற்கான அறிவு மார் தோமா ஆயருக்கு இல்லையா? அப்படியிருக்கும்போது அவர் இந்த முறை மீறலுக்கு முற்படுவார் என்று ஸ்திர புத்தியுள்ள சிறு குழந்தைகூடச் சொல்லாது. அப்படியென்றால், ஸாலஸ் ஆயர், தன் ஆட்சிக்கும் அதிகாரத்திற்கும் இழப்பு ஏற்படும் என்றும் பிறகு நஸ்ரானிகளைத் தன் விருப்பப்படி குரங்கு வித்தை காட்ட வைக்க முடியாதென்று மான பயத்தால்தான் இந்தக் கஷ்டங்களையெல்லாம் கொடுத்தார் என்று எல்லோரும் உணர்வார்கள்.

கரியாட்டி மல்பானுடன் பேசி முடிவு செய்ததுபோன்று மார் தோமா ஆயர் தன் மறு ஐக்கிய ஆர்வத்தை ஒரு காகிதத்தில் பதிவு செய்தார். அதை, தன் மருமகனும் மலங்கரைப் பிரதேசத்தின் மரியாதைக்குரிய பெரிய மனிதருமான சங்னாச்சேரி குஞ்ஞீப்பத் தரகனிடம் கொடுத்து ஆலங்காட்டுக்கு அனுப்பினார். ஆனால், ஸாலஸ் ஆயர் அவரை நல்ல மனதுடன் வரவேற்கவில்லை. அது மட்டுமல்ல, தரகனின் மதிப்பு மரியாதைகளைப் பற்றி நினைத்துப் பார்க்காமல் அவரை ஆணவமாகவும் அநாகரிகமாகவும் பேசி அவரைத் திருப்பி அனுப்பினார். இது தரகனுக்கு பெரிய மன வருத்தத்தை அளித்தது என்றறிந்த கரியாட்டி மல்பான் அவரை அழைத்துச் சமாதானப்படுத்தினார். மார் தோமா ஆயரிடம்தான் சொன்ன வார்த்தைக்கு மாற்றமில்லை என்றும், இந்த விஷயத்திற்காக தான் ரோமுக்குச் செல்ல முடிவு செய்திருப்பதாகவும் மல்பான் தரகனிடம் சொன்னார். அதையெல்லாம் மார் தோமா ஆயரிடம் தெரியப்படுத்துவதற்காக ஒரு கடிதம் எழுதிக் கொடுத்து அவர் தரகனை நிரணத்துக்கு அனுப்பினார்.

மீள் பார்வை

இந்த ஒரு சம்பவத்தைப் பார்த்தால், ஸாலஸ் ஆயருக்கு நம் சமுதாயத்தின் மீதுள்ள அன்பும் மரியாதையும் என்னவென்று தெரியும். இடத்துரட்டுக்காரராக இருந்தாலும் நம் ஸுரியானி சமுதாயத்தில் மிகவும் மரியாதைக்குரிய மார் தோமா ஆயர், ஒரு கடிதம் எழுதி மரியாதைக்குரிய கல்லரய்க்கல் தரகனின் கையில் கொடுத்து அனுப்பியபோது, ஸாலஸ் ஆயர் சற்றும் மட்டு மரியாதை இல்லாமல் அநாகரிகமாகப் பேசி அனுப்பினார். ஆனால் வெள்ளைத் தோல் வர்க்கத்தைச் சேர்ந்த ஒரு தச்சரோ, செருப்புத் தைக்கும் தொழிலாளியோ அவரிடம் செல்லும்போது

நாற்காலியில் அமர வைத்து உபசரிக்காமலிருக்க மாட்டார். நாம் இவற்றை யெல்லாம் அனுபவிக்க நேர்வதற்குக் காரணம், நம் சமூகத்தின் மீது நமக்குப் பற்றில்லாததும், அறிவற்ற தன்மையும், மற்றவர்களின் ஆணவமும் கெட்ட குணமும்தான் என்று சொன்னால் போது மல்லவா.

13 ஸாலஸ் ஆயர் ஆலங்காட்டிலிருந்து வராப் புழய்க்குச் சென்றதும் அதைத் தொடர்ந்து ஏற்பட்ட சம்பவங்களும்

விஷயங்கள் இப்படியெல்லாம் இருக்கும்போது, தான் ஆலங்காட்டில் வசித்தால் தன் விருப்பங்களெல்லாம் நிறை வேறுவது கஷ்டம் என்றும், வராப்புழய்க்குச் செல்வது இன்னுங் கொஞ்சம் நல்லதென்றும் ஸாலஸ் ஆயருக்குத் தோன்றத் தொடங்கியது. பாதிரியார்களுடன் அவருக்கு இருந்த பிணக்கம் இதற்குள் ஒரு விதமாகத் தீர்ந்திருந்தது. ஆனால், தான் ஆலங்காட்டி லிருந்து வராப்புழய்க்குச் செல்ல தேவாலயத்தினர் சம்மதிக்க மாட்டார்கள் என்று அவருக்குத் தோன்றியது. திருவனந்தபுரத்துக்கு ரகசியமாகக் கடிதம் எழுதி ஸ்வாமியின் (தளவாய் ராமய்யர்) அனுமதி வாங்கி-எப்படியென்று தெரியவில்லை-அங்கமாலி தேவாலயத்தினரையும் வசப்படுத்தி அவர் ஆலங்காட்டிலிருந்து ஊர்வலமாக வராப்புழய்க்குச் சென்றார்.

அரசாங்க உத்தரவு

வராப்புழ ஆயர் கொடுத்தனுப்பிய கடிதம் வாசித்துக் கேட்கப் பட்டது. விவரம் அறியப்பட்டது. ஆயர் ஆலங்காட்டிலிருந்து வராப்புழய்க்குச் செல்வதற்கு ரோமிலிருந்து கடிதம் வந்திருக்கிற தென்று அறிந்து மிகவும் மகிழ்கிறோம். ஆயருக்கு ஏதாவது தேவை யென்றால் செய்து கொடுக்க நாம் தயாராக இருக்கிறோம். இது ராஜா உத்தரவின்படியான கடிதமாகிறது.

இங்ஙனம்

மேலதிகாரி கணக்கு[24] மார்த்தாண்டன் மாதவன்

ஸ்ரீ பத்மநாபன்

ஆனால் முன்பு இப்படியொரு ராஜ அனுமதியில்லாமல்தானே ஆயரை வராப்புழயிலிருந்து ஆலங்காட்டுக்குக் கொண்டு சென்றார்கள். அதற்கு அபராதம் கட்ட வேண்டும் என்று தளவாய் கட்டளையிட்டபோது அது ஸுரியானி மாப்பிள்ளைகளின் முன் மரபு என்றும் முற்காலத்திலிருந்தே அப்படிச் செய்து வருவதாகவும் பழைமையில் அனுபவமுள்ள பலரும் ராஜாவின் முன்னால் ஆதாரங்களும் சாட்சியும் சமர்ப்பித்து விஷயத்தை முடித்தார்கள். இதைப் பற்றி இனிமேல் கேள்வி வரக்கூடாது என்று தளவாய் உத்தரவும் இட்டிருந்தார். அதையெல்லாம் நினைத்துப் பார்க்காமல் இப்போது ஆலங்காட்டிலிருந்து வராப்புழய்க்குச் செல்ல ஆயர் அனுமதி வேண்டியது பெரிய குழப்பத்தை ஏற்படுத்தியது. முன் மரபாக இருந்திராத ஒரு விஷயத்தை முன் மரபு என்று சொல்லி மாப்பிள்ளைகள் அரசாங்கத்திற்குத் தவறான தகவலைக் கொடுத்து விட்டார்கள் என்றும், கிறிஸ்தவர்களுக்கு இப்படி ஒரு மத உரிமை இருந்திருந்தால் ஆயர் இப்போது புதிதாக அரசாங்கத்திற்கு விண்ணப்பிக்க வேண்டிய அவசியம் இருந்திருக்காது என்றும் தளவாய்க்குத் தோன்றியது. இப்போதைய வேண்டுகோளின் வெளிச்சத்தில் முன்பு கிறிஸ்தவர்களுக்கு இப்படி ஒரு உரிமை இல்லாதிருந்தது என்று ஆயரே நிரூபித்திருக்கிறார் என்றும், அதனால் முன்பே அரசாங்கத்தை ஏமாற்றியதற்கு கிறிஸ்தவர்கள் அரசாங்கத்திற்கு அபராதம் செலுத்த வேண்டும் என்றும் அரசாங்கம் உத்தரவு பிறப்பித்தது. முன்பு ஆயரை வராப்புழயி லிருந்து அனுமதியில்லாமல் ஆலங்காட்டுக்கு வரவேற்றுக் கொண்டு சென்ற அங்கமாலி தேவாலயத்தினரும் மற்றவர்களும் சேர்ந்து, நடந்ததற்கு அபராதமாகவும், எதிர்கால வரவேற்புகளுக்கு முன் தொகையாகவும் கலிபணம் (புராதன காலத்து நாணயம்) 6000 வீதம் கட்ட வேண்டும் என்பதுதான் உத்தரவு. அதன்படி கட்டாயப்படுத்தி பணம் வசூல் செய்யவும் தொடங்கினார்கள்.

உத்தரவின் பிரதி

வராப்புழ ஆயரிடம் செல்லும் மாப்பிள்ளைகளான பழைய கூறுகாரர்கள் மற்றும் வெளியிலுள்ள தேவாலய நிர்வாகச் சபையினரின் பார்வைக்கு, வராப்புழ ஆயருக்கும் பாதிரிகளுக்கு மிடையில் விவகாரம் நடந்துகொண்டிருக்கும்போது, ராஜாவிட மிருந்து உத்தரவு வாங்காமல் நீங்கள் எல்லோரும் உடன் சென்று ஆயரை ஆலங்காட்டு தேவாலயத்திற்குக் கொண்டு சென்று தங்க வைத்தீர்கள். இந்தக் குற்றத்திற்கு அபராதமாக நீங்கள் கட்ட வேண்டிய கலிபணம் 6000. இனிமேல் ஆயரை ஆலங்காடு

உட்பட்ட தேவாலயங்களுக்குக் கொண்டு வருவதற்கும், நீங்கள் வராப்புழ தேவாலயத்தில் ஆயர் இருக்கும் இடத்திற்கு முன் வழக்கப் படிச் செல்வதற்குத் தடை ஏற்படாமல் இருக்கவும் நீங்கள் அரசாங்கத்திற்குச் செலுத்த வேண்டிய கட்டணம் கலிபணம் 6000. இந்த இரண்டும் சேர்த்து கலிபணம் 12000. கூடுதலாகச் சேர வேண்டிய கலிபணம் 2400ம், எழுத்துக் கூலிக்கான கலிபணம் 10ம் முத்திரைக்கான கலிபணம் 2ம் சேர்த்து கலிபணம் 14400ம் மற்றுமுள்ள கலிபணம் 12ம் நீங்கள் எழுதி வைத்த தவணைச் சீட்டின்படி கஜானா அதிகாரியிடம் ஒப்படைத்து ரசீது வாங்கிக்கொள்ள வேண்டும். இது அதற்கான உத்தரவாகும். இப்படிக்கு 953வது மீன மாசம் 1ஆம் தேதி, எழுதியது, குமாரன் செம்பகராமன்."

மீள் பார்வை

இந்தச் சம்பவத்தை ஆராய்ந்தால் இரண்டு விஷயத்திற்குத்தான் 12000 கலிபணம் வரித் தொகை கட்ட வேணடியிருந்ததென்று பார்க்கலாம். முன்பு அனுமதியில்லாமல் ஆயரை வரவேற்றுக் கொண்டு சென்றதற்கு அபராதமாகவும், இனிமேல் பிரத்தியேக அனுமதி வாங்காமல் எங்காவது அழைத்துச் செல்வதற்கு முன்கூட்டிய வரியாகவும், இதில் முதலாவது விஷயம் தளவாயின் முன்னால் விளக்கப்பட்டு கிறிஸ்தவர்களின் உரிமை என்ற தீர்ப்பைப் பெற்றது. இப்போது தேவாலயத்தினருக்குத் தெரியாமல் ஸாலஸ் ஆயர் ஆலங்காட்டிலிருந்து வராப்புழய்க்குச் செல்ல ராஜ அனுமதி கேட்டதன் காரணமாக அந்தத் தீர்ப்பு மாற்றி எழுதப் பட்டது. "மாப்பிள்ளைகள்" முன்பே அரசாங்கத்தை ஏமாற்றியிருக் கிறார்கள் என்றும், பழைய காலத்தில் இப்படியொரு உரிமை இருந்திருந்தால் ஆயர் இப்போது அனுமதி கேட்டிருக்க மாட்டார் என்றும் ஆதாரத்துடன் அரசு உத்தரவு ஏற்பட்டதைப் பற்றிச் சிந்தித்தால், ஆயரின் அறிவற்ற செயலால் நமக்கு இரண்டு நஷ்டங்கள் ஏற்பட்டிருப்பதைக் காணலாம். பூர்விக காலம் முதல் நம் சமுதாயம் அனுபவித்து வந்த ஒரு உரிமையை நாம் இழந்தோம். இன்றுவரை கஷ்டப்பட்டுச் சேர்த்த பணத்தையும் இழந்தோம். ஆயர் இவ்வளவு பெரிய நஷ்டத்தை நமக்கு எதற்காக ஏற்படுத்தி னார்? அவருக்கு அறிவற்றுப்போனதாலா? அதை ஏற்றுக் கொள்வது சிரமம். ஏனென்றால் ஆயரை முன்பு வராப் புழயிலிருந்து ஆலங்காட்டுக்கு அழைத்துச் சென்றதை அரசாங்கம் கேள்வி கேட்டது ஒன்றும் ரகசியமான விஷயமல்லவே. வெளிப் படையாகப் பலரையும் விளக்கம் கேட்டு பழைய மரபு என்று

தீர்ப்புச் சொல்லி ஆவணம் அளித்ததும் ஆயருக்கு நன்றாகத் தெரியும். அதைப் பொருட்படுத்தாமல் மீண்டும் ராஜ சம்மதத்திற்கு விண்ணப்பம் அனுப்பியதற்குக் காரணம் ஆயரின் முட்டாள்தனம், அல்லது கெடுபுத்திதான். சிந்திப்பவர்களுக்கெல்லாம் இது விளங்கும். நம் உரிமையையும் இழந்து பணத்தையும் இழந்துதான் எதிர்காலத்தில் ஆயர்களை வரவேற்பதற்கான ராஜ அனுமதி வாங்கினோம் என்பதைப் பற்றி நினைத்துப் பார்க்கும்போது அது, "அடி வாங்க மேளமும் பணம் வாங்க மேளக்காரனும்" என்று முன்பொருவர் சொன்னதுபோன்றிருக்கிறது.

பணம் கொடுக்க நாமும், பதவியை அலங்கரிக்க அவர்களும். பல்லக்கில் ஏற அவர்களும் பல்லக்குச் சுமக்க நாமும். எஜமான்கள் அவர்களும் வேலைக்காரர்கள் நீங்களும். இப்படியெல்லாம் அவர்களுக்கு மரியாதையை ஏற்படுத்திக் கொடுத்தால் நமக்குக் கிடைக்கப்போகும் பரிசு என்ன? நம் பாதிரியார்களுக்கு விலங்கும் அடியும் மரணமும். நம் மதத்தைச் சேர்ந்த மக்களுக்கு அவமானங்களும் துயரங்களும். இது என்ன நியாயம் என்று யோசித்துப் பாருங்கள். ஆனால், நாம் இப்படியான மதிப்புகளை நிலை நிறுத்துவது அவர்களுக்காக அல்ல. ஏனென்றால், அவநம்பிக்கை யாளர்களிடத்திலும் வேற்று மதத்தினரிடத்திலும் நம் மதத்திற்குப் பெருமையிருக்க வேண்டும் என்று நினைத்து மட்டும்தான். இந்தப் பதவி பெருமைகளை நம் மதத்தின் எஜமானர்களுக்கு நாம் தேடிக் கொடுக்கிறோம் என்று யாரேனும் சொன்னால் என் பதில் இதுதான். நம் மதம் தன்னியல்பிலேயே ஒளியும் மகிமையுமுள்ள உண்மையானதால் இப்படிப்பட்ட அர்த்தமற்ற பெருமைகளொன் றும் அதற்குத் தேவையில்லை. இந்த மதத்தை நமக்கு உபதேசித்த கர்த்தர் யேசு மிசிஹாவும் அப்போஸ்தலர்களும் இப்படியான பெருமைகளுக்கொன்றும் ஆசைப்படவில்லை. அது மட்டுமா? யாராவது பெருமைப்படுத்த முற்பட்டால் அதைத் தவிர்ப்பதற்கு அவர்கள் அந்த இடத்தை விட்டே சென்றுவிடுவார்கள். ஸமரியாக் காரர்கள் தன்னை ராஜாவாக்க முற்படுகிறார்கள் என்றறிந்து அந்த இடத்தைவிட்டே சென்றுவிட்டார் மிசிஹா. அந்த வகையிலேயே அப்போஸ்தலர்களும் யேசுவுக்காக மிக அதிக வதைகளையும் சிறைவாசத்தையும் நெருக்கடிகளையும் மரணத்தையும் வரித்துக் கொண்டார்கள் என்று நமக்கெல்லாம் தெரியும். பிறகு நம் மதத்திற்கு உலக மரியாதையும் புகழும் எதற்கு? அது மட்டுமல்ல, ஆன்மத் தூய்மையும் கடவுள் பயமும் இல்லாத ஆட்களுக்கு இத்தகைய பெருமைகள் கிடைத்தால், அவர்கள் மதத் தலைவர் களாக இருந்தால்கூட, சூரிய ஒளியைக் கிரகணம் மறைப்பது

போன்று நம் மதத்தின் உண்மை அழகு மறைந்துபோகும். நம் மதத்தின் உட்பொருளாயிருக்கும் எளிமையும் சாந்தமும் சகோதர அன்பும் மறைக்கப்பட்டு, உலக மரியாதையும் கர்வமும் ஆணவமும் வெளிப்படவும் செய்யும். நாம் இப்படிப்பட்ட பெருமைகளின் உலக ஆசாரங்களின் பின்னால் சென்றால், நம் மக்களின் அறியாமையையும் முட்டாள்தனத்தையும் பிடிப்பற்ற தன்மையையும் மற்றவர்கள் புரிந்துகொள்வதற்கு வாய்ப்பு ஏற்படும். நம்மை அடிமைகளாக்கி ஆள்வது கஷ்டமில்லை என்று அவர்களுக்குப் புரியும். அதற்குத் தேவையான காய்களை அவர்கள் நகர்த்தத் தொடங்குவார்கள். நயப்பது, அச்சுறுத்துவது, தந்திரங்கள், உபாயங்கள், ஏமாற்றுகள், கபடங்கள் ஆகியவற்றுக்கு மேலாக ஆளையும் தரத்தையும் பார்த்து சில பதவிகளையும் அன்பளிப்பு களையும் அவர்கள் எடுத்துப் பிரயோகிக்கத் தொடங்குவார்கள்.

(இதன் தொடர்ச்சியான பாகங்களும் 14, 15, 16 ஆகிய அத்தியாயங்களும் 17 ஆம் அத்தியாயத்தின் தொடக்கப் பகுதியும் மூல நூலிலிருந்து தொலைந்துவிட்டது. 47 ஆம் அத்தியாயத்தில் 15, 16 ஆகிய அத்தியாயங்களிலுள்ள இரண்டு கடிதங்களைப் பற்றிச் சொல்லப்பட்டிருக்கிறது. அந்தக் கடிதங்களை அங்கே அடிக் குறிப்பாகச் சேர்த்திருக்கிறோம். தொலைந்துபோன அத்தியாயங் களின் உள்ளடக்கத்தைப் பற்றி நடத்திய ஆய்வுகளின் பயனாக அருட்தந்தை ப்ளாஸிட் C.M.I. இப்படிப் பதிவு செய்கிறார்: அதன் பிறகு பல இடங்களில் தேவாலயத்தினர் கூட்டம் கூடினார்கள். மலங்கரை சபையின் ஒரு பொது சம்மேளனம்; கரியாட்டி மல்பானின் தலைமையில் ஒரு தூதுக்குழுவை ரோமுக்கு அனுப்ப முடிவு செய்தது. மல்பானின் மனதிலிருந்த ஒரு முக்கிய விஷயம் மார் தோமா ஆயரின் புனர் ஐக்கியம். அதற்காக ரோமுக்குச் சென்று முயற்சி செய்வதாக அவர் வாக்களித்திருந்தார் அல்லவா. மலங்கரை சபைக் கமிட்டி அதை அங்கீகரித்திருந்தது. தேவாலயங்களிலிருந்த ஆடம்பரப் பொருட்களை விற்றுவிட்டுத் தான் பயணத்திற்கான பணம் சேகரித்தார்கள். மலங்கரை சபையின் நன்மைக்கு உதவும் எதையும் செய்வதற்கு மலங்கரை சபை தூதுக் குழுவுக்கு அதிகாரம் அளித்திருந்தது. ரோமின் ப்ரொப்பகந்தா இறையியல் கல்லூரியில் சேர்த்துப் படிக்க வைப்பதற்காக இரண்டு இளைஞர்களையும் தூதுக் குழுவுடன் அனுப்பியிருந்தார்கள். அவர்களில் ஒருவர் தெற்குப் பகுதி சமுதாயத்தைச் சேர்ந்த நீண்டூர் இட்டிக் குருவிளா தரகனின் உறவினரான மலயில் சாக்கோவும் மற்றொருவர் வடக்குப் பகுதி சமுதாயத்தைச் சேர்ந்த பஞ்சசார பாலய்க்கல் மாத்துவும். பயணக் குழுவில் மல்பானைத் தவிர

இருபத்தியிரண்டு பேர் இருந்தனர். அவர்களில் ஒருவர்தான் இந்த நூலின் ஆசிரியர் பாரேம்மாக்கல் தோமா பாதிரியார். அவர் கொடுங்கல்லூர் ஆயத்தைச் சேர்ந்த கடநாடு வட்டாரத்தின் விகாரியாயிருந்தார். கரியாட்டி மல்பான் வராப்புழ ஆயத்தைச் சேர்ந்தவர்.)

17

.... இந்தக் கடிதம் கிடைத்த உடனே தோமா பாதிரியார் கட நாட்டுக்கு ஒரு தூதுவரை அனுப்பினார். மாத்தன் பாதிரியார் மருமகன் பாதிரியாரின் மருமகன் யோஹன்னான் உதவிக் குருவை யும் மாத்தன் பாதிரியாரின் சகோதரி சம்மதிக்கவில்லை. ஆயினும் பொது விஷயத்திற்குப் பங்கம் ஏற்படுத்தக் கூடாதல்லவா என்று கருதி தன் அண்ணன் மற்றும் சுற்றம் நட்பைப் புறக்கணித்தும், கஷ்ட நஷ்டங்களைப் புறக்கணித்தும் ரோமுக்கு நானே போகிறேன் என்று பாலத்தும் தலைக்கல் மாத்தன் பாதிரியார் முடிவெடுத்தார். அவரும், பாரேம்மக்கல் தோமா பாதிரியாரின் அப்பா இட்டிச் சாண்டியும் சேர்ந்து நீண்டூர் இட்டிக் குருவிளா தரகனின் வீட்டுக் குச் சென்றார்கள். பாரேம்மாக்கல் தோமா பாதிரியார் உடனே அங்கே வரவேண்டும் என்று கோட்டயத்துக்குக் கடிதம் கொடுத்து அனுப்பினார்கள். கடிதத்தைக் கண்டவுடன் பாரேம்மாக்கல் தோமா பாதிரியார் கோட்டத்திலிருந்து புறப்பட்டு நீண்டூருக்கு வந்தார்.

அவர் நீண்டூருக்கு வந்து சேர்ந்தவுடன் தன் வட்டாரத்திற்கும், கொடுங்கல்லூர் விகாரி ஜனரல் மர்த்தீஸ் ஸெர்ப்பன்ஸெல் பாதிரியாருக்கும் தனித்தனியே கடிதம் அனுப்பினார். தனக்குப் பதிலாக கடநாட்டு விகாரியாக பாலாவைச் சேர்ந்த குழிவேலி சின்ன மத்தாயி பாதிரியார் வேலை பார்ப்பார் என்று எழுதினார். பிறகு அப்பாவிடம் விடைபெற்று மாத்தன் பாதிரியுடன் சேர்ந்து தோணியில் ஏறி, முன்பே புறப்பட்ட மல்பானின் குழுவுடன் சென்று சேர்வதற்காகப் பயணம் புறப்பட்டார்.

நல்ல மழைக்காலமாக இருந்தாலும் பயணம் ஆரம்பித்த உடனே மழை நின்றது. எதன் காரணத்தாலாவது எந்த இடத்திலாவது பயணம் முடங்கும்போது மழை பெய்யத் தொடங்கும். மீண்டும் புறப்படும்போது மழை நிற்கும். பயணத்தை நிறுத்தும்போது மீண்டும் மழை வரும். இப்படி இயற்கைக்கு ஏற்றதல்லாத ஒரு அனுபவம் பல முறை ஏற்றபட்டபோது அவர்களுக்கு வியப்பாக இருந்தது. மல்பானையும் மற்றவர்களையும் சந்தித்தபோது இந்த அனுபவத்தை அவர்களிடம் சொன்னார்கள். இப்படிப்பட்ட பல தெய்வ உதவிகள் தங்களுக்கும் ஏற்பட்டதாக மல்பான் சொன்னார். இது கடவுளின் பிரத்தியேக அனுக்கிரகத்தின் அடையாளம் என்று அவர் சொன்னாலும் இது இயற்கையாக நடைபெறுவது அல்லயோ என்ற சந்தேகம் எங்கள் மனதில் மிச்சமிருந்தது. ஆனால் கடைசிவரை ஏற்பட்ட சம்பவங்களையும் கடவுள் உதவிகளையும் நினைத்துப் பார்த்தபோது நம் இனத்தின் ஒற்றுமைக்கும் விடுதலைக் கும் கடவுள் அனுக்கிரகிக்கிறார் என்பதன் அடையாளம்தான் அதுவென்று எங்களுக்கு முற்றிலும் தெளிவாகியது.

இப்படி மாத்தன் பாதிரியார் மற்றும் பாரேம்மாக்கல் தோமா பாதிரியார் ஆகிய நாங்கள் முன்பே புறப்பட்டவர்களைப்போலவே பிரத்தியேக தெய்வ பராமரிப்பில் பயணம் செய்து பத்தக்குஸ்தா திருநாளின்போது காயங்குளத்துக்கு வந்து சேர்ந்தோம். காயங்குளம் தேவாலய விகாரியான கோவாவைச் சேர்ந்த பாதிரி எங்களை மரியாதையாக வரவேற்றார். அங்கே திருநாள் சடங்குகளில் பங்கேற்ற பிறகு பயணம் தொடர்ந்தது. ஐந்துதென்னையை வந்தடைந்தோம். அங்கிருந்த பேராயர் மாளிகைப் பணியாளர் அந்தோணிப் பாதிரியின் வீட்டில் உணவுண்டு பெரிய துப்பாயியின்[25] மகன் பிரான்ஸிஸ்கோஸ் பாதிரியின் வீட்டுக்குச் சென்று இரவு உறங்கினோம். மறுநாள் தரை மார்க்கமாகப் பயணம் தொடர்ந்தோம். வழியிடையிலுள்ள தேவாலயங்களில் இருந்த கோவாக்காரப் பாதிரிகள் எங்கள் மீது பெரிய அன்பையும் மரியாதைகளையும் வெளிப்படுத்தினார்கள். தேவாலயங்கள் இல்லாத ஊர்களுக்கு நாங்கள் சென்றால் உடனே, உபதேசியார்கள் வந்து, தங்குவதற்கான அறையைத் திறந்தளித்து தேவையான வசதிகளைச் செய்து கொடுத்தார்கள். இப்படி நான்கைந்து நாட்கள் பயணித்து குளச்சலுக்கு வந்தோம். கரியாட்டி மல்பானை யும் குழுவினரையும் அங்கே சந்தித்தோம்.

குளச்சலிலிருந்து மல்பானோடும் குழுவினரோடும் சேர்ந்து பயணம் செய்து நாங்கள் திருவாலங்கோட்டு தேவாலயத்தை

அடைந்தோம். அங்குள்ள சமையல்காரர்கள் எங்களுக்காக உணவு சமைத்துக்கொண்டிருந்த நேரத்தில் முளய்க்கல் இட்டி மாத்தன் பாதிரியாரின் பணியாள் அங்கே வந்து, மாத்தன் பாதிரியாருக்குத் தெரியாமல் ஒரு கடித்தை மல்பானின் கையில் கொடுத்தார். மாத்தன் பாதிரியாரின் அண்ணன் கொச்சு மாத்துள்ளாவின் கடிதம் அது. மாத்தன் பாதிரியார் பயணம் செல்வதால் வீட்டாரெல்லாம் பெரிதும் வருந்துகிறார்கள் என்றும் அவரைத் திருப்பி அனுப்ப வேண்டும் என்றும் அந்தக் கடிதத்தில் அவர் மல்பானிடம் கேட்டுக் கொண்டிருந்தார்.

கடிதத்தைப் படித்த உடனே மல்பான், மாத்தன் பாதிரியாரை அழைத்து, விரைந்து கடநாட்டுக்குச் சென்று அவரது உற்றார் உறவினர்களை சமாதானப்படுத்தும்படிக் கேட்டுக்கொண்டார். ஆனால், மாத்தன் பாதிரியார் அதை ஏற்றுக்கொள்ளவில்லை என்று அறிந்து, அவரின் விருப்பப்படி ரோமுக்கு உடன்வர மல்பான் சம்மதமளித்தார். மாத்தன் பாதிரியார் உடன் செல்லவே முடி வெடுத்திருக்கிறார் என்றறிந்த முட்டத்துக்காரர் சாக்கோ பாதிரி யாரின் முகம் கறுத்தது. இப்படி எல்லோரும் சேர்ந்து அங்கிருந்து புறப்பட்டு கோட்டாருக்கு வந்து ஒரு இரவைக் கழித்தோம். பிறகு சில்லறை மாற்றிக்கொண்டு அங்கிருந்து புறப்பட்டு உதயகிரி கோட்டையை அடைந்தோம்.

18 உதயகிரியைப் பற்றியும் அங்கு சென்ற பிறகு நேர்ந்த அனுபவங்களைப் பற்றியும்

திருவிதாங்கூர் மகாராஜா கடவுளருளிய சக்தியால் கேரள மெல்லாம் வென்றெடுத்து தன் அதிகார எல்லையாக்கிக் கொண்டிருக்கும்போது, அவரின் அனைத்துப் படைக்கும் தலைமை வகித்திருந்தது எவுஸ்தாக்கியோ பனதிக்தோஸ் லனுவே (1741ஆம் ஆண்டு குளச்சல் யுத்தத்தில் கைதியாகப் பிடிக்கப்பட்டவர்) என்ற பிரெஞ்சுக்காரர்தான். அவர் போர்த் தந்திரங்களில் நல்ல அறிவும் அனுபவமும் பெற்றவர். அவரின் சாமர்த்தியமான கட்டுப் பாட்டில் திருவிதாங்கூர் படை, கேரளத்தில் உள்ள பிராந்தியக் குறுநாடுகளை ஒவ்வொன்றாக வென்றது. தன் ராஜ்ஜியத்தின் பரப்பை விஸ்தரித்த நம்பிக்கைக்குரியவரும் திறமையாளருமான லனுவேவுக்கு மகாராஜா, அசாதாரண அதிகாரங்களையும் வேணாட்டுத்[26] தலைவர் என்ற பதவியையும் அளித்திருந்தார். தலை வருடன் சேர்ந்து ராஜாவுக்கு விசுவாசமாகப் சேவையாற்றி வந்த ஐரோப்பியப் படை வீரர்கள் தங்குவதற்கு நாட்டின் தெற்கு எல்லை யிலுள்ள உதயகிரிக் கோட்டையை ஆயத்தம் செய்து கொடுத்தார்.

வேணாட்டுத் தலைவர் நெடுங்காலம் அந்தக் கோட்டையில் தங்கி நாட்டுத் தொண்டாற்றி வந்தார். அவரின் ஒரே மகன் போரில் கொல்லப்பட்டான். அந்தத் துக்கச் சுமையைத் தாங்க முடியாமல் முதிய தலைவர் விரைவிலேயே மரணமடைந்தார். உதயகிரி தேவாலயத்திலேயே அவர் மகனின் கல்லறைக்குப் பக்கத்திலேயே அவரையும் அடக்கம் செய்தார்கள். தலைவரின் மனைவியும் அந்தப் பெண்ணின் முன் திருமணத்தில் பிறந்த மகளும்தான் மீந்தார்கள்.

தலைவரின் மரணத்திற்குப் பிறகு அவர் மனைவி, குடும்பத்தைப் பார்த்துக்கொள்ளவும், மகளைத் திருமணம் செய்யவும் கோழிக்கோட்டில் நல்ல குடும்பத்தில் பிறந்த மத்தாயி என்ற ஒரு ஆங்கிலோ இந்தியனை அழைத்து வந்து வீட்டில் தங்க வைத்தார். தலைவர் இறந்தார் என்றாலும் அவருக்குக் கொடுத்திருந்த பெருமை களையும் ஓய்வூதியத்தையும் அவர் மனைவிக்குத் தொடர்ந்து அளிக்கும்படி ராஜா கட்டளையிட்டிருந்தார். ஆனால், கோட்டை யின் ஆட்சித் தலைமையை வேறொரு பறங்கிக்குக் கொடுத்தார்.

பெரிய தலைவர் இறந்து ஒரு வருடம் பூர்த்தியாவதற்கு முன்பு தான் கரியாட்டி மல்பானின் தலைமையில் நாங்கள் உதயகிரி கோட்டையை அடைந்தோம். நாங்கள் கோட்டை வாயிலை அடைந்த உடனே, அதிகாரிகளின் அனுமதியில்லாமல் உள்ளே நுழையக்கூடாது என்று வாயிற் காவலன் தடுத்தான். முட்டத்துக் காரர் சாக்கோ பாதிரியாருக்கு மறைந்த தலைவரின் மனைவியுடன் அறிமுகம் இருந்தது. அவர் ஒரு விதமாக காவலனிடம் அனுமதி வாங்கி, தன் பணியாளை ஒரு கடிதத்துடன் தலைவரின் மனைவி யிடம் அனுப்பினார். அதன்படி அந்தப் பெருமாட்டி ஒரு ஆளை அனுப்பி, எங்களை உள்ளே விடும்படி காவல்காரனிடம் சொல்ல வைத்தார்கள். ஆயினும் எஜமானின் கட்டளை வேண்டும் என்று காவாலாளி கட்டாயப்படுத்தினான். அந்தப் பெருமாட்டி உடனே கோட்டை அதிகாரியின் அனுமதி வாங்கி எங்களை உள்ளே வரச் செய்தார்கள். நாங்கள் உடனே தலைவரின் வீட்டுக்குச் சென்று அந்தப் பெருமாட்டிக்கும் அவர்கள் மகளின் எதிர்கால வரனுக்கும் நன்றி தெரிவித்துக்கொண்டோம். தலைவரின் குடும்ப உறுப்பினர்களுக்கு இந்த நினைவு கூர்தலும் அன்பும் மிகவும் மகிழ்ச்சியை ஏற்படுத்தின என்று சொல்ல வேண்டியதில்லை அல்லவா. தன் கட்டளைப்படி, காவல்காரன் எங்களை உள்ளே அனுமதிக்காதது குறித்து தலைவரின் மனைவி வருத்தத்தைத் தெரியப்படுத்திக் கொண்டார்கள்.

இதற்குப் பிறகு நாங்கள் உதயகிரி கோட்டையின் உள்ளே உள்ள தேவாலயத்துக்குச் சென்றோம். அந்த தேவாலயத்தில் விகாரியாக இருந்த யோஹன்னான் பெஸ்கோந்தி என்ற பாதிரி யாரும் அவரின் உடனிருந்த லூவீஸவல்க்கோன் என்ற பாதிரியா ரும் மிகவும் மரியாதையாக எங்களை வரவேற்றார்கள். எங்களைப் பல முறை வந்து பார்த்துக்கொண்டிருந்த மத்தாயி, தலைவரின் மனைவி சொன்னதன் பேரில் எங்களுக்கு தங்குமிடமும் சகல வசதிகளும் அங்கே ஏற்பாடு செய்துகொடுத்தார். அதன்படி

பாதிரியார்கள் அவர்களுடன் அன்றாடம் உண்ண வைத்து, தங்குவதற்கான வசதிகளும் அளித்தார்கள். இப்படி நாங்கள் உதய கிரி கோட்டையில் தங்கியிருக்கும்போது இந்த உதவிகளெல்லாம் செய்த குடும்பத்தின் தலைவரான, மறைந்த தலைவருக்காக ஒரு ராஸா (ஸுரியானிகளின் ஒரு கொண்டாட்ட வழிபாடு) நடத்த வேண்டும் என்று முடிவு செய்யப்பட்டது. அதற்குத் தேவையான நான்கு பாதிரியார்கள் எங்கள் குழுவில் இருக்கிறோம் அல்லவா? எங்களின் இந்த விருப்பத்தை சாக்கோ பாதிரியார் தலைவரின் மனைவியிடம் தெரிவித்தபோது அவர்களெல்லாம் மிகவும் மகிழ்ந்தார்கள். தேவையான ஏற்பாடுகளெல்லாம் செய்த பிறகு சாக்கோ பாதிரியாரின் முக்கிய மேற்பார்வையில் ராஸா ஆரம்பித்தது. அந்த ஊரில் யாரும் ஸுரியானி முறையிலான இப்படிப்பட்டதொரு கூட்டு வழிபாட்டைப் பார்த்தது இல்லை. அதனால் பாதிரியார்களும் தலைவரின் மனைவியும் குடும்ப உறுப்பினர்களும் மற்ற பலரும் தேவாலயத்துக்கு வந்து மிகுந்த கவனத்துடனும் பக்தியுடனும் ராஸா பார்த்தார்கள். அதற்குப் பிறகு கல்லறைக்குப் பக்கத்தில் சிறப்புப் பிரார்த்தனைகள் நடந்தன. எல்லாம் முடிந்து மேற்படி பாதிரியார்களும் நாங்களும் தலைவரின் வீட்டுக்குச் சென்றோம். அங்கே அவர்கள் சிறப்பான விருந்துக்கு ஏற்பாடு செய்திருந்தார்கள். விருந்து முடிந்து வரும்போது ராஸா சொன்ன சாக்கோ பாதிரியாருக்கு பதினைந்து வராகனும் (மூன்றரை ரூபாய் மதிப்புள்ள ஒரு நாணயம்) உதவியாளர்களான எங்களுக்கு தலா ஐந்து வராகனும் தட்சணையாகக் கொடுத்தார்கள்.

அதன் பிறகு நாங்கள் உதயகிரி கோட்டையிலிருந்து பயணம் புறப்பட்டோம். முன்பு கோட்டைக்கு உள்ளே செல்வதற்கு காவல் காரன் தடுத்தது எங்களுக்கு நினைவிருந்தது. செல்லும்போது அதுபோன்ற அனுபவம் மீண்டும் ஏற்படாமல் இருப்பதற்கு வழி செய்ய வேண்டும் என்று நாங்கள் மத்தாயியிடம் கேட்டுக் கொண்டோம். அதன்படி அவர் கோட்டையின் முக்கிய அதிகாரி யின் எழுத்து மூலமான அனுமதி வாங்கித் தந்தார். அதனால் நாங்கள் கோட்டையைக் கடந்து செல்வதில் எந்தச் சிரமமும் ஏற்படவில்லை. கடவுளை முன்னிறுத்தி நாம் ஆரம்பிக்கும் நற் செயல்களில் கடவுள் எப்படியெல்லாம் உதவுகிறார்! அவரின் ஆசி இருந்தால் யாரால் என்ன செய்ய முடியும்?

இப்படிக் கோட்டையைக் கடந்து சென்றோம். மாலை நேரம் வந்தபோது ஒரு தேவாலயத்தை அடைந்தோம். அது ஒரு ஏழ்மை

யான தேவாலயம். பக்கத்திலுள்ள விவசாயிகளெல்லாம் மிகவும் வறுமைப்பட்டவர்கள். ஆயினும் அவர்கள் எங்கள் மீது எவ்வளவு அன்பும் மரியாதையும் காட்டினார்கள்! அன்று இரவு அங்கே தங்கினோம். காலையில் மல்பான் அங்கே வழிபாடு சொன்ன பிறகு பயணத்தைத் தொடர்ந்தோம். மாலை நேரம் வந்த போது மற்றொரு தேவாலயத்தை அடைந்தோம். அங்கே இருந்த கோவா பாதிரியார் எங்களை மரியாதையுடன் வரவேற்று தங்கு வதற்கு இடமளித்தார். மறுநாள் அங்கிருந்து புறப்பட்டோம். இப்படி மூன்று நான்கு நாட்களுக்குள் நாங்கள் பெரியதாளெ தேவாலயத்திற்குச் சென்று சேர்ந்தோம். அங்கே, முன்பு யேசு சபையைச் சேர்ந்தவர்களின் சமய மாநில முதல்வராக இருந்த அந்தோணி த்வார்த்தி இருந்தார். அவர் கபட மதி கொண்டவர் தான் என்றாலும் லௌகீக மரியாதைகள் நன்கு தெரிந்தவர். அது மட்டுமல்ல, நெடுங்காலம் மலையாள நாட்டில் வாழ்ந்திருந்ததால் அங்குள்ள மக்களிடம் அவருக்கு நெருக்கமும் அன்பும் இருந்தது. மற்ற பாதிரியார்களைவிட அவர் எங்களிடம் அதிகமான நேசத்தைக் காட்டினார். நாங்கள் தேவாலயப் படியில் ஏறுவதைப் பார்த்து அவர், தன் வீட்டிலிருந்து வந்து மல்பானின் கரம்பற்றி, அவரையும் எங்களையும் உள்ளே அழைத்துச் சென்றார். அன்றும் மறுநாளும் தன் வீட்டில் தங்க வைத்து விருந்தளித்தார். அவர் மிகவும் மரியாதையுடன் எங்களை வழியனுப்பி வைத்தார். மல்பான் வழிபாடு சொல்லிப் புறப்பட்டார். பற்பல ஊர்களைக் கடந்து நாங்கள் மணப்பாட்டுக்கு வந்து சேர்நதோம். மணப்பாட்டு விகாரி பிரான்ஸிஸ்கோஸ் மெனேஸிஸ். அவர் எங்களை மரியாதை யுடன் வரவேற்றார். அன்றே அங்கிருந்து புறப்பட்டு ராஜா பாளையத்துக்கும் அங்கிருந்து வீரபாண்டியன் பட்டணத்துக்கும் சென்றோம்.

வீரபாண்டியன் பட்டணத்தில் இருந்த விகாரி எங்களை ஏற்ற விதத்தில் வரவேற்கவில்லை. இது அங்குள்ள விசுவாசிகளுக்குப் பிடிக்கவில்லை. மறுநாள் வழிபாடு சொல்லாமல் அதிகாலையி லேயே நாங்கள் அந்த இடத்தைவிட்டுப் புறப்பட முற்பட்டோம். அப்போது விசுவாசிகளெல்லாம் ஓடிவந்து மன்னிப்புக் கேட்டார்கள்: “இந்த தேவாலயம் எங்களுடையது. பாதிரியார் அறிவற்றவர். அதனால்தான் எங்கள் குருக்களான உங்களைத் தகுந்தபடி வரவேற்கவில்லை. இது எங்கள் குற்றம் அல்லவே. எங்க ளால் முடிந்ததையெல்லாம் நாங்கள் உங்களுக்குச் செய்து தர தயாராக இருக்கிறோம். நீங்கள் வழிபாடு செய்வதைப் பார்ப்பதற்கு

நாங்கள் மிகவும் விருப்பங்கொண்டிருக்கிறோம். வழிபாடு சொல்லாமல் போகாதீர்கள்" என்றெல்லாம் அவர்கள் எங்களிடம் பணிவுடன் சொன்னார்கள். அவர்களின் இந்த நல்ல மனதும் வேண்டுகோளும் எங்களுக்கு ஆசுவாசமும் மகிழ்ச்சியும் அளித்தன. அவர்களின் வேண்டுகோளின்படி, சாக்கோ பாதிரியார் அங்கே வழிபாடு சொன்னார்.

மீள் பார்வை

இந்த சம்பவத்தை யோசித்துப் பார்த்தால் இன மகத்துவம் (சுய இனப்பற்று) எவ்வளவு பெரிது என்று புரியும். எங்கள் குழுவில் பலர் இருந்தார்கள். அங்கே வழக்கமாக பாதிரியார்கள் நடந்துகொள்வது போன்று பகட்டுக் காட்டாமல் எளிய மக்கள் போன்றுதான் நாங்கள் அங்கே சென்றோம். அதனால் அந்தப் பாதிரிக்கு எங்களை தகுந்தபடி வரவேற்க மனதில்லை. அதைப் பார்த்து அங்குள்ள மக்கள் மிகவும் வருந்தினார்கள்.

இது ஏன்? எங்களுடன் அவர்களுக்கு ஏதாவது முன் பழக்கம் இருந்ததாலா? அல்லது நாங்கள் அவர்களுக்கு ஏதாவது உதவி செய்தோமா? இவையெதுவும் காரணம் அல்ல. பிறகு? நாமெல்லாம் ஒரே ஜாதி அதாவது இந்தியர்கள் அதனால், இயல்பான அவர்களின் சொந்த மக்கள் பாசம் அவர்களின் இதயங்களை உருகச்செய்தது என்பதுதான் விஷயம்.

பிற்பாடு நாங்கள் வீரபாண்டியன் பட்டணத்திலிருந்து புறப்பட்டு விரைந்து நடந்தோம். ஒரு சத்திரத்தை அடைந்து கஞ்சி வைத்துக் குடித்த பிறகு பயணம் தொடர்ந்தோம். அங்கிருந்து தூத்துக்குடிக்குச் செல்லும் பாதை, நிழலற்ற வெட்டவெளியில் சென்றது. வெயிலின் வெப்பம் அதி கடினமாயிருந்தது. வெயில், உள்ளங்காலிலிருந்து உச்சந்தலை வரை உருகும்படிச் சுட்டெரித்தது. ஆயினும், இளைப்பாற எங்கும் ஒரு வீடுகூட இல்லாததாலும் வழியில் திருடர்கள் உண்டு என்று சாக்கோ பாதிரியார் சொன்ன தாலும் வழியின் ஆபத்தையோ, காலில் துளைத்தேறும் முட் களையோ பொருப்படுத்தாலும் தாகித்தும் துன்புற்றும் ஓடியும் அலைந்தும் நேரம் இருட்டியபோது நாங்கள் தூத்துக்குடியைச் சென்றடைந்தோம்.

19. தூத்துக்குடி என்ற இடம் - அங்கு நடந்த முக்கியமான விஷயங்கள்

தூத்துக்குடியில் டச்சுக்காரர்களின் கோட்டையிருக்கிறது. அங்கு, முத்துக் குளித்தல் முதலான தொழில்களும் கப்பல் வியாபாரமும் நடக்கின்றன. இந்தக் காரணத்தால் கொச்சி ஆயத்தைச் சேர்ந்த எல்லா தேவாலயங்களைவிடவும் அதிகமான செல்வமும் வருமான மும் தூத்துக்குடி தேவாலயத்திற்கு இருக்கிறது. இந்த தேவாலயத்தில் தான் கொச்சி ஆயர் மார் க்லெமன்ட், முன்னால் யேசு சபை உறுப்பினரும் மலங்கரை மிஷனரியாகவும் இருந்த தாமஸ் மாவூர் என்ற ஜெர்மானிய பாதிரியை நியமித்தார். ஆயரின் காலத்துக்குப் பிறகும் அவர் ஆயராகத் தொடர்ந்தார். அப்படியிருக்கும்போது கோவாவைச் சேர்ந்த கயத்தானோஸ் கொயித்தா என்ற பாதிரி கொச்சி வட்டாரத்தின் கவர்னராக ஆட்சிப் பொறுப்பேற்றார். கவர்னருக்கும் தாமஸ் மாவூர் பாதிரிக்கும் பிணக்கம் ஏற்பட்டது. கவர்னர், பாதிரியாரின் விகாரித்துவத்தைத் திரும்பப் பெற்றுக் கொண்டு அவரின் புரோகிதக் கடமையையும் முடக்கினார். தேவாலயத்தை நிர்வகிப்பதற்கும் பிற பணிகளுக்குமாக கோவா பாரிதிரியார்கள் இருவரை நியமித்தார். ஆனால் தாமஸ் மாவூர் பாதிரி, தன்மீது ஏற்பட்ட தடையையும் விலக்கையும் பொருட் படுத்தவில்லை. அவர் அங்கிருந்த டச்சு கவர்னரின் உதவியுடன் கோவா பாதிரியார்களைப் பிடித்து சிறு கப்பலில் ஏற்றி கரை கடத்திவிட்டார். இந்த நிலையில்தான் நாங்கள் தூக்குக்குடிக்குச் சென்றோம்.

நாங்கள் அங்கு வந்திருக்கும் செய்தியறிந்து தாமஸ் மாவூர் பாதிரி பீதியடைந்தார். நாங்கள், அவர் செய்த ஆணவச் செயலைப்

பற்றி விசாரிக்க மேலதிகாரிகள் உத்தரவுடன் வந்திருக்கிறோம் என்று அவர் தவறாகப் புரிந்துகொண்டார். நாங்கள் வந்திருக்கும் விவரத்தை உடனே தூதுவன் மூலம் டச்சு கவர்னருக்குத் தெரிவித்து விட்டுக் காத்திருந்தார். நாங்கள் தேவாலயத்திற்குள் சென்றவுடனே அங்கு ஏற்பட்ட களேபரத்தைப் பார்த்துத் திகைத்துப் போனோம். விஷயத்தைப் புரிந்துகொண்டவுடன், நாங்கள் கோவாக்காரர்கள் அல்லவென்றும் மலையாளிகள் என்றும் பாதிரி மலையாள நாட்டில் வேதப் பிரச்சாரகராக இருந்த காலத்தில் பார்த்த பழக்க மும் அன்பும் உள்ள ஆட்கள்தான் என்றும் அவருக்குப் புரிய வைத்தோம். ஆயினும் அவர் சந்தேகம் தீராத காரணத்தால் அதிகப் படியாகப் பேச வாய்ப்புத் தராமல், இன்று சிறிய தேவாலயத்திற்குச் சென்று தங்கிக்கொள்ளும்படியும் நாளை பேசிக்கொள்ளலாம் என்றும் சொல்லி தூத்துக்குடி சிறிய தேவாலயத்துக்கு எங்களை அனுப்பினார். அன்று இரவு நாங்கள் அங்கே தங்கினோம்.

மறுநாள் காலையில் பாதிரியாரைப் பார்த்துப் பேசியபோது அவரின் சந்தேகமெல்லாம் தீர்ந்தது. நாங்கள் தங்குவதற்காக அவர் வீட்டின் கீழ் அறைகளை தயார் செய்து கொடுத்தார். எங்களுக்கு உணவும் மற்ற வசதிகளும் ஏற்படுத்திக்கொடுத்தார். ஆயினும் மற்ற பாதிரியார் எங்களுக்குக் காட்டி வந்த ஆசார மரியாதைகளை அவர் எங்களுக்குக் காட்டவில்லை. பாதிரியாரிடம் இருந்த இந்தக் குறையை அங்குள்ள விசுவாசிகள் தீர்த்தார்கள் என்று சொல்ல லாம். விசுவாசிகள் எங்களிடம் தனிப்பட்ட விதத்தில் அன்பையும் மரியாதையையும் வெளிப்படுத்தினார்கள்.

தூத்துக்குடியில் இருந்த நாட்களில் கரியாட்டி மல்பான் பல முறை தாமஸ் மாவூர் பாதிரியாருடன் பேசினார். பாதிரிக்கு மல்பான் மீது அன்பும் மரியாதையும் அதிகரித்து வந்தது. அவர் மல்பானிடம் பல சரித்திரங்களையும் சொன்னார். தவிர, தேவாலயத்தின் செல்வங்களையும் மிகச் சிறந்த பட்டால் செய்யப் பட்ட திருவஸ்திரங்களையும் திருசொரூபங்களின் தலையில் வைப்ப தற்காக தயாரிக்கப்பட்ட வைரம் பதித்த தங்கக் கிரீடங்களையும் கன்னி மேரியின் கையில் அணிந்திருக்கிற விலையுயர்ந்த முத்துக் களாலான நூற்றைம்பத்து மூன்று மணி ஜெபமாலையும் உட்பட்ட மதிப்புயர்ந்த பல பொருட்களை அவர் எங்களுக்குக் காட்டினார். இவற்றில் பெரும்பான்மையான பொருட்கள் தன் முயற்சியால் ஏற்பட்டதென்றும் எங்களிடம் சொன்னார்.

அப்படியிருக்கும்போது தூத்துக்குடியிலிருந்து நாகப்பட்டணத் துக்கு ஒரு பத்தேமாரி (சிறிய கப்பல்: Barque) செல்வதாகக் கேள்விப்

பட்டோம். தரை மார்க்கமாகப் பயணம் செய்ததால் ஏற்பட்ட துன்பங்களையும் மேற்கொண்டு செல்ல வேண்டியிருக்கும் தூரங்களையும் நினைத்து நாங்கள் உடனே அங்கே சென்றோம். பத்தேமாரியின் உரிமையாளனைப் பார்த்து ஒப்பந்தம் செய்து கொண்டோம். பயணக் களைப்பாலும் மற்ற பல காரணங்களாலும் மாத்தன் பாதிரியார், ரோமுக்கு வருவது சிரமம் என்றும் மைலாப்பூர் வரை வருவதாகவும் சொன்னார். ஆனால், பின்னால் வருகிற இட்டிக் குருவிளா தரகனுக்காகவும் நண்பர்களுக்காகவும் தூத்துக் குடியிலேயே தங்கி காத்திருக்கும்படி அவரிடம் கேட்டுக் கொண்டோம். பிறகு மற்றவர்களெல்லாம் கப்பலில் ஏறிப் பயணம் தொடங்கினோம்.

வைப்பாற்றுக்குச் சென்றபோது பத்தேமாரியில் சரக்கு ஏற்ற வேண்டியிருந்ததால் நாங்கள் கரைக்கு வந்து அங்குள்ள தேவாலயத் தில் தங்கினோம். அப்போது தூத்துக்குடியிலிருந்து மாத்தன் பாதிரியாருடன் சேர்ந்து இட்டிக் குருவிளா தரகனும் வராரப்பள்ளி சாக்கோவும் வைப்பாற்றுக்கு வந்து எங்களைச் சந்தித்தார்கள். அவர்கள் வழியில் நடந்த சம்பவங்களைப் பற்றி எங்களிடம் சொன்னார்கள். பெரிய தோவாளயில் அந்தோணி த்வார்த்தியைப் பார்த்த விஷயத்தையும் அவரிடம் கடுத்துருத்தி தேவாலயத்தின் அருளிக்காவைப் பற்றிக் கேட்டபோது அவர் கோபப்பட்ட விஷயத்தையும் அவர்களிடமிருந்து தெரிந்துகொள்ள முடிந்தது. அவர், "நீங்கள் போகும் நோக்கமெல்லாம் எனக்குத் தெரியும். ஆனால் எதுவும் நடக்கப்போவதில்லை" என்று சொன்னாராம்!

மீள் பார்வை

கடந்த அத்தியாயத்தில் அந்தோணி த்வார்த்தியைப் பற்றிச் சொன்னபோது அவர் கபட மதியாளர் என்றும் லௌகீக மரியாதைகள் தெரிந்தவர் என்றும் நான் சொன்னதைக் குறித்து யாருக்கும் எந்தச் சந்தேகமும் வேண்டாம். அவர், லௌகீக மரியாதைகளை மிகைத்த ஆத்மார்த்தம் கொண்டவராக இருந்தார் என்றால், எங்களை அவர் வீட்டில் அன்புடன் வரவேற்று தங்க வைத்தபோது தனக்குத் தெரிந்த நல்லது கெட்டதுகளை எங்களிடம் சொல்லியிருக்க வேண்டும். அப்படிச் செய்யாமல், பிற்பாடு சென்றவர்களிடம் இப்படிச் சொன்னதன் மூலம் அவர் தன் கபடத்தை வெளிப்படுத்திக் கொண்டிருக்கிறார்.

தரகனும் அவர் உடன் வந்தவர்களும் வைப்பாற்றுக்கு வந்த போது நாங்கள் அங்கே சென்றடைந்திருக்கவில்லை. அவர்கள்

அங்கே கேரள கிறிஸ்தவர்களைச் சந்தித்தார்கள். இருவரும் குடுத் துருத்தியைச் சேர்ந்தவர்கள். ஒருவர், மதம் மாறிய ஈழவர். அவர்கள் வராப்புழ பாதிரியார்களின் நண்பர்கள். எனவே அவர்களிடம் கேட்ட கேள்விக்களுக்குத் தெளிவான பதில் கிடைக்கவில்லை. இவர்கள் தங்களை வழி தவறச் செய்ய பாதிரியார்கள் அனுப்பிய கள்ள சகோதரர்களோ என்று தரகனுக்குச் சந்தேகம் ஏற்பட்டது. அங்கே எங்களைக் காணாததால் மற்றவர்களை அங்கே வைத்து விட்டு தரகன் ஒரு குதிரையை வாடகைக்கு எடுத்துக்கொண்டு எங்களைத் தேடிப் புறப்பட முற்படும்போது நாங்களும் அங்கே சென்றடைந்தோம். காற்று அனுகூலமாக இல்லாத காரணத்தால் சொல்லி வைத்த நேரத்தில் அங்கே வர முடியவில்லை.

இப்படி வைப்பாற்றில் கரையிறங்கி நாங்கள் எல்லோரும் சேர்ந்து உணவருந்திய பிறகு, தரகனும் குழுவினரும் அங்கிருந்து தரை வழியாக மைலாப்பூருக்குப் பயணம் புறப்பட்டார்கள். வராரப்பள்ளி சாக்கோவும் மாத்தன் பாதிரியாரும் எங்களுடன் வைப்பாற்றில் தங்கினார்கள். அன்று அங்கே தங்கிவிட்டு மறு நாள் அங்கே வழிபாடும் சொல்லி, மீண்டும் சரக்குக் கப்பலில் ஏறிப் பயணம் புறப்பட்டோம். தரை மார்க்கமாக நடந்தபோது தாங்கிக் கொண்ட வெப்பத்தின் காரணத்தால் பாரேம்மாக்கல் தோமா பாதிரியாருக்கு கண் நோய் வந்துவிட்டது. அதன் துன்பத் தையும் மன வருத்தத்தையும் சகித்துக்கொண்டு பாம்பனாற்றை அடைந்தோம்.

பாம்பனாறு என்று சொல்வது பாண்டி நாட்டையும் சேலத்தை யும் பிரிக்கும் ஒரு நதியாகும். தூத்துக்குடியிலிருந்து நாகப்பட்டணத் துக்கும் சென்னப்பட்டணத்துக்கும் செல்கின்ற கப்பல்கள் இந்த நதியைக் கடந்து சென்றால் தூரம் வெகுவாகக் குறையும். சிறிய நீர் வாகனங்கள் இந்த நதி வழியாகப் பயணம் செய்திருந்தன. அதனால் டச்சுக்காரர்கள் அங்கே ஒரு சுங்கச்சாவடியை நிறுவி, வாகனங்களிலிருந்து வரிவசூல் செய்கிறார்கள். சுங்கக் கணக்கைத் தீர்ப்பதற்காக நாங்கள் அங்கே மூன்று நான்கு நாட்கள் தங்க வேண்டியிருந்தது. அந்த நேரத்தில் நாங்கள் தோமா பாதிரியாரின் கண் நோயைக் குணப்படுத்திவிடலாம் என்று நினைத்து கரைக்குச் சென்றோம். ஆனால் அங்கே மாற்று வசிப்பிடமொன்றும் கிடைக்காததால் நாங்கள் சுங்கச் சாவடியிலேயே தங்க வேண்டி வந்தது. இதற்கிடையில் பத்தேமாரியை மறுபுறத்திற்குக் கொண்டு செல்வதற்காக கடலில் இறக்குவதற்கான முயற்சியில் அது சென்று ஒரு பாறையில் உரசிவிட்டது. அதிலிருந்த சரக்கு முழுவதையும்

இறக்கிய பிறகே பிற்பாடு அதை அசைக்க முடிந்தது. இதற்கெல்லாம் சேர்த்துப் பதினைந்து நாட்களாயின. இந்த சமயத்தில் பாரேம்மாக் கல் தோமா பாதிரியாரின் கண் நோய் குணமாகிவிட்டது. என்றாலும், பாம்பனாற்றைக் கடப்பதற்காக சகித்துக்கொள்ள நேர்ந்த கஷ்டங்கள் கொஞ்ச நஞ்சமல்ல.

பாம்பனாற்றில் இருந்த பதினைந்து நாட்களுக்குள் ஞாயிற்றுக் கிழமை வந்ததாலும் பக்கத்தில் எங்கும் தேவாலயம் இல்லாததாலும் மல்பானும் மற்றவர்களும் வழிபாடு சொல்ல அரைக்காதம் தூரத்தில் உள்ள ஒரு தேவாலயத்துக்குச் செல்ல வேண்டி வந்தது. தோமா பாதிரியார் கண் நோயின் காரணமாக சுங்கச் சாவடி யிலேயே இருந்தார். நெடுநேரத்துக்குப் பிறகு கண்ணின் எரிச்சலும் புகைச்சலும் பட்டென்று தீர்ந்தது. அரை நாழிகைக்குள் என் கண் நோய்க்கு இவ்வளவு பெரிய குணம் ஏற்பட்டது என்று வியந் திருக்கும்போது மல்பானும் குழுவினரும் திரும்பி வந்தார்கள். மல்பான் தோமா பாதிரியிடம், உங்கள் நோய் குணமடைவதற் காகத்தான் இன்று நான் பிரார்த்தனை செய்தேன் என்று சொன்னார். அப்போதுதான் தோமா பாதிரியாருக்கு தன் கண் நோய் குணமானதன் ரகசியம் புரிந்தது.

பதினைந்து நாட்களுக்குப் பிறகு பாம்பனாற்றிலிருந்து புறப்பட்ட பத்தேமாரி, நாகப்பட்டணத்தை அடைந்தது. நாங்கள் எல்லோரும் தரையில் இறங்கி, ஒரு தங்குமிடம் கிடைக்கும் என்ற நம்பிக்கையுடன் பக்கத்தில் உள்ள தேவாலயத்துக்குச் சென்றோம். அங்கு விகாரியாக இருந்த பிரான்ஸிஸ்கன்[27] பாதிரியார், நாங்கள் வருகிறோம் என்று தெரிந்துகொண்டார். வீட்டைப் பூட்டிவிட்டு, எங்களை உள்ளே விடக்கூடாது என்று வேலைக்காரனுக்கு உத்தர விட்டு அந்த இடத்திலிருந்து சென்றுவிட்டார். நாங்கள் சென்ற போது பாதிரியைக் காணவில்லை. அது மட்டுமல்ல, வீட்டில் நுழைய விடக்கூடாது என்று தடுத்திருப்பதாக வேலைக்காரனிட மிருந்து விவரம் கிடைத்தது.

தன் துறவி மரியாதையையும் சகோதர நேசத்தைக் கற்றுக் கொடுக்கும் மத நம்பிக்கையையும் மறந்து, விசுவாசிகளின் தான தருமத்தால் வாழும் துறவி சமூகத்தைச் சேர்ந்தவன் தான் என்று கூட நினைத்துப் பார்க்காமல், கிறிஸ்தவமற்ற இதய சூன்யத்துடன் பாதிரி சொன்ன வார்த்தைகளைப் பற்றிக் கேட்டு நாங்கள் மிகவும் துயரடைந்தோம். இனி எங்கே தங்குவோம் என்ற நிச்சயமற்று அங்கிருந்து நடந்தோம். போகும் வழியில் இதோ, கடவுளின் எல்லையற்ற கருணை! தன் திருநாமத்தைச் செபித்து

நடப்பவர்களுக்கு எந்தக் கஷ்டமும் ஏற்படாது என்பதை நிரூபிக்கவும், அவர்களுக்கு என்றும் எங்கும் உதவியாளர்கள் ஏற்படுவார்கள் என்று காட்டவும் கர்த்தர் ஒரு ஏழையை அனுப்பினார். புத்தகம் தைத்துக் கட்டி வாழ்க்கையை ஓட்டும் ஒரு வறிய சட்டைக்காரர் (ஐரோப்பியர்களையும் ஆங்கிலோ இந்தியர்களையும் சட்டைக்காரர்கள் என்று குறிப்பிட்டு வந்தார்கள்). அவர் எங்களிடம், "தந்தைகளே நீங்கள் எங்கே போகிறீர்கள்? உங்களுக்கு என்ன வேண்டும்?" என்று கேட்டார். எங்களுக்குக் கொஞ்சம் நாட்கள் தற்குவதற்கு ஒரு வீடு வேண்டும் என்று பதில் சொன்னோம். அப்போது அவர், "நீங்கள் அதை நினைத்து வருந்தாதீர்கள். உங்கள் விருப்பப்படி என் வீட்டில் வந்து தங்கிக் கொள்ளுங்கள்" என்று சொல்லி, பெரு மகிழ்ச்சியுடன் அவர் வீட்டுக்கு எங்களை அழைத்துச் சென்றார்.

20 'சட்டைக்கார'ப் பறங்கியின் வீட்டுக்குச் சென்ற பிறகு

நாங்கள் சென்றதில் அந்த சட்டைக்காரப் பறங்கியின் வீட்டார் களுக்கெல்லாம் மிகவும் மகிழ்ச்சி. அவரது பொருளாதார நிலை மோசமாக இருந்தது என்றாலும் அவரின் தகுதிக்கு ஏற்றபடி எதற் கும் குறைவு ஏற்படாமல் சோறும் கறியும் மற்ற உணவும் பானங்க ளும் தந்து எங்களை ஏற்றபடி மரியாதை செய்தார். நாங்கள் அவர் வீட்டில் வசித்து வரும்போது அந்தப் பட்டணத்தில் உள்ள விசுவாசிகள் பலரும் எங்களைப் பார்க்க வந்தார்கள். சமஸ்கிருத பாஷையைப் பற்றியும் மற்ற உலக விஷயங்களைப் பற்றியும் நாங்கள் பேசினோம். எங்கள் சந்திப்பும் பேச்சும் அவர்களுக்கெல்லாம் மிகுந்த ஆனந்தத்தை ஏற்படுத்தின.

அந்தச் சந்தர்ப்பத்தில் புறக்காட்டைச் சேர்ந்த பத்தேமாரி அங்கே வந்தது. அந்தப் பத்தேமாரியில் ஊழியராய் இருந்த ஒரு மலையாளிக்கு நோய் வந்து மரணத் தருவாயில் இருந்ததால் எங்க ளில் ஒருவர் செல்ல வேண்டும் என்று அங்குள்ள விகாரி சொல்லி யனுப்பினார். அதன்படி பாரேம்மாக்கல் தோமா பாதிரியார் அங்கே சென்று இறுதியான புனிதப்படுத்தும் சடங்குகளைச் செய்தார். அங்கிருந்த விசுவாசிகள் பலரும் பெரிய பக்தியுடன் பணிவிடை செய்தார்கள்.

இப்படி இரண்டு நாட்கள் அங்கே தங்கினோம். அப்போது அங்கிருந்து சென்னபட்டணத்திற்குச் (மத்ராஸ்) செல்லும் சரக்குப் படகு கிடைத்தது. மாத்தன் பாதிரியார் மல்பானிடமிருந்து மைலாப்பூர் ஆயருக்கு ஒரு கடிதம் வாங்கிக்கொண்டு, எங்களிடம் விடைபெற்று அந்தப் படகில் ஏறி மைலாப்பூருக்குச் சென்றார்.

அங்கிருந்து ஐரோப்பாவுக்கான கட்டணத்தை விசாரித்தபோது, இருவருக்கு நூற்று முப்பத்து ஒன்பது பொற்காசுகளுக்குக் குறையாமல் தேவைப்படும் என்று தெரிந்தது. நாங்கள் மறுநாள் அங்கிருந்து புறப்பட ஆயத்தமானோம். மேற்படி சட்டைக்காரர் எங்களுக்காகச் செலவிட்ட பணத்தைக் கொடுத்து கணக்குத் தீர்க்க முற்பட்டோம். அப்போது அவர் நாங்கள் சற்றும் எதிர்பாராத வகையில் அதை மறுத்தார். "தந்தைகளுக்காக நான் செலவிட்ட எதுவும் பணம் பெறும் நோக்கத்துடன் அல்ல. அதற்குக் கூலி கடவுள் எனக்குத் தருவார்" என்று அவர் முடிவாகச் சொல்லி விட்டார். அவர் தகுதிக்கு மேற்பட்ட பெருந்தன்மையைப் பார்த்து நாங்கள் உணர்ச்சி வசப்பட்டுப் போனோம். எங்களால் அவருக்குக் கடன் எதுவும் ஏற்பட்டுவிடக் கூடாது என்று நினைத்தோம். அதனால் அவரது சிறிய மகனை அழைத்து, நாங்கள் கொடுக்க நினைத்த பணத்தைப் பரிசாக அவன் கையில் கொடுத்தோம். பிறகு நடந்து பயணம் செய்து மாலை நேரத்தில் காரைக்கால் என்ற பிரதேசத்தை அடைந்தோம்.

காரைக்கால் பிரதேசம் பிரெஞ்சு ஆதிக்கத்திலிருந்தது. மெஜிஸ்தான் எனும் பெயருடைய ஒரு முன்னால் யேசு சபை பாதிரியார்தான் அங்கிருந்த தேவாலயத்தை நிர்வகித்து வந்தார். இந்தச் செய்தி அறிந்தவுடன் மல்பான் அவரைத் தனக்குத் தெரியும் என்று சொன்னார். முற்காலத்தில் மல்பான் ஐரோப்பாவிலிருந்து கேரளத்துக்கு வரும் வழியில் புதுச்சேரியில் அறிமுகமானவர்தான் இந்தப் பாதிரி. அந்தக் காலத்தில் அங்கே அவர்களுக்கிடையில் மத தர்க்கம் ஏற்பட்டது. இதில் மெஜிஸ்தான் பாதிரி தோல்வி யடைந்தார். அவருக்கு இப்போதும் அந்த எரிச்சல் இருக்குமென்றும் அவர் எப்படி வரவேற்பார் என்று நிச்சயமில்லையென்றும் மல்பான் சொன்னார். என்றாலும் வேறு வழியொன்றும் இல்லாத காரணத்தால் அங்கேயே செல்லலாம் என்று முடிவு செய்தார். கடவுளுக்காக நற்செய்திப் பணியாற்ற தங்கள் சொந்த நாட்டை விட்டு இந்தியாவுக்கு வந்திருக்கின்ற ஆட்கள் பழிவாங்கும் எண்ணத்துடன் இருக்க மாட்டார்கள் என்ற எண்ணத்தில் நாங்கள் தேவாலயத்துக்குச் சென்றோம். அங்கே மெஜிஸ்தான் பாதிரி யாரைப் பார்த்தோம். அவரோ, எங்களைப் பார்த்தவுடன் வழக்க மான மரியாதையைக்கூடக் காட்டவில்லை, அமரக்கூடச் சொல்ல வில்லை. மல்பானைப் பார்த்து, "என்னைத் தெரியுமா?" என்று ஒரு கேள்வி கேட்டார். புதுச்சேரியில் அறிமுகமானதாக மல்பான் பதில் சொன்னார். "எதற்கு இங்கே வந்தீர்கள்?" என்று அடுத்த கேள்வி கேட்டார் மெஜிஸ்தான். இன்று இரவு இங்கே தங்குவதற்கு

சௌகர்யம் கிடைக்கும் என்று நினைத்து வந்ததாக மல்பான் பதில் சொன்னார். அதற்கு அந்தப் பாதிரியார், "இங்கே இப்போது யுத்தக் களேபரமாக இருப்பதால் வீடு கிடைப்பது சிரமம். வீட்டுப் பொருட்களைக்கூட தரங்கம்பாடிக்கு இடம் மாற்றியாகிவிட்டது" என்று சொன்னார். பொருட்களெல்லாம் எங்களிடம் இருக்கின்றன என்றும் படுப்பதற்கு ஒரு இடம் கிடைத்தால் போதும் என்றும் மல்பான் சொன்னார். "உங்களுக்கேற்ற ஒரு நல்ல இடத்தை நான் காட்டுகிறேன்" என்று சொல்லி அவர் பணியாளை அழைத்தார். எங்களை அழைத்துச் சென்று அங்குள்ள சத்திரத்தில் விடும்படிக் கட்டளையிட்டார்.

மெஜிஸ்தான் பாதிரியார் தன் பதவியையும் கிறிஸ்தவ உணர்வையும் பொது மரியாதையையும் கடந்து இப்படி நடந்து கொண்டதற்குக் காரணம், அவர் வீட்டில் தங்கும் வசதி இல்லாததால் அல்ல. அவர், முன்பு புதுச்சேரியில் மல்பானுடன் ஏற்பட்ட வாதத்தில் ஏற்பட்ட தோல்விக்குப் பழிவாங்க ஏற்ற வாய்ப்புக் கிடைத்திருக்கிறது என்று அறிந்துகொண்டார். "நீங்கள் வெளிநாட்டினரை நேசியுங்கள்" என்று ரோமானியர்களுக்கான கட்டுரையிலும், "வெளிநாட்டினரின் அன்பை நீங்கள் மறக்காதீர்கள்" என்று எப்ராயருக்கான கட்டுரையிலும் மற்ற பல இடத்திலும் வேதப் புத்தகம் அறிவுறுத்துவதை மறுத்தும், சட்டமும் தீர்க்கதரிசனமும் முழுமையடைவது அன்பினால்தான் என்று நம் கர்த்தரே அருளிச் செய்த கிறிஸ்து மார்க்கத்தை மறந்தும், ஆண் பெண்களும் நல்லவர்களும் கெட்டவர்களும் உட்பட்ட நானா ஜாதிகள் வந்து கூடும் சத்திரத்திற்கு அவர் எங்களைத் தள்ளிவிட்டார். அங்கே உணவு சமைக்கப் பாத்திரங்கள் இல்லை, மற்றக் கருவிகளும் இல்லை, இரவானதால் வேறொரு இடத்தைத் தேடிக் கண்டுபிடிக்கச் சாத்தியமும் இல்லை. அதனால், என்ன செய்வது என்று நினைத்து நாங்கள் வருந்திக் கொண்டிருந்தோம். அப்போது அந்த ஊரைச் சேர்ந்த ஒரு கிறிஸ்தவர் எங்களிடம் வந்து பணிவுடன் விசாரித்தார். எங்கள் கஷ்டத்தைத் தெரிந்துகொண்டு அவர் எங்களைத் தன் வீட்டுக்கு அழைத்துச் சென்றார். உணவு சமைப்பதற்கான பாத்திரங்களும் படுப்பதற்கான இடமும் ஏற்பாடு செய்து கொடுத்தார். பாதிரியின் நடத்தையைப் பற்றி அறிந்து அவர் மிகவும் சங்கடப்பட்டார். அவரைச் சமாதானப்படுத்திக் கொண்டு மல்பான், அங்கே கூடியவர்களிடம் சொன்னார்: "பதில் கேட்பது நாமல்ல, கடவுள்தான். அதனால் நாங்கள் தரங்கம்பாடிக்குச் செல்லும்போது இந்தப் பாதிரியாரும் அங்கே வந்து சேரும்படி நேரும்."

அன்று இரவு அங்கே தங்கிய பிறகு மறுநாள் காலையில் எழுந்து அங்கிருந்து புறப்பட்டோம். எதிர்பார்த்த நேரத்திலேயே தரங்கம்பாடிக்கு வந்தோம். அங்கிருந்த கோட்டையின் அதிகாரி டென்மார்க்கைச் சேர்ந்த ஓர் கத்தோலிக்க கிறிஸ்தவர். ஆயினும் அவர் ரோமன் கத்தோலிக்கர்களிடம் மிகவும் மரியாதையாகவும் பெருந்தன்மையுடனும் நடந்துகொண்டார். கோட்டைக்கு உள்ளேயே தேவாலயம் வைத்துக்கொள்ள அனுமதியளிக்கப்பட்டிருந்தது. எனவே தரங்கம்பாடியின் பெரிய தேவாலயமும் விகாரியின் வீடும் கோட்டைக்கு உள்ளேயிருந்தன. நாங்கள் அங்கே சென்றவுடன் கோட்டைக் காவலர்களின் அனுமதி வாங்கி தேவாலயத்துக்குச் சென்றோம். அங்கு விகாரியாயிருந்த கோவா பாதிரியைப் பார்த்தோம். அவர் எங்களை மரியாதையுடன் வரவேற்றார். சிறிய தேவாலயத்தின் சாவியைத் தந்து, எங்களை அங்கே தங்கிக் கொள்ளும்படிச் சொன்னார். நாங்கள் அங்கே சென்று தேவாலயத்துடன் சேர்ந்த சங்கீர்த்தி அறையில் (பூஜைக்கு முன்பு புரோகிதன் தியானிக்கவும், உடுத்தி ஆயத்தமாகவும் பயன்படுத்தும் அறை) தங்கினோம்.

21 | தரங்கம்பாடிக்குச் சென்ற பிறகு ஏற்பட்ட சம்பவங்கள்

இப்படி நாங்கள் தரங்கம்பாடியில் தங்கி இரண்டு நாட்கள் கடந்தன. அப்போது காரைக்கால் பிரதேசத்தை ஆங்கிலேயர் சென்று கைப்பற்றிவிட்டதாகக் கேள்விப்பட்டோம். அது மட்டுமல்ல, அங்கே விகாரியாயிருந்த மெஜிஸ்தான் பாதிரி பயந்து ஊரைவிட்டு ஓடி தரங்கம்பாடிக்கு வந்துவிட்டார். அங்கே பாதிரி யார்கள் பொதுவாகப் பயணிப்பது போன்று பல்லக்கோ குதிரையோ எதுவுமில்லாமல் பசியால் தளர்ந்து வெயிலால் துன் புற்று பெரும் துயரத்துடன்தான் அவர் வந்தார். சில நாட்களுக்கு முன்பு மல்பான், தமிழர்களான விசுவாசிகளிடம் சொன்னது போன்றே நடந்திருக்கிறது!

தரங்கம்பாடியில் நாங்கள் புனித பிரான்ஸிஸ் சேவியர் தேவாலயத்தில் தங்கியிருந்தோம். அதன் பக்கத்தில் லுபலி என்னு மொரு பிரெஞ்சுக்காரர் வசித்து வந்தார். நாங்கள் அங்கே சென்ற பிறகு அவர் எங்கள் வழிபாட்டைப் பார்ப்பதற்காக ஒருமுறை வந்தார். வழிபாடு முடிந்ததும் மல்பானிடம் பேசினார். அப்போது மல்பானுக்கு பிரெஞ்சு மொழி தெரியும் என்றறிந்து அவருக்கு மிகவும் மகிழ்ச்சி ஏற்பட்டது. அதன் பிறகு அடிக்கடி வந்தார். பல முறை எங்களை அவர் வீட்டுக்கு அழைத்துச் சென்று உபசரித்தார்.

இதற்கு மேலாக, தரங்கம்பாடி தேவாலய விகாரியான கோவா பாதிரியும் தேவாலயத்தின் நிர்வாகி என்ற நிலையில் நாங்கள் தங்கியிருந்த சிறிய தேவாலயத்துக்கு வந்து மல்பானுடன் உரை யாடினார். எங்கள் புரோகிதத்திற்கான தட்சிணை தந்து எங்களுக்கு உதவியும் செய்தார்.

இப்படி அங்கே தங்கியிருக்கும்போது புதுச்சேரிக்கு ஒரு கடிதமாவது அனுப்ப வேண்டும் என்று நாங்கள் செய்த முயற்சி களெல்லாம் வீணாயின. ஆங்கிலேயர்களுக்கும் பிரெஞ்சுக்காரர் களுக்குமான போரில் புதுச்சேரி சுற்றி வளைக்கப்பட்டிருந்தது. கடைசியில் சாக்கோ பாதிரியாரும் வராரப்பள்ளி சாக்கோவும் சேர்ந்து புதுச்சேரிக்கு நேரடியாகச் சென்று விசாரிப்பதற்குச் செய்த முயற்சிகளும் பலிக்கவில்லை. எப்படி ஐரோப்பாவுக்குச் செல்வது என்று நாங்கள் குழம்பித் துயருற்றோம். எப்படியாவது ஐரோப்பா வுக்குச் சென்று காரியம் நல்லவிதமாக முடிந்தால், லொரேத்தாயில் உள்ள பரிசுத்த கன்னி மேரியின் வீட்டுக்குச் சென்று ஒரு வழிபாடு சொல்வதாக மல்பான் நேர்ந்துகொண்டார்.

இந்த நாட்களில் யுத்தத்தின் காரணமாக புதுச்சேரியிலிருந்தும் காரைக்காலிலிருந்தும் நிறையக் கிறிஸ்தவர்கள் ஊர்விட்டு தரங்கம் பாடிக்கு வந்தார்கள். அவர்களில் பலரும் மல்பானுக்கு முன்பே தெரிந்தவர்களானதால், நாங்கள் தங்கியிருக்கும் சிறிய தேவாலயத் துக்கு வந்து எங்களைச் சந்தித்தார்கள். புரோகித தட்சணைகளும் பரிசுகளும் தந்து எங்கள் மீதான அன்பையும் தயாளத்தையும் வெளிக்காட்டினார்கள்.

இப்படி ஒரு மாதம் கடந்த பிறகு மாத்தன் பாதிரியார் மைலாப் பூரிலிருந்து வந்து சேர்ந்தார். அவர் மைலாப்பூருக்குச் சென்று மல்பானின் கடிதத்தைக் கொடுத்தபோது, மைலாப்பூர் ஆயர் மிகவும் மகிழ்ந்து தன்னை உபசரித்தார் என்றும் அவ்வாறே சின்ன மலையின் விகாரியான பாதிரியும் தன்னிடம் மிகவும் மரியாதை காட்டினார் என்றும் அவர் சொன்னார். திரும்பி வரும் வழியில் ஆங்கிலேயர்கள் தன்னைப் பிடித்துச் சிறையிலடைத்தார்கள் என்றும் ஜபமாலை வழிபாட்டின் காரணமாக தேவமாதா எதிர் பாராத வகையில் தன்னைக் காப்பாற்றினார்கள் என்றுமான பல அனுபவக் கதைகளையும் மாத்தன் பாதிரியார் சொன்னார். மூன்று நாட்கள் கடந்த பிறகு இட்டிக் குருவிளா தரகனும் குழுவினரும் வந்தடைந்தார்கள். அவர்கள் புதுச்சேரிக்குச் சென்று அங்குள்ள ஆயரைப் பார்த்த விவரத்தையும், போர்ச் செய்திகளையும் எங்களி டம் விவரித்துச் சொன்னார்கள்.

லுபலி என்ற பிரெஞ்சுக்காரரைப் பற்றிச் சொன்னோமல்லவா. அவருக்கு மாத்தன் பாதிரியாரைப் பார்த்து மிகவும் மதிப்பு ஏற்பட்டது. பாதிரியாரின் உடலழகையும் கண்களின் ஒளியையும் பார்த்துவிட்டு அவர் பெரும் அறிவாளியாக இருப்பார் என்று அபிப்பிராயப்பட்டார்.

தொடர்ந்து யாரெல்லாம் ரோமுக்குச் செல்ல வேண்டும் என்று நாங்கள் ஆலோசிக்கத் தொடங்கினோம். ஆங்கிலேய பிரெஞ்சு யுத்தம் முடிவதுவரை தரங்கம்பாடியிலேயே இருக்க வேண்டிவரும். அது முடிந்ததும், எல்லோரும் ரோமுக்குச் செல்வதற்குப் பணம் போதாது. பயணச் செலவு எவ்வளவு ஆகுமென்று தோராயமாக நாகப்பட்டணத்தில் விசாரித்து அறிந்திருக்கிறோமல்லவா. அதனால் மொத்தம் உள்ள பணத்தை எண்ணிக் கணக்கிட்டு எத்தனை பேருக்குப் போதும் என்று முடிவு செய்யவேண்டும். ரோமுக்குச் செல்ல எத்தனை பேருக்குப் பணம் போதுமானதாக இருக்கிறதோ அத்தனை பேர் தரங்கம்பாடியில் தங்கவேண்டும் என்றும் மிச்சமுள்ளவர்கள் கேரளத்துக்குத் திரும்ப வேண்டும் என்றும் நாங்கள் அறிவார்த்தமான முறையில் முடிவெடுத்தோம். மலையாள நாட்டிலிருந்து பயணம் புறப்பட்டது முதல் அன்றுவரை அதாவது 13ஆம் அத்தியாயத்தில் சொன்னதுபோன்று 1778 மே மாதம் 7ஆம் தேதி முதல் மேற்படி வருடம் செப்டம்பர் 4ஆம் தேதி வரை ஏற்பட்ட செலவுபோக பாக்கி 43,280 சக்கரத்தை எல்லோரும் சேர்ந்து மல்பானிடம் கொடுத்தோம். இந்தப் பணத்தைக் கொண்டு அதிகபட்சம் நான்கு பேர் செல்லலாம். யார் யார் செல்வது என்று அடுத்த ஆலோசனை. இரண்டு இளைஞர்களும் (மாணவர்கள்) மல்பானும் ரோமுக்குச் செல்வ தென்றும் தரகனும் மாத்தன் பாதிரியாரும் வராரப்பள்ளி சாக்கோ வும் கேரளத்துக்குத் திரும்ப வேண்டும் என்றும் எடுத்த முடிவில் தர்க்கம் ஏற்படவில்லை. மிச்சமிருக்கும் இருவரில் ரோமுக்குச் செல்ல வேண்டியது யார்? சாக்கோ பாதிரியாரா அல்லது பாரேம்மாக்கல் தோமா பாதிரியாரா? இந்த விஷயத்தை முடிவு செய்வதில் சிரமம் ஏற்பட்டது. மல்பானின் மனதில் உள்ளது என்ன என்று அறிவதற்காக எல்லோரும் சேர்ந்து அவரிடம் கேட்டோம். தோமா பாதிரியார் உடன் இருந்தார் என்றால் அவர் எழுத்தால் உதவி செய்ய முடியும் என்றும், ஏதாவது மாற்றி எழுதவும், புதிய விண்ணப்பங்கள் தயார் செய்யவுமெல்லாம் எளிதாயிருக்கும். அவருக்கு லத்தீன் மொழி தெரிந்திருப்பதால் மற்ற ஐரோப்பிய மொழிகளைப் படிப்பதும் சுலபமாயிருக்கும் என்றும் மல்பான் சொன்னார். அவர் தொடர்ந்து, சாக்கோ பாதிரியார்தான் உடன் வருகிறார் என்றால், தனக்கு தக்க சமயத்தில் அறிவுரை சொல்வார் என்றாலும் அவரைக் கொண்டு மற்ற எதுவும் ஆகாது என்றும் சொன்னார். ஆயினும் அவர் மற்றவர்களின் விருப்பப்படி முடிவெடுத்துக்கொள்ள சம்மதித்தார். பாரேம்மாக்கல் தோமா பாதிரியாரிடம், ஊருக்குச் செல்ல விருப்பமா அல்லது ரோமுக்குச்

செல்ல விருப்பமா என்று கேட்கப்பட்டது. அப்போது அவர், "புறப்பட்டிருப்பது சமுதாயத்தின் நன்மைக்காகத்தானே தவிர, மற்றவர்களின் விருப்பு வெறுப்புகளைப் பார்ப்பதற்கு அல்ல" என்று பதில் சொன்னார். காரியம் நடப்பதற்கு எது தேவையோ அப்படிச் செய்வதற்கு அவர் தயார். அதன் பிறகு இதே கேள்வி சாக்கோ பாதிரியாரிடம் கேட்கப்பட்டது. தான் ரோமுக்குச் செல்வதற்காகத்தான் கேரளத்திலிருந்து புறப்பட்டதாகவும், அதனால் ரோமுக்கு அல்லாமல் கேரளத்திற்குத் திரும்பும் எண்ணம் இல்லை யென்றும் ஒருவித பிடிவாதம்போல அவர் பதில் சொன்னார்.

கடவுளின் பெருமைக்கும் நல்லறிவுக்கும் பொருத்தமற்ற இந்தப் பதில் குழுவின் உறுப்பினர்களைக் கலக்கமடையச் செய்தது. ஆயினும் அனைவரின் கருத்தையும் தனித் தனியாகக் கேட்டு பெரும்பான்மைக்கு ஏற்ற வகையில் நடந்து கொள்ளலாம் என்று முடிவெடுத்துக்கொண்டு எல்லோரின் கருத்தையும் கேட்டோம். அப்போது எல்லோரும் பாரேம்மாக்கல் தோமா பாதிரியாரே போகட்டும் என்று ஒருமனதாகச் சொன்னார்கள். மல்பானும் மற்றவர்களும் சேர்ந்து சாக்கோ பாதிரியாரிடம், பிடிவாதம் பிடிக்காமல் கேரளத்துக்குத் திரும்பிச் செல்லவேண்டும் என்று கேட்டுக் கொண்டு ஒருவிதமாக அவரைச் சம்மதிக்க வைத்தார்கள். மல்பானுக்கும் சாக்கோ பாதிரியாருக்கும் இடையிலான தனிப்பட்ட கொடுக்கல் வாங்கல் கணக்குகளையெல்லாம் பேசித் தீர்த்தார்கள்.

அதன் பிறகு நாங்கள் எல்லோரும் சேர்ந்திருந்து விஷயங்களைப் பேசி முடிவு செய்தோம். பிறகு, 1778ஆம் ஆண்டு செப்டம்பர் மாதம் 6ஆம் நாள் காலை பத்து மணிக்கு நாங்கள் அனைவரும் தரங்கம்பாடி கோட்டைக்கு வெளியே உள்ள புனித பிரான்ஸிஸ் சேவியர் தேவாலயத்தின் பலிபீடத்தருகே மண்டியிட்டு பரிசுத்த தேவமாதாவின் கீர்த்தனம் சொல்லிப் பிரார்த்தனை செய்தோம். அதன்பிறகு பாரேம்மாக்கல் தோமா பாதிரியார், பயணம் புறப்படுவதற்குச் சில நாட்கள் முன்பு சொர்க்கமடைந்த தன் மல்பான் கடநாட்டில் கானாட்டு அயிப்பு பாதிரியாரின் நாமத்தில் அவரின் மருமகனான மாத்தன் பாதிரியாரிடமிருந்து தனக்கு மிகவும் பிடித்த ஸுரியானி பாஷையில் ஒரு ஆசீர்வாதம் வாங்கினார். அதன் பிறகு நாங்கள் கண்ணீர் சிந்தியபடி எல்லோரையும் கட்டித் தழுவி விடைபெற்றுப் பிரிந்தோம். நான்கு பேர் தரங்கம்பாடியிலேயே தங்கினோம். மற்றவர்கள் கேரளத்திற்குத் திரும்பினார்கள். மல்பான், சாக்கோ பாதிரியாரை அழைத்து தனிப்பட்ட முறையில் சமாதானப்படுத்திய விஷயமும் குறிப்பிட்டுச் சொல்லவேண்டிய

ஒன்று. ரோமுக்குச் செல்லாமல் கேரளத்துக்குத் திரும்ப மனமற்றிருந்த அவரிடம், “நாங்கள் போய் வரும்போது எங்களுடன் ரோமுக்கு வந்த ஆளாகவே உங்களையும் பரிசீலிக்கிறோம்” என்று மல்பான் சொன்னார்.

பல நாட்கள் கடந்தபோது இந்தப் புத்தகத்தின் 19ஆம் அத்தியாயத்தில் சொன்ன வைப்பாற்றில் பார்த்த (கடத்துருத்தியைச் சேர்ந்த) “கள்ளச் சகோதரர்கள்” அங்கே வந்து எங்களைச் சந்தித்தார்கள். தாங்கள் மைலாப்பூருக்குச் சென்றதாகவும் வழியில் மிகுந்த கஷ்டங்கள் ஏற்பட்டதாகவும் அவர்கள் சொன்னார்கள். பயணத்தைத் தொடர வழியில்லாமல் நாங்கள் தரங்கம்பாடியில் வசிப்பதைப் பார்த்துவிட்டு அவர்கள் இருவரும் கேரளத்துக்குத் திரும்பினார்கள்.

இதன் பிறகு மேற்படி பிரெஞ்சுக்காரர் லூபலியின் உதவியுடன் பலநாட்கள் பல விதமாக ஐரோப்பியப் பயணத்துக்கான முயற்சிகள் செய்தோம். ஏதாவது பிரெஞ்சுக் கப்பல் ஐரோப்பாவுக்குச் செல்வதாகத் தகவல் கிடைத்தால் தான் கணிசமாகப் பண உதவி செய்தேனும் எங்களை ஏற்றி அனுப்புவதாக லூபலி வாக்களித்தார். ஒருநாள் தரங்கம்பாடி விகாரியான கோவா பாதிரி சிறிய தேவாலயத்துக்கு வந்தார். அப்போது அவர், வரும் நாட்களில் ஒரு கப்பல் சென்னபட்டணத்துக்கு வந்து சேரும் என்று ரகசியமாகத் தெரிந்துகொண்ட விவரத்தை எங்களிடம் தெரிவித்தார். உடனே சென்னபட்டணத்துச் சென்றால் ஒருக்கால், அந்தக் கப்பலில் ஐரோப்பாவுக்குச் செல்ல முடியலாம் என்றும் அவர் சொன்னார். அவர் சொன்ன விஷயத்தைப் பற்றி நாங்கள் ஆழ்ந்த முறையில் ஆலோசித்தோம். காரியங்கள் இருக்கும் நிலையை ஆராய்ந்து பார்த்தபோது, வழியிருக்கும் பட்சத்தில் பறங்கிக் கப்பலிலேயே செல்வதுதான் நல்லது என்று எங்களுக்குத் தோன்றியது. நாங்கள் இந்த விவரத்தை லூபலியிடம் சொன்னோம். அது நல்ல கருத்துத்தான் என்று அவரும் ஏற்றுக்கொண்டார். ஆங்கிலேய பிரெஞ்சு யுத்தத்தினிடையே சென்று மாட்டிக்கொண்ட மாத்தன் பாதிரியாருக்கு ஏற்பட்ட அனுபவங்களை நினைத்து எங்களுக்கு அச்சம் தோன்றியது. என்றாலும், எல்லாம் கடவுளின் திருவுளப்படி நடக்கட்டும் என்று சரணமடைந்து, தரங்கம்பாடி வாசத்தின் நாற்பத்தி ஐந்தாம் நாள், நண்பர்களைப் பிரிந்த மூன்றாம் நாள் நாங்கள் மத்ராஸுக்குத் தரை வழியாகப் பயணம் புறப்பட்டோம். நாங்கள் பயணத்துக்கு ஆயத்தமானபோது லூபலி சிறிய தேவாலயத்துக்கு வந்து எங்களுக்கு விடைக்கொடுத்தார். எங்களுக்குச் சில ஒயின் புட்டிகள் பரிசளித்தார்.

22 தரங்கம்பாடியிலிருந்து புறப்பட்ட பிறகு நடந்த சம்பவங்கள்

தரங்கம்பாடியிலிருந்து புறப்பட்ட பிறகு மிகவும் துன்பப்பட்டு, சுட்டுப் பழுத்த கம்பி போன்று எரிகிற அந்தப் பிரதேசத்து வெளியில் நடந்து, மாலை நேரம் ஆனபோது ஒருவிதமாக பறங்கிப் பட்டியை வந்தடைந்தோம். அங்கிருந்த கோவா பாதிரி எங்களை மரியாதையுடன் வரவேற்றார். கப்பல் வந்து சேர இன்னும் சற்றுத் தாமதமாகும் என்று கேள்விப்பட்டதால், அன்றும் மறுநாளும் அங்கே தங்கினோம். மூன்றாம் நாள், தரைமார்க்கமான பயணம் தாங்க முடியாததாகத் தோன்றினாலும், அங்கிருந்து நடந்து சென்றால் மத்ராஸுக்குச் செல்லும் வழியிலுள்ள ஆங்கிலேயர்களின் படை முகாமிலிருந்து ஏதாவது தொந்தரவு ஏற்படக்கூடும் என்ற அச்சம் ஏற்பட்டதாலும் நாங்கள் பாதிரியுடன் ஆலோசித்தோம். அதன்படி இரண்டு பல்லக்கு வரவழைத்து பதினாறு பல்லக்குத் தூக்கிகளையும் அழைத்துக்கொண்டு நாங்கள் புறப்பட்டோம். ஒரு பல்லக்கில் மல்பானும் சாக்கோவும் மற்ற பல்லக்கில் நானும் மாத்துவும் ஏறினோம். மாலைக்குப் பிறகு கடலூரை அடைந்தோம். கடலூர் தேவாலய விகாரியான கோவா பாதிரி ஒரு பூர்வகால நண்பரைப்போல எங்களை வரவேற்று எங்கள் உணவுக்குத் தேவையானதையெல்லாம் மகிழ்ச்சியாக ஏற்பாடு செய்து தந்தார். மறுநாள் ஆங்கிலேயரின் படை முகாமின் வழியாகக் கடந்து செல்லும்போது அவர்கள் என்ன செய்வார்களோ என்று அஞ்சுவதாகச் சொன்னோம். அப்போது அவர், ஆங்கிலேயர்கள், வழிசெல்லும் பயணிகளான வைதீகர்களைத் தொந்தரவு செய்ய மாட்டார்கள் என்று தைரியப்படுத்தினார். சந்தேகம்

இருந்தால், இங்கே பக்கத்தில் ஆங்கிலேயர்களின் கோட்டையும் கவர்னரும் உள்ளதால் அங்கே சென்று ஒரு அனுமதிப் பத்திரம் வாங்கலாம் என்றும் பாதிரியார் சொன்னார். அது நல்லது என்று மல்பானுக்குத் தோன்றியது. இரவானதால் பாதிரி தன் பணியாளை அழைத்து மெழுகுவர்த்தி ஏற்றிக்கொண்டு ஆங்கிலேய கோட்டைக்குச் சென்று கவர்னரைச் சந்தித்தார். அப்போது கவர்னர் தன் மனைவியுடன் சீட்டு விளையாடிக் கொண்டிருந்தார். மல்பானைப் பார்த்தவுடன் அவருக்கும் உடனிருக்கும் பாதிரிக்கும் அமர்வதற்கு நாற்காலியளித்தார். தங்கள் ஆசாரப்படி குடிப்பதற்கு ஒயின் கொடுத்து, வந்த காரியம் என்னவென்று கேட்டார். நாங்கள் அச்சமில்லாமல் வழி கடந்து செல்ல ஒரு அனுமதிப் பத்திரம் வேண்டும் என்று மல்பான் பிரெஞ்சு மொழியில் பதில் சொன்னார். கவர்னர், பட்டாளத்தினர் வழி செல்லும் பயணிக ளான வைதீகர்களைத் தொந்தரவு செய்ய மாட்டார்கள் என்று சொல்லிக்கொண்டு விளையாட்டைத் தொடர முற்பட்டார். அப்போது அவர் மனைவி, வைதீகர்களைத் தாமதமின்றி உடனே அனுப்பவேண்டும் என்று சொன்னார்கள். அதனால் கவர்னர் விளையாட்டை முடிக்காமல் எழுந்து ஓர் அனுமதிப் பத்திரம் எழுதி மல்பானின் கையில் கொடுத்தார். ஆயினும் தன் முகாமை வெளிநாட்டினருக்குக் காட்டிக் கொடுப்பது சரியல்லவென்று சொல்லி அவர் கோவா பாதிரியைக் கடிந்துகொண்டார். மல்பான் மன்னிப்புக் கோரி கவர்னரின் கோபத்தைத் தவிர்த்தார். தொடர்ந்து பிரெஞ்சு மொழியில் பேசும்போது, பயணிகளான புரோகிதர்களுக்குப் படையாட்களிடமிருந்து எந்தத் தொந்தரவும் ஏற்படாது என்று அவர் மீண்டும் உறுதியளித்தார்.

இப்படி அனுமதிப் பத்திரம் வாங்கிக்கொண்டு நாங்கள் கடலூரிலிருந்து மறுநாள் காலையில் புறப்பட்டோம். மதியத்திற்குப் பிறகு மூன்று மணி ஆனபோது, புதுச்சேரியை முற்றுகையிட்டி ருக்கும் ஆங்கிலப்படை முகாமின் நடுவே முன்னோக்கிச் சென்றோம். புதுச்சேரி கோட்டைக்குச் சுற்றுமுள்ள வெட்ட வெளி களில் லட்சம் பட்டாளக்காரர்கள் கூடாரம் அமைத்து வசித்தனர். ஒரு பக்கம் குதிரை, மறுபக்கம் காளையும் வண்டியும். வியாபாரி களின் பந்தல்கள், படைத் தலைவர்களின் வீடுகள், ஆயுத ஆயத்தங் கள் ஆகியவற்றையெல்லாம் நாங்கள் பார்த்தோம். புதுச்சேரிக் கோட்டையைத் தகர்க்கத் தக்க விதமான பெரிய துப்பாக்கியின் குண்டு முழக்கத்தையும் நாங்கள் கேட்டோம். முன்பு பார்த்திராத இந்தக் காட்சிகள் எங்களை வியப்பில் ஆழ்த்தின. நாங்கள் படை முகாமின் நடுவே பல்லக்கில் கடந்து சென்றபோது ஒரு பணியாளன்

வந்து, தந்தைகள் எங்கிருந்து வருகிறீர்கள்? எங்கோ போகிறீர்கள்? என்று கேட்டான். இதைத் தவிர வேறு யாரும் எதுவும் விசாரிக்கவில்லை. ஆங்கிலேய கவர்னரிடம் கடலூரில் வாங்கிய காகிதத்தைக் காட்டவும் தேவையிருக்கவில்லை. இப்படிப் படை முகாம் கடந்து நேரம் தாழ்ந்தபோது நாங்கள் ஸ்ரீரங்கப்பட்டணத்தை அடைந்தோம். அங்குள்ள விகாரியான கோவா பாதிரியும் மிகவும் அன்புடன் எங்களை வரவேற்றார். மாத்தன் பாதிரியார் அங்கே சென்றிருந்தார் என்றும், அங்கிருந்து திரும்பும் வழியில் ஆங்கிலேயர்கள் அவரைக் கைது செய்துவிட்டார்கள் என்று கேள்விப்பட்டவுடன் தான் ஆள் அனுப்பியதாகவும், ஆள் அங்கே சென்று சேர்ந்தபோது அவர்கள் விடுவித்து அனுப்பி விட்டிருந்தார்கள் என்றுமான கதைகளை அவர் எங்களிடம் சொன்னார். அங்குள்ள டச்சுக்கோட்டையிலுள்ள கவர்னரும் பாதிரியின் மீது மிகவும் அன்புடன் இருந்தார். அன்று கவர்னர் பாதிரியை இரவு விருந்துக்கு அழைத்திருந்ததால் எங்களை அவர் வீட்டில் தங்க வைத்து உணவுக்கு வேண்டிய ஏற்பாடுகளைச் செய்தபிறகு, பாதிரி கவர்னரின் வீட்டுக்குச் சென்றார்.

விரைவிலேயே அவர் திரும்பி வந்தார். அவர் மல்பானுடன் அதிக நேரம் பேசிக் கொண்டிருந்தார். ஆகையால் அன்று மல்பானால் அதிகம் தூங்க முடியவில்லை.

மறுநாள் அங்கிருந்து புறப்பட்டோம். கோவளம் வழியாகச் சென்றதால் அங்குள்ள கர்மலீத்தரான யோஹன்னான் பாதிரி ஆங்கிலேயர்களின் நண்பரானதால், அவர் எங்களுக்கு ஏதாவது இடையூறு செய்யக்கூடும் என்று பயந்தோம். அதனால் நாங்கள் வேறு வழியில் பயணித்தோம். மற்றொரு சத்திரத்தை அடைந்து அன்றைய இரவை அங்கே கழித்தோம். நாங்கள் மறுநாள் காலையில் புறப்பட்டு மைலாப்பூருக்கு அரைக்காதம் அருகே வந்து விட்டோம். அப்போது இதோ, நாங்கள் யோஹன்னான் பாதிரிக்கு அஞ்சி வழி மாறி வந்ததெல்லாம் பயனற்றுப் போனது. யோஹன்னான் பாதிரி மைலாப்பூருக்குச் சென்றுவிட்டு கோவளத்துக்குத் திரும்பும் வழியில் நாங்கள் சந்தித்து விட்டோம். பாதிரியும் நாங்களும் முகத்துக்கு முகம் பார்த்துக் கொண்டவுடன் பல்லக்கை வழியில் நிறுத்தி இறங்கி அவரிடம் சென்றோம். அப்போது பாதிரி மல்பானிடம் கேரளத்திலிருந்து வந்திருக்க வேண்டியதில்லை என்றும் வந்தது அபத்தமாகிவிட்டதென்றும் சொன்னார். கேரளத்தில் ஆயருக்கும் பாதிரியார்களுக்கும் சண்டை சச்சரவாக இருப்பதால் தான் சிறியதொரு உல்லாசப் பயணத்திற்காக ஊர்

விட்டு வந்ததாக மல்பான் பதில் சொன்னார். பாதிரி அவர் பாட்டுக்கு கோவளத்துக்குச் சென்றார்.

பாதிரியை வழியில் சந்தித்ததும் அவரின் சந்தேகத்திற்கிடமான வார்த்தைகளைக் கேட்டதும் எங்கள் மனதில் பல ஐயப்பாடுகள் எழுந்தன. முன்பு சொன்ன கருத்துருத்தியைச் சேர்ந்த கள்ளச் சகோதரர்கள் எங்களுக்கு எதிராக ஏதாவது அறிக்கையை கோவளத்துக்குக் கொண்டு சென்று பாதிரியிடம் கொடுத்திருக்கக் கூடும் என்றும், நாங்கள் கேரளத்திலிருந்து புறப்பட்ட விவரத்தை அவர் மைலாப்பூர் ஆயரிடம் சொல்லி, அவருக்கு அடிப்படையற்ற தவறான புரிதலை ஏற்படுத்தித் திரும்பி வருவதாயிருக்கலாம் என்றும் நாங்கள் சந்தேகித்தோம். "இரவின் அச்சத்திலும் இருட்டில் நடக்கும் பேச்சுக்கும் மதியத்தில் வீசும் காற்றுக்கும் அஞ்ச வேண்டாம்" என்று ஆராதனைப் புத்தகத்தில் சொல்லியிருப்பது போன்று இது சத்தியத்தின் பகைவர்கள் பார்த்தும் பதுங்கியும் நடந்து முணுமுணுப்பதைப் பற்றி அஞ்ச வேண்டாம் என்று எங்களுக்கு உணர்த்துவதற்காக கடவுள் காட்டிய அடையாளமாக இருக்கவேண்டும். புனித அகஸ்டின் சொல்வதுபோன்று, கடவுளின் திருநாமத்தை ஜெபித்து நடப்பவர்களுக்கு தீமையிலிருந்துகூட நன்மை ஏற்படச் செய்து நிம்மதியளிக்க சர்வேஸ்வரனுக்கு முடியும் என்று மனதிலுறுதி கொண்டு, அந்தச் சந்திப்புக் குறித்து சற்றும் அதைரியப்படாமல் நாங்கள் மைலாப்பூருக்கு வந்து ஆயரைச் சந்தித்தோம். நாங்கள் சந்தேகப்பட்டது சரிதான் என்று அப்போது நாங்கள் உணர்ந்தோம்.

முன்பு மல்பான் ரோமிலிருந்து திரும்பும் வழியில் புதுச்சேரிக்கு வந்தார். அங்கிருந்து தோமா அப்போஸ்தலரின் கல்லறையில் பிரார்த்தனை செய்ய மைலாப்பூருக்குச் சென்ற சூழ்நிலையில் இந்த ஆயரைப் பார்த்திருக்கிறார். அன்று இந்த ஆயர் மல்பானை மிகவும் மரியாதையுடனும் அன்புடனும் வரவேற்று தன்னுடன் மூன்று நாட்கள் தங்க வைத்திருந்தார். கேரளம் வறுமைப்பட்ட பிரதேச மானதால் அங்கே செல்ல வேண்டாம் என்றும் கோவாவுக்குச் செல்லும்படியும் அன்று அவர் மல்பானுக்கு அறிவுரை சொன்னார். அதற்காக கோவாவில் உள்ள பேராயருக்கு எழுதுவதாகவும் சொன்னார். மல்பான் சம்மதிக்காததால் ஆயர் மனமற்றுத்தான் அவரைக் கேரளத்துக்கு அனுப்பினார். சில நாட்களில் மல்பானின் கடிதத்துடன் சென்ற மாத்தன் பாதிரியாரை மிகவும் கௌரவமாக வரவேற்று, தன் ஆயத்தில் எங்கும் வழிபாடு சொல்வதற்கு மகிழ்ச்சி யுடன் அனுமதியளித்தார். நல்லவரும் அன்பானவருமான அந்த

ஆயர் இப்போது எங்களைக் கண்டவுடன் மல்பானைப் பார்த்து முரட்டுக் குரலில் சொன்னார்: "மலையாளத்தில் தேவாலயங்களை யெல்லாம் கலக்குகிறவன் இதோ வருகிறான். எதற்காக இங்கே வந்தீர்கள்? நீங்கள் கர்மலீத்தர்களை வெளியேற்றுவதற்காகப் புறப்பட்டிருக்கிறீர்கள் என்று நான் தெரிந்து கொண்டேன்." தன் கரத்தை மல்பான் முத்தமிடக்கூட அவர் அனுமதிக்கவில்லை. ஆயினும் அங்கே எங்களுக்கு உணவும் தங்குமிடவும் தரும்படி உத்தரவிட்டார்.

மைலாப்பூர் ஆயத்தைச் சேர்ந்த கோவளம் விசுவாசிகள் சமாதானத்துடனும் தோழமையுடனும் இந்த ஆயருக்குக் கட்டுப்பட்டு வாழ்ந்து வந்தார்கள். அப்படியிருக்கும்போது இப்போதுள்ள பாதிரியின் முன்னோடியான ஆஞ்சலோஸ் எனும் கர்மலீத்தா பாதிரி, ஆயருக்கு அறிவிக்காமலும் கட்டளையை மீறியும் ஒரு வீடு கட்டி அதில் தங்கினார். வீட்டிலேயே வழிபாடும் சொல்லத் தொடங்கினார். இதையறிந்த ஆயர் தன் அனுமதியில்லாமல் அங்கே தங்கி வழிபாடு சொல்லக்கூடாது என்று தடை விதித்தார். பாதிரி அந்தத் தடையையும் புறக்கணித்தார். தொடர்ந்து ஆயர் அவருக்கு மஹரோன் (விலக்கி வைத்தல்) கூறினார். பாதிரி அதையும் பொருட்படுத்தவில்லை. அங்குள்ள சிவில் அதிகாரியான ஆங்கிலேயனை வசப்படுத்தி அகத்தோலிக்க சபையில் சேர்ந்து முன்புபோல வழிபாடும் சொல்லி வந்தார். அது மட்டுமல்ல, அங்குள்ள பலரையும், ஆயரின் கட்டுப்பாட்டிலிருந்து மீறச் செய்து பல குழப்பங்களையும் கலகங்களையும் ஏற்படுத்தினார். மற்ற கர்மலீத்தா பாதிரிகளும் ஆஞ்சலோஸ் பாதிரிக்கு மறைமுகமாக ஆதரவளித்தார்கள். அவர்களும் ஆயரைப் பொருட்படுத்தாமல் நடந்து வந்தார்கள். கடவுளின் சபையின் ஒற்றுமைக்கும், ஆயத்தின் இடையனான ஆயர் மீதான அனுசரனைக்கும் மக்களுக்கு முன்மாதிரியாக நடந்து நடத்திச் செல்ல வேண்டியவர்கள் வைதிகத் துறவிகள். ஆனால் அவர்களே தங்கள் அந்தஸ்தையும் கடமையையும் மறந்து, ஆயருக்கும் மக்களுக்கும் இடையில் கலகங்களையும் பிளவுகளையும் ஏற்படுத்துகிறார்கள். ஆன்மாக்களை அழிக்கும் இறைப் பணியாளர்கள்தான் துறவி வேடமிட்டு நடக்கும் கர்மலீத்தர்கள் என்று சொன்னால் தவறில்லை. தங்களிடம் மிகவும் நேசமாக நடந்துகொண்ட நல்லவரான ஆயரிடம் இவ்வளவு பகையுடன் நடந்துகொள்ளும் கர்மலீத்தர்களின் தீமை எவ்வளவு பெரியதென்று ஊகித்துக்கொண்டால் போதும். பிசாசு, மனிதர்களைப் பிடிப்பதற்காக பூமி முழுதும் வலையை விரித்திருப்பதாக பரிசுத்த அந்தோணீஸ் புனிதருக்கு ஒரு தரிசனம் ஏற்பட்டது. அவர் அதைப்

பார்த்து நடுங்கியதுபோன்று, கர்மலீத்தாப் பாதிரியார்களின் இந்தச் சக்தியையும் தந்திரத்தையும் தீமையையும் பார்த்து பாரேம்மாக்கல் தோமா பாதிரியாருக்கு அச்சம் ஏற்பட்டது. ஆயினும் சர்வ சக்தி படைத்த கடவுள் இதிலிருந்தெல்லாம் காப்பாற்றுவார் என்று உறுதியாக நம்பினார்.

முன்பு விவரித்தது போன்று ஆயர் எங்களுக்கு எதிராக இருந்தாலும் ஆயரின் செயலர் அந்தோணி தெஸோயிஸா என்ற கோவா பாதிரிக்கு எங்கள் மீது அன்பும் தயையும் இருந்தது. அதனால் மார் தோமா ஆயர் கையெழுத்திட்ட சத்தியப் பிரமாணத்தை அவரிடம் காட்டி, இதற்காகத்தான் நாங்கள் போர்த்துகலுக்கும் ரோமுக்கும் போகிறோம் என்றும், எங்கள் எதிரிகள் ஆயரிடம் எங்களைப் பற்றி இந்தளவு தவறான புரிதலை ஏற்படுத்திவிட்டார்கள் என்ற உண்மையை நாங்கள் புரிந்துகொள்ளவில்லை என்றும் அவரிடம் சொன்னோம்.

23. மைலாப்பூர் ஆயரைப் பார்த்த பிறகு பெரியமலைக்கும் சின்னமலைக்கும் செய்த பயணமும் பிறவும்

இரண்டு நாட்கள் அங்கே கடந்த பிறகு அங்குள்ள நம் அப்போஸ் தலர் மார் தோமாவின் புண்ணிய ஸ்தலங்களைப் பார்ப்பதற்காகப் புறப்பட்டோம். மார் தோமா அப்போஸ்தலர் அவிசுவாசிகளுக்குப் பயந்து சின்னமலையில் தலைமறைவாக வசித்த குகையையும் அதற் குள் வழிபாடு சொல்லியிருந்த பாறையையும் நாங்கள் பார்த்தோம். இப்போது அதன்மீது ஓர் சிறிய தேவாலயத்தைக் கட்டியிருக் கிறார்கள். அந்தக் குகை கண் பார்வையில் ஆறுகோல் (ஒரு கோல்- 72 செ.மீ.) அகலமும் எட்டுகோல் நீளமும் இருக்கும். அதன் உள்ளே வழிபாடு சொல்வதற்கு ஒரு பலிபீடமும் எழுப்பப் பட்டிருக்கிறது. குகையின் மேற்புறம் அந்தளவே அகலமும் நீளமும் உள்ள ஒரு பாறையால் மூடப்பட்டிருக்கிறது. அதன் மீதுதான், அந்த இடத்தின் பக்தியை நிலை நிறுத்துவதற்காக ஒரு சிறிய தேவாலயத்தைக் கட்டியிருக்கிறார்கள். அந்த தேவாலயத்தின் பக்கத் திலேயே ஒரு நீரூற்றைப் பார்க்கலாம். மார் தோமா அப்போஸ் தலருக்கு தாகம் ஏற்பட்டபோது அந்த இடத்தில் தடியால் அடித்த இடத்தில் அதிசயமாக ஏற்பட்ட நீரூற்று அது. அந்தப் புண்ணிய ஸ்தலங்களையெல்லாம் வழிபட்ட பிறகு அந்த நீரூற்றிலிருந்து கொஞ்சம் நீரை அள்ளிக் குடிக்க நாங்கள் முயன்று பார்த்தோம். ஆயினும் அது நடக்கவில்லை. அது கோடை காலம். எனவே தண்ணீர் குறைவாக இருந்தது என்பது மட்டுமல்ல, இருந்த தண்ணீரும் பாறையிடுக்கின் உள்ளே இருந்தது.

அதன் பிறகு அந்தத் தேவாலயத்திலிருந்து சற்றுத் தூரத்தில் அங்கேயே ஒரு பாறையில் பதிந்திருக்கும் மார் தோமா அப்போஸ் தலரின் பாதத் தடத்தைப் பார்க்கச் சென்றோம். அந்தப் பாறை மீது ஒரு சிறிய சிலுவையை நிறுவியிருக்கிறார்கள். அதனருகே அந்த வணக்கத்திற்குரிய பாதங்கள் பதிந்த தடத்தைப் பார்க்கலாம். நாங்கல் அங்கே மண்டியிட்டு அதை மரியாதையுடன் முத்த மிட்டோம்.

அந்தப் பாதத் தடம் நிறைய மனிதர்களின் முத்தத்தால் வடிவம் மாறியிருக்கிறது. ஆயினும் கவனித்துப் பார்த்தால் பாதத்தின் உருவத்தை அறிந்து கொள்ளலாம். அது சாதாரண மனிதர்களின் பாதங்களை விட மிகவும் பெரிதாகக் காணப்படுவதால் பலருக்கும் அதைப் பற்றிச் சந்தேகம் ஏற்படும்.

இப்படி இதையெல்லாம் பார்த்த பிறகு நாங்கள் அங்கிருந்து புறப்பட்டு பெரிய மலை என்று அழைக்கப்படும் ஆதம்பா மலைக்குச் (St. Thomas mount - பறங்கிமலை) சென்றோம். அங்கே ஒரு அகஸ்தீனியன்[28] பாதிரியார் பொறுப்பிலிருந்தார். அவர் மல்பா னுடன் அறிமுகம் செய்து கொண்டார், மல்பானுக்கு ரோமில் வழங்கப்பட்ட டாக்டரேட் டிப்ளமாவையும் பார்த்தார். அதனால் அவரையும் உடனிருந்த எங்களையும் மிக்க மரியாதையுடன் வரவேற்று அங்கே தங்க வைத்தார். நாங்கள் அங்கே சென்ற நாளில் ரோமிலிருந்து பம்பாய்க்கு அனுப்பப்பட்ட நிஷ்பாதுக கர்மலீத்தா[29] பாதிரி ஒருவரும் அங்கே இருந்தார்.

மறு நாள் காலையில் வழிபாடு சொன்ன பிறகு தோமா அப்போஸ்தலர் தன்னுடன் கொண்டு வந்ததாகச் சொல்லப்படும் பரிசுத்த தேவ மாதாவின் படத்தையும், அந்தப் புனிதரே செய்து வழிபட்டுவந்த சிலுவையையும் நாங்கள் பார்த்தோம். இந்தச் சிலுவை பாறையில் செதுக்கி உருவாக்கப்பட்டிருந்தது. புனிதர் பிராமணர்களால் குத்துப்பட்டு ஓடிச் சென்று இந்தச் சிலுவையைக் கட்டிப் பிடித்துக்கொண்டுதான் இறந்தார். இந்த உண்மைக்கு ஆதாரமாக அப்போஸ்தலரின் மரணத்திற்குப் பிறகு கி.பி. 1565 டிசம்பர் 18ஆம் தேதி அதிசயமான விதத்தில் இந்தச் சிலுவை யிலிருந்து ரத்த வியர்வை துளிர்த்ததால், அதே நாளை நம் மலங்கரை தேவாலயங்கள் ஒரு திருநாளாகக் கொண்டாடி வருகின் றன. பாறையில் கிளாவர் வடிவத்தில் உருவாக்கியிருக்கும் புனித சிலுவையையும் அதற்குச் சுற்றிலுமுள்ள புராதன எழுத்துக்களையும் பார்த்து வணங்கினோம். மதியத்திற்குப் பிறகு நாங்களும்

மேற்சொன்ன கர்மலீத்தா பாதிரியும் புறப்பட்டு மாலை நேரம் ஆனபோது மைலாப்பூருக்கு வந்தோம். ஆயர், தேவாலய முற்றத்தில் உலவிக்கொண்டிருந்தார். எங்களைப் பார்த்ததாகக்கூட காட்டிக் கொள்ளாமல் அவர் அந்தக் கர்மலீத்தா பாதிரியின் கரம் பற்றி உள்ளே அழைத்துச் சென்று அன்புடன் நலம் விசாரித்தார்.

யாராவது எங்களைப் பற்றி அனாவசியமாகச் சொல்லியிலிருக் கலாம் என்றாலும், எங்களிடம் கேட்டு அதன் உண்மை நிலையை அறிந்துகொள்ள முற்படாமல் ஆயர் இப்படி ஒரு சார்பாக நடந்து கொண்டதில் எங்களுக்குப் பெரிய மனவருத்தம் ஏற்பட்டது. ஆயினும் நேரம் அந்தி கடந்து விட்டிருந்ததாலும் அங்கிருந்து புறப்பட்டால் இரவு தங்குவதற்கு மற்றொரு இடம் பக்கத்தில் எங்கும் இல்லாததாலும் அந்த இரவை நாங்கள் அங்கேயே கழித்தோம். மறுநாள் யோஹன்னான் தெஸோஸா என்ற பாதிரி யின் அறிவுரைப்படி, மற்றொரு தங்குமிடம் கண்டுபிடிப்பதற்காக ஆயரின் விகாரி ஜனரலான அகஸ்தீனியன் பாதிரியை மல்பான் சென்று பார்த்தார். அவரிடம், நாங்கள் ரோமுக்குப் புறப்பட்ட நோக்கத்தையும் கர்மலீத்தாப் பாதிரியின் துர்போதனையால் ஆயர் எங்கள் மீது வெறுப்புக்காட்டும் விஷயத்தையும் பற்றிச் சொன்னார். விகாரி ஜனரல் எங்களைச் சமாதானப்படுத்தினார். ஆயருக்கு வயதாகிவிட்டதால் உண்மையையும் பொய்யையும் வேறு பிரித்து அறிய முடியாமல் ஏமாற்றுக்கு ஆட்பட்டுவிட்டார் என்றும் நாங்கள் ஆரம்பித்த காரியத்தை முடிக்க உறுதியுடன் முயற்சி செய்ய வேண்டும் என்றும் முடிந்த உதவிகளையெல்லாம் செய்வதாகவும் அவர் சொன்னார். பிறகு அவர், எங்களுக்கு என்னவெல்லாம் தேவைப்படுகிறது என்று கேட்டார். அதற்கு மல்பான், தங்குவதற்கு ஒரு வீட்டைத் தவிர வேறெதுவும் வேண்டாம் என்று மல்பான் பதில் சொன்னார். அங்கிருந்து நெடுந்தொலைவில் ஒரு பழைய தேவாலயத்தில் எங்களுக்காக ஒரு அறையை ஏற்பாடு செய்து கொடுத்தார். அந்த இடத்தை ஆயத்தம் செய்த பிறகு எங்கள் பொருட்களை எடுக்கத் திரும்ப வந்தோம். அப்போது உணவு நேரமாயிருந்ததால் அங்கேயே சாப்பிட்டோம். அன்று முன்பு சொன்ன பாதிரியைத் தவிர பம்பாய்க்குச் செல்வதற்கு மற்றொரு பாதிரியாரும் அங்கே வந்திருந்தார். அவரை ஆயர் மிகவும் மரியாதை செய்தார். தன் பணியாட்களின் வசிப்பிடங்களை அவருக்குக் காட்டுவதற்காக ஆயரே அவரையும் அழைத்துக் கொண்டு வந்தபோது பணியாட்களுடன் சேர்த்து எங்களையும் பார்த்தார். "இவர்கள் ரோமுக்குச் செல்ல முயற்சி செய்பவர்கள்" என்று நகைச்சுவை தொனிக்கும் வகையில் அவர் சொன்னார்.

"ஏழு வருடத்திற்குப் பிறகு நானே உடன் அழைத்துச் செல்கிறேன்," என்று பாதிரியும் ஹாஸ்யக் குரலிலேயே பதில் சொன்னார். அன்று இரவில் எப்படியென்று தெரியவில்லை ஆயரை ஒரு நோய் பீடித்தது. மறுநாள் காலையில் ஆயர் எங்களை அழைத்து வரச் செய்து மன்னிப்புக் கேட்டுக்கொண்டார். தான் ஏமாற்றப்பட்டு விட்டதாகவும் நாங்கள் செல்லும் காரியத்தின் உண்மைநிலை தனக்குத் தெரியாது என்றும், எங்களுக்குத் தேவையானதை யெல்லாம் செய்து தரத் தயாராக இருப்பதாகவும், நலமாயிருந்தால் ரோம்வரை உடன் வருவதற்கும் தயக்கமில்லை என்றும் அவர் சொன்னார். நாங்கள், "உங்கள் ஆசிகளைத் தவிர எங்களுக்கு வேறெதுவும் வேண்டாம்" என்று பதில் சொன்னோம். ஆயரைக் கட்டிலில் எழுந்தமர வைத்தோம். அவர் கையுயர்த்தி எங்களுக்கு ஆசீர்வாதம் அளிக்கவும் செய்தார்.

இதன் பிறகு எங்கள் பொருட்களையெல்லாம் எடுத்துக் கொண்டு நாங்கள் மேற்சொன்ன பழைய தேவாலயத்துக்குச் சென்று அங்கே தங்கினோம். தங்குவதற்கான இடவசதி எதுவும் அங்கே இல்லை. வழிபாடு சொல்வதற்குத் தேவையான கருவிகளும் அங்கே இல்லை. பக்கத்திலேயே இருந்த, முன்பு யேசு சபையைச் சேர்ந்தவர்களுடையதாயிருந்த ஒரு தேவாலயத்துக்குச் சென்றுதான் நாங்கள் வழிபாடு சொல்லிவந்தோம். இவ்வாறு அங்கே நெருக்கடி யில் வசித்துக் கொண்டிருந்தோம்.

நாங்கள் சிறிய தேவாலயத்துக்குச் செல்லும்போது யோஹன் னான் தெஸோஸா பாதிரியிடம், கப்பல் மத்ராஸுக்கு வந்ததாகத் தெரிந்தால் உடனே தெரிவிக்க வேண்டும் என்று சொல்லியிருந் தோம். ஐந்தாறு நாட்கள் கடந்தபோது கப்பல் வந்திருக்கிறதென் றும், வந்து நான்கைந்து நாட்கள் ஆகிவிட்டன என்றும் அவர் ஆள் மூலம் எங்களுக்குத் தகவல் அனுப்பினார்.

24 கப்பலின் நிலையும் அதில் அனுமதி கிடைக்க நாங்கள் செய்த பிரயத்தனமும்

போர்த்துகீசின் ராஜாங்கத் தலைநகரான லிஸ்பன் நகரத்தைச் சேர்ந்த நான்கு வியாபாரிகளின் கூட்டு உடைமையான அந்தக் கப்பலின் பெயர் எஸ்பெராஸ்ஸா என்பதாகும். உரிமையாளர்களில் இருவர் பணத்தாலும் மற்ற இருவர் உடல் உழைப்பாலும் கப்பலின் சீர்கேடுகளைச் சரிசெய்தார்கள். பெந்துதெவாலே, அந்தோணித் வார்த்தி ஆகிய இரண்டு உரிமையாளர்களும் ஆங்கிலேயரான ஒரு கேப்டனும் கப்பலில் ஏறி பணமும் சரக்குகளும் உட்பட்ட ஒன்றரை லட்சம் குர்ஸாதுக்கான பொருளுடன் லிஸ்பன் நகரத்திலிருந்து பயணம் புறப்பட்டார்கள். (ஒரு குர்ஸாது நம் 20 கொச்சிப் பணத்துக்குச் சமம்). கப்பல் நேராக சென்னபட்டணத்துக்கு வந்தது. அங்குள்ள மிகச் செல்வந்தரான ஆண்டனி டிஸூஸாவைப் பார்த்து, போர்வை, லேஸ், மேசை விரிப்பு முதலான துணி வகைகள் வாங்கி வைக்கவேண்டும் என்று ஏற்பாடு செய்து பணம் கொடுத்துவிட்டு கோவளத்திற்குச் சென்றார்கள். அங்கிருந்து உப்பு ஏற்றிக்கொண்டு பங்காளுக்குச் சென்றார்கள். உப்பையும் மற்ற வியாபாரப் பொருட்களையும் பெரிய லாபத்தில் அங்கே விற்றுத் தீர்த்த பிறகு வேறு வியாபாரப் பொருட்களுடன் பம்பாய்க்கும் மற்ற துறைமுகங்களுக்கும் சென்றார்கள். ஒன்றரை லட்சம் குர்ஸாதுக்கான பொருட்களை விற்று ஏழரை லட்சம் குர்ஸாது சம்பாதித்தார்கள். அங்கே நாட்டுப்புறச் சரக்குகளும் ஏற்றி கோவாவுக்குச் சென்று ஐரோப்பாவுக்குத் திரும்புவதற்கான உத்தரவுகளையும் காகிதங்களையும் கையெழுத்திட்டு வாங்கி மீண்டும்

சென்னபட்டணத்துக்கு வந்தார்கள். ஆண்டனி டிஸூஸாவைப் பார்த்து, முன்பே கொடுத்திருந்த பணத்திற்குத் துணி வகைகளை ஏற்றுவதற்காகக் காத்திருக்கும் போதுதான் எங்கள் புறப்பாடு.

கப்பல் வந்திருக்கும் விவரத்தை யோஹன்னான் தெஸோஸா பாதிரி சொன்னவுடன் நாங்கள் அவரிடம், இந்தக் கப்பலில் அனுமதி கிடைப்பதற்கு எந்த வழியில் முயற்சி செய்யவேண்டும் என்று கேட்டோம். இந்தக் கப்பல்காரர்களுக்குச் சரக்குக் கொடுக்கும் சின்னபட்டணத்துக்காரன் ஆண்டனி டிஸூஸாவைப் பார்த்து கேட்டுக்கொண்டால் காரியம் நடக்கும் என்று அவர் அறிவுறுத்தினார். மல்பான், ஆண்டனி டிஸூஸாவாவுக்கு ஆயரிடமிருந்து ஒரு கடிதம் வாங்கித் தருகிறீர்களா என்று கேட்டார். பாதிரியார் ஆயரைப் பார்த்து அதற்காக முயன்றார் என்றாலும் அவர் கடிதம் தர மறுத்தார். ஆண்டனி டிஸூஸாவைப் பார்ப்பதற்கு வசதி ஏற்பட்டால் விவரம் சொல்வதாகவும், கடிதம் கொடுத்துக் காரியம் நடக்கவில்லையென்றால் அது தனக்கு இழுக்கு என்றும் ஆயர் பதில் சொன்னார்.

இப்படி, ஆயரின் கடிதம் கிடைப்பது சிரமம் என்றானபோது இனி என்ன செய்வது என்று ஆலோசித்தோம். விகாரி ஜனரலான அகஸ்தீனியன் பாதிரியிடம் சென்று விவரம் சொன்னோம். அவர் ஆண்டனி டிஸூஸாவுக்கு ஒரு கடிதம் கொடுத்தார். மல்பான் விகாரி ஜனரலின் கடிதத்துடன் சின்னப்பட்டணத்துக்குச் சென்று ஆண்டனி டிஸூஸாவைப் பார்த்துக் கடிதத்தைக் கொடுத்தார். கடிதத்தைப் படித்துப் பார்த்த ஆண்டனி டிஸூஸா, கப்பல்காரர்கள் வியாபாரிகளாகவும் கண்டிப்பானவர்களாகவும் இருப்பதால் சம்மதிப்பது சிரமமாக இருக்கும் என்று அவர் சொன்னார். மேலும் அவர், “ஆனாலும், நீங்கள் இங்கே சற்று நில்லுங்கள், நான் அவரிடம் சொல்லிப் பார்க்கிறேன்” என்று மல்பானிடம் சொன்னார்.

ஆண்டனி டிஸூஸாவின் வீட்டில் அவரின் அன்பிற்குரிய நண்பரான ஒரு பிரெஞ்சுக்காரர் வசித்தார். அவரும் மல்பானும் பேசிக்கொள்ளும் சந்தர்ப்பம் ஏற்பட்டது. மல்பானுக்குப் பிரெஞ்சு மொழி தெரியும் என்று அறிந்தபோது அவருக்கு மிகவும் மகிழ்ச்சி ஏற்பட்டது. ஆண்டனி டிஸூஸாவிடம் இந்த விஷயத்தைச் சொல்லவே தான் வந்ததாகவும், தாங்களும் டிஸூஸாவிடம் எங்களுக்குச் சிபாரிசு செய்யவேண்டும் என்று மல்பான் சொன்னபோது, அதற்கு எந்தக் குறையும் ஏற்படாது என்று அவர் உறுதியளித்தார். நீண்ட நேரத்திற்குப் பிறகு கப்பல்காரர்களும் அங்கே வந்தார்கள்.

அதன் பிறகு, கேப்டனான மனுவல் நஷிமெந்து தெ கோஸ்தா என்வரிடம் சென்று, தானும் நண்பர்களும் மதம் தொடர்பான ஒரு பணி நிமித்தம் ஐரோப்பாவுக்குச் செல்லப் புறப்பட்டிருக் கிறோம் என்றும் எங்களையும் உடன் அழைத்துச் சென்றால் பெரிய உதவியாக இருக்குமென்றும் வேண்டுகோள் தன்மையில் மல்பான் சொன்னார். “கப்பலின் உரிமையாளர் நான் அல்ல, இதோ இருப்பவர்கள்தான். இவர்கள் சம்மதித்தால் எனக்கு எந்தப் பிரச் சினையுமில்லை” என்று சொல்லி அவர் அந்தோணி த்வார்த்தியை யும் பெந்துதெவாலேயையும் சுட்டிக்காட்டினார். மல்பான் அவர் களிடமும் தன் வேண்டுகோளைச் சொன்னார். கப்பலில் இடம் இல்லையென்றும் அழைத்துச் செல்வது சிரமம் என்றும் அவர்கள் சொல்லிக் கொண்டிருக்கும்போது ஆண்டனி டிஸூஸாவும் அங்கே வந்தார். இந்த மரியாதைக்குரிய வைதிகர்கள் மதம் தொடர்பான ஒரு வேலைக்கார ஐரோப்பாவுக்குச் செல்லப் புறப்பட்டிருக்கிறார் கள். இவர்களையும் அழைத்துச் செல்லும் பட்சத்தில் அது எனக்குப் பெரிய மகிழ்ச்சியாக இருக்கும் என்று டிஸூஸா அவர்களிடம் சொன்னார். அவர்கள், வேறு என்ன சொன்னாலும் நாங்கள் அதன்படி நடப்போம் என்றும், கப்பலில் இடம் இல்லாத தால் இந்த விஷயத்தை மட்டும் கேட்கவேண்டாம் என்றும் அவர்கள் பதில் சொன்னார்கள். இனி என்ன செய்வது என்று மல்பான் துயரத்துடன் நிற்கும்போது டிஸூஸா சொன்னார்: “நாளை வாருங்கள், மீண்டும் ஒரு முறை சொல்லிப் பார்க்கலாம்.”

மல்பான் வசிப்பிடத்திற்குத் திரும்பி வந்து எல்லா விவரத்தையும் எங்களிடம் சொன்னார். இனி கடவுளிடம் பிரார்த்தனை செய்து கொள்ளுங்கள் என்று அவர் முடித்தார். நாங்கள் பரிசுத்த தேவமாதாவுக்கான ஒன்பது நாள் ஜபத்தை ஆரம்பித்தோம்.

மறுநாள் காலையில் வழிபாடு சொன்ன பிறகு மல்பான் மீண்டும் ஆண்டனி டிஸூஸாவின் வீட்டுக்குச் சென்றார். அங்கே உணவு முடித்து அமர்ந்திருக்கும்போது கப்பல்காரர்கள் அங்கே வந்தார்கள். ஆண்டனி டிஸூஸாவும் முன்பு குறிப்பிட்ட பிரெஞ்சுக் காரரும் அவர்களிடம் மீண்டும் இந்த வேண்டுகோளை வலியு றுத்திச் சொன்னார்கள். அவர்கள் சம்மதிக்கவில்லை. இன்று இங்கு தங்குங்கள் தந்தையே, கடைசியாக இன்னொரு முறை முயற்சி செய்து பார்க்கலாம் என்று டிஸூஸா சொன்னதால் மல்பான் அன்று இரவு அங்கே தங்கினார். இந்த விஷயத்தில் உறுதியாக ஒரு முடிவு சொல்லவேண்டும் என்று டிஸூஸா, பெந்து தெவாலே வுக்கும் அந்தோணி த்வார்த்திக்கும் கடிதம் கொடுத்து அனுப்பி

னார். வேறு எந்த விஷயமென்றாலும் கேட்கிறோம் என்றும் இந்த விஷயத்திற்காக சிரமப்படுத்த வேண்டாம் என்றும் அவர்கள் பதில் கடிதம் அனுப்பினார்கள். அதைப் படித்துச் சினமடைந்த ஆண்டனி டிஸூஸா, “நான் பலமுறை அவர்களின் காலைப் பிடித்தாகிவிட்டது. இறந்துபோன என் அப்பா உயிருடன் வந்து சொன்னாலும் இனி இந்த நாய்களிடம் நான் கேட்கமாட்டேன்” என்று மல்பானிடம் முடிவாகச் சொல்லிவிட்டார். மல்பான் பெரிதும் துயரடைந்தார். மறுநாள் காலையில் எழுந்து, “இனி இந்த விஷயத்திற்கு வழியில்லை. வசிப்பிடத்திற்குச் சென்று மற்றொரு வாய்ப்புத் தெரிவதுவரை அங்கேயே இருக்கலாம். அல்லது கரை வழியே நடந்து வேறு ஏதாவது துறைமுகத்துக்குச் சென்று முயற்சித்துப் பார்க்கலாம்” என்று நினைத்து தங்குமிடத் திற்குப் புறப்பட்டார். பாதி தூரம் நடந்தபோது அவருக்கு மற்றொரு சிந்தனை ஏற்பட்டது. இந்த விஷயத்திற்கு மத்தியஸ்தர்கள் மூலமாக முயன்றது ஏற்றது அல்ல. நேரடியாகவே இன்னுமொரு முறை முயற்சித்துப் பார்க்கலாம் என்று நினைத்தார். “ஆளேரப் போகிலும் தானேரெப் போகணும்” (தனக்காக நிறைய ஆட்கள் சென்றாலும் தானே நேரடியாகச் சென்றால்தான் காரியம் நடக்கும்) என்பது தானே மலையாளத்துப் பழமொழி. இந்த எண்ணத்துடன், கப்பல் காரர்களை நேரடியாகப் பார்த்து மற்றொரு முறை யாசித்துப் பார்க்கலாம் என்று முடிவு செய்து வழி மாற்றி, கப்பல்காரர்கள் இருக்குமிடத்தை நோக்கிப் புறப்பட்டார். அங்கு சென்றபோது கப்பல் உரிமையாளர்களுக்கு வீட்டு வேலை செய்யும் மனுவெல் என்ற இளைஞனை வெளியில் சந்தித்தார். அவர் அவனிடம், கப்பல் உரிமையாளர்களிடம் கொஞ்சம் பேசுவதற்கு வாய்ப்புக் கிடைக்குமா என்று கேட்டார். அவன் மல்பானின் முகத்திலுள்ள சோர்வையும் சோகத்தையும் பார்த்து, “ஏன் தந்தையே மிகவும் வருத்தத்துடனிருக்கிறீர்கள்? நீங்கள் எதற்கும் கவலைப்படாதீர்கள்” என்று ஆறுதல் சொன்னான். மல்பான் அவனிடம் சொன்னார்: “என் துன்பங்களைப் பற்றி நான் என்ன சொல்வேன்? நான் மதம் தொடர்பான ஒரு வேலையாக ஐரோப்பாவுக்குச் செல்ல முயற்சித்துக் கொண்டிருக்கிறேன். ஆண்டனி டிஸூஸா மூலம் பல முறை சொல்லியும் எஜமான்கள் சம்மதிக்கவில்லை. அதனால் நானே நேரடியாக இன்னொரு முறை விண்ணப்பித்துப் பார்க்க லாம் என்று நினைத்து வந்திருக்கிறேன்.” மல்பானின் இந்த வார்த்தைகளைக் கேட்டு வேலைக்காரன் கூறினான்: “நீங்கள் எதற்கும் கவலைப்படாதீர்கள். உங்கள் விஷயத்திற்குக் கடவுள் உதவி செய்வார். கப்பலின் மூலையிலெங்காவது உங்களுக்குக்

கொஞ்சம் இடம் கொடுப்பதால் என் எஜமான்களுக்குப் பெரிய நஷ்டம் எதுவும் வந்துவிடாது." இப்படி அந்த வேலைக்காரன் மல்பானைச் சமாதானப்படுத்திய பிறகு, தன் எஜமானர்களிடம் விவரம் சொல்வதற்காக உள்ளே சென்றான்.

வேலைக்காரனின் வார்த்தைகளைக் கேட்டு மனம் சற்றுக் குளிர்ந்தாலும் எஜமான்கள் என்ன சொல்வார்களோ என்ற அச்சத் துடன் இருக்கும்போது வேலைக்காரன் வெளியே வந்தான். மல்பானை எஜமான் அழைப்பதாகச் சொன்னான். மல்பான் உள்ளே வந்தபோது பெந்து தெவாலே என்பவர் கட்டிலில் படுத்துத் தூங்கிக்கொண்டிருப்பதையும் அந்தோணி த்வார்த்தி என்ற மற்றொருவர், மத்ராஸிலிருந்து வாங்கிய துணி வகைகளை மடித்துச் சீராக வைக்க முயன்றுகொண்டிருப்பதையும் பார்த்தார். மல்பான் அந்தோணி த்வார்த்தியை நெருங்கினார். "நான் மதம் தொடர்பான வேலையாக ஐரோப்பாவுக்குப் புறப்பட்டிருக்கிறேன் என்று உங்களுக்குத் தெரியுமல்லவா. உங்கள் நல்ல மனதின் முடிவைத் தெரிந்துகொள்ளத்தான் வந்தேன் கனவான்களே" என்று அவரிடம் சொன்னார். அத்தோணி த்வார்த்தி, களங்கமோ கபடமோ இல்லாத வகையில் தன் மனதைத் திறந்து காட்டினான். "ஏன் பாதிரி எங்களைக் கஷ்டப்படுத்துகிறீர்கள்? இடமில்லாத காரணத்தால் தான் நாங்கள் முடியாது என்று சொல்கிறோம். எப்படியாவது வந்தாக வேண்டும் என்று உங்களுக்குக் கட்டாயம் இருந்தால் எனக்குப் பிரச்சினையில்லை. இதோ இவரைச் சம்மதிக்க வைத்தால் போதும். இதைக் கேட்டவுடன் மல்பான், பெந்து தெவாலே படுத்துறங்கும் கட்டிலில் சென்று அமர்ந்தார். பெந்து தெவாலே கண்களைத் திறந்தார். மல்பான் அவரின் கரத்தைப் பிடித்துக்கொண்டு, "என் சகோதரா, நீங்களும் இந்த விஷயத்தில் மனம் வைக்கவேண்டும்" என்று கேட்டுக்கொண்டார். பெந்து தெவாலே புன்னகையுடன் சொன்னார்: "என் பாதிரியே, கப்பலில் இடமில்லாத காரணத்தால்தான் நாங்கள் இப்படி மறுப்புச் சொல் கிறோம். நோயுற்றுக் கிடக்கிற ஒரு போர்த்துகீஸ் பிரான்ஸிஸ்கன் பாதிரி ஒருவர், தன் நாட்டுக்குச் சென்று இறக்கவேண்டும் என்ற தன் ஆசையைச் சொன்னார். ஆயினும் நாங்கள் கப்பலில் இடமில் லாத காரணத்தால் கைவிட்டுவிட்டோம். பாதிரி, நீங்கள் கேரளத்தி லேயே இருந்தால் போதும். மலையாளத்துக்காரர்களுக்கு உங்களால் உதவியேற்படும். ஐரோப்பாவில் உங்களைவிட அதிகம் படித்த நிறையப் பேர் இருக்கிறார்கள். நீங்களும் அங்கே சென்று முக்கியமாகச் செய்வதற்கு எதுவுமில்லை. மேலும், வைதிகரை அழைத்துச் செல்லும்போது மரியாதையாக அழைத்துச் செல்ல

வேண்டும். இல்லையென்றால் ஊருக்குச் செல்லும்போது எங்க ளுக்குக் குற்றமாகும். மரியாதையாக அழைத்துச் செல்வதற்கான வசதி கப்பலில் இல்லை.”

இதற்குப் பதிலாக மல்பான், தான் சேவை செய்வதற்காக வொன்றும் ஐரோப்பாவுக்குச் செல்லவில்லையென்றும் தன் சமுதாயத்தின் நன்மைக்காகத்தான் செல்வதாகவும் தனக்கு எந்த மரியாதையும் வேண்டாமென்றும் கப்பலின் ஏதாவது ஒரு மூலையில் சற்று இடம் கிடைத்தால் போதுமென்றும் ஊருக்குச் செல்லும்போது கப்பல் உரிமையாளர்கள் மீதில் குற்றம் வராமல் தான் பார்த்துக்கொள்வதாகவும் பணிவார்ந்த குரலில் சொன்னார். “அல்லது எங்களை அழைத்துச் செல்லவில்லையென்றால் நடந்தா வது நான் உங்களின் நாட்டுக்கு வர முடிவு செய்திருக்கிறேன். அன்று நான் அங்கே புகார் செய்வேன்” என்றார். மல்பானின் இந்தப் பரிதாபமான பேச்சைக் கேட்டு நீண்ட நேரம் மௌனமா யிருந்த பிறகு பெந்து தெவாலே, “நாளை வாருங்கள் பாதிரி” என்று அவரை அனுப்பி வைத்தார். சற்று அமைதியடைந்த மனதுடன் மல்பான் புறப்பட்டார். ஆயினும் அச்சம் விலகவில்லை. அவர் மனதில் மற்றொரு சிந்தனை ஏற்பட்டது. கப்பல்காரர்களுக்கு அரைமனது வந்திருக்கிறது என்று அறிந்தால் ஆண்டனி டிஸூஸா ஏதாவது தடை சொல்வாரோ? அவர் நேராக டிஸூஸாவின் வீட்டுக்கு நடந்தார். நடந்த கதையையெல்லாம் அவரிடம் சொன்னார். அவரின் பதில் இப்படியிருந்தது: “உங்களை அழைத்துச் செல்வார்களென்றால் மகிழ்ச்சிதான். ஆனால், நான் கேட்டு அவர்கள் ஏற்றுக்கொள்ளாததால் அவர்கள் மீது எனக்கு எந்த நன்றியும் இருக்காது. இதைப் பற்றி நான் அவர்களிடம் ஒரு வார்த்தைகூடப் பேசமாட்டேன்.”

மல்பான் அங்கிருந்து புறப்பட்டு எங்கள் தங்குமிடத்துக்கு வந்தார். நடந்ததையெல்லாம் சொன்னார். நம் கர்த்தரிடமும் தேவ மாதாவிடமும் நன்றாக வேண்டிக்கொள்ளும்படியும் சொன்னார். உடனே நாங்கள் எல்லோரும் சேர்ந்து ஒன்பதுநாள் ஜெபம் சொல்லவும் காரியம் நிறைவேறவேற்ற வேண்டுமே என்று பிரார்த்திக்கவும் செய்தோம்.

மறுநாள் காலையில் மல்பான் எழுந்து வழிபாடு சொல்லி விட்டு கப்பல்காரர்களின் வீட்டுக்குப் போக முற்படும்போது நல்ல மழை பெய்தது. வழியில் நிறைய சேறும் தண்ணீருமாக இருந்தது. இருந்தாலும் அவர்அதைப் பொருட்படுத்தாமல் அவர்களின் வீட்டுக்குச் சென்றார். மல்பானை அழைத்துச் செல்வதாக

அவர்கள் சம்மதித்தார்கள். தொடர்ந்த பேச்சில் ஒரு வைதிக மாணவனையும் அழைத்துச் செல்வதாக ஏற்றுக்கொண்டார்கள். மல்பான் விடாமல் பிடித்தபோது இரண்டு வைதிக மாணவர்களையும் அழைத்துச் செல்வதாக ஏற்றுக்கொண்டார்கள். ஆனால், என் விஷயத்தைச் சொன்னபோது அவர்கள் எந்த வகையிலும் சம்மதிக்கவில்லை.

என்னை அங்கே விட்டுவிட்டுச் செல்ல வேண்டியிருக்குமே என்ற துயரத்துடன் அவர் வசிப்பிடத்திற்கு வந்து எல்லா விவரங் களையும் தெரிவித்தபோது நான் சொன்னேன்: "நம் சமுதாயத்தின் நன்மைக்காகவும் மேன்மைக்காகவும்தான் நாம் புறப்பட்டிருக் கிறோம். எப்படியானாலும் அந்த நோக்கத்தை நிறைவேற்ற முயல வேண்டும். நீங்கள் மட்டும் செல்வதற்குத்தான் கப்பல்காரர்கள் சம்மதிக்கிறார்கள் என்றால் நீங்கள் மட்டும்தான் செல்ல வேண்டும். நானும் இரண்டு மாணவர்களும் ஊருக்குத் திரும்புகிறோம். அதல்ல, ஒரு மாணவரையும் அழைத்துச் செல்ல அவர்கள் சம்மதிக் கிறார்கள் என்றால், நீங்களும் மாத்துவும் செல்லுங்கள். நானும் சாக்கோவும் கேரளத்துக்குத் திரும்புகிறோம். அல்லது உங்கள் மூவருக்கும் அனுமதி தருகிறார்கள் என்றால் சற்றும் வருத்தப்பட வேண்டாம். நான் திரும்பிச் செல்கிறேன்." என் இந்த தயக்கமற்ற பதிலைக் கேட்டவுடன் அவர் சொன்னார்: "அப்படிச் செய்யும்படி வராது. நாம் எல்லோரும் சேர்ந்து புறப்பட்டோம். எல்லோரும் சேர்ந்து பயணம் செல்வதற்கான அனுக்கிரகத்தைக் கடவுள் தருவார். இன்னும் ஒரு முறை அவர்களிடம் சொல்லிப் பார்க்க லாம்." நாங்கள் எல்லோரும் சேர்ந்து பிரார்த்தனை செய்யத் தொடங்கினோம். மறுநாள் கப்பல்காரர்களின் வீட்டுக்குச் சென்றார். என் காரியத்திற்காக மீண்டும் கேட்டுக்கொண்டபோது முதலில் நிறைய "ஜடத்துவம்" காட்டினார்கள் என்றாலும் கடைசி யில் சர்வசக்தி வாய்ந்த கடவுளின் ஆசியின் காரணத்தால் அவர்கள் சம்மதித்தார்கள்.

25 கப்பலில் ஏறுவது வரையிலான காரியங்கள்

கேளுங்கள் உங்களுக்குக் கொடுக்கப்படுமென்றும், தேடுங்கள் உங்களுக்குக் கிடைக்குமென்றும் நற்செய்தியில் யேசு மிசிஹா அருளிச் செய்ததுபோன்று எங்கள் தொடர்ச்சியான கடினமான பெரிய முயற்சியை நிறைவேற்றித் தந்த கடவுளுக்கு நன்றி ஸ்துதிகளை அர்ப்பணம் செய்தோம். பிறகு வைதிக மாணவர் களுக்கும் எங்களுக்கும் கப்பலில் பயன்படுத்துவதற்குத் தேவையான உடைகளில் சிலவற்றை அங்கேயே ஏற்பாடு செய்து கொண்டோம். தேவையற்ற சிலவற்றை அகதிகளுக்குத் தானம் செய்தோம். போதாத பொருட்களை மத்ராஸிலிருந்து வாங்கலாம் என்று முடிவு செய்து, நாங்கள் மைலாப்பூரின் தற்காலிக வீட்டிடம் விடை பெற்றோம். விகாரி ஜனரலிடமும் ஆயரின் செயலர் யோஹன்னான் தெஸோஸா பாதிரியிடமும் விடைபெற்றோம். சென்னபட்டணத் தில் ஆண்டனி டிஸூஸா என்ற, முன் குறிப்பிட்ட வியாபாரியின் வீட்டுக்கு வந்து, அன்று இரவு அவர் வீட்டின் முன் தாழ்வாரத்தில் தங்கிய பிறகு மறுநாள் சென்னப்பட்டணம் தேவாலயத்திற்குச் சென்றோம். அங்குள்ள கப்பூச்சின்[30] பாதிரியார்களைச் சந்தித்தோம்.

அந்தக் காலத்தில் அங்கே வசித்திருந்த கப்பூச்சின் பாதிரிகள் நால்வரும் நான்கு நாட்டைச் சேர்ந்தவர்கள். ஸுப்பீரியர் பிரெஞ்சுக்காரர், ஒருவர் இத்தாலியர், மற்றொருவர் பறங்கி. இவர் முன்னால் யேசு சபை உறுப்பினர். 14ஆம் க்லெமன்ட் போப் பாண்டவர், யேசு சபையினருக்கான அங்கீகாரத்தைத் திரும்பப்

பெற்றுக்கொண்டவுடன் இவர் கப்பூச்சின் சபையில் சேர்ந்தார். நாங்கள் தேவாலயத்திற்குச் சென்ற நேரத்தில் (நோயாளியான) இவர் அங்கே இல்லை. நான்காமவர் அர்மேனியாக்காரர். முற் காலத்தில் மல்பான் ரோமிலிருந்து கேரளத்துக்கு வரும் வழியில் பிரான்சில் இவரைப் பார்த்துப் பழகிய அன்பிருந்தது. எங்களைப் பார்த்தவுடன் அவர் மகிழ்ச்சியாக வரவேற்றார். விகாரியும் சுப்பீரியருமான பாதிரியிடம் அழைத்துச் சென்று அறிமுகப்படுத்தி வைத்தார். மல்பானுக்கு பிரெஞ்சு மரியாதைகளும் மொழியும் தெரியும் என்பதால் அந்தப் பிரெஞ்சுப் பாதிரிக்குப் பெருத்த சந்தோஷம் ஏற்பட்டது. கப்பல் புறப்படுவதுவரை அங்கே தங்கிக் கொள்ள அனுமதியளித்தார். அவர்களுடன் உணவருந்தலாம் என்றும் சொன்னார். நாங்கள் சென்ற இரவில் உணவு நேரத்துக்கு முன்பு செயின்ட் தாமஸ் மவுண்டில் பார்த்த, மிஷன் செயல் பாட்டுக்காக பம்பாய் செல்கிற நிஷ்பாதுக கர்மலீத்தா பாதிரியை யும் அங்கே சந்தித்தோம். இப்படி எல்லோரும் சேர்ந்து உணவருந்திக் கொண்டிருக்கும்போது விகாரியான தலைவர் பாதிரி, கர்மலீத்தா பாதிரியை மிகவும் கேலி செய்தார். அவரும் அவர் நண்பரான மற்றொரு கர்மலீத்தா பாதிரியும் சேர்ந்து சென்னப்பட்டணத்தில் உள்ள ஐரோப்பியப் பெண்ணுடன் சேர்ந்து ஆடிப் பாடியதைக் குறித்தானதுதான் அந்தக் கேலி. கர்மலீத்தாக்காரர் இதைக் கேட்டு வெட்கப்பட்டார். உணவுக்குப் பிறகு உறங்குவதற்கு எங்களுக்கு ஒதுக்கிய வசிப்பிடத்துக்குச் செல்லும்போது அந்தக் கர்மலீத்தாக்காரரையும் எங்களுடன் அனுப்பினார்கள். உறங்குவதற்கு முன்பான உரையாடலில் நாங்கள் ரோமுக்குச் செல்வதாக அறிந்த அந்தக் கர்மலீத்தர், கேரளத்தில் உள்ள கர்மலீத்தர்கள் ரோமுக்கு அனுப்பும்படிக் கொடுத்த கடிதங் களை எங்களிடம் கொடுத்தார். அந்தக் கடிதங்கள் எங்களுக்கு எதிரானவை என்று புரிந்தாலும், நம்பிக்கையுடன் ரோமில் சேர்ப்பிப்பதற்காக வாங்கிப் பெட்டியில் வைத்தோம். இப்படி வாங்கிய வேறு சில கடிதங்களின் வரலாற்றைச் சொல்கிறேன். நாங்கள் ஐந்து தென்னையின் வழியாகச் செல்லும்போது அந்தோணிப் பாதிரி முதலியவர்கள், நாங்கள் மைலாப்பூருக்குச் செல்வோம் என்றறிந்து சென்னப்பட்டணத்திலுள்ள தோணிக் காரர்களிடம் கொடுக்கச் சொல்லி சில கடிதங்கள் கொடுத்திருந் தார்கள். தோணிக்காரர்களுக்கு வேறு வழியில் கொடுத்தனுப்பிய கடிதங்களில் எங்களிடம் கொடுத்த கடிதங்களைப் பற்றிய குறிப்பு இருந்தது. பயணத்தில் தாமதம் ஏற்பட்டதால் நாங்கள் கொண்டு வந்த கடிதங்களைக் கொடுக்க முடியவில்லை. அடுத்தநாள் தோணிக்காரர்களில் ஒருவர் கடிதம் கேட்டு, நாங்கள் தங்கியிருக்கும்

இடத்துக்கு வந்தார். நாங்கள் நீண்டநேரம் தேடியும் கடிதம் கிடைக்கவில்லை. தொலைந்துவிட்டது என்று நினைத்து அவரைத் திருப்பி அனுப்பிவிட்டோம். ஆனால், பிற்பாடு மெதுவாகப் பெட்டி களைத் திறந்து பரிசோதித்தபோது கடிதங்கள் கிடைத்தன. அவற்றை, தோணிக்காரர்கள் தங்கியிருக்கும் இடத்துக்குக் கொடுத்து அனுப்பினோம்.

சென்னபட்டணத்து தேவாலயத்தில் வழிபாடு சொல்லத் தொடங்கியபோது ஸுரியானி முறையிலான வழிபாட்டைப் பார்த்திராத, அங்கிருந்த அர்மேனியாக்காரரும் மற்றும் அனேகரும் தேவாலயம் நிறைய வந்து கூடிவிட்டார்கள். அதன்பிறகு அன்றைய நாளில் அங்கே தங்கி, கப்பலில் அணிவதற்கான சட்டைகளையும் இடைவார்களையும் இரண்டு மூன்று போர்வைகளையும் மற்றும் அத்தியாவசியமாகத் தேவைப்படும் பொருட்களையும் வாங்கினோம். சிற்றுண்டிக்குத் தேவையானதை வாங்க வேண்டும் என்று எங்களுக்கு நினைவில்லை.

இப்படியெல்லாம் ஆயத்தம் செய்து மறுநாள் கேப்டன் நஷிமெந்து தெ கோஸ்தாவிடம், கப்பலுக்குள் செல்வதற்கான அனுமதிப் பத்திரம் வாங்கி, கப்பலில் ஏறுவதற்காகப் புறப்பட் டோம். அர்மேனியாக்காரர் கப்பூச்சின் பாதிரியும் தமிழர்களான விசுவாசிகளும் துறைமுகம்வரை எங்களுடன் வந்தார்கள்.

துறைமுகத்துக்குச் செல்லும் வழியில் நாங்கள் தெருவில் நடந்து செல்லும்போது ஒரு காட்சியைப் பார்த்தோம். ஒரு புலியின் கழுத்தில் கயிறு கட்டி மக்கள் நடக்கும் வழியின் நடுவே முளைய டித்து நாயைக் கட்டுவது போன்று கட்டியிருந்தார்கள். அபூர்வ மான இந்தக் காட்சியைப் பார்த்து நாங்கள் மிகவும் வியப் படைந்தோம்.

கப்பல் மேலதிகாரியான ஆங்கிலேயர் தன் உறவுக்காரப் பிள்ளைகள் இருவரை படிக்க வைப்பதற்காக இங்கிலாந்துக்கு அழைத்துச் செல்வதாக ஏற்றுக் கொண்டிருந்தார். நாங்கள் துறைமுகத்துக்குச் சென்றபோது அவர்களையும் அங்கே அழைத்து வந்திருந்தார்கள். அதன் பிறகு, எங்களை வழியனுப்ப வந்திருந்த கப்பூச்சின் பாதிரியையும் தமிழர்களான விசுவாசிகளையும் கட்டித் தழுவி விடைபெற்றோம். கப்பலின் அருகே சென்று கேப்டன் தந்த ஆவணங்களைப் பணியாட்களிடம் காட்டி கப்பலுக்குள் பிரவேசித்தோம். எங்களின் பெட்டிகளையும் பொருட்களையும் கப்பலில் எடுத்து வைத்தோம். அந்தப் பிள்ளைகளை அழைத்து வந்திருந்தவர்களும் ஏறினார்கள். கப்பலின் உரிமையாளர் அப்போது வந்திருக்கவில்லை.

26. கப்பலில் ஏறிய பிறகான காரியங்கள்

கேரளத்திலிருந்து பயணம் புறப்பட்டு 1778ஆம் ஆண்டிலேயே நவம்பர் 14ஆம் தேதி நாங்கள் கப்பலில் பிரவேசித்தோம். கப்பல்காரர்களுக்குப் பின்னும் அங்கே தங்க வேண்டியிருந்ததால் மேலும் நான்கு நாட்கள் துறைமுகத்திலேயே இருக்க நேர்ந்தது. ஐந்தாவது நாள் பயணம் தொடங்கியது. கடலூரை அடைந்தோம். அங்கும் கப்பல்காரர்களுக்கு வேலை இருந்ததால் கப்பல் நங்கூர மிடப்பட்டுக் கிடந்தது. அதனிடையில் கரையிலுள்ள பலர் பல வகையான போர்வைகளுடனும் மேசை விரிப்புகளுடனும் பிற வற்றுடனும் கப்பலில் வியாபாரத்திற்காக வந்தார்கள். விலை குறை வாக இருந்ததால் நாங்களும் சில மேசை விரிப்புகளை வாங்கினோம்.

இப்படிப் பலரும் பலவும் வாங்கிக்கொண்டிருந்தார்கள். அப்போது கப்பலின் பாதிரி, மல்பானை தனிப்பட்ட முறையில் அழைத்துச் சொன்னார்: "உங்களுக்கு அனுபவம் குறைவாக இருக்கிறபடியால் சொல்கிறேன். உங்கள் கையில் பணம் இருந்தால் பத்திரமாக வைத்துக்கொள்ளுங்கள். பலர் உங்களிடம் கடன் கேட்டு வருவார்கள். கொடுக்காதீர்கள். கொடுத்தால் திரும்பக் கிடைப்பது மிகவும் சிரமம்." பாதிரி இப்படி அறிவித்தார் என்றா லும், கப்பலில் சுக்கான் பிடிப்பவர்களில் இருவர் எப்போதும் கேட்டுக்கொண்டிருந்தபடியால் மல்பான் அவர்களுக்குக் கொஞ்சம் பணம் கொடுத்தார். அவர்களில் ஒருவன் பறங்கி நாட்டுக்குச் சென்றபோது வாங்கிய பணத்தைத் திரும்பக் கொடுத்துவிட்டான். மற்றவன் வாங்கிய ஐந்து வராகனை இன்றுவரை தரவில்லை.

அங்குள்ள காரியங்களையெல்லாம் முடித்துவிட்டு ஏழாம் நாள் நங்கூரத்தைத் தூக்கி ஐரோப்பாவுக்குச் செல்வதற்காக பாய் விரித்தோம்.

ஆனால் சென்னபட்டணத்திலும் கடலூரிலும் தங்கிய நாட்களிலெல்லாம், கோவளத்தில் வசிக்கிற மேற்சொன்ன கர்மலீத்தாக்காரர் யோஹன்னான் பாதிரி அறிந்தால் ஏதாவது இடையூறு செய்வாரோ என்ற பயம் எப்போதும் எங்களைத் தொந்தரவு செய்துகொண்டிருந்தது. அப்படியெதுவும் நடந்துவிடக் கூடாது என்று எல்லாம் வல்ல இறைவனிடம் நாங்கள் நிறையப் பிரார்த்தித்துக்கொண்டோம்.

ஐரோப்பா நெடுக பாய் விரித்த பிறகு கப்பலின் உரிமையாளர் கள் எங்களுக்கு உணவு மேசையிலும் பிறவற்றிலும் முக்கியமான இடம் தந்தார்கள் என்றாலும், எங்கள் குணத்தைப் பற்றி எதுவும் தெரியாததால் பெரிய நெருக்கம் காட்டவில்லை. ஏழெட்டு நாட்கள் கடந்தபோது கடவுள் அவர்கள் மனதில் கனிவை ஏற்படுத்தினார். எங்களின் எளிமையையும் பணிவையும் பார்த்த பிறகு அவர்களுக்கு எங்களைக் குறித்து மகிழ்ச்சி ஏற்பட்டது. தொடர்ந்த நடவடிக்கைகளில் மிகுந்த அன்பும் மதிப்பும் காட்டி னார்கள். அவர்கள் எங்களுக்கு எதிலும் குறைவு ஏற்படாமல் பார்த்துக்கொண்டார்கள். கோவாவை அடைந்தபோது இறந்து போன முன்னாள் கப்பல் தலைவரின் அறையை எங்களுக்கு விட்டுக் கொடுத்தார்கள். அங்கே மேலும் இரண்டு கட்டில்கள் போட்டு எங்கள் நால்வரையும் அங்கே தங்க வைத்தார்கள். அந்த அறையில் மிச்சமிருக்கும் பொருட்களையும் சில நாட்களுக்குப் பிறகு எடுத்துவிட்டு இட வசதி ஏற்படுத்தித் தருவதாகச் சொன் னார்கள். அப்படியே செய்தார்கள்.

இப்படிப் பதினைந்து நாட்கள் கடந்தன. பாண்டி நாட்டின் வழியாகக் கடந்து சென்றபோது சகிக்க வேண்டி வந்த வெப்பமும் உடற் துன்பமும் பட்டென்று முடிந்து, கப்பலின் குளிர்ந்த உணவை உண்டு ஓய்வெடுக்கத் தொடங்கியபோது எங்கள் உடலிலெல்லாம் ஒரு விதமான சொறி ஏற்படத் தொடங்கியது. அது அதிகரித்து, தொழுநோய் போன்ற ரணமும் சிரங்குகளும் ஏற்பட்டன. மல்பானின் காலிலும் கையிலும் ஏற்பட்ட சொறியின் ஆதிக்கத்தைச் சொல்லிப் புரிய வைப்பது சிரமம். அவர் அரிப்பா லும் வலியாலும் இரவில் சற்று நேரம்கூடக் கண் மூடாமல் கப்ப லின் மேல் தளத்தில் உலவிக்கொண்டு பிரார்த்தனை செய்வார். முழங்காலில் ஏற்பட்ட ரணம் பருத்துப் பழுத்திருந்தது. இரண்டு

கைக்குட்டையை ஒன்றாக மடக்கி அதில் வைத்துக் கட்டினால் மாலையாகும்போது அது முழுதும் நனைந்து ஊற்றும். கையில் ஏற்பட்ட புண்களால் இரண்டு கைகளும் தடித்து வீங்கி, சாப்பிட இயலாது போய்விட்டது. பலா இலைத் தொன்னையில் கஞ்சியை அள்ளிக் குடிக்க நேரிட்டது. தோமா பாதிரியாருக்கு அமருமிடத்திலும் காலிலும் ஏற்பட்ட சொறியின் காரணத்தால் இரண்டு வார காலம் வழிபாட்டைப் பார்ப்பதற்கோ, தேநீர் அருந்தவோ முடியவில்லை. வெளியே செல்லாமல், சவரம் செய்யாமல் கட்டிலிலேயே இருக்க வேண்டி வந்தது. சாக்கோவுக்கும் மாத்துவுக்கும் உடல் முழுதும் சொறி இருந்தது. என்றாலும் அவர்கள் சிறுவயதுக்காரர்கள் ஆனதால் எங்களைப்போல வலி அறியவில்லை.

கப்பலில் உணவு வகைகள் போதுமான அளவு இருந்தபோதிலும் அவை எங்களுக்குப் பிடிக்காமல் போய்விட்டன. மத்ராஸில் ஏறியபோது சிற்றுண்டியாக ஏதாவது வாங்கி வைக்காததன் கஷ்டத்தை நாங்கள் உணர்ந்தோம். கப்பலில் ஜென்மான், கிறிஸ்டோபர் என்ற பெயருடைய இரண்டு தச்சர்கள் இருந்தார்கள். அவர்கள் எங்கள் மீது மிகவும் அன்பு காட்டியதால் நாங்கள் பல சமயம் அவர்கள் அறைக்குச் சென்று பேசிக்கொண்டிருப்போம். அவர்கள் பானங்களும் சிற்றுண்டிகளும் தந்து எங்களுக்கு உதவி செய்து வந்தார்கள். அட்சரேகை 35.50 டிகிரி கடந்தபோது ஏற்பட்ட குளிரால் எங்கள் உடலிலிருந்த சொறியின் வேதனை அதிகரித்தது. ஊசியால் குத்துவதுபோன்ற ஒருவித வலியைத் தாங்கிக்கொள்ள முடியவில்லை.

கப்பலில் ஏறியதிலிருந்து, கீழே விவரிக்கப்போகிற வெண்கலா என்ற இடத்தை அடைவதுவரை இந்த உடல் துன்பத்தால் செயலற்றிருக்க வேண்டி வந்தது. இந்த வதையிலிருந்து காப்பாற்றி எங்களை இலக்கடையச் செய்ய வேண்டுமே என்று எப்போதும் பிரார்த்திக்க மட்டும்தான் எங்களால் முடிந்தது.

பறங்கிகளின் கப்பலில் போர்த்துகீஸ் நாட்டுக்குச் செல்லும் சூழல் ஏற்பட்டது முதல் தோமா பாதிரியார் மற்றொரு பிரார்த்தனையையும் ஆரம்பித்தார். அவர் (எழுத்தாளர்) கொடுங்கல்லூர் ஆயத்தைச் சேர்ந்தவரானதாலும், கொடுங்கல்லூர் பேராயர் இறந்து நான்கு வருடங்கள் முடிந்திருந்ததாலும் அவருக்குப் பிறகு அந்தப் பதவிக்கு யார் பெயரையும் போர்த்துகீஸ் ராஜா குறிப்பிடாததாலும் அந்த விஷத்திற்கும் ஒரு வழி காட்டவேண்டும் என்பதாயிருந்தது தோமா பாதிரியாரின் தனிப்பட்ட பிரார்த்தனை. கொடுங்கல்லூர் ஆயத்திற்கு ஒரு தலைவர் ஏற்பட வேண்டும்.

நன்னம்பிக்கை முனை தென்படத் தொடங்கியபோது மல்பானின் உடலிலிருந்த புண்கள் மிகவும் பழுத்து நடக்கக்கூட முடியாத நிலை வந்துவிட்டது. இனத்தின் நலனுக்காக அவர் நிலத்தில் அனுபவித்த துன்பங்களின் தொடர்ச்சி. நிறைய ரத்தம் வார்த்துவிட்டாரே என்று எங்களுக்குத் தோன்றியது. கப்பலின் மருத்துவரிடம் ஆலோசித்தோம். நோய் அதிகரிக்கத்தான் செய்யும் என்று அவர் சொன்னார். ரணங்களைப் பழுக்க வைத்து ஆற்று வதற்காக அவர் ஒரு களிம்பு தந்தார். அதைத் தடவிய பிறகு ரணங்கள் ஆறத் தொடங்கின. ஆனால் இரண்டு கால் பாதங்க ளிலும் வீக்கம் ஆரம்பித்தது. மூன்று, நான்கு நாட்களுக்குள் அந்த வீக்கம் அதிகரித்து மேலே தொப்புள் பகுதியிலும் அடி வயிற்றிலும் பரவி ஆபத்தான நிலையாகிவிட்டது.

இப்படி நோய் கடுமையானபோது கப்பல் உரிமையாளர்களும் ஆங்கிலேயே கேப்டனுமெல்லாம் அடிக்கடி வந்து பார்த்து மல்பானைப் பார்த்து சமாதானப்படுத்திக் கொண்டிருந்தார்கள். இதையெல்லாம் பார்த்த கப்பல் மருத்துவர், கேரளத்தில் பழகி வந்த உணவுமுறை வித்தியாசப்பட்டதால்தான் இப்படி ஆகியிருக்கக்கூடும் என்று சொல்லி, அரிசிக் கஞ்சி கொடுக்கச் சொல்லி அறிவுறுத்தினார். கஞ்சி குடிக்கத் தொடங்கியபோது வீக்கம் மீண்டும் அதிகரித்தது. மூச்சுத் திணறலும் ஏற்படத் தொடங்கியது.

இந்த நோய்க்கு வேறு சிகிச்சை ஏதுமில்லை என்று சொல்லி மருத்துவர் கைவிட்டுவிட்டார். மரணம் நெருங்கிவிட்டது என்று மல்பானுக்குத் தோன்றியது. "நான் கேரளத்திலுள்ள என் சமூகத்தை ஏமாற்றினேன் என்று வந்துவிடுமே. அவர்களின் பணத்தையும் வாங்கிக்கொண்டு, நல்லபடியாக அவர்களின் வீடுகளில் வசித்துக் கொண்டிருந்த பிள்ளைகளையும் கொஞ்சம் லத்தீன் படித்திருக்கும் வைதீகனையும் கொண்டு வந்து இந்த வழி நடுவில் தள்ளிவிட்டு விட்டேன். நான் இப்போது செத்துவிட்டால் ஐரோப்பாவுக்குச் சென்று மொழிகூடத் தெரியாமல் நீங்கள் என்ன செய்வீர்கள்? இதற்கு மேலாக, மலங்கரை தேவாலயங்களின், ஸுரியானி கிறிஸ்தவ சமுதாயத்தின் எதிரிகளான பாதிரியார்கள் என் மரணச் செய்தி அறிந்தால் மிகப் பெரிய மகிழ்ச்சி கொள்வார்கள். அது மட்டுமா? நம் சமுதாயத்தை இத்தனை நாள் செய்தது போன்று தாழ்த்தி வைப்பது மட்டுமல்ல, ஏறி மிதிக்கவும் செய்வார்கள். என் பரிசுத்த கன்னி மாதாவே, இந்த ஆபத்துகளிலிருந்தெல்லாம் காப்பாற்றுங்கள்!" என்று சொல்லிப் புலம்பத் தொடங்கினார்.

இதைக் கேட்டு எங்களுக்குத் தாங்கமுடியாத துயரம் ஏற்பட்டது. ஆயினும் கடவுள் நிச்சயம் தன் மக்களைக் கைவிடமாட்டார் என்றும் அவர் நமக்கு உதவி செய்வார் என்றும் அவருக்கு ஆறுதல் சொன்னோம்.

மருத்துவர் கைவிட்டுவிட்டார் ஆயினும் அசாத்தியமான செயல் களைச் செய்ய கடவுளால் முடியும் என்று நாங்கள் உறுதியாகச் சரணடைந்தோம். மலங்கரையின் பொது மத்தியஸ்தரும் காவல் காரருமான பரிசுத்த ஸெபஸ்த்யானோஸ் புனிதருக்கு வெள்ளிக் கால் காணிக்கை செலுத்துவதாக நேர்ந்துகொண்டு பிரார்த்தனை தொடர்ந்தது. புனிதரின் வேண்டுகோளால் கடவுள் பிரத்தியேகக் கருணை காட்டினார். அன்று இரவு மல்பானுக்கு அமைதியான தூக்கம் கிடைத்தது.

மறுநாள் பொழுதுவிடிந்தபோது உடலிலிருந்த வீக்கமெல்லாம் வடிந்து முன்புபோல பாதங்களில் மட்டும் மிச்சமிருந்தது. உள்ளில் உள்ள தெறிப்பும் வேதனையும் சற்றுக் குறைந்தது. எங்களுக்கு மிகப்பெரிய மகிழ்ச்சியும் வியப்பும் ஏற்பட்டது. இந்தப் பெரிய வரத்திற்காக பிரத்தியேகமாக சர்வேஸ்வரனை வாழ்த்தித் துதித்தோம். ஸெபஸ்த்யானோஸ் புனிதருக்கு நன்றி சொன்னோம்.

நோய் மெதுவாகக் குணமாகி வந்தது. கால்களிலுள்ள வீக்க மெல்லாம் வடிந்துவிட்டது. இதெல்லாம் கப்பலிலேயே முடிந்து விட்டது. நாங்கள் நன்னம்பிக்கை முனையைக் கடந்து 1779ஆம் ஆண்டு பிப்ரவரி 7ஆம் தேதி, மற்றொரு பூகண்டமான ஆப்பிரிக்கா வின் வென்கெலா துறைமுகத்தையடைந்து நங்கூரமிட்டோம்.

27. வென்கெலா (Benguela) என்ற இடத்தையும் அங்கு சென்ற பிறகு ஏற்பட்ட அனுபவங்களையும் பற்றி

நன்னம்பிக்கை முனையின் மறுபுறம் 13ஆம் அட்ச ரேகையில் ஆப்பிரிக்கப் பூகண்டத்திலுள்ள ஓர் இடம்தான் வென்கெலா. பறங்கிகள் இந்த இடத்தைக் கண்டுபிடித்த உடனே, ஆப்பிரிக்கா விலான தங்கள் வியாபாரத்துக்கு ஒரு துறைமுகமாக்க ஏற்றது என்று முடிவு செய்தார்கள். இந்தியாவுக்கும் பிற நாடுகளுக்கும் செல்லும் தங்கள் கப்பல்கள் ஓய்வெடுக்கவும் தேவையான பொருட்களைச் சேகரிக்கவும் ஏற்ற ஒரு முகாமாக ஆக்கலாம். இந்த நோக்கத்தை மனதில் வைத்து, அங்கிருந்த கறுப்பர்களையெல்லாம் துரத்திவிட்டு, அங்கே ஒரு கோட்டையும் கட்டி அந்தப் பிரதேசத்தை அவர்கள் தங்கள் ஆதிக்கத்திலாக்கிவிட்டார்கள். அங்கே வீசும் காற்றைச் சகித்துக்கொள்ள முடியாது. பூமி செங்கல் நிற மைதானம்போலக் கிடக்கிறது. சிறிய புற்களைத் தவிர மரங்கள் ஏதுமில்லை. அதனால் அங்குள்ள வெப்பம் கடினம். மழை பெய்வதில்லை. அரிதாகப் பெய்தாலும் தொடர்ந்து தொற்று நோய்களின் விளையாட்டு. அத்துடன் நிறையப் பேர் இறந்து போவார்கள். அதிகமான வெப்பத்தின் காரணத்தாலும் சகிக்க முடியாத காற்றின் காரணத்தாலும் பறங்கிகள்கூட தங்கள் இஷ்டப்படி அங்கே சென்று வேலை செய்யத் தயங்குகிறார்கள். பெரிய குற்றங்கள் செய்தவர்களை இங்கே நாடு கடத்துகிறார்கள். அங்கே வசிக்கும் ஐரோப்பியர்கள் ஆரோக்கியமற்ற காற்றைச் சுவாசித்தும் அதிக வெப்பத்தைச் சகித்தும் உடலில் ரத்தமில்லாமல் வெளிறி வெளுத்து மார்பின்மீது, இரண்டு கரங்களும் கழுத்தும் தலையும் மெலிந்து வயிறு தள்ளி கால் சூம்பி விகாரமாகக் காணப்படுகிறார்கள்.

ஆயினும் அங்குள்ள கால்நடைகள், காய், கனிகள் முதலானவை பெரியவை. நல்லவை. ஓய்வுக்காகவும் மிச்சமுள்ள பணத்திற்குத் தேவையான உணவுப் பொருட்கள் சேகரிக்கவும் எங்கள் கப்பல் அங்கே சென்று நங்கூரமிட்டது. உடனேயே கப்பலில் சுக்கான் பிடிப்பவர்களும் மற்ற பணியாளர்களும் வெகு நாட்கள் மழை காணாது வறண்டு காய்ந்த பூமி தண்ணீருக்குத் தாகிப்பதுபோல, நீண்ட நாட்கள் கரையைப் பார்க்காமல் கப்பலில் இருந்ததால், நாட்டின் நன்மை தீமைகளையும் காற்றின் சாதக பாதகங்களையும் ஒன்றும் யோசித்துப் பார்க்காமல் உடனே கரைக்குச் சென்றார்கள். சிலர், அங்கிருந்து வருவதுவரை கரையிலேயே தங்கினார்கள். மற்ற சிலர் ஒன்றிரண்டு நாட்கள் கரையில் தங்கிய பிறகு கப்பலுக்குத் திரும்பி வருவதும் மீண்டும் போவதுமாயிருந்தார்கள். அவர்கள் விவேகமற்ற கண்ணில் கண்டதையெல்லாம் தின்னவும் குடிக்கவும், மனதில் தோன்றியதையெல்லாம் செய்துகொண்டுமிருந்தார்கள். இவர்கள் கரையில் இறங்கிய நாளில் நல்ல மழை பெய்திருந்ததால் வெப்பம் மிகவும் அதிகரித்திருந்தது.

கேப்டனும் கப்பல் உரிமையாளர்களும் தினமும் கரைக்குச் சென்றார்கள். ஆயினும் இரவு தூங்குவதற்கு கப்பலுக்குத்தான் வருவார்கள். எங்களுக்குச் சில உணவுப் பொருட்கள் வாங்க வேண்டிய தேவை இருந்தது அல்லவா. ஆனால் அங்கே புழங்கும் நாணயம் எங்களிடம் இல்லை. அங்கே, சென்னபட்டணத்திலிருந்து நாங்கள் கொண்டு வந்த போர்வைகளில் சிலவற்றை விற்பது என்று முடிவு செய்தோம். அதற்கு முயன்றபோது வேறொரு தடை ஏற்பட்டது. இந்தியாவிலிருந்து கொண்டு வந்த பொருட்களை, போர்த்துகீஸுக்குச் செல்வதற்கு முன்பு விற்கக்கூடாது என்று அரசாங்கத் தடை இருந்தது. அதனால் வெளிப்படையாக அப்படிச் செய்வதற்கு வழியற்றுப் போனது. நாங்கள் மேற்சொன்ன எங்கள் நண்பர்களான ஜென்மானிடமும் கிறிஸ்டோபரிடமும் சொல்லி போர்வைகளை அவர்களிடம் கொடுத்து விற்க ஏற்பாடு செய்தோம். மல்பானும் அவர்களுடன் சென்றார். மூன்று நாட்கள் கரையில் தங்கி போர்வைகளையெல்லாம் நல்ல விலைக்கு விற்றார் கள். எங்களுக்கு வேண்டிய பொருட்கள் அதாவது கொஞ்சம் கோழிகள், சர்க்கரை, கோதுமை ரொட்டிகள், இனிப்புப் பதார்த்தங் கள், காய், கனிகள் ஆகியவற்றை வாங்கிக்கொண்டு கப்பலுக்குத் திரும்பி வந்தார்கள்.

மல்பான் கரைக்குச் சென்றபோது, கரையின் நிலவரங்ளைப் பார்த்தபிறகு அழைத்துச் செல்வதாகச் சொல்லியிருந்ததால் தோமா

பாதிரியாரும் ஆன்மிக மாணவர்களும் கப்பலிலேயே இருந்தார்கள். இப்படி பதினாறு நாட்கள் அங்கே செலவிட்டு கப்பலில் தேவையான பொருட்களையெல்லாம் ஏற்பாடு செய்த பிறகு அங்கிருந்து செல்வதற்கு ஆயத்தம் செய்தார்கள். கோட்டையிலுள்ள அதிகாரிகளுக்கு கப்பலில் ஒரு விருந்து கொடுத்தார்கள். அந்த மாதம் 17 ஆம் தேதி நாங்கள் போர்த்துகீஸுக்குப் பாய் விரித்தோம்.

28. பய்யா (Bahia) துறைமுகமும் அங்கு ஏற்பட்ட அனுபவங்களும்

புனிதர்களின் மடி என்று அழைக்கப்படும் பய்யா என்ற இடம் புவிக்கோளத்தின் மறுபுறத்திலுள்ள அமெரிக்கப் பூகண்டத்தில் 13ஆம் அட்ச ரேகையில் இருக்கிறது. இந்த இடத்தை எப்படிப் போர்த்துகீஸியர்கள் கைப்பற்றினார்கள் என்பது நம் விஷயத்துடன் தொடர்புடையது அல்லவென்றாலும் புதிய தகவல்களை அறிந்துகொள்ள விரும்புபவர்களின் மகிழ்ச்சிக்காக இங்கே சுருக்கமாகச் சொல்கிறேன்.

அங்கே வசிக்கும் பறங்கிகளில் வயதானவர்களிடமிருந்து கேட்டதுதான் இந்தக் கதைகள். அமெரிக்காவின் ஐந்து ராஜாக்களின் அரசாங்கத் தலைநகராயிருந்தது பய்யா. அவர்கள் ஒவ்வொருவரின் ராஜ்ஜியமும் கரையில் நீளத்தில் பிரிக்கப்பட்டிருந்தது. அதில் ஒரு ராஜா இறந்துவிட்டார். அவருக்கு ஒரு மகளைத் தவிர வேறு வாரிசுகள் இல்லை. மகள் ஆட்சிப் பொறுப்பேற்று ஆண்டு வரும்போது, பக்கத்தில் உள்ள கடலில் ஒரு பறங்கிக் கப்பல் மூழ்கியது. பயணிகளில் சிலர் ஒரு பலகையைப் பிடித்துக்கொண்டு சாகாமல் தப்பித்தார்கள். காற்றும் அலையும் அந்தப் பலகையை இந்த நாட்டின் கரையில் ஒதுக்கியது. அவர்கள் கரையேறி, முன்பு ஒருபோதும் பார்த்திராத ஒரு புதிய நாட்டையும் மக்களையும் பார்த்தார்கள். நாட்டு மக்களும் அவர்களைப் பார்த்து வியப்படைந்தார்கள். ராணிக்குத் தகவல் தெரிந்தது. அவள் இந்த ஆண்களைத் தன் முன்னால் கொண்டு வரச் செய்தாள். அவர்களில் ஒருவன்மீது ராணிக்குக் காதல் பிறந்தது. அவனைத் தன்

கணவனாக ஏற்றுக்கொண்டு தன் மொழியில் கருமாறு என்று பெயரிட்டாள். இப்படிக் கணவன் மனைவியாக அவர்கள் வாழ்ந்து வரும்போது, ஒருமுறை இருவரும் சேர்ந்து புறப்பட்டு எப்படியோ போர்த்துகீஸுக்கு வந்துவிட்டார்கள். அங்கே ராணி மதம் மாறி தோனா கத்ரீனா என்ற பெயரையும் ஏற்றுக்கொண்டாள்.

இதன் பிறகு ராணி மரணம்வரை அங்குதான் தங்கினாள். மரண நேரம் நெருங்கியபோது, தனக்குப் பிள்ளைகள் இல்லாததால் அமெரிக்காவில் உள்ள தன் நாட்டை போர்த்துகீஸ் ராஜாவுக்கு இலவசமாகக் கொடுத்துவிட்டாள். பிறகு ராணியும் இறந்து விட்டாள். இந்த ராணியின் வரையப்பட்ட சித்திரத்தை இன்றுவரை பாதுகாத்து வருகிறார்கள்.

அதன் பிறகு இந்தக் காரணத்தால் பறங்கிகள் நாட்டை ஆக்கிரமிக்க வந்துவிட்டார்கள். ராணியின் நாட்டைக் கைப்பற்றிய பிறகு மற்ற நான்கு ராஜாக்களின் நாடுகளையும் அவர்கள் கையகப் படுத்தினார்கள். அங்கெல்லாம் கோட்டையும் கட்டி முகாமை உறுதிப்படுத்தினார்கள். அன்று முதல் இன்றுவரை போர்த்துகீஸி யர்கள் அந்த இடத்தை ஆண்டு வாழ்கிறார்கள். அது மட்டுமல்ல, அந்தப் பிரதேசத்திலேயே உள்ள ரீயோ தெ ஜெனரா(Rio de ganeira), பர்ணபுக்கா ஆகிய இரண்டு நகரங்களையும் அவர்கள் கைப்பற்றி னார்கள். பல கடைத் தெருக்களையும், கிராமங்களையும், தங்கம், வெள்ளி, செம்பு, இரும்பு, ரத்தினங்கள் முதலியவை விளையும் சுரங்கப் பகுதிகளையும் அவர்கள் சொந்தமாக்கினார்கள். இவ்வாறு, பிரேசில் என்ற பெயருடைய அந்தப் புவிப்பகுதி முழுதும் போர்த்துகீஸ் ராஜாவின் பரம அதிகாரத்திற்குள் வந்து விட்டது.

இங்கே உருவாகும் தங்கத்தையும் ரத்தினங்களையும் வைரக் கற்களையும் ஆண்டு தோறும் கொண்டு செல்கிறார்கள்.

பிரேசிலின் காற்றின் காரணத்தாலும் பருவ நிலையின் காரணத் தாலும், போர்த்துகீஸிலிருந்து பலர் தங்கள் விருப்பப்படி இங்கே வந்து நிலையாகத் தங்கியிருக்கிறார்கள். ஐரோப்பாவில் உள்ள திராட்சை, பேரிக்காய் முதலியவை மட்டுமல்ல, நம் நாட்டிலுள்ள பலா, மா, தேங்காய் முதலியவற்றையும் சுலபமாக விளை விக்கிறார்கள்.

ஐரோப்பியர்களைத் தவிர, அங்குள்ள மக்களின் நிறம் சிவப்பு. முரட்டுத்தனமான முகமும் ஊசிபோன்ற தலைமுடியும் கொண்ட வர்கள். இந்த மக்களின் ஒரு பிரிவினர் பறங்கிகளுடனான தொடர்

பின் காரணத்தால் கிறிஸ்தவ மதத்தை ஏற்றுக்கொண்டார்கள். போர்த்துகீஸ் ராஜா அவர்களுக்கு தேவாலயங்கள் கட்டிக் கொடுத்தார். அந்தத் தேவாலயங்களில் விகாரிகளாக பறங்கிப் பாதிரிகளை நியமித்தார். அந்த நாட்டில் பறங்கிகளைத் தவிர வேறொரு ஆட்சியதிகாரி இல்லாததால், அதிகாரிகளெல்லாம் பறங்கிகள்தான். நாட்டு மக்கள் அறிவற்றவர்கள், சோம்பேறிகள். தின்பதற்கான எதையாவது நட்டு வளர்ப்பதையும், அன்றன்று கிடைப்பதை அன்றன்று செலவிடுவதையும் தவிர பணத்தைச் சேமிக்கும் பழக்கம் அவர்களுக்கு இல்லை. அதனால் அவர்களி டையே ஏழை, பணக்காரன் என்ற வித்தியாசம் இல்லை. சாப்பிடு வதற்குள்ளதைத் தவிர அதிக சொத்துள்ளவர்கள் என்று யாரும் இல்லை. அவரவர் வசிப்பதற்குக் கட்டிய குடில்களில் அவரவர் வசித்து வருகிறார்கள்.

நகரத்துக்கு வெளியில் வசிக்கும் இவர்கள், பறங்கிகள் வசிக்கும் நகரத்துக்கு வரும்போது பாதிரியார்கள் அணிவதுபோன்ற கால்சரா யும் கம்மீஸும் அணிவதுண்டு. இங்குள்ள மற்ற இனத்தினர் பறங்கி களுடனோ மற்ற ஐரோப்பியர்களுடனோ எந்த நெருக்கமும் இல்லா மல், நம் நாட்டு மலை ஜாதியினரைப்போல மலைகளில் வசிப்பவர் கள். அவர்கள் விவசாயம் செய்வதில்லை. கீழே வனத்தில் தானாக வளர்கின்ற தாவரங்களையும் கனிகளையும் தின்று வாழ்கிறார்கள். படிப்பதில்லை. ஆயுள் முழுதும் வில் அம்புடன் இருப்பதால் நல்ல சக்தியும் திறமையும் உள்ளவர்கள். ராஜா பரம்பரை ஆட்சியில்லை. இருப்பவர்களில் அதிக வலு மிகுந்தவனை ராஜாவாக ஏற்றுக் கொள்கிறார்கள். இவர்கள் மற்ற மனிதர்களைப் பார்த்தால் கொன்று தின்றுவிடுவார்கள் என்று சிலர் சொல்வதைக் கேட்டேன். கொல்வார்களே தவிர தின்னமாட்டார்கள் என்று வேறு சிலர் சொன்னார்கள். இந்தக் காட்டு மனிதர்களுடன் நெருக்கமான அன்பு கொண்டால் மிகவும் நல்லவர்களாம். சிலர் பறங்கிகளின் வசிப்பிடங்களுக்குச் சென்று சுயவிருப்பத்துடன் கிறிஸ்தவ மதத்தை ஏற்றுக்கொண்டு மிருக்கிறார்கள்.

இந்த நாட்டில் முக்கியமான வியாபாரப் பொருட்கள் சர்க்கரை, கூர்க்க எனும் ஒரு வகைக் கிழங்கு, மரவள்ளிக் கிழங்கு, பைனில்யா, பதப்படுத்திய தோல், கரும்பு, சாராயம் ஆகியவை. இவற்றை யெல்லாம் அங்கிருந்து ஐரோப்பாவின் எல்லா பகுதிகளுக்கும் எடுத்துச் சென்று விற்கிறார்கள். இப்படிப்பட்ட விஷயங்களை மிகவும் விரிவாகச் சொன்னால் கதை நீண்டு போகும். அதனால் அமெரிக்காவைப் பற்றிய பொதுவான விவரணத்தை நிறுத்திவிட்டு,

பய்யா என்ற நகரத்தைப் பற்றி குறிப்பிட்ட சிலவற்றை மட்டும் இங்கே எழுதுகிறேன்:

மேற்சொன்னதுபோன்று, பதிமூன்றாம் அட்ச ரேகையில் கிடக்கிற புனிதர்களின் மடியென்ற மறு பெயருள்ளது பய்யா நகரம். இது துறைமுகத்திலிருந்து கரைக்கு நீண்டு கிடக்கிறது. துறைமுகத்தில் கரையிறங்குவதற்கான பாகம் தாழ்ந்த பூமி. அது கடந்தால் குன்றுபோல உயர்ந்த இடங்களுக்கான ஏற்றம். ஆகையால் இதை, கடலும் மலையும் சேர்ந்த நகரம் என்று சொல்லலாம். எதிரிகள் கடல் மார்க்கமாக வந்து சூழும்போது தாழ்ந்த நிலத்தைக் கைவிட்டு குன்றின்மீது ஏறி நின்று யுத்தம் செய்தால், எதிரிகளுக்கு நகரத்தை வெல்வது கஷ்டமாயிருக்கும்.

குன்றின் மிகவும் அதிக உயரமான பகுதியில் கவர்னரின் கோபுரத்தைக் கட்டியிருக்கிறார்கள். எப்போதும் கோபுரத்தின் உள்ளும் புறமும் ஆயுதப்படை காவல் இருக்கிறது. சற்றுத் தூரத்தில் தேவாலயமும் அதற்குப் பக்கத்தில் பேராயரின் அரண்மனையும் அழகாகக் கட்டப்பட்டிருக்கின்றன. இந்த தேவாலயத்தில் நாள் தோறும் கானோனிஸ்தா பாதிரிகளின் சமூக பலியும் நடந்து கொண்டிருக்கிறது. ஏழைகளுக்கு வீடும் சாது வைதீகர்களுக்கு தினமும் வழிபாட்டுத் தட்சிணையும் தரும் மிஸரெக்கோர்த்யா என்றொரு தேவாலயமும் அங்கே இருக்கிறது. பல துறவி சபையினரின் ஆசிரமங்களும் கன்னியாஸ்திரி மடங்களும் வரிசையாக அமைந்திருப்பதைப் பார்க்கலாம். நகரின் தாழ்ந்த பிரதேசத்து துறைமுகத்தோடு சேர்த்து சுங்கச் சாவடியும் கிட்டங்கிகளும், கப்பல் கேப்டன்களும் கப்பல் பணியாளர்களும் தங்குவதற்கான வீடுகளும் முறைப்படிக் கட்டப்பட்டிருக்கின்றன. ஆனால் ராஜா, வெளிநாட்டினருக்கு வியாபாரத் தடை பிறப்பித்திருந்ததால், பறங்கிகளைத் தவிர மற்ற யாரும் அங்கே வியாபாரத்துக்குத் செல்வதில்லை.

எங்கள் கப்பல் பய்யா துறைமுகத்தை நெருங்கியது. ஆனால், இந்தியாவிலிருந்து வருகின்ற கப்பல்கள் போர்த்துகீஸுக்குச் சென்று சுங்கம் கட்டுவதுவரை எந்த இடத்திலும் சரக்கு விற்கக்கூடாது என்று தடை இருந்தது. முன்பே கேப்டன் சரக்கு விற்பதற்காக யாராவது கரைக்கு இறங்கினால் தலை போய்விடுமென்று பாய் மரத்தின் மீது அறிவுப்புப் பலகை கட்டித் தொங்கவிட்டுவிட்டார். அது மட்டுமல்ல, கப்பல் துறைமுகத்தை நெருங்கிய உடனே, கரையிலிருந்து காவல்காரர்கள் வந்து கப்பலைச் சூழ்ந்து தங்கள் அதிகாரத்தை நிலை நாட்டினார்கள்.

ஆனால் நாங்கள் நீண்ட நாட்களாகக் கரையில் இறங்காமல் கப்பலிலேயே வசித்து வருவதாலும் கரையில் இறங்கி எங்காவது இரண்டுமுறை குளித்தால் உடலின் காயங்களுக்குச் சற்று ஆசுவாசமாக இருக்குமே என்ற ஆசையாலும் கரைக்குச் செல்வ தற்கு என்ன வழி என்று நாங்கள் ஆலோசித்தோம். பழக்கமான வர்கள், அங்கே வெளிநாட்டினருக்குத் தங்கும் இடம் கிடைப்பது கஷ்டம் என்று சொன்னார்கள். கப்பலின் விகாரியான பறங்கிப் பாதிரிக்கு அங்குள்ள பேராயருடனும் மற்றவர்களுடனும் பழக்கம் உள்ளது எங்களுக்குத் தெரிந்தது. அதனால் அவரிடம் எங்கள் விருப்பத்தைச் சொன்னால் ஏதாவது வழியேற்படும் என்று நினைத்து அவரை அழைத்துப் பேசினோம். அவர் சொன்னார்: "பேராயருடன் எனக்குப் பழக்கமும் அன்பும் இருப்பதால் நான் அங்கே சென்றால் என்னை வரவேற்றுத் தேவையானதைச் செய்து தருவார். உங்களுடைய விஷயத்திற்கு என்ன செய்வது என்று எனக்குத் தெரியவில்லை." அவர் இப்படிக் கைவிட்டுவிட்டதால், மேற்கொண்டு அவரிடம் பேசிப் பயனில்லை என்று அறிந்தோம். கப்பலிலுள்ள மற்ற சிலரிடமும் நாங்கள் இதைப்பற்றிப் பேசினோம். அவர்களில் சிலர் சொன்னார்கள்: "இத்தாலியிலிருந்து மிஷன் செயல்பாட்டுக்காக இங்கே வந்த கப்பூச்சின் பாதிரியார்களின் ஒரு ஆசிரமம் இங்கே இருக்கிறது. அவர்களின் சுப்பீரியர் நல்ல மனிதர். நீங்கள் அவரைப் பார்த்து விஷயத்தைச் சொன்னால் கைவிடமாட்டார்." மல்பான் ரோமில் படித்தவர். அதனால் அவருக்கு இத்தாலி மொழி தெரியும் அல்லவா. பாதிரியார்கள் இத்தாலியர்கள். அவர்களைப் பார்த்துச் சொன்னால் வழியேற்படும் என்று எங்களுக்குத் தோன்றியது. அன்று உயிர்தெழுந்த திருநாளா னதால் (Resurrection Sunday) கப்பலில் வழிபாடு சொல்லி உணவு உண்டு நாங்கள் எல்லோரும் சேர்ந்து கப்பலிலிருந்து இறங்கினோம். மேற்சொன்ன கப்பூச்சின் பாதிரியார்களின் ஆசிரமத்திற்குச் சென்று சுப்பீரியரைப் பார்த்தோம். பேராயரின் அனுமதியில்லாமல் எங்கள் வீட்டில் யாரையும் தங்க வைக்கமாட்டோம் என்று அவர் பதில் சொன்னார். அதற்கு மல்பான், "வழிபாடு சொல்வதற்கும், ஆன்மிக காரியங்கள் அனுஷ்டிப்பதற்கு மட்டும் பேராயரின் அனுமதி வாங்கினால் போதுமல்லவா? இங்கே இரண்டு நாட்கள் தங்குவதற்கு அது அவசியமா? எங்களுக்கு நீங்கள் உணவு எதுவும் தரவேண்டாம். சில நாட்கள் தங்குவதற்குக் கொஞ்சம் இடம் கொடுத்தால் போதும்" என்று சொல்லிப் பார்த்தார். ஆயினும், ஆயரின் அனுமதியில்லாமல் எதுவும் செய்யக்கூடாது என்றுதான் அவர் பதில் சொன்னார். விசுவாசிகளின் தான தருமத்தால் வாழும் துறவிகள் கிறிஸ்தவ நேசத்தையும் மறந்து இப்படிச் சொன்னதைக்

கேட்டு வேறு வழியொன்றும் தெரியாமல் நாங்கள் கப்பலுக்கே திரும்பினோம். கப்பல் விகாரியான பாதிரியும் சில வேலைக்காரர்களும் இதன் பொருட்டு எங்களைக் கேலி செய்தார்கள்.

இதற்குப் பிறகு பாதிரி எங்களிடம், “நீங்கள் இரண்டு நாட்கள் கப்பலிலேயே தங்குங்கள். நான் கரைக்குச் சென்று பேராயரைச் சந்தித்துப் பேசிப் பார்க்கிறேன்” என்று சொன்னார். அவர் மனப்பூர்வமாகச் சொன்னார் என்றாலும் எங்களுக்கு அதில் நம்பிக்கையில்லை. எனவே மறுநாள் காலையில் நாங்கள் எழுந்து பேராயரை நேரடியாகச் சென்று பார்க்கலாம் என்ற நோக்கத்துடன் இறங்கிப் புறப்பட்டோம். கடவுள் அவருக்கு நல்ல புத்தி தோன்றச் செய்யவும் வாய்ப்பிருக்கிறதே. நாங்கள் ஆயர் மாளிகைக்குச் சென்று, சந்திப்பதற்கான அனுமதி வேண்டியபோது அவரின் வழிபாடு முடிந்திருக்கவில்லை. வழிபாடு முடிந்ததும் பார்க்கலாம் என்று அங்கிருந்தவர்கள் சொன்னதால் நாங்கள் அங்கே காத்திருந்தோம். வழிபாட்டுக்கான நேரம் வந்ததால் நாங்களும் சென்று வழிபாட்டைப் பார்த்தோம். பேராயர், வழிபாடு முடிந்து சற்று நேரத்திற்குப் பிறகு சந்திப்பு அறைக்கு வந்து எங்களை ஆள் விட்டு அழைத்தார். நாங்கள் அங்கே சென்று எங்கள் கஷ்டங்களையும் தேவைகளையும் சொன்னோம். அவர் எங்களிடம், ஆயத்திற்குரிய ஆயரின் சான்றாதாரம் உண்டா என்று கேட்டார். அப்படிப்பட்டதொன்றும் எங்கள் கையில் இல்லாததால் மல்பான் தனக்கு ரோமில் வழங்கிய டாக்டரேட் சான்றிதழ் புத்தகத்தையும் (தத்துவ இயலிலும் இறையியலிலும் டாக்டரேட் பெற்றதற்கான இந்த சாட்சிப் பத்திரம் இப்போதும் மானானத்தில் பாதுகாக்கப் படுகிறது) தன் புரோகிதப் பத்திரத்தையும், மலையாளத்தில் எழுதிய தோமா பாதிரியாரின் புரோகிதப் பத்திரத்தையும் அவரிடம் காட்டினார். உடனே கடவுள் பேராயரின் இதயத்தில் கருணையைக் கொடுத்தார். அவர் அங்கே எங்களை வரவேற்று தன் ஆயத்தில் எந்த இடத்திலும் வழிபாடு சொல்வதற்கு அனுமதியளித்தார். தவிர, நாங்கள் தங்குவதற்கு தன் மாளிகையிலேயே ஓர் அறையை ஏற்பாடு செய்தும் கொடுத்தார். நாங்கள் அங்கிருந்து செல்வதுவரை, தேவையான உணவையும் பானங்களையும் இலவசமாகத் தரும்படியும் கட்டளையிட்டார். இப்படி நாங்கள் அங்கே கௌரவமாகத் தங்கியிருக்கும்போது இரண்டு பெருநாள் தினங்கள் கடந்து அங்கு வந்த கப்பலின் விகாரியான பாதிரி, எங்கள் “நிலை”யைப் பார்த்துப் பெரும் வியப்படைந்தார். அவர்கூட பேராயரைச் சந்தித்துப் பேச அனுமதி கேட்டு, இப்போது நேரமில்லை என்று பதில் வந்ததால் துயரத்துடன் திரும்ப நேர்ந்தது. இந்தப் பேராயரின் பெயர் யொக்கிம் போர் ஜெய தெவி காரோவா என்பதாகும்.

29 பேராயர் எங்களை வரவேற்றதற்குப் பிறகு...

மேற்சொன்னபடி பேராயர் தன் மாளிகையில் எங்களை வரவேற்றுத் தங்க வைத்த பிறகு அடுத்த நாள் தேவாலயத்துக்குச் சென்று நாங்கள் வழிபாடு சொன்னோம். ஸுரியானி முறையிலான வழிபாட்டைப் பார்த்திராத அந்தப் பிரதேச மக்களெல்லாம் எங்கள் வழிபாட்டைப் பார்த்து மிகவும் வியந்தார்கள். இந்தப் புதுமையை பேராயர் அறிந்தபோது அவர் மல்பானை அழைத்தார். தானும் அந்த வழிபாட்டைப் பார்க்கவேண்டும் என்றும் மறுநாள் மாளிகை யின் தேவாலயத்தில் வழிபாடு சொல்லவேண்டும் என்றும் கூறினார். அதன்படி மல்பான் அங்கே சென்று வழிபாடு சொன்னார். பேராயர் வந்து அதைப் பார்த்தார்.

வழிபாடு முடிந்தவுடன் பேராயர், மல்பானை அழைத்துச் சொன்னார்: “உங்கள் இந்த வழிபாட்டு முறை ஐரோப்பாவெங்கும் நடைமுறையில் இல்லாதது. இந்த முறையுடன் நீங்கள் அங்கே சென்றால் உங்களை யாரும் வரவேற்பார்கள் என்று தோன்ற வில்லை. இந்த முறையை மாற்றிக்கொள்ள உங்களுக்கு மனம் இருந்தால் நான் அனுமதிக்கிறேன். லத்தீன் வழிபாட்டு முறையைக் கற்றுக்கொடுக்க ஒரு ஆசிரியரை நியமிக்கிறேன்.” இதைக்கேட்டு மல்பான் சொன்னார்: “எங்களிடம் தாங்கள் காட்டும் அன்புக்கும், எங்களுக்குச் செய்யும் உதவிக்கும் நாங்கள் தாங்களுக்கு மிகவும் கடமைப்பட்டிருக்கிறோம். எங்கள் வழிபாட்டு முறையை மாற்று வது கஷ்டம். ஏனென்றால் எங்கள் இடத்தில் இதுதான் நடைமுறை யிலிருக்கிறது. நாங்கள் பிறந்து வளர்ந்த சமுதாயத்தின் முறை இது.”

இப்படி மூன்று, நான்கு நாட்கள், வசிக்கும் இடத்திலுள்ள தேவாலயத்தில் வழிபாடு சொல்லி முடித்தபோது, அங்கு அது அபூர்வமான வழிபாடு ஆனதாலும் வழிபாட்டு உதவியாளன் நம் பாணியில் நீட்டி பதிலுக்குப் பதில் சொல்வதாலும் மக்கள் கேள்விப் பட்டு வந்து கூடத் தொடங்கிவிட்டார்கள். அதிலுள்ள புதுமை நகரத்தில் பேச்சுப் பொருளானது.

பய்யா என்ற இந்த நகரத்தில் உள்ள வியாபாரிகளில் பலரும் பணக்காரர்களானதால் அவர்களின் ஐரோப்பிய பாணி பங்களாக்களிலேயே தொழுமிடங்கள் (Chapel) இருந்தன. தாங்களும் தங்கள் குடும்ப உறுப்பினர்களும் விருப்பப்படி வழிபாடு பார்ப்பதற்கு அங்கே ஒரு பாதிரியாரையும் ஏற்பாடு செய்திருப் பார்கள். ஞாயிற்றுக் கிழமைகளிலும் மற்ற பெருநாள் தினங்களிலும் மற்ற முக்கியமான நாட்களிலும் தேவாலயத்துக்குச் செல்லாமல் வீட்டிலேயே வழிபாடு சொல்வதுதான் அவர்களின் வழக்கம். எங்களின் இந்தப் புது முறையிலான வழிபாட்டைப் பற்றிக் கேள்விப்பட்ட அவர்களில் பலரும் அவர்களின் வீட்டுக்கு எங்களை அழைத்து வழிபாடு சொல்ல வைத்தார்கள். கணிசமான தட்சிணையும் தந்தார்கள். தவிர நாங்கள் வசிக்கும் இடத்திலுள்ள தேவாலயத்தின் அருந்தவப் பெரியோரான பர்ணதோஸெ என்ற பாதிரியார் கன்னியாஸ்திரி மடங்களின் அன்பு ஆலோசகராவும் இருந்தார். எனவே, அவர் பலமுறை எங்களை மடங்களுக்கு அழைத்துச் சென்று வழிபாடு சொல்ல வைத்தார். வழிபாட்டுக்குப் பிறகு மடங்களில் இனிப்புப் பலகாரங்கள் தந்து உபசரித்தார்கள். சில முறை சாப்பிட்டு முடிவதுவரை கன்னியாஸ்திரிகள் எங்களை அங்கே தங்கவைத்துப் பேசிக் கொண்டிருப்பார்கள். அது மட்டு மல்ல, விடைபெற்று வரும்போது தட்சிணையாக ஒவ்வொரு பத்தாக்கும் (அங்குள்ள நாணயம்) தருவார்கள். பர்ணதோஸ் பாதிரி கடவுள் பக்தி மிக்கவர். எங்கள் பரிதாபமான நிலையையும் உட லில் உள்ள புண்களையும் பார்த்து நாங்கள் குளிப்பதற்கு வேண்டிய வசதிகளைச் செய்து கொடுத்தார். எங்களுக்கு உதவி செய்வதற் காகத் தன் பணியாளை அனுப்பியிருந்தார். எங்கள் உடைகளை அவன் வீட்டுக்கு எடுத்துச் சென்று கூலியில்லாமல் துவைத்துத் தரும்படியும் ஏற்பாடு செய்திருந்தார்.

ஒரு நாள் மல்பானின் வழிபாட்டைப் பார்ப்பதற்கு அந்தோணி ஓஸக்கல் தாஸ என்ற ஒருவர் வந்தார். பெரிய துப்பாக்கிகளைச் செப்பனிடுகின்றவர்களின் தலைவர் அவர். பெரிய பக்தர். கடவுள் பயமுள்ளவர். புண்ணிய வாழ்க்கை வாழ்ந்து வருபவர். அவர்,

வழிபாடு முடிந்தவுடன் மல்பானைப் பார்த்துப் பேசினார். நாங்கள் எங்கிருந்து வருகிறோம், எங்கே செல்கிறோம் என்பதையும் பிறவற்றையும் அறிந்துகொண்டார். பிறகு வீட்டுக்குச் சென்று பட்டாளக்காரர்களில் ஒருவரை அனுப்பி மல்பானை அழைத்துச் சென்று பேசி அதிக விவரங்கள் கேட்டறிந்தார். அப்போது மல்பானின் உடலிலும் கால்களிலும் உள்ள அதிகமான சிரங்குகளைப் பார்த்து தண்ணீர் சுட வைத்துக்கொண்டு வரும்படிக் கட்டளையிட்டார். அவர் தன் கரங்களாலேயே மல்பானின் கால்களைத் தேய்த்துக் கழுவினார். ஆடுதொடா இலையை வைத்துக் கட்டினார். மல்பான் அணிந்திருந்த காலுறை பழசாகியிருந்ததால் ஒரு ஜோடி புதிய காலுறை கொண்டுவந்து கொடுத்து அணியச் செய்தார். இப்படிப் பலமுறை அவர் மல்பானின் காலைக் கழுவிக் கட்டினார். நாங்கள் வரும் நேரத்தில் விடைபெறச் சென்றபோது ஒரு தங்க நாணயத்தைத் தானமாக எங்களுக்குத் தந்தார். இவர் மற்றவர்களைவிடப் பெரிய நேசச் செயல் புரிந்ததால் இவரின் பெயரை பிரத்தியேகமாக இங்கே பதிவு செய்தேன்.

இப்படி நாங்கள் பேராயரின் மாளிகையில் வசிக்கும்போது கப்பலிலிருந்து கேப்டனின் தூதன் வந்து எங்களை ஒரு அதிகாரியிடம் அழைத்துச் சென்றான். கப்பலை நேராகக் (லிஸ்பனுக்குக்) கொண்டு செல்ல முடியாததால்தான் பய்யாவில் கரை சேர்த்தோம் என்ற, கப்பல்காரர்களின் சத்திய வாக்குமூலத்துக்கு எங்கள் இருவரிடமும் வெவ்வேறு காகிதத்தில் கையெழுத்து வாங்கிக் கொண்டார்கள்.

கப்பலுக்குத் தேவையானதையெல்லாம் ஆயத்தம் செய்த நேரத்தில் எங்களுக்குத் தேவையானதையெல்லாம் நாங்களும் சேகரித்தோம். கப்பலில் ஏறுவதற்கான நேரம் நெருங்கியபோது நாங்கள் விடைபெறுவதற்காகப் பேராயரிடம் சென்றோம். அவர் எங்கள் இருக்கும் கப்பலிலோ, லிஸ்பனிலோ வழிபாடு சொல்லத் தக்க வண்ணம் நிறைய தான தர்மங்கள் அளித்தார். மாணவர்கள் இருவருக்கும் பச்சைக் கம்பளியாலான ஒவ்வொரு கால்சராயும் கொடுத்தார். பேராயருக்கு பய்யா தேசத்து காற்று பிடிக்கவில்லை. எனவே இந்த வேலையிலிருந்து விடுவித்து மீண்டும் லிஸ்பனுக்குச் செல்ல அனுமதியளிக்க வேண்டும் என்று அவர் போர்த்துகீஸ் ராணியிடம் விண்ணப்பித்திருந்தார். ராணி அந்த வேண்டுகோளை ஏற்றுக்கொண்டு பய்யா பேராயராக மற்றொருவரை நியமனம் செய்திருந்தார். எனவே பேராயர் தன் பொருட்களை லிஸ்பனுக்குச் செல்லும் கப்பல்களில் கொஞ்சம் கொஞ்சமாகக் கொடுத்து

அனுப்பிக்கொண்டிருந்தார். அதன்படி வீட்டுப் பொருட்கள் சிலவற்றை எங்களிடமும் கொடுத்திருந்தார். தவிர பேராயரின் மருமகனான பாதிரி கணிசமான சர்க்கரையை எங்களுக்கு அன்பளிப்பாகத் தந்தார். இப்படி மிகவும் அன்புடன் எங்களை அங்கிருந்து வழியனுப்பினார்கள்.

அந்த ஆண்டிலேயே மே முதல் தேதி நாங்கள் அங்கிருந்து கப்பல் ஏறினோம். கொடுங்கல்லூர் பேராயத்திற்கு ஒரு பேராயர் வேண்டும் என்று நான் தனிப்பட்ட முறையில் ஒவ்வொரு நாளும் கடவுளிடம் வேண்டிக்கொண்டிருந்தேன். கொடுங்கல்லூர் பேராயரை நியமிக்க வேண்டி போர்த்துகீஸ் ராணியிடன் விண்ணப் பிப்பதைப் பற்றி மல்பானிடம் ஆலோசித்தேன். அப்படித்தான் செய்யவேண்டும் என்று அவரும் சம்மதித்தார். மலங்கரை தேவால யங்களுக்குத் தேவையானதையெல்லாம் உசிதப்படிச் செய்து கொள்ள எங்களுக்கு அதிகாரமும் தந்துதானே அனுப்பியிருக் கிறார்கள். அதன்படி லிஸ்பனுக்குச் சென்றால் ராணியிடம் சமர்ப்பிப்பதற்கான விண்ணப்பங்களை நாங்கள் தயார் செய்தோம். கப்பல் உரிமையாளர்களிடம் அதை வாசித்துக் காட்டியபோது அவர்களுக்கு மகிழ்ச்சி ஏற்பட்டது. இந்த விண்ணப்பத்தின் பிரதி பின்னால் கொடுக்கப்பட்டிருக்கிறது. இதற்கிடையே எனக்குக் கடினமான ஒரு இருமல் ஏற்பட்டது. வெப்பக் காற்று முடிந்து திடீரென்று குளிர் காற்று பட்டதுதான் காரணம். கப்பலில் உள்ள மருத்துவர், சுடு நீரில் சர்க்கரையிட்டுக் குடிக்கும்படிக் கூறினார். நானும் அதன்படிச் செய்தேன்.

என் நோய் நிலையைப் பார்த்து கப்பல் உரிமையாளர்கள் இரக்கம் காட்டினார்கள். இருமல் அதிமான நாட்களில் கோழிக்கறி யிறைச்சியும் குழம்பும் சமையல் செய்து தரும்படிக் கட்டளை யிட்டதால் நாங்கள் வாங்கிய கோழிகளில் ஒன்றையும் கொல்ல வேண்டி வரவில்லை.

இப்படி மேற்படி வருடம் ஜூலை 18ஆம் தேதி மதியத்திற்குப் பிறகு நாங்கள் மூன்று மணிக்கு லிஸ்பனுக்கு வந்தோம். அப்போது நல்ல காற்று வீசியது. கப்பல் துறைமுகத்துக்குச் சென்று நங்கூர மிட்டது. அரசாங்க அதிகாரிகள் வந்து கப்பலில் பரிசோதனை நடத்தி முடிப்பதுவரை யாரும் கரைக்கு இறங்கக்கூடாது என்ற உத்தரவு இருந்தது. எனவே அன்றைய தினத்தில் நாங்கள் கரைக்குச் செல்லாமல் கப்பலிலேயே இருந்தோம்.

அன்று இரவில் நான் பய்யாவிலிருந்து வரும்போது புகையிலைப் பொடியில் கொஞ்சத்தை மட்டும் வைத்துக்கொண்டு

மிச்சத்தைக் கடலில் எறிந்துவிட்டேன். ஏனென்றால், பய்யாவிலிருந்து புகையிலையையும் புகையிலைப் பொடியையும் லிஸ்பனுக்குக் கொண்டு சென்று வியாபாரம் செய்வதற்கான உரிமை அரசாங்கத்துக்கு மட்டும்தான் உண்டு.

மறுநாள் பரிசோதனைக்காரர்கள் வந்தார்கள். கப்பலில் வரும் பணத்தின் சதவிகிதப்படி சுங்கம் கட்ட வேண்டியிருந்ததால் அனைத்துப் பயணிகளும் தங்களிடமிருக்கும் பணத்தையெல்லாம் பரிசோதனைக்காரர்களிடம் கொடுக்கவேண்டும். மல்பான் எங்களிடமிருந்த பணத்தை அவர்களிடம் கொடுத்தார். அவர்கள் அதிலிருந்து மூன்று தங்கக் காசுகளை தற்காலச் செலவுக்கு எடுத்துக்கொண்டார்கள். மிச்சமுள்ளதை நாங்கள் எடுத்துக் கட்டி வைத்தோம். அதன் கணக்கை அவர்கள் புத்தகத்தில் எழுதிக் கொள்ளவும் செய்தார்கள்.

இதெல்லாம் முடிந்து நாங்கள் உணவு சாப்பிட்டு கப்பலிலிருந்து இறங்கி நகரத்துக்குச் சென்றோம். இந்தியா ஹௌஸில் ஆஜரான பிறகுதான் பொருட்களை வெளியே எடுக்க வேண்டும் என்ற நியதி இருந்ததால், நாங்கள் எங்கள் பொருட்களையெல்லாம் கப்பலிலேயே வைத்தோம்.

இப்படிக் கடவுள் அருளால் நாங்கள் ஆயுளோடும் ஆரோக்கியத்தோடும் லிஸ்பனைச் சென்றடைந்தோம். அங்கே எங்களுக்குத் தெரிந்த பழக்கமான ஆட்கள் யாருமில்லை. அங்குள்ள மக்களின் சுபாவமும் சக்தியும் எங்களுக்குத் தெரியாது. இடங்களொன்றும் தெரியாது. அதனால் ஐரோப்பிய நாடுகளில் உள்ள முறைப்படி அங்குள்ள போப்பாண்டவர் பிரதிநிதியின்(Papal Nuncio) வீட்டுக்குச் சென்றோம். பேப்பல் நுன்சியோவைப் பார்க்க வேண்டிய தேவை யிருக்கிறது என்று வாயிற் காவலனிடம் சொன்னோம். அவன், பொதுவாகப் புதன்கிழமையில் சந்திப்பதற்கான அனுமதியில்லை என்று சொன்னான். அவனிடம் பலவிதத்திலும் வாதப் பிரதி வாதம் நடத்திய பிறகு மல்பானை மட்டும் உள்ளே அனுப்பினான். பேப்பல் நுன்சியோவைப் பார்த்த பிறகு அவர் ஆளனுப்பி எங்களையும் உள்ளே கொண்டு சென்றார். நுன்சியோ, உடனே எங்களுக்கு உணவு தரும்படிக் கட்டளையிட்டார். நாங்கள் கப்பலிலிருந்து உணவருந்தி வருவதால் பசியில்லை என்றும், இந்தப் பெரிய அன்புக்கும் கருணைக்கும் தங்களின் மேன்மைக்கும் நாங்கள் பெரிதும் கடமைப்பட்டிருக்கிறோம் என்றும் மல்பான் பதில் சொன்னார். அங்கே இரண்டு ஸிரியன் தேவ ஊழியர்கள் (மிஷனரி கள்) தங்கியிருப்பதால் எங்களையும் தங்கவைக்க இடமில்லை

என்று சொன்னார் பேப்பல் நுன்சியோ. அவர், தன் பணியாளர்களில் ஒருவரான பாதிரியுடன் எங்களை சற்றுத் தூரத்திலுள்ள பெனடிக்டன் ஆசிரமத்துக்கு அனுப்பினார். எங்களுக்குத் தேவையானதைச் செய்து தரவேண்டும் என்று அவர்களின் சுப்பீரியருக்கு உத்தரவிடவும் செய்தார்.

பேப்பல் நுன்சியோவின் உத்தரவுப்படி அந்த ஆசிரமத்தில் எங்களுக்கு இரண்டு அறைகள் ஒதுக்கித் தந்தார்கள். உணவும் ஏற்பாடு செய்தார்கள். நாங்கள் லிஸ்பனிலிருந்து ரோமுக்குச் செல்வதுவரை இவ்வாறு எங்களை அங்கே நல்லபடியாக உபசரித்தார்கள்.

30 லிஸ்பன் நகரமும் அங்குள்ள ராஜ ஆட்சிமுறைச் சம்பிரதாயமும்

போர்த்துகீஸ் நாட்டின் அராசாங்கத் தலைநகரான லிஸ்பன் ஆரம்பத்தில் ஒரு சிறிய நகரமாயிருந்தது. தலைநகரை அங்கே மாற்றி ஸ்தாபித்த பிறகு லிஸ்பன் (Lisbon), ஐரோப்பாவிலுள்ள புகழ்பெற்ற நகரங்களில் ஒன்றாக ஆகிவிட்டது.

இரண்டு காதம் நீளமும் ஒன்றரைக் காதம் அகலமும் உள்ள நகரம்தான் லிஸ்பன். இந்த நகரத்திலுள்ள வீடுகளும் கோபுரங் களும் ஜனோவாயிலோ ரோமிலோ உள்ளது போன்று உயரமுள்ள தல்ல. ஆயினும் இங்கே இரண்டு நான்கு மாடிகள் வரையுள்ள கட்டடங்களும் இருக்கின்றன. நகரத்தின் நிலையைக் கவனித்தால், அஸ்திவாரமிட்ட காலத்தில், இவ்வளவு பெரிய நகரமாக நிறுவுவதற்கான நோக்கம் இருந்திருக்கவில்லையென்று புரியும். தலைநகரம் அங்கே மாறவும், வியாபாரமும் பிறவும் அதிகரிக்கவும் செய்த பிறகு வெளி நகரங்களிலிருந்து மிகப் பலர் இங்கே வந்து வசிக்கத் தொடங்கினார்கள். அதனால் முதலாவது நகரத்தோடு கொஞ்சம் கொஞ்சமாகக் கூட்டிச் சேர்க்க ஆரம்பித்தார்கள். நகரத்தின் அமைப்பு அவ்வளவு முறைப்படி இல்லையென்றாலும் சாலைகள் சீராகவும் நேராகவும் இருப்பதைப் பார்க்கலாம்.

நகரத்தின் உள்ளே பிரதேசத் தேவாலயங்கள் அனேகமும் துறவி மடங்களும் கன்னியாஸ்திரி மடங்களும் உள்ளதால், திருநாள் நாட் களில் தேவாலயங்களிலிருந்து வரும் மணியோசையால் நகரமே முழங்கும். நகரத்தில் ஓடும் வண்டிகளின் சத்தத்தையும், நகரத்தில்

உள்ள பெண் துறவிகளையும், துறவிகளின் எண்ணிக்கையையும் வகை மாதிரிகளையும் வர்ணிக்குமளவு நான் அறிவு பெற்றிருக்க வில்லை. அது நம் விஷயத்துடன் தொடர்புடையதும் அல்ல. ஆயினும் இத்தகைய விஷயங்களைக் கேட்பதற்கு நம் மக்களுக்கு மிகவும் விருப்பம் உள்ளதால், நான் அறிந்திருப்பதில் சிலவற்றை இங்கே குறிக்கிறேன், அவ்வளவுதான். அங்குள்ள துறவி சபைகளில் முக்கியமானவை மார் பெனதிக்தோஸ் புனிதரின் பலவித சபை களும், மார் தொமினிங்கோஸின் சபையும், மார் யோஹன்னான் தெவோஸி என்ற புனிதரின் சபையும், மார் ஆகஸ்தீனோஸ் புனிதரின் சபையும், கர்மலீத்தர்களின் இரண்டு பிரிவும் அதாவது ஸபாதுகர் மற்றும் நிஷ்பாதுகர் மார் கமில்லா என்ற புனிதரின் சபையும், நஸ்ரா எனும் பெயருடைய பிராயச்சித்த சபையும், நல்ல மரண சபையுமாகும். இதைத் தவிர மற்ற பல துறவி சபைகளும் இருக்கின்றன. பெண் துறவிகளின் சபைகள் கீழே கொடுக்கப் பட்டிருக்கின்றன. பிரான்சிஸ்கன் பெண் துறவியர், டொமினிக்கன் பெண் துறவியர், அகஸ்தீனியன் பெண் துறவியர், கர்மலீத்தா பெண் துறவிகள் (இரு பிரிவுகள்), ஸந்தாகிளாரா எனும் புனிதவதியின் சமூகத்தைச் சேர்ந்தவர்கள் இப்படிப் பலர். தவிர, பல சகோதர சமூகங்களும் இருக்கின்றன. அதாவது பரிசுத்த வழிபாட்டின் சகோதரர்கள், மாதாவின் ஏழு துயரங்களின் (ராஜாக்கள் கைவிட ஏழு விஷயங்கள்: 1. வேட்டை 2. சூது 3. பெண் மோகம் 4. மது 5. கொடுஞ்சொல் 6. கொடுந்தண்டனை 7. அந்நியனின் சொத்துக்களை அழித்தல்) சகோதரர்கள். பரிசுத்த அரூபியின் சகோதரர்கள், ஜபமாலையின் சகோதரர்கள், மிஸெரிக்கொர்த்யா சகோதர அன்பின் சகோதரர்கள் என்றெல்லாம்.

அரசாங்க நன்கொடையும் செல்வந்தர்களின் தானமும் கொண்டு வறியவர்களுக்கும் மனம் பிறழ்ந்தோருக்கும் கட்டப்பட்டி ருக்கும் புகலிடங்கள். அவற்றில் வசிப்போருக்கும் சேவை புரிபவருக்கும் செலவுக்கான வழிகள், சாது வைதீகர்களுக்கும் மதத்தைச் சேர்ந்த எளிய மனிதர்களுக்கும் வழிபாட்டுத் தட்சி ணைப் பணத்தாலும் பிற வகையிலும் உதவி செய்யும் மிஸெரிக் கோர்த்யா என்ற தேவாலயம், திருமணமாகாமல் பிறக்கின்ற குழந்தைகளை கெட்டபேருக்குப் பயந்து அம்மாக்கள் கொன்று விடாமலும் மனித குலத்துக்கு சிசுக்கொலை பாவமும் ஏற்பட்டு விடாமலும் தடுக்க, அத்தகைய குழந்தைகளுக்காகக் கட்டப் பட்டுள்ள ரோதா என்ற புகலிடம் (இங்கே குழந்தைகளுக்கும் அவர்களை வளர்ப்பவர்களுக்கும் தேவையான செலவுக்குள்ள அமைப்புகள் உண்டு), தாய் தந்தையரை இழந்த குழந்தைகளுக்கான

விடுதிகள், சீர்திருத்தப் பள்ளிகள், ஆணவமாக நடக்கும் பெண்கள், மனைவிகளைத் துன்புறுத்தும் கணவர்கள் ஆகியோரைச் சரி செய்வதற்கான அமைப்புகள் இப்படி மனித சமூகத்துக்குத் தேவையான விஷயங்களுக்கெல்லாம் வெவ்வேறு ஏற்பாடுகள் செய்திருப்பதைப் பார்க்கலாம். ஒவ்வொன்றுக்கும் வருமானத்திற்கான வழிகளையும் உருவாக்கி வைத்திருக்கிறார்கள்.

ஐரோப்பிய நகரங்களில் பொதுவாகப் பார்த்து வருவது போன்று இங்கும் பல சதுக்கங்கள் உண்டு. இவையெல்லாம் நகரத்தின் நீள பாகத்தின் வடக்கு முனையில் இருக்கின்றன. அவற்றில் மிகவும் சிறப்பான சதுக்கம் நகரத்தின் வடக்கு கிழக்குப் பகுதியில் நதிக்கரையில் இருக்கும் “ப்ராஸா தெ ஈந்த்யா” என்பதாகும். இதன் தரை மிகவும் சமதளம் என்பது மட்டுமல்ல, இதன் வடக்கு முனையில், இந்தியாவிலிருந்து கப்பல்களில் வரும் சரக்குகளை இறக்கி வைப்பதற்காக வெகு நீளமும் உயரமும் உள்ள பெரியதொரு கட்டடத்தைக் கட்டியிருக்கிறார்கள். இந்தச் சதுக்கத்தின் தெற்குப் பகுதியில் மேற்சொன்ன பருமனில் மற்றொரு கட்டடம் கட்டப்பட்டு, அதில்தான் பலவித நீதிமன்றங்கள் நடக்கின்றன. இதன் மேற்குப் பாகத்தில் இதே உயரத்தில் ஒரு ராஜமாளிகையும் இருக்கிறது. இந்தச் சதுக்கத்தின் நடுவில் பளிங்கால் ஒரு பெரிய ஸ்தூபி நிர்மாணித்திருக்கிறார்கள். அதன்மேல், செம்பால் அழகாக வார்த்துச் செய்த ஒரு குதிரையின் மேலே கிரீடமணிந்து செங்கோலுடன் கடலைப் பார்த்தபடி ஒரு ராஜாவின் சிலை அமைக்கப்பட்டிருக்கிறது. இதன் வலதுபாகத்தில் இதே அளவு பெரிதாக, கல்லால் செய்யப்பட்ட மற்றொரு குதிரையும் படை வீரர்களும் உண்டு. அதன் இடது பாகத்தில் கல்லால் உருவாக்கப்பட்ட ஒரு யானையின் சிலையையும் அதன் முன்புறம் கீழே செம்பால் செய்யப்பட்ட ஒரு கப்பலையும் பார்க்கலாம். இணையற்ற இந்த அரசாங்க நினைவுச் சின்னத்தின் படிக்கட்டுகளுக்குக் கீழே சுற்றிலும் தங்கம் பூசிய இரும்புக் கம்பிகள் அமைத்திருக்கிறார்கள்.

இந்தச் சதுக்கத்தின் பக்கத்திலுள்ள வீதிகளின் இருபுறமும் தெரியும் வீடுகள், பூகம்பத்தில் தகர்ந்த பழைய வீடுகளின் இடத்தில் புதிதாகக் கட்டப்பட்டவை. நகரத்தின் மிகப் பணக்கார வியாபாரிகள் வசிப்பது இங்குதான். நகரத்தின் கடற்கரையில் மூன்று கோட்டைகளையும் நடுவில் மற்றொரு கோட்டையையும் பார்க்கலாம். நடுவில் உள்ள இந்தக் கோட்டையில் பலவிதமான தொழில்காரர்களை செலவுக்குக் கொடுத்துத் தங்க வைத்திருக்கிறார்கள். அவர்களில் தச்சர்கள், கொல்லர்கள் முதலான பலவிதப்

பணியாளர்கள் இருக்கிறார்கள். பீரங்கிகளைப் பாதுகாத்து வைப்ப தற்கான, பஞ்ச காலத்துக்குக் கோதுமையை இருப்பு வைப்பதற்கான அறைகளும் அங்கே இருக்கின்றன. மனிதர்களுக்குத் தேவையான பல பொருட்களையும் பிரத்தியேக அறைகளில் அங்கே பாதுகாத்து வைத்திருக்கிறார்கள். சீராகவும் முறைப்படியும் இவற்றைக் கட்டியிருக்கிறார்கள். தவிர, பிதால்கோமார் என்று அழைக்கப்படும் நகர முக்கியஸ்தர்களின் மாளிகைகளும், கோபுரங்களும், வீடுகளும் இங்கே இருக்கின்றன.

இந்த நகரத்திலுள்ள, சபையின் அதிகாரத்திலுள்ள நிறுவனங் களைப் பற்றிச் சொன்னால் ரோமைத் தவிர மற்ற ஐரோப்பிய நாடுகள் எங்கும் உள்ளதை விடவும் பெருமையும் சிறப்பும் அவற்றிற்கு இருக்கின்றன. இதற்கு ஒரு வரலாற்றுப் பின்னணியும் இருக்கிறது. முற்காலத்தில் மக்களின் ஆன்மீகப் பாதுகாப்புக்கு மற்ற ஐரோப்பிய நாட்டுத் தலைநகரங்களில் இருப்பதைப்போன்று கர்தினால் பேராயரும் (கர்தினால்: ரோமன் கத்தோலிக்கச் சபையில் போப்பாண்டவருக்கு அடுத்ததான முக்கியப் பதவிகளில் ஒன்று) கானோனிஸ்தர்களும் இங்கே இருந்தார்கள். ஆனால் இப்போது ஆட்சி புரியும் ராணியின் கொள்ளுத்தாத்தா தோம்யொவாம் காலத்தில், கடவுளின் ஸ்துதிக்காவும் நாட்டின் பெருமைக்காகவும் விரிவுக்காகவும் நகரத்தின் சபை அதிகாரமுள்ள நிறுவனங்களின் மேன்மையை அதிகரித்தார்கள். ரோமில் போப்பாண்டவரும், அவரின் சக பணிவிடையாளர்களான கர்தினால்களும் மோன்ஸிஞ்ஞோர்களும் (கத்தோலிக்க சபையில் வைதீகர்களுக்கு வழங்கும் உயர் பதவி) கானோனிஸ்தர்களும் உள்ளது போன்று லிஸ்பனிலும் இருக்கவேண்டும் என்று ராஜா முடிவு செய்தார். முன்பே இருந்த பேராயரின் பதவியை உயர்த்தி பாத்ரியர்க்கா (ஆயர்களின் மீது அதிகாரமுள்ள ஆன்மீகப் பதவி) ஆக்கினார். அவரின் ஆன்மீகப் பரிவாரங்களாக இருபத்து நான்கு பிரின்ஸி பால்களையும் (முக்கிய ஆன்மீக அதிகாரிகள்) இரண்டு மோன்ஸிஞ் ஞோர்களையும் கானோனிஸ்தர்களையும், மற்ற பணிவிடைக்காக நிறைய தேவாலய உத்தியோகஸ்தர்களையும் நியமித்து அருமை பெருமைகளை அதிகரித்தார். ஒவ்வொருவரின் பதவிக்குத் தக்க வாறும் வருமானங்களை ஏற்படுத்தினார். கர்தினால் பாத்ரியர்க் காவுக்கு லட்சம் குர்ஸாத் வருட வருமானத்துக்கு மேலாக, அரசாங்க கஜானாவிலிருந்து நாற்பதாயிரம் குர்ஸாதும் கொடுத்தார். பிரின்ஸிபால்களில் ஒவ்வொருவருக்கும் ஆண்டுதோறும் பன்னிரண் டாயிரம் குர்ஸாதும், மோன்ஸிஞ்ஞோருக்கு நான்காயிரம் குர்ஸாது வீதமும், கானோனிஸ்தர்களுக்கு வருடந்தோறும் இரண்டாயிரத்து

ஐநூறு குர்ஸாதும் சபை கொடுக்கிறது. ஒரு குர்ஸாது ஏறத்தாழ நம் இருபத்து நான்கு பணத்தின் மதிப்புள்ளது. இப்படி மற்றுமுள்ள ஒவ்வொருவருக்கும் தன் பணிப் பதவிக்குத் தக்கபடியான ஊதியம் நிர்ணயிக்கப்பட்டிருக்கிறது. இது இணையற்றதும் மதிப்பை ஏற்படுத்தக்கூடியதுமான ஓர் அமைப்பு என்று சொன்னால் போது மல்லவா? இதுபோன்று மதிப்பு தோன்றச் செய்யும் ஏற்பாடுகள் வேறுபலவும் இங்கு இருக்கின்றன.

நகரத்தின் பல பாகங்களிலும் அரண்மனைகள் கட்டியிருக் கிறார்கள் என்றாலும், ராஜா பொதுவாக தெற்கு முனையிலுள்ள அயூதா அரண்மனையில்தான் இருப்பார். நம் ஊரில் கைமல்களும் பணிக்கர்களும் மேனோன்களும் மற்ற பிரிவுகளும் உள்ளது போன்று, ஐரோப்பாவிலுள்ள முக்கியஸ்தர்களின் ஸ்தானப் பெயர் கள், ததூக்கா, ஏல், கோந்தி, விஷ்கோந்தி, மார்க்விஸ் (Duke, Earl, Count, Viscount, Marquis) என்றிருக்கின்றன. தோம்யூஸெ என்ற ராஜா இறந்ததற்குப் பிறகு அவருக்கு ஆண் மகன்கள் இல்லாததால் மூத்த மகளான தொன்னா மரியா ப்ரஞ்சிக்கா (Donna Maria Francesca) என்ற இப்போதைய ராணி ஆட்சிப் பொறுப்பை ஏற்றவுடனே, ஆட்சியை நான்கு துறைகளாகப் பிரித்தார். அந்த நான்கு துறை களுக்கும் நால்வரைத் தலைவர்களாக நியமித்தார். ஐரோப்பாவில் உள்ள போர்த்துகீஸ் ஆட்சிப் பிரதேசங்களின் பொறுப்பை விஷ்கோந்தி தெ பொந்த தலீமா என்பவரிடம் ஒப்படைத்தார். இந்தியா, அமெரிக்கா முதலான கடலுக்கு அப்பாலுள்ள நாடு களின் காரியங்களைப் பார்ப்பதற்கு மர்த்திங்கு தெ மெல் என்பவரி டம் பொறுப்பளித்தார். ஐரோப்பிய உள்நாட்டுப் பிரச்சினை களுக்கு அயரதெஸா என்பவரையும், நிதி தொடர்பான விசாரணை களுக்கு மார்க்விஸ் அஞ்செலா என்பவரையும் பொறுப்பாளர் களாக நியமித்தார். தெஸம் பர்கதோரர்கள் என்று பொதுவாக அழைக்கப்படும் மேலாளர்கள், வியாபாரத் தலைவர்கள், வருமானத் துறை அதிகாரிகள், நீதிபதிகள் ஆகியோரெல்லாம் இந்த நான்கு பேருக்குக் கட்டுப்பட்டுச் செயல்படுகிறார்கள். இங்குள்ள நீதி, நியாய ஆட்சிமுறையைப் பற்றி நான் விரிவான அறிவு பெற வில்லை. அது நம் விஷயத்துடன் தொடர்புடையதும் அல்லவே.

இந்த நகரத்தில் நான்கு லட்சத்திற்கும் மேற்பட்டோர் வசிப்ப தாகச் சொல்கிறார்கள். ராணியும் அவர் கணவரும் குடும்ப உறுப்பி னர்களும் வருடத்தில் கொஞ்சம் நாட்கள் அயுதா அரண்மனை யிலும், கொஞ்சம் நாட்கள் நகரத்திற்கு வெளியிலுள்ள கெலூஸா அரண்மனையிலும், கொஞ்சம் நாட்கள் ஸ்ளவ்த்தெரா, ஸம்மேரா

ஆகிய அரண்மனைகளிலும் வசிப்பார்கள். இப்படி ஐந்து இடங் களிலும் மாறி மாறி வசித்து வருகிறார்கள்.

நாங்கள் இந்த நகரத்துக்குச் சென்ற பிறகு நுன்சியோ அவர்கள் எங்களை ஸம்பெந்து புனிதரின் பெயரிலுள்ள ஆசிரமத்திற்கு அனுப்பினார் என்று சொல்லியிருந்தோம் அல்லவா. அன்றே இந்த நகரத்திலிருந்த கயெத்தானோஸ் எனும் கோவா பாதிரி எங்களை வந்து பார்த்தார். எங்கிருந்து வருகிறோம் என்றும் எங்கோ போகிறோம் என்றும் பயணத்தின் நோக்கம் என்னவென்றும் மற்ற விஷயங்களையும் அவர் எங்களிடம் கேட்டார்.

நுன்சியோவும் மல்பானும், நாங்கள் ரோமுக்கான பயணத்தில் லிஸ்பன் வந்திருப்பதாக ரோமுக்கு எழுதினார்கள். எங்களுக்கு வழிபாடு சொல்வதற்கு அனுமதி வேண்டுமென்று நுன்சியோவிடம் கேட்டபோது அவர், "நான் விரைவில் பாத்ரியர்க்காவைச் சந்திக்கச் செல்கிறேன், அப்போது உங்கள் விஷயத்தை அவரிடம் சொல் கிறேன். அதுவரை நீங்கள் இங்கேயே வழிபாடு சொல்லுங்கள்" என்று பதில் சொன்னார். நுன்சியோ மூன்று நான்கு நாட்களுக் குள் பாத்ரியர்க்காவிடம் எங்கள் விஷயத்தைச் சொன்னார். அதைத் தொடர்ந்து நாங்கள் பாத்ரியர்க்காவைப் பார்க்கச் சென்றோம். ஆனால், "இன்று சந்திப்பதற்கு வசதிப்படாது" என்று அவரின் சேவகர்கள் பதில் சொன்னார்கள். ஆனால் பாத்ரியர்க்கா உள்ளி ருந்து எங்கள் வேண்டுகோளைக் கேட்டுவிட்டார். நுன்சியோ எங்களைப் பற்றிச் சொல்லியிருந்ததை அவர் நினைவுகூரவும் செய்தார். உடனே அவரே வாயில்வரை வந்து எங்களை உள்ளே அழைத்துச் சென்று, வழிபாடு சொல்வதற்கு அனுமதியளித்தார். தவிர, நாங்கள் ஸுரியானி முறையில்தான் வழிபாடு சொல்வோம் என்றறிந்தபோது ஒருநாள் அங்கு சென்று வழிபாடு சொல்ல வேண்டும் என்று கட்டளையிட்டார். இப்படி அவர் மகிழ்ச்சியாகத் தான் எங்களை வழியனுப்பி வைத்தார்.

31 கயெத்தானோஸ் பாதிரியையும் அவர் எங்களுக்குச் செய்த சேவைகளையும் பற்றி

கயெத்தானோஸ் வித்தோரினோஸ் தெ பெரியா என்ற இந்தப் பாதிரி முன்பு கோவாவில் திருமணம் செய்துகொண்டு வாழ்ந்து வந்தார். இப்படி தம்பதியினராக நெடுங்காலம் வாழ்ந்து ஒன்றிரண்டு குழந்தைகளும் பிறந்தன. அப்போது எந்தக் காரணத்தாலோ பக்தி மார்க்கத்தில் திரும்பவேண்டும் என்று தோன்றியது. மனைவியை பெண் துறவியர் மடத்தில் சேர்த்துவிட்டார். கணவர் பட்டம் பெற்றுப் பாதிரியாகிவிட்டார். அதன் பிறகு தன் ஒரு மகனையும் அழைத்துக்கொண்டு போர்த்துகீஸுக்கு வந்தார். அங்கிருந்து ரோமுக்குச் சென்றார். மகனை ரோமில் ப்ரொப்பகந்தா மதக் கல்விச்சாலையில் சேர்த்தார். அவரும் நெடுங்காலம் ரோமில் வசித்தார். இந்தியாவில் உள்ள மிஷனரிக்காரர்கள் தொடர்பாகவும் மிஷன் நடவடிக்கை தொடர்பாகவும் பல விண்ணப்பங்களை போப்பாண்டவருக்கும் வேதப் பிரச்சார திருச்சங்கத்திற்கும் சமர்ப்பித்தார். அதுவொன்றும் சாத்தியப்படாததால் மீண்டும் போர்த்துகீஸ் நாட்டுக்கே திரும்பினார். அங்கே தங்கிக்கொண்டு தன் நாடான கோவாவுக்காகவும் அங்குள்ள மக்களுக்காகவும் பல செயல்கள் புரிந்து வாழ்ந்து கொண்டிருக்கிறார்.

கயெத்தானோஸ் பாதிரிக்கு ராணியின் கணவரிடமும் நான்கு துறைத் தலைவர்களிடமும் நகரத்தின் முக்கியஸ்தர்களிடமும் நெருக்கமும் அன்பும் உண்டு. அதனால் எல்லோரும் அவரை மதித்தார்கள். அவருக்கு நல்ல வாக்குச் சாதுர்யமும் வசப்படுத்தும் ஆற்றலும் ஆரோக்கியமும் இருந்தன.

மேற்சொன்ன துறவி ஆசிரமத்திற்கு வந்து பாதிரி எங்களைப் பார்த்துப் பேசியதன் மறுநாள் நிறைய எலுமிச்சைப் பழங்களும் சர்க்கரையும் அன்பளிப்பாகக் கொடுத்து அனுப்பினார். உடலைக் குளிர்விக்க சர்க்கரை சேர்த்த எலுமிச்சைச் சாறு குடிக்கும் வழக்கம் ஐரோப்பாவில் உண்டு. எலுமிச்சையும் சர்க்கரையும் அன்பளிப்பது தோழமைக்கான அடையாளமும்கூட. மூன்றாம்நாள் அவரே வந்து எங்கள் பொருட்களை வைத்திருக்கிற இந்தியா ஹௌவுஸுக்கு எங்களை அழைத்துச் சென்றார். அங்கே அவர், எங்களை அழைத்து வந்த கப்பல் முதலாளிகளைச் சந்தித்தார். உடனே அவர் எங்களை அழைத்து வந்ததற்காக அவர்களுக்குப் பெரிதும் நன்றி தெரிவித்தார்; மிகவும் அன்பு பாராட்டினார். அதன் பிறகு அங்குள்ள அதிகாரிகளின் அனுமதி பெற்று எங்கள் பொருட்களை அங்கிருந்து எடுக்கச் செய்து தன் நண்பரான நிக்கோளாவா கொர்ணேலி என்ற வியாபாரியின் வீட்டில் கொண்டு வந்து வைத்தார். அங்கே என் மருந்துப் பொதி தொலைந்துவிட்டது. அந்த மருந்துகள், நான் ஐரோப்பாவுக்குச் செல்லும் விவரமறிந்து குடமாளூரைச் சேர்ந்த கொச்சுமாணி தந்தவை.

இதன் பிறகு மல்பானே கணக்கரின் வீட்டுக்குச் சென்று, கப்பலிலிருந்து கொண்டு சென்ற எங்கள் பணத்திற்கான வரிகட்டி அதை வாங்கிக்கொண்டு வந்தார். பல நாட்களுக்குப் பிறகு கயெத்தானோஸ் பாதிரி எங்களை போர்த்துகீஸின் அரசாங்க அதிகாரியான விஷ்கோந்தியின் (Viscount - In charge of home affairs) வீட்டுக்கு எங்களை அழைத்துச் சென்றார். அலுவலக அறையில் எங்களை அமர வைத்துவிட்டு அவர் வீட்டுக்குள் சென்று, விஷ்கோந்தியின் மனைவியிடம் (விஷ்கொந்தெஸ்ஸா-Viscountess) நாங்கள் வந்திருக்கும் விவரத்தைத் தெரிவித்தார். சற்று நேரத்திற்குப் பிறகு பிரபுவின் மனைவியும் கயெத்தானோஸ் பாதிரியும் வந்து எங்களை உள்ளே அழைத்துச் சென்றார்கள். எங்களிடம் பல விவரங்களும் கேட்டு மகிழ்ச்சியுடன் பேசிக்கொண்டிருக்கும்போது விஷ்கோந்தியும் அங்கு வந்து பேச்சில் கலந்துகொண்டார். அது மட்டுமல்ல, கயெத்தானோஸ் பாதிரியுடன் அவரும் நாங்கள் தங்கியிருக்கும் துறவி ஆசிரமத்திற்கு வந்தார்.

இப்படியிருக்கும்போது ஒருநாள் போப்பாண்டவரின் பிரதிநிதியான பேப்பல் நுன்சியோவின் வீட்டுக்கு மல்பான் சென்றபோது அங்கே, கேரளத்தில் மிஷனரியாயிருந்த போன வெந்துரா பாதிரியைச் சந்தித்தார். நாங்கள் வந்திருக்கும் காரியமறிந்து அவரும் ஆசிரமத்திற்கு வந்து அன்பை வெளிக்காட்டினார். அவர்

எங்களைத் தன் வீட்டுக்கு அழைத்துச் சென்று உபசரித்தார். மலங்கரையில் யோஹன்னான் தெஸந்த மர்கரீத்தா என்ற பாதிரி, விகாரி அப்பஸ்தோலிக்காவாக நியமிக்கப்பட்ட விவரத்தையும் எங்களிடம் சொன்னார். போர்த்துகீஸில் ஆட்சி நடத்துவது உண்மையில் ராணிக்குப் பாவமன்னிப்புக் கொடுக்கும், தன் சமூகத் தைச் சேர்ந்த பேராயர்தான் என்றும் எங்களுக்கு உணர்த்தினார். அது மட்டுமல்ல, கயெத்தானோஸ் பாதிரியிடம் எச்சரிக்கையாக இருக்க வேண்டும் என்ற ஒரு புத்திமதியையும் சொன்னார். நாங்கள் கேரளத்துக்குத் திரும்பும்போது அவரையும் அழைத்துச் செல்ல முயற்சி செய்யவேண்டும் என்று கட்டாயமாகக் கேட்டுக் கொண்டார்.

பிற்பாடு ஒருநாள் கயெத்தானோஸ் பாதிரி எங்களைச் சந்தித்த போது நாங்கள், கொடுங்ஙல்லூர் பேராயரை நியமிப்பதற்கான ஒரு விண்ணப்பத்தையும் ராணியிடம் கொடுக்கவிருக்கிறோம் என்று சொன்னோம். உடனே அவர், “அந்த விஷமெல்லாம் முடிந்து விட்டது. கொடுங்ஙல்லூர் ஆயத்தை ஆள்வதற்கு கோவர்ண தோராக (Governor) அனுப்பப்பட்ட பெத்ருவிகெரெது என்ற பாதிரி யைத்தான் கொடுங்ஙல்லூர் பேராயராக ராணி பெயர் அறிவித்து விட்டார்” என்று பதில் சொன்னார்.

கயெத்தானோஸ் பாதிரி இப்படிச் சொன்னது உண்மையல்ல வென்று உடனே எங்களுக்குப் புரிந்தது. கொடுங்ஙல்லூர் பேராய ராக தன் இனத்தைச் சேர்ந்த ஒரு கோவா பாதிரிதான் நியமிக்கப்பட வேண்டும் என்ற முயற்சியில் அவர் ஈடுபட்டிருக்கிறார் என்று நாங்கள் அறிந்திருந்தோம். ஆயினும் ராணியிடம் நாங்கள் விண் ணப்பம் கொடுக்கவேண்டுமா என்று எங்களுக்குச் சந்தேகம் ஏற்பட்டுவிட்டது. கயெத்தானோஸ் பாதிரிக்கும் ராஜாவுக்கும் மந்திரிகளுக்கும் இடையே உறவு இருப்பதாலும் எங்களுக்குச் செல் வாக்கு இல்லாததாலும் அவர் நினைத்தபடிச் செய்வார் என்று நாங்கள் பயந்தோம். யாராவது ஒரு கோவாகாரன் “கன்னடி”யை (Canarian-கர்நாடக மொழிக்காரன்) உடனே பேராயராக நியமித் தாலும் நியமிக்கலாம். அதனால் போச்சுக்கீசில் விஷயத்தை வெளியே எடுக்காமல் முதலில் நேரே ரோமுக்கல்லவா செல்ல வேண்டும் என்ற ஆலோசனை எங்களை அலட்டத் தொடங்கியது.

32 அதன் பிறகு ஏற்பட்ட சம்பவங்கள்

கடவுளின் கருணைக்கும் அனுக்கிரகத்துக்கும் அளவில்லையல்லவா. மனத் துன்பமும் சந்தேகமும் அதிகரித்திருக்கின்ற நேரத்தில், அறிவும் புத்தியும் சிந்தனைப் பழக்கமும் இல்லாதவர்கள் கூட அன்புடனும் ஆத்மார்த்தத்துடனும் சொல்லும் அறிவுரை மிகவும் பயன்படுமென்று நாங்கள் உணர்ந்தோம். போர்த்துகீஸில் விண்ணப்பம் சமர்ப்பிப்பதைப் பற்றி மேற்சொன்ன சஞ்சல மனத்தவராக நம்பிக்கை மங்கியிருக்கும் நேரத்தில், ஒருநாள் (இந்த நூலில் 26 ஆம் அத்தியாயத்தில் சொல்லியிருப்பதுபோல) கப்பலில் பழக்கமும் அன்பும் ஏற்பட்டிருந்த கப்பல் பணியாளர் ஜென்மா என்பவரின் வீட்டுக்குச் செல்லும் சந்தர்ப்பம் மல்பானுக்கு ஏற்பட்டது. அவருடன் பேசிக் கொண்டிருக்கும்போது மல்பான், போர்த்துகீஸில் விண்ணப்பம் கொடுப்பதிலுள்ள எங்கள் அச்சப்பாடுகளையும் சந்தேகங்களையும் சொன்னார். உடனே அவர் “நீங்கள் இவ்வளவு பெரிய கஷ்டங்கள் அனுபவித்து ஒரு விண்ணப்பம் கொடுக்க இங்கே வந்துவிட்டு அப்படிச் செய்யாமல் போவது சரியல்ல. உங்களுக்கு இங்கே யாரையும் தெரியாது என்றோ, யாரையும் பழக்கமில்லை என்றோ நினைத்து வருந்த வேண்டாம். இந்தக் காரியத்திற்கு வேண்டிய அறிவும் நெறியுமுள்ள பெரிய மனிதர்களுடன் தொடர்புள்ள ஒரு பாதிரியை நான் அறிமுகப்படுத்துகிறேன்” என்று சொன்னார். எங்களை பிலிப்புநேரி புனிதரின் துறவி சமூகத்தைச் சேர்ந்த வைதீகர்கள் வசிக்கும் நெச்சிஸ்ஸத்தாதெ என்ற இடத்துக்கு அழைத்துச்சென்றார். அங்கே நல்ல அறிவும் நெறியும், பெரிய

மனிதர்களிடம் அன்புறவுமுள்ள யொக்கிம் பொர்ஜ்யா என்றொரு வைதீகரை அறிமுகப்படுத்தி வைத்தார். யொக்கிம் பொர்ஜ்யா, என்ன விஷயம் என்று கேட்டார். நாங்கள் சொன்னோம்: கொடுங் நல்லூர் பேராயர் இறந்து ஏழெட்டு வருடம் ஆகியும் அந்தப் பதவிக்கு இன்னொருவரை பெயர் அறிவிக்கவில்லை. அந்த விஷயத் திற்காகவும் எங்கள் சுபைக்கு அத்தியாவசியமான மற்ற விஷயங் களுக்கும் விண்ணப்பம் சமர்ப்பிப்பதற்குத்தான் இங்கு வந்தோம். ஆனால் இங்கே வந்த பிறகு கோவாக்காரரான கயெத்தானோஸ் பாதிரியைச் சந்தித்தோம். அவரிடம் ஆலோசித்தபோது பெத்ருவி கெரெது என்ற கோவா பாதிரியை ராணி பெயர் அறிவித்து விட்டார்களென்றும், இவ்வாறு அந்த விஷயம் முடிந்துவிட்டது என்றும் அவர் சொன்னார். அவர் சொன்னது உண்மையல்ல வென்று எங்களுக்குத் தெரியும். ஆயினும் நாங்கள் இப்போது இந்த விஷயத்திற்கு விண்ணப்பம் கொடுத்தால், இந்த பாதிரி தன் தந்திர புத்தியையும் ராஜாவுடனும் தலைவர்களுடனும் உள்ள நெருக்கத்தையும் பயன்படுத்தி, தன் இனத்தைச் சேர்ந்த ஒரு கோவாக்காரரையே நியமிக்கும்படிச் செய்வார். அது எங்களுக்கும் எங்கள் சமுதாயத்துக்கும் மகிழ்ச்சியற்ற காரியமாக இருக்கும். உயர் குலத்தைச் சேர்ந்த, பக்தியும் உண்மையும் உள்ள ஒரு பாதிரி வேண்டும் என்பதுதான் எங்கள் விருப்பம். அப்படியல்லாமல், கோவாக்காரரை நியமிக்க ராணி தயாராகும் பட்சம், எங்களுடைய கேரளத்தில் இருக்கும் முந்நூறுக்கும் அதிகமான வைதீகர்களில் ஒருவருக்குக்கூட அந்தப் பதவிக்கான தகுதி இருக்காதா?" இப்படி நாங்கள் அவரிடம் பல விஷயத்தையும் பேசினோம். அவற்றை யெல்லாம் கேட்ட பிறகு அவர், "உங்கள் விஷயம் மிகவும் நியாய முள்ளது. அதனால் எனக்கு ஓய்வான ஒரு நாளில் நீங்கள் வந்தால் நானும் உங்களுடன் விஷ்கோந்தியிடம் வந்து இந்த விஷயத்தைப் பற்றிப் பேசுகிறேன்" என்று சொல்லி மல்பானை அனுப்பினார்.

இரண்டு நாட்களுக்குப் பிறகு மீண்டும் மல்பான் அவரிடம் சென்றார். இருவரும் ஒன்றாக போர்த்துகீஸின் அரசாங்கத் துறைத் தலைவரான விஷ்கோந்தியின் வீட்டுக்குச் சென்றார்கள். மேற்படி விஷயத்தையெல்லாம் அவரிடம் சொன்னார்கள். நாங்கள் சொல் வது நியாயம்தான் என்று அவரும் ஏற்றுக்கொண்டார். எங்களி டம் அன்பு காட்டினார். இந்தக் காரியத்திற்காக முயல்வதற்கான முனைப்பையும் வெளிப்படுத்தினார்.

விஷ்கோந்தி, கயெத்தானோஸ் பாதிரி மீது காட்டும் அன்பு, உலக மரியாதைக்கு ஏற்றபடியான ஒன்றுதானென்றும் யொக்கிம்

பொர்ஜ்யாவின் மீதான அன்பு ஆத்மார்த்தமானதென்றும் இதிலிருந்து எங்களுக்குப் புரிந்தது.

அதன் பிறகு மல்பானும் மேற்படி பாதிரியும் ஒன்றாக, அவரின் வசிப்பிடமான நெச்சிஸ்ஸத்தாதெ ஆசிரமத்திற்குச் சென்றார்கள். இனி விரைவிலேயே உங்கள் விண்ணப்பத்தைத் தயாரித்து ராணியிடம் கொடுக்க முயற்சிக்க வேண்டும் என்று சொல்லி அவர் மல்பானை அனுப்பினார். மல்பான் நாங்கள் வசிக்கும் ஸம்பெந்து ஆசிரமத்திற்கு வந்து, நடந்த விஷயங்களையெல்லாம் என்னிடம் சொன்னார். நாங்கள் உடனே இந்த நூலின் இருபத்தொன்பதாம் அத்தியாயத்தில் சொன்னதுபோன்று, கப்பலில் தயாரித்த விண்ணப்பத்தை வெளியே எடுத்தோம். மல்பானுக்கு போர்த்துகீஸ் மொழியில் பெயர்ப்பதற்குத் திறன் போதவில்லை. எனவே அந்த ஆசிரமத்தில் எங்களுக்கு மிகவும் பிடித்த சில பாதிரியார்களிடம் எடுத்துச் சென்று பறங்கி மொழியில் மொழி பெயர்க்கச் செய்தார். மொழி பெயர்ப்பில் இருந்த குறைகளை மல்பானே சரிசெய்த பிறகு வேறொரு காகிதத்தில் பிறதி செய்து தேவையானபடி விண்ணப்பத்தைத் தயாராக்கினார். அது கீழே (அத்தியாயம் முப்பத்தி மூன்றில்) கொடுக்கப்பட்டிருக்கிறது.

33 | உலக நாதர் பிறந்த பிறகான 1779ஆம் ஆண்டு ஆகஸ்ட் மாதத்தில்

கரியாட்டில் மரியாதைக்குரிய மல்பானும், பாரேம்மாக்கல் தோமா பாதிரியாரும் போர்த்துகீஸ் ராணியின் முன்னால் சமர்ப்பித்த விண்ணப்பத்தின் அசல் பிரதி (மொழி பெயர்ப்பு).

மிகப்பெரிய மகிமையும் அறிவுச் சிறப்புமிக்க முன்னோர்களின் ராஜாங்க நற்காரியங்களில் வளர்க்கப்பட்ட மகாராணி, அவர்களைப் போலவே தாமும், பரிசுத்த ரோமன் கத்தோலிக்க சபையின் மடித்தட்டில் வளரவும், தங்களின் ஆட்சி எல்லையிலுள்ள எல்லா மக்களும் அந்த நம்பிக்கையை ஏற்றுக்கொள்வதைப் பார்ப்பதற்கும் விரும்புவீர்கள் அல்லவா. மலங்கரையிலுள்ள கிறிஸ்தவர்கள் அவர்களின் பூர்விகப் பாரம்பரியங்களை அனுசரிப்பதற்கு அவர்களுக்கு உதவவேண்டும் என்று தங்களுக்கு விருப்பமிருக்கும். ஆகையால் கரியாட்டி யௌஸேப்பு பாதிரியாரும் பாரேம்மாக்கல் தோமா பாதிரியாரும் சேர்ந்து தங்களின் மகோன்னத சிம்மாசனத்தின் முன்னால் மிகவும் எளிமையுடன் இந்த விண்ணப்பத்தைச் சமர்ப்பிக்கிறோம். தொலைதூர நாட்டிலுள்ள மக்களான மலங்கரை மக்களுக்கு புண்ணியவதியான இந்த அம்மாவின் உதவி கிடைப்பது எவ்வளவோ மகிழ்ச்சியாக இருக்கும். மகன்களைப் போன்று சரணத்துடன் கீழே எழுதியிருக்கும் உதவிகளைத் தயக்கமின்றி நாங்கள் கோருகிறோம்.

1. மதரீதியான காரியங்களில் தங்களின் திருமனதை மலங்கரை மக்கள் அறிந்து அனுசரிப்பதற்கு உதவிகரமான விதத்தில்,

ஆண்டுதோறும் கோவாவுக்கோ மக்காவுக்கோ போகும் கப்பலில் ஒன்றிரண்டு அதிகாரப்பூர்வப் பார்வையாளரை கொடுங்கல்லூர் பேராயத்திற்கு அனுப்ப வேண்டும்.

2. அறிவும் கடவுள் பயமும் உள்ள ஒரு போர்த்துகீஸ் பாதிரியையே முன் வழக்கப்படி கொடுங்கல்லூர் பேராயராகப் பெயரறிவிக்க வேண்டும்.

3. பழைய காலத்தில் நடைமுறையிலிருந்த முறைப்படி எங்கள் இனத்திலுள்ள விகாரி ஜனரலின் பதவியை மீண்டும் ஏற்படுத்தத் தயவுகாட்ட வேண்டும்.

4. முன்புபோல விகாரிகளுக்கான மாத உதவித் தொகையை மீண்டும் தரும்படி உத்தரவிட வேண்டும்.

5. தேவ ஊழியர்களைச் சிறந்த வகையில் வளர்த்துக்கொண்டு வருவதற்கு எங்கள் பழைய மதக் கல்விக்கூடத்தை (Seminary) தேவைப்பட்ட வருமான மார்க்கங்களுடன் மீண்டும் நிறுவி நடத்துவதற்கு அனுமதியளிக்க வேண்டும்.

6. எண்பதாயிரம் விசுவாசிகளின் தலைவரான நிரணத்து மார் தோமா ஆயர் தன் மக்களுடன் பரிசுத்த கத்தோலிக்க நம்பிக்கையை ஏற்றுக்கொள்ளத் தயாராக இருக்கிறார். அதற்கு வேண்டிய உதவிகளை அவருக்குச் செய்து கொடுப்பதற்குத் திருவுளங் கனிய வேண்டும்.

கடவுள் ஸ்துதிக்கும் மகத்துவத்திற்குமாக தங்களின் மேன்மையின் முன்னால் மேற் சொன்ன வைதீகர் வேண்டுகின்ற அனுக்கிரகங்கள் இவையெல்லாமாகின்றன. ஆகையால், ராஜாக்களின் ராஜாவான சர்வேஸ்வரன் தங்களின் ராஜாங்க மகத்துவத்தின் நினைவை இந்திய ராஜ்ஜியத்தில் மட்டும் என்றல்லாமல் உலகமெங்கும் என்றென்றும் நிலைநிறுத்திப் பாதுகாப்பார்.

34 மேற்சொன்ன ஆறு விஷயங்களை விண்ணப்பத்தில் உட்படுத்தியது ஏன்?

நம் மலங்கரைப் பிரதேசத்தின் மார் தோமா அப்போஸ்தலர் வந்து தெய்வபுத்திரனின் நற்செய்தியை அறிவித்த பிறகு கடவுளின் கிருபையால் ஆயிரத்துக்கும் அதிகமான ஆண்டுகள் கடந்து விட்டன. நம் பரஸ்பர ஒற்றுமையையும் அன்பையும் பார்த்து மனிதவர்க்க விரோதியான சாத்தானால் சகித்துக்கொள்ள முடிய வில்லை. நம் ஆன்மாவின் வயலில் விதைத்த சத்திய விசுவாசம் எனும் நல்ல கோதுமை விதைகளின் இடையே அவன் இடத்தூட் டின் களைகளை விதைத்தான். சத்திய விசுவாசத்தில் உறுதியா யிருந்த மக்களின் இடையேகூட ஒற்றுமையும் அன்பும் இல்லாமற் செய்துவிட்டான். இடையனுக்கும் ஆடுகளுக்கும் இடையில் சச்ச ரவு ஏற்பட்டுவிட்டது. அவர்களில் பலரும் தங்கள் உண்மையான ஆயரான கொடுங்கல்லூர் பேராயரைக் கைவிட்டு வாய்ப்பின்படி வராப்புழ ஆயரை அங்கீகரித்து வாழும் காலத்தில் இந்தப் புத்தகத் தின் பதினைந்து பதினாறாம் அத்தியாயங்களில் சொன்னது போன்று இருசாராரும் கொடுங்கல்லூர் பேராயரின் கீழே இருப்ப வர்களும், காரியாரியார்த்தமாக வராப்புழய்க்குக் கீழ்ப்பட்டவர் களும் ஒன்று சேர்ந்தார்கள். இரு சாராரும் சேர்ந்து பணம் வசூல் செய்து இரண்டு பக்க ஆட்களையும் தேர்ந்தெடுத்து மலங் கரைப் பிரதேசத்தின் பொது நன்மைக்காகப் பாடுபட எங்களை ஐரோப்பாவுக்கு அனுப்பினார்கள். இரண்டு பிரிவையும் சேர்ந்த தேவாலயங்களின் நன்மைக்காகப் பாடுபட எங்கள் சொந்த மன சாட்சியின்படியும் கடவுளின் முன்னாலும் நாங்கள் கடமைப்பட்ட

வர்கள். அந்தக் கடமையை நிறைவேற்றுவதற்கு வழிகாட்ட வேண்டும் என்று இரவு பகலாகக் கடவுளிடம் மனப்பூர்வமாகப் பிரார்த்தனை செய்ததன் பயனாக எதிர்பாராத வகையில் ஒரு பறங்கிக் கப்பலைக் கண்டுபிடித்தோம். அதனால் போர்த்துகீஸ் ராஜாவின் தலைநகரான லிஸ்பனுக்கு வந்து சேரமுடிந்தது. கொடுங் நல்லூர் பேராயரின் கீழுள்ள தேவாலயத்தினரின் நன்மைக்காக முயற்சி செய்ய வேண்டிது இங்குதான். மலங்கரைப் பிரதேசத்தின் முழு காரியங்களுக்காகச் செயல்பட எங்களுக்கு அதிகாரம் கொடுத்திருக்கிறார்கள் அல்லவா. இந்த அதிகாரத்தைப் பயன் படுத்தித்தான், மலங்கரை தேவாலயங்களுக்கு மிகவும் அவசிய மாயிருக்கும் ஆறு விஷயங்களை விண்ணப்பத்தில் உட்படுத்தி ராணியின் முன்னால் சமர்ப்பித்தோம். அந்த ஆறு காரியங்களின் அவசியத்தைப் பற்றி யாருக்கும் எந்தச் சந்தேகமும் ஏற்படாமல் இருக்க அவற்றிற்குச் சுருக்கமான ஒரு விளக்கத்தை இங்கே தரலா மென்று நினைக்கிறேன்.

முதலாவது வேண்டுகோள்

ராஜாக்களும் பிரபுக்களும் தங்களுக்குக் கீழே உள்ள ஆட்களுக்கு உபகாரங்களோ நன்மைகளோ செய்வது, அவர்களின் எளிமையையும் கீழ்ப்படிதலையும் பார்த்துத்தானே. நம் பௌதிக விஷயங்களைப் பார்த்துக்கொள்ள நமக்கு நம்மிடத்தில் ஒரு ராஜா இருக்கிறார்; அந்த விஷயங்களில் போர்த்துகீஸ் ராஜாவை அனுசரிக்க வேண்டும் என்று சொல்வதற்கு வழியில்லை. அதனால் மத ரீதியான விஷயங்களில் அவரை அனுசரிக்க நாம் தயாராக இருக்கிறோம் என்பதும், பிரதிநிதிகளை அனுப்பி ராஜாவின் மன தைத் தெரிவிக்க வேண்டும் என்பதுவும்தான் முதலாவது வேண்டு கோளில் இருக்கிறது.

இரண்டாவது வேண்டுகோள்

மலங்கரைப் பிரதேசத்தின் மார் தோமா அப்போஸ்தலர் வந்து நற்செய்தி அறிவித்த நாளிலிருந்து வெகு காலம் நம் இனத்திலும் முறையிலும் உள்ள ஆட்கள்தான் பிரதேசத்தின் பேராயராக நம்மை ஆண்டுகொண்டிருந்தார்கள். நம் அறிவற்ற தன்மையாலும் பிடிப் பற்ற தன்மையாலும் அந்நிய இனத்தையும் முறையையும் சேர்ந்த ஆட்கள் இந்தப் பதவியை அபகரித்துக் கொண்டார்கள். ஆயினும் எப்படியோ நாம் இன்றுவரை, மலங்கரைப் பிரதேசத்தின் பெருமைக்குரிய தூணான இந்தப் பதவியைக் காப்பாற்றி வருகி றோம். ஆனால், இன்று அங்கே வசிக்கும் கர்மலீத்தா பாதிரிகள்

தங்களுக்குத் தோன்றியபடியெல்லாம் நம்மிடம் நடந்துகொள்ள ஆரம்பித்திருக்கிறார்கள். நமக்கொரு புகலிடம் இல்லாமற் செய்வதற்காக, இந்தப் பதவியை அழிப்பதற்கு சர்வ சக்தியும் பயன் படுத்தி முயற்சி செய்துகொண்டிருக்கிறார்கள். இது லெளரந்தி யோஸ் யுஸ்தின்னியானி என்ற உயர் விசாரணைக்காரப் பாதிரி, கரியாட்டிப் மல்பானுக்கு எழுதிய கடிதத்திலிருந்தும், போனவெந் துரா பாதிரி கரியாட்டில் மல்பானுக்கு எழுதிய கடிதத்திலிருந்தும், போனவெந்துரா பாதிரி லிஸ்பனில் எங்களிடம் சொன்னதிலி ருந்தும் எங்களுக்குப் புரிந்தது. அந்தப் பதவி இல்லாமற் போனால் பழங்காலம் முதற்கொண்டு நம் பிரதேசத்திற்கு இருந்து வரும் பதவியும் வளர்ச்சியும் இழப்பாகும். அது மட்டுமல்ல, கர்மலீத்தர்கள் இன்று நமக்குச் செய்யும் கொடுமைகளைவிட அதிகமாகச் செய்ய அவர்களுக்குத் தயக்கமில்லாது போகும். இதற்கெல்லாமான ஒரு தீர்வு என்ற நிலையில்தான், பேராயரை நியமித்துத் தர வேண்டும் என்று எழுதினோம். குறிப்பாக, இந்தப் பதவியை தன் இனத்தைச் சேர்ந்த ஒரு கன்னடியனுக்குக் கொடுக்கச் செய்ய கயெத்தானோஸ் பாதிரி முயலும் காரணத்தால்தான், நியமிக்கப்படும் பேராயர் பறங்கிகளில் ஒருவராக இருக்க வேண்டும் என்று பிரத்தியேகமாக எழுதினோம்.

மூன்றாவது வேண்டுகோள்

இது நம் அக்கதியாக்கோனைப் (உதவிக் குரு - Arch Deacon) பற்றிய விஷயம். இந்தப் புத்தகத்தில் இரண்டாவது அத்தியாயத்தில் சொன்னதுபோன்று நம் இனத்துக்கு ஒரு தலைவன் இல்லாத தால்தான் ஒற்றுமையையும் அந்தஸ்தையும் கடைபிடிக்க முடியாமல் போகிறது. அறியப்பட்ட இந்த விஷயத்தைக் குறித்தானதுதான் மூன்றாவது வேண்டுகோள்.

இந்த விஷயத்தை ஊரில் நாம் தனியாகத்தான் முடிவு செய்ய வேண்டும். ஆனால், நம் தலைவர்களாக வந்த ஐரோப்பியர்க ளெல்லாம் நம் இனத்தின் ஒற்றுமைக்கும் நன்மைக்கும் உதவும் இந்த விஷயத்துக்கு இன்றுவரை எதிராகத்தான் இருந்து வருகிறார் கள். இப்போது நாம் கேட்கும் பேராயரும் பறங்கிகளில் ஒருவராகத் தான் இருப்பதற்கு வாய்ப்பிருக்கிறது. அவரும் பட்டென்று மற்றவர் களைப்போல ஆகிவிடக்கூடும் என்பதால் அதற்குப் பிரத்தியேக மாக ராணியின் ஓர் உத்தரவை வாங்கிக்கொண்டு போக வேண்டி யிருக்கிறது. இல்லையென்றால் அதற்குப் பல இடையூறுகளும் ஏற்படும் என்று தெரிந்துதான் இந்த வேண்டுகோளை முன்வைக்க

வேண்டி வந்தது. ஆனால், பேராயர் பதவி நம் இனத்தாருக்கே கிடைக்கும் என்று வந்தபோது அர்க்கதியாக்கோன் பதவிக்கான கோரிக்கையை நாம் மீண்டும் எழுப்பவில்லை.

நான்காவது வேண்டுகோள்

பழைய காலத்து வழக்கப்படி விகாரிகளுக்கு மாதாந்திர உதவித் தொகை கொடுக்க வேண்டும் என்று எழுதியது ஏனென்று இங்கே விவரிக்க வேண்டிய அவசியமில்லை. நம் வறுமை நிலையும் கஷ்டங்களும் அனைவரும் அறிந்ததுதான்.

ஐந்தாவது வேண்டுகோள்

நம்மிடையே உள்ள கலக்கத்துக்கெல்லாம் காரணம் அறிவில்லாமைதான். மலங்கரை நஸ்ரானிகளின் இன்றைய நிலையைப் பற்றி யோசித்தால் ஒரு கல்விக்கூடம் கட்ட நம்மால் முடியாதென்று எங்களுக்குத் தெரியும். அதனால்தான், முன்பு இருந்தது போன்றதொரு மதப் பள்ளியை கேரளத்தில் நிறுவித் தர வேண்டும் என்று வேண்டினோம்.

ஆறாவது வேண்டுகோள்

மார் தோமா ஆயரின் காரியத்துக்கு உதவ வேண்டும் என்று கோர காரணம் இதுதான்: அந்த விஷயத்திற்கு நம் நாட்டிலுள்ள கர்மலீத்தர்களும் ஐரோப்பியர்களும் எதிரானவர்கள் என்று எங்க ளுக்குத் துல்லியமாகத் தெரியும். ரோமுக்குச் சென்றாலும் காரியம் எப்படி வருமென்று சந்தேகமும் இருந்தது. ரோமில் மந்தம் ஏற்பட் டால் அதைத் தீர்ப்பதற்கு போர்த்துகீஸால் முடியும். போர்த்துகீஸில் விண்ணப்பிக்காதிருந்தால் ரோமையே போர்த்துகீஸ் முடக்குவதற் கும் வாய்ப்பிருக்கிறது. இவற்றையெல்லாம் யோசனை செய்து பார்த் துத்தான் மார் தோமா ஆயருக்காக போர்த்துகீஸில் விண்ணப் பித்தது.

மேலே விவரித்த காரணங்களால் மலங்கரையிலுள்ள நம் தேவாலயங்களுக்கும் நம் சமூகத்தினருக்கும் மொத்தத்தில் தேவை யான காரியங்கள். அல்லாமல், யாருடைய பிரத்தியேக விருப்பங் களை முன்னிறுத்தி எதையும் நாங்கள் விண்ணப்பிக்கவில்லை என்று எல்லோரும் புரிந்து கொள்ளலாம்.

35 விண்ணப்பத்தைத் தயாராக்கியதற்குப் பிறகு நடந்த சம்பவங்கள்

மேற்சொன்ன விண்ணப்பத்தைத் தயார் செய்து வைத்த பிறகு, கயெத்தானோஸ் பாதிரியைப் பார்த்தபோது அவரிடம் நாங்கள் ராணியைப் பார்க்கப் போகிறோம் என்று சொன்னோம். ஆனால், ஆயத்தப்படுத்தி வைத்திருந்த விண்ணப்பத்தை அவரிடம் காட்ட வில்லை. நாங்கள் ராணியைப் பார்க்கச் செல்கிறோம் என்றறிந்து அவரும் விண்ணப்பத்தைப் பற்றி ஒன்றும் கேட்கவில்லை; ராணியி டம் நெருக்கமாக இருக்கும் ஐரோப்பிய அலுவல் பொறுப்பாளரான அயரதெஸா என்ற முக்கிய அதிகாரியைப் பார்த்துவிட்டு வர வேண்டும் என்று சொல்லி அவர் பெயரையும் முகவரியையும் ஒரு காகிதத்தில் குறித்துக் கொடுத்தார்.

இந்த நேரத்தில் ராணி நகரத்திலிருந்து ஒன்றரைக் காதம் தூரத்தி லுள்ள கெலூஸா அரண்மனையில் வசித்தார்கள். அதனால் நாங் கள் அங்கே செல்ல இரண்டு சாரட் வண்டிகளை வாடகைக்கு எடுத்தோம். பயணம் புறப்படுவதற்கு முன்பு நாங்கள் வழக்கமாகச் செய்வதுபோன்று மார் தோமா அப்போஸ்தலரிடமும், புனிதர் பிரான்சிஸ் சேவியாரிடமும் பிரார்த்தித்தோம். அதன் பிறகு நாங்கள் கெலூஸா அரண்மனைக்குச் சென்று, ராணிக்குப் பாவமன்னிப்பு வழங்கும் பேராயரைப் பார்த்தோம். பேராயர், ராணி இன்று பார்வையாளர்களைச் சந்திக்க மாட்டார்கள் என்றும் ராஜா பாவ மன்னிப்புப் பெற்று பிரசாதம் வாங்க ஆயத்தமாயிருக்கிறார் என் றும், சற்றுக் காத்திருந்தால் அவரைப் பார்த்துவிட்டுச் செல்லலாம் என்றும் கூறினார். அரசாங்க விவகாரங்களைப் பார்ப்பது ராணி

தான். ராஜா அப்படிச் செய்வதில்லை. இவற்றையெல்லாம் நாங்கள் முன்பே அறிந்திருந்ததால் பேராயரின் வார்த்தைகளில் எங்களுக்கு ஆர்வம் ஏற்படவில்லை. ஆயினும் உலக மரியாதைக் காக நாங்கள் சற்று நேரம் அங்கே தாமதித்தோம். யாரையும் பார்க்க முடியவில்லை. அதனால் நாங்கள் அங்கிருந்து புறப்பட்டு முக்கிய அதிகாரியின் வீட்டுக்கு வந்தோம். அங்கே மல்பான் வழி பாடு சொன்னார்; முக்கிய அதிகாரியும் அவர் மனைவியும் வந்து அதைப் பார்த்தார்கள்.

வழிபாடு முடிந்ததும் முக்கிய அதிகாரி எங்களுக்கு காலை உணவளித்தார். நாங்கள் எங்கிருந்து வருகிறோம் எங்கே போகி றோம் என்றெல்லாம் கேட்டார். "நாங்கள் கேரளத்திலிருந்து வருகி றோம். இங்கும் ரோமிலும் வேலைகள் இருக்கின்றன. ராணியைப் பார்க்க வந்தோம்; அந்தக் காரியம் நிறைவேறவில்லை. எனவே உங்களைப் பார்த்துப் பேச வந்தோம். எங்களின் காரியத்துக்கு உங்கள் உதவி கிடைக்க வேண்டும்" என்று பதில் சொன்னோம். பிறகு நாங்கள் அங்கிருந்து புறப்பட்டு, தங்கியிருக்கும் ஆசிரமத்தை அடைந்தபோது ராஜா எங்களை விசாரித்ததாகக் கேள்விப்பட் டோம். ஆயினும் அன்று நேரம் போய்விட்டதால் மறுநாள் பார்த்துக் கொள்ளலாம் என்று நினைத்து, இடை வழியில் உணவு விற்கும் ஒரு வீட்டுக்குச் சென்று ஒரு விதமாகச் சாப்பிட்டோம். நான்கு மணிக்கு எங்கள் வசிப்பிடத்திற்குத் திரும்பி வந்தோம்.

சற்று நேரத்திற்குப் பிறகு பேப்பல் நுன்சியோ ஆள் அனுப்பி மல்பானை அழைத்தார். நானும் மல்பானும் ஏறத்தாழ ஐந்தரை மணி ஆனபோது நுன்சியோவின் வீட்டுக்குச் சென்றோம். அவர் மல்பானைத் தனியாக அழைத்து, எங்கள் விஷயத்தைப் பற்றி ரோமி லிருந்து ப்ரொப்பகந்தா ஸெமினரியின் தலைவரான கர்தினால் அனுப்பிய கடிதத்தைப் படித்துக் காட்டினார். ஆனால் மல்பான் ரோமுக்கு எழுதியதற்குப் பதில் ஒன்றும் வரவில்லை.

நாங்கள் வீட்டுக்குத் திரும்பிச் செல்லும் வழியில் மல்பானின் முகம் தெளிவாக இருப்பதையும், விழிகளில் ஆனந்தக் கண்ணீர் துளிர்ப்பதையும் நான் பார்த்தேன். புதிதாக ஏதாவது செய்தி இருக்குமென்று நினைத்துக்கொண்டு நான், ரோமிலிருந்து வந்த கடிதத்தின் உள்ளடக்கம் என்னவென்று கேட்டேன். மல்பான் சொன்னார்: "கடவுள் நம்மை அனுக்கிரகிக்கட்டும். நம் காரியத் தைப் பற்றி பேப்பல் நுன்சியோ எழுதிய கடிதத்திற்கு அனுகூலமான பதில் வந்திருக்கிறது. அதை வாசித்துக் காட்டத்தான் ஆள் அனுப்பி நம்மை அழைத்திருக்கிறார்."

கடிதத்தில் இருந்த வாசகங்கள் என்னவென்று நான் கேட்டேன். பல்பான் இப்படிச் சுருக்கமாகப் பதில் சொன்னார்: "போர்த்துகீஸிலும் இங்கும் செய்திகளை அறிவிக்க வேண்டி கேரளத்திலிருந்து என் பிள்ளைகள் வந்திருக்கிறார்கள் என்றும் அவர்களைத் தாங்கள் நல்லபடியாக வரவேற்றீர்கள் என்றும் அறிந்து மகிழ்கிறோம். போர்த்துகீஸில் அவர்களுக்குத் தேவையான உதவிகளையெல்லாம் செய்து கொடுத்த பிறகு விரைவிலேயே அவர்களை இங்கே அனுப்புங்கள்."

இவ்வளவு கருணையும் அன்பும் நிறைந்த இந்தக் கடிதத்தின் பின்னால் ஒரு சதி ஒளிந்திருப்பது எங்களுக்குப் புரியவில்லை. போர்த்துகீஸ் ராணியிடம் மலங்கரைக் காரியத்திற்கு விண்ணப்பம் கொடுத்தால், தன்னிஷ்டப்படி ஏதாவது செய்வது சிரமமாகிவிடு மென்று ப்ரொப்பகந்தா செயலர் மோன்ஸிஞ்ஞோர் பொர்ஜ்யா வுக்குப் புரிந்தது. அப்படி ஏற்படாதிருப்பதற்குத்தான் அவர் எங்களை விரைவில் ரோமுக்கு அனுப்ப வேண்டும் என்று எழுதியி ருந்தார். ஆனால், கடிதத்தின் உள்ளடக்கம் எங்களை மகிழ்ச்சிப் படுத்தியது. போர்த்துகீஸில் விண்ணப்பம் கொடுக்க வேண்டுமா என்ற சந்தேகத்தை ஏற்படுத்தவும் செய்தது. மறுநாள் கயெத்தா னோஸ் பாதிரி வந்தபோது ராணியைப் பார்க்க முடியாதுபோன விவரத்தை அவரிடம் சொன்னோம். ரோமிலிருந்து கடிதம் வந்ததை யும் தெரிவித்தோம். போர்த்துகீஸில் காரியத்தைச் சாதிப்பது சிரம மாக இருப்பதால் இரண்டு படகில் கால் வைத்து இரண்டையும் இழப்பதற்குப் பதில் போர்த்துகீஸில் விண்ணப்பம் கொடுக்காமல் நேராக ரோமுக்குச் செல்வதுதானே நல்லது என்று அவரிடம் கேட்டோம். அவரும் மிகவும் மகிழ்ச்சியுடன் அதுதான் நல்லது என்று சொன்னார். இரண்டு இடத்திலும் முயற்சித்தால் அங்கும் இங்கும் இல்லையென்று ஆகிவிடலாம் என்றும் சொல்லி அவர் பிடியை இறுக்கினார். அதைப் பார்த்தபோது, நாங்கள் போர்த்து கீஸில் விண்ணப்பம் சமர்ப்பித்தால் தன் காரியம் நடக்காமல் போகு மென்று கயெத்தானோஸ் பாதிரி அஞ்சுவதாக எங்களுக்குத் தோன்றியது.

இந்த விஷயத்தைப் பற்றி நாங்கள் மீண்டும் மீண்டும் யோசித்துப் பார்த்தோம். இந்தளவு முன்னோக்கிச் சென்றாகிவிட் டது; விண்ணப்பமும் தயார் செய்துவிட்டோம்; முக்கிய அதிகாரி யின் வீட்டுக்குச் சென்று நாங்கள் ஒரு விண்ணப்பம் சமர்ப்பிக்க விருக்கிறோம் என்று சொன்னோம்; அதைக் கொடுப்பதற்கு ராணி வசிக்கும் அரண்மனைக்குச் சென்றோம்; இந்த விவரமெல்லாம்

எல்லோருக்கும் தெரிந்தபின், இனி விண்ணப்பத்தைக் கொடுக் காமல் போனால் காரியங்களுக்குத் தடை ஏற்படுத்த இதுவே போதும். போர்த்துகீஸில் சமர்ப்பிக்கின்ற கோரிக்கைகளில் எதுவும் ப்ரொப்பகந்தாவுடன் தொடர்புடையது அல்ல. இந்த விஷயத்தை பேப்பல் நுன்சியோவிடம் சொல்லிப் புரிய வைத்தும் ஆகிவிட்டது. அதனால் ரோமுக்கு எங்களைப் பற்றித் தவறான புரிதல் ஏற்பட வேண்டிய காரணம் ஒன்றும் இல்லை. இப்படிச் சிந்தித்து கடைசி யில் விண்ணப்பத்தைக் கொடுக்கவேண்டும் என்று இரண்டாவது முறையாகவும் முடிவு செய்தோம். ஆனால் இதையொன்றும் கயெத்தானோஸ் பாதிரியிடம் சொல்லவில்லை. மறுநாள் காலை யில் வாடகைக்கு வண்டி பிடித்து மல்பானும் நானும் இரண்டு ஆன்மீக மாணவர்களும் சேர்ந்து விண்ணப்பத்தைச் சமர்ப்பிக்க ராணியின் வீட்டுக்குச் சென்றோம்.

36 ராணியைச் சந்திக்க கெலூஸா அரண்மனைக்குச் சென்றபோது

இவ்வாறு கெலூஸா அரண்மனை வளாகத்துக்குச் சென்று, அங்குள்ள தேவாலயத்தில் வழக்கம்போல பரிசுத்த தேவமாதாவிடமும் மார் தோமா அப்போஸ்தலரிடமும் புனிதர் பிரான்சிஸ் சேவியரிடமும் வேண்டிக்கொண்டோம். பிறகு ராணிக்குப் பாவ மன்னிப்பு வழங்குபவரான பேராயரின் வீட்டில், பேராயரின் பணியாளரான துறவி சகோதரன் எங்களைப் பார்த்தான். அவன், “நீங்கள் கயெத்தானோஸ் பாதிரியின் இனத்தைச் சேர்ந்தவர்கள் அல்லவா?” என்று எங்களிடம் கேட்டான். நாங்கள் மலையாளிகள் என்று அவனிடம் சொன்னோம். உடனே அவன், நாங்கள் வந்திருக்கும் விவரத்தைப் பேராயரிடம் தெரியப்படுத்தினான். பேராயர் வீட்டின் வாயில்வரை வந்து, நீங்கள் இன்ன நாளில் வந்தீர்கள். ஆனால் ராஜா உங்களைக் கேட்டபோது உங்களைக் காணவில்லையே என்று குற்றம் சாட்டுவதுபோன்று கூறினார். நாங்கள் நீண்டநேரம் இங்கு காத்திருந்து பார்த்துவிட்டு யாரையும் காணாததால் வழிபாடு சொல்லப் போய்விட்டோம் என்று சமாதானம் சொன்னோம். வழிபாடு சொல்ல இங்கே தேவாலயம் இருக்கிறதல்லவா என்று அவர் கேட்டார்.

இதற்குப் பிறகு பேராயருக்குச் சந்தேகம் ஏற்படாதிருக்கவும், எங்கள் விஷயத்தை அவர் ராணியிடம் நல்லபடியாகச் சொல்வதற்காகவும், விண்ணப்பத்தை ராணியிடம் கொடுக்க வேண்டும் என்று சொல்லி பேராயரிடம் கொடுத்தோம். அதன்பிறகு அங்குள்ள தேவாலயத்தில் வழிபாடு சொல்ல அவரிடம் அனுமதிவாங்கி நாங்கள் தேவாலயத்தை நோக்கி நடந்தோம்.

தேவாலயத்திற்குச் சென்று மல்பான் வழிபாடு சொல்ல ஆரம் பித்தார். முன்பு ஒருபோதும் பார்த்திராத ஸுரியானி வழிபாட்டு முறையைப் பார்த்து அங்கிருந்த மக்களெல்லாம் வியப்படைந்தார் கள். உதவியாளன் நீட்டிப் பாடிக்கொண்டு வழிபாட்டில் இணை வது அவர்களிடம் ஆர்வத்தை ஏற்படுத்தியது. பாதி வழிபாடு நடந்து கொண்டிருக்கும்போது ராணியும் ராஜாவும் பிள்ளைகள் மூவரும் ராணியின் இரண்டு தங்கைகளும் குடும்ப உறுப்பினர்க ளான மற்றவர்களும் வழிபாடு பார்ப்பதற்கு வந்தார்கள். மிகவும் பக்தியுடன் மண்டியிட்டு நின்று அவர்கள் அந்த வழிபாட்டைப் பார்த்தார்கள். ராஜாவின் மனதைத் தன் திருக்கரங்களில் வைத்திருக் கும் கடவுள் நம் பாவப்பட்ட மலங்கரைப் பிரதேசத்தின் பரிதாப மான நிலையைப் பார்த்து ராணியின் இதயத்தில் எங்கள் மீதான இரக்கத்தையும் கருணையையும் தோன்றச் செய்ததால், வழிபாடு முடிந்தவுடன் எங்களை ஆள் அனுப்பி அழைத்தார்கள். நாங்கள் நால்வரும் உள்ளே சென்று சிவப்பு தமாஸ்கன் பட்டால் அலங்கரிக் கப்பட்ட பார்வையாளர் அறையில் காத்திருந்தோம். அப்போது ராணியும் ராஜாவும் அவர்களுக்குப் பாவமன்னிப்பு வழங்கக் கூடி யவரான பேராயரும் ஒன்றாக அங்கே வந்தார்கள். உடனே நாங்கள் அங்குள்ள வழக்கப்படி மண்டியிட்டு ராணி மற்றும் ராஜாவின் கரங்களை முத்தமிட்டோம். ராணியின் முகம் வட்ட வடிவில் அழகாக இருந்தது; உடல் அதிகம் பருமன் இல்லாது வடிவ அழகுட னிருந்தது; கனிவும் அடக்கமும் கொண்ட பார்வை. ராஜாவிடமோ ராணியிடமோ பேசும்போது மண்டியிட்டு நின்றுதான் பேச வேண் டும் என்பது அங்குள்ள நியதி. ஆனால், நாங்கள் மண்டியிட்டு கரம் முத்தமிட்டவுடன் ராணி எங்களை எழுந்திருக்கும்படி சைகை காட்டினார்கள். நாங்கள் எழுந்து நின்றோம். ராணி கருணையுடன், நாங்கள் எங்கிருந்து வந்திருக்கிறோம் என்றும் வந்த காரியம் என்ன வென்றும் கேட்டார்கள். நாங்கள் மலையாளத்திலிருந்து வருகி றோம் என்றும் எங்கள் விண்ணப்பத் தாளை தங்களிடம் காட்டுவ தற்குப் பேராயரிடம் கொடுத்திருக்கிறோம் என்றும் பதில் சொன் னோம். அப்போது ஆமாம் என்று பேராயரும் ஒப்புக்கொண்டார். ஆன்மீக மாணவர்களைப் பார்த்து ஆர்வப்பட்ட ராணி, இவர்கள் எதற்காக வந்திருக்கிறார்கள் என்று கேட்டார். அவர்கள் ரோமுக் குப் படிக்கச் செல்கிறார்கள் என்று நாங்கள் சொன்னோம். இப்படி ஏறத்தாழ முக்கால் மணிநேரம் ராணியும் ராஜாவும் அங்கு நின்று எங்களுடன் பேசினார்கள். இதன்பிறகு ராணி பக்கத்திலிருந்த பேராயரிடம், “இவர்கள் பசியுடனிருக்கலாம்” என்று சொன்னார். இவர்களுக்கு காப்பி கொடுக்க ஏற்பாடு செய்கிறேன் என்றார்

பேராயர். ராஜாவும் ராணியும் உள்ளே சென்றவுடனே பேராயரின் ஆள் வந்து எங்களை அழைத்துச் சென்றார். பல வித பலகாரங்க ளுடனும் பலவித காய்கனிகளோடும் கூடிய ஒரு முழுமையான காப்பி விருந்தளித்தார். ஆயினும் பேராயர் ராணியிடமிருந்து வர வில்லை. அதனால் காப்பி முடிந்து நாங்கள் அங்கேயே காத்திருந் தோம். மதியத்திற்குப் பின் ஏறத்தாழ இரண்டு மணி கடந்தபின் பேராயர் வந்தார். நாங்கள் அவர் கரத்தை முத்தமிட்டு விடைபெற்ற போது, இனி நாங்கள் என்று வரவேண்டும் என்று கேட்டோம். அதற்கு அவர், "இனி நீங்கள் இங்கே வரவேண்டிய அவசிய மில்லை. இந்திய விவகாரங்களைப் பாத்துக்கொள்ளும் அமைச்சர் மத்திஙு தெ மெல் உங்களுக்குப் பதில் சொல்வார்" என்றார். அதைக் கேட்டவுடன் நாங்கள் அங்கேயே உள்ள விஷ்கோந்தியின் வீட்டுக்குப் புறப்பட்டோம்.

நாங்கள் அங்கே சென்ற பிறகு உணவு நேரம் முடிந்திருந்ததால் பிரபுவின் மனைவி விஷ்கொந்தெஸ்ஸா எங்களுக்குப் பிரத்தியே கமாக உணவு தயாரித்தளித்தார்கள். உணவினிடையில் எங்கள் மீதான அன்பு மிகுதியின் அடையாளமாக சீமாட்டியே இறைச் சியைத் தட்டில் வைத்து துண்டித்து எங்கள் மாணவர்களுக்குக் கொடுத்தார்கள். சாப்பிடும்வரை உடனிருந்து பேசிக்கொண்டிருந் தார்கள். சாப்பிட்டு முடியும் தருவாயில் விஷ்கோந்தியும் அங்கே வந்தார். இவ்வளவு நேரம் என் மனைவி உங்களுக்குப் பரிமாறி னாள். இனி நான் பரிமாறுகிறேன் என்று சொல்லிக்கொண்டு பரிமாறத் தொடங்கினார். இந்த முக்கிய அதிகாரியின், அவர் மனைவியின் எளிமையையும் அன்பையும் பார்த்து நாங்கள் வியப் படைந்தோம். ஏனெனில் பறங்கி நாட்டில் பெரிய மனிதர்களின் மனைவிகளைப் பார்த்துப் பேசுவதுகூட கஷ்டம்; இங்கே என்ன வென்றால் இவர்கள் எங்களுக்குப் பணிவிடை செய்கிறார்கள்!

நாங்கள் ராணியைப் பார்த்ததையும் விண்ணப்பம் சமர்ப்பித் ததையும் பிரபுவிடம் சொன்னோம். விண்ணப்பத்தை உடனே உங்க ளிடம் தர நினைத்திருக்கிறார்கள் என்றும் தெரிவித்தோம். கொஞ் சம் நேரம் பேசிக்கொண்டிருந்த பிறகு புறப்பட்டு நாங்கள் தங்கி யிருக்கும் ஆசிரமத்தை அடைந்தோம். இவ்வளவு பெரிய அனுக் கிரகங்களை எங்களுக்குத் தந்த சர்வவல்லமை படைத்த இறை வனை நாங்கள் துதித்துக் கொண்டாடினோம்.

மறுநாளே நாங்கள் மேற்சொன்ன விண்ணப்பத்தின் நான்கு பிரதிகளை நான்கு முக்கிய அதிகாரிகளிடம் கொண்டு போய்க் கொடுத்தோம். அதன்பிறகு பேப்பல் நுன்சியோவின் வீட்டுக்குச்

சென்று, நடந்த விஷயங்களையெல்லாம் அவரிடம் சொன்னோம். விண்ணப்பத்தின் ஒரு பிரதியை அவரிடம் காட்டவும் செய்தோம். இதில் ரோமுக்கு எரிச்சல் ஏற்படக் கூடியது ஏதாவது உண்டா என்று கேட்டதற்கு, எதுவும் இல்லையென்று அவர் சொன்னார். "ரோமிலிருந்து கடிதம் வருவதற்கு முன்பே, நாங்கள் போர்த்துகீஸில் விண்ணப்பம் கொடுக்கவிருப்பதாக எல்லோரிடமும் சொல்லிவிட்டதால் இனி இங்கே விண்ணப்பம் கொடுக்காமல் ரோமுக்குச் செல்ல வழியற்றுப் போனதுதான் இப்படிச் செய்யக் காரணம். அதில் ரோமைப் பாதிக்கும் எதுவும் அடங்கியிருக்கவில்லை. பேப்பல் நுன்சியோவிடமும் இந்த நிலையைச் சொல்லிவிட்டார்கள்" என்று அவர் ரோமுக்கு எழுதவும் செய்தார்.

37 விண்ணப்பப் பத்திரத்துடன் சமர்ப்பித்த உரிமை விவரணம்

ராணிக்கும் முக்கிய அதிகாரிகளுக்கும் கொடுத்த விண்ணபத்தில் கர்மலீத்தா துறவிகளும் கன்னடியர்களும் எங்களுக்குப் பேராயர் களாக வேண்டாம் என்றும்; நல்ல அறிவும் இறையச்சமும் கொண்ட உயர்ந்த குடும்பத்தைச் சேர்ந்த ஒரு பறங்கிப் புரோகிதர் போதுமென்று நாங்கள் ஏன் சொல்கிறோம் என தனியாக ஒரு காகிதத்தில் விவரித்து எழுதிக்கொடுத்திருந்தோம். இதை நம் மக்க ளும் அறிந்துகொள்வதற்காக அதையெல்லாம் அப்படியே இங்கே சேர்க்கிறோம். பறங்கி மொழியிலுள்ள மூலத்தின் மொழிபெயர்ப் பைச் சேர்க்க வேண்டும் என்றால் அதிகமாக எழுத வேண்டிவரும். அதுகொண்டு நம் மக்களுக்குத் தனிப்பட்ட உதவி ஏதுமில்லை. பேராயராக நியமிக்கப்படும் ஆள் அறிவும் நெறியுமுள்ள ஒரு பறங்கி நாட்டானாக இருந்தால் போதும் என்று சொன்னதற்கு நாங்கள் எழுதிக் கொடுத்த நியாயங்களைக் கீழே பிரதி செய்திருக் கிறோம்.

1. இப்படி இங்கே விண்ணப்பிப்பதற்கு எங்கள் சமுதாயம் எங்களுக்கு உரிமை கொடுத்து அனுப்பியிருக்கிறது.

2. முன்பே இப்படித்தான் இருந்தது.

3. இப்படியானால் மலங்கரைக்கு முன்பு இருந்த பதவிகளும் உரிமைகளும் மீண்டும் ஏற்படும் என்று எங்களுக்கு நம்பிக்கை யிருக்கிறது.

4. இப்படியானால் மற்றயாரின் கீழும் இருக்க வேண்டியதில்லை.

5. பறங்கிகளின் மீதான எங்கள் அன்பின் காரணமாக கன்னடியர் வேண்டாம் என்று சொல்வதற்கான காரணங்கள்:

அ. நாங்கள் மற்றொரு சமுதாயத்தைச் சேர்ந்தவர்கள் என்பதால்

ஆ. சாதிப் பெருமை, சிறுமை தொடர்பாக எங்களுக்கிடையில் மிகவும் தர்க்கம் உள்ளதால்.

இ. அவர்கள் பறங்கிகளிடமிருந்து மதத்தைத் தழுவிய புதிய நஸ்ரானிகள் ஆனதால்.

ஈ. நாங்கள் மார் தோமா அப்போஸ்தலரின் வழித் தோன்றலான நஸ்ரானிகள் என்பதைத் தவிர, என்றும் எங்கள் இனத்தில் புரோகிதர்களும் முன்பு நஸ்ரானி இனத்தைச் சேர்ந்த ராஜாவும் இப்போது மலையாளி ராஜாவும் இருப்பதால்.

உ. எங்கள் முறையும் மொழியும் வித்தியாசமானதால். (எல்லா இனத்தினருக்கும் சொந்த ஆயர்களும் புரோகிதப் பெரியோர்களும் உள்ள நிலையில், வேறு இனத்தையும் முறையையும் சேர்ந்த கன்னடியர் மலங்கரையை ஆளவந்தால் உட்பூசலும் கலகமும் ஏற்படும் என்பதில் சந்தேகமில்லை).

பேராயராக வைதீகத் துறவி வேண்டாம் என்று சொல்வதற்கான காரணங்கள்:

1. நல்லவரும் இறையச்சம் உள்ளவருமான ஒருவரை துறவி சபையைச் சேர்ந்தவர்கள் ஒருபோதும் அனுப்புவதில்லை.

2. துறவி சபையில் ஒழுக்கத்தையும் ஒற்றுமையையும் ஏற்படுத்துவதற்காக, அவர்களுக்கிடையில் கலகமும் குழப்பமும் உண்டாக்கும் ஆட்களை வெளியே அனுப்புவது வழக்கம்.

3. தொலைவான இடங்களுக்குச் சென்று தங்கள் துஷ்டத்தனத்தை மறைத்து வைக்கவும் தன்னிஷ்டப்படி மற்றவர்களை ஆளவும் விரும்புகிறவர்கள் மட்டுமே துறவி சபையிலிருந்து வருவதற்கு வாய்ப்பிருக்கிறது.

4. ஆயர்கள் துறவி சபையைச் சேர்ந்தவர்களாக இருந்தால் அவர்கள் இறக்கிற நேரத்தில் அவர்களுக்குள்ள சொத்தின் உரிமையாளர்களாக துறவி சபையினர் களம் புகுவார்கள். நாம் இதை வராப்புழயில் கண்டுமிருக்கிறோம்; அறிந்துமிருக்கிறோம்.

5. ஆத்மாக்களை நேர் வழிக்குத் திருப்பவும், யேசு மிசிஹாவின் நற்செய்தியை அறிவிக்கவும் அல்ல, செல்வத்தை வாரிக் கூட்டிக்கொண்டு துறவி சபைக்குத் திரும்பச் சென்று

பிற்காலத்தில் சுகிக்கவும் தூர தேசங்களிலிருந்து அபூர்வப் பொருட்களைக் கொண்டு வந்து நண்பர்களுக்குக் கொடுத்து அவர்களின் உதவியையோ, சபையில் பெரிய பதவியையோ பெறுவதற்குத்தான் இவர்கள் துறவி மடங்களிலிருந்து புறப்படு கிறார்கள்.

துறவி வைதீகர்கள் நல்லவர்களாக இருந்தாலும்கூட, அவர்கள் எங்களுக்குப் பேராயராக வேண்டாம் என்று சொல்வதற்கான காரணம்:

1. துறவி சமூகத்தைச் சேர்ந்த மற்றவர்களின் கூட்டும் உதவியும் இல்லாமல் வெளியே செல்லும்போது காண்பதெல்லாம் புதுமை யாகத் தோன்றுவதால் இன்னது செய்ய வேண்டும் என்று உத்தர விடும்போது தவறு ஏற்படும்.

2. விஷயங்களை விசாரித்தும் தீர்ப்புச் சொல்லியும் அனுபவ மில்லாததால் இட, கால, ஆள் தன்மையறிந்து; நன்மை தீமை யறிந்து அவரால் முடிவெடுக்க முடியாது.

3. கடலுக்கு வெளியே மீனைப்போல சுப்பீரியர்களின் கட்டளை யின் கீழிலிருந்து சுதந்திரமடையும்போது முறை மீறி நடந்து கொள்ள வாய்ப்பு ஏற்படும். அந்தத் தூர தேசங்களில் இது நாள்தோறும் பார்த்து வரக்கூடிய ஒன்றுதான்.

4. துறவி சபையில் தங்களுக்குப் பல பதவிகளும் அனுமதி களும் இருக்கின்றன என்று சொல்லி தேவாலயத்திற்குப் பொருத்தமான முறைகளையும் கானோன்களையும் தாறு மாறாக்க முயற்சிக்கிறார்கள். (இந்த அனுமதிகள் உண்மையா பொய்யா என்று கடவுளுக்குத்தான் தெரியும். ஏமாற்று ஒன்று மில்லாத உண்மையான அனுமதியென்றாலும்கூட, ஏற்ற சந்தர்ப்பத்தில் மட்டுமே அதற்குப் பொருத்தம் உண்டு).

5. துறவி சபையின் விரதத்தையும் நிஷ்டைகளையும் தாங்கள் செய்த சத்திய சபத்தையும் மறந்து அவர்கள் நற்செயலற்ற வழியில் செயல்பட வாய்ப்பிருக்கிறது. நற்காரியங்கள் - மிஷனரிக்காரர்களின், விகாரி அப்பஸ்தோலர்களின் வீடுகளி லிருந்து தூரத்தில் விலகியிருக்கும் என்பதை நாம் தினமும் பார்த்து வருகிறோம். போதாக்குறைக்கு இதுவரைச் சொன்ன கதைகளைக் கவனித்தாலே போதும் இப்படிப்பட்டவர்களை மிஷன் களத்திற்கு அனுப்ப முயற்சிப்பவர்களுக்குக்கூட கடும் பாவம் ஏற்படும். ஏனென்றால் அவர்கள், நற்செய்தி அறிவிப்ப வர்களின் இடையில் முரண்பாட்டுக்கும், அதிர்ஷ்டம் கெட்ட அந்த நாட்டில் உள்ளவர்களின் ஒட்டு மொத்த கெட்ட முன் மாதிரிக்கும் காரணமாகிவிடுகிறார்கள்.

இப்படி இந்த நியாயங்களையெல்லாம் பின்னிணைப்பாகச் சேர்த்து விண்ணப்பம் சமர்ப்பித்தபோது, நான்கு முக்கிய அதிகாரி களுக்கும் பிரதிகள் கொடுத்ததாகச் சொன்னோமல்லவா. ஆனால், ராணிக்குப் பாவமன்னிப்பு அளிக்கும் பேராயர் துறவி சபையைச் சேர்ந்த ஒருவர். அதனால் அவருக்கு எங்கள் விளக்கம் ஏற்புடைய தாகத் தோன்றவில்லை; ராணியிடம் இந்த நியாய விளக்கங்களைக் கொடுக்கவுமில்லை. இந்தியா தொடர்பான முக்கிய அதிகாரியான மர்த்திங்நு தெ மெலிடம், (நிரணத்து) மார் தோமா ஆயரின் விசு வாசப் பிரகடனத்தை லத்தீனில் மொழி பெயர்த்து அளித்தார்.

38 நாங்கள் விண்ணப்பம் கொடுத்த விஷயத்தை கயெத்தானோஸ் பாதிரியிடம் சொன்னதன் எதிர்வினைகள்

மேற்சொன்னபடி எல்லோருக்கும் நாங்கள் விண்ணப்பங்கள் கொடுத்து முடித்த பிறகு, கயெத்தானோஸ் பாதிரி எங்களைப் பார்ப்பதற்காக ஆசிரமத்திற்கு வந்தார். விண்ணப்பம் கொடுத்த விவரத்தை அவரிடம் சொன்னவுடனே, "நீங்கள் கொடுத்த விண் ணப்பத்தை நான் படித்தேன். இதற்காகத்தான் மலங்கரை வட்டா ரத்திற்காக நானும் இங்கே முயன்று கொண்டிருக்கிறேன்" என்று தந்திரமாகச் சொன்னார். தவிர, "ஒரு பறங்கி நாட்டுக்காரனைப் பேராயராகக் கேட்டிருக்க வேண்டாம். ஒரு ஐரோப்பியன் நம் நாட்டை ஆளவந்தால் ஒருபோதும் நமக்கு நன்மை ஏற்படாது. அதனால் எப்படியாவது இந்தப் பதவியையும் கோவாவின் பேராயர் பதவியையும் நம் இனத்தவர்களுக்குக் கிடைப்பதற்காகத்தான் முயற்சி செய்ய வேண்டும். அதற்காகத்தான் நான் இங்கே முயற்சி செய்து கொண்டிருக்கிறேன்" என்று ரகசியமாக எங்களிடம் சொன் னார். தன்னிடம் சொல்லாமல் விண்ணப்பம் அளித்ததில் தனக் குள்ள வருத்தத்தை வெளிப்படுத்தவும் செய்தார்.

கயெத்தானோஸ் பாதிரி மிகவும் தந்திர புத்தியும் தொலைநோக் கும் கொண்ட ஆள் என்பதால், எங்களிடம் சண்டைபோட்டுப் பிரிவது தன் லட்சியத்திற்கு இடையூறு செய்யும் என்பதைப் புரிந்து கொண்டார். முதலில் சொன்ன வார்த்தையை மாற்றி, முக்கிய அதிகாரிகளின் வீடுகளுக்கும் செல்வாக்குள்ள பெரிய மனிதர்களின் வீடுகளுக்கும் சென்று, கொடுங்கல்லூர் பேராயர் ஆவதற்கு கரியாட் டில் மல்பான்தான் மிகவும் தகுதி வாய்ந்தவர் என்று அவர் சொல்லத் தொடங்கினார்.

இதன் பிறகு கயெத்தானோஸ் பாதிரி பலமுறை வந்து எங்களைப் பார்த்தார். நாங்களும் அவர் வீட்டுக்குச் சென்றோம். தவிர, அவர் எங்களைப் பல முறை முக்கிய அதிகாரிகளின் வீடுகளுக்கு அழைத்துச் சென்றார். அவர்களிடம் எங்களைப் பற்றி நல்ல அபிப்பிராயங்கள் சொன்னார். முக்கியமாக, இந்திய விவகாரங்களைக் கவனிப்பவரான மர்த்திங்நு தெ மெலுக்கும் தனக்குமிடையில் மிகவும் நெருக்கமாக நட்பு இருந்ததால், அவரின் வீட்டுக்குப் பலமுறை மல்பானை அழைத்துச் சென்று மலங்கரையில் உள்ள விஷயங்களை விரிவாக விளக்கி அவருக்குப் புரிய வைத்தார். இவ்வாறு தன்னை, எங்களுக்காகப் பாடுபடுவராக வெளிப்படுத்திக்கொண்டார்.

இந்த வகையில் போர்த்துகீஸில் வேலைகளெல்லாம் முடிந்தால் இனி, நுன்சியோவுக்கு வந்த கடிதத்தின்படி விரைவில் ரோமுக்குச் செல்லத்தானே வேண்டும். அதைப் பற்றி இந்திய விவகாரத் துறை முக்கிய அதிகாரி மர்த்திங்நு தெ மெலிடம் பேசினோம். அவர், இந்த விஷயத்திற்காக ரோமுக்குச் செல்லவேண்டிய அவசியம் இல்லையென்றும், இங்கேயே வேலையை முடித்துத் தருகிறேன் என்றும் சொல்லி, பயணத்திற்கு அனுமதி தராமல் கொஞ்சம் காலம் தாமதித்தார். அதனால் கப்பல் கூலி இல்லாமல் ஜனோவாவுக்குச் செல்வதற்குக் கிடைத்த ஒரு நல்ல வாய்ப்பையும் நாங்கள் இழந்தோம்.

ஆனால் ரோமுக்குச் சென்றே ஆக வேண்டும் என்றும் , மார் தோமா ஆயரின் விசுவாசப் பிரகடனத்தை நாங்களே ரோமுக்குக் கொண்டு சென்று போப்பாண்டவருக்குக் கொடுக்கவேண்டும் என்று அவர் சொல்லியிருக்கிறார் எனவும் பிறவும் சொல்லி மர்த்திங்நு தெ மெலின் அனுமதி பெற்றோம். அப்போது ஜனோவாவுக்குச் செல்லும் கப்பல் எதுவும் இல்லை. நாங்களே அதற்கு முயன்றால் மிகவும் அதிகமாகப் பணம் செலவிட வேண்டியிருக்கும் என்று அறிந்து, எங்களிடம் மிகவும் அன்பாயிருந்த, எங்களுக்கும் கயெத்தானோஸ் பாதிரிக்கும் நண்பராயிருந்த நிக்லாவா கொர்னலி என்ற திறமையான ஆங்கிலேயரிடம் நாங்கள் எங்கள் தேவையைத் தெரிவித்தோம். அவருக்குத் தெரிந்த கேப்டன்களில் யாராவது ஜனோவாவுக்குச் செல்லும்போது எங்களையும் ஏற்றி அனுப்ப முயற்சிக்க வேண்டும் என்று கேட்டுக்கொண்டோம். தன் நண்பரான ஸெஸ்வா (Swissa)காரர் இஸ்ரயேல் ஹெதுமான் எனும் அகத்தோலிக்க கேப்டன் ஒருவர் ஜனோவாவுக்குச் செல்கிறார் என்று அறிந்தவுடன் அவர் எங்களையும் அழைத்துச் செல்லும்படி

அவரிடம் கேட்டுக்கொண்டார். கப்பல் கூலியைப் பற்றி மிகவும் தர்க்கம் செய்தபிறகு எங்கள் நால்வருக்கும் சேர்த்து ஒன்பது மொனத்தா கொடுப்பதாகவும் கப்பலில் எங்கள் செலவிலேயே உணவைப் பார்த்துக் கொள்கிறோம் என்றும் நாங்கள் ஒப்பந்தம் செய்துகொண்டோம். ஒரு மொனத்தா என்பது ஏறத்தாழப் பதினெட்டு ரூபாயாகும்.

இப்படிக் கப்பல் ஏற்பாடு செய்தபிறகு அவசியமான பொருட்களைச் சேகரித்துத் தரும்படி கயெத்தானோஸ் பாதிரியிடம் பணம் கொடுத்தோம். அவர், அரிசியும் பயறும் முட்டையும் கோழியும் டீ தூளும் ரொட்டியும் சர்க்கரையும் பிறவும், மேற்சொன்ன வியாபாரி நிக்லாவாவின் பணியாளனைக் கொண்டு வாங்கி வரச் செய்து எங்களிடம் கொடுத்தார்.

ஆயத்தங்களெல்லாம் முடிந்து நான்கு முக்கிய அதிகாரிகளிடமும் நாங்கள் விடைபெற்றோம். அவர்கள் எங்களுக்கு ஏற்றபடி மரியாதை செய்து அவர்களின் வீடுகளில் விருந்தளித்து எங்களை அனுப்பி வைத்தார்கள். மற்ற ஐரோப்பிய நாடுகளின் விவகாரத்தை நிர்வாகம் செய்கிற அயரதெஸா என்ற முக்கிய அதிகாரி, பயணத்துக்கு வேண்டிய அனுமதிக் கடிதங்களையெல்லாம் முறைப்படி தயார் செய்து கொடுத்தார்.

நாங்கள் ரோமுக்குச் சென்றதற்குப் பிறகான விவரங்களை கயெத்தானோஸ் பாதிரி தெரிவிப்பார் என்று அவரிடம் சொன்னோம்; லிஸ்பனில் எங்களுக்காகச் செயல்பட கயெத்தானோஸுக்கு அவர்களின் முன்னிலையில் பொறுப்பளித்தோம்.

அதன் பிறகு நாங்கள் பேப்பல் நுன்சியோவைப் பார்த்து விடைபெற்றோம். இவ்வளவு காலம் எங்களுக்குச் செய்த மதிப்புயர்ந்த உதவிகளுக்கு நன்றி தெரிவித்துக்கொண்டோம். பணமோ வேறு எதுவுமோ தேவைப்படுகிறதா என்று அவர் கேட்டார். நாங்கள் அவரிடம் பணம் வாங்கினால் மலங்கரை தேவாலயத்தினர் இத்தனை வறுமையில் எங்களை அனுப்பிவிட்டார்களே என்று அவர் நினைப்பார். அது மலங்கரையினருக்கு இழிவுதானே? அதனால், கடவுளின் நல்லருளின் காரணமாக எங்களுக்கு இப்போது எதுவும் தேவையில்லை என்று அவருக்குப் பதில் சொன்னோம். ஆயினும் ஜனோவாவுக்குச் செல்லும்போது பணம் தீர்ந்து போனால், தேவையான பணம் அங்கிருந்து கிடைக்கும்படி அங்கு அவருக்குத் தொடர்புடைய ஒருவருக்கு ஒரு கடிதம் எழுதிக் கொடுத்து எங்களை அனுப்பி வைத்தார். இப்படி மிசிஹா பிறந்து 1779ஆம் ஆண்டு நவம்பர் மாதம் 4ம் தேதி நாங்கள் மீண்டும் கப்பலில் ஏறினோம்.

கயெத்தானோஸ் பாதிரி ஜெனோவாவில் உள்ள போர்த்துகீஸ் நாட்டுப் பிரதிநிதிக்கும் ரோமிலுள்ள தன் அமெரிக்க நண்பர் மானுவல் மாகெஸா ப்ரந்தாம் என்ற பாதிரிக்கும் எங்களுக்காக ஒவ்வொரு கடிதம் எழுதித் தந்தார். நாங்கள் அங்கே செல்வதற்கு முன்பே அவர்களுக்கு விவரம் அறிவிக்க தரை மார்க்கமாகவும் ஒவ்வொரு கடிதங்களை அவர்களுக்கும் ரோமிலுள்ள போர்த்துகீஸ் நாட்டுப் பிரதிநிதிக்கும் அனுப்பினார்.

நாங்கள் இப்படிக் கப்பலில் ஏறினோம் என்றாலும், கேப்டனுக்கு அங்கே மேலும் சில வேலைகள் இருந்தன. அதனால் பிறகும் இரண்டு நாட்கள் கப்பலிலேயே தங்க நேர்ந்தது. நவம்பர் ஆறாம் தேதி கப்பலின் பாய் விரித்தார்கள். அங்கிருந்து புறப்பட்ட பிறகு கடவுளின் கருணையாலும் அனுக்கிரகத்தாலும் எந்த பயமும் கஷ்டமும் இல்லாமல் கொல்ப்பா தெ லயன் (Gulf of Lion) என்ற இடத்தைக் கடந்தோம். அங்கே ஆங்கிலேயர்களான கடல் கொள்ளையர்கள் எங்கள் கப்பலுக்கு வந்துவிட்டார்கள். கேப்டன் பயந்து நடுங்கி அவர்களுக்குப் பெரிய மரியாதை காட்டி அவர்கள் கேட்டதையெல்லாம் கொடுத்தனுப்பினார்.

இரண்டு நாட்களுக்குப் பிறகு கஸ்தல்யன் (Castillian) சரக்குகளைப் பரிசோதிப்பதற்காக அங்கே வந்தார்கள். அவர்களில் ஒருவன் குடிப்பதற்கு ஒயின் கேட்டுக்கூட, கேப்டன் கொடுக்கவில்லை. ஏன் இப்படி என்று நாங்கள் கேப்டனிடம் கேட்டோம். கேப்டன், "ஆங்கியேலர்கள் திருடர்களானதால் கேட்டதைக் கொடுக்கவில்லையென்றால் இருப்பதையெல்லாம் பறித்துக்கொள்வார்கள். கஸ்தல்யன்கள் ராஜ கட்டளைப்படி வருபவர்கள் ஆனதால், அவர்கள் கேட்டதைக் கொடுக்கவில்லையென்றாலும் அவர்கள் நமக்கு எந்தத் தீங்கும் செய்வதற்கு வாய்ப்பில்லை" என்று பதில் சொன்னார்.

ஜெனோவாவுக்குப் பக்கத்தில் சென்றபோது ஒரு பிரெஞ்சுக் கப்பலின் கேப்டன் எங்கள் கேப்டனை ஆள் அனுப்பி அழைத்தார். எங்கள் கேப்டனும் மல்பானும் அங்கே சென்றார்கள். எங்கிருந்து வருகிறீர்கள், எங்கே போகிறீர்கள்? கப்பலில் என்னவெல்லாம் சரக்குகள் இருக்கின்றன? நீங்கள் எந்த நாட்டுக்காரர்கள் என்பதையெல்லாம் கேட்டறிந்த பிறகு அவர்கள் எங்களை அனுப்பினார்.

ஆங்கிலேயர்களும் பிரெஞ்சுக்காரர்களும் கஸ்தல்யர்களுடன் யுத்தம் செய்யும் காலமாக இருப்பதால்தான் இந்தப் பரிசோதனைகளையெல்லாம் நடத்துகிறார்கள். இதெல்லாம் முடிந்த பிறகு லிஸ்பனிலிருந்து புறப்பட்டு 33 நாட்களுக்குப் பிறகு நாங்கள் நல்லபடியாக ஜெனோவாவுக்கு வந்து சேர்ந்தோம்.

39 நாங்கள் ஜெனோவாவுக்குச் சென்ற பிறகு ஏற்பட்ட இறையருட் செயல்கள்

மேற்சொன்னது போன்று நாங்கள் ஜெனோவாவைச் சென்றடைந்தோம். வழியில் எங்கள் கப்பலில் பரிசோதனைக்காரர்கள் வந்து ஏறியதாலும், சில தொற்று நோய்களைப் பற்றி சந்தேகமிருந்தாலும் அந்த நாட்டின் சட்டப்படி க்வாரன்டைன் நாட்கள் முடியாமல் யாரும் கப்பலிலிருந்து கரைக்கு இறங்க முடியாது. துறைமுகத்தில் க்வாரன்டைன் செய்ய விருப்பமுள்ளவர்களுக்காக ஒரு கட்டடம் கட்டியிருந்தார்கள். மல்பானும் கேப்டனும் அங்கே சென்று, கான்சலிடம் கொடுக்கும்படி கயெத்தானோஸ் பாதிரி தந்திருந்த கடிதத்தைக் கொடுத்து அனுப்பினார்கள். அந்தக் கட்டடத்தில் க்வாரன்டைன் நாட்களைக் கழித்தால் செலவு மிகவும் அதிகமாகும் என்பதால் நாங்கள் கப்பலிலேயே இருந்தோம். எங்களை அங்கே அனுப்புவதற்கு கேப்டன் முயன்றார் என்றாலும் நாங்கள் சம்மதிக்கவில்லை.

நாங்கள் கொடுத்தனுப்பிய கயெத்தானோஸ் பாதிரியின் கடிதத்தைப் படித்தவுடனே கான்சல், எங்கள் உடலைக் குளிர்விக்கத் தேவையான பச்சைக் காய்கறிகளுடனும் பச்சை இறைச்சியுடனும் தன் நம்பி ப்ரஞ்சிக்கோஸை எங்களிடம் அனுப்பினார். ப்ரஞ்சிக்கோஸ் கப்பலின் பக்கத்தில் வந்தார் என்றாலும் க்வாரன்டைன் நாட்கள் முடியாமல் யாரும் கப்பலில் ஏறக்கூடாது என்று சட்டம் உள்ளதால், கரைக்கு வந்து எங்களைப் பார்த்துப் பொருட்களைத் தந்தார். “க்வாரன்டைன் முடிவதுவரை கப்பலிலேயே இருப்பதுதான் நல்லது. இல்லையென்றால் செலவு மிகவும் அதிக

மாகும். இந்த நாட்கள் முடிந்தவுடன் நீங்கள் தங்குவதற்கு வீடு ஏற்பாடு செய்து தருகிறேன்" என்று கான்சல் எங்களிடம் தெரிவிக்கும்படிச் சொன்னதைக் கூறினார்.

க்வாரன்டைன் என்றால் என்ன? நம் மக்கள் தெரிந்துகொள்வதற்காக அதை இங்கே பிரத்தியேகமாக எழுதுகிறேன். ஜெனோவாவிலும் மற்ற ஐரோப்பிய நகரங்களிலும் தங்கள் மக்களின் நன்மைக்காக நகரத்துக்கு வெளியில் லாஸரெத்தே என்கிற ஒரு கட்டடம் கட்டியிருக்கிறார்கள். துர்க்கிகளின் நாட்டிலிருந்தோ, தொற்றுநோய் உண்டென்று சந்தேகிக்கப்படுகிற மற்ற நாடுகளிலிருந்தோ, தொற்றுநோய் ஏற்படலாம் என்ற சூழ்நிலைகளுடன் வரும் கப்பல்களிலிருந்தோ வரும் மனிதர்கள் ஒரு குறிப்பிட்ட கால வரையறை முடியாமல் நகரத்துக்கு வரக்கூடாது. தங்கள் கப்பல்களிலோ லாஸரெத்தெ என்று சொல்கிற மேற்சொன்ன கட்டடங்களிலோதான் தங்க வேண்டும். தொற்று நோயுடன் வருகின்ற கப்பல்கள் என்றால் குறைந்தது நாற்பது நாட்களாவது இப்படி ஒதுங்கியிருக்க வேண்டும். அதனால் இந்த நாட்களுக்கு "நாற்பது நாள்" என்று அர்த்தமுள்ள "க்வாரன்டைன்" என்று சொல்லி வருகிறார்கள்.

எங்கள் கப்பலில் பரிசோதனைக்காரர்களான படை வீரர்கள் ஏறி இறங்கியதால் தொற்று நோய்க்கான சந்தேகம் இருந்தது அவ்வளவுதான். அதனால் பதிமூன்று நாட்கள் கப்பலில் வசித்தபிறகு நகரத்தில் பிரவேசிப்பதற்கு எங்களுக்கு அனுமதி கிடைத்தது. நாங்கள் கரைக்கு இறங்கி கான்சல் எங்களுக்காக ஏற்பாடு செய்திருந்த "ஒஸ்தரியா"வுக்கு வந்தோம். கன்சல் சற்றும் தாமதமில்லாமல் நேரடியாக வந்து எங்களைச் சந்தித்தார். நாங்கள் அங்கிருந்து ரோமுக்குப் புறப்படுவதுவரை அந்த இடத்திலேயே தங்கியிருந்தோம்.

ஒஸ்தரியா என்றால் என்ன? நம் விஷயங்களை நுட்பமாகக் கிரகிப்பதற்கு உதவிகரமாக இருக்கும் என்பதால் அதை இங்கே விளக்குகிறேன். ஜெனோவாவிலும், ஐரோப்பாவில் உள்ள மற்ற நாடுகளிலும் வந்து செல்லும் பயணிகள் தங்குவதற்காக நகரங்களின் பரப்பளவுக்கு ஏற்றபடி ஒன்றோ அதற்கதிகமோ தங்குமிடங்களைக் கட்டியிருக்கிறார்கள். பெரிய அரண்மனை போன்ற கட்டடங்கள் அவை. பிரபுக்களும் புகழ்பெற்ற மனிதர்களும் வியாபாரிகளும் பெரிய மனிதர்களும் தங்கள் பதவிக்கும் அந்தஸ்துக்கும் ஏற்ற விதம் தங்குவதற்கான வசிப்பிடங்களும் கூடங்களும் அதிலிருக்கும். தவிர அங்கே, திறமையான சமையற்காரர்களையும் பணியாட்களையும் நியமித்திருக்கிறார்கள். யாராவது அங்கே தங்கச்

சென்றால் உடனே ஆளின் பதவிக்கும் விருப்பத்துக்கும் ஏற்ற வகையான பணியாளரையும், பொருட்களைப் பாதுகாப்பதற்கான காவல்காரர்களையும் அனுப்புவார்கள். இப்படி அங்கே சொந்த வீட்டில் இருப்பதைப்போல எதற்கும் குறைவில்லாமல் எத்தனை நாட்கள் வேண்டுமென்றாலும் தங்கலாம். அங்கிருந்து பயணம் புறப்படும்போது பணியாளர்கள் எல்லாப் பொருட்களையும் அதற்கான கணக்குடன் திரும்பக் கொடுப்பார்கள். ஒஸ்தரியாவின் மேலாளர் தரும் பில்லுக்கு ஏற்றபடி பணம் கொடுத்துவிட்டுச் செல்லலாம். அதனால் இந்த வீடுகளை சத்திரம் என்ற சொல்லுக்குச் சமமான பொருளுடைய ஒஸ்தரியா என்ற வார்த்தையால் குறிக்கிறார்கள். நாங்கள் ஜெனோவாவுக்கு வந்து மேற்சொன்ன ஒஸ்தரியாவில் தங்கிய பிறகு, லிஸ்பனிலிருந்து பேப்பல் பிரதிநிதி தன் ஜெனோவா ஏஜன்டுக்குத் தந்த கடிதத்தைக் கொடுத்து அனுப்பினோம். அந்த ஏஜன்டும் இந்த விடுதிக்கு வந்து எங்களைச் சந்தித்தார். பணமோ மற்ற எதுவுமோ தேவையிருந்தால் தெரியப்படுத்த வேண்டும் என்றும் தேவையானதைச் செய்ய தான் தயாராக இருப்பதாகவும் சொன்னார்.

மறுநாள் நகரத்தின் ஆஸ்தான தேவாலயத்துக்குச் சென்று விகாரி ஜெனரலைப் பார்த்தோம். வழிபாடு சொல்ல அனுமதி பெற்று வழிபாடு சொல்லத் தொடங்கினோம். அப்போது அந்த நாட்டினர், அறிந்திராத இந்த வழிபாட்டு முறையைப் பார்த்து வியந்தனர். ஸ்பெயின் நாட்டிலிருந்து சில பாதிரியார்கள் வந்திருக்கிறார்கள் என்றும் அவர்கள் சொல்லும் வழிபாடு ஒரு புதிய முறையிலிருக்கிறது என்றும் நகரெங்கும் பேச்சாகிவிட்டது. இந்தச் செய்தியை நகரத்துக்கு வெளியில் அரைக் காதம் (எட்டு கிலோ மீட்டர்) தூரத்தில் மதோனத்தா என்ற பெயருள்ள அகஸ்தீனிய நிஷ்பாதுக துறவிகளின் ஆசிரமத்திற்குப் பக்கத்தில் வசிக்கும் மர்க்கெஸா நிக்ரோனி எனும் சீமாட்டி அறிந்தார். அவர் தன் சேவகரான மரியாதைக்குரிய ஒருவரை எங்களிடம் அனுப்பி, தனக்கு இந்த வழிபாட்டைப் பார்ப்பதற்கு விருப்பமென்றும் ஒரு நாள் மதோனத்தா ஆசிரமத்துக்குச் சென்று வழிபாடு சொல்ல வேண்டும் என்றும் கேட்டுக்கொண்டார். அதன்படி நாங்கள் அங்கே சென்று வழிபாடு சொன்னோம். மர்க்கெஸா வந்து வழிபாட்டைப் பார்த்த பிறகு, நீங்கள் எங்கிருந்து வருகிறீர்கள் என்றும் எங்கே போகிறீர்கள் என்றும் பிறவும் கேள்விகள் கேட்டார். நாங்கள் இந்தியர்கள் என்றறிந்தபோது, "முன்பு யேசு சபையைச் சேர்ந்த பாதிரியார்கள் இருந்தபோது இந்தியாவிலிருந்து சில சிறிய குளிகைகளைக் கொண்டு வந்து ஒரு பொற்காசுக்கு எட்டு வீதம்

விற்பார்கள். அந்தக் குளிகைகள் அசாதாரணமான வகையில் பல நோய்களைக் குணப்படுத்தியது. அப்படிப்பட்ட குளிகைகள் உங்க ளிடம் உண்டா?" என்று கேட்டார். அவர் நம்நாட்டு மருந்துகளைப் பற்றித்தான் சொல்கிறார் என்று எங்களுக்குப் புரிந்தது. எங்களிடம் இருந்த குளிகைகள் போர்த்துகீஸில் தொலைந்துவிட்டன என்று நாங்கள் சொன்னோம். அதன் பிறகு, மல்பான் பிரத்தியேகமாக வைத்திருந்த வாயு குளிகைகளில் ஒன்றை மர்க்கெஸாவுக்குக் கொடுத்தார். மற்றொரு குளிகையை மேற்படி ஆசிரமத்தில் வாயுத் தொல்லையால் சோர்ந்து கிடந்த ஒரு பாதிரிக்குக் கொடுத்தார். குளிகையை உட்கொண்டவுடன் அந்தப் பாதிரியின் வாயுத் தொல்லை கணிசமாகக் குறைந்தது. அதைப் பார்த்து அந்தச் சீமாட்டிக்குப் பெரிய அன்பு ஏற்பட்டது. நாங்கள் ரோமுக்குச் சென்ற பிறகும் அவர் எங்களுக்குக் கடிதங்கள் எழுதிக் கொண்டி ருந்த கதையைப் பின்னால் எழுதுகிறேன்.

40 ஜெனோவா என்ற நகரத்தைப் பற்றியும் யோஹன்னான் தெஸந்த மர்கரீத்தா என்ற பாதிரியின் கடிதம் வந்ததைப் பற்றியும்

ஆசியா கண்டத்திற்கு வெளியில் பார்த்த நகரங்களைப் பற்றிச் சுருக்கமாகவும் சந்தர்ப்பத்திற்கு ஏற்ற வகையிலும் வாசகர்களுக்கு உணர்த்துவதற்காகத்தான் நான் முயன்றுவருகிறேன். ஐரோப்பாவில் உள்ள முக்கியமான நகரங்களில் ஒன்றான ஜெனோவா நகரத்தைப் பற்றியும் இங்கே பதிவு செய்கிறேன்.

ஜெனோவா ஒரு துறைமுக நகரம். இத்தாலியின் ஒரு முக்கிய மான நகரத்துக்கு உள்ளதுபோன்ற பெருமையும் சிறப்புமெல்லாம் அதற்கும் உண்டு. ஆனால் ஒரு இடுங்கிய நிலப் பரப்பில்தான் நகரம் நிலைபெற்றிருக்கிறது. இங்கே நிறைய மக்கள் வசிக்கிறார்கள். அதனால் வீடுகளை ஏழு எட்டு மாடிகள் உள்ளவையாகக் கட்டியி ருக்கிறார்கள். நகரத்தின் (பிரதான வீதிகள் அல்லாத) தெருக்களி லிருந்து பிரிந்து செல்லும் சந்துகள் மிகவும் இடுங்கியவை. அவற்றின் வழியாக நடக்கும்போது உச்சிப் பொழுதில்கூட மாலை நேரமானதுபோலத் தோன்றும். வழிகளின் அகலக் குறைவு காரண மாக, மற்ற ஐரோப்பிய நகரங்களில் சாரட் வண்டிகளில் அதிகமான மக்கள் செல்வதுபோன்று இங்கு செல்வதில்லை. அமெரிக்க ரீதி யின்படி சுமந்துகொண்டு நடக்கக்கூடிய ஒரு வித நாற்காலிகளில் அமர்ந்துகொண்டு மற்றவர்களைச் சுமக்கச் செய்வதுதான் வழக்கம். நம் நாட்டில் பல்லக்கு சுமந்து செல்வதுபோன்று.

மனித சமூக வாழ்வின் தேவைக்கு வேண்டியதையெல்லாம், லிஸ்பனில் உள்ளதைப் போன்று அன்புணர்வுடனும் தனதான வருமான வழிகளோடும் உருவாக்கி ஆயத்தப்படுத்தியிருக்கிறார்

கள். குறிப்பிட்டுச் சொல்லவேண்டிய ஒரு நிறுவனம் இங்கே இருக் கிறது. வேலையில்லாமையையும் சோம்பலையும் தீர்க்கும் ஒரு நிறுவனம். சோம்பலாலோ வறுமையாலோ எந்த வேலையும் செய் யாமல் யாசித்துத் திரிபவர்களைக் கொண்டு வந்து தொழில் கற்றுக் கொடுக்கும் ஒரு பெரிய கட்டடம் அது. ஆரோக்கியமுள்ள வரை விரும்பிய, தனக்குத் தெரிந்த வேலையைச் செய்து இங்கே வாழலாம். ஒவ்வொரு தொழிலுக்கும் அதற்கான ஆசிரியர்களையும் நியமித்திருக்கிறார்கள். ஆசிரியர்களுக்கும் அங்கு வசிப்பவர்களுக் கும் கருவிகள் வாங்குவதற்கான பணமும் அன்றாடச் செலவுக்கான மாசப் படியும் தருகிறார்கள். இங்கிருந்து தொழில் கற்றுச் செல் பவர்கள் தங்கள் பயிற்சிக் காலம் முடிந்த பிறகு நிறுவனம் தங்களுக் காகச் செலவிட்டதன் நஷ்டத்தைத் தீர்ப்பதறகாக ஒரு குறிப்பிட்ட காலத்துக்கு நிறுவனத்துக்கு வேலை செய்ய வேண்டும். அது முடிந் ததும் அங்கேயே வசிக்க விருப்பமிருந்தாலும் வசிக்கலாம், மரணம்வரை. அல்லது வெளியே செல்லவேண்டும் என்று விரும்பி னாலும் செல்லலாம். சொந்தமாக ஒரு நிலைக்கு வருவதுவரை வாழ்வதற்கான உதவிப் பணமும் கொடுத்து விருப்பப்பட்ட இடத் துக்கு அனுப்புவார்கள்.

இந்த நகரத்தின் அதிர்ஷ்டமும் ஐஸ்வர்யமுமெல்லாம் தேவ மாதாவான பரிசுத்த கன்னி மேரியின் பிரத்தியேக உதவியால் சித்தித்தது என்று அவர்கள் நம்புகிறார்கள். அங்குள்ள மக்கள் ஏழை, பணக்காரன் வித்தியாசமில்லாமல் சிறுவர் முதல் பெரியவர் வரை எல்லோரும் மேரியின் பக்தர்கள். நகரத்தைச் சுற்றிலும் வலு வானதொரு கோட்டை எழுப்பி அதன் பிரதான கோபுர வாயிலில் தேவமாதாவின் ஒரு உருவத்தைப் பிரதிஷ்டை செய்திருக்கிறார்கள். போத ஞானப் புத்தகத்திலிருந்து, “இந்த நகரத்தின் காவலாளாக என்னை வைத்திருக்கிறார்கள்” என்ற வரியை எடுத்து அந்தச் சிலையின் கீழே எழுதியிருக்கிறார்கள். இந்த நகரத்தை நிர்வகிப்பது ராஜா அல்ல, பிரபு சபைதான். பிரபு சபைத் தலைவரை தொனே (டோன்) என்று அழைக்கிறார்கள். தேர்ந்தெடுப்பு முறையில்தான் தலைவரை முடிவு செய்கிறார்கள். மூன்று வருடங்களுக்கு ஒரு முறை சபை உருப்பினர்கள் சேர்ந்து தலைவரைத் தேர்ந்தெடுக் கிறார்கள். ஒருமுறை தலைவராகத் தேர்ந்தெடுக்கப்பட்டவர், நகரத் தின் வரவு செலவுகளையும் ஆட்சியின் சக்தி ரகசியங்களையும் அறிந்திருப்பதால் பிற்பாடு அவர் ஒருபோதும் நகரத்திற்கு வெளியே செல்லக்கூடாது. அவர் ஆயுட்காலம் முழுதும் நகரத்திற்குள்தான் வாழ்ந்தாக வேண்டும். நகரத்தின் பரப்பளவு குறைவு என்றாலும் அதில் வசதியான பெரியதொரு துறைமுகம் இருக்கிறது. அங்கே

வியாபாரத்திற்கு நல்ல வசதி உள்ளதாலும் வியாபார நீதி நன்றாகக் கடைபிடிக்கப்படுவதாலும் இத்தாலியிலிருந்தும் போர்த்துகீஸிலிருந்தும் பிறவிடங்களிலிருந்தும் நிறைய வியாபாரிகள் அங்கே வருகிறார்கள். அவர்களிடமிருந்து சுங்கம் மூலமாக பெரியதொரு சம்பாத்தியம் பிரபுசபை நிர்வாகத்திற்குக் கிடைக்கிறது. போதாக் குறைக்கு, செல்வந்தர்களான திறமையான நிறைய வணிகர்கள் நகரத்தில் வசிக்கிறார்கள்.

நாங்கள் இந்த நகரத்துக்கு வந்ததற்குப் பிறகு அங்கு குளிர் நிலவியது; வழியில் நாங்கள் சிரமங்களையும் அனுபவித்திருந்தோம்; இங்குள்ள காற்றும் உடலுக்கு ஏற்புடையதாக இல்லை; நாங்கள் சென்றது மழைக் காலமாகவேறு இருந்தது. இத்தகைய காரணங்களால் மல்பானுக்கு வாத நோய் ஏற்பட்டுவிட்டது. அவர் எழுந்திருக்க முடியாதபடி கட்டிலிலேயே படுத்திருக்க வேண்டிய நிலை ஏற்பட்டுவிட்டது. அங்குள்ள சில வைத்தியர்கள் சிகிச்சை யளித்ததன் பயனாக மூன்று நான்கு நாட்களில் நோய் குணமானது.

இதன்பிறகு, ரோமுக்குச் செல்வதற்கான கப்பல் வராததால் நாங்கள் இன்னும் சில நாட்கள் அங்கே தங்க நேர்ந்தது. அதனிடையே நம் மலங்கரையில் மிஷனரியாக இருந்த யோஹன்னான் ஆத்ரெயா என்ற ஜெனோவா பாதிரி எங்களைப் பார்ப்பதற்கு வந்தார். இவர் ஒரு வைத்தியரும்கூட. இவர் எங்கள் பயணத்தின் நோக்கத்தையும் வழியில் நடந்த விஷயங்களையுமெல்லாம் கேட்டறிந்தார். யோஹன்னான் தெஸந்த மர்கரீத்தா, விகாரி அப்பஸ் தோலிக்கா ஆன விவரத்தை எங்களிடம் சொன்னார். யோஹன்னான் தெஸந்த மர்கரீத்தா நாங்கள் ஜெனோவாவுக்கு வந்திருக்கும் விவரம் அறிந்திருந்தார்; அதனால் எங்களிடம் சேர்ப்பிக்கும்படி ஒரு கடிதத்தை மிலானிலிருந்து யோஹன்னான் ஆத்ரெயாவுக்கு அனுப்பியிருந்தார். அதை ஆத்ரெயா எங்களுக்குக் கொடுத்தார்.

41 யோஹன்னான் தெஸந்த மர்கரீத்தா என்ற பாதிரி ரோமுக்குச் சென்று விகாரி அப்பஸ்தோலிக்கா ஆன கதை

நிஷ்பாதுக கர்மலீத்தா சபையைச் சேர்ந்த யோஹன்னான் தெஸந்த மர்கரீத்தா என்ற பாதிரி மலங்கரைப் பிரதேசத்திலுள்ள ஞாரய்க்கல் தேவாலயத்திலிருந்து இரண்டு இளைஞர்களையும் அழைத்துக் கொண்டு, மலங்கரைவாசிகளுக்கு எதிராக ரோமுக்குச் சென்ற விவரம் இந்த நூலின் ஒன்பதாம் அத்தியாயத்தில் சொல்லப்பட்டிருக்கிறது அல்லவா. ரோமுக்குச் சென்று தன் சமூகத்தைச் சேர்ந்த ஆசிரமத்தில் தங்கிக்கொண்டு அவர் ப்ரொப்பகந்தா திருச்சபைத் தலைவரான கர்தினால் கஸ்தெல்லியிடமும், அங்குள்ள செயலரான ஸ்டீபன் பொர்ஜ்யா எனும் மோன்ஸிஞ்ஞோரிடமும், மற்ற பல பிரபல கர்தினால்களிடமும், முக்கியஸ்தர்களிடமும் இந்த இளைஞர்களையும் அழைத்துச் சென்றார். அவர்களிடம் இளைஞர்களைச் சுட்டிக்காட்டி, மலங்கரைப் பிரதேசத்திற்காகத்தான் அனுபவிக்கும் கஷ்டங்களை விவரித்துச் சொன்னார். வராப்புழ ஆயர் மார் ப்ளாரன்ஸியூஸ் இயற்கையெய்தியதையும், ஸாலஸ் ஆயர் ஆட்சிக்கு வந்ததையும், மலங்கரை தேவாலயத்தினருக்கும் பாதிரியார்களுக்கும் ஏற்பட்ட கலகத்தையும், அவற்றையெல்லாம் தன் சாதுர்யத்தாலும் அறிவுத் திறனாலும் தீர்த்து வைத்ததையும் அவர் அவர்களிடம் விளக்கிச் சொன்னார். போப்பாண்டவரின், ப்ரொப்பகந்தா திருச்சங்கத்தின் கட்டளைகளின்படி ஸாலஸ் ஆயரின் எண்ணத்திற்கு விரோதமாகத்தான் தான் இந்த இரண்டு இளைஞர்களையும் அழைத்து வந்திருப்பதாக அவர் சொன்னார். ஸாலஸ் ஆயர் ரோமிலிருந்து வரும் கட்டளைகளின்படி நடப்பதில்லை.

அவரின் கெட்ட குணத்தாலும் வேண்டாத செயல்களாலும் மலங்கரையிலெல்லாம் பெரிய அவதூறு ஏற்படுகிறது. அதனால் வேறொரு விகாரி அப்பஸ்தோலிக்காவை மலங்கரைக்கு அனுப்பியே ஆக வேண்டும். யோஹன்னான் பாதிரியின் இந்தப் பிரச்சாரத்தை எல்லோரும் நம்பினார்கள். அவர்கள் அவரை மரியாதையுடன் வரவேற்றார்கள். அவருடன் வந்த இளைஞர்களுக்கு ப்ரொப்பகந்தா ஸெமினரியில் அனுமதியளித்தார்கள். புதிதாக ஒரு விகாரி அப்பஸ்தோலிக்காவை மலங்கரைக்கு அனுப்ப முடிவு செய்தார்கள். அதற்கிடையில், ஸாலஸ் ஆயர் ஏற்படுத்தும் சிக்கல்களைச் சரி செய்வதற்கு ஒரு தற்காலிக வழி என்ற நிலையில் பம்பாயில் விகாரி அப்பஸ்தோலிக்காவாக இருந்த மார் காரோஸலோஸா எனும் ஆயரிடம் விரைவில் மலங்கரைக்குச் சென்று பொறுப்பேற்றுக்கொள்ள வேண்டும் என்றும், ஸாலஸ் ஆயரை அங்கிருந்து நீக்கி பம்பாய்க்கு அனுப்ப வேண்டும் என்றும் உத்தரவிடப்பட்டது.

இப்படி யோஹன்னான் பாதிரி தன் சாமர்த்தியத்தாலும் தந்திரத்தாலும் தன் விருப்பத்திற்கேற்றபடி இந்தளவெல்லாம் சாதித்த பிறகு ப்ரொப்பகந்தா செயலரான ஸ்டீபன் பொர்ஜ்யாவிடமும், ரோமில் உள்ள தன் துறவி சபைத் தலைவரிடமும், அங்குள்ள செல்வாக்குள்ள தன் நண்பர்களிடமும் புதிதாக நியமிக்கப்படும் விகாரி அப்பஸ்தோலிக்கா தானாக இருக்கத் தக்கபடி தேவையான சிபாரிசுகளையெல்லாம் செய்தார். பிறகு தன் சொந்த ஊரான மிலானுக்குச் சென்று அங்கே வசித்தார்.

அதன்பிறகு மோன்ஸிஞ்ஞோர் ஸ்டீபன் பொர்ஜ்யாவும் ரோமில் மேற்படி நண்பர்களும் ப்ரொப்பகந்தா தலைவரான கர்தினால் கஸ்தெல்லியையும் மற்ற அதிகாரிகளையும் அணுகி யோஹன்னான் பாதிரிக்காக வாதாடத் தொடங்கினார்கள். யோஹன்னான் பாதிரிக்கு மலங்கரையின் மொழி தெரியும்; அங்குள்ள மக்களிடம் பழக்கமும் அன்பும் உண்டு; அங்கே ஏற்பட்ட கலகங்களையும் சிக்கல்களையும் தன் சாமர்த்தியமான வழிமுறைகளால் தீர்த்து வைத்தது அவர்தான்; புதிதாக விகாரி அப்பஸ்தோலிக்காவாக நியமிக்கப்பட மிகவும் தகுதி வாய்ந்தவர் அவர்தான்; அவ்வளவு விவேகமும் அனுபவமும் உள்ள மற்றொருவரைக் கண்டுபிடிப்பது சிரமம். இப்படியான நியாயங்களைக் கேட்டு ஏற்றுக்கொண்டு அவரையே அதிகாரிகள் நியமிக்க முடிவு செய்தார்கள். மிலானின் வசிக்கும் யோஹன்னான் பாதிரிக்கு, திருச்சங்கத் தலைவரான கர்தினால் கடிதம் அனுப்பி ரோமுக்கு வரவழைத்தார்.

மலங்கரைக்கு விகாரி அப்பஸ்தோலிக்காவாக தாங்கள்தான் செல்ல வேண்டும் என்றும் அதற்கு ஏற்ற மற்றொருவர் இல்லையென்றும் கர்த்தினால் கட்டளையிட்டார். அப்போது பாதிரி அடக்கத்தின் வெளிப்பாடாக கர்தினாலின் முன்னால் வணங்கி நின்று, இவ்வளவு பெரிய பதவியை ஏற்றுக்கொள்ள தனக்குத் தகுதியில்லை என்று சொன்னார். தாங்கள்தான் செல்ல வேண்டும் என்று கர்தினால் சொன்னார். தனக்கு அதற்குத் தகுதியில்லையென்று மீண்டும் பாதிரி சொன்னார். இப்படிக் கொஞ்சம் தர்க்கம் செய்த பிறகு மத்தியஸ்தர்கள் தலையிட்டுக் கட்டாயப்படுத்தியதன் காரணத்தால்தான் நான் இந்தப் பதவியை ஏற்றுக்கொள்கிறேன் என்று பாதிரி ஒரு விதமாகச் சம்மதித்தார்.

மீள் பார்வை

மேற்படிக் கதையைக் கேட்டவர்களுக்கு என்ன தோன்றுகிறது? யோஹன்னான் பாதிரி மலங்கரையில் நற்செய்தி ஊழியங்கள் செய்து கொண்டிருந்தது எப்படியென்று நமக்கு நன்றாகத் தெரியுமல்லவா? அவர் ஒரு நாளாவது ஒரு தேவாலயத்தில் நற்செய்திப் பிரசங்கம் செய்வதையோ, வேத பாடம் கற்றுக்கொடுப்பதையோ யாரேனும் பார்த்திருந்தார்களென்றால் பரவாயில்லை. அவரின் திறமையான நடவடிக்கைகளால் மலங்கரையில் ஏதாவது கலகம் அடங்கியதா? ப்லாரன்ஸியூஸ் ஆயரின் மரணத்திற்குப் பிறகு மலங்கரையின் விகாரி அப்பஸ்தோலிக்கா ஆக வேண்டும் என்று யோஹன்னான் பாதிரிக்கு நோட்டம் இருந்தது. ஆனால், அவர் தன் அறிவற்ற தனத்தாலும் மலையாளிகளின் மீதான நிந்தையின் காரணத்தாலும் தேவாலயக்காரர்களுக்கும் பாதிரியார்களுக்கும் இடையில் பிணக்கம் ஏற்படச் செய்து பல கலகங்களை உண்டாக்கினார். ஸாலஸ் ஆயருக்கும் பாதிரியார்களுக்கும் ஏற்பட்ட கலகத்தின் மூலகாரணம் இவரைத் தவிர வேறு யாருமல்ல. விகாரி அப்பஸ்தோலிக்கா ஆவதற்குத் தனக்குத் தகுதியில்லை என்று பல முறை சொல்லி கர்தினாலின் முன்னால் காட்டிக்கொண்ட அடக்கம் எந்தவிதமான அடக்கம்? உண்மையான அடக்கமா அல்லது ஓநாயின் இதயத்தை மூடிய ஆட்டுக்குட்டியின் சட்டையா? இதை நன்றாகத் தெரிந்துகொள்ள வேண்டும் என்றால் மற்றொரு விஷயத்தை நினைவுகூர்ந்தால் போதும். அவர் மலங்கரையிலிருந்து வருவதற்கு முன்பு தன் நண்பர்களிடம், இனி தான்தான் விகாரி அப்பஸ்தோலிக்கா ஆவேன் என்று பலமுறை சொல்லியிருக்கிறார் அல்லவா? போதாக்குறைக்கு இந்த ஆசையின் காரணத்தால் ஸாலஸ் ஆயருக்கும் பாதிரியார்களுக்கும் இடையில் சண்டை

மூட்டினார். அதையறிந்த தேவாலயத்தினர் எல்லோரும் ஆலங் நாட்டில் கூடி, யோஹன்னான் பாதிரியும் அவர் கூட்டாளிகளும் மலங்கரைப் பிரதேசத்திற்குள் வரக்கூடாது என்று தடை பிறப்பித்து சட்டமும் எழுதி வைத்தார்கள். ரோமுக்கு வந்த பிறகு மோன்ஸிஞ் ஞோர் பொர்ஜ்யாவையும் மற்ற நண்பர்களையும் அணுகி, தன்னை விகாரி அப்பஸ்தோலிக்கா ஆக்கவேண்டும் என்று சிபாரிசு செய்த தும் நமக்குத் தெரியும். இதையெல்லாம் யோசித்துப் பார்த்தால் பாதிரியார்கள் மலங்கரைக்கு வந்து நடந்து கொள்வதற்கும் ரோமுக் குச் சென்று அறிவுறுத்துவதற்கும் இடையிலுள்ள வித்தியாசத்தைப் புரிந்துகொள்வதில் சிரமமில்லை.

மேலே கூறியதுபோன்று, யோஹன்னான் பாதிரி அவரின் பலப் பிரயோகத்தால்போல விகாரி அப்பஸ்தோலிக்கா ஆகலாம் என்று அனுமதியளித்த உடனே கர்தினாலும் மோன்ஸிஞ்ஞோர் பொர்ஜ் யாவும் சேர்ந்து இந்த விஷயத்தை போப்பாண்டவரிடம் எடுத்துச் சொல்லி விகாரி அப்பஸ்தோலிக்காவுக்கான நியமன உத்தரவையும் வாங்கி பாதிரியாருக்குக் கொடுத்தார்கள். பாதிரி மலங்கரைக்குப் புறப்பட ஆயத்தம் செய்வதற்காக, தன் சொந்த ஊரான மிலானுக்கு மீண்டும் சென்றார். அந்த நிலையில்தான் நாங்கள் ஜெனோவா வுக்குச் சென்றிருக்கும் விவரமறிந்தார். எங்களையும் சேர்த்துத் தன் வலையில் சிக்க வைத்து தன் நாற்காலியை உறுதிப்படுத்திக் கொள் ளவும், மலங்கரையின் நிலையையும் எங்கள் நடவடிக்கைகளையும் தெரிந்து கொள்ளவும் வேண்டி அவ்வளவு அன்பு மரியாதையுடன் லத்தீன் மொழியில் ஒரு கடிதம் எழுதி, அதை எங்களிடம் சேர்க்கும் படி, வைத்தியரான இந்தப் பாதிரியிடம் கொடுத்து அனுப்பியிருக் கிறார்.

42. யோஹன்னான் பாதிரி எங்களுக்கு எழுதிய கடிதம்

மிகப் பிரியமுள்ள நண்பர் மரியாதைக்குரிய பாதிரி,

மலங்கரைப் பிரதேசத்திலுள்ள நற்செய்தி ஊழியங்கள் தொடர்பாகவும், நஸ்ரானிகள் தொடர்பாகவும் ரோமுக்குச் செல்ல தாங்களும் அன்பான தோமா பாதிரியாரும் சேர்ந்து இரண்டு மாணவர்களுடன் நலமே லிஸ்பனுக்கு வந்திருக்கிறீர்கள் என்பதையறிந்து எனக்கு மிகவும் மகிழ்ச்சி ஏற்பட்டது. அதற்காக, சர்வ நன்மையின் உருவமான கடவுளுக்கு நான் ஆத்மார்த்தமாக நன்றி தெரிவித்துக் கொள்கிறேன். காரியங்களெல்லாம் நல்லபடியாக நிறைவேற மனப்பூர்வமாகப் பிரார்த்திக்கவும் செய்கிறேன்.

என் இந்த எளிய கடிதத்தை நான் முன்பே அனுப்ப முற்பட்டேன் என்றாலும் அது பத்திரமாக தாங்களுக்குக் கிடைக்கும் என்ற உறுதிக்காக தாங்கள் ஜெனோவாவுக்கு வரும்வரை காத்திருக்க வேண்டி வந்தது. இந்த நெடிய தூரத்தை தாங்கள் கடந்து வந்துவிட்டீர்கள் என்றறிந்து நான் மகிழ்கிறேன்.

பறங்கிக் கப்பல்களில் இவ்வளவு நீண்ட பயணம் செய்தவர்களுக்குச் சிரமங்கள் ஏற்படும். தாங்களும் மிகவும் துன்பங்கள் அனுபவித்திருப்பீர்கள் என்று எனக்குத் தெரியும். தங்களுக்குச் சம்மதமென்றால் தங்களுடன் சேர்ந்து மீண்டும் இந்தியாவுக்குச் செல்லவேண்டும் என்பதுதான் என் விருப்பம். அதனால், நம் நம்பிக்கையின் பிரச்சாரத்திற்கும் மலங்கரையில் உள்ள நஸ்ரானிகளின் நல்ல நிலைமைக்கும் சமாதானத்திற்கும் தேவையென்று

தோன்றுவதையெல்லாம் தாங்களின் எண்ணம்போலச் சாதிப் பதற்கு தாங்கள் விரைவில் ரோமை அடைய வேண்டும் என்று நான் மிக மிகவும் விரும்புகிறேன். கடவுளின் நல்லருளால் தாங்கள் விரும்புவதுபோன்று காரியங்களெல்லாம் நிறைவேறும் என்று நான் கடவுளைச் சரணடைகிறேன். நான் இரண்டு மாணவர்களுடன் 1777ஆம் ஆண்டு மே மாதத்தில் ரோமுக்குச் சென்றிருந்தேன். நம் பிரதேசத்தின் நிலையையும் தேவைகளையும் விவேகமான முறையில் அதிகாரப் பதவிகளில் உள்ளவர்களிடம் நான் பலமுறை எடுத்துச் சொன்னேன். என் பொறுப்பு என்ற நிலையில் மலங்கரை சபை யின் நிலையைத் தெரிவிக்க நான் ரோமுக்குச் சென்று சொன்ன விஷயங்களெல்லாம் உண்மையை அடிப்படையாகக் கொண்டவை என்று உயர்ந்த பதவிகளில் இருப்பவர்கள் புரிந்து கொண்டார்கள். அவர்கள் நம் பிரதேசத்தின் நன்மைக்குத் தேவையானதையெல்லாம் அவர்களின் தன் விருப்ப அதிகாரத்தைப் (Discretionary Power) பயன்படுத்தி கட்டளையிட்டு அருளவும் செய்தார்கள். ஆனால், எதனாலோ காரியங்களுக்கு பின்னரும் தாமதம் ஏற்பட்டது. நாள் தோறும் புதிய சந்தேகங்களும் சிரமங்களும் மேலழுந்து வந்தன. அவர்கள் முடிவு செய்த காரியங்கள் முழு வடிவத்தை அடைய வில்லை. புதிய குழப்பங்கள் ஏற்பட்டதால் புதிய விண்ணப்பங்கள் அனுப்புவதற்கு மலங்கரை சபை முடிவு செய்தது, இந்தக் கால தாமதத்தின் காரணத்தாலாயிருக்க வேண்டும். கடைசியில் உயர் நிலை அதிகாரிகள் போப்பாண்டவரிடம், மலங்கரைப் பிரதேசத்தில் சமாதானம் ஏற்படவேண்டும் என்றால் விகாரி அப்பஸ்தோலிக்கா வையும் க்லெம்மிஸதெயஸ் என்ற பாதிரியையும் திருப்பி அழைக்க வேண்டும் என்ற விஷயத்தை எடுத்துரைத்தார்கள். அப்படியே உத்தரவிடப்பட்டது.

ஆனால், மலங்கரையிலிருக்கும் விகாரி அப்பஸ்தோலிக்கா வுக்குப் பதிலாகப் பதவியேற்றால் அவருக்கு வருத்தம் ஏற்படும் என்று பயந்து, பம்பாய் விகாரி அப்பஸ்தோலிக்கா உத்தரவை நடைமுறைப்படுத்த கால தாமதம் ஏற்படுத்தினார். கடைசியில், தகுதியற்ற என்னை நான் மீண்டும் மீண்டும் மறுத்து வாதிட்டதை யும் பொருட்படுத்தாமல், க்லெளத்யோப்போலீஸ் என்ற இடத்தின் ஆயராகவும் மலங்கரைப் பிரதேசத்தின் விகாரி அப்பஸ்தோலிக்கா வின் வாரிசாகவும் நியமித்துக் கட்டளையிட்டார்கள்.

பிரெஞ்சுக்காரர்களுக்கும் ஆங்கிலேயர்களுக்கும் போர் நடப்ப தால் முடிந்தவரை விரைவில் எனக்குப் பதவியளித்து, நான் பொறுப்பேற்றுக் கொள்வதில் காலதாமதம் ஏற்பட்டது. இனி

முதலில் இந்தியாவுக்குச் செல்லும் பறங்கிக் கப்பலில் பயணம் புறப்பட நான் ஆயத்தமாக இருக்கிறேன். என் கடிதம் இன்னும் நீளக்கூடாதல்லவா. தங்களுக்கு எழுத வேண்டும் என்று விரும்பிய விஷயங்கள் சுருக்கமாக இவ்வளவுதான். இனி ஊர் விசேடங்கள் குறித்து அறிய ஆவல். நான் வந்ததற்குப் பிறகு காரியங்களெல்லாம் எப்படியிருக்கின்றன? எல்லோரும் நன்றாயிருக்கிறார்களா? காரியங்கள் நல்லபடியாக நடக்கின்றனவா? விகாரி அப்பஸ்தோலிக்கா இப்போதும் பாதிரியார்களுடன் கலகம் செய்து கொண்டிருக்கிறாரா? இந்த விஷயங்களையும், நம் நற்செய்தி ஊழியங்களின், நஸ்ரானிகளின், தேவாலயங்களின் விஷயங்களைப் பற்றியெல்லாம் தெரிந்துகொள்ள நான் மிகவும் ஆர்வத்துடன் இருக்கிறேன். தங்களின் நேரத்திற்கேற்றவாறு அதையெல்லாம் மகிழ்ச்சியுடன் எனக்கு எழுதித்தெரிவிக்க வேண்டும் என்று கேட்டுக்கொள்கிறேன். நாம் பேசிக்கொண்ட விஷயங்களையெல்லாம் நல்லபடியாகப் புரிந்துகொள்வதற்காக, தாங்கள் ரோமுக்குச் செல்வதற்கு முன்பு மிலானுக்கு வந்தால் பரவாயில்லை. நான் மனப்பூர்வமாக விரும்புவதுபோன்று சில மாதங்களுக்குள் நாம் சந்திப்போம் என்று எதிர்பார்க்கிறேன். அதிகம் எழுதி உங்களுக்குச் சிரமம் தர விரும்பவில்லை. நேசமுள்ள தோமா பாதிரியாருக்கான என் நல விசாரிப்புகளையும் தோழமை வாழ்த்துக்களையும் தெரிவிக்க வேண்டும் என்று தங்களிடம் நான் வேண்டிக் கேட்டுக்கொள்கிறேன். ரோமுக்குச் செல்லும்போது தாங்களுக்கு உத்தரவிடப்படும் விஷயங்களை எனக்குத் தெரிவிப்பதில் பாராமுகமாயிருக்காதீர்கள். எனக்கு ஏதாவது பதில் அனுப்ப வேண்டும் என்றால் இந்தக் கடிதத்துடன் வருகிற யோஹன்னான் ஆத்ரெயா பாதிரியின் கையில் கொடுத்தனுப்பத் தயங்க வேண்டாம். தங்களின் அன்பான தோமா பாதிரியாரின் செய்திகளை அறிய அளவற்ற ஆசையுடனும், மிகவும் வணக்கத்துடனும், இருவரையும் ஆன்மப்பூர்வமாகக் கட்டித் தழுவியும், தங்களின் ஆலோசனைப்படி நடக்கவும் நான் தயாராக இருக்கிறேன்.

இப்படிக்கு, கடவுள் மகத்துவத்தின் தகுதியற்ற நித்ய அடிமையான தாசன் யோஹன்னான் தெஸந்த மர்கரீத்தா எனும் நிஷ்பாதுக கர்மலீத்தா பாதிரி க்லெளத்யோப்போலீஸ் பிரதேசத்தின் நியமிக்கப்பட்ட ஆயர்.

1779ஆம் ஆண்டு அக்டோபர் மாதம் 4ஆம் தேதி மிலானிலிருந்து எழுதியது.

இந்தக் கடிதத்தை மேற்குறித்தவாறு யோஹன்னான் ஆத்ரெயா பாதிரி எங்களிடம் கொடுத்தார். அதைப் படித்தபோது, யோஹன்னான் பாதிரி இவ்வளவு ஆசாரப் பணிவுகளுடன் எழுதியிருப்பது எங்கள் ரோமாபுரி யாத்திரையின் நோக்கத்தைக் கிரகிக்கத்தான் என்று எங்களுக்குப் புரிந்தது. அதைப் பற்றி எதுவும் தெரிவிக்காமல் மல்பான் சிறியதொரு பதில் எழுதி நாங்கள் ஜெனோவா விட்டுச் செல்வதற்கு முன்பு எங்கள் வசிப்பிடத்தில் கொடுத்தார்.

43. ஜெனோவாவிலிருந்து புறப்பட்டதைப் பற்றி

நாங்கள் ஜெனோவாவுக்குச் சென்றதற்குப் பிறகு ஏற்பட்ட அனுபவங்களையும் யோஹன்னான் பாதிரியின் கடிதத்தையும் விவரித்த நிலையில் அங்கிருந்து புறப்பட்ட பயணத்தைக் குறித்தும் எழுதுகிறேன். ஜெனோவாவுக்கு நாங்கள் சென்ற பிறகு ரோமுக்குச் செல்வதற்கான கப்பல் இல்லாமல் 31 நாட்கள் அங்கேயே தங்கினோம். அப்போது அந்தோணி யோஹன்னான் அல்போன்ஸோ என்ற தோணிக்காரர், ஒருநாள் தூரம் வரும் சிவித்தா வெக்யா என்ற நகரத்திற்குச் செல்ல ஆயத்தமாக இருப்பதாக கான்சல் தெரிவித்தார். எங்கள் சம்மதம் வாங்கி, சிவித்தா வெக்யாவரை அந்தத் தோணியில் செல்ல ஏற்பாடு செய்தார்.

நாங்கள் ஜெனோவாவில் உள்ள நண்பர்களிடமெல்லாம் விடை பெற்றோம்; கணக்குத் தீர்த்துப் பணமும் கொடுத்து தோணியில் ஏறிப் புறப்பட்டோம். ஜெனோவாவிலிருந்து மூன்று காதம் (48 மைல்) தூரத்திலுள்ள போர்ட்டுவினு என்ற இடத்தை அடைவதற்கிடையில் மிகப் பலத்த ஓர் எதிர் காற்று வீசியது. முன்னோக்கிச் செல்ல முடியாததால் அந்தத் துறைமுகத்துக்குச் செல்லலாம் என்று முடிவு செய்தோம். தோணி துறைமுகத்தை அடைந்தவுடன் எங்களுடன் இருந்த ஸபாதுக கர்மலீத்தா பாதிரி யார்கள் அங்குள்ள தங்களின் ஒரு ஆசிரமத்திற்குச் சென்றார்கள். எங்களுக்கு அந்தச் சிறிய தோணியில் தங்கியிருப்பது சிரமமாக இருந்ததால், இறங்கிக் கரையில் எங்காவது தங்கலாம் என்று தோன்றியது. தோணி உரிமையாளர்களுடன் பேசியபோது அது

ஒரு வறுமையான பிரதேசம் என்று புரிந்தது. ஒரு ஏழ்மையான வீட்டை அவர் எங்களுக்கு ஏற்பாடு செய்து கொடுத்தார். மூன்று நாட்கள் அங்கே வசித்தோம். பிறகு, காற்று மாறி வீசுகிறது என்றும் பயணத்தைத் தொடரலாம் என்றும் தோணிக்காரர் சொன்னார். நாங்கள் துறைமுகத்திற்குச் சென்றபோது மீண்டும் எதிர்காற்று வீசத் தொடங்கியது. அதனால் அன்று அங்கிருந்து புறப்பட முடிவில்லை. பழைய வீட்டுக்குத் திரும்பிச் செல்ல எங்களுக்கு மனதும் இல்லை. ஏனென்றால் அங்குள்ள மக்கள் வறியவர்களாக வும் பேராசைக்காரர்களாகவும் இருந்ததால், மோசமான உணவு தந்துவிட்டு அதற்கு விலையாக அதிகப் பணம் வாங்கிக் கொண்டார்கள்.

நாங்கள் இப்படித் தோணியில் தங்கியிருக்கும்போது, முன்பு சொன்னதுபோன்று வறுமைப்பட்ட பிரதேசமாக இருந்ததால் இறைச்சியோ, தின்பதற்கேற்ற மற்றப் பொருட்களோ கிடைக்க வில்லை. அதனால் பசும்பாலையும் ரொட்டியையும் பச்சைக் காய் களையும் கொண்டு பசி தீர்க்க வேண்டியிருந்தது. பாலுக்கு மிக அதிக விலை. இப்படித் தங்கியிருக்கும்போது அதிக நேரம் கிடைத்த தால் அந்த இடத்தையெல்லாம் நடந்து சுற்றிப் பார்த்தோம். அப்போதுதான் எங்களுக்கு மலையாளிகள் எவ்வளவு சோம்பேறி கள், சுறுசுறுப்பற்றவர்கள் என்று புரிந்தது. ஏனென்றால் போர்ட்டு வினு என்று சொல்கிற அந்தப் பிரதேசம் எதற்கும் ஏற்றதல்லாத பாறைகள் நிறைந்த குன்றுப் பிரதேசம். ஆயினும், அங்குள்ள மக்கள் கடப்பாறையைப் பயன்படுத்தி பாறைகளை உடைத்து கடுமையாக உழைத்து ஆலிவ் மரங்களும் தெத்த மரங்களும் திராட்சைகளும் பிறவும் நட்டு வளர்த்திருக்கிறார்கள்; ஆண்டுதோறும் நிலத்தைக் கொத்திப் புரட்டி உரமிட்டு கோதுமையும் விளைவித்து அவர்களது உணவுக்கான வழியைச் செய்து கொள்கிறார்கள். அது மட்டுமல்ல, மிச்சமுள்ளதை விற்று மிகவும் லாபம் சம்பாதிக்கிறார் கள். அப்படிப் பார்க்கும்போது மலங்கரையிலுள்ள மக்களுக்கு இவர்களின் உழைப்பில் நான்கில் ஒரு பங்கு அளவு பாடுபட மனமிருந்தால், நம் வறுமையும் பஞ்சமும் தீர்ந்திருக்கும்; அதிக லாபமும் ஈட்டியிருக்கலாம்.

இந்த இடத்தில் இரண்டு தேவாலயங்கள் இருக்கின்றன. ஒன்று: மலையின் அடிவாரத்தில் உள்ள மர்த்தாமரியம் தேவாலயம். இது தான் வட்டார தேவாலயம்; விகாரியின் இருப்பிடம் இன்னொன்று: கொஞ்சம் தெற்கு மேற்காக விலகி குன்றின் மேலே உள்ள மார் கீவருகீஸ் தியாகியின் தேவாலயம். நாங்கள் இந்த இரண்டு

தேவாலயங்களுக்கும் சென்று வழிபாடு சொல்லி, மலங்கரைப் பிரதேசத்தின் நலத்திற்காகப் பிரார்த்தித்தோம். மக்களுடன் எந்தப் பழக்கமும் இல்லாதிருந்ததால் உணவு விஷயங்களுக்கு மிகவும் சிரமமாக இருந்தது. ஆனால், கடவுள் எங்களை முற்றிலும் கைவிட வில்லை. எப்படியென்றால், அங்கு கயெத்தானோ வெங்கல்லொ எனும் பெயருடைய ஒரு பாதிரி வசித்துவந்தார். இறையச்சமும் சகோதர நேசமும் உள்ள அவர் எங்களைப் பார்த்து மிக அன்பும் இணக்கமும் காட்டினார். விஷயங்களைக் கேட்டறிந்த பிறகு எங்களைத் தன் வீட்டுக்கு அழைத்துச் சென்றார். எதற்கும் குறை வில்லாமல் தேவையானதையெல்லாம் தந்து எங்களை அங்கே தங்க வைத்தார். மிகுந்த மரியாதையுடன் எங்களை நடத்திச்சென்று தன் நிலங்களையும் தோட்டங்களையும் காட்டினார். இப்படி இரண்டு வாரம் கடந்த பிறகும் காற்று மாறி வீசாததாலும், ரோமை அடைவதற்கான அவசரத்தாலும், இந்தப் பாதிரியின் அன்பைக் கவனிப்பதற்குக்கூட எங்களால் முடியவில்லை. அதிக நாட்கள் அங்கே தங்கி அவருக்குச் சலிப்பேற்படுத்த வேண்டாம் என்று நினைத்து, அங்கிருந்து தோணியில் ஏறி லிபர்னோ என்ற நகரம் வரை சென்றுவிடலாம் என்று முடிவு செய்தோம். அங்கிருந்து தரை மார்க்கமாக ரோமுக்குச் செல்வது என்ற எண்ணம். நாங்கள் இந்த விவரத்தை அந்தப் பாதிரியிடம் சொல்லி நல்லதொரு தோணி யும் எட்டுத் துடுப்புக்காரர்களையும் ஏற்பாடு செய்தோம். எங்கள் சரக்குத் தோணிக்காரரிடம் பேசி, எங்கள் பொருட்களையெலாம் ரோமுக்குக் கொண்டு வந்து தரத் தக்கபடி அதிலேயே விட்டு வைத்தோம். 1779, டிசம்பர் 21ஆம் தேதி தோணியில் புறப்பட்டு வாந்து என்ற துறைமுகத்தை அடைந்தோம். அங்குள்ள ஒஸ்தரியா வில் உணவு சாப்பிட இறங்கினோம். அப்போது அங்குள்ள மக்களில் சிலர் எங்களை அங்குள்ள தேவாலயத்துக்கு அழைத்துச் சென்றனர். அந்த தேவாலயத்தில் எட்டாம் ஹென்றி என்ற ஆங்கிலேய ராஜா "இடத்தூட்டில்" வீழ்வதற்கு முன்பு மார்ட்டின் லூதருக்கு எதிராக, தேவாலயங்களில் செய்யும் புனித வழிபாட்டுச் சடங்குகளைப் பற்றி சிறந்த அறிவுடனும் மரியாதையுடனும் லத்தீன் மொழியில் இரண்டு நூல்கள் எழுதியிருந்தார். தேவாலயத்திலில் வைக்கப்பட்டிருந்த அந்த இரண்டு நூல்களையும் நாங்கள் பார்த்தோம். இந்த நூல்கள் இரண்டும் பெரிய தோல் காகிதத்தில் சிறந்த வட்டெழுத்துக்களில் எழுதி நல்லபடியாகப் பைண்ட் செய்து வெள்ளி கட்டி அழகாகப் பாதுகாக்கப்பட்டிருக்கிறது. தவிர, வீடு கட்டும் பணி செய்யும் அங்குள்ள ஒருவர், எங்களை அழைத்துச் சென்று தான் கட்டிய ஒரு ஸெமினரிக் கட்டடத்தைக் காட்டினார்.

அதன் வேலைப்பாடுகள் எங்களுக்கு வியப்பேற்படுத்தின. பரப்பளவு மிகவும் குறைந்த ஒரு இடத்தில் நிறைய மாணவர்கள் தங்குவதற்கான அறைகளும் இலக்கணமும் கவிதையியலும் தர்க்கவியலும் தத்துவவியலும் இறையியலும் படிப்பதற்கு வெவ்வேறு பிரிவுகளும் மல்பான்களும் ரெக்டர்களும் (Rector = தேவாலயத் தைச் சேர்ந்த வித்யாலயத்தின் புரோகித அதிகாரிகள்) வசிப்பதற் கான வீடுகளும் நல்ல சீராகக் கட்டியிருப்பது அழகுதான்.

அங்கிருந்து புறப்பட்டு, லெரிச்ச என்ற மற்றொரு சிறிய நகரத்தை அடைந்தோம். டிசம்பர் 25ஆம் நாள் கிறிஸ்துமஸ் திரு நாளும் அனுஷ்டித்து அங்கிருந்து பயணம் தொடர்ந்தோம்; ஜெனோவாவின் பிரபு சபை ஆட்சியின் அதிகார எல்லைக்கு வந்தோம். மறு நாள் காலை ஏழு மணிக்கு தோம்ஸ்கானா நாட்டின் அதிபரான கிரான்ட் டியூக்கின் இடமான லிபர்னோவுக்கு வந்தோம். இந்த வழியில் நாங்கள் இரண்டு முறை தோணியில் பயணம் செய்யும்போது காற்று மண்டலம் அமைதியாக இருக்கும்; கரையில் இறங்கினால் காற்று வீசும். இதைப் பார்த்து நாங்கள், கடவுளின் பிரத்தியேகக் கருணை எங்கள்மீது உள்ளதென்று புரிந்து கொண்டோம். எல்லாம் வல்ல இறைவனைப் போற்றிக் கொண்டாடினோம்.

44 லிபர்னோ நகரத்தை அடைந்த பிறகு

மல்பான் ப்ரொப்பகந்தா ஸெமினரியில் படிக்கும் காலத்தில் வகுப்புத் தோழனாயிருந்த பத்ரீஸியோ எஸ்தப்பா நெப்போலி என்ற ஒரு கிரேக்கப் பாதிரி லிபர்னோவில் இருந்தார். நகரத்தில் எங்களுக்குத் தெரிந்தவர்களென்று வேறு யாரும் இல்லாத காரணத்தால் நேராக அவர் வசிக்கும் இடத்திற்குச் சென்றோம். அவர் அந்த நேரத்தில் விழித்திருக்கவில்லை. நாங்கள் வந்திருப்பதை அறிந்தவுடனே இனி எப்போதேனும் காண்போம் என்று நினைத்திராத ஒருவர் எதிர்பாராத விதமாகச் சென்றடைந்ததில் உள்ள வியப்பு மகிழ்ச்சிகளுடன் அவர் வெளியே இறங்கி வந்தார். எங்களை வரவேற்று உள்ளே அழைத்துச் சென்றார். தாமதமின்றி உடைமாற்றி எங்களுடன் படகுத் துறைக்கு வந்தார். பொருட்களை எடுக்கச் செய்து அங்குள்ள ஒஸ்தரியாவுக்கு அழைத்துச் சென்று அங்கே நாங்கள் தங்குவதற்கு வேண்டிய எல்லா ஏற்பாடுகளையும் செய்தார். தோணி செலுத்துபவர்களுக்குக் கூலி கொடுத்து அவர்களையும் அனுப்பி வைத்தார்.

துபக்கானா (தோம்ஸ்கானா?) நாட்டு அதிபரான கிரான்ட் டியூக்கின் கீழுள்ள லிபர்னோ, சம தளத்தில் எழுப்பப்பட்டிருக்கும் ஒரு நகரம். வீடுகள் வரிசையாகக் கட்டப்பட்டிருக்கின்றன. நகரத்தின் பிரதான வீதிகளிலிருந்து பிரியும் சந்துகள் இரண்டு சாரட் வண்டிகள் இணையாகச் செல்லக்கூடிய அளவுக்கு அகலமானவை. வீடுகள், ஜெனோவாவில் உள்ள வீடுகளைப்போன்று உயரமாக இல்லை. என்றாலும், பார்ப்பதற்கு ஆர்வமூட்டக்கூடியதாவும்

அழகாகவும் இருந்தன. அங்குள்ள துறைமுகம் மிகவும் விஸ்தாரமானது. கப்பல்கள்,காற்று வீசுவதற்கு அஞ்சாமல் கடப்பதற்கான நிறுத்தத்தையும் அங்கே ஏற்படுத்தியிருக்கிறார்கள்; இவற்றுக்கு மேலாக அங்கே கண்டிப்பான வியாபார முறையும் உண்டு. அதனால் பல நாடுகளிலிருந்து மக்கள் அங்கே வந்து வியாபாரத்தில் ஈடுபடுகிறார்கள். தவிர, அங்கே கிரேக்கர்களும் அர்மேனியர்களும் யூதர்களும் மற்றும் பலரும் நிலையாக வசிக்கிறார்கள். அகதிகளின், அநாதைகளின் உதவிக்காகவும், மனிதத் தேவைகளைப் பூர்த்தி செய்யவும் மற்ற ஐரோப்பிய நகரங்களில் உள்ள ஏற்பாடுகளெல்லாம் இங்கும் குறைவற்று அமைந்திருப்பதைப் பார்க்கலாம். லிஸ்பனைப் பற்றிச் சொன்னது போலத்தான்.

பத்ரீஸியோ பாதிரி எங்களை அழைத்துச் சென்று ஒஸ்தரியாவில் தங்க வைத்த மறுநாள் காலையில் அவரே வந்தார்; வழிபாடு சொல்ல எங்களை அர்மேனியாக்காரர்களின் தேவாலயத்துக்கு அழைத்துச் சென்றார். அங்குள்ள இரண்டு அர்மேனிய பாதிரிகள் எங்களைத் தகுந்தபடி வரவேற்றார்கள். நாங்கள் அங்கே வழிபாடு சொல்ல ஆரம்பித்தபோது, அபூர்வமான அந்தப் புனித பலி அவர்களில் பலரையும் வியப்பிலாழ்த்தியது. அன்று ஒரு பெருநாள் தினம். அவர்கள் கூட்டு பலி சமர்ப்பிக்கும் வழிபாட்டுச் சடங்கைப் பார்த்து எங்களுக்கும் வியப்பேற்பட்டது. அதைப் பற்றித் தெரிந்து கொள்வதற்கு நம் மக்களுக்கு ஆர்வம் இருக்கும் என்பதால் அதைக் கீழே விவரிக்கிறேன்.

வழிபாடு தொடங்குவதற்கு முன்பு ஒரு புரோகிதர், அவரது பதவிக்குரியதான சூர்ப்லேசு என்னும் ஆடை அணிந்து, தேவாலயத்தின் பெரிய பலிபீடத்தின் முன்னால் வந்தார். படிக்கட்டுக்குக் கீழே நின்று உயரமான ஒரு தாங்கியின் மீது புத்தகத்தை வைத்து உரக்க ஜபிக்க ஆரம்பித்தார். மக்களில் சிலர் அதைத் திரும்பச் சொன்னார்கள். நம் ஊரிலுள்ள வழிபாட்டுச் சடங்குபோன்று இது ஒன்றரை மணிநேரம் நீண்டது. அப்போது வழிபாடு சொல்லும் புரோகிதர் நம் யாக்கோபாய [32] ஆயர்களைப்போன்று வெள்ளைச் சட்டையும் நீண்ட மேலங்கியும் அணிந்து தலையில் ஒரு வட்டக் கிரீடமும் அணிந்து அணியறையிருந்து புறப்பட்டு வந்தார்; பெரிய பலிபீடத்தில் ஏறி நின்று வழிபாடு சொல்ல ஆரம்பித்தார்; இப்படி பலிபீடத்தில் ஏறிய பிறகு தூபக்கால் கொண்டு பலமுறை பலிபீடத்தின் சுற்றிலும் நடந்து தூபம் போட்டார்; செவிக்கு இனிமையான பாடல்களைப் பாடவும் செய்தார். புனித பிரசாதத்தை உயர்த்தும் நேரத்தில், சுற்றிலும் சிறிய மணிகள் தொங்க

விடப்பட்ட இரண்டு தட்டுகளை இரண்டு கம்புகளில் பொருத்தி, பரிசுத்த பிரசாதத்தின் இருபுறத்திலும் தூக்கிப் பிடித்துக் கிலுக்கு வார்கள். பாதிரியின் தலையிலுள்ள கிரீடத்தை அவர் பரிசுத்த பிரசாதச் சமர்ப்பணச் சடங்கெல்லாம் முடிவதுவரை தலையி லிருந்து எடுப்பதில்லை. இப்படி வழிபாடு முடிந்தபிறகு நாங்கள் வசிப்பிடத்திற்குச் சென்றோம்.

இரண்டு நாட்கள் அங்கே தங்கிய பிறகு இரண்டு சாரட் வண்டிகளில் நாங்கள் ரோமுக்குக் கிளம்பினோம். நாங்கள் போர்த்துகீஸிலிருந்து வந்தபோது பயன்பாட்டுக்காக மூன்று நான்கு தெத்த காகிதமும் (?) ஒன்றிரண்டு ராத்தல் புகையலைப் பொடியும் கொண்டு வந்திருந்தோம். அதை ரோமுக்குக் கொண்டு செல்வது சிரமம் என்றறிந்து அதையெல்லாம் பத்ரீஸியோ பாதிரிக்குக் கொடுத்தோம். சென்னபட்டணத்தில் வாங்கி ஜாக்கிரதையாகப் பாதுகாத்துக் கொண்டுவந்த பரம்பு(கோரைப்பாய்?)களிலொன்றை அவர் விரும்பியதால் அதையும் கொடுத்தோம்.

இப்படி லிபர்னோவிலிருந்து புறப்பட்டு மறு நாள் பீஸா என்ற மற்றொரு நகரை அடைந்தோம். இந்த நகரம் இருக்கும் இடத்தையும் அதை உருவாக்கியிருக்கும் விதத்தையும் பார்த்து எங்களுக்கு மகிழ்ச்சி ஏற்பட்டது. சம தளமான இடத்தில் நதியின் இரு கரைகளி லுமாகக் கட்டி எழுப்பப்பட்டிருக்கும் நகரம். நடுவில் தெளிவாக ஓடும் நதி. ஆன்மீகத் தேவைகளுக்கும் உடல் ரீதியான தேவை களுக்கும் வேண்டியதெல்லாம் இரு கரைகளிலும் தலையுர்த்தி நிற்கின்றன. எதுவும் சுலபமாகக் கிடைக்கும். கடல், பத்துப் பதினைந்து காதம் தூரத்தில் இருப்பதால் வியாபாரப் பொருட்களை யெல்லாம் இங்கே தோணியில்தான் கொண்டு வருகிறார்கள்.

நாங்கள் நகரத்தின் வழியே செல்லும்போது விகாரி ஜனரலின் வீடு, வழி நடுவில்தான் இருக்கிறது என்றறிந்தோம். அங்கே சென்று அவரைச் சந்தித்தோம். அவர் எங்களை மிகவும் மகிழ்ச்சியாக வரவேற்றார்; அது காலைப் பொழுதாக இருந்ததால் குடிப்பதற்குச் சாக்கலேட் பானமும் தந்து குளிருக்குத் தீ மூட்டினார். எங்கிருந்து வருகிறீர்கள்; எங்கே போகிறீர்கள் என்றும் இன்ன பிறவும் கேட்டார். இடத்துறட்டிலிருந்து ஒரு ஆயர் வலத்துறட்டுக்கு வரத் தயாராக இருப்பதாகவும் அந்த விஷயத்திற்காக ரோமுக்குச் செல்வதாகவும் நாங்கள் பதில் சொன்னோம். எங்கள் ஊரிலுள்ள கர்மலீத்தா பாதிரிகள் இதற்கு எதிராக இருக்கிறார்கள் என்றும் மற்ற விஷயங்களையும் பொதுவாக அவரிடம் சொன்னோம். அவர், “நற்செய்தி ஊழியம் செய்யப் போவதாகச் சொல்லிக்கொண்டு

போகும் பல பாதிரியார்கள் பணம் சம்பாதிக்கத்தான் போகிறார்கள். அவர்கள் போகும் இடங்களிலெல்லாம் குழப்பங்களையும் சண்டைகளையும் ஏற்படுத்தவே முயல்கிறார்கள். ரோமில் உள்ள ப்ரொப்பகந்தா செயலர் ஸ்டீபன் பொர்ஜ்யாதான் இவர்களுக்கெல்லாம் ஆதரவளிக்கும் தலைவர். அதனால், நீங்கள் போகும் நோக்கத்தை சரியான முறையில் சாதிப்பது கஷ்டம்" என்று சொன்னார். சில நாட்களுக்குப் பிறகு எங்களுக்கு ரோமில் ஏற்பட்ட அனுபவங்கள் மூலம், அவர் சொன்னது சரிதான் என்று உறுதியாகத் தெரிந்தது.

45 பீஸா நகரத்திலிருந்து புறப்பட்ட பிறகு ஏற்பட்ட அனுபவங்கள்

பீஸா நகரத்திலிருந்து புறப்பட்டு இரண்டு நாட்களில் அதே ஆட்சி எல்லைக்குட்பட்ட விரென்ஸா என்றும் ஸியென்னா என்றும் பெயருடைய இரண்டு நல்ல பெரிய நகரங்களைக் கடந்தோம். மூன்றாம் நாள் காலையில் ஒன்பது மணிக்கு போப்பாண்டவரின் ராஜ்ஜிய எல்லையிலுள்ள பித்தெர்போ என்ற நகரை அடைந்தோம். நாங்கள் அங்குள்ள ஒஸ்தரியாவில் உணவு சாப்பிடச் சென்றோம். அப்போது, அங்கே நின்றவர்களில் ஒருவன் வந்து எங்கள் ஊர் பேரையெல்லாம் விசாரித்து அறிந்தான். பிறகு, அங்கே பக்கத்தில் உள்ள ரோஸாப் புண்ணியவதியின் சவ உடலைப் பார்ப்பதற்கு எங்களுக்கு விருப்பமுண்டா என்று கேட்டான். விருப்பம் உண்டென்று சொன்னோம். அவன் எங்களை, புனிதவதியின் கல்லறை இருக்கும் பெண் துறவிகள் மடத்திற்கு எங்களை அழைத்துச் சென்றான். அங்குள்ள சகோதரிகளிடம், நாங்கள் புண்ணியவதியின் சவ உடலைப் பார்க்க வந்திருக்கும் விவரத்தை அறிவித்தான். அவர்களில் ஒருத்தி வந்து எங்களை தேவாலயத்திற்குள் அழைத்துச் சென்றாள். அங்கே பலி பீடத்தை நோக்கித் திரும்பி நின்றால் வலது பக்கம் மத்பஹா(புனித மேடை - வழிபாடு செய்யும் வைதீகன் நிற்கும் இடம்)வின் முனையில், கடைந்தெடுத்த தண்டுகள் இடப்பட்ட ஒரு அறையைத் திறந்தாள். அதனுள்ளே கிடத்தியிருக்கும் திருவுடலை எங்களுக்குக் காட்டினாள். நாங்கள் அதன் முன்னால் மண்டியிட்டு, மலங்கரை தேவாலயங்களுக்காகவும், மக்களுக்காகவும் பிரார்த்தித்தோம். புண்ணியவதியின் உடலையும் கண்களையுமெல்லாம் நன்றாகப் பார்த்தோம்.

தங்க நிறத்தில் கடைந்து செய்த ஒரு கட்டிலின் மேலே பட்டுச் சீலைகள் விரித்து பட்டுத் தலையணையும் வைத்து புண்ணிய வதியைக் கிடத்தியிருக்கிறார்கள். உடலில் தலையைத் தவிர மற்ற இடங்களெல்லாம் தங்கச் சரிகையுள்ள அழகான துணிகளால் மறைக்கப்பட்டிருக்கின்றன. கேரளத்துப் பெண்கள் விரிப்பாவுத் (ஒருவித விசேஷ உடை: திருமணத்திற்குப் பெண்களுக்குத் தரப் படுவது) துணியை கொசுவம் வைத்துப் போர்த்திக்கொள்ளும் போது மூடுவதுபோன்று தலையை ஒரு வெள்ளைத் துணியால் மூடியிருக்கிறார்கள். முகத்தைத் தவிர வேறு உடற் பகுதிகளைப் பார்க்க முடியவில்லை. முகம் கருப்பு. கண்கள் பாதி திறந்து உயிர்ப் புடன் இருக்கின்றன. பார்த்தால், இறந்தவரின் கண்கள்போன்று தோன்றாது. நாங்கள் நால்வரும் சவ உடலை வணங்கினோம். எங்கள் சக்திக்கு ஏற்றபடி ஒவ்வொரு காணிக்கையைப் பக்கத்தில் உள்ள பெட்டியில் இட்டோம். அப்போது அந்த அறைக் கதவை எங்களுக்குத் திறந்துவிட்ட துறவிப் பெண், புண்ணியவதியின் திருவுடலில் படச் செய்த நான்கு நூல் சரடுகளை எங்களுக்குத் தந்தாள்.

நாங்கள், இந்தத் திருவுடலின் முகம் ஏன் இப்படிக் கருத்திருக் கிறது என்று கேட்டோம். அதற்கு அவள் இப்படிப் பதில் சொன்னாள்: "புண்ணியவதி இறந்து பல வருடங்கள் ஆகின்றன. ஒருமுறை தேவாலயத்துக்குத் தீப்பிடித்தது. ஆயினும் இந்தத் திருவுடலுக்கு மட்டும் எந்தப் பாதிப்பும் ஏற்படவில்லை. அன்று மிகவும் அதிகமான சூடும் புகையும் பட்டது. தவிர, எப்போதும் தலையைச் சுற்றி ஏற்றுகிற மெழுகுவர்த்தியின் புகையும் படுகிற தல்லவா. இந்தக் காரணங்களால்தான் முகம் கருத்திருக்க வேண்டும்."

இந்தச் சந்திப்புக்குப் பிறகு நாங்கள் மேற்சொன்ன ஒஸ்தரியாவுக்குச் சென்று சாப்பிட்டுவிட்டு அங்கிருந்து புறப்பட் டோம். ஏறத்தாழ நான்கு மணி ஆனபோது ரோம் நகரத்தைப் பார்த்தோம். விபர்னோவிலிருந்து புறப்பட்ட ஏழாம் நாள்; 1780ஆம் ஆண்டு, ஜனவரி 3ஆம் தேதி.

நாங்கள் ஜெனோவாவிலிருந்து புறப்பட்டபோது இந்த நாட்டில் கடுங் குளிரான மழைக் காலமாக இருந்தது. பலத்த குளிர். கால் பாதங்கள் இரண்டும் வீங்கி விரல்கள் கீறல்விட்ட வேதனையையும் சகித்துக்கொண்டுதான் பயணித்தோம். வழியில் பல இடங்களிலும் பனி மூடிய மலைகளைப் பார்த்தோம். பல இடங்களில் தண்ணீர் கூட உறைந்து கிடந்தது.

ரோம் நகரத்தைப் பார்த்தவுடன் மல்பான் எங்களிடம், "ரோம் நகரத்து வாயிலைக் கடப்பதற்கு முன்பே, நம் காரியங்களெல்லாம் நலமே நடந்தேறுவதற்கு இறையருள் பெற்றுத் தர வேண்டும் என்று புனித பத்ரோஸிடமும் புனித பௌலோஸிடமும் பிரத்தியேகமாக வேண்டிக்கொள்ளுங்கள். வழியில் ஆபத்தொன்றும் ஏற்படாமல் இங்கே நல்லபடியாக வந்தடைய உதவி செய்ததற்கு பரிசுத்த தேவ மாதாவுக்கு நன்றி சொல்லுங்கள்" என்றார். அதன்படி நாங்கள் பிரார்த்தனை செய்தோம்.

நாங்கள் நகரத்தின் வாயிலைக் கடந்தோம். எடுத்துவந்த பொருட்களையெல்லாம் அங்கே சுங்கச்சாவடியில் கொண்டு போய்க் காட்ட வேண்டியிருந்தது. அதனால் என்னையும் இளைஞர்களையும் வாயிலின் அருகே உள்ள மடோனா டெல் போப்புளோ என்ற தேவாலயத்தினருகில் இறக்கிவிட்டார்கள். மல்பான் எங்களிடம், தேவாலயத்திற்குச் சென்று வணங்கிய பிறகு அருகிலுள்ள ப்ரொப்பகந்தா ஸெமினரிக்குப் போகும்படிச் சொன்னார். அவர் சுங்கச்சாவடிக்குச் சென்று பொருட்களைக் காட்டிவிட்டு உடனே அங்கு வந்துவிடுவதாகவும் கூறினார்.

நாங்கள் மூவரும் தேவாலயத்தில் வணங்கி வெளியே வந்தோம். அப்போது அங்கே நின்றிருந்தவர்களில் ஒருவன் வந்து ப்ரொப்பகந்தா ஸெமினரிக்குத்தான் வழி காட்டுவதாகக் கூறி, எங்களை அழைத்துச் சென்று அதன் முகப்பில் விட்டான். நாங்கள் முகப்பில் சற்று நேரம் காத்திருந்தபோது மல்பானும் அங்கே வந்தார். நாங்கள் கேட்டைக் கடந்து அதன் உள்ளே உள்ள வாயிலின் அருகிலுள்ள காவல்காரனின் அறையை அடைந் தோம். எங்கள் பொருட்களையெல்லாம் அங்கே இறக்கி வைத் தோம். அப்போது அங்கே படித்துக்கொண்டிருந்த இரண்டு கல்தாய ஸுரியானிக்காரர்களும்[33] ஞாரய்க்கல்காரர் குஞ்ஞுதுப்பு மாப்பிள்ளையின் மகன் குங்கிப் பௌலோஸும் கீழே இறங்கி வந்து எங்களைப் பார்த்துப் பெருமகிழ்ச்சியை வெளிப்படுத்தினார் கள். படிக்க வந்த பிள்ளைகள் எங்கே என்று கேட்டார்கள். மாணவர்களை அறிந்துகொண்டவுடன் அன்புடன் தழுவிக் கொண்டார்கள்.

இப்படி நாங்கள் பொருட்களை வைத்தோம். பிறகு மேலே செல்ல முற்பட்டோம். அப்போது காவல்காரப் பாதிரி, மோன்ஸிஞ் ஞோர் பொர்ஜ்யாவைப் பார்த்துச் சொல்லிவிட்டுத்தான் மேலே செல்ல வேண்டும் என்று சொன்னார். உடனே நாங்கள் நால்வரும் சேர்ந்து அவர் வசிப்பிடத்திற்குச் சென்றோம். மோன்ஸிஞ்ஞோர்

பொர்ஜ்யாவிடம் செல்கிறோம் என்று அறிந்தவுடன் (25 ஆம் அத்தியாயத்தில் சொன்னதுபோன்று, சென்னபட்டணத்தில் கர்மலீத்தா பாதிரி, பொர்ஜ்யாவிடம் சேர்ப்பிக்கும்படி எங்களிடம் கொடுத்த கடிதங்களையும் நான் கையில் எடுத்துக்கொண்டேன். எங்களுக்கு எதிராக எழுதப்பட்டிருக்கும் கடிதங்கள்!)

நாங்கள் மோன்ஸிஞ்ஞோரின் வீட்டை அடைந்தோம். அவர் கதவைத் திறந்து எங்களை உள்ளே அழைத்து உபச்சாரத்திற்காக எங்களிடம் இரண்டு மூன்று வார்த்தைகள் கேட்டார். அந்தக் கேள்விகளின் மொழியையும் குரலையும் கேட்டு, மல்பான் திரும்பி என்னிடம் சொன்னார்: "காரியங்களையெல்லாம் சிக்கலாக்குவது இவர்தான். நாம் வந்த வேலையை நல்லபடியாக முடித்துவிட்டுத் திரும்புவது சிரமம்தான் என்று தோன்றுகிறது." அதன் பிறகு, நான் கொண்டு சென்றிருந்த, பாதிரியாரின் கடிதங்களை மோன்ஸிஞ்ஞோரிடம் கொடுத்தோம். மல்பான் அவரிடம், "இந்தக் கடிதங்கள் எங்களுக்கு எதிரானவை என்று தெரிந்ததால் இவற்றைக் கிழித்துப்போட்டிருக்க வேண்டும். ஆயினும் எங்கள் நேர்மையையும் நம்பிக்கையையும் காட்டத்தான் இதை உங்களுக்குத் தர வேண்டும் என்று முடிவு செய்தோம்" என்று சொன்னார். மோன்ஸிஞ்ஞோர் உறையைப் பிரித்து கடிதத்தில் அங்குமிங்கும் கண்ணோட்டிய பிறகு எங்கள் பயண விவரங்களைக் கேட்டார். "மாணவர்களை மட்டுமே இங்கே ஏற்றுக்கொள்ளும்படிதான் கர்தினால் கட்டளை பிறப்பித் திருக்கிறார். உங்களை ஏற்றுக்கொள்ளும்படி அவர் உத்தரவிட வில்லை. நீங்கள் உடனே கர்தினாலைப் பார்க்க வேண்டும்" என்று கூறினார். மாணவர்கள் இருவரையும் பிடித்து அவர்களின் தலையில் முத்தமிட்டு உள்ளே அழைத்துச் சென்றார். எங்களை ப்ரொப்பகந்தா தலைவரான கர்தினால் கஸ்தெல்லியின் வீட்டுக்கு அனுப்பினார். நாங்கள் கர்தினாலின் வசிப்பிடத்திற்குச் செல்லும் போது நேரம் அஸ்தமனமாகியிருந்தது.

நாங்கள் சென்ற தகவலை அறிந்தவுடனே கர்தினால் எங்களை உள்ளே அழைக்கச் செய்தார். மல்பானைப் பார்த்தவுடனே அவர் இரக்கமின்றி கடுமையாகத் திட்டத் தொடங்கினார். அப்போது எங்களுக்கு, இந்தக் கர்தினால்மீது நம் எதிரிகளுக்குள்ள செல்வாக் கும் சக்தியும் எவ்வளவு என்று நன்றாகப் புரிந்தது. அப்போது கர்தினால், மல்பானைப் பார்த்துப் பொழிந்த வசையின் அவ மானத்தை விவரித்தால் நீண்டுபோகும்; முக்கியமான மூன்று நாங்கு விஷயங்களை மட்டுமே இங்கே எழுதியிருக்கிறேன். இதுபோன்ற பெரிய பதவியில் இருக்கும் ஒருவருக்கு மிகவும் அவசியமான மனக்

கட்டுப்பாட்டையும் விவேகத்தையும் அமைதியையும் கைவிட்டு அவர் ஒரு தலைப்பட்சமாகப் பலமற்ற மல்பானிடம் சொன்னார்:

"மலையாள நாட்டிலுள்ள அறிவற்ற கிறிஸ்தவர்களுக்கிடையில் கலகம் ஏற்படுத்துகிறவன் நீ. ராஜாவின் அதிகாரத்தைப் பற்றிக் கொண்டு எம் அதிகாரத்தை மிகைப்பதற்குத்தான் நீ முயல்கிறாய். யார் சொல்லி நீ இங்கே படிக்க வைப்பதற்கு மாணவர்களை அழைத்து வந்தாய்? நாயைப்போல இங்கிருந்து துரத்திவிடுவேன்." இப்படியெல்லாம் கர்தினால் சொல்வதைக் கேட்டு மல்பான், "மலையாள நாட்டில் கலகம் உண்டாக்குவதற்காக அல்ல, மலங்கரையிலுள்ள புத்தன் கூறுகாரரான ஓர் ஆயர் சத்திய விசுவாசத்தை ஏற்றுக்கொள்வதாகச் சம்மதித்திருப்பதால் அவரைக் கைக்கொண்டு மலங்கரை நஸ்ரானிகளுக்கிடையில் உள்ள முரண் பாட்டைத் தீர்ப்பதற்குத்தான் நான் வந்திருக்கிறேன். நான் ராஜ அதிகாரத்தைப் பற்றிக்கொண்டு ப்ரொப்பகந்தாவின் அதிகாரத்தை அழிப்பதற்குத்தான் வந்திருக்கிறேன் என்று எங்கள் பகைவர்கள் இங்கே சொல்லியிருப்பது உண்மைக்கு எதிரானது. இங்கே தொடர் புடைய காரியங்களுக்கு எதற்கும் போர்த்துகீஸில் நாங்கள் விண்ணப்பிக்கவில்லை. ராயனுடையதை ராயனுக்கும் தேவனுடை யதை தேவனுக்கும் கொடுக்கவேண்டும் என்ற திருவசனத்திற்கு ஏற்றபடி மரபு முறைகளுக்கு ஏற்றவாறு அங்கே தொடர்புள்ள விஷயங்களுக்காக மட்டுமே அங்கே விண்ணப்பித்தோம். மலங்கரை தேவாலய சபைக்கூட்டத்தின் முடிவுப்படிதான் மாணவர்களை அழைத்து வந்தேன். அதற்காக அவர்கள் போப்பாண்டவருக்கு விண்ணப்பம் எழுதியிருக்கிறார்கள்" என்றெல்லாம் பதில் சொன் னார். இதைக்கேட்டுக் கர்தினால் மேலும் கோபம் கொண்டார். "மலங்கரை ஆயர் சத்திய விசுவாசத்தை ஏற்றுக்கொள்வார் என்பது சுத்தப் பொய். எமக்கு அதில் சற்றும் நம்பிக்கையில்லை. லௌகீக அதிகாரத்திடம் எம் அதிகாரத்தைக் கீழ்படுத்த முயற்சித்துக் கொண்டு வேத புத்தகத்தை மேற்கோள் காட்டி எமக்குப் பாடம் சொல்ல மல்பானாகப் புறப்பட்டு வந்திருக்கிறாயா? மலங்கரை யிலிருந்து மாணவர்களை அனுப்புவது என்பது தேவாலயச் சபை யினரின் அதிகாரத்திற்கு உட்பட்ட விஷயமல்ல; ஆயரின் அதிகாரத் திற்கு உட்பட்ட காரியம். சபையினர் அனுப்பினால் ஏற்றுக் கொள்ளவேண்டும் என்று இங்கே கடமை எதுவுமில்லை" என்றப் படி முக்கால் மணிநேரம் வசைமாரி பொழிந்த பிறகு, "அழைக்கா மல் வந்தவர்களுக்கு ப்ரொப்பகந்தாவில் இட மில்லை. உங்களுக்கு விருப்பமான இடத்திற்குச் சென்று தங்கிக் கொள்ளுங்கள்" என்று சொல்லி அந்த இரவிலேயே எங்களை அங்கிருந்து அனுப்பினார்.

மீள் பார்வை

இந்தக் குற்றம்சாட்டலில் கர்தினால் பயன்படுத்திய வார்த்தை களைக் கவனித்தால் அவர் மனதிலிருந்தது என்னவென்று தெரிந்து கொள்வது சிரமமில்லை. வயதான காரணத்தாலும் குறைவான கபடம் கொண்ட ஆளாக இருந்ததாலும் மனதிலிருந்ததை யெல்லாம் பட்டென்று வெளியே கொட்டிவிட்டார், அவ்வளவு தான்.

மலங்கரைக்கு நற்செய்தி அறிவிக்க வந்த பாதிரியார்களின் விருப்பங்கள்தான் கர்தினாலின் வார்த்தைகளில் பிரதிபலித்தன. மலங்கரைப் பிரதேசத்தில் ப்ரொப்பகந்தாவின அதிகார ஆட்சியை நிலைநிறுத்த வேண்டும். அங்குள்ள நஸ்ரானிகளுக்கிடையிலான பிளவுகளை முடிவுக்குக் கொண்டு வந்தால் கடவுள் ரீதியானதும் மனித ரீதியானதுமான நியாயங்களையெல்லாம் வைத்துப் பார்த் தாலும் ப்ரொப்பகந்தாவின் கீழுள்ள விகாரி அப்பஸ்தோலிக்கா மலங்கரையை ஆள்வது என்பது முடியாமல் போகும். மார் தோமா ஆயர், பூர்வ விசுவாசத்திற்குத் திரும்பி வருவார் என்பது உண்மை யென்றால் அவரை ஏற்றுக்கொள்ளாமல் இருக்க முடியாது. அது பொய் என்று ஸ்தாபித்தால் ப்ரொப்பகந்தாவின் அதிகாரத்தை என்றென்றும் நிலை நிறுத்தலாம். அதற்காகத்தான் நம் மக்கள் ஆத்மார்த்தமாகத் தந்து அனுப்பிய, நாங்கள் இவ்வளவு கஷ்டப் பட்டு ரோமுக்குக் கொண்டுவந்த மார் தோமா ஆயரின் விசுவாசப் பிரகடனத்தை 'சுத்தப் பொய்' என்றாக்க கர்தினால் பாடுபடுகிறார். ராஜ சக்தியைப் பிடித்துக்கொண்டு ப்ரொப்பகந்தாவின் சக்தியைக் குறைக்க முயற்சி செய்வதாக கர்தினால் சொன்னதின் அர்த்தம் இதுதான். தெய்விக நியாயத்தின்படியும் யேசு கிறிஸ்துவின் மார்க்கத்தின்படியும் சிந்தித்தால், சபையின் வளர்ச்சிக்கோ போப்பாண்டவரின் அதிகாரத்திற்கோ தொய்வு ஏற்படுத்தும் விதத்திலான விண்ணப்பம் எதையும் நாங்கள் போர்த்துகீஸில் சமர்ப்பித்திருக்கவில்லையென்று நாங்கள் முன்பு அனுப்பிய கடிதத் திலிருந்தே கர்தினால் புரிந்து கொண்டிருந்தார்; இதைக் கீழே விவரிக்கும் சங்கதிகள் தெளிவாக்கும்.

மார் தோமா ஆயர் விசுவாச சபதம் செய்த விவரத்தை போர்த்துகீஸிலும் நாங்கள் சொல்லியிருந்ததால், ப்ரொப்பகந்தா வுக்குத் தோன்றியபடி அதை மறைத்து வைப்பது சாத்தியமல்ல வென்று ஆனதால்தான் அவர் சகித்துக்கொள்ள முடியாத கோபத்தைக் காட்டினார்.

மலையாளத்திலிருந்து மாணவர்களை ரோமுக்கு அனுப்ப தேவாலயச் சபையினருக்கு அதிகாரமில்லை; ஆயருக்கு மட்டுமே அதிகாரம் உண்டு; சபையினர் அனுப்பினால் ஏற்றுக்கொள்ள வேண்டிய கடமை இல்லை என்றெல்லாம் சொன்னதைக் கவனியுங்கள். நம் சபை ஒற்றுமையும் அடிப்படையும் இல்லாத தென்றும், மலையாளிகளுக்கு மரியாதை கொடுத்தால் அவர்கள் கட்டுப்படாதவர்கள் ஆகிவிடுவார்கள் என்றும், மற்ற பிற வகையிலும் நம் சபையைக் குறித்து பாதிரியார்கள் ரோமில் சொன்னதுதான் கர்தினாலிலிருந்து வெளியே வந்தது. நம் சபை ஒற்றுமையும் அடிப்படையும் உள்ளதென்று கர்தினால் உணர்ந்திருந்தார் என்றால், சபைக்குத் தெரியாமல் ஆயர் அனுப்பும் மாணவர்களுக்குக் கற்பித்து மலையாள நாட்டுக்கு அனுப்பினால், அவர்களை நம் சபை ஏற்றுக்கொள்ளவில்லையென்றால், நம் மீது எந்தப் பலத்தையும் பிரயேகிக்க ப்ரொப்பகந்தாவால் முடியாது என்று சிந்தித்திருப்பார். இப்படிப்பட்ட வார்த்தைகளைச் சொல்ல அவர் துணிந்திருக்கவும் மாட்டார். அது மட்டுமல்ல, இரண்டு மாணவர்களை அனுப்ப சபை முன்வந்ததைக் குறித்து மகிழ்ந்திருப் பார். இவற்றையெல்லாம் இப்படி ஆக்கி வைத்து ஏமாற்றியது நற்செய்திப் பிரச்சாரத்துக்காக வந்த பாதிரிகளின் விஷமத்தனம் தான்.

46 கர்தினாலை சந்தித்த பிறகு நடந்த சம்பவங்கள்

இயேசு நாதர் பிறக்கும்போது உதித்த புதிய நட்சத்திரத்தின் கதை நினைவுக்கு வருகிறது. குழந்தை யேசுவைப் பார்த்து வழிபட வந்தவர்களுக்கு காட்சியளித்த இந்த நட்சத்திரம் ஜருஸலேம் வரை அவர்களுக்கு வழிகாட்டியது. அவர்கள் மகிழ்ச்சியுடன் அதைப் பின்தொடர்ந்தார்கள். தீர்க்கதரிசிகளின் நகரமும் தெய்வீகக் கூடாரத்தின் இருப்பிடமுமான ஜருஸலேம் நகரை அடைந்த உடனே, அவர்களுக்கு வழிகாட்டி வந்த நட்சத்திரம் மறைந்து விட்டது. அதுபோன்றுதான் இங்கும் நடந்திருக்கிறது. தன் எல்லையற்றதும் அறியப்படாததுமான புனித ஞானபோதத்தால் அனைத்தையும் கண்டறிந்து ஆண்டு பராமரித்து வருகிறார் கடவுள். அவர் தன் தாசர்களின், வேதத்தைக் காத்து வாழ்பவர்களின் நிம்மதிக்காவும் பாதுகாப்புக்காகவும் மார் அகஸ்தினோஸ் சொல்வதுபோன்று தீமையிலிருந்து நன்மை பிறப்பிக்கும் ஆற்றலுடையவர் அல்லவா. நாங்கள் கேரளத்திலிருந்து பயணம் புறப்பட்ட பிறகு இவ்வளவு காலம் தன் பிரத்தியேக அனுக்கிரகத்தையும் கருணையையும் வழங்கி எல்லா நேரத்திலும் எங்களுக்கு உதவி செய்து வந்தார். என்றாலும், நம் மதத் தலைவர் இருக்கிற, அறிவு மற்றும் ஞானத்தின் மையமான ரோம் நகரத்துக்குச் சென்றபோது அன்னார் தன் உதவிக் கரங்களைப் பின்னிழுத்துக் கொண்டதுபோன்று தோன்றியது. வழிகாட்டிய நட்சத்திரம் மறைந்துவிட்டது. மலையாளத்தில் உள்ள நஸ்ரானிகளின் நன்மைக்காகவும் ஒற்றுமைக்காகவும் நாங்கள் படு இன்னலுற்று அங்கே

சென்றதைப் பாராட்ட வேண்டியவர்கள், அதை அவதூறாகப் பேசுகிறார்கள். பாராட்ட வேண்டியவர்கள் பழி கூறுகிறார்கள். காக்க வேண்டியவர்கள் கைவிடுகிறார்கள். உதவி செய்ய வேண்டிய வர்கள் உபத்திரவம் புரிகிறார்கள். நாங்கள் போர்த்துகீஸுக்குச் சென்றதையறிந்த உடனே, எங்களை ரோமுக்கு அனுப்ப வேண்டும் என்றும் வேண்டிய உதவிகளையெல்லாம் செய்து தர வேண்டும் என்றும் பேப்பல் நுன்சியோவுக்கு எழுதியனுப்பிய ஆட்கள்தான் நாங்கள் ரோமுக்குச் சென்றபோது எங்களைத் திட்டி வெளியேற்றுகிறார்கள். இந்த அனுபவத்தில் மனதுடைந்து, நம் தேவாலயங்களுக்கும் மக்களுக்கும் நல்லதென்று தெரிவதை யெல்லாம் செய்து தர வேண்டுமேயென்று இதயத்தாலும் உதடு களாலும் பிராத்தித்துக்கொண்டு நாங்கள் கர்தினாலின் வீட்டி லிருந்து வெளியே வந்தோம்; ப்ரொப்பகந்தா ஸெமினரியை நோக்கி நடந்தோம். அங்கே ரெக்டராக இருக்கும் பாதிரியைச் சென்று பார்த்தோம். அவரிடம் எங்கள் கஷ்டங்களையெல்லாம் சொன்னோம். அவர், எங்களுக்குக் கடவுள் உதவி செய்வார் என்று ஆறுதல் கூறினார். நாங்கள் அங்கிருந்து புறப்பட்டோம். ஆனால், அந்த இரவில் நாங்கள் எங்கே செல்வோம்? எங்கே உண்போம்? பக்கத்திலெங்கும் தெரிந்த வீடு எதுவுமில்லை. நாங்கள் துயருற்று நிற்கும்போது, மல்பானின் ஒரு நலம்விரும்பி அங்கே வந்தார். மல்பான் ப்ரொப்பகந்தாவில் படிக்கும் காலத்தில் அவரின் ப்ரீபெக்டாக (Prefect: Monitor = வகுப்புத் தலைவர்) இருந்த, இந்த நாட்களில் பக்கத்திலொரு கிராமத்தில் கற்பித்துக்கொண்டிருக்கிற, இறையச்சமும் சகோதர அன்புமுள்ள பிலிப்போஸ் வ்யஜ்யொளி என்ற ஒரு வைதீகர். நாங்கள் அங்கே சென்றிருக்கும் செய்தியைக் கேள்விப்பட்டு எங்களைப் பார்க்க வந்திருக்கிறார். மல்பானைப் பார்த்தவுடன் கட்டிப்பிடித்து முத்தமிட்டார். என்னையும் தழுவிக் கொண்டார். எங்கள் பரிதாபமான கதையைக் கேட்டு வாயடைத்துப் போனார். கடைசியில் சொன்னார்: “இன்று இரவு தங்குவதற்கு வீடில்லையே என்று நீங்கள் வருந்தவேண்டாம், நான் ஒரு வீட்டுக்கு அழைத்துச் செல்கிறேன்.” இதைக் கேட்டு மல்பான், “பறங்கிகளுக்காக இங்குள்ள ஸந்த அந்தோணி (St. Anton's) என்ற வசிப்பிடம் தெரியுமென்றால், எங்களை அங்கே அழைத்துச் செல்வது உதவியாயிருக்கும்” என்றார். உடனே அவர் எங்களை அந்த கட்டடத்திற்கு அழைத்துச் சென்றார். அங்கிருந்த மானுவல் மாகெஸா ப்ரந்தாம் என்ற அமெரிக்கப் பாதிரியிடம் அன்று நடந்த சம்பவங்களையெல்லாம் சொன்னோம்.

ப்ரந்தாம் பாதிரியைப் பற்றி இந்தப் புத்தகத்தில் முப்பத்தி யெட்டாம் அத்தியாயத்தில் சொல்லப்பட்டிருக்கிறது. நாங்கள் போர்த்துகீஸிருந்து ஜெனோவாவுக்குப் புறப்பட்டவுடன், நாங்கள் ரோமுக்குச் செல்கிறோம் என்று தெரிவித்து கயெத்தானோஸ் பாதிரி ரோமின் போர்த்துகீஸ் ராஜப் பிரதிநிதிக்கும் ப்ரந்தாம் பாதிரிக்கும் தரை மார்க்கமாக எழுதியனுப்பியதாகச் சொல்லி யிருந்ததை நினைவுகூர வேண்டும். அவ்வாறு, நாங்கள் செல்லும் விவரத்தை ப்ரந்தாம் பாதிரி முன்பே அறிந்திருந்த காரணத்தால் எங்களை மிகவும் மகிழ்ச்சியுடன் வரவேற்றார். ஆயினும், அவர் லௌகீக புத்தியும் தந்திரமும் கொண்ட ஆள். எனவே எங்களுக்குப் ப்ரொப்பகந்தாவில் ஏற்பட்ட அனுபவங்களைக் கேட்டபோது, எங்களை அழைத்துச் சென்ற பிலிப்போஸ் பாதிரியிடம் பவ்யமாகச் சொன்னார்: "மோன்ஸிஞ்ஞோர் பொர்ஜ்யா இவர்களிடம் வெறுப்புக் கொண்டிருக்கிறார் என்றால் நான் இவர்களை இங்கே தங்க வைப்பது நல்லதல்ல." பிலிப்போஸ் பாதிரி, "அட, அப்படியில்லை. இவர்களை இங்கே தங்க வைப்பதால் அவருக்கு மகிழ்ச்சிதான் ஏற்படும்" என்றும் பிறவும் சமாதான வார்த்தைகள் சொல்லி எங்களை அங்கே விட்டுவிட்டு ப்ரொப்பகந்தாவுக்குப் புறப்பட்டார்.

அங்கே ப்ரந்தாம் பாதிரி எங்களுக்கு இரண்டு அறைகளை ஒதுக்கிக் கொடுத்தார். அன்று நாங்கள் அங்கே தங்கிய பிறகு மறுநாள் காலையில் அங்கே வழிபாடு சொன்னோம். பறங்கிகளின் இடத்திலெல்லாம் வழிபாடு சொல்வதற்கு லிஸ்பனில் உள்ள பாத்ரியர்க்காவின் அனுமதியிருக்கிறதல்லவா. வழிபாட்டுக்குப் பிறகு ப்ராந்தாம் பாதிரி எங்களை அங்குள்ள போர்த்துகீஸ் ராஜப் பிரதிநிதியிடம் அழைத்துச் சென்றார். அவருக்கும் கயெத்தானோஸ் பாதிரி எழுதியிருந்தார். தவிர, எங்களுக்குப் போர்த்துகீஸிலிருந்து பயண அனுமதிப் பத்திரத்தைப் பார்த்தபோது அது சாதாரண ரீதியிலுள்ளதல்ல; விசேடமானது என்று அவருக்குப் புரிந்தது. இந்தக் காரணங்களால் அவர் எங்களை ஏற்றபடி வரவேற்று விஷயங்களையெல்லாம் கேட்டுக்கொண்டார். பிறகு, ஸந்த அந்தோணி என்ற வசிப்பிடத்திலேயே எங்களை எல்லா வசதி களுடன் தங்க வைக்கலாம் என்று ப்ரந்தாம் பாதிரிக்குக் கட்டளை யிடவும் செய்தார். நாங்கள் மீண்டும் ஸந்த அந்தோணிக்கு வந்தோம். ப்ரொப்பகந்தாவில் ஏற்பட்ட அனுபவங்களையும், போர்த்துகீஸிலிருந்து விரைவில் ராஜ உதவி கிடைக்கவில்லை யென்றால் காரியமொன்றும் சரியாக நடக்காது என்ற உண்மையை யும் எழுதி, லிஸ்பனில் உள்ள கயெத்தானோஸ் பாதிரிக்கும்

விஷ்கோந்திக்கும் யொக்கிம் வெயஸா என்ற பாதிரிக்கும் அனுப்பி னோம். ப்ரந்தாம் பாதிரியைக் கொண்டும் எழுத வைத்தோம். மார் தோமா ஆயர் குறித்த விஷயத்திற்கு உடனே ராஜ உதவி கிடைக்கவேண்டும் என்று பிரத்தியேகமாக எழுதியிருந்தோம்.

இதெல்லாம் முடிந்து மறுநாள் ரோமில் உள்ள மற்ற தேவால யங்களில் வழிபாடு சொல்வதற்கான அனுமதிக்காக நாங்கள் பிரந்தாமுடன் சேர்ந்து மோன்ஸிஞ்ஞோர் பொர்ஜ்யாவைச் சந்திக்கச் சென்றோம். ஏறத்தாழ நான்கு மணிக்கு நாங்கள் அங்கே காத்திருக்கும்போது கயெத்தானோஸ் பாதிரியின் மகன் அங்கே வந்து எங்களைப் பார்த்தான். அவனை இங்கே படிப்பதற்காகச் சேர்த்திருக்கும் விவரம் முப்பத்தொன்றாம் அத்தியாயத்தில் சொல்லப்பட்டிருக்கிறதல்லவா. அவன் தன் அப்பாவைப் பற்றி விசாரித்தான்; நாங்கள் போர்த்துகீஸில் தங்கியிருக்கும் விவரத்தை மோன்ஸிஞ்ஞோர் பொர்ஜ்யாவிடம் சொன்னபோது ஏற்பட்ட மோசமான அனுபவங்களையும் கூறினான். அதன்பிறகு வழி பாட்டுக்கு அனுமதி வாங்க நாங்கள் மோன்ஸிஞ்ஞோரைப் பார்த்துப் பேசினோம். உடனே அவர் கர்தினால் விகாரித்து ஆள் அனுப்பி அனுமதி வாங்கித்தந்தார். தவிர, “இன்றைக்கு மூன்றாம் நாள் இங்கே வழக்கம்போல ஞானிகளுக்கான பெருநாள் கொண்டாட்டமும் வெளிநாட்டு ஆயர்களுக்கான விருந்தும் இருக்கும். அன்று ஸெமினரிக்காரர்கள் அவரவரின் தாய் மொழி யில் நற்செய்திப் பிரசங்கம் செய்வார்கள். அதைக் கேட்க சில கர்தினால்களும் வருவார்கள். அன்று மதிய உணவுக்கு நீங்களும் வர வேண்டும்” என்று பொர்ஜ்யா கூறினார். அதைத் தவிர்ப்பதற்கு நாங்களும் ப்ரந்தாம் பாதிரியும் பல வழிகளில் முயன்றோம். ஆயினும் மோன்ஸிஞ்ஞோர் பொர்ஜ்யா கட்டாயப்படுத்தியதால் சம்மதித்தோம். ஆனால், நாங்கள் வருவோமா என்று மோன்ஸிஞ் ஞோருக்குச் சந்தேகம் இருந்தது. அதனால், அவர் மறுநாள் ஸந்த அந்தோணியின் வழியாகக் கடந்து சென்றபோது எங்களை விசாரித்தார். அப்போது நாங்கள் அங்கே இல்லாததால், வழிபாட்டு முறை புத்தகம் இரண்டும், இரண்டு நமஸ்காரப் புத்தகத்தையும், வேதசார நூல்கள் நான்கையும் எங்களிடம் தரும்படி அங்கே கொடுத்தார்; எங்களை மீண்டும் பெருநாளுக்கு அழைத்துவிட்டுச் சென்றார்.

இப்படிக் கட்டாயமாகவும் தொடர்ந்தும் அழைத்த நிலையில், மோன்ஸிஞ்ஞோருக்கு மனவருத்தம் ஏற்பட்டுவிடக்கூடாதல்லவா என்று நினைத்து, பெருநாள் அன்று காலையில் வழிபாட்டுக்கு

முன்பாகவே நாங்கள் ப்ரொப்பகந்தாவுக்குச் சென்றோம். நம் இரண்டு மாணவர்களுக்கும் ஸெமினரிக்காரர்களின் ஆடை அணிவித்த பிறகுதான் மல்பான் வழிபாடு சொல்லவேண்டும் என்று மோன்ஸிஞ்ஞோர் சொல்லியனுப்பியிருந்தார். அவர் அதற்காகக் காத்திருந்தார். நான் வழிபாடு சொன்னேன். அங்கே படித்துக் கொண்டிருந்த, கல்தாய பாத்ரியர்க்காவின் மருமகன் ஆகஸ்தீனோஸ் என் வழிபாட்டைப் பார்க்க வந்திருந்தார். வழிபாடு முடிந்ததும் நான் அவரிடம் கேட்டேன், "கல்தாயக்காரர்களின் வழிபாடு இப்படித்தான் இருக்குமா? அங்கே வழிபாட்டுக்கு இப்படிப்பட்ட உடைகளைத்தான் அணிகிறார்களா?" அவர் சொன்னார், "வழிபாட்டின் முறைகளெல்லாம் இதுதான்; ஆனால், சாதாரண வழிபாட்டுக்கு, இந்த வழிபாட்டுகளில் உள்ள சிலவற்றைத் தவிர்த்துவிடுவதுண்டு." கீழே விவரிக்கவிருப்பதுபோல ப்ரொப்பகந்தாவில் நான் தொடர்ந்து தங்கிய நாட்களில் அவரது கையிலிருந்த வழிபாட்டுப் புத்தகத்தையும் நான் வாங்கிப் பரிசோதித்துப் பார்த்தேன். ஒரு நாள் நாங்கள் இருவரும் ஒன்றாக வழிபாடு செய்தோம். அப்படி, கல்தாய ஸுரியானிகளின் வழிபாட்டு முறை, நம் மலங்கரை ஸுரியானிகளின் வழிபாட்டு முறைதான் என்றும் எதுவும் சற்றும் வித்தியசப்பட்டிருக்கவில்லையென்றும் எனக்குப் புரிந்தது.

இவ்வாறு வழிபாடு முடிந்த பிறகு எட்டு, அல்லது அதிக பட்சம் ஒன்பது மணியானபோது மோன்ஸிஞ்ஞோர் தேவாலயத்துக்கு வந்தார். வழக்கமான சடங்குகளுடனும் பிரார்த்தனைகளுடனும் எங்கள் மாணவர்களுக்கு ஸெமினரி உடைகளை அணிவித்தார். அதைத் தொடர்ந்து மல்பான் வழிபாடு சொல்ல ஏறினார். இவர்கள் இருவரும் வழிபாட்டில் சேர்ந்து கொண்டார்கள். மோன்ஸிஞ்ஞோரும் அங்கு படிக்கின்ற ஸெமினரிக்காரர்களும் வழிபாட்டைப் பார்த்தார்கள். அது முடிந்து, அங்கே பெருநாளுக்கு வந்திருந்த யாக்கோபாயக்காரர்கள் அல்லது உரஹாய ஸுரியானிகளின் பெருநாளின் கொண்டாட்ட வழிபாடு (ஸ்தபத்து) சொன்னார்கள். இந்த வழிபாடு நம் ஊரில் உள்ள யாக்கோபாயக்காரர்களின் வழிபாடுபோலத்தான் இருக்கிறது. பாதிரியார்களின் நீள் மேலங்கி, கழுத்திலணியும் ஊரால (வழிபாட்டின்போது பாதிரியார்கள் அணியும் பிரத்தியேக உடை), கையுறைகள், வழிபாட்டின் சைகைகள், வார்த்தைகள் எதிலும் வித்தியாசமில்லை. அதிலுள்ள நம்பிக்கைக்கு விரோதமான விஷயங்களை மட்டுமே மாற்றியிருக்கிறார்கள். யாக்கோபாயக்காரர்களின் வழிபாடு மிகவும் நீளமாக இருக்குமல்லவா. இங்கே சொன்ன வைதீகர், வழிபாட்டுக்கு முன்பு அணியறையில் சொல்லும் ஜபங்கள் பலவற்றையும் விட்டுவிட்டார்.

இப்படி அனைவரின் வழிபாடும் முடிந்தது. உணவுக்கான நேரம் வந்தது. விருந்துக்கு அழைக்கப்பட்டிருந்த கீழ்த்திசை ஆயர்கள் பலரும் வந்து சேர்ந்திருந்தார்கள். அதாவது, அர்மேனியாக்காரர்கள் இருவர், இடத்தூட்டிலிருந்து விலகி சத்திய விசுவாசத்தை ஏற்றுக்கொண்ட மெஸ்ராயக்காரர்கள் இருவர், லெவினானின் மலையிலிருந்து வந்த மாரொனித்தாகாரர் ஒருவர் பிறகு இன்னும் நிறையப் பாதிரியார்கள் இருந்தார்கள். உணவு மேசையில் ஆயர்களுக்கு அடுத்ததாக முக்கிய இடம் தந்து எங்களைக் கௌரவித்தார்கள். உணவு முடிந்து மாலைவரை அங்கே எல்லோருடனும் மகிழ்ச்சியாகப் பேசிக்கொண்டிருந்த பிறகு, நாங்கள் வசிக்கும் பறங்கி பவனத்திற்குப் புறப்பட்டோம்.

47

ஸந்த அந்தோணியில் தங்கியிருக்கும்போது நடந்த சம்பவங்களும் அங்கிருந்து ப்ரொப்பகந்தாவுக்கு மாறிச் சென்றதும்

ஸந்த அந்தோணியில் தங்கியிருந்த காலம் நல்ல குளிர்காலம். நான் கீழே உள்ள அறையில் படுத்திருந்தேன். அங்குள்ள குளிரா லும் மற்ற சில காரணங்களாலும் உடல்நிலை நன்றாக இல்லை. ஆனால், ஒரு நோய் என்று சொல்லுமளவுக்கு இல்லை.

இந்த நாட்களில் மல்பான் மூன்று நாங்கு முறை கர்தினாலைச் சந்திக்கச் சென்றார். முன்புபோலவே கடும் வசைகள் தொடர்ந்தன என்றாலும் கடைசிமுறை அவரின் குரலில் சற்றுச் சாந்தம் தெரிந்தது.

இப்படிப் பதினொரு நாட்கள் கடந்தன. அப்போது மோன்ஸிஞ்ஞோர் பொர்ஜ்யா ரகசியமாக ஒருவரை அனுப்பி, "நான் உங்களுக்காகக் கர்தினாலை வேண்டிக் கேட்டு நீங்கள் ப்ரொப்பகந்தாவிலேயே தங்குவதற்கு அனுமதி பெற்றிருக்கிறேன். நீங்கள் உடனே ப்ரொப்பகந்தாவுக்குச் சென்று தங்க வேண்டும். இந்த விவரத்தை ப்ரந்தாம் பாதிரியிடம் சொல்லவேண்டாம்" என்று செய்தியறிவித்தார். எங்களுக்கு தர்மசங்கடமாகி விட்டது. முன்பு ப்ரொப்பகந்தாவிலிருந்து எங்களை வெளியேற்றியபோது ப்ரந்தாம் பாதிரிதான் எங்களைக் கருணையுடன் ஏற்றுக்கொண்டார். அவரிடம் ஒரு வார்த்தைகூடத் தெரிவிக்காமல் ப்ரொப்பகந்தா வுக்குச் செல்ல வேண்டுமாம். சிறிதேனும் மரியாதையும் நன்றியும் உள்ளவர்கள் செய்கிற காரியமா இது? நாங்கள் இருவரும் யோசித்து முடிவு செய்து, மோன்ஸிஞ்ஞோர் ஆள் அனுப்பிய விவரத்தைப்

ப்ரந்தாமிடம் சொன்னோம். ப்ரந்தாமும் மல்பானும் சேர்ந்து போர்த்துகீஸ் ராஜப்பிரதிநிதியிடம் விவரம் அறிவித்தார்கள். இப்படி அனைவரின் அனுமதியுடனும் நாங்கள் எங்கள் தங்குமிடத்தை ப்ரொப்பகந்தாவுக்கு மாற்றினோம். மோன்ஸிஞ்ஞோர் வெளிப் பார்வைக்கு மிகவும் மகிழ்ச்சி காட்டி எங்களை அங்கே வர வேற்றார். தங்குவதற்கு இரண்டு அறைகளையும் தேவையான மற்ற பொருட்களையும் எதற்கும் குறைவில்லாமல் ஏற்பாடு செய்து தரும்படி ரெக்டருக்குக் கட்டளையிட்டார். ரெக்டர் அன்புடன் அந்தக் கட்டளையின்படி செயல்பட்டார்.

மீள் பார்வை

இந்தச் சம்பவத்தைப் பற்றி யோசித்துப் பார்க்கும்போது, மோன்ஸிஞ்ஞோர் எங்களுக்காகக் கர்தினாலைப் பார்த்து அனுமதி வாங்கி எங்களைப் ப்ரொப்பகந்தாவுக்கு அழைத்துத் தங்க வைத்தது, எங்கள் மீதுள்ள அன்பின் காரணத்தாலும் கருணையின் காரணத்தாலும்தான் என்று நினைக்க முடியவில்லை. அவரும் நிறைய போட்டியும் கபடமும் கொண்ட ஆளாக இருந்தார். எங்களைப் ப்ரொப்பகந்தாவில் ஏற்றுக்கொள்ளாமல் விரட்டி விட்டும், எங்களை ஏற்றுக்கொண்டு பாதுகாக்க வேறு ஆட்கள் இருக்கிறார்கள் என்பதைப் பார்த்தவுடன் அந்த வகையில் எங்களைத் தோற்கடிக்க வழியில்லை என்பதைப் புரிந்துகொண்டு வேறொரு தந்திரம் செய்திருக்கிறார், அவ்வளவுதான். தவிர, எங்களுக்குக் கடிதம் அனுப்பி போர்த்துகீஸிலிருந்து வரவழைத்த பிறகு எங்கள் குறைகளைக்கூடக் கேட்காமல் வெளியேற்றினார் என்ற கதை வெளியே தெரிந்தால், ப்ரொப்கந்தாவில் உள்ள அதிகாரிகளின் அநியாயமும் கொடுஞ்செயலும் விமர்சனத்திற்குள் ளாகும் என்றும் அவருக்குப் புரிந்தது. அது மட்டுமா? ஸந்த அந்தோணியில் நாங்கள் தங்கினால் எங்கள் செயல்பாடுகளை யெல்லாம் மோன்ஸிஞ்ஞோரால் தெரிந்துகொள்ள முடியாதல்லவா. எங்களைப் ப்ரொப்பகந்தாவில் வசிக்கத் செய்தால் நாங்கள் எந்தெந்த வழிகளிலெல்லாம் முயல்கிறோம் என்பதைப் புரிந்து கொண்டு அதற்குத்தக்க உபதேசத்தை (தேவையான இடங்களில்) கொடுக்கவும் முடியும். இவையெல்லாம்தான் இந்த மறு சிந்தனைக் கான காரணமாக இருக்கவேண்டும்.

நாங்கள் ப்ரொப்பகந்தாவுக்கு வசிக்கச் சென்ற மறு நாளே பொர்ஜ்யா, இந்த உதவிக்குக் கர்தினாலைப் பார்த்து நன்றி சொல்ல வேண்டும் என்று அறிவுறுத்தினார். நாங்கள் சென்று கர்தினாலைப் பார்த்தோம். கர்தினால் பல சமாதன வார்த்தைகளும்

சொன்னார். சபையினர் அனுப்பிய காரணத்தால் மாணவர்களை ஸெமினரியில் சேர்க்கவில்லை; மல்பான் அழைத்துச் சென்றதால் தான் என்றும் அவர் பேசினார்.

ஆனால், நாங்கள் சென்ற காரியம் தொடர்பாக எதுவும் சொல்லவில்லை. நாங்கள் இருவரும் நாள்தோறும் வழிபாடு சொல்வதற்கான தட்சிணைப் பணத்தை பொர்ஜ்யாவே தந்தார். இப்படி அங்கே தங்கியிருக்கும்போது பலமுறை மல்பான் தனியாக வும் நானும் மல்பானும் சேர்ந்தும் மோன்ஸிஞ்ஞோரிடம் சென்று மார் தோமா ஆயரின் விசுவாச சபதத்தைப் பற்றியும் நம் தேவாலயங்களுக்குத் தேவையான மற்ற விஷயங்களைப் பற்றியும் ஆதாரத்துடனும் நியாயத்துடனும் பேசினோம். ஆயினும் அதை யொன்றும் அவர் உணரவில்லை. “நீங்கள் சொல்வதெல்லாம் உண்மைதானென்று எங்களால் நம்ப முடியவில்லை” என்பது மட்டும்தான் அவரது உறுதியான குரலிலான பதில். அதற்கு நாங்கள் மற்றொரு வழியைச் சொன்னோம். கேரளத்தில் நற்செய்தி ஊழியத்தில் ஈடுபட்டிருந்த நான்கு பாதிரியார்கள் இப்போது ஐரோப்பாவில் இருக்கிறார்கள். லிஸ்பன், ஜெனோவா, மிலான், ஜெர்மனி ஆகிய நான்கு இடங்களில் அவர்கள் இருக்கிறார்கள். அவர்களில் ஒருவரைக் கடிதம் எழுதி வரவழையுங்கள். நாங்கள் அவருடன் உங்கள் முன்னாலோ, கர்தினாலின் முன்னாலோ, போப்பாண்டவரின் முன்னாலோ, உங்களுக்கு விருப்பமான எவரொருவரின் முன்னிலையிலுமோ பேசுகிறோம். நாங்கள் சொல்வது உண்மையென்று அப்போது தெளிவாகும். பொர்ஜ்யா இந்த ஆலோசனைக்கும் பதிலொன்றும் சொல்லவில்லை. தன் மனதிலிருக்கும் பாரபட்சத்திற்கு ஏற்ற வெற்று வார்த்தைகள் சொல்லி காரியத்தை முடித்தார்.

இப்படிப் பலமுறை ஏற்பட்ட வாதப் பிரதிவாதங்களில் மார் தோமா ஆயரை கத்தோலிக்க சபையில் ஏற்பதிலுள்ள எதிர்ப்பின் ரகசியம் எங்களுக்குத் தெளிவானது. மலங்கரையின் சிக்கல் அத்துடன் தீர்ந்துவிடும் என்பது மட்டுமல்ல, பிறகு விகாரி அப்பஸ் தோலிக்கா கேரளத்தில் அதிகாரம் செலுத்த முடியாமலாகும். அங்கே ப்ரொப்பகந்தா செல்வாக்கு இழந்துவிடும். மலங்கரை யினர், ப்ரொப்பகந்தாவின் அடிமைத்தனத்திலிருந்து விடுபட்டு விடுவார்கள். அவர்களின் மனதில் இதுதான் இருக்கிறது என்பதற்கு எங்களுக்குப் போதுமான ஆதாரங்கள் கிடைத்தன. ஒருமுறை மல்பானுடன் ஏற்பட்ட தர்க்கத்தில் மோன்ஸிஞ்ஞோருக்குப் பதில் சொல்ல முடியாமல் போனது. அப்போது அவர் மல்பானிடம்,

“ஊர்க்காரர்களிடமிருந்தே ஆயர் ஏற்பட்டால் பிறகு யாரால் அங்கே வாழ முடியும்?” என்று தெளிவாகவே கேட்டார்.

மனிதர்களின் ஆன்ம ரட்சிப்புக்காகவும் உள்ளாழ்ந்த நன்மைக் காகவும் அதியுன்னத கடவுளின் புத்திரனே மனிதராக அவதரித்தார்; தன் மகத்தான உதிரமும் சிலுவை மரணமும் கொண்டு அதற்கு முத்திரையிட்டார். அப்படி வெளிப்படுத்தி வழங்கிய சத்திய வழியைப் காத்துப் போற்றவும் விரிவுபடுத்தவும் உலகம் முழுக்கவும் அறிவிக்கவும் கடமைப்பட்ட ஆட்கள் புனித பௌலோஸ் சொல்வதுபோன்று யேசு மிசிஹாவுக்கு வேண்டி யல்லாது தத்தமக்காக அதனை ஆள்கிறார்கள்; தம் விருப்பத்தையும் காரிய லாபத்தையும் பார்த்து அதற்கு நாச நஷ்டங்களை ஏற்படுத்து கிறார்கள். அதன் காரணத்தால், நம் மக்களின் தேவாலயங்களின் ஒற்றுமைக்காகவும் கடவுளின் ஸ்துதிக்காவும் நாங்கள் விரும்பும் காரியத்தை இந்த வழியில் சாதிப்பது கஷ்டமென்று அறிந்தோம். ஆயினும் நம் மக்களின் விருப்பத்தை நிறைவேற்றவும் மார் தோமா ஆயரிடம் சொன்ன வார்த்தையைக் காப்பாற்றவும் பரொப்பகந்தா தலைவரின் எதிர்ப்பைப் பொருட்படுத்தாமல், போப்பாண்டவரை நேரடியாகப் பார்த்துவிட வேண்டியதுதான் என்று நாங்கள் முடிவு செய்தோம். காரியங்களின் உண்மை நிலையைப் போப்பாண்டவர் உணர்ந்துகொண்டால் ஒருக்கால் காற்று மாறி வீசும் என்றும் நன்மை ஏற்படும் என்றும் நாங்கள் நம்பினோம். அதற்காக, மார் தோமா ஆயரின் கையொப்பு இடப்பட்ட விசுவாச சத்தியப் பிரமாணம், அதன் லத்தீன் மொழி பெயர்ப்பு, மலங்கரை தேவாலயத்தினர் போப்பாண்டவருக்கு எழுதிய விண்ணப்பத்தின் லத்தீன் மொழிபெயர்ப்பு, அதற்குமேலாக, இது தொடர்பாகவும் நம் தேவாலயங்களின் தேவைகள் தொடர்பாகவும் அழகாக எழுதப் பட்ட மற்ற இரண்டு விண்ணப்பங்கள் ஆகியவற்றை ஒன்றாகத் தொகுத்தோம். ஒரு புத்தகமாக்கி நல்லபடியாகத் தைத்துக் கட்டி பைண்ட் செய்து தங்க மெருகிட்டு போப்பாண்டவருக்குக் கொடுப் பதற்காகத் தயார் செய்து வைத்தோம்.

மார் தோமா ஆயரின் விசுவாச சத்தியப் பிரமாணத்தையும் மலங்கரை தேவாலயத்தினர் போப்பாண்டவருக்குக் கொடுக்க தயார் செய்த விண்ணப்பத்தையும் இந்தப் புத்தகத்தின் பதினான்கு பதினைந்தாம் அத்தியாயங்களில் (இவை தொலைந்துபோன அத்தியாயங்கள்) சேர்த்திருக்கிறேன். எனவே, அவற்றுடன் புத்தகத்தில் உட்படுத்திய இரண்டு விண்ணப்பங்களை மட்டும் இங்கே பிரதி செய்கிறேன்:

பரிசுத்த பிதாவே,

கிழக்கு இந்தியாவில் உட்பட்ட மலையாளக்கரையில் உள்ள மக்கள் சத்திய விசுவாசத்தில் மிக உறுதிகொண்டு வளர்ந்து வந்தவர்கள். ஆனால், கடந்த நூற்றாண்டின் நடுப்பகுதியில் உட்பூசலால் ஏமாற்றமுற்ற அவர்களில் ஒரு சாரார் ஒரு பிரத்தியேகப் பிரிவாக மாறிவிட்டார்கள். அவர்கள் தங்களுக்கு, பார்வையற்ற ஒரு வழி காட்டியை நியமித்துக் கொண்டார்கள். நாள்தோறும் துன்ப துயரங் களை அனுபவித்தார்கள். இந்த மோசமான நிலை, மிச்சமிருக்கும் பிரிவுக்கு மட்டுமல்ல, ஒட்டுமொத்த சபையின் மன வேதனைக்கும் காரணமாகிவிட்டது. இந்த அதிர்ஷ்டம்கெட்ட நாட்டுக்குத்தான் அப்பஸ்தோலிக்க விசுவாசத்தைக் கற்பிப்பதற்காக இந்தப் ப்ரொப்பகந்தா பீதே திருச்சங்கம் என்னை அனுப்பியது. நான், ஏமாற்றத்திலகப்பட்ட மக்களின் வணக்கத்திற்கு விஷயமாயிருக்கிற இடத்தூட்டென்ற மல்லனை அழிக்கும் திறமை வாய்ந்த சத்தியத் தின் சிம்மாசனம் இருக்கும் பாறையிலிருந்து பெயர்ந்துபோன அற்பச் சிறு கல் மட்டுமாயிருந்தேன். ஆனால், முலைப்பாலோடு சேர்த்து நான் அருந்திய பரிசுத்தமான விசுவாசமும் பதினொரு வருடம் இந்த வணக்கத்திற்குரிய உர்பன் பல்கலைக் கழகத்தில் நான் படித்த வலிமையான தத்துவங்களும் எனக்குப் பலம் கொடுத் தன. எனக்குப் பொறுப்பளித்த களத்தில் என் கர்த்தரின் ராஜ்ஜி யத்தை விஸ்தரிக்க நான் செயல்பட்டேன். என் திறமைகளை யெல்லாம் பயன்படுத்தி அறிவும் குடிப்பிறப்பும் கொண்டு மரியாதைக்குரிய பலரையும் நான் சத்திய விசுவாசத்துக்கு அழைத்து வந்தேன். புகழ் பெற்றவரும் அனேக மக்களின் தலைவருமான மார் தோமா எனும் யாக்கோபாய பேராயருடன் பேசும்படி விகாரி அப்பஸ்தோலிக்கா எனக்குப் பொறுப்பளித்தார். பலவீனர்களி னூடே பலவீனர்களை வென்றெடுப்பதில் நம்பிக்கை வைத்து மகிழ்ச்சியுடன் நான் அந்தப் பொறுப்பை ஏற்றுக்கொண்டேன். அது ஒரு பெரிய ராஜ்ஜியத்தை வெல்வதுபோன்று என் சக்திக்கு அப்பாற்பட்ட வேலையாயிருந்தது. கடைசியில் எல்லாம் சுலபமான ஒரு முடிவுக்கு வந்தது.

நாங்கள் பலமுறை நேரடியாகப் பேசினோம். சிலசமயம் கடிதங் கள் பரிமாறிக்கொண்டோம். இந்த மனிதரில் கடவுளின் கிருபை விளங்குவதை நான் பார்த்தேன். இந்த முக்கியமான வெற்றிச் செய்தியுடன் அவரைக் கத்தோலிக்கக் கூட்டமைப்புக்கு ஏற்றுக் கொள்வதற்கான விண்ணப்பத்தைக் கொண்டு சேர்க்கும் பொறுப்பையும் எனக்களித்து அனுப்பியிருக்கிறார். அதை

என்னால் சபை அதிகாரத்தின் முன்னால் வெளிப்படையாகச் சமர்ப்பிக்கவும் முடிந்திருக்கிறது.

இந்தப் புனர் ஐக்கிய முயற்சியை, யேசு கிறிஸ்துவின் திருச் சபையின் காரியத்தைப் புறக்கணித்து தங்கள் தேவைகளை நிறைவேற்றிக்கொள்ளச் சிலர் முழு மனதுடன் தடைப்படுத்தினார்கள். எனவேதான் பரிசுத்த பிதாவே, இரண்டாவது முறையாகவும் நான் இந்த ஆபத்தான நெடுந்தொலைப் பயணம் செய்து இங்கே வரவேண்டும் என்று முடிவு செய்தேன். என்னை இங்கே அழைத்து வந்த இதர தூண்டல் சக்திகள், மேற்சொன்ன மார் தோமா பேராயரின் உள்ளத்தைத் தொடும்படியான விண்ணப்பமும் எங்கள் சபையின் முக்கிய மனிதர்களின் நிர்ப்பந்தமும்தான். நான், ரோம் நகரத்தின் மகிமைகளைப் பார்ப்பதற்காக இங்கே வரவில்லை. தங்களின் பாதங்களில் மார் தோமா ஆயரின் விசுவாச சபதத்தை நேரடியாகச் சமர்ப்பிப்பதற்குத்தான் வந்திருக்கிறேன். அது கல்தாய மொழியில் எழுதப்பட்டது. அதன் லத்தீன் மொழி பெயர்ப்பு ஓலையில் திறமையற்று எழுதப்பட்டதாகவும் தவறுகள் உள்ளதாகவும் இருந்ததால் பிரதி செய்து எழுதியதை இத்துடன் இணைத்திருக்கிறேன். மலபாரில் உள்ள தேவாலயங்கள் எங்களுக்குத் தந்த சாட்சிப் பத்திரத்தையும் இதில் இணைத்திருக்கிறேன்.

அந்த நாட்டில் உள்ள கிறிஸ்தவர்களைக் காக்கும் அதிகாரியான போர்த்துகீஸின் பேரறிவு படைத்த ராணியிடம் சமர்ப்பிப்பதற்காக அங்கிருந்து தந்தனுப்பிய வேறு சில விண்ணப்பங்களும் இருந்தன. அங்கே நற்செய்தி அறிவிப்பவர்களுக்கு மேலே உள்ள அதிகாரிகளைச் சந்திக்க வேண்டும் என்ற சமயோசிதமான முடி வெடுத்த உடனே (மற்ற பிரயத்தனங்கள் மேலே விவரித்த காரணங்களால் பயனற்றது என்று தெரிந்தவுடன்) மேற்படி சமுதாயம் தன் தேவாலயங்களில் உள்ள புனிதக் கருவிகளைக்கூட விற்றுவிட்டுத் தான் எங்கள் பயணச் செலவுக்குப் பணம் ஏற்பாடு செய்து தந்து அனுப்பினார்கள். கடநாட்டு தேவாலய விகாரியான தோமா பாதிரியாரையும் என்னுடன் அனுப்புவதற்கு தேவாலயத்தினர்களின் அந்தச் சபை முடிவு செய்தது. அவரும் மற்ற இரண்டு வைதீகரும் இருபத்தியிரண்டு முக்கிய மனிதர்களும் சேர்ந்து நாங்கள் புறப்பட்டோம். மிகவும் துன்பப்பட்டு நான்கு மாத காலம் நடந்தே பயணம் செய்து நாங்கள் பயணத்தின் ஒரு கட்டத்தைப் பூர்த்தி செய்தோம். ஒப்பீட்டளவில் குறுக்கு வழிகள் இருந்தன என்றாலும், முன்பு பலருக்கும் ஏற்பட்ட பல ஆபத்துகளை நினைத்துப் பார்த்து நாங்கள் அந்த வழிகளைப் பயன்படுத்தவில்லை. கடவுளின்

வெளிப்படையான அனுக்கிரகத்தால் எல்லாம் சுபமாகி பாண்டி ராஜ்ஜியத்திலுள்ள சென்னபட்டணத்தின் துறைமுகத்துக்கு வந்து சேர்ந்தோம். அங்கு, பயணச் செலவைச் சுருக்குவதற்காக மேற் சொன்னவர்களில் இருவர் மட்டும் ஐரோப்பாவுக்குச் சென்றால் போதுமென்று முடிவு செய்ய நேர்ந்தது. மற்றொரு வழியில் வருவது கூடுதல் செலவு ஏற்படக் கூடியதாகும். பத்து மாதங்களுக்குப் பிறகு நாங்கள் லிஸ்பனுக்கு வந்தோம். தேவாலயச் சபையினர் எங்களுக்குப் பொறுப்பளித்திருந்த மற்றொரு விஷயம் மூன்று வருடங்களாக ஆயர் இல்லாமலும் ஆயத்தில் தேவ ஊழியம் புரிபவர்களுக்கு போர்த்துகீஸிலிருந்து கிடைக்கும் உதவிப் பணம் முடங்கியும் இருக்கும் கொடுங்கல்லூர் ஆயத்தினுடையது. இந்த விஷயத்தை நாங்கள் போர்த்துகீஸில் புண்ணியப்பட்ட ராணி மற்றும் மந்திரிகளின் கவனத்துக்குக் கொண்டு வந்தோம். அங்கே காரியங்களெல்லாம் அழகாக நடந்தன. ராணியும் மந்திரிகளும் எங்களிடம் காட்டிய விவரிக்க முடியாத கருணையையும் மரியாதை யையும் நாங்கள் போற்றுகிறோம்.

போர்த்துகீஸின் அப்பஸ்தோலிக் நுன்சியோவுக்கு இந்த விவரங்களெல்லாம் தெரியும். அதன்பிறகு நாங்கள் ஒரு நொடியைக் கூட வீணாக்காமல் கத்தோலிக்க உலகத்தின் தலை நகரான இந்தப் புண்ணியபூமிக்குப் பயணம் புறப்பட்டோம். கடும் புயல்களை வென்றோம். நோய்த் துன்பங்களைச் சகித்தும், பலவிதமான கஷ்டங்களை அனுபவித்தும் இருபது மாதங்களுக்கும் அதிகமாகப் பயணம் செய்து கடைசியில் இங்கே வந்து சேர்ந்தோம். பரிசுத்த பிதா, எங்களின் தாழ்மையான முக்கியமான இந்த விண்ணப்பங் களைத் தயையுடன் ஏற்றுக்கொள்வார் என்ற விஷயத்தில் எங்களுக்குச் சந்தேகம் இல்லை.

நம் பொது பிதாவின் பக்தியுள்ள மக்களும், தகுதியற்றவர்க ளென்றாலும் நற்செய்தி வயலின் வேலைக்காரர்களான நாங்கள் மலங்கரை ஸுரியானி முறைப்படியான எழுபத்திரண்டு தேவாலயங்களின் கட்டளைப்படி வந்திருக்கிறவர்கள். தாங்களின் பாக்கியப்பட்ட பாதங்களில் தாழ்மையுடன் சாஷ்டாங்கமாக வீழ்ந்து எங்கள் சமூகத்தாரின் தகிப்பான விண்ணப்பங்களைச் சமர்ப்பிக்கிறோம். புனிதப்பட்டதும் போற்றுதலுக்குரியதுமான நம் நம்பிக்கையின் மடிக்குப் பின் திரும்பி கத்தோலிக்கக் கூட்டமைப் பில் இணைய விரும்பும் தங்கள் புத்திரனை, விசுவாச சத்திய உறுதியேற்றிருக்கிற மார் தோமா ஆயரை தந்தையியல்பான நேசத்து டன் திருக்கரங்கள் நீட்டி ஏற்றுக்கொள்ள வேண்டும். இவர் பால்ய

காலத்தில் கத்தோலிக்க சபையின் கீழ்ப்படிதலுள்ள புத்திரராக இருந்தார். பிற்பாடு புத்தன்கூற்றில் அகப்பட்டுவிட்டார்; இடத்தூட்டில் வீழ்ந்து யாக்கோபாயக்காரரானார். கடைசியில் நெறியின் அடையாளமும் சத்திய விசுவாசிகளின் கனிவுள்ள ஆபரணமுமான சபையை வெளிப் பார்வைக்காக அல்ல ஆத்மார்த்தமாகவே தழுவிக்கொள்ள வெளிப்படையான உறுதியேற்கவும் செய்திருக்கிறார்.

இந்த வகையில் இடத்தூட்டிலிருந்த யாக்கோபாய பேராயர் மார் கிரிகோரியோஸிடமிருந்து 1772இல் ஆயர் பதவி ஏற்றவர் இவர். நிரணம் ஆயத்தின் ஆயர் பதவியில் தொடர வேண்டும் என்றும் இவர் விரும்புகிறார். அது ஏனெனில், அதன் காரணத்தால், தனக்கு ஆட்பட்டிருக்கும் நிறைய மக்கள், தலைவரோடு சேர்ந்து சத்திய நம்பிக்கைக்கு வருவதற்கு ஏதுவாகும். ஆனால், அந்தப் பகுதியிலுள்ள சில நற்செய்தி ஊழியர்கள் தங்கள் பொறாமையும் துஷ்டத்தனமும் கொண்டு மார் தோமா ஆயரின் மறுக்க முடியாததும் உண்மையானதுமான ஆயர் பட்டத்தைக் குறித்து சந்தேகத்தை எழுப்ப முயல்கிறார்கள். எங்கள் இந்த இரண்டாவது விண்ணப்பத்திற்கு தடைகள் ஏற்படுத்த அவர்கள் முயன்று வருவதன் காரணம் என்னவென்று அறிந்துகொள்வது சுலபம். பெரியதொரு குடும்பத்தில் பிறந்தவரும் அந்த நாட்டின் முக்கியக் குடிமகன்களில் ஒருவருமான மார் தோமாவே தன் விசுவாச சத்தியப் பிரமாணத்தில் தான் உண்மையான ஆயர் பதவி ஏற்றிருப்பதாகச் சாட்சியளிக்கிறார். இதைத்தவிர, ஆயர் பதவி உட்பட அவர் ஒவ்வொரு பதவி ஏற்றுக்கொள்ளும் நேரத்திலும் அந்த இடத்திற்கு வந்திருந்த நம்பிக்கைக்குரிய பலரிடமிருந்தும் எந்த இடத்தில் எப்படி எப்போது அவற்றை ஏற்றுக்கொண்டார் என்று நாங்கள் நுட்பமாகக் கிரகித்திருக்கிறோம். இதன் சாட்சிகள் இப்போதும் உயிருடன் இருக்கிறார்கள். எனவே புனித பிரகாசத்திலிருந்து ஒளி பெறுவதால் வீண் அகந்தையின் ஏமாற்றுகளை வெல்லும் திறமையுள்ள பக்தரும் பெருமையுற்றவருமான மகா உன்னதப் புரோகிதர் அவர்களே! தாங்களின் அனுக்கிரகிக்கப்பட்ட சன்னிதிக்கு எங்களை அழைத்து வந்திருக்கிற பெரியதும் முக்கியமானதுமான மேற் சொன்ன இரண்டு காரியங்களையும் தாங்களுக்குத் தனித் தனியாகத் தெரிவித்திருக்கிறோம். தாங்களின் உத்தரவுகளின்படி நடப்பதற்கான ஆயத்தத்துடன், அவை என்னவென்று அறிந்து கொள்வதற்காகக் காத்திருக்கிறோம். பிள்ளைகளுக்கான உறுதியான நேசத்துடன் மார் தோமா ஆயரின் சார்பாகவும் மலங்கரை மக்களின் சார்பாகவும் தாங்களின் தந்தைமை ஆசிகளை

வேண்டுகிறோம். பரிசுத்த திருச்சபைக்கும் அதன் கண்கண்ட தலைவருமான தாங்களுக்கும் தாங்களின் நியாயமுள்ள வாரிசுகளுக்கும் எப்போதும் ஆட்பட்டு நடந்துகொள்வோம் என்று நாங்கள் வாக்குறுதியும் அளிக்கிறோம்.

பரிசுத்த இறையியலில் மல்பானும், அவ்வாறு பிரத்தியேக புனித நற்செய்தி ஊழியத்திற்கு நியமிக்கப்பட்டிருக்கிறவனுமான கரியாட்டில் யௌஸேப்பு; கொடுங்கல்லூர் வட்டாரத்தின் கடல் நாட்டு தேவாலயத்தின் விகாரியும் அப்படியே நியமிக்கப்பட்டவனுமான பாரேம்மாக்கல் தாமஸ்.

இரண்டாவது விண்ணப்பம் (மொழி பெயர்ப்பு)

பரிசுத்த பிதாவே,
கிழக்கில் உள்ள இந்தியாவில் மலங்கரை பிரதேசத்து கல்தாய ஸுரியானி முறையிலான எழுபத்தியிரண்டு தேவாலயங்களின் விசுவாசிகள் சேர்ந்து தங்களின் பிரதிநிதிகளாகத் தேர்ந்தெடுத்து அனுப்பும் இரண்டு வைதீகர்கள் மூலமாக, மார் தோமா என்று பொதுவாக அழைக்கிற மார் த்யோனிஸியோஸ் பேராயரின் விசுவாச சத்தியப் பிரமாணத்தை தாங்களின் முன்னால் சமர்ப்பித்த பிறகு, இந்த ஐக்கியத்திற்கும் மேற் சொன்ன மக்களின் நன்மைக்கும் உதவும் கட்டளை ஏற்படும் என்று நம்பி, இந்த தேவாலயத்தினரின் தேவையின்படியே அத்தியாவசியமான மற்ற சில கோரிக்கைகளையும் தாங்கள் முன்னால் வைக்கிறோம். மேற்படி தேவாலயத்தினர் எங்களைத் தங்களிடம் அனுப்பும்போது எழுதிய கடிதத்திலேயே இந்த விஷயங்களெல்லாம் சுருக்கமாக அடங்கியிருப்பதால் அந்தக் கடிதத்தின் பிரதியையும் இத்துடன் இணைத்திருக்கிறோம். அதிலுள்ள விஷயங்களைத் தனிப்பிரித்து விளக்கமாக இங்கே எழுதுவதால் இந்தக் கோரிக்கைகள் நல்லபடியாகப் பரிசீலிக்கப்பட்டு உத்தரவாக வேண்டுமென்று தாங்களின் மகத்துவத்திடம் கேட்டுக் கொள்கிறோம்.

1. நல்லவர்களான பறங்கிகளின் தீவிரமும் உழைப்பும் கொண்டு மலங்கரையிலுள்ள பல இனத்தாரும் சத்திய விசுவாசத்தை ஏற்றுக் கொள்ளும் வாய்ப்பு ஏற்பட்டிருக்கிறது. புகழ்பெற்ற உதயம்பேரூர் மத மாநாடு (உதயம்பேரூரில் 1599இல் நடந்தது) சத்திய விசுவாசத்திற்கும் ஆசார அனுஷ்டானங்களுக்கும் தேவாலய நடைமுறைகளுக்கும் தேவையான கட்டளைகளையெல்லாம் அளித்திருக்கிறது. அந்தக் காலத்தில் மதப் பிரச்சாரத்தில் ஈடுபட்டிருந்தவர்களின் சில கெட்ட செயல்களுக்கு நொடியில் மாற்றத்தையும் ஏற்படுத்தியது.

முன்பிருந்ததைவிட சற்று நல்ல மற்ற மிஷனரிக்காரர்கள் புராதன காலம் முதல் நடைமுறையிலுள்ள முறைகளுக்கு விரோதமாக பல இடங்களிலும் பல புதிய ஆசாரங்கள் ஏற்படுத்துவதற்கு இதன் மூலம் வாய்ப்பு ஏற்பட்டது. மேற்படி நடைமுறைகளுக்கு எதிராக ஏற்பட்ட பல அவமரியாதைகளையும் துஷ்பிரயோகங்களையும் பொறுத்துக்கொள்ள வேண்டி வந்தது. அவற்றையெல்லாம் தனித்தனியாக இங்கே பதிவு செய்தால் நீண்டு போகும். அதனால் மலங்கரையின் பழைய முறைகளை நிலை நிறுத்துவதற்கும் வழி பிறழ்தல்களை இல்லாமற் செய்வதற்கும் உதயம்பேரூர் மத மாநாடு கவனப்படுத்தித் தந்த, பதினான்காம் பெனதிக்தோஸ் போப்பாண்டவர் கட்டளை மூலம் உறுதிப்படுத்தவும் செய்த காரியங்களை நடைமுறைப்படுத்துவதற்குமாக ஒரு பிரதேச மத மாநாட்டைக் கூட்டுவதற்கு கொடுங்ஙல்லூர் பேராயரையோ அங்குள்ள மற்ற ஏதாவது மத அதிகாரியையோ அனுமதிக்க வேண்டும்.

2. அதுபோலவே பெரிய அவதூறுக்கும், காரியத்தில் குற்றங் களுக்கும் வாய்ப்பளிக்கும் மற்றொரு முறைகேட்டையும் இல்லாமற் செய்ய வேண்டும். அந்த நாட்டில் (கேரளத்தில்) உள்ள கிறிஸ்தவர் கள் தெற்குப் பகுதியினரானாலும் வடக்குப் பகுதியினரானாலும் மற்ற வகையினரோ பிரிவினரோ ஆனாலும் இனப் பெருமை கோரவோ, கிறிஸ்தவ நேசத்திற்கும் ஒருமைக்கும் பொருந்தாத தர்க்கங்களில் அகப்படவோ செய்யாமல் ஒரு உடலின் உறுப்புகள் போல வாழவும் பிரிவுச் சிந்தனை இல்லாமல் நடந்துகொள்ளவும் கட்டளை ஏற்பட வேண்டும். வெளி சமூகங்களிலிருந்து கிறிஸ்து மதத்தை ஏற்றுக்கொண்டவர்களை உருவ வழிபாட்டுக்காரர் களென்றும் பிறவும் சொல்லித் தள்ளி வைக்காமலும் நிந்திக்கா மலும் யேசுவின் சகோதரர்கள் என்ற நிலையில் கருணையுடன் நடந்துகொள்ள வேண்டும் என்று அங்குள்ள கிறிஸ்தவர்களுக்குப் பிரத்தியேகமாக எழுதி அனுப்ப வேண்டும். தாங்களின் சிம்மாசனத் தின் மீது அங்கு பெரிய பக்தியும் தாழ்மையும் உள்ளதால், போப்பாண்டவர் பேரிலான ஒரு கடிதத்தைப் பார்க்கும்போது அங்குள்ள பிரிவுகள் அகன்று ஒற்றுமைப் பிறக்கும் என்பதில் சந்தேகமில்லை.

3. அங்குள்ள மக்கள் பிரிவுகளுக்கிடையில் ஒற்றுமையை ஏற்படுத்துவதற்கும், சத்திய விசுவாசத்தை நோக்கியான மாற்றத்தை விரைவுபடுத்தவும் புராதன கிறிஸ்தவ சமூகங்களிலிருந்தும், மதம் மாறியவர்களிலிருந்தும பத்துக் குழந்தைகளைத் தேர்தெடுத்து

ப்ரொப்பகந்தா பீதே என்ற இந்த உர்பன் ஸெமினரிக்குக் கொண்டு வந்து கற்பிப்பது நன்றாயிருக்கும். இந்தக் குழந்தைகள் அறிவிலும் பக்தியிலும் வளர்ந்து தங்கள் இடத்துக்குத் திரும்பிச் செல்லும் போது அவர்களால் இப்போதுள்ள மினஷரிக்காரர்களைவிட பயனளிக்கக்கூடிய வகையில் செயல்பட முடியும் என்பதில் சந்தேக மில்லை. இப்போதுள்ள மிஷனரிக்காரர்கள் விசுவாசத்தை அதிகரிக்கச் செய்வதற்கு எதுவும் செய்வதில்லை. அது மட்டுமா, மேற்சொன்ன கலகங்களை அதிகரிக்கவும் முயற்சி செய்கிறார்கள்.

4. மலங்கரைப் பிரதேசத்திலுள்ள நற்செய்தி வயல் மிக அதிக விஸ்தாரம் கொண்டதாகும். அதன் பரப்பை இன்னும் விரிவுபடுத்த வும் முடியும். எனவே, பிராந்திய மத மாநாட்டைக் கூட்டும்போது வராப்புழ ஸெமினரிக்கு அடிப்படையை உறுதி செய்து, இந்த ஸெமினரியை நடத்துவதற்கு இரண்டு மலையாளி புரோகிதர்களை நியமிக்கவும் வேண்டும். காற்றும் வெளிச்சமும் ஆரோக்கியமான சூழ்நிலையும் உள்ள இடத்தைத் தேர்ந்தெடுத்து அங்கே ஸெமினரியைக் கட்ட வேண்டும். இப்போதைய ரீதியில் ஸெமினரி கொஞ்சம் காலம் இங்கும் கொஞ்சம் காலம் அங்கும் என்றிருக்கிறது. இப்படி எந்த உறுதியும் இல்லாமல், ரகசிய நோக்கங்களுடன் நடத்து கின்ற கேலிக்குரிய இடமாற்றங்களை முடிவுக்குக் கொண்டுவர வேண்டும்.

5. தவிர அங்குள்ள ஸெமினரிக்காரர்களின், வைதீகர்களின் பயன்பாட்டுக்காக கல்தாய மொழியிலுள்ள புனித நூல்களையும் வழிபாட்டுப் புத்தங்களையும் தேவையான அளவு கொடுத்தனுப்ப வேண்டும். இல்லையென்றால் அவற்றை இங்கே அச்சடிக்கத் தேவையான டைப்புகளை அனுமதித்துத் தர வேண்டும். குறிப் பிட்ட சில வழிபாட்டுப் புத்தகங்களைத் தவிர, அங்குள்ள நூல் களெல்லாம் கையெழுத்துப் பிரதிகள்தான். பயன்படுத்துவதற்கு ஏற்றதல்லாத வகையில் தவறுகள் நிறைந்தவை.

6. மேற்சொன்ன காரியங்களைத் தவிர தாங்களின் பாக்கிய சிம்மாசனத்திற்கு முன்னிலையில் தாங்கள், மலங்கரையிலுள்ள திருவிதாங்கூர், கொச்சி ராஜாக்களுக்கு இரண்டு கடிதங்களை தனித்தனியாக அனுப்ப வேண்டும் என்று வேண்டுகிறோம். ஒன்று, அவர்களின் நாடுகளில் நற்செய்திப் பணியாற்ற எந்தத் தடையுமின்றி அவர்கள் அனுமதிப்பதன் பொருட்டு அவர்களைப் பாராட்டும் கடிதம். மற்றொன்று அவர்களின் பாதுகாப்பான ராஜ ஆட்சிக்கு ஐரோப்பாவில் உள்ள ராஜாக்களிடமிருந்து தேவையான உதவிகள் பெற்றுத் தர முயற்சி செய்கிறோம் என்று உறுதியளிக்கிற கடிதம்.

அவரவரின் ராஜாக்களை நேசிக்க வேண்டும் என்பது திருச் சபையினரின் தவிர்க்க முடியாத கடமையல்லவா. கேரளத்தின் சபைக்காரர்கள் அந்தக் கடமையை சரியான விதத்தில் நிறைவேற்ற வேண்டும் என்றும் எல்லா விதத்திலும் அவர்களை அனுசரிக்க வேண்டும் என்றும் அவர்களுக்கு அறிவிக்க வேண்டும். அங்குள்ள நஸ்ரானிகளை அந்த ராஜாக்களின் பிரத்தியேகப் பராமரிப்பில் ஒப்படைக்கவும் வேண்டும்.

7. கடைசியாக தெய்வீகமான புரோகிதத்தின் பக்தியை முன்னிருத்தி ஒருமுறையல்ல, ஆயிரம் முறை தாங்களிடம் ஆணை யிட்டுக் கேட்டுக்கொள்கிறோம்; மலங்கரையிலுள்ள நிஷ்பாதுக கர்மலீத்தா பாதிரிகளிடம் வேறொன்றுமில்லாவிட்டாலும், தங்களிஷ்டப்படி நடக்காமல் ஆசாரத்துடனும் அடக்கத்துடனும் தூய்மையுடனும் வாழவேண்டும் என்று ப்ரொப்பகந்தா சங்கத்தைக் கொண்டும் அவர்களின் ப்ரியோர் ஜனராலைக் (கிறிஸ்தவ சன்னியாச சபையின் அதிபர்) கொண்டும் மிகக் கடுமையான கட்டளைப் பிறப்பிக்கச் செய்ய வேண்டும்.

8. அனைத்திற்கும் மேலாக, பரிசுத்த பிதாவே, தங்களுக்குச் சமர்ப்பித்திருக்கிற இந்த விண்ணபப்பத்திலுள்ள விஷயங்கள் திரும்ப நடக்காமல் இருக்கட்டும். பாதிரியார்கள் மீண்டும் எங்களின் நியாயமான தேவைகளுக்கு எதிர்ப்புக் காட்டினால், தங்களின் கட்டளைகளை அனுசரிக்காமல் தங்கள் விருப்பப்படியே நடந்து கொண்டிருந்தால், எங்கள் கஷ்டங்களுக்கு இப்போதேனும் முடிவு கட்டாதிருந்தால் இதுவரை வேதனைப்பட்டு சகித்து வாழ்ந்துவரும் அந்த மக்களினத்திற்காக இதுபோன்றதொரு விண்ணபப்பத்துடன் இங்கே வருவதற்கு இனியும் யாராவது இருப்பார்கள் என்று எங்களுக்கு நம்பிக்கை இல்லை. அது ஏனென்றால் அவர்கள், பரிசுத்த சபைக்கும் அதன் பணியாளர்களுக்கும் உதவி மற்றும் சேவைபுரிய நல்மனம் கொண்டிருக்கும் விசுவாசிகளைப் பொதுவாகப் பயனளிக்கும் கட்டளைகளை மறுத்தால், தமக்கு ஆட்பட்டு வாழ்ந்துவரும் மக்களின் நம்பிக்கைகளை வஞ்சித்தால் அந்த மக்கள் திரும்பி நின்று பழி பாங்க ஆயத்தமாகலாம். கனி கொடாது நிற்கும் உபத்திரவம் செய்யும் உலர்ந்த மரங்களை வெட்டி வெளியேற்றுவதற்கான உபாயங்களெல்லாம் அவர்களுக்குத் தெரியும்.

அதனால் இந்தக் குறைகளை நீக்கவும் தாங்களின் பாக்கிய சிம்மாசனத்தின் நேச மிகுதியால் மலங்கரையினரின் இதயங்களை வென்றெடுக்கவும் தேவையான அனுகூலமான பதில் ஏற்பட

வேண்டும் என்று தாங்களின் முன்னால் மண்டியிட்டுக் கேட்டுக் கொள்கிறோம்.

பரிசுத்த இறையியலில் மல்பானும் பிரத்தியேக நற்செய்திப் பணியில் நியமிக்கப்பட்டவனுமான கரியாட்டி யௌஸேப்பு.

அவ்வாறே அனுப்பப்பட்ட கொடுங்கல்லூர் வட்டார கடல் நாட்டு தேவாலய விகாரி பாரேம்மாக்கல் தோமஸ்

மீள் பார்வை

மார் தோமா ஆயரின் காரியத்துக்காக முதலாவது விண்ணப்பம் எழுதி ஆயத்தம் செய்த பிறகு மலங்கரைப் பிரதேசத்தின் தேவாலயங்களுக்கு மிகவும் அவசியமான காரியங்களை சேர்த்து இப்படியும் ஒன்று தயார் செய்வது நன்றாயிருக்கும் என்று தோன்றியது.

இந்த விண்ணப்பத்தில் சொல்லியிருக்கும் பல விஷயங்கள் போப்பாண்டவரின் பிரத்தியேக அனுமதியில்லாமல் ஆயர்களே செய்யக்கூடியது. பிறகு எதற்கு போப்பாண்டவரின் கட்டளைக்காக விண்ணப்பித்தோம் என்று யாரும் வியப்படைய வேண்டாம். இந்த விண்ணப்பங்களை போப்பாண்டவருக்குக் கொடுத்த கால கட்டத்தில் காரியங்கள் இருந்த நிலை அப்படியிருந்தது. நம் சமுதாயத்தைச் சேர்ந்த ஒருவனோ அல்லது ஏதேனுமொரு ஸுரியானிக்காரனோ நம் பகுதியில் ஆயராக வருவான் என்று எந்தவொரு நம்பிக்கையும் எங்களுக்கில்லை. லத்தீன்காரன் ஆயராக வந்தால் அவன் ஒரு புண்ணியவானாக இருந்தால்கூட, நம் மக்களுக்கு அறிவும் பலமும் ஏற்பட்டால் தங்கள் அதிகாரம் போய்விடும் என்ற பயத்தின் காரணமாக நம் தேவாலயங்களுக்கு நன்மையளிக்கும் ஏதேனும் காரியங்களை மனதறிந்து செய்வது சிரமம். அதனால் போப்பாண்டவரின் தனிப்பட்ட கட்டளையிருந்தால் அதையெல்லாம் செய்வார் என்று நினைத்துத்தான் மேற்படி விஷயங்களையெல்லாம் போப்பாண்டவரிடம் விண்ணப்பிக்கத் துணிந்தோம்.

48 | போப்பாண்டவருக்குக் கொடுப்பதற்கான விண்ணப்பங்களை எழுதி முடித்த பிறகு என்ன நடந்ததென்று

மார் தோமா ஆயர் மற்றும் தேவாலயங்களின் காரியங்களுக்காக மேலே காட்டிய விதம் இரண்டு விண்ணப்பங்களை எழுதித் தயார் செய்தோம். அதனுடன் ஆயரின் சத்திய விசுவாசப் பிரமாணத்தை யும் தேவாலயத்தினர் கொடுத்தனுப்பிய வேண்டுகோளையும் சேர்த்து தைத்து பைண்ட் செய்து மெருகிட்டு வைத்த பிறகு மோன்ஸிஞ்ஞோர் பொர்ஜ்யாவைப் பார்த்தோம். நாங்கள் போப் பாண்டவரைப் பார்க்க வேண்டும் என்றும் மோன்ஸிஞ்ஞோர் போகும்போது எங்களையும் அழைத்துச் செல்லவேண்டும் என்றும் கேட்டுக்கொண்டோம். அதற்கு அவர் சம்மதித்தார். வழக்கப்படி ஒரு சனிக்கிழமை மாலைக்குப் பிறகு அவர் போப்பாண்டவரைப் பார்க்கப் புறப்பட்டபோது எங்களையும் வண்டியில் அழைத்துச் சென்றார். பத்ரோஸின் தேவாலயத்தோடு சேர்ந்திருக்கும் போப் பாண்டவரின் வீட்டுக்கு நாங்கள் சென்றடைந்தோம். அங்கே பட்டுத் துணிகளால் அலங்கரிக்கப்பட்ட நடுவில் ஒரு விளக்கு தொங்க விடப்பட்டிருக்கிற சமச் சதுரமான அறைக்கு எங்களை அழைத்துச் சென்றார். அங்குள்ள ஒரு மேசை மீது எங்கள் தொப்பி யையும் மேலங்கியையும் வைத்தோம். எங்களை அங்கே இருக்க வைத்துவிட்டு, மோன்ஸிஞ்ஞோர் அடுத்த அறைக்குச் சென்று உள்ளே சென்றார்.

இப்படிக் கால் மணிநேரம் நாங்கள் அங்கே காத்திருந்தபோது உள்ளிருந்து, அழகாக உடையணிந்த ஓர் இளைஞன் வந்து எங்களை ஆசாரப்படி பக்கத்திலுள்ள மற்றொரு கூடத்திற்கு

அழைத்துச் சென்றான். எங்களை அங்கே இருக்க வைத்த பிறகு அவனும் உள்ளே சென்றான். இந்தக் கூடம் சிவப்பு தமாஸ்கன் பட்டால் அலங்கரிக்கப்பட்டிருந்தது. நடுவில் ஆர்வமூட்டக்கூடிய ஒரு விளக்கும் தொங்கவிட்டிருந்தார்கள். இந்தக் கூடங்களிலொன்றும் நாற்காலிகள் இல்லை. அதற்குப் பதிலாக சிறிய பெஞ்சுகள் போடப்பட்டிருந்தன. நாங்கள் சற்று நேரம் இந்தக் கூடத்திற்குள் காத்திருந்தபோது நன்றாக உடையணிந்த மற்றொரு பணியாளன் வந்தான். முன் பாகத்திலிருந்த அதுபோன்ற மற்றொரு கூடத்திற்கு எங்களை ஆசாரத்துடன் அழைத்துச் சென்றான். சிவப்பு வெல்வெட்டால் நன்றாக அலங்கரிக்கப்பட்டிருக்கும் இந்தக் கூடத்தில் நடுவில் கண்ணாடியிலான பல சுடர்களுடன் கூடிய ஒரு விளக்குத் தண்டு தொங்கவிடப்பட்டிருந்தது. நாங்கள் இந்தக் கூடத்திற்குச் சென்றபோது அங்கே, போப்பாண்டவரின் வீட்டில் நிர்வாகப் பொறுப்பு வகிக்கிற கர்தினாலைப் பார்ப்பதற்கு வாய்ப்பு ஏற்பட்டது. இப்படிக் கொஞ்சம் நேரம் அங்கே நின்றபோது மேற்படி பணியாளன் வந்து எங்களை மற்றொரு அறைக்கு அழைத்துச் சென்றான். நாங்கள் அங்கே செல்லத் தொடங்கினோம். அப்போது மோன்ஸிஞ்ஞோர் பொர்ஜ்யா உள்ளிருந்து இறங்கி வந்து எங்களை வரவேற்று உள்ளே அழைத்துச் சென்றார். இந்த அறை பல நிறப் பட்டால் அலங்கரிக்கப்பட்டிருந்தது. இதன் கதவுக்கு அருகில் உள்ள நாற்காலியில் போப்பாண்டவர் அமர்ந்திருந்தார். முன்னால் இருந்த மேசையில் வெள்ளிக் கால்களில் இரண்டு மெழுகுவர்த்திகள் ஏற்றி வைக்கப்பட்டிருந்தன.

போப்பாண்டவர் உயரமாக இருந்தார். வலுவான உடல். அழகான முகம். தலைமுடியை நல்லபடி சீவி, முனைப் பகுதியை மோதிரம்போன்று வளைத்து வைத்திருக்கிறார். போப்பாண்டவரைப் பார்த்தவுடன் நாங்கள் பழைய ஆசாரத்தின்படி வணங்கினோம். நம் தேவாலயங்களில் துக்க வெள்ளியன்று சிலுவை உருவத்தின் முன்னால் கும்பிடுவதுபோன்று மூன்று முறை மண்டியிட்டு நமஸ்காரம் செய்து போப்பாண்டவரின் பாதங்களை முத்தமிட்டோம். பிறகு மல்பான், மார் தோமா ஆயரின் விசுவாசப் பிரமாணமும் விண்ணப்பங்களும் அடங்கிய புத்தகத்தை போப்பாண்டவரின் கரத்தில் கொடுத்தபடி இப்படிச் சொன்னார்:

"இந்தப் புத்தகத்திலுள்ள மார் தோமா ஆயரின் விசுவாச சத்தியப் பிரமாணத்தையும் மலங்கரையில் உள்ள எழுபத்திரண்டு தேவாலயங்களின் விண்ணப்பத்தையும் உங்களிடம் சமர்ப்பிக்கத் தான், இருபத்திரண்டு மாதங்கள் நீண்ட மிகவும் துன்பமான

பயணம் முடித்து இங்கே வந்திருக்கிறோம். கடவுளின் கிருபையால் இப்போது அது சாத்தியமானது. பரிசுத்த பிதா இவற்றையெல்லாம் கவனத்துடன் படித்த பிறகு தேவையான கட்டளைகளை ப்ரொப்ப கந்தா திருச்சங்கத்திற்கு அளிக்க வேண்டும் என்று நாங்கள் வேண்டிக் கேட்டுக்கொள்கிறோம்." மல்பான் இப்படிச் சொல்லிய வாறு, பைண்ட் செய்த புத்தகத்தை போப்பாண்டவரின் கையில் கொடுத்த உடனே நானும், இரண்டு ஓலையில் எழுதியிருக்கும் மலங்கரை தேவாலயத்தின் கடிதத்தை போப்பாண்டவரின் கையில் கொடுத்தேன். அப்போது மல்பான், மலங்கரை தேவாலயத்தினர் தாங்களிடம் சமர்ப்பிப்பதற்காகக் கொடுத்தனுப்பிய கடிதம் இது தான் என்றும் இதன் லத்தீன் மொழிபெயர்ப்பு புத்தகத்தில் இருக்கிற தென்றும் எடுத்துக் கூறினார்.

இவற்றையெல்லாம் போப்பாண்டவர் கருணையுடன் ஏற்றுக் கொண்ட பிறகு எங்களைப் பற்றி மோன்ஸிஞ்ஞோர் பொர்ஜ்யா விடம் கேட்டார். "மல்பான் ரோமின் ப்ரொப்பகந்தா ஸெமினரி யில் படித்தவர். இவர், மலங்கரையில் உள்ள ஒரு தேவாலயத்தின் விகாரி. மலங்கரையிலுள்ள ஒரு புத்தன்கூறு ஆயர் சத்திய விசு வாசத்தை ஏற்றுக்கொண்டு வாக்குமூலம் எழுதித் தந்த விவரத்தை இங்கே தெரிவிப்பதற்கு மலங்கரை தேவாலயத்தினர் இவர்களை அனுப்பியிருக்கிறார்கள்" என்று சுருக்கமாக மனதில்லா மனதுடன் மோன்ஸிஞ்ஞோர் பதில் சொன்னார். இதைக் கேட்டு போப் பாண்டவர் மகிழ்ச்சியடைந்தார். போப்பாண்டவர், "மலங்கரையை ஆளும் ராஜா யார்? அவர் கிறிஸ்தவர்களுக்கு ஏதேனும் கெடுதல் செய்கிறாரா? அங்குள்ள பருவநிலை நல்லதா? அங்கே நல்ல மீன் கிடைக்குமா?" என்றெல்லாம் பேசி எங்களிடம் நலம் விசாரித்தார். திருவிதாங்கூர் ராஜாதான் எங்களை ஆள்கிறார் என்றும், அங்கே நஸ்ரானிகளுக்கு சிரமங்களோ நற்செய்தி வேலைகளுக்குத் தடைகளோ இல்லையென்றும் மல்பான் ஒவ்வொன்றுக்கும் பதில் சொன்னார். உடனே போப்பாண்டவர் தேவாலயத்தினரின் விண்ணப்பம் எழுதப்பட்டிருக்கும் ஓலையை எடுத்துப் பிரித்தார்; அதில் எழுதப்பட்டிருப்பதையும் கையொப்புகளையும் பார்த்து இதை எப்படி எழுதுவது? எப்படிப் படிப்பது? என்று கேட்டார். அவற்றைப் பற்றியெல்லாம் மல்பான் விரிவாகச் சொன்னார்.

இவ்வாறெல்லாம் பேசிய பிறகு மீண்டும் அவர் கால்களை முத்தமிட்டு முன்பு செய்ததுபோன்று ஆசார மரியாதைகள் செய்து வெளியே செல்ல முற்படும் நேரத்தில் நான் போப்பாண்டவரிடம், இனி எங்களின் நன்மையெல்லாம் தங்களின் கையில்தான் என்று

சொன்னேன். அவர் நெஞ்சில் கை வைத்தவாறு “அப்படியே” என்று பதில் சொன்னார்.

இதற்குப் பிறகு நாங்கள் வெளிக்கூடத்திற்கு வந்தோம். அங்கே தீ காய்ந்துகொண்டிருக்கும் கர்தினாலுடன் பேசிக்கொண்டு கால்மணி நேரம் செலவிட்டோம். அப்போது மோன்ஸிஞ்ஞோர் பொர்ஜ்யா, நாங்கள் போப்பாண்டவரின் கையில் கொடுத்த புத்த கத்தையும் எழுத்தோலைகளையும் வாங்கிக்கொண்டு வெளியே வந்தார். எங்களைப் பார்த்தவுடன், “நீங்கள் இவ்வளவு காலம் ரகசியமாகக் காப்பாற்றி வைத்திருந்த மலங்கரை தேவாலயத்தினரின் சம்பத்தெல்லாம் இதுதானே?” என்று ஆட்சேபக் குரலில் சொல்லி, புத்தகத்தையும் எழுத்தோலைகளையும் ப்ரொப்பகந்தாவரை எடுத்துக்கொண்டு வரும்படி எங்களிடமே கொடுத்தார். “இது நல்ல மரியாதைதான்” என்று மல்பான் சொன்னவுடனே, “நான்கு நாட்கள் உலகத்தில் வாழ்வதாக இருந்தாலும் இப்படி வாழ வேண் டும்” என்று பொர்ஜ்யா பதில் சொன்னார். அவர் எங்களைப் ப்ரொப்பகந்தாவுக்கு அழைத்துச் சென்றார்.

மீள் பார்வை

இந்தச் சம்பவ விவரணையைக் கேட்டவர்களுக்கு என்ன தோன்றுகிறது? ஏழை மலங்கரை சபையினர் தட்டுமுட்டுச் சாமான்களைக்கூட விற்றும் அடகு வைத்தும் பயணச் செலவுக்குப் பணம் ஏற்பாடு செய்து தந்து, சபையின் கண்கண்ட தலைவனைப் பார்த்து குறைகளைச் சொன்னால் பாரபட்சமற்ற நியாயமான ஒரு தீர்ப்பு ஏற்படும் என்ற நம்பிக்கையுடன் எங்களை பயணம் அனுப்பினார்கள். கிறிஸ்தவர்களின் கௌரவத்தையும் ஒற்றுமையை யும் நிலைநிறுத்த வேண்டும் என்பது மட்டும்தான் விஷயம். நாங்களோ, நெடுந்தூரப் பயணம் செய்து பெரிய துன்பங்களைச் சகித்து வெகு நாட்களுக்குப் பிறகு ரோமுக்கு வந்து, மலங்கரைப் பிரதேசத்தின் ஒற்றுமைக்கும் நன்மைக்கும் மார் தோமா ஆயரின் புனர் ஐக்கியத்திற்கும் அவசியமான விண்ணப்பங்களையெல்லாம் பாடுபட்டு தெளிவாக எழுதித் தயாரித்து அழகாக பைண்ட் செய்து புத்தகமாக்கி போப்பாண்டவரின் கையிலேயே கொடுக்கவும் அவரே அவற்றைப் படித்து ஏற்ற பதிலளிக்க வேண்டும் என்று வேண்டிக்கொள்ளவும் கடவுளருளால் சாத்தியமானது. ஆனால், கால்மணி நேர மந்திரத்தின் சக்தியால் இவையெல்லாம் பயனற்றுப் போயின. அவற்றையொன்றும் படித்துப் பார்க்காமல், புத்தகத்தைத் திறந்து பார்க்கக்கூடச் செய்யாமல், விரோத புத்திகொண்ட பொர்ஜ் யாவிடம் அவர் ஒப்படைத்ததை நினைத்துப் பார்த்தால் ஆறாம்

பீயூஸ் என்ற பெயருடைய இந்தப் போப்பாண்டவர், கடவுளின் திருச்சபையை எவ்வளவு பொறுப்புடன் ஆள்கிறார் என்றும் நம் எதிரிகளுக்கு அவர்மீது எந்தளவு செல்வாக்கு இருக்கிறதென்றும் தெளிவாகிறதல்லவா. இப்படி எல்லாமிருந்தாலும் நம் காரியங்களுக்கு சற்றும் தடை ஏற்படவில்லை என்பது மட்டுமல்ல, நாம் எதிர்பார்த்ததைவிட நன்றாகவே காரியங்கள் முடிவடைந்தன என்பதை நினைவு கூர வேண்டும். அப்போது ஒரு குழந்தைக்குக் கூட, கடவுளின் சக்தியும் அனுக்கிரகமும் எவ்வளவோ பெரிது என்று புரியும்.

மறுநாள் பொர்ஜ்யா, எழுத்தோலையில் உள்ள கையொப்புகள் யார்யாருடையவை என்று கேட்டு இரண்டு ஓலைகளையும் கொடுத்தனுப்பினார். அதிலுள்ள வைதீகர்களின் பெயர்களைப் பிரதி செய்து கொடுப்பதற்கிடையில் நாங்கள் அந்த விண்ணப்பங்களின் ஒரு சரியான பிரதியைத் தயார் செய்து வைத்துக் கொண்டோம்.

49. எங்களுக்கு ரோமில் ஏற்பட்ட அனுபவங்களறிந்து போர்த்துகீஸிலிருந்து வந்த கடிதம்

ரோமில் எங்களுக்கு ஏற்பட்ட அனுபவம் போர்த்துகீஸுக்குத் தெரிந்தபோது அங்கிருந்து கிடைத்த உதவியின் தன்மையை அறிய வேண்டும் என்றால் நாம் சற்றுப் பின்னோக்கிச் செல்ல வேண்டி இருக்கிறது.

நாற்பதாம் அத்தியாயத்தில் சொன்னதுபோன்று, நாங்கள் ரோமுக்குச் சென்ற பிறகு ப்ரொப்பகந்தாவில் அனுமதி கிடைக்காமல் பறங்கிகளின் ஸந்த அந்தோணியில் தங்கியது நினைவிருக்கிற தல்லவா. அங்கே நாங்களும் ப்ரந்தாமும் போர்த்துகீஸிலுள்ள கயெத்தானோஸ் பாதிரிக்கும் விஷ்கோந்திக்கும் யொக்கிம் வெயஸா என்ற பாதிரிக்கும் கடிதம் எழுதியிருந்தோம். அந்தக் கடிதத்தில், ரோமுக்கு வந்து ஏற்பட்ட அனுபவங்களையும் ராஜ சகாயம் இல்லாமல் காரியம் நடக்காது என்ற விவரத்தையும் அவர்களுக்குத் தெரியப்படுத்தியிருந்தோம். அதனால் மார் தோமா ஆயர் பற்றிய விஷயத்துக்கும் மற்ற விஷயங்களுக்கும் உடனே ராஜ உதவி கிடைக்கச் செய்யவேண்டும் என்று கேட்டிருந்தோம். இந்தக் கடிதம் கிடைத்த உடனே கயெத்தானோஸ் பாதிரி நல்ல விசுவாசமும் மலங்கரையினர் மீது மிகுந்த அன்பும் தெய்வ காரியங்களில் தீவிரமும் கொண்ட ஒரு வீட்டுப் பொறுப்பாளரைப்போல உடனே ஸ்ளெவத்ரோ என்ற அரசாங்க காரியாலயத்துக்குச் சென்றார். அங்கே, ரோமில் எங்களுக்கு ஏற்பட்ட துன்ப அனுபவங்களை ராஜாவுக்கு அறிவித்து எங்கள் கடிதத்தைக் காட்டினார். ராஜாவோ இந்தியக் கிறிஸ்தவர்களுக்கு உதவி செய்கிறவன் தான்தான் என்பது

போல இந்த விஷயத்திற்கு உதவிக்கரம் நீட்டத் தயங்கவில்லை. அப்படியென்றால், உடனே அவர், இதர ஐரோப்பிய நாடுகளின் விவகாரங்களைக் கவனிக்கிற முக்கிய அதிகாரியை அழைத்து, “இவர்களுக்கு ஏற்ற வகையில் உதவி செய்யவேண்டும். மார் தோமா ஆயரின் காரியத்தை கோவா பேராயருக்கு விட்டுக்கொடுக்க வேண்டும். மலங்கரைப் பிரதேசம் போர்த்துகீஸின் அதிகார எல்லைக்கு உட்பட்டிருப்பதால், ப்ரொப்பகந்தா யாரையும் அங்கே நற்செய்தி ஊழியத்திற்கு அனுப்பக்கூடாது. மலங்கரையிலுள்ள ப்ரொப்பகந்தா மிஷனரிகளை உடனே திரும்ப அழைத்துக்கொள்ள வேண்டும்” என்று போப்பாண்டவரிடம் சொல்லும்படி ரோமிலுள்ள போர்த்துகீஸ் அரசாங்கப் பிரதிநிதிக்கு எழுதி அனுப்பும்படிச் சொன்னார். முக்கிய அதிகாரிகள் உடனே அந்தக் கட்டளையை அப்படியே நிறைவேற்றினார்கள்.

கயெத்தானோஸ் பாதிரியோ, எங்களுக்கு ஆறுதல் கடிதங்களையும், கரியாட்டி மல்பானை கொடுங்கல்லூர் பேராயராக்க ராஜா நிச்சயித்திருக்கிறார் என்று ரோமில் உள்ள போர்த்துகீஸ் ராஜப் பிரதிநிதிக்கும் எழுதி அனுப்பினார். இந்த உத்தரவும் கடிதங்களும் கிடைத்த உடனே போர்த்துகீஸ் பிரதிநிதி எங்களை அழைத்து அவற்றைப் படித்துக் காட்டினார். நான்கு நாட்களுக்குப் பிறகு போப்பாண்டவருக்கும் மல்பானுக்கும் அவரின் கடிதங்கள் கிடைத்தன. மலங்கரைப் பிரதேசம் தொடர்பான காரியங்கள் எதிலும் ராணியிடம் தெரிவிக்காமல் முடிவு செய்யக்கூடாதென்றும், ப்ரொப்பகந்தாவோ போப்பாண்டவரோ ஏதாவது பதவியளித்தால் ராணியிடம் தெரிவிக்காமல் அதை ஏற்கக் கூடாது என்பதும்தான் கடிதங்களின் சாரம்.

மீள் பார்வை

மார் தோமா ஆயரின் காரியத்தை கோவா பேராயரிடம் விட வேண்டும் என்ற கட்டளையின் உறைவிடம் கயெத்தானோஸ் பாதிரிதான் என்று தோன்றுகிறது.

அதன் பிறகு ரோமில் எங்களுக்கு ஏற்பட்ட அனுபவங்களை அடிக்கடி கயெத்தானோஸ் பாதிரிக்கு எழுதி அனுப்பிக் கொண்டிருந்தோம். பாதிரியின் ஆறுதல் கடிதங்கள் எங்களுக்குப் பலமுறை வந்தன.

இப்படியெல்லாம் எங்கள் காரியத்திற்கு ஓர் உறுதி தோன்றியதென்றாலும் ரோமிலுள்ள போர்த்துகீஸ் பிரதிநிதியின் வரம்புகளாலும் நம் எதிரிகளின் தந்திரத்தாலும் மோசடிகளாலும் காரியங்

களுக்கு இன்னும் மாற்றம் வரக்கூடும் என்று எங்களுக்கு அச்சம் ஏற்பட்டது. எங்கள் சோம்பலும் முயற்சிக் குறைவும் கொண்டு எந்தக் குறைபாடும் ஏற்படாமல் இருப்பதற்காக நாங்கள் வேறு சில வழிகளையும் தேடினோம். நாற்பத்தி ஆறாவது அத்தியாயத்தில் குறிப்பிட்டிருப்பதுபோன்று எங்களிடம் மிகுந்த அன்பும் இசைவு முள்ள பிலிப்போஸ் வ்யஜ்யொளி என்ற புரோகிதரையும் அழைத் துக்கொண்டு ப்ரொப்பகந்தாவுடன் தொடர்புடைய ஒவ்வொரு கர்தினால்களையும் சந்திக்கத் தொடங்கினோம். அவர்களிடம், "இன்னின்ன காரியங்களுக்குப் பொறுப்பளித்து மலங்கரைப் பிரதேசத்தினர் அனுப்பியதால் வந்தவர்கள் நாங்கள். அதற்கான விண்ணப்பங்களையெல்லாம் போப்பாண்டவரின் கையில் கொடுத்தோம். என்றாலும் அவர் அதை ப்ரொப்பகந்தா திருச் சங்கத்தின் முடிவுக்காக மோன்ஸிஞ்ஞோர் பொர்ஜ்யாவிடம் கொடுத்திருக்கிறார். பொர்ஜ்யாவும் கர்தினால் கஸ்தெல்லியும் மலங் கரையில் உள்ள மிஷனரிக்காரர்களின் மோசடியில் அகப்பட்டிருப் பதால் இந்த விஷயத்திற்கு எதிராக இருக்கிறார்கள்" என்றெல்லாம் நாங்கள் அவர்களிடம் சொன்னோம். மலங்கரை தேவாலயத்தின ரின் கட்டாயத் தேவைகளையும், இனியொரு முறை ஆள் அனுப்ப அவர்களால் இயலாத நிலையையும் மனதில் கொண்டு கடவுளின் முன்னால் நியாயமாகும்படி காரியத்தைத் தீர்த்துத் தரவேண்டும் என்று அவர்கள் ஒவ்வொருவரிடமும் கேட்டுக்கொண்டோம். காரியத்தின் உண்மை நிலையை அவர்கள் புரிந்துகொண்டார்கள் என்றாலும் அவர்களையும் ஏதோ ஒரு தயக்கம் பீடித்திருப்பதாகத் தோன்றியது. முன்னொரு காலத்தில் தாவீத் என்ற பையன் கோலியாத் என்ற மல்லனைக் கொன்று இஸ்ராயேலின் பெருமை யைக் காப்பாற்றினான். அப்போது இஸ்ராயேல் பெண்கள் மேள தாளத்துடன் வெற்றி ஆரவாரம் செய்தவாறு கூட்டம் கூட்டமாகப் புறப்பட்டு "ஸாவுல் ஆயிரம் பேரைக் கொன்றார், தாவீத் பத்தாயி ரம் பேரைக் கொன்றான்" என்று உரக்கக் கத்தினார்கள். அதைக் கேட்டு ஸாவுல் ராஜா, தாவீதின் வீரச் செயலைப் பாராட்டுவ தற்குப் பதிலாக, தன் காலத்துக்குப் பிறகு ஆட்சியுரிமை தன் வாரிசு களுக்குக் கிடைக்காமல் தாவீதுக்குச் சென்று சேருமென்று அஞ்சி னான். அதனால், மிகவும் நன்றிகெட்டவனாக தாவீதைக் கொல்வ தற்கான முயற்சியை வாழ்க்கை முழுதும் தொடர்ந்து வந்தான் என்று வரலாறு உண்டல்லவா. அதுபோன்று, நாங்கள் இவ்வளவு கஷ்டப்பட்டு அங்கே சென்று சொன்ன விஷயங்கள் உண்மைதான் என்று மறுக்க முடியாத வகையில் அவர்களுக்குப் புரிந்தாலும், மலங்கரையின் கலகத்தை முடிவுக்குக் கொண்டு வந்தால் அங்குள்ள

தங்களின் ஆட்சியும் முடிந்துபோகும் என்று அஞ்சினார்கள். அதனால், விஷயத்திற்கு ஏற்ற பதிலெதுவும் சொல்லாமல் முடிந்த வரை முயல்கிறோம் என்றும், மலங்கரை விஷயத்தை முடிவு செய்ய வேண்டியது கர்தினால் கஸ்தெல்லியல்லவா என்றும் மேம்போக் கான வார்த்தைகள் சொல்லித் தவிர்த்தார்கள்.

இப்படி ப்ரொப்பகந்தாவுடன் தொடர்புள்ள கர்தினால்களில் பெரும்பாலானோரும் உண்மையை உணர்ந்தாலும் அதை வெளிப் படையாகச் சொல்லாமல் தந்திரமாக இருந்தார்கள். ஆயினும் எல்லோரும் அப்படியில்லை. உண்மையை வெளிப்படையாகப் பேசவும் சிலர் இருந்தார்கள். ஒரு நாள் நானும் மல்பானும் சேர்ந்து மிகுந்த அறிவும் நெறியுமுள்ள மாரெபோஷ்கி என்றொரு கர்தினாலின் வீட்டுக்குச் சென்று அவரைச் சந்தித்தோம். முற்காலத்தில் மல்பான் ப்ரொப்பகந்தாவில் இவர் அங்கே, இன்று பொர்ஜ்யாவுக்குள்ள இடத்தில் திருச் சங்கத்தின் செயலராக இருந்தார். ப்ரொப்பகந்தாவின் கல்விச்சாலையில் படித்திருந்த காலத்தில் மல்பானின் அறிவையும் பணிவையும் கீழ்ப்படிதலையு மெல்லாம் அவர் பார்த்திருந்தார். அதனால் மிகவும் அன்பு மரியா தையுடன் எங்களை வரவேற்று நாங்கள் அமர்வதற்கு நாற்காலியும் தந்து நலம் விசாரித்தார். அவரின் கேள்விகளுக்குப் பதிலாக நாங்கள் எங்கள் குறைகளையெல்லாம் சொன்னோம். ப்ரொப்ப கந்தாவுக்கு வந்தபோது ஏற்பட்ட அனுபவங்களையும் சொன் னோம். மார் தோமா ஆயரின் விசுவாச சத்தியம் உண்மையற்றது என்று சொன்ன விஷயத்தைக் கேட்டபோது கர்தினால், அங்கிருந்த ஒரு ஆயரிடமும் பண்டிதர்களும் புகழ் பெற்றவர்களுமான சன்னியாசிப் பெரியோர்களிடமும் மல்பானைச் சுட்டிக்காட்டிக் கொண்டு இப்படிச் சொன்னார்: “இவரை உங்களில் யாருக்கும் தெரியாதல்லவா. ஆனால், நான் ப்ரொப்பகந்தாவில் செயலராக இருந்த காலத்தில்தான் இவர் இங்கே படித்தார். இவரின் அறிவும் ஆன்மீகவும் அனுசரணையும் தூய சுபாவமும் நேர்மையும் எனக்கு நன்றாகத் தெரியும். இவரும் இவரைச் சேர்ந்தவர்களும் பொய்யான ஒரு காரியத்திற்காக இவ்வளவு தூரமான ஒரு நாட்டிலிருந்து மிகுந்த கஷ்டங்களைச் சகித்துக்கொண்டு வந்திருக்கிறார்கள் என்று சொன் னால் அதை நான் எப்படி ஏற்றுக்கொள்வேன்?” பிறகு அவர், “பொர்ஜ்யாவைப் ப்ரொப்பகந்தாவின் செயலராக ஆக்கியது என் கடும் பிரயத்தனத்தின் விளைவாகத்தான். ஆனால் அதன்பிறகு பொர்ஜ்யா என்னிடம் மிகவும் நன்றிகெட்டத்தனமாக நடந்து கொண்டார். இவரின் முட்டாள்தனத்தாலும் கபடத்தாலும் ப்ரொப் பகந்தாவின் காரியங்களெல்லாம் தாறுமாறாக இருப்பதில் எனக்கு

மிகவும் வருத்தம். கர்தினால் கஸ்தெல்லி, காரியங்களின் உண்மை தெரியாமல் அடம்பிடிக்கும் ஆள்" என்று துயரத்துடன் அவர்கள் இருவரைப் பற்றியும் கருத்துக்கள் சொன்னார். அதைத் தொடர்ந்து மல்பான், இந்தக் காரியங்களுக்காக நீங்களும் ப்ரொப்பகந்தா திருச் சங்கத்திடமும் போப்பாண்டவரிடமும் பேச வேண்டும் என்று கேட்டுக்கொண்டார். அப்போது கர்தினால், "ப்ரொப்பகந்தாவின் காரியங்களெல்லாம் இப்போது தலைகீழாக நடக்கின்றன. அதனால் நான் ப்ரொப்பகந்தா திருச்சங்கத்திற்குச் செல்வதில்லை. எப்படியானாலும் நான் போப்பாண்டவரிடம் சொல்கிறேன்" என்றார். இந்த வாக்குறுதியின்படி கர்தினால், போப்பாண்டவரிடம் பேசினார். ஆயினும் அதற்கு நாங்கள் விரும்பிய பலன் கிடைக்க வில்லை. காரணத்தைச் சொல்கிறேன். 14ஆம் க்லெமன்ட் காலத்தில் இந்தக் கர்தினாலுக்கு போப்பாண்டவர் மீது பெரிய செல்வாக்கு இருந்தது. இவரிடம் ஆலோசிக்காமல் போப்பாண்டவர் எதுவும் செய்ய மாட்டார். அவரின் காலம் முடிந்து ஆறாம் பீயூஸ் என்ற இந்த போப்பாண்டவர் வந்ததற்குப் பிறகு நிலைமை மாறியது. புதிய ராஜாக்கள் புதிய மந்திரிகளை நியமிப்பது வழக்கம்தானே. புதிய போப்பாண்டவருக்கு அறிவுரை சொல்வது வேறு சிலர். குறிப்பாக, இந்தக் கர்தினாலின் துறையும் வேறு. இவருக்கு, புனிதர் களின் பெயர் பொது வழிபாடு ஆகியவற்றின் பொறுப்புத்தான் இருந்தது. அந்தத் திருச் சங்கத்தின் தலைவர் இவராக இருந்ததால், நாங்கள் ரோமில் வசித்த காலத்தில் கிடைத்த இடைவேளையில் மல்பான் நம் தேவ சகாயம் பிள்ளையை[34] புனிதர் பதவியில் பிரதிஷ் டிக்க வேண்டிய அவசியத்தைப் பற்றி ஒரு விண்ணப்பத்தை லத்தீன் மொழியில் எழுதித் தயாரித்து கர்தினாலுக்கான ஒரு பிரத்தியேக விண்ணப்பத்தையும் அவர் கையில் கொடுத்தார். மிகமிக வறுமைப் பட்ட மலங்கரை சமுதாயத்தால் பணம் போட வழியில்லாததால் இந்தத் தியாகியின் விஷயத்திற்கு விரிவான தீர்ப்புச் சொல்வதில் உதாசீனம் காட்டவேண்டாம் என்று கர்தினாலுக்கான காரியத்தில் மல்பான் எடுத்துச் சொல்லியிருந்தார். இது தொடர்பாக கர்தினா லுக்குக் கொடுத்த விண்ணப்பத்தின் ஒரு பிரதி எங்களிடம் இருந் தது. ஆயினும், போர்த்துகீஸுக்கு வந்தபோது யூஸெ கயெத்தா னோஸ் மெஷ்கீத்தா எனும் எங்கள் நண்பரான ஒரு புரோகிதர் அதைப் படிக்கவேண்டும் என்று கேட்டு வாங்கினார். பிறகு அவர் அதைத் திரும்பத் தரவில்லை. அது அவரிடமிருந்து தொலைந்து விட்டது.

ரோமில் விகாரி ஜனரல் பதவி வகிக்கும் மோன்ஸிஞ்ஞோர் யோர்த்தானா என்ற ஆயரும் எங்கள் பயணத்தின் நோக்கத்தை

அறிந்து எங்களைப் பாராட்டினார். அவர் எங்களுக்கு உத்வேக மான ஓர் அறிவுரையையும் அளித்தார். நாங்கள் எண்ணி இறங்கிய காரியம் மிக மகத்துவமானதும் கடவுளின் அன்பிற்குரியதாகவும் இருப்பதால் சற்றும் அகம்பாவம் இல்லாமல் எதிர்ப்புகளையும் பைசாச சோதனைகளையும் பொறுமையுடன் சகித்து முன்னோக்கிச் செல்லவேண்டும் என்று அவர் எங்களிடம் சொன் னார். அப்போஸ்தலர்களின் புனிதர்களின் முன்மாதிரிகளைச் சுட்டிக்காட்டி எங்களுக்கு மனோதைரியம் அளித்தார். வேறு பல கானோனிஸ்தரும் (தேவாலயத்தில் பிரார்த்தனைக்கான ஆலாபனைக்காக நியமிக்கப்பட்ட புரோகித சங்கம்) அறிவும் பெருமையும் உள்ள வைதீகர்களும் எங்கள் பிரயத்தனத்தைப் பாராட்டினார்கள். மோன்ஸிஞ்ஞோர் பொர்ஜ்யாவின், கர்தினால் கஸ்தெல்லியின் அநியாயத்தை வெளிப்படையாகக் குற்றம் சாட்டி னார்கள். பஸ்லஹம் நகரத்தில் மிக்க வறுமையில் பிறந்த குழந்தை யேசுவைப் பார்த்து வணங்குவதற்கு ராஜாக்களில் மூன்று மாகிக ளும் (குழந்தை யேசுவுக்கு கீழ்த் திசையிலிருந்து காணிக்கைகள் கொண்டு வந்தவர்கள்), ஏழைகளில் இடையர்களும், வேத பண்டிதர் களில் செமயோனும், விதவைப் பெண்களில் ஹன்னா என்ற யோகினியும் இப்படி எல்லா நிலையினரும் முன்னால் வந்தார்கள். அதுபோன்று, எங்கள் காரியத்தின் உண்மை நிலையையும் எதிராளி யின் அநியாயத்தையும் வெளிப்படையாகவே சாட்சிப்படுத்த கர்தினால்களிலிருந்தும் ஆயர்களிலிருந்தும் வைதீகர்களிலிருந்தும் பற்பல மனிதர்கள் ஏற்பட்டார்கள் என்று சுருக்கமாகச் சொல்லலாம்.

முப்பத்தொன்பதாம் அத்தியாயத்தின் கடைசிக் கட்டத்தில் சொல்லியிருப்பதுபோன்று ஜெனோவா நாட்டில் எங்களுடன் ஆன்மத் தோழமை கொண்டுவிட்ட மர்க்கெஸா நிக்ரோனி என்ற சீமாட்டி, நாங்கள் ரோமுக்குச் சென்றபிறகு பலமுறை எங்களுக்குக் கடிதம் எழுதினார். எங்களின் செய்திகளை அறிந்தபோது எங்க ளுக்கு இந்த ஆபத்தான நிலையில் முடிந்தவரை உதவி செய்ய வேண்டும் என்று விரும்பினார். அதனால், தன் ஒரு சகோதரனான ரோமில் உள்ள ஸ்பெயின் பிரதிநிதிக்குக் கொடுப்பதற்காக ஒரு கடிதம் அனுப்பினார். அவருக்கு ரோமில் நல்ல செல்வாக்கு உண் டென்றும் இந்தக் கடிதத்தைக் கொடுத்தால், ஏதாவது வழியிருந்தால் அதன்படி அவர் செய்து தருவார் என்று எங்களுக்குத் தனியாகவும் கடிதம் எழுதியிருந்தார். நாங்கள் இந்தக் கடிதம் பற்றி ப்ரந்தாமு டன் பேசினோம். இந்த விஷயத்திற்கு ஸ்பெயின் பிரதிநிதியிடம் செல்வது போர்த்துகீஸ் ராஜாவுக்கும் அவர் பிரதிநிதிக்கும்

பிடிக்காது என்று அவர் கருத்துத் தெரிவித்தார். எப்படியானாலும், ஆரம்பித்த பிரயத்தனத்தை முடித்துவிட்டு மற்றொரு வழிக்குத் திரும்பினால் நல்லது என்று நாங்களும் முடிவு செய்தோம். ஸ்பெயின் பிரதிநிதியைப் பார்க்கச் செல்லவில்லை.

இவையெல்லாம் நடப்பதற்கிடையில் நிஷ்பாதுக கர்மலீத்தா மிஷனரிகளின் பொதுத் தலைவனான பீயூஸு பாதிரி பலமுறை எங்களை ஆள் அனுப்பி அழைத்தார் என்றாலும் நாங்கள் செல்ல வில்லை. மீண்டும் அவர் ஆள் அனுப்பியபோது ப்ரந்தாமுடன் ஆலோசித்தோம். ப்ரந்தாமுக்கு அவர்களின் சுபாவம் நன்றாகத் தெரியும் என்பதால் அவர்கள் கொஞ்சம் புகையிலைப் பொடி தந்தால்கூட வாங்கக்கூடாது என்ற அறிவுரையுடன் மல்பானுக்கு அனுமதிக் கொடுத்தார். ப்ரந்தாமும் மல்பானுடன் சேர்ந்து பாதிரி யின் வீடுவரை சென்றார். அவர் கீழே நின்றுகொண்டு மல்பானை மேலே அனுப்பினார். மல்பான் சென்றபோது பாதிரி, ‘நோயுற்றது போல’ கட்டிலில் படுத்திருந்தார். ஆயினும் மிகவும் மரியாதையுடன் மல்பானை வரவேற்று நாங்கள் ரோமுக்கு வந்தது ஏன் என்றறிய பல விதமாகவும் முயன்று பார்த்தார். என்றாலும் மல்பான் எந்த வகையிலும் பிடிகொடுக்காமல் உபச்சாரமாகத் திரும்பி வந்தார்.

இப்படியிருக்கும்போது திடீரென்று கர்தினால் கஸ்தெல்லி இறந்துபோனார். அந்த இடத்தில் கர்தினார் அந்தோநெல்லி நியமிக் கப்பட்டார். ப்ரொப்பகந்தா ஸெமினரியிலுள்ளவர் களெல்லாம் இந்தப் புதிய தலைவரைப் பார்த்து வாழ்த்துச் சொல்லச் சென்ற போது நாங்களும் சென்றோம். எங்களைப் பார்த்தவுடன் அவர் சொன்னார்: “உங்கள் காரியத்தையெல்லாம் தேவையானபடி படித்து முடிவெடுக்கும்படி போப்பாண்டவர் என்னிடம் கொடுத்தி ருக்கிறார். நான் உங்கள் விண்ணப்பங்களையெல்லாம் கவனமாகப் படித்துப் பார்க்கிறேன். எப்படியானாலும் போர்த்துகீஸ் ராஜாவும் இதற்குள் தலையிட்டிருப்பதால் என் கைகள் கட்டப்பட்டிருக் கின்றன. எங்களுக்குச் சரியென்று தோன்றும் முடிவெடுக்க இனி வழியில்லையல்லவா.” கர்தினாலின் குரலிலிருந்த எரிச்சல் தன்மையை உணர்ந்து நாங்கள் பதில் சொன்னோம்: “போர்த்துகீஸ் ராஜாவின் தலையீடு நியாயமான ஒரு முடிவெடுப்பதற்குத் தடை யாக இருக்காது. அது இங்குள்ள கடமை.” அங்கிருந்து வந்ததற்குப் பிறகு நினைவூட்டவும் கடவுளின் முன்பான எங்கள் கடமையைத் தீர்ப்பதற்கும் தேவாலய காரியங்களைக் குறித்த இரண்டாவது விண்ணப்பத்தை மீண்டும் ஒரு காகிதத்தில் பிரதி செய்து எழுதிக் கொண்டுபோய் கர்தினாலின் கையில் கொடுத்தோம்.

இடையில் ஒரு காரியம் சொல்கிறேன், கர்தினால் கஸ்தெல்லி இறப்பதற்கு முன்பு மலங்கரையின் விகாரி அப்பஸ்தோலிக்காவாக நாங்கள் அறியாது நியமித்த யோஹன்னான் தெஸெந்த மர்கரீத்தா என்ற பாதிரி கேரளத்திற்குச் செல்வதற்காக மிலானிலிருந்து புறப்பட்டு ஜனோவாவுக்கு வந்து, இந்த நேரத்தில் அங்கே தங்கி இருந்தார்.

50 யோஹன்னான் தெஸெந்த மர்கரீத்தா என்ற பாதிரி ஜெனோவாவுக்குச் சென்ற பிறகு ஏற்பட்ட சம்பவங்களும், அவரது கேரளப் பயணத்திற்கு ஏற்பட்ட தடையும்

யோஹன்னான் தெஸெந்த மர்கரீத்தா என்ற இந்த நிஷ்பாதுக கர்மலீத்தாப் பாதிரி முன்பு விவரித்ததுபோன்று கபடமும் தந்திர மும் கொண்டு க்லெளத்யோப்போலீஸின் ஆயராகவும், மலங்கரைப் பிரதேசத்தின் விகாரி அப்பஸ்தோலிக்காவாகவும் நியமிக்கப்பட்டி ருக்கும் கட்டத்தில் நாங்கள் ஜெனோவாவுக்கு வந்ததும் அவர் எங்களுக்குத் தந்திரம் நிறைந்த ஒரு கடிதம் அனுப்பியதும் நாற்பத்தி இரண்டாம் அத்தியாயத்தில் சொல்லப்பட்டிருக்கிறதல்லவா. நாங்கள் ரோமுக்குச் செல்வதற்கு முன்பு மிலானுக்குச் சென்று பார்த்துச் சொல்லிவிட்டு வரவேண்டும் என்று அந்தக் கடிதத்தில் கோரியிருந்தார். நாங்கள் அதன்படிச் செல்லாததாலும், அவரின் இந்த அதிர்ஷ்டத்துக்கு வாழ்த்துச் சொல்லும் அடையாளமாக ஒரு பதில்கூட அனுப்பாததாலும் நாங்கள் அவருக்கு எதிரானவர் கள் என்று அவர் புரிந்துகொண்டார். இனியும் சொந்த ஊரில் தங்கியிருந்தால் பயணத்துக்கு ஏதும் முடக்கம் ஏற்பட்டுவிடும் என்று பயந்து கர்தினால் கஸ்தெல்லிக்கு ரகசியமாகக் கடிதம் எழுதி அனுமதி பெற்று பயணத்துக்கு ஆயத்தமானார். பிரெஞ்சுக் காரர்களுக்கும் ஆங்கிலேயர்களுக்கும் யுத்தம் நடக்கும் காரணத்தால் பிரான்ஸ் வழியாகச் செல்வது சிரமம். எனவே போர்த்துகீஸுக்குச் சென்று அங்கிருந்து இந்தியாவுக்குக் கப்பல் ஏறலாம் என்பதா யிருந்தது பாதிரியின் திட்டம். அதற்கு வேண்டிய ஆயத்தங்களைச் செய்ய போர்த்துகீஸிலுள்ள தன் நண்பரும் சபை உறுப்பினருமான போனவெந்துரா பாதிரிக்குக் கடிதம் எழுதி அனுப்பினார். பிறகு

ஆயர் அபிஷேகம் முடிவதற்கு முன்பே தன் சொந்த ஊரான மிலானிலிருந்து புறப்பட்டு போர்த்துகீஸுக்கான பயணத்தினிடையில் ஜெனோவாவுக்கு வந்து சேர்ந்தார்.

ஜெனோவாவில் வைத்து தன் பதவியையும் அந்தஸ்தையும் வெளிப்படுத்தினால் தன் நோக்கம் சுலபமாக நிறைவேறுவதற்கு ஏதுவாக இருக்கும் என்று தோன்றியதால் இத்தாலி முறைப்படியான ஆயர் அபிஷேகத்துக்கு முன்பாகவே கம்பளியாலான தன் சன்னியாச உடையை மாற்றி ஆயர்களுக்கான உடைகளை அணிந்து கொண்டு அங்குள்ள நண்பர்களின் வீடுகளுக்குச் சென்று அவர்களுடன் மகிழ்ந்து சுற்றிக்கொண்டிருந்தார். அப்போது போர்த்துகீஸுக்குச் செல்லவேண்டிய நேரம் வந்துவிட்டது. மலங்கரைக்குச் செல்கிற விகாரி அப்பஸ்தோலிக்கர்களுக்கு ப்ரொப்பகந்தா திருச்சங்கத்திலிருந்து வழிச் செலவுக்குக் கொடுக்கும் வழக்கம் இருந்தது. அந்தப் பணத்தை வாங்கிக் கொடுத்தனுப்ப வேண்டும் என்று அவர் மேற்சொன்ன, ரோமிலுள்ள தங்கள் மிஷன் தலைவருக்கு எழுதி அனுப்பினார். அந்தப் பாதிரி மற்ற இரண்டு பாதிரிகளை மோன்ஸிஞ்ஞோர் பொர்ஜ்யாவிடம் அனுப்பி பணம் வாங்கிக் கொண்டு சென்றார். எங்கள் நண்பராயிருந்த ப்ரொப்பகந்தா ரெக்டர், இந்த விவரங்களையெல்லாம் எங்களிடம் சொன்னார். அதன் உண்மைநிலையை நன்றாக விசாரித்து அறியவேண்டும் என்று நாங்கள் அவரிடம் கேட்டுக்கொண்டதன்படி அவர் ரகசியமாக விசாரித்துப் பார்த்தார். வழிச் செலவுக்கு 800 ஸ்கூதி கொடுத்து அனுப்பப்பட்டிருந்தது என்று நாங்கள் சரியாகத் தெரிந்துகொண்டோம். மல்பானுக்கு மிகவும் துயரம் ஏற்பட்டது. ஒன்பதாம் அத்தியாயத்தில் சொல்லியிருப்பதுபோன்று 1776ஆம் ஆண்டு மலங்கரை சபையினரெல்லாம் ஆலங்காட்டில் கூடி எழுதிவைத்த தீர்மானத்தை அவமதித்தும், போர்த்துகீஸிலிருந்து வந்த ராஜ கட்டளையைப் புறக்கணித்தும், மலங்கரை சபையினரின் குறைகளைக் கேட்காமலும், அங்குள்ள தேவாலயங்களின் ஐக்கியத்துக்குத் தேவையான காரியங்களைச் சற்றும் பொருட்படுத்தாமலும், அனுசரணையில்லாத ஆணவக்காரன் என்று அறியப்பட்டு மலங்கரை தேவாலயங்களில் அனுமதி மறுக்கப்பட்ட பாதிரியையே எங்களுக்கு விகாரி அப்பஸ்தோலிக்காவாக கட்டளையிட்டு அனுப்புவதை நினைத்து அவர் துயருற்றார். மலங்கரை சபையின் மதிப்பைக் காப்பாற்ற தன்னால் முடிந்ததை எந்த வழியிலேனும் முயலவேண்டும் என்று அவர் முடிவு செய்தார். உடனே மேற்சொன்ன தீர்மானத்தின் பிரதியையும் எடுத்துக்கொண்டு மோன்ஸிஞ்ஞோர் பொர்ஜ்யாவைப் போய்ப் பார்த்து அவரிடம்

இப்படிச் சொன்னார்: "யோஹன்னான் தெஸெந்த மார்கரீத்தா என்ற பாதிரியை விகாரி அப்பஸ்தோலிக்காவாக நியமித்திருக்கிறீர் கள் என்றும் உடனே மலங்கரைக்குச் செல்வதற்கான உத்தரவும் வழிச் செலவுக்குப் பணமும் கொடுத்தனுப்பியிருக்கிறீர்கள் என்றும் ரகசியமாகக் கேள்விப்பட்டோம். அது சரிப்பட்டு வரக்கூடிய ஒரு காரியமல்ல. மலங்கரையில் ஏற்பட்ட பிணக்கங்களுக்கும் கலக்கங் களுக்கும் இந்தப் பாதிரிதான் தலைவன். தன் ஆயரை அனுசரிக்கா தவர்; அந்தக் காரணத்தால் மலங்கரை சபையினர் கூட்டம் கூடி, இவருக்கு தேவாலயத்தில் அனுமதி இல்லை என்று தீர்மானித்து அறிவிப்பும் எழுதி வைத்தார்கள். அப்படிப்பட்டவர்தான் இவர். அப்படியிருக்கும்போது இவரே மேலதிகாரப் பதவியுடன் அங்கே சென்றால் அங்கே கூடுதல் பிரச்சினைகள் ஏற்படும்." அதைத் தொடர்ந்து மல்பான் அந்த அறிவிப்பின் பிரதியை மோன்ஸிஞ்ஞோ ரிடம் காட்டினார். மோன்ஸிஞ்ஞோர் தன் மனதில் உள்ள கள் ளத்தை மறைத்து வைத்துக்கொண்டு, "இங்கே விஷயங்களை முடிவு செய்ய வேண்டியது நான் அல்ல. எனக்குத் தெரிந்த நியாயத் தைச் சொல்வதற்குத்தான் எனக்குக் கடமை இருக்கிறது. அதனால் அந்த அறிவிப்பு வாசகத்தை என்னிடம் கொடுங்கள். நான் அதைக் கர்தினாலிடம் காட்டி இப்போதே அவரிடம் சொல்கிறேன்" என்றார். அதைக் கேட்டு மல்பான், "யேசு மிசிஹாவுக்கு மரண தண்டனை விதித்தபோது பீலாத்தோஸ் கை கழுவியதுபோலத்தான் நீங்கள் இப்போது கை கழுவுகிறீர்கள்" என்று திருப்பியடித்தார். மோன்ஸிஞ்ஞோர் கேட்டபடி தீர்மான அறிவிப்பின் ஒரு பிரதியை யும் கொடுத்தார்.

மோன்ஸிஞ்ஞோர் சொன்ன பதிலின் தன்மையைப் பார்த்த போது, காரியம் இங்கே எங்கும் நிற்காது என்று மல்பானுக்குப் புரிந்தது. அன்றே அவர் அறிவிப்பின் பிரதியுடன் ப்ரந்தாம் பாதிரி யிடம் சென்று விஷயங்களையெல்லாம் எடுத்துக் கூறினார். உடனே ப்ரந்தாமும் மல்பானும் சென்று போர்த்துகீஸ் பிரதிநியைப் பார்த்தார்கள். மல்பான் அந்த ராஜப் பிரதிநிதியிடம், "போர்த்துகீஸ் ராணியின் மரியாதைக்காகவும் மலங்கரை தேவாலயத்தின் உதவிக் காகவும் ஏதாவது செய்யவேண்டும் என்று தாங்கள் நினைக்கிறீர் கள் என்றால் அதற்கான நேரம் இதுதான்" என்றார். இந்த விஷயத் தில் என்ன செய்யவேண்டும் என்று சொன்னால் அதையெல்லாம் செய்ய நான் தயாராயிருக்கிறேன் என்று பதில் சொன்னார் ராஜப் பிரதிநிதி. மல்பான் சொன்னார்: "தாங்கள் வேறொன்றும் செய்ய வேண்டாம். மலங்கரை தேவாலயத்தினரின் இந்த தீர்மான அறிவிப்பையும் ராணியின் உத்தரவையும் எடுத்துச் சென்று

போப்பாண்டவரிடம் காட்டுங்கள். அவரிடம், மலங்கரை தேவால யத்தினர் ஆணவக்காரன் என்று முத்திரை குத்திப் புறந்தள்ளிய பாதிரியையே அங்கு விகாரி அப்பஸ்தோலிக்காவாக நியமித்து பயணத்திற்குப் பணமும் கொடுத்து ப்ரொப்பகந்தா அனுப்பியது மலங்கரை சபையின் மரியாதைக்கும் ராணியின் உத்தரவுக்கும் செய்த அவமானம் என்று சொன்னால் போதும்." அப்படியே செய்துவிடலாம் என்று ராஜப் பிரதிநிதி சம்மதித்தார். அவரிடமி ருந்து இந்த சம்மதம் கிடைத்தவுடனே நாங்கள் வீட்டுக்கு வந்து விவரங்களையெல்லாம் போர்த்துகீஸ் மொழியில் எழுதினோம். ப்ரொப்பகந்தா மலங்கரை சபையின் தீர்மானத்தைப் புறக்கணித் தும், ராணியின் கட்டளையை அவமதித்தும் மலங்கரையின் சிக்கல் களுக்கு மூலகாரணமான பாதிரியையே அங்கே விகாரி அப்பஸ் தோலிக்காவாக எப்படி நியமித்தது என்று விஷ்கோந்தியிடமும் கயெத்தானோஸ் பாதிரியிடமும் எழுதிக் கேட்டோம்.

ராஜப் பிரதிநிதி எங்களுக்குத் தந்த உறுதியின்படி சற்றும் தயக்க மின்றி அன்றே மாலைக்குப் பிறகு போப்பாண்டவரிடம் சென்றார். மலங்கரை சபையின் தீர்மான அறிவிப்பையும் ராணியின் உத்தர வையும் அவரிடம் காட்டி மேலே குறிப்பிட்டதுபோன்று பேசினார். உடனே போப்பாண்டவர், "இது எதுவும் எனக்குத் தெரியாது. ப்ரொப்பகந்தா தலைவரான கர்தினாலும் மோன்ஸிஞ்ஞோர் பொர்ஜ்யாவும் சேர்ந்து என்னை ஏமாற்றிவிட்டார்கள். உடனே நான் இதற்கெல்லாம் தீர்வு ஏற்படுத்துகிறேன்" என்று சொல்லி ராஜப் பிரதிநிதியை அனுப்பி வைத்தார். மறுநாளே போப்பாண்ட வர் ப்ரொப்பகந்தா தலைவரான அந்தோநெல்லி கர்தினாலையும் பொர்ஜ்யாவையும் தன் முன்னால் வரவழைத்தார். விஷயங்களின் உண்மை விவரங்களைத் தன்னிடம் சொல்லாமல் 'பித்தலாட்டம் பேசி' மேற்சொன்ன பாதிரிக்கு விகாரி அப்பஸ்தோலிக்கா பதவிக்கு நியமன உத்தரவு வாங்கியதற்காக அவர்கள்மீது கடும் குற்றம் சாட்டினார். சற்றும் தாமதமின்றி நியமன உத்தரவைத் திரும்பப் பெற்றே ஆகவேண்டும் என்று கட்டளையிட்டார்.

அந்தோநெல்லி கர்தினாலும் பொர்ஜ்யாவும் சுருக்கில் மாட்டிக் கொண்டார்கள். போப்பாண்டவரின் கட்டளையை நிறைவேற்று வதைத் தவிர வேறு வழியில்லை. பாதிரிக்குக் கொடுத்த நியமன உத்தரவை எப்படித் திரும்பப் பெறுவது? அதைத் திரும்பக் கொடுத் தனுப்ப வேண்டுமென்று பாதிரிக்கு நேரடியாக எழுதி அனுப்பி னால், பாதிரி அதைக் கொடுத்து அனுப்புவதற்குப் பதிலாக ஏதா வது இடத்திலிருந்து ஆயர் அபிஷேகம் வாங்கிக்கொண்டு

ரகசியமாகக் கேரளத்துக்குச் சென்றுவிடுவார். வேறு என்ன வழியிருக்கிறது என்று ஆலோசித்து அவர்கள் கடைசியில் ஓர் உபாயம் கண்டுபிடித்தார்கள். பாதிரியைத் தந்திரமாக ஆளனுப்பி வரவழைத்து அவரிடமுள்ள போப்பாண்டவரின் உத்தரவைக் கைப்பற்றி சற்றும் தவறாது ரோமுக்குக் கொடுத்து அனுப்ப வேண்டும் என்று ஜெனோவாவிலுள்ள பேராயருக்குக் கடிதம் எழுதினார்கள். இந்தக் கட்டளை கிடைத்தவுடன் பேராயர் அதற்கான திட்டங்களைத் தீட்டினார். பாதிரிக்கும் பேராயருக்கும் பழக்கம் உண்டு. அதனால் பாதிரி இடையிடையே பேராயரைச் சந்திப்பதுண்டு. ஒரு நாள் வழக்கம்போலப் பாதிரி, பேராயரைச் சந்தித்துப் பேசிக்கொண்டிருந்தார். அப்போது பேராயர், ஏதும் அறியாதவரைப்போல பாதிரியிடம் கேட்டார்: "போப்பாண்டவர்கள் விகாரி அப்பஸ்தோலிக்கர்களுக்கு வழங்கும் நியமன உத்தரவின் வாசகங்கள் எப்படியிருக்கும்?" பாதிரி தன் நினைவிலிருந்து அந்த வாசகங்களைச் சொன்ன பிறகு, "என் நியமன உத்தரவையே நான் கொண்டு வந்து காட்டுகிறேனே" என்றார். அது தாங்களுக்குச் சிரமமாயிருக்குமே என்று பேராயர் கூற, எந்தச் சிரமமும் இல்லை; நான் கொண்டு வந்து காட்டுகிறேன் என்றார் பாதிரி. உடனே பேராயர் அழைப்பு விடுத்தார்: "அப்படியென்றால் தாங்கள் நாளைக்குச் சாப்பிட வாருங்கள். அப்போது தாங்கள் அந்த உத்தரவையும் படித்துக்காட்டலாம். நாம் பேசிக்கொண்டும் இருக்கலாம்." இப்படி உரையாடலை முடித்துக்கொண்டு அவர்கள் பிரிந்தார்கள். மறு நாள் பாதிரி நியமன உத்தரவுடன் குறித்த நேரத்தில் பேராயரின் வீட்டுக்குச் சென்றார். பேராயர் அதை வாங்கி வாசித்துப் பார்த்துவிட்டு, "இது மிகவும் நீளமாக இருக்கிறது. இப்போது வாசித்தால் முடியாது. பிறகு படிக்கலாம். இப்போது நாம் கொஞ்சம் பேசலாம்" என்று சொல்லி உத்தரவைத் தன் பையில் வைத்துக்கொண்டு பாதிரியிடம் மற்ற விஷயங்களைப் பேசிக்கொண்டிருந்தார். நேரமானபோது அவர்கள் ஒன்றாக மதிய உணவு சாப்பிட்டார்கள். எழுந்த உடனே பேராயர், உத்தரவைக் குறித்து ஏதும் சொல்லாமல் தனக்கு உறக்கம் வருவதாக நடித்தார். பாதிரியிடம், "தாங்கள் சற்றுத் தூங்கவேண்டும் என்றால் கட்டிலைத் தயார்செய்யச் சொல்கிறேன். இல்லையென்றால், தங்களின் வசிப்பிடத்திற்குச் சென்று தூங்கினால் நன்றாயிருக்கும் என்று நினைத்தீர்களென்றால் அப்படியே செய்யுங்கள். எனக்கு ஏதோ கொஞ்சம் உடம்பு சரியில்லை. கொஞ்சம் படுத்து எழுந்தால் தான் சரியாயிருக்கும்" என்றார். இதைக் கேட்டுப் பாதிரி, "எனக்குக் கட்டாயம் ஒன்றுமில்லை. தாங்கள் தூங்க வேண்டுமென்றால்

தூங்குங்கள். நான் வீட்டுக்குச் செல்கிறேன். பிறகொரு நேரம் வருகிறேன்" என்று சொன்னார். "சரி. அப்படியே செய்யுங்கள்" என்று பேராயர் தூங்கச் சென்றார். பாதிரி உடனே வீட்டுக்கு வந்தார். ஏறத்தாழ மூன்று மணி ஆனபோது பேராயரின் கடிதத்துடன் ஒருவர் பாதிரியின் வீட்டுக்கு வந்தார். "தாங்கள் சற்றும் தாமதிக்காமல் தாங்களின் சொந்த ஊரான மிலானில் உள்ள துறவி மடத்துக்குத் திரும்பவேண்டும். இது போப்பாண்டவரின் கட்டளை" என்று அந்தக் கடிதத்தில் எழுதப்பட்டிருந்தது.

பேராயர் கொடுத்தனுப்பிய கடிதத்தை வாசித்த பாதிரியாரின் நிலையைக் குறித்து, ஐயய்யோ என்ன சொல்வது. கைக்கு எட்டியது வாய்க்கு எட்டவில்லை என்றொரு பழமொழி கேள்விப்பட்டிருக்கிறீர்கள்தானே? பாதிரியாரின் நிலை அதுதான். தனக்கு ஏற்பட்ட இந்தக் காலக்கொடுமையை நினைத்து தாங்க முடியாத துயரத்துடன் அவர் தன் சொந்த ஊரான மிலானுக்குத் திரும்பிச் சென்றார். பேராயர் அந்த உத்தரவை ரோமுக்குக் கொடுத்தனுப்பினார்.

ஜெனோவாவில் பேராயருக்கும் பாதிரிக்கும் இடையில் நடந்த இந்த விஷயங்களையெல்லாம் அங்குள்ள எங்கள் நண்பரான மர்க்கெஸா நிக்ரோனி என்ற சீமாட்டி, நாங்கள் தெரிந்து கொள்வதற்காக ரோமுக்கு எழுதியனுப்பியிருந்தார். நாங்கள் ஜெனோவாவுக்குச் சென்றபோது அவர் கதைகளை விரிவாக விவரித்தார்.

51 ப்ரொப்பகந்தாவின் புதிய தலைவர் கர்தினால் அந்தோநெல்லி நம் காரியத்தை எப்படி முடிவு செய்தார் என்று

ஒரு வருடம் மழையில்லாததால் தன் விதைக் கூலியும் இழந்த விவசாயி மறு வருடம் பருவநிலை மேம்பட்டு தன் நஷ்டம் தீரு மென்று நம்புவதுபோன்று, கர்தினால் கஸ்தெல்லியின் மரணத் திற்குப் பிறகு நாங்கள் நம்பிக்கையுடன் காத்திருந்தோம். அவர் முதியவராயிருந்தார். உண்மையையும் பொய்யையும் இனம் பிரித் தறிய முடியாமல் புத்தி மங்கிப்போனதால் சுயநலக்காரர்களான சேவகர்களின் வலையில் வீழ்ந்துவிட்டார். ஆனால் இப்போது அந்தப் பொறுப்பை, அறிவும் மனோதிடமும் கொண்ட மற்றொரு தலைவர் ஏற்றிருக்கிறார். இனி மலங்கரை தேவாலயத்தின் சமாதா னத்திற்கும் கடவுளின் ஸ்துதிக்கும் தேவையான காரியங்கள் எந்தக் குறையும் இல்லாமல் நடக்கும் என்று நம்பிக்கொண்டிருந்தபோது, இதோ புதிய தலைவரில் தன் மக்கள் மீதான சார்பும் விரோத புத்தியும் லாபநோக்கும் வெளிப்படையாகத் தென்படத் தொடங்கின.

ஒரு நாள் நாங்கள் கர்தினாலைப் பார்ப்பதற்கும் நம் காரியத் தின் முடிவை அறிந்துகொள்ளவும் அங்கு சென்றோம். அப்போது அவர் கேலியுடன் பேசத் தொடங்கினார். மார் தோமா ஆயரின் விசுவாச சத்தியப் பிரமாணம் முழுமையற்றிருப்பதால் ஏற்புடைய தல்ல என்றார். "இடத்தூட்டிலிருந்து மனம் மாறி கத்தோலிக்க சபைக்கு வரும் கிழக்கு தேச ஆயர்களுக்காக எட்டாம் உர்பன் போப்பாண்டவரின் கட்டளையின்படி எழுதப்பட்ட ஒரு விசு வாசப் பிரமாணம் இருக்கிறது. அதைப் பிரதி செய்து எழுதி மார்

தோமா ஆயர் கையெழுத்திட்டுத் தரவேண்டும்” என்றும் சொன்னார். இதன் பிறகு நாங்கள் கேட்டோம்: “இப்போது சமர்ப்பித்திருக்கிற விசுவாசப் பிரமாணத்தில் உள்ள குறைகள் என்ன?” அவர் இப்படிப் பதில் சொன்னார்: “ மார் தோமா ஆயர் யாக்கோபாயக்காரர் அல்லவா? யாக்கோபாயக்காரர்களுக்கு எதிராகத் தீர்ப்பளித்த கல்க்கதோனியா மத மாநாட்டின் நினைவு அந்த விசுவாச சத்தியப் பிரமாணத்தில் இருக்க வேண்டும். தவிர, கான்ஸ்டாண்டிநோபிள் பாத்ரியர்க்காவாக இருந்த புனித ப்லெளவ்யானோஸுக்கு மார் லெயோ போப்பாண்டவர் எழுதிய கடிதத்தையும் அதில் நினைவுகூர வேண்டும். இந்த இரண்டு விஷயங்களும் மார் தோமாவின் விசுவாச சத்தியப் பிரமாணத்தில் இல்லாததால் அது முழுமையற்றது.” எங்களை வாயடைத்துத் திருப்பி அனுப்புவதற்காகச் சொன்ன இந்த நொண்டி நியாயத்திற்கு நாங்கள் இப்படிப் பதில் சொன்னோம்: “கல்க்கதோனியா மத மாநாடு கூடியதும் ப்லெளவ்யானோஸுக்கு லெயோ போப்பாண் டவர் எழுதி அனுப்பியதும் ஒவ்வொரு பிரத்தியேக சந்தர்ப்பங்க ளில். எவுத்திக்கோஸினுடையவும் தியோஸ் கோரஸினுடையவும் இடத்தூட்டைக் குற்றம் சாட்டுவதுதான் அவற்றின் நோக்கம். மார் தோமாவின் விசுவாச சத்தியப் பிரமாணத்தில் அவர்களின் பெயர் களை எடுத்துச் சொல்லியுமிருக்கிறார். தியோஸ்கோரஸையும் எவுத்திக்கோஸையும் அவர்களின் சீடர்களான சகலரையும், அவர் களின் இடத்தூட்டான சர்வவித அறிவுறுத்தலையும் தான் கைவிடு கிறேன் என்று மார் தோமாவின் கையொப்பமிட்ட விசுவாச சத்தியப் பிரமாணத்தில் சொல்லப்பட்டிருக்கிறது. அதனால் மேற்படி மத மாநாட்டையும் பிரத்தியேகமாக நினைவுகூரவில்லை என்றாலும் விசுவாச சத்தியப் பிரமாணம் முழுமையற்றது என்று சொல்ல முடியாது. அல்லது, எட்டாம் உர்பன் போப்பாண்டவரின் கட்டளையின்படி எழுதப்பட்ட விசுவாச சத்தியப் பிரமாணத்தின் அடியில்தான் கையொப்பமிட வேண்டும் என்ற கட்டாயமிருந்தால் அதற்கும் மார் தோமா ஆயர் தயாராக இருக்கிறார்.” எங்களின் இந்த எதிர்வாதத்தைக் கேட்டு கர்தினால், “இரண்டு நாட்கள் கழித்து வாருங்கள். முடிவைச் சொல்கிறேன்” என்று சொல்லி எங்களைத் திருப்பி அனுப்பினார்.

இரண்டு நாட்களுக்குப் பிறகு, கர்தினால் சொன்னபடி விஷயத் தின் முடிவைத் தெரிந்துகொள்வதற்காக மீண்டும் சென்றோம். உடனே கர்தினால், மார் தோமா ஆயர் குறித்த ஒரு தெளிவற்ற தீர்மானத்தை மல்பானின் கையில் கொடுத்தார். மல்பான் அதை எனக்குப் படித்துக் காட்டினார். அதைப் பிரதி செய்வதற்கான

நேரம் எங்களுக்குக் கிடைக்காத காரணத்தால், அதை இங்கே வார்த்தைக்கு வார்த்தை எடுத்து எழுத வழியில்லை. ஆயினும் அதன் சாரத்தை இங்கே பதிவு செய்கிறேன். அதாவது, மலங்கரையில் கொடுங்கல்லூர் பேராயரின் ஆட்சி எல்லைக்கு உட்பட்ட ஆயர் என்று சொல்லப்படுகிற ஒரு மார் தோமா, சத்திய விசுவாசப் பிரமாணம் எழுதி கையொப்பமிட்டுத் தந்தார் என்று சொல்லி, மலங்கரைப் பிரதேசத்தைச் சேர்ந்த இரண்டு பாதிரியார்கள் இங்கே வந்தார்கள். ஒரு விசுவாச சத்தியப் பிரமாணத்தையும் அதற்குக் கீழே இடப்பட்டிருக்கிற, மேற்படி மார் தோமாவின் கையொப்பத்தையும் அவர்கள் இங்கே காட்டினார்கள். அவர் மார் கிரிகோரியோஸ் என்ற பெயருள்ள யதார்த்த யாக்கோபாய ஆயரிடமிருந்து வாஸ்தவமான ஆயர் அதிகாரம் பெற்றவர் என்றும், சாட்சாத் ஆயர்தானென்றும் போப்பாண்டவரிடம் சொல்வதற்கு மலங்கரை தேவாலயத்தினர் தங்களை அனுப்பினார்கள் என்றும் அந்தப் பாதிரியார்கள் உரிமை கோரினார்கள். மலங்கரை தேவாலயத்தினரின் அடையாளத்தையும் அவர்கள் காட்டினார்கள். ஆனால், இந்த மார் தோமாவுக்கு ஆயராக அதிகாரமளித்த கிரிகோரியோஸ் என்ற யாக்கோபாயக்காரரர் ஓர் ஆயர் அல்லவென்றும், ஒரு சன்னியாசி வைதீகன் மட்டும்தானென்றும் வேறு சிலர் இங்கே எழுதியனுப்பியிருக்கிறார்கள். அதனால் மார் தோமா விசுவாச சத்தியம் செய்ததும், மார் கிரிகோரியோஸ் என்ற யதார்த்த ஆயரிடமிருந்து ஆயர் பட்டமேற்ற ஆள் என்று சொல்வதும் உண்மையா? உண்மையென்றால் மேற்படி கிரிகோரியோஸ் ஆயர்தானா அல்லது வெறும் சன்னியாச வைதீகரா? இந்த விஷயத்திற்காக இங்கே வந்திருக்கும் பாதிரியார்கள் மலங்கரை தேவாலயத்தினர் அனுப்பி வந்தவர்களா? மலங்கரை சபையின் பேரில் அவர்கள் இங்கே அடையாளமாகக் காட்டிய கடிதத்தில் தேவாலயத்தினரெல்லாம் ஒப்பமிட்டுருக்கிறார்களா?

இந்த விஷயங்களின் உண்மை நிலையை விசாரித்தறிந்து அறிக்கை கொடுக்க வேண்டுமென்று கோவாவில் கோவர்ணதோராயிருக்கிற (கவர்னராயிருக்கிற) கொச்சி ஆயருக்கு, போப்பாண்டவரின் கட்டளைப்படி கர்தினால் அந்தோநெல்லி.

இந்தக் குறிப்பைக் காட்டி, நீங்கள் வந்த காரியத்திற்கு கடைசித் தீர்மானம் இதுதான் என்று கர்தினால் சொன்னார். அதைப் படித்த பிறகு மல்பான் கேட்டார்: “மார் தோமா ஆயரைப் பற்றிய விஷயத்தை கோவா பேராயருக்கு விட்டுக்கொடுக்க வேண்டும் என்று போர்த்துகீஸ் ராணி எழுதி அனுப்பியிருக்கிறார்கள்

அல்லவா. பிறகு எதற்கு இந்த விஷயத்தைக் கொச்சி ஆயரிடம் கொடுக்கிறீர்கள்?" கர்தினால் பதில் சொன்னார்: "கோவா பேராயர் ஐரோப்பாவுக்கு வந்துவிட்டார்; அவரின் பொறுப்பைக் கொச்சி ஆயர் ஏற்றுக்கொண்டு கோவாவில் வசித்து வருகிறார். அதனால் தான் கொச்சி ஆயருக்கு எழுதி அனுப்புகிறோம்."

மீள் பார்வை

மேற்படி விஷயத்தைத் தீர்மானிப்பதற்கு கொச்சி ஆயருக்கு எழுதியனுப்பிய கடிதத்தை வாசித்தால் நம் எதிரிகளுக்கு எந்தளவு வக்கிர புத்தியும் தந்திரமும் இருக்கிறது என்று தெரியும். நாங்கள் ரோமுக்குச் சென்று சொன்ன காரியங்களெல்லாம் சந்தேகத்திற் குரியன என்பதும், வேறு வழியில் மேல் விசாரணை நடத்தி உண்மை நிலையை அறியாமல் தீர்ப்பளிக்க வழியில்லை என்பதும் தானே அதன் சாரம். உண்மையில் இது, நாங்கள் சொன்னதைப் பற்றி ஏதொரு சந்தேகமும் ஏற்பட்டதால் அல்ல. எதற்கு சந்தேகிக்க வேண்டும்? கரியாட்டில் மல்பான் குழந்தைப் பருவம் முதற் கொண்டு அங்கே படித்தவர். அவரின் நற்குணமும் நேர்மையும் அங்கே பதிவாகியிருக்கின்றன. அவர் மலங்கரைக்கு வந்ததன் பிறகு தன் கடமைகளையெல்லாம் எப்படி நிறைவேற்றி வருகிறார் என்று ரோமில் உள்ள தலைவர்களுக்கெல்லாம் தெரியும். தவிர, நாங்கள் இவ்வளவு தூரத்திலிருந்து ரோம்வரைப் பயணம் செய்து, சபையின ரெல்லாம் சேர்ந்து எழுதிக்கொடுத்த விண்ணப்பத்தையும் மார் தோமா ஆயரின் விசுவாச சத்தியப் பிரமாணத்தையும் போப்பாண்ட வரின் கையில் கொடுத்திருக்கிறோம்; இதனுடன் தொடர்புடைய ஒவ்வொருவரையும் தனிப்பட்ட முறையில் பார்த்துச் சொல்லி யிருக்கிறோம்; அவையெல்லாம் உண்மையென்று தெளிவான காரணங்கள் மூலம் நிரூபிக்கவும் செய்திருக்கிறோம். சந்தேகப்படு வதற்கு எந்தக் காரணமும் இல்லை. உண்மையென்று அவர்கள் அனைவரும் உணர்ந்திருக்கிறார்கள். ஆயினும் அதை உண்மை யென்று ஒப்புக்கொண்டுவிட்டால், மார் தோமா ஆயரை ஏற்றுக் கொள்ள வேண்டிய கட்டாயத்துக்கு அவர்கள் ஆட்படுவார்கள். அத்துடன் மலங்கரையிலுள்ள தங்களின் செழிப்பு அஸ்தமித்து விடும். மாறாக, அவரை ஏற்றுக்கொள்ளாதிருந்தால் அவர்களின் துஷ்ட இதயம் வெளித் தெரிந்துவிடும். இவை இரண்டையும் தவிர்ப்பதற்கான ஒரே உபாயம், நாங்கள் சொல்வதெல்லாம் சந்தே கத்திற்குரியன என்று ஆக்கிவிடுவதுதான். குறைந்தபட்சம், மார் தோமா ஆயரின் காரியத்துக்கு இன்னும் கொஞ்சம் கால நீட்டிப்புக் கிடைக்கவும் செய்யும். அதனிடையில் அந்த விஷயத்தை

முடக்குவதற்கான ஏதாவது வழியொன்றைக் கண்டுபிடிக்கவும் முடியலாம். அதற்கு மேலாக, இன்று கோவா கவர்னர் பதவி வகிக்கும் கொச்சி ஆயர் நிஷ்பாதுக கர்மலீத்தாக்காரரும் ப்ரொப் பகந்தாவின் ஜால்ராவுமாவார். இவர் மற்ற கர்மலீத்தர்களுடன் ஆலோசித்து காரியங்களுக்குத் தடை ஏற்படுத்துவதற்கான ஏதாவது வழி கண்டுபிடித்துக் கொண்டு வருவார் என்று நம்பவும் செய்ய லாம். நஞ்சில் பால் சேர்த்து நஞ்சின் கெட்ட சுவையையும் நிறத்தை யும் மாற்றிக் கொடுப்பதுபோல ரோமிலுள்ள தலைவர்கள் தங்கள் மனதிலுள்ள துஷ்டத்தனத்தை நல்ல வார்த்தைகளாலும் உபச்சாரங் களாலும் மூடுவது எப்படி என்று இதனால் தெரிகிறதா? இந்தத் தீர்மானத்தைப் பார்ப்பவர்கள் என்ன சொல்வார்கள்? ரோமில் உள்ள தலைவர்களுக்குக் குற்றமுண்டென்று சொல்வார்களா? ஒரு போதுமில்லை. பிறகோ மலங்கரையிலிருந்து ஏதோ சில பாதிரியார் கள் வந்து சில காரியங்களைக் கேட்டார்கள்; அதன் உண்மையை யும் பொய்யையும் சரியாகத் தெரிந்துகொள்ள முயற்சிக்கிறார்கள் என்பது மட்டும்தான் தெரியும். ப்ரொப்பகந்தா மிகவும் சரியாகக் காரியங்களை நிர்வாகம் செய்கிறது என்பதுதானே இதன் அர்த்தம்? அவர்கள் விறகெரிக்காமல் தந்திரமாகக் கஷாயம் வைக்கத்தான் பார்த்தார்கள். இதுவும், மார் தோமா ஆயரின் காரியத்தை கோவா பேராயரிடம் கொடுக்க வேண்டும் என்று ராணியின் கடிதம் வந்ததால் வேறொரு வழியும் இல்லாதுபோனதால் செய்ததுதான். அதில்லாதிருந்தால் நாங்கள் சொன்னதெல்லாம் பொய் என்று சொல்லி அங்கு சென்றதுபோலவே எங்களை இங்கே திருப்பி அனுப்பியிருப்பார்கள்.

கர்தினாலின் மேற்படி பதிலைக் கேட்ட பிறகு அந்த விஷயத்தைப் பற்றி மேற்கொண்டு கேட்காமல், "இது பரவாயில்லை, மார் தோமா ஆயரின் விஷயத்திற்கு இப்படி ஒரு முடிவு ஏற்பட்டு விட்டதல்லவா. இனி மலங்கரை தேவாலயத்தினரின் பேரில் நாங் கள் தந்த விண்ணப்பங்களுக்கு என்ன முடிவு?" என்று மல்பான் கேட்டார். கர்தினால் முடிவாக, "அதெல்லாம் செய்வதற்கு மிகவும் கஷ்டமான காரியங்கள்" என்று பதில் சொல்லிவிட்டார்.

மீள் பார்வை

கர்தினாலின் இந்தப் பதிலைக் கவனித்தால் நான் முன்பே சொன்னதற்கு வேறொன்றும் ஆதாரம் தேவையில்லை. அதாவது, போர்த்துகீஸிலிருந்து ராஜாங்க உத்தரவு வந்திருக்கவில்லை யென்றால் மார் தோமா ஆயரின் காரியத்திலும் பதிலொன்றும் சொல்லாமல் எங்களைத் திருப்பி அனுப்பியிருப்பார்கள்

என்பதற்கு. மலங்கரை சபையின் மீதான அக்கறையால்தான் இது வென்றால், சபைக்காக நாங்கள் சமர்ப்பித்த விண்ணப்பங்களில் ஒன்றையாவது அவர்கள் பரிசீலித்திருப்பார்கள். அப்படிச் செய்யா மல், மார் தோமா ஆயரின் காரியத்திற்கு மட்டும் ஒரு தற்காலிக வழி கண்டுபிடித்ததிலிருந்து போர்த்துகீஸ் ராஜாவின் கடிதத்திற்குப் பதில் கொடுப்பதற்காக மட்டும்தான் அப்படிச் செய்தார்கள் என்று உறுதி கொள்ளலாம். மலங்கரை தேவாலயத்தினர்மீது அவர் களுக்கு அன்போ மரியாதையோ இல்லையென்பது தெளிவு.

"நாங்கள் மிகவும் கஷ்டப்பட்டு மலையாளத்திலிருந்து இவ்வளவு தூரம் வந்து ஐந்தரை மாதம் இங்கே தங்கி உங்கள் ஒவ்வொருவரின் வீட்டுக்கும் மாறி மாறி நடந்து உண்மையையெல் லாம் எடுத்துச் சொன்ன பிறகும் அதை நம்பவேண்டும் என்று உங்களுக்குத் தோன்றவில்லையல்லவா. நாங்கள் சொல்வதை நீங் கள் நம்பினால் கடவுளின் முன்னிலையிலும் மனிதரின் முன்னிலை யிலும் குற்றவாளியாக மாட்டீர்கள். ஏனென்றால், நாங்கள் இரண்டு ஏழை வைதீகர்கள் என்றாலும் நாங்கள் சொல்லும் விஷயங்க ளொன்றும் எங்களுடைய சொந்த நிலையில் சொல்வதல்ல; மலங்க ரையிலுள்ள எழுபத்தியிரண்டு தேவாலயங்களின் பேரில்தான் நாங்கள் சொல்கிறோம். நீங்கள் அதை நம்பினால் அது பொய்யாக இருந்தாலும்கூட, இரண்டு மூன்று சாட்சிகளின் மீது வசனங்களை யெல்லாம் நிறுத்திக்கொள்ள வேண்டும் என்று வேதப் புத்தகத்தில் சொல்லியிருக்கிறதல்லவா. மலங்கரை தேவாலயத்தினர் எல்லோரும் சேர்ந்து அனுப்பியதால் நாங்கள் அதை நம்பினோம் என்று நீங்கள் கடவுளின் முன்னாலும் மனிதர்களின் முன்னாலும் சமாதானம் சொல்லியிருக்கலாம்" என்றும் பிறவும் மல்பான் மிகவும் துயரத்து டன் கர்தினாலிடம் தொடர்ந்து சொன்னார். உடனே கர்தினால், "எந்த விஷயத்தில் நாங்கள் உங்களை நம்பவில்லை?" என்று கேட்டார். அதற்குப் பதில் சொன்னார் மல்பான்: "இப்படிப்பட்ட நம்பிக்கை நரகத்தில்கூடக் கிடைக்கும். பிசாசுகள்கூட நம்பவும் அஞ்சவும் செய்கின்றன என்று மார் யாக்கோப் அப்போஸ்தலர் எழுதியிருக்கிறார்; அது மட்டுமல்ல, செயலற்ற நம்பிக்கை உயிரற்ற தென்று வேதப் புத்தகத்தில் சொல்லியிருக்கிறது. எங்கள் கோரிக்கைகள் எதையும் நியாயமாகக் கேட்டு முடிவு சொல்ல மனம் வைக்காமல் அதற்கு இடையூறு ஏற்படுத்த கடும் பாடுபட்டுக் கொண்டு, எங்களை நம்புவதாகச் சொன்னால் அந்த நம்பிக்கை யால் எங்களுக்கு என்ன பயன்? எங்கள் தேவாலயங்களுக்கு என்ன நன்மை? நான் வந்து சொல்லியிருக்கவில்லையென்றால் நீங்கள் குற்றத்திலிருந்து கொஞ்சமாவது தப்பித்திருக்கலாம். நான் இங்கே

நேரடியாக வந்து விண்ணப்பித்திருக்கிறேன். அதனால் உங்கள் குற்றத்திலிருந்து நீங்கள் தப்புவதற்கு எந்த வழியுமில்லையென்று யூதர்களிடம் மிசிஹா கர்த்தர் சொன்னதுபோன்று இன்று நானும் உங்களிடம் சொல்கிறேன். இரண்டு பேர் இங்கே வந்து மலங்கரையிலிருந்து கொண்டு வந்த ஆவணங்களைக் காட்டி உண்மையைச் சொன்ன பிறகும் நீங்கள் அதை நம்பவில்லையென்றால் அது உங்கள் 'மனக்குற்ற'த்தால் மட்டும்தான். அந்தக் குற்றத்துக்கு எந்தவொரு சாக்குப்போக்கும் இருக்காது." இப்படி மல்பான் கடைசி வாக்காக உறுதியாகச் சொன்னதைக் கேட்டு கர்தினால் பதிலெதுவும் சொல்லவில்லை. அவர் தன் முன்னால் உள்ள மேசையில் முழங்கையூன்றி தலையைத் தாங்கிக்கொண்டு அமர்ந்திருந்தார். சற்று நேர மௌனத்திற்குப் பிறகு மல்பான் கேட்டார்: " மார் தோமா விஷயத்திற்கான தீர்மானம் எழுதிய காகிதத்தை எங்களிடம் தந்து அனுப்புவீர்களா அல்லது வேறு வழியில் அனுப்புவீர்களா?" கர்தினால் சொன்னார்: "மார் தோமாவின் காரியம் போர்த்துகீஸிலிருந்து எழுதி வந்ததால்தான் இந்த முடிவெடுத்தோம். அதை உங்களிடம் கொடுத்து அனுப்ப மாட்டோம். வேறுவழியில் போர்த்துகீஸுக்கு அனுப்புவோம்." உடனே மல்பான் விடைபெறுவதுபோல, "அப்படியென்றால் நாங்கள் இங்கிருந்து போக முயற்சிக்கிறோம்" என்றார். "உங்களை நாங்கள் இங்கிருந்து வெளியேற்றவில்லை. அதனால் நீங்கள் இப்போதே போயாக வேண்டும் என்றில்லை. பொறுமையாக தேவையானதையெல்லாம் ஆயத்தம் செய்துவிட்டுப் போனால் போதும்" என்ற கர்தினால் தொடர்ந்தார்: "கரியாட்டி, ஏன் வருத்தப்படுகிறாய்? அதற்குத் தேவையில்லை. வழிபாட்டுக்குத் தேவையான துணிகளோ புத்தகங்களோ ஏதாவது வேண்டும் என்று உங்களுக்கு விருப்பமிருந்தால் ஒரு விண்ணப்பம் எழுதிக் கொடு." இதைக்கேட்ட மல்பான், "மலங்கரை தேவாலயத்தினரின் கோரிக்கைகளில் ஒன்றையாவது அனுமதிக்க வேண்டும் என்று உங்களுக்குத் தோன்றவில்லை. அந்த நிலையில் இனியும் விண்ணப்பம் கொடுத்து மானங்கெட்டுப்போக எனக்குச் சாத்தியப்படாது" என்று கடுமையாகப் பதில் சொன்னார். உடனே குரலை மாற்றினார் கர்தினால்: "ஐயோ, உன் இதயத்திற்கு இப்படியாகிவிட்டதா? நீ ப்ரொப்பகந்தாவின் மகனல்லவா? உன் அம்மாவான ப்ரொப்பகந்தாவிடம் ஏதாவது கேட்டால் அதைத் தரவில்லையென்றாலும்கூட அதனால் உனக்கொரு குறை வராதல்லவா. அதனால் மனத் துயர் எதுவுமில்லாமல் தேவையானதைக் கேள். அதைப் ப்ரொப்பகந்தா தரும்." இப்படிச் சொல்லி அவர் எங்களை அனுப்பினார்.

மீள் பார்வை

ப்ரொப்பகந்தாவிடம் ஏதாவது கேட்டால் தருவதற்கான மனம் தனக்கு இருக்கிறது என்று கர்தினால் இப்படி வெளிப்படுத்தியது எதற்கென்று யோசிக்கும்போது, நம் காரியத்தில் அவர் எடுத்த தீர்மானம் அநியாயம் என்று அவர் உணர்ந்திருக்கிறார் என்று தெரியும். அதனால் எங்களுக்குள்ள மனத்துயரைத் தணித்து இணக்கம் ஏற்படுத்தலாம் என்று நினைத்துத்தான் இந்தத் தந்திரத்தைப் பிரயோகித்தார் என்று தோன்றுகிறது.

52 | கர்தினால் இறுதி முடிவை அறிவித்ததற்குப் பிறகு நடந்த சம்பவங்கள்

இப்போது நடந்து முடிந்திருப்பது இதுதான். போர்த்துகீஸ் ராணியின் தலையீட்டினால் மார் தோமா ஆயரின் காரியத்துக்கு மட்டும் நிச்சயமற்றதொரு தீர்மானம் செய்தார்கள். அதை, கோவாவை ஆள்கிற கொச்சி ஆயரின் பெயருக்கு எழுதி அனுப்பு வதற்கு முன்பு நாங்கள் படித்துப் பார்த்தோம். மலங்கரைப் பிரதே சத்தின் பிரச்சினைகளைத் தீர்ப்பதற்கான எந்த வழியும் அதில் இல்லை. அந்தப் பிரச்சினைகளை ஏற்படுத்தியது, நம்மிடையே நற்செய்தி வேலைக்கு வந்திருப்பவர்களின் பாரபட்சமும் கெட்ட மனமும்தான். ரோமுக்குச் சென்று போப்பாண்டவரிடம் சொன் னால் இதற்கொரு முடிவு கிடைக்கும் என்று நம் சமுதாய உறுப்பி னர்கள் எல்லோருக்கும் இருந்த நம்பிக்கையும் அஸ்தமித்தது. இந்த நிலை, எங்களுக்கு விவரிக்க முடியாத துயரத்தை ஏற்படுத்தியது. கடவுளே, உன் திருநாமத்தை ஸ்துதிக்கும் தேவாலயங்களின் நன்மைக்கும் தேவையான ஒரு முடிவை ஏற்படுத்தித் தர வேண் டுமே என்று இறைவனிடம் பிரார்த்தித்துக்கொண்டு, கர்தினாலுக் கும் எங்களுக்கும் ஏற்பட்ட வாக்குவாதத்தை எங்களுக்கும் போர்த்து கீஸ் ராஜப் பிரதிநிதிக்கும் நண்பரான ப்ரந்தாம் பாதிரியிடம் சொன்னோம். "கர்தினால் அனுப்பப்போகும் உத்தரவு, மார் தோமா வின் காரியத்துக்கு முடக்கம் ஏற்படுத்துமே தவிர முடிவெடுப்பதற்கு உதவாது. மார் தோமாவின் காரியத்தை கோவா பேராயரின் முடிவுக்கு விடவேண்டும் என்று ராணி எழுதியும், முடிவெடுக்கும் படி அவரிடம் சொல்லவில்லை; உண்மையை விசாரித்து அறிவிக்க

வேண்டும் என்று மட்டுமே, அவருக்குப் பதிலாகப் பொறுப்பிலிருக்கிற ஆளுக்கு எழுதி அனுப்புவார்கள்" என்றும் தெளிவுபடுத்தினோம். இதைப் பற்றி ராஜப் பிரதிநிதியின் எதிர்வினை என்னவென்று நல்லபடியாகத் துருவி ஆராயவேண்டும் என்று ப்ரந்தாமிடம் கேட்டுக்கொண்டோம். ப்ரந்தாமின் ஆய்வில் போர்த்துகீஸிலிருந்து மற்றொரு கட்டளை வருவதுவரை எதுவும் சொல்ல ராஜப் பிரதிநிதி மறுக்கிறார் என்று தெரிந்தது. இனியும் போர்த்துகீஸிருந்து கடிதம் வந்து முடிவெடுத்துச் சொல்ல வேண்டும் என்றால் மிகவும் தாமதமாகும். அது மட்டுமல்ல, விரைந்து போர்த்துகீஸுக்குச் செல்லவில்லையென்றால் அங்கே யாராவது எதிரிகளும் எற்படலாம். அதனால் நாங்கள், ரோமிலிருந்து போர்த்துகீஸுக்குச் செல்ல வேண்டும் என்று முடிவு செய்தோம். காரியங்களையெல்லாம் பரிசுத்த ஆகஸ்தினோஸ் சொல்வது போல தீமையிலிருந்து நம்மையைப் பிறப்பிக்கும் சக்தியுள்ள கடவுளின் வசம் விட்டுவிட்டோம்.

மீள் பார்வை

ராஜப் பிரதிநிதி தவிர்ப்பதைப் பற்றி நாம் இங்கே சிந்திக்க வேண்டும். மார் தோமாவின் காரியத்தில் ஏற்பட்ட ஒரு மேலோட்டமான தீர்மானம் போதாது; உண்மையை உணர்ந்தால் அவரைக் கத்தோலிக்க சபைக்கு ஏற்றுக்கொள்ளக் கட்டளையிட வேண்டும் என்று கொச்சி ஆயருக்கு எழுதி அனுப்பும்படி ராஜப் பிரதிநிதி கேட்கலாம். போர்த்துகீஸிலிருந்து வந்த உத்தரவின் சாரமும் அதுதான். வெறும் ஒரு தூதனைப்போல காரியத்தின் உண்மையையும் பொய்யையும் விசாரித்து அறிவதற்கல்ல, எஜமானைப்போல விஷயத்தைக் கேட்டு முடிவு செய்யும்படி கோவா பேராயருக்கு பொறுப்பளிக்க வேண்டும் என்றுதான் ராணி கேட்டார்கள். அப்படியொரு கடிதத்தை வாங்கிக் கொடுப்பதற்கு ராஜப் பிரதிநிதிக்குக் கடமை இருந்தது. ஆனால், அவர் அசையவில்லை. காரணம் பல. ராஜப் பிரதிநிதியும் அந்தோநெல்லி கர்தினாலும் மிகவும் நெருக்கம். போதாக்குறைக்கு போர்த்துகீஸ் ராணிக்குப் பாவ மன்னிப்பு வழங்குபவர் கர்மலீத்தாவைச் சேர்ந்த பேராயர். எனவே, கர்மலீத்தர்களுக்கு எதிரான பிணக்கத்தில் பெரிய நீதி நிஷ்டை காட்டச் சென்றால் ஒருக்கால் அது பேராயருக்குப் பிடிக்காமல் போகலாம்; அவ்வாறு ராணியின் முன்னாலும் தான் ஒரு குற்றவாளி ஆக நேரலாம். கடவுளின் அன்பைவிட உலகத்தின் திருப்தியை விரும்பிய ராஜப் பிரதிநிதிக்கு, மௌனமாக இருப்பதுதான் இங்கே பாதுகாப்பானது என்று தோன்றியது.

நாங்களோ, நம் தேவாலயங்களின், நம் சமுதாயத்தின் நன்மைக் காக எங்களால் முடிந்தவரை தொடர்ந்து பிரயத்தனம் செய்ய வேண்டும் என்றே முடிவு செய்தோம். கடவுளின் திருவுளத்திற்கு ஏற்றபடி நம்மிடம் உள்ள அறியாமையை நீக்கி மக்களின் கண் களைத் திறப்பதற்குத் தேவையான கொஞ்சம் புத்தகங்களையாவது வாங்கிக்கொண்டு இடத்தை விட்டுப் புறப்படலாம். கையிலிருக்கும் பணத்திற்கு ஏற்றபடி நாங்கள் புத்தகங்கள் சேகரிக்கத் தொடங்கி னோம். உதவிகரமான ஸுரியானி புத்தகங்கள் உண்டா என்று தேடினோம். மார் அப்ரேம் மல்பான் எழுதிய புத்தகங்களின் பல பதிப்புகள் போப்பாண்டவரின் வத்திக்கானா புத்தக நிலையத்தில் இருப்பதாகத் தெரிந்தது. தேவையுள்ளவர்கள் அங்கு சென்று வாங்கிக்கொள்ளலாம். பலருக்கும் போப்பாண்டவர் தன் விருப்பத் தின்படி பரிசாகக் கொடுக்கவும் செய்கிறார். அதை வாங்க வேண் டும் என்று எங்களுக்கு விருப்பம். பணம் பற்றாக்குறையாக இருப்ப தால் தயக்கம். இப்படிச் சந்தேகத்துடன் இருக்கும்போது, முன்பு பல இடங்களிலும் குறிப்பிடப்பட்டிருக்கும் பிலிப்போஸ் வ்யஜ் யொளி என்ற புரோகிதர், “போப்பாண்டவருக்கு ஒரு விண்ணப்பம் சமர்ப்பித்தால் அவற்றின் ஒவ்வொரு பிரதி உங்களுக்கு விலை யில்லாமல் கிடைக்கக்கூடும்” என்று சொன்னார். அது நல்ல கருத்து தான் என்று எங்களுக்கும் தோன்றியது. நாங்கள் இருவரும் சேர்ந்து ஒரு விண்ணப்பம் தயார் செய்தோம். போப்பாண்டவருக்கான விண்ணப்பங்களைப் பெற்றுக்கொள்ளும் கர்தினாலிடம் அதைக் கொடுத்தோம். விண்ணப்பம் கீழ்க்கண்டவாறிருந்தது.

“மிகவும் பாக்கியமுடைய பரிசுத்த பிதாவே, கிழக்கு இந்தியா விலுள்ள ப்ரொப்பகந்தா பீதேயின் நற்செய்தி ஊழியனான கரியாட்டில் யௌஸேப்பு, கடல்நாட்டு தேவாலயத்தின் விகாரி பாரேம்மாக்கல் தாமஸ் ஆகிய இரண்டு கல்தாய ஸுரியானி வைதீகர்கள் தாழ்மையுடன் தங்களின் திருப்பாதங்களில் சாஷ்டாங் கமாக வணங்கிக் கேட்டுக்கொள்வது என்னவென்றால், வத்திக் கானா என்ற புத்தக நிலையத்தில் அச்சடித்த மார் அப்ரேம் என்ற எங்களின் ஆன்மீகப் பிதாவின் நூல்களின் ஒவ்வொரு பிரதியை அன்பின் அடையாளமாக தானம் என்ற நிலையில் எங்களுக்குத் தருவதற்குத் தயை உண்டாக வேண்டும். மலங்கரைப் பிரதேசத்தில் உள்ள ஸுரியானிக்காரர்களுக்கு இந்தப் புத்தகங்கள் கிடைக்கா தவை என்பதால்தான் நாங்கள் இப்படிக் கோருகிறோம்.”

போப்பாண்டவருக்கான விண்ணப்பங்களை வாங்கும் கர்தினா லின் கையில் கொடுத்தபிறகு அவரிடம், “எங்கள் தேவாலயங்க ளெல்லாம் கல்தாய ஸுரியானி முறையில் உள்ளதால் இந்தப்

புத்தகங்கள் எங்களுக்குத் தவிர்க்க முடியாதவை. எங்கள் நாட்டில் இந்தப் புத்தகங்களின் பிரதிகள் எதுவும் இல்லாததால்தான் கேட்கிறோம். இந்த விஷயத்திற்காக நீங்களும் போப்பாண்டவரிடம் சிபாரிசு செய்யவேண்டும்" என்று சொன்னோம். கர்தினால் மிகவும் மகிழ்ச்சியுடன் விண்ணப்பத்தைக் கையில் வாங்கிக்கொண்டார். "போப்பாண்டவரிடம் சொல்லி, வழியிருந்தால் உங்கள் விருப்பத்தை நிறைவேற்றுகிறேன்" என்று வாக்குறுதியளித்தார். இது தொடர்பாக மீண்டும் செல்லவேண்டிய நாளையும் குறித்துக் கொடுத்து எங்களை அனுப்பினார்.

குறித்துக் கொடுத்த நாளில் நாங்கள் சென்றபோது கர்தினால் அங்கே இல்லை. மீண்டும் ஒருநாள் சென்றோம். அன்றும் கர்தினால் இல்லை. என்றாலும், அவர் வரும்வரை காத்திருந்தோம். அவர் வந்துவிட்டார் என்று தெரிந்ததும், நாங்கள் வந்திருக்கும் விவரத்தைக் குறித்துக் கொடுத்து அனுப்பினோம். கர்தினால் உடனே ஒரு பணியாளரை அனுப்பினார். "உங்களுடைய கோரிக்கையை அனுமதிக்க போப்பாண்டவருக்கு மனம் இல்லை என்று கர்தினால் தெரிவித்தார். இதை நேரடியாகச் சொல்வதற்கு வெட்கமாக இருந்ததால்தான் அவர் உங்களைப் பார்க்க வரவில்லை" என்று அந்தப் பணியாளர் சொன்னார்.

மீள் பார்வை

இவ்வளவு அற்பமான குழந்தைத்தனமான காரியத்தை இவ்வளவு விரிவாக நீட்டி எழுதுவது எதற்கு என்று யாரும் வியப்படைய வேண்டாம். கடவுளின் திருச்சபை முழுதுக்கும் தலைவனாயிருக்கிற போப்பாண்டவர் மீது ஏற்பட்ட வேறு ஏதாவது எண்ணத்தின் காரணத்தாலும் சொல்வதாக நினைக்கவேண்டாம். இது ஓர் அற்ப விஷயம். ஆயினும், போப்பாண்டவருடன் எங்கள் இடையீடுகளின் முழு வடிவத்தை ஏற்றக்குறைவு இல்லாமல் நம் சபைக்குத் தெரிவிக்கவும், எங்களுக்கு ஏற்பட்ட இந்த முட்டாள்தனம் இனிமேல் நம் மக்கள் யாருக்கும் ஏற்படாதிருக்கவும் நம் சமூகத்தைப் பற்றி ரோமில் உள்ள மதிப்பு என்னவென்று எல்லோருக்கும் தேவையானபடி தெரிய வைப்பதற்காகவும்தான் இந்த விஷயத்தை இங்கே எழுதினேன்.

நாங்கள் ரோமுக்குச் சென்றதற்குப் பிறகு, காரியம் முடிவதற்கு ஆகும் கால தாமதத்தைக் கணக்கிலெடுத்து இடையில் கிடைக்கும் நேரம் கொண்டு நம் மக்களுக்குத் தேவையானதும் உதவிகரமானதுமான ஏதாவது ஒரு விஷயத்தைச் சாத்தியமாக்க முடிவு செய்தோம்.

அதனால், மாதாவின் பிரார்த்தனையையும் காலை வழிபாட்டையும் மாலை ஜபத்தையும் சேர்த்து ஒரு சிறிய புத்தகமாக அச்சிடுவதற்கான முயற்சியை ஆரம்பித்தோம். (அன்று கேரளத்தில் அச்சிடுதல் நடைமுறையில் இல்லை). அதன் கொஞ்சம் பிரதிகளைக் கொண்டு வந்தால் நம் மக்களுக்கெல்லாம் ஒவ்வொரு பிரதி கொடுக்கலாம் அல்லவா. அதற்கு கர்தினாலைப் பார்த்து அனுமதி வாங்கிப் புத்தகத்தைப் பிரதியெடுக்கத் தொடங்கினோம். ஒரு பாகத்தைப் பிரதியெடுத்து அச்சிடுவதற்காக, ப்ரொப்பகந்தாவில் புத்தகம் அச்சிடும் பிரிவுக்குச் சென்றபோது மோன்ஸிஞ்ஞோர் பொர்ஜ்யா இதைத் தெரிந்துகொண்டார். உடனே அவர் சென்று கர்தினாலைப் பார்த்து அச்சிடுவதை முடக்கினார். இதெல்லாம் முடிந்து தான் நம் பிரதான தேவாலயங்களில் பெருநாள் நாட்களிலும் மற்ற நாட்களிலும் என்றும் நிலை நிற்கிற 'தந்த விமோசனங்கள்' (பாவத்திற்கான இயல்பான தண்டனைகளிலிருந்தான ஆன்மீக விடுதலை) முதலானவற்றை அனுமதிக்க வைத்துப் பெற்றோம். பலவிதமான பக்தி ஆசாரங்களைப் பிரச்சாரம் செய்வற்குத் தேவையான சில புத்தகங்களையும் நாங்கள் சம்பாதித்தோம். தவிர, மேலே கர்தினால் கண்டிப்பான உறுதியளித்திருந்ததால் வழிபாட்டுக்குத் தேவையான பொருட்களும் புனித நூலும் இறையியல் நூல்களும் தருவதற்கு உத்தரவிட வேண்டும் என்று விண்ணப்பமெழுதி அவர் கையில் கொடுத்தோம். இவற்றையெல்லாம் எங்களுக்குத் தரும்படி கர்தினால், ப்ரொப்பகந்தாவின் மேலாளரிடம் சொன்னார். மேலாளர் அவற்றையெல்லாம் எங்களுக்குக் கொடுத்தார்.

53 ப்ரொப்பகந்தாவைப் பற்றி

ரோமில் நம் காரியங்களெல்லாம் எப்படி முடிவடைந்தன என்று சொல்லியாகிவிட்டதல்லவா. மற்ற நாடுகளைப் பற்றி விவரித்தது போல, ரோமை விட்டு வருவதற்கு முன்பு அந்த நகரத்தைப் பற்றியும் அதன் பெருமைகளைப் பற்றியும் கொஞ்சம் விவரிக்கிறேன்.

ரோம், வட்ட வடிவிலான ஒரு நகரம். அந்த நகரம் சமதளமான பூமியில் நிலைகொண்டிருக்கிறது. சுற்றிலும் கோட்டைச் சுவர்கள் இருக்கின்றன. அதில் பல இடங்களிலும் அழகாக வாயில்கள் அமைக்கப்பட்டிருக்கின்றன. நகரத்தின் உள்ளே பல இடங்களில் செயற்கை நீரூற்றுகளைப் பார்க்கலாம். அங்கே எத்தனையோ பெரிய வீடுகளும் அரண்மனைகளும் உள்ளன. குறிப்பாக, புனித பத்ரோஸின் தேவாலயம் மிகப் பெரியதாகவும் அழகாகவும் இருக்கும். தேவாலயத்தின் உள்ளேதான் புனித பத்ரோஸின் அடக்கஸ் தலம். அதற்கு மேலே ஒன்றின் மேல் ஒன்றாக மூன்று பலிபீடங்கள். அவற்றில் மிகவும் கீழே சமாதியோடு சேர்ந்துள்ள பலிபீடத்தில்தான் நாங்கள்ல திவ்ய பலி அர்ப்பித்து நம் தேவாலயங்களுக்காகவும் மக்களுக்காகவும் பிரார்த்தனை செய்தோம். அங்கே புனித பத்ரோஸிடம் நாங்கள் பிரத்தியேகமாக வேண்டிக்கொண்டோம். மிக மேலே உள்ள பலிபீடத்தில் தங்கம் பதிக்கப்பட்ட நான்கு தூண்களில் ஒரு விதானம் அமைத்திருக்கிறார்கள். இதற்கு முன்னால் சுவரோடு சேர்ந்து, புனித பத்ரோஸ் அமர்ந்திருந்த நாற்காலி இருக்கிறது. அதை, தங்கக் கவசமிட்ட மற்றொரு நாற்காலியில் பிரதிஷ்டை செய்திருக்கிறார்கள். இந்த தேவாலயத்தில் நிறைய

பலிபீடங்கள் இருக்கின்றன. அவற்றிற்குச் சுற்றிலும் மொசைக்கில் உருவாக்கியிருக்கும் ஒளி வீசும் சிலைகள். தேவாலயத்தின் பெரிய ஹைக்கலாயில் (விசுவாசிகள் இருக்கும் இடம்) முக்கியப்பட்ட பலரின் சமாதிகளை உயரமாகக் கட்டியிருக்கிறார்கள். தேவாலயத்தின் பலிபீடமும் ஹைக்கலாவும் ஒரு 'மேல் வளைவுள்ள' வாயிலுக்குள் (Arch) இருக்கின்றன. வளைவு வாயிலில் பல சித்திரங்கள் வரையப்பட்டிருக்கின்றன. அதன்மேலே ஒரு பீடத்தில் பித்தளையால் செய்யப்பட்ட புனித பத்ரோஸின் சிலையைப் பார்க்கலாம். தேவாலயத்துக்கு வருபவர்கள் இந்தச் சிலையின் காலை முத்தமிடுவதுண்டு. தேவாலத்தின் உச்சியில் உள்ள மிகப்பெரிய குவிந்த கூரை (Dome) கீழே நின்று பார்க்கும்போது உயரம் அதிகமாக இருப்பதால் சிறிதாகத்தான் தோன்றும். தேவாலயத்தின் முன் புறத்திற்கு வெளியில் உள்ள மச்சு வில்போன்று வளைந்திருக்கிறது. இந்த மச்சின் உள்ளே நான்கு நிறத் தூண்களை வரிசையாக நிறுத்தியிருக்கிறார்கள். தூண்களுக்கும் மச்சுக்கும் மேலே பன்னிரண்டு அப்போஸ்தலர்களின், சபை முன்னோர்களின் உருவங்கள் அழகாக அமைந்திருப்பதைப் பார்க்கலாம். தேவாலயத்தின் முன் தாழ்வாரத்தின் இருபுறத்திலும் மத்தாப்புபோன்று ஒளி சிதறும் நீரூற்று இயந்திரங்கள் உண்டு. நீரூற்று எந்திரங்களின் பின்னால் கூர்மையான முனையுடைய ஒரு ஸ்தம்பம் இருக்கிறது. தேவாலயத்துக்கு உள்ளே புரோகிதர்களும் உதவியாளர்களும் எவ்வளவு முறையாகவும் பொருத்தமாகவும் வழிபாடுகள் செய்து வருகிறார்கள் என்பதை விவரிப்பது சிரமம். இந்தத் தேவாலயத்திற்கு போப்பாண்டவர் வெளிப்படையாக வந்து வழிபாட்டைப் பார்க்கும் போது ஆயர்களும் கர்தினால்களும் அவரைப் புடைசூழ்ந்திருப்பது, பார்க்கவேண்டிய ஒரு காட்சிதான். அவர்கள் போப்பாண்டவரின் முன்னால் இருப்பதற்கும் சில விதிமுறைகள் உண்டு. அதுபோன்ற கட்டங்களில் ரோமாபுரி பிரபுக்கள் போப்பாண்டவரின் அருகிலிருந்து சேவை புரிகிறார்கள். இந்த தேவாலயத்தோடு சேர்ந்ததுதான் வத்திக்கான் அரண்மனை. அதன் பெரிய கம்பீரத் தோற்றமும் அழகும் அதன் சுற்றுப் புறங்களில் ராணுவத்தினர் காவல் நிற்பதும் அருமையான காட்சிகள். ஆறாம் பீயூஸ் போப்பாண்டவர் இந்த தேவாலயத்திற்கு ஏற்றபடியான ஒரு அணியறையைக் கட்டி இருக்கிறார்.

மற்றொன்று, பனித் தேவாலயம் என்று சொல்கிற மரியா மஜோரே தேவாலயம். இதற்கும் நிறைய பலிபீடங்கள் உண்டு. புனித ஜான் லாட்டரன் தேவாலயம், ரோமில் முதலில் கட்டப் பட்டது. கம்பீரமான இந்த தேவாலயத்துக்கு வெளியில் யேசு,

பீலாத்தோஸின் அரண்மனைக்கு நடந்தேறிய படிக்கட்டுகளை மரியாதையுடன் பாதுகாத்து வைத்திருக்கிறார்கள். மரத்தாலான இந்தப் படியில் ரத்தம் விழுந்த இடங்களை அடையாளப்படுத்தி யிருக்கிறார்கள். நாங்கள் இந்தப் படியில் மண்டியிட்டு ஏறி எங்கள் பயண நோக்கங்களுக்காக கர்த்தரிடம் வேண்டிக்கொண்டோம்.

கஸ்தெல்லோ தெஸாஞ்சலா என்ற வட்ட வடிவான கோட்டையின் மீது மிகாயேல் தேவ தூதரின் பெரிய உருவத்தைப் பிரதிஷ்டை செய்திருக்கிறார்கள். போப்பாண்டவரின் பெயர் 'மெந்தேக்கா வாலோ' என்பது. அதைச்சுற்றிலும் கொத்தளங்களும் பட்டாளக் காரர்களின் காவலும் உண்டு. ரொட்டுந்தா என்ற பெயருடைய வட்ட வடிவமான ஒரு தேவாலயமும் அங்கே இருக்கிறது. முற்காலத் தில் காவ்யரின் (Pagans=அவிசுவாசிகள், புறச்சமயத்தினர்) காலத்தில் அது பிசாசுகளுக்கும் பிரதிஷ்டை செய்யப்பட்டிருந்தது. இன்று அதை சகல புனிதர்களினுடையவும் தேவாலயமாக ஆக்கி யிருக்கிறார்கள். காவ்யரின் காலத்தில் கொண்டாட்ட ஸ்தலமா யிருந்த கொளோஸ்யம் இன்று சிலுவையின் வழியை (Way of the cross) நிறைவேற்றுவதற்கான இடம். க்யாப்பிட்டோஸ் என்ற குன் றின் மேல்தான் சீசரின் சிலை இருக்கிறது. பௌலோஸ் அப்போஸ் தலரின் சிரச் சேதம் நடந்த இடத்தின் தேவாலயம் நகரத்திற்கு வெளியிலிருக்கிறது. அதற்குள் மூன்று நீரூற்றுக்கள் உண்டு. நகரத் தின் உள்ளே, புனித பத்ரோஸையும் புனித பௌலோஸையும் காவலில் வைத்திருந்த இடம் இருக்கிறது. நாங்கள் இந்த இடத் துக்குச் சென்று வழிபட்டோம். இந்தத் தேவாயங்களில் முக்கிய மான திருநாள் நாட்களில் கர்த்தரின் முள் முடியையும் புனிதர் களின் எலும்புகளையும் காட்சிக்கு வைப்பார்கள். ரோமில் உள்ள கன்னியாஸ்திரி மற்றும் துறவி மடங்கள் எத்தனை, அவற்றின் வகை பேதங்கள் என்னென்ன, ஆசிரமக் கட்டடங்களெல்லாம் எவ்வளவு பெரிதாக இருக்கின்றன, சகோதரச் சமூகங்களின் எண்ணிக்கை, நிறைந்திருக்கும் பிரசங்கிகள் மற்றும் பண்டிதர்கள், கல்வி நிலையங் களின் எண்ணிக்கை ஆகியவற்றைப் பற்றியெல்லாம் விவரிப்பது சிரமம்தான். அப்பன்ஸ்யா என்றொரு கல்லூரியிருக்கிறது. மகா பண்டிதர்களான பேராசிரியர்களின் மையம் அது. நாற்பது மணி ஆராதனை என்பது அங்குள்ள ஒரு சிறப்பம்சம். எண்ணற்ற மக்கள் வெளிப்படையாக வைக்கும் புனித அப்பத்தின் முன்னால், பக்தியா சாரத்துடன் வந்து வழிபடும் அருமையான காட்சி. அநாதை விடுதி களும் மருத்துவமனைகளும் எவ்வளவு அழகாகக் கட்டியிருக் கிறார்கள்; அவற்றிலிருப்பவர்களைக் காப்பாற்றிப் பராமரிப்பதற்கு எப்படி ஏற்பாடு செய்திருக்கிறார்கள் என்பதையெல்லாம் இங்கே

விவரிக்கவில்லை. தவிர, வெளிநாட்டார் தங்குவதற்கான வசதி களும் அவற்றிற்குப் பிரத்தியேக வருமான வழிகளும் உண்டு. இத்த கைய நிறுவனங்கள் அநாதை சிசுக்களுக்காகவும் இருக்கின்றன. நகர மக்களுடைய ஆடை அலங்காரங்களையும் நிறைந்த அளவி லான வியாபாரிகளையும் பணியாளர்களின் வகைமையையும் தந்திரங்களையும் கவனித்துக் கொண்டிருப்பதே, நம் மனத் துயர் களை அகற்றப் போதுமானது. பொழுது போக்குவதற்கான வழிகள் வேறுபலவும் இருக்கின்றன. பூந்தோட்டங்களும் கலைக்கூடங்களும் இவற்றில் உட்பட்டவை. ஊர் சுற்றும் கலைக் குழுக்களும் அவர் களின் நகைச்சுவைப் பேச்சுக்களும் அவர்களைச் சுற்றிக் கூடும் மக்களும் மற்றொரு மகிழ்ச்சி.

ரோமிலுள்ள பிரபுக்களின் அருமையும் பெருமையும் கர்தினால்களின் உடையலங்காரமும் சிறப்பும் அவர்களின் பெரிய மாளிகைகளின் தோற்றமும் எடுப்பும் அவர்களின் தோட்டங்களின் அழகுமெல்லாம் நமக்கு வியப்பூட்டும். இந்தப் பெரிய மனிதர்களின் வாகனங்கள் எப்போதும் நகர வீதிகளில் ஓடிக் கொண்டிருக் கின்றன. உலகத் தலைவரான போப்பாண்டவரின் நாட்டில் முறை யும் ஒழுங்கும் நியாய விசாரணையும் நீதிமன்றங்களும் முன்மாதிரி யாக விளங்குகின்றன. ஆன்மீகக் காரியங்களுக்காக மட்டும் பிரத்தி யேக நீதிமன்றங்கள் இருக்கின்றன. ஏதோவொரு விஷயத் தொடர் பாக வந்து கொண்டிருக்கும் வெளிநாட்டார், நகரத்தின் மக்கள் தொகையைக் கணிசமாக அதிகரிக்கிறார்கள். பரிசுத்த வழிபாட்டுப் பெருநாளன்று போப்பாண்டவர் வெளிப்படையாகப் பிரதட்சி ணையில் பங்குபெறுவது மற்றொரு காட்சி. அதற்குக் குடையும் சிலுவையும் எடுப்பதும் கர்தினால்களும் ஆயர்களும் தரிசனத்திற்கு வந்தவர்களும் புடை சூழ்ந்து சேவை புரிவதைப் பார்க்கத்தான் வேண்டும். போப்பாண்டவர் ஆண்டுக்கு ஒருமுறை புனித டொமினிக் ஆசிரமத்திற்கு எழுந்தருளும்போதும் இதேபோன்ற பணிவிடைகளையும் கொண்டாட்டத்தையும் பார்க்கலாம். இவற்றையெல்லாம் தனித்தனியாக வர்ணிக்கத் தொடங்கினால் மிகவும் நீண்டு போகும். அதற்கான நேரமும் இப்போதில்லை. தேவையென்றால் மற்றொரு சந்தர்ப்பத்தில் பார்த்துக்கொள்ளலாம்.

ப்ரொப்பகந்தா திருச்சங்கத்தைப் பற்றி இந்த நூலில் பல இடங் களில் குறிப்பிட்டிருப்பதால், அதன் ஒரு வடிவத்தை மக்களுக்குச் சொல்ல வேண்டியது இந்தத் தகவலின் முழுமைக்குத் தேவை.

ரோமில் பற்பல புனிதர்களின் மீதும் பக்தி ஆசாரங்கள் நிலவி யிருந்த காலத்தில் பக்தரும் கூர்ந்த அறிவுடையவருமான ஒரு

கப்பூச்சின் பாதிரி ஸ்தாபித்ததுதான் ப்ரொப்பகந்தா மகா பாட சாலை. கிறிஸ்து மதம் இல்லாத திசைகளிலும் ப்ராட்டஸ்டண்டு களின் இடையிலும் கத்தோலிக்க நம்பிக்கையைப் பிரச்சாரம் செய்வதற்காக அந்தந்த நாடுகளிலிருந்து திறமையான மாணவர் களை அழைத்து வந்து கற்பித்துப் பட்டமளித்து, தங்கள் சொந்த நாட்டுக்கு நற்செய்தி ஊழியம் செய்ய அனுப்புவது என்பதுதான் அவரின் நோக்கமாயிருந்தது. அதற்காக ஒரு கட்டடமும் கட்டிச் செயல்பட ஆரம்பித்தபோது இது கடவுளின் ஸ்துதிக்கு மிகவும் நல்ல காரியம் என்று தோன்றி பலரும் பாதிரிக்கு உதவி செய்ய முன் வந்தார்கள். அப்படி உதவி செய்ய வந்தவர்களில் ஒரு கர்தினால், பிற்பாடு எட்டாம் உர்பன் என்ற பெயரில் போப்பாண்ட வர் ஆனவுடன் இந்தப் பாடசாலையை ஏற்றெடுத்தார். பத்து இருபது பேருக்குக் கற்பிக்கவும் பராமரிக்கவும் ஆசிரியர்களுக்குச் சம்பளம் கொடுக்கவும் தேவையான வருமான வழிகளை உண்டாக் கினார். படித்து வெளியே வந்த மாணவர்களுக்கு, அவர்கள் தங்கள் நாட்டில் செயல்படுவதற்கான பொருட்களும் அதிகாரங்களும் கொடுத்தனுப்ப ஏற்பாடு செய்தார். இதை மேற்பார்வை செய்வ தற்காக கர்தினால்களின் ஒரு சங்கத்தை உருவாக்கினார். இந்த சங்கத்திற்கு விசுவாச பிரச்சார திருச்சங்கம் எனும் அர்த்தமுள்ள ‘கொண்க்ராகாஸ்யோ ப்ரொப்பகாந்தெ பீதே’ என்று பெயரிட்டார். அன்று முதல் இன்றுவரை கிறிஸ்தவரல்லாதோரின், கத்தோலிக்க ரல்லாதோரின் நாடுகளிலிருந்து நிறையப் பிள்ளைகளை அங்கே வரவழைத்து படிக்க வைத்து தங்கள் நாடுகளுக்குத் திருப்பி அனுப்பிக் கொண்டிருக்கிறார்கள். அவர்களின் பிரயத்தனங்களின் பயனாக பலர் கிறிஸ்து மதத்தை ஏற்றுக்கொண்டிருக்கிறார்கள்; கத்தோலிக்க சபையில் இணைந்திருக்கிறார்கள்; புனர் ஐக்கியம் ஆகியிருக்கிறார்கள். போப்பாண்டவர் இந்தச் சபைக்குத்தான், வெளிநாடுகளிலிருந்து சபை ஆட்சி தொடர்பாக வரும் பிரச்சினை களைத் தீர்ப்பதற்குப் பொறுப்பளித்திருக்கிறார். அதனால் மற்ற நாடுகளில் விகாரி அப்பஸ்தோலிக்கர்களை நியமிப்பதற்கு ஆட் களைக் கண்டுபிடிப்பதும் அனுப்புவதுமெல்லாம் இந்தத் திருச் சங்கம்தான். இதற்கெல்லாம் அடிப்படையாக இருந்ததும் உருக் கொடுத்ததும் எட்டாம் உர்பன் போப்பாண்டவர் ஆனதால் ஸெமினரிக்கு உர்பன் பல்கலைக்கழகம் என்ற மற்றொரு பெயருமுண்டு.

ரோமானியர்களுக்கோ, கத்தோலிக்க ராஜாக்கள் ஆள்கின்ற நாடுகளில் உள்ளவர்களுக்கோ இந்தக் கல்விச்சாலையில் அனுமதி

யில்லை. இந்தியாவைச் சேர்ந்த ஆறு மாணவர்களுக்கு இங்கே இடம் இருக்கிறது. நாங்கள் மலங்கரைப் பிரதேசத்திலிருந்து சபை விஷயமாகச் சென்றதையும் போப்பாண்டவர் ப்ரொப்பகந்தா சங்கத்திடம் காரியத்தை ஒப்படைத்ததையும் சங்க அதிபர்கள் பெருமையும் காரிய லாபமும் பார்த்து தெய்வ ஸ்துதியையும் நீதியையும் கைவிட்டு முடிவெடுத்ததையும் விவரித்து முடித்தாகி விட்டதல்லவா.

மீள் பார்வை

ப்ரொப்பகந்தா நிறுவனத்தின் வரலாற்றை ஆராய்ந்தால், ஐரோப்பாவில் உள்ளவர்கள் இறை வணக்கத்திற்கும் சகோதர அன்பிற்கும் எவ்வளவோ பெரிய இடம் அளிக்கிறார்கள் என்று புரிந்துகொள்ளலாம். மாற்று மதத்தவரின் நாட்டிலிருந்து வரும் மாணவர்களுக்காக ஒரு கப்பூச்சின் பாதிரி தொடங்கி வைத்த திட்டத்தைப் பலரும் அவதானித்து, அது இறைப் புகழுக்கும் தங்கள் அந்தஸ்திற்கும் ஏற்றது என்று புரிந்துகொண்டு உதவி செய்ய ஓடி வந்ததன் மூலம் இந்த நற்செயல் உலகெங்கும் வேர்விட்டு வளர்ந்தது. நம் நாட்டிலுள்ள மக்களுக்கு அறிவும் நல் மனதும் இருந்தது என்றால் இதுபோன்ற நற்காரியங்கள் பலவும் காண நமக்கும் அதிர்ஷ்டம் ஏற்பட்டிருக்கும்.

54 நாங்கள் கர்தினால் அந்தோநெல்லியிடமிருந்தும் போப்பாண்டவரிடமிருந்தும் வேண்டப்பட்டவர்களிடமிருந்தும் விடைபெற்று ரோமிலிருந்து திரும்புகிறோம்

நம் தேவாலயங்களுக்கும் மக்களுக்கும் தேவையான சில பொருட்களையெல்லாம் சேகரித்துக்கொண்டு, ப்ரொப்பகந்தா தலைவரான அந்தோநெல்லி கர்தினாலிடம் விடைபெறச் சென்றோம். மலங்கரையில் உள்ள தேவாலயத்தினர் ஒரு விண்ணப் பமும் தந்து எங்களை அனுப்பியதால், அவர்களுக்கு பதிலளிக்கும் விதமாக ஒரு குறிப்பாவது தந்து அனுப்பவேண்டும் என்றும் இல்லை யென்றால் தேவாலயத்தினர் வெறுப்படைவார்கள் என்றும் நாங்கள் தாழ்ந்து பணிந்து வேண்டிக் கேட்டுக்கொண்டோம். ஆயினும், "ஆயருக்குத் தெரியாமல் தேவாலயத்தினர் போப்பாண்ட வருக்கு விண்ணப்பம் அனுப்பினால் பதில் கொடுப்பதில்லை" என்றுதான் அவர் சொன்னார்.

மீள் பார்வை

கர்தினால் எங்களுக்குக் கொடுத்த பதில் நேர்மையானதல்ல. அதை, நம் மக்களின் மதிப்பற்ற நிலையை பாதிரியார்கள் தெரிவித்தி ருந்ததற்கு ஏற்ப அளித்த ஒரு பதில் என்றே சொல்ல முடியும். இனி சொல்லப்போகும் பல காரியங்களும் அதை நிரூபிக்கும். நம் தலைவராக ஒரு சொந்த ஆயர் இல்லையென்றால் வேற்று சமூகத்தினிடையிலும் போப்பாண்டவரிடத்திலும் கத்தோலிக்க ராஜாக்கள் முன்பாகவும் நம் தேவாலயத்தினருக்கு எந்த மதிப்பு மில்லை என்று இந்தப் பதிலின் மூலமாக கடவுள் நமக்குக் காட்டித் தருகிறார். இந்தப் பதவி நமக்குக் கிடைத்தால் அதை எச்சரிக்கை யுடன் என்றென்றும் நிலைநிறுத்த வேண்டியது நம் தேவாலயத்

தினரின் அவசியம் என்றும் நான் பிரத்தியேகமாக எழுதித் தெரிவிக்க வேண்டியதில்லை.

இதன்பிறகு நாங்கள் கர்தினாலிடம் விடைபெற்றோம். வரும் போது போர்த்துகீஸ் வரையிலான செலவுக்கு 70 ஸ்கூதி, அதாவது 35 பொன் காசு வாங்கிக் கொள்ளும்படி ப்ரொப்பகந்தாவின் மேலாளருக்கு அவர் ஒரு குறிப்பு தந்து அனுப்பினார். நாங்கள் குறிப்பைக் கொடுத்து அவரிடம் பணம் வாங்கிக்கொண்டோம். அதன் பிறகு நாங்கள் மோன்ஸிஞ்ஞோரிடம், போப்பாண்டவரிடம் விடை பெற்றுக்கொள்வதற்கு ஒரு வாய்ப்பு ஏற்படுத்தித் தர வேண்டும் என்று சொன்னோம். ரோமிலிருந்து நாங்கள் புறப்படு வதற்கு முன்பான சனிக்கிழமை, அவர் வழக்கப்படி போப்பாண்ட வரைப் பார்க்கச் சென்றபோது எங்களையும் சாரட்டில் ஏற்றிக் கொண்டு சென்றார். புனித பத்ரோஸின் தேவாலயத்தில் போப்பாண்டவர் இருக்கும் வத்திக்கானா என்ற அரண்மனைக்குச் சென்றோம். அங்கே, நாற்பத்தி எட்டாம் அத்தியாயத்தில் விவரித்த ஆசாரங்களுடன் போப்பாண்டவரின் கால்களை முத்தமிட்டு விடைபெற்றோம். அப்போது போப்பாண்டவர், நாங்கள் எந்த முறைப்படி வழிபாடு சொல்கிறோம் என்றும் எங்கே சொல்கிறோம் என்றும் கேட்டார். மல்பான் அதற்கெல்லாம் பதில் சொன்னார். இனி உங்களுக்கு என்ன வேண்டும் என்று மீண்டும் போப்பாண் டவர் கேட்டார். நாங்கள், எங்களுக்கும் எங்கள் தேவாலயங் களுக்கும் தங்களின் புனித ஆசீர்வாதத்தைத் தவிர வேறொன்றும் தேவையில்லை என்று சொல்லி மண்டியிட்டோம். போப்பாண் டவர் ஆசியளித்தார். அதைத் தொடர்ந்து நாங்கள், இனி எங்கள் வைதீகர்களுக்கும் மக்களுக்கும் தங்களின் ஆசீர்வாதம் வேண்டும் என்று கேட்டுக்கொண்டோம். உடனே அவர், எத்தனை தேவால யங்கள் என்றும் எத்தனை வைதீகர்கள் இருக்கிறார்கள் என்றும் கேட்டார். ஏறத்தாழ இத்தனை இத்தனை இருக்குமென்று நாங்கள் சொன்னோம். அதன் பிறகு அவர் கைவிரித்து நம் பாதிரியார் களுக்கும் மக்களுக்கும் ஆசியளித்தார்.

நாங்கள் மீண்டும் அவர் கால்களை முத்தமிட்டு பின் திரும்பி மோன்ஸிஞ்ஞோருடன் சேர்ந்து ப்ரொப்பகந்தாவுக்கு வந்தோம். மறு நாள் மோன்ஸிஞ்ஞோரிடம் விடைபெறச் சென்றபோது அவர் கேட்டார்: "நேற்று போப்பாண்டவர் உங்களிடம் என்ன வேண்டும் என்று கேட்டபோது நீங்கள் ஏன் ஏதும் கேட்கவில்லை? போப்பாண்டவர் மிஷனரிக்காரர்களிடம் இப்படிக் கேட்டால், அவர்கள் ஆன்மீகப் பொருட்கள் வழங்கும்படிச் சொல்வதுண்டு." அதற்குப் பதிலாக மல்பான் இப்படிச் சொன்னார்: "எனக்குத்

தேவையானதெல்லாம் தேவையானபடி இங்கே கிடைத்திருக்கிறது. இனி முக்கியமாக ஏதும் தேவையில்லை." மல்பானின் வார்த்தை களைக் கேட்டு, "ஏன் கரியாட்டி வருத்தப்படுகிறீர்கள்? உங்கள் காரியத்துக்கு வேண்டியதையெல்லாம் நாங்கள் செய்து தந்ததற்காக எங்கள் மீது வருத்தப்படாதீர்கள்" என்றார் மோன்ஸிஞ்ஞோர். மல்பான் சொன்னார்: "எனக்கு எந்த வருத்தமும் இல்லை. குறிப் பாக, விஷயங்களையெல்லாம் நீங்கள் சரியானபடி தீர்த்து வைத் ததை கடவுள் அறிந்திருக்கிறார்." மோன்ஸிஞ்ஞோர் விஷயத்தை மாற்றினார்: "போப்பாண்டவரிடம் ஏதாவது கேட்க வேண்டும் என்றால் இனியும் வழியிருக்கிறது." "எங்களுக்காக இனி எந்தப் பொருளையும் கேட்கவேண்டாம்" என்று மல்பான் திருப்பி யடித்தார். இந்த வாதப் பிரதிவாதத்தின் முடிவில், "உங்களுக்காக போப்பாண்டவரிடமிருந்து கொஞ்சம், அஞ்யூஸ் தேயி என்று சொல்கிற மெழுகு ரூபம் வாங்கித் தருகிறேன்" என்றார் மோன்ஸிஞ் ஞோர். அவர் முகத்தை மேலும் வாட்டமுறச் செய்யாதிருக்க, "அதுதான் உங்கள் விருப்பமென்றால், அதை வாங்கி ஜெனோவா வுக்குக் கொடுத்தனுப்புங்கள். அதற்காக இங்கே தங்கியிருப்பது சாத்தியமல்ல" என்று மல்பான் சொன்னார். மோன்ஸிஞ்ஞோர் சம்மதித்தார்.

இந்த தர்க்கமெல்லாம் முடிந்து மோன்ஸிஞ்ஞோர், "எந்த வழி யாகப் போர்த்துகீஸுக்குச் செல்கிறீர்கள்?" என்று கேட்டார். மல்பான், "நாங்கள் இங்கிருந்து நேராக லோரேத்துக்குச் செல் கிறோம்" என்றார். "வழிச் செலவுக்கான பணம் குறைவாக இருக்கும்போது எதற்கு இவ்வளவு பெரிய செலவு செய்து லோரேத் துக்குச் செல்கிறீர்கள்? இங்கிருந்து நேராக சீ வித்தவெக்யா என்ற நகரத்துக்குச் சென்றால் போதும். அங்கே சென்றாலும் நேராக ஜெனோவாவுக்குக் கப்பல் கிடைக்கும்" என்று மோன்ஸிஞ்ஞோர் எங்களுக்கு அறிவுபதேசம் செய்தார். மல்பான், "எங்களுக்கு லோரேத்துக்குச் சென்று வழிபாடு சொல்வதற்கான வேண்டுதல் இருக்கிறது. போகாதிக்க முடியாது" என்றார். மோன்ஸிஞ்ஞோர்: "வேண்டுதல் இருந்தால் அதற்கு வேறு ஏதாவது புண்ணியச் செயல் செய்து கடன் அடைப்பதற்கான அனுமதி வாங்கித் தருகிறேன்." "தேவையில்லாமல் இப்படி அனுமதி வாங்குவது சரியல்ல." இது மல்பான். இப்படிக் கொஞ்சம் நேரம் விவாதித்தும் எங்கள் லோரேத்து பயணத்தை முடக்க முடியாது என்று அறிந்து கடைசி யில் அவர் எங்களுக்குச் சில பரிசுப் பொருட்கள் தந்து அனுப்பி னார். கொஞ்சம் காசு ரூபங்களும் தன் புகைப்படமும் ஆயராயி ருந்து இறந்துபோன தன் சித்தப்பாவின் படம் அச்சிட்ட காகிதங் களும் சில சிறிய புத்தகங்களும்தான் அந்தப் பரிசுகள்.

அதன்பிறகு நாங்கள் போர்த்துகீஸ் ராஜப் பிரதிநிதியிடம் விடைபெறச் சென்றோம். அவரிடம், கர்தினாலையும் போப்பாண்டவரையும் மோன்ஸிஞ்ஞோரையும் பார்க்கச் சென்ற விவரத்தையெல்லாம் சொன்னோம். ஜெனோவாவுக்குச் செல்லும்போது பணத்துக்குத் தேவையேற்பட்டால் அங்குள்ள போர்த்துகீஸ் கான்சலிடம் வாங்கிக்கொள்வதற்கு ஒரு கடிதமும் தந்து எங்களுக்கு தகுந்தபடி விடையளித்தார்.

நாங்கள் போவதற்குப் பயணப்பட்டுவிட்டோம் என்று அறிந்த போது மோன்ஸிஞ்ஞோர் ஐந்து தென்னைக்காரன் ரொட்ரிகோ என்ற பெரிய துப்பாயிக்கும் அவரது மருமகனுக்கும் கொடுப்பதற்காக முக்கிய மனிதர்களுக்குக் கொடுக்கும் ஒவ்வொரு பொற் சிலுவையையும் போப்பாண்டவரின் ஆசீர்வாதப் பத்திரத்தையும் மல்பானிடம் கொடுத்து அனுப்பினார். இந்தப் பொருட்கள் யோஹன்னான் தெஸெந்த மர்கரீத்தா விண்ணபத்தின்படி போப்பாண்டவர் பரிசளித்தது. ஆனால் மர்கரீத்தாவின் கேரளப் பயணம் தடைப்பட்டதால் மல்பானிடம் கொடுத்து அனுப்பி விடலாம் என்று மோன்ஸிஞ்ஞோர் முடிவு செய்தார்.

மீள் பார்வை

மலங்கரைப் பிரதேசத்தின் எழுபத்தியிரண்டு தேவாலயத்தினர் சேர்ந்து சமர்ப்பித்த விண்ணபத்துக்கு பதில் இல்லை. அதைப் பற்றிக் குறைபட்டு மீண்டும் எழுதியும் ஒரு பதில் தர வேண்டும் என்று தோன்றவில்லை. ஆனால், இரண்டு சட்டைக்காரர்களுக்காக ஒரு பாதிரி எழுதி அனுப்பிய விண்ணபத்தை ஏற்றுக்கொண்டு அவர்களுக்குப் பதவிச் சின்னமும் போப்பாண்டவரின் ஆசீர்வாதப் பத்திரமும் வாங்கி அனுப்புவதற்குத்தான் எவ்வளவு உற்சாகம்! இதைப் பார்த்தாலே முன்பான அத்தியாயத்தில் நான் சொன்னது போன்று கர்தினால் சொன்னது உண்மையல்லவென்று தெரியும். நம் சபைக்கு மதிப்பு மரியாதை இல்லாததால்தான் அவர்களின் விண்ணபத்திற்குப் பதில் தரவில்லையென்று. இரண்டு தனி நபர்களுக்காக போப்பாண்டவர் எழுதினார் என்றால் மலங்கரையில் உள்ள தேவாலயங்களுக்கு கடிதம் அனுப்புவது அதிக நியாயம் அல்லவா. அந்தப் பாதிரியும் மலங்கரையில் உள்ள மார் தோமா நஸ்ராணிகளில் யாருக்காவும் எதுவும் கேட்கவில்லையென்பதை நினைத்துப் பார்க்கவேண்டும். இரண்டு ‘சட்டைக்காரர்’களுக்காகத்தான் கேட்டுக்கொண்டார்.

இதெல்லாம் முடிந்து நாங்கள் போர்த்துகீஸுக்குப் புறப்படும் விவரத்திற்கு கயெத்தானோஸ் பாதிரிக்கும் விஷ்கோந்திக்கும் கடிதம் அனுப்பிய பிறகு, எங்களுக்கு மிகப் பிரியமான ப்ரந்தாமிடமும் பிலிப்போஸ் வ்யஜ்யொளி என்ற பாதிரியிடமும் ப்ரொப்பகந்தா ரெக்டரிடமும் பிரின்ஸிபாலிடமும் பாவமன்னிப்பு வழங்குபவரிடமும் நம் மாணவர்களிடமும் வேண்டப்பட்ட மற்றவர்களிடமும் விடைபெற்று *1780* ஜூன் *20*ஆம் தேதி ரோமிலிருந்து சாரட்டில் நாங்கள் திரும்பும் பயணத்தை ஆரம்பித்தோம்.

நம் மாணவர்களிடம் விடை பெற்றபோது நடந்த ஒரு சம்பவத்தையும் குறிக்கிறேன். சாக்கோவுக்குக் கொடுக்கும்படி நீண்டூர் இட்டிக் குருவிளா தரகன் எங்களிடம் கொடுத்த *33* பொற்காசுகளை அவனிடம் கொடுத்தோம். அதை, மாத்து அதைப் பார்த்துக் கொண்டிருந்தான். அவனுக்குக் கொடுக்கும்படி யாரும் எதுவும் எங்களிடம் கொடுக்கவில்லை. எங்களிடம் வழிச் செலவுக்குக்கூட பணம் இல்லை. ஆயினும் எங்கள் சக்திக்குட்பட்டு, நாங்கள் முன்பே கடலூரில் வாங்கிய சிறு துண்டுகளும் போர்வைகளும் உட்பட *10* பொற்காசுகளை அவனுக்குக் கொடுக்கும்படி ரெக்டரிடம் ஒப்படைத்தோம். அவனிடமும் பிரின்ஸிபாலிடமும் பயணம் சொல்லிக்கொண்டு புறப்பட்டோம்.

55 ரோமிலிருந்து புறப்பட்டதற்குப் பிறகு ஏற்பட்ட அனுபவங்கள்

நாங்கள் ரோமிலிருந்து பயணம் புறப்படுவது, ஸெமினரிக்காரர்கள் ப்ரொப்பகந்தாவில் படிப்பை முடித்துத் தங்கள் சொந்த ஊருக்குத் திரும்பும் நேரம். அவர்களில், கயெத்தானோஸ் பாதிரியின் மகன் யெளஸேப் பெரியாவும் ஒருவர். எங்களுடன் லிஸ்பனுக்குச் செல்ல வேண்டும் என்று அவருக்கும் எங்களுக்கும் கடிதம் வந்திருந்தது. அவர் இந்தியாவுக்குப் புறப்படுகிறார் என்ற விவரத்தை இத்தாலியில் போப்பாண்டவரின் ஆட்சிப் பிரதேசமான அங்கோணயில் தொலந்தீனா நகரத்தில் வசிக்கும் அங்கோணியோ மார்க்கெஸ் குஸ்தந்தீனி என்ற பிரபு அறிந்தார். அவர் கயெத்தானோஸ் பாதிரியின் நண்பர். இந்தியாவுக்குச் செல்ல விரும்பியிருந்த அவர் இதுதான் நல்ல வாய்ப்பென்று கருதி தானும் வருவதாக யெளஸேப் பெரியாவுக்கு எழுதியிருந்தார். பெரியா பட்டம் வாங்கி டாக்டரேட்டும் வாங்கி பயணம் புறப்படும்போது எங்களுக்குச் சற்றுத் தாமதமாகும் என்ற சூழல். இதை அறிந்த அவர், மேற்படி பிரபுவை யாத்திரைக்குத் தயார் செய்யவும் வெனிஸ் நகரத்தின் அழகைக் காண்பதற்கும் எங்களைவிட எட்டு நாட்கள் முன்பே புறப்பட்டார். நாங்கள் லோரேத்துக்கு வரும்போது இவரும் அங்கே வரும்படிக்குப் பேசி வைத்துக்கொண்டு விடைபெற்றோம்.

நாங்கள் ரோமிலிருந்து புறப்பட்டு பல நகரங்களும் கடந்து பயணித்தோம். அக்வாபென்நெந்தே, நார்ணி, தெண்ணி, ஸ்பொலத்தே, பொலீஞ்ஞு இவையெல்லாம் அந்த நகரத்தின் பெயர்கள். ரோமிலிருந்து புறப்பட்டதற்கு ஐந்தாம் நாள் காலை ஏறத்தாழ

பத்து மணியானபோது தொலந்தீனா என்ற நகரத்தை அடைந் தோம். அன்று பெருநாளாயிருந்ததால் வழிபாட்டைப் பார்ப்பதற்கு அங்குள்ள தேவாலயத்துக்குச் சென்றோம். அப்போது அங்கே யௌஸேப் பெரியா பாதிரியும் மார்க்கெஸ் குஸ்தந்தீனியும் இருந்தார்கள். யௌஸேப் பெரியா அணியறையில் பாவ மன்னிப்பு வழங்கிக்கொண்டிருந்ததால் எங்களைப் பார்க்கவில்லை. மார்க்கெஸ் குஸ்தந்தீனி எங்களை முன்பு பார்த்ததில்லை. ஆயினும் பெரியா சொல்லியிருந்த அடையாளங்களை வைத்து அவர் எங்களைக் கண்டுகொண்டார். நாங்கள் தேவாலயத்தில் கும்பிட்டு எழுந்த உடனே அவர் வந்து எங்களுக்கு வணக்கம் செலுத்தினார். நாங்கள் பேசிக்கொண்டு நிற்கும்போது வழிபாட்டுக்கு நேரமானது. நாங்களும் வழிபாடு பார்க்கச் சென்றோம். அது முடிந்து வெளியே சென்று யௌஸேப் பெரியா பாதிரியையும் பார்த்தோம். அவர் வழிபாடு சொல்லவில்லையென்றும் சொல்ல விருப்பமென்றும் பேசிக்கொண்டு குஸ்தந்தீனியுடன் அவர் வீட்டுக்குச் சென்றோம். அவர் எங்களுக்கு காலை உணவளித்து, அங்கேயே உணவுக்கும் தங்குவதற்கும் தேவையான ஏற்பாடுகளையெல்லாம் செய்தார். அவ்வாறு எங்களை அங்கே தங்க வைத்த பிறகு இந்தப் பிரபுவின் அண்ணனான கானோனிஸ்தா பாதிரியும் மற்ற குடும்ப உறுப்பினர் களும் எங்கள் சந்திப்பில் மிகவும் மகிழ்ச்சியை வெளிப் படுத்தினார்கள்.

வழிபாடு முடிந்து வந்து யௌஸேப்பு பாதிரி எங்களுடன் சேர்ந்து உணவருந்தினார். மார்க்கெஸ் குஸ்தந்தீனி சிறந்த பக்தராக வும் நல்லவராகவும் இருந்தார். ஏறத்தாழ நான்கு மணியானபோது அவர் எங்களைப் பக்கத்தில் உள்ள தேவாலயத்துக்கு அழைத்துச் சென்றார். அங்குள்ள பாதிரியிடம் கேட்டு, நிக்கலாவோஸ் புனித ரின் மீன் கையையும் அதன்மேல் அதிசயகரமாக முளைத்து வந்த பருக்களையும் காட்டினார். அந்தப் புனிதரின் வாழ்க்கை வரலாற்றையும் அற்புதச் செயல்களையும் விவரித்துச் சொன்னார்.

இந்த 'மீன் கை' வெள்ளியால் கட்டி, உள்ளங்கை முழுதும் வெள்ளியால் அமைக்கப்பட்டு நாற்புறமும் கண்ணாடி வைக்கப் பட்டிருக்கிறது. அதனால் பார்வையாளர்களால், கண்ணாடிக்கு உள்ளே உள்ள மீன் கையையும் அதன் மேல் இருக்கும் பருக்களை யும் நன்றாகப் பார்க்க முடியும்.

இதன்பிறகு நாங்கள் மறு நாள் லோரேத்துக்குப் புறப்பட்டோம். மார்க்கெஸ் குஸ்தந்தீனியும் யௌஸேப் பெரியாவும் எங்களுடன் வந்தார்கள். எங்களை லோரேத்திலுள்ள தொமினிக்கன்[35]

பாதிரியார்களின் வசிப்பிடத்திற்கு அழைத்துச் சென்று அறிமுகப் படுத்தினார்கள். அங்குள்ள ஒரு தொமினிக்கன் பாதிரியும் கயெத்தானோஸ் பாதிரியும் மார்க்கெஸூம் பரஸ்பரம் அறிந்த நண்பர்களானதால் எங்களை அங்கே மிகவும் அன்பாக வரவேற்றார்கள். அதன் பிறகு மார்க்கெஸூம் யெளஸேப்பு பாதிரியும் பயணம் சொல்ல, தோளோனிலுள்ள மார்க்கெஸின் வீட்டுக்குச் சென்றார்கள்.

மறுநாள் லோரேத்தில் மாதாவின் வீடு இருக்கும் தேவாலயத்துக்குச் சென்று வழிபாடு சொல்லும்படி எங்களுக்கு வேண்டுதல் இருக்கும் விவரத்தை அறிவித்தோம். இங்கே வழிபாடு சொல்வதற்குப் பெரிய தட்சிணை கொடுக்கவேண்டும். அங்கே வேண்டுதல் வழிபாடு சொல்கின்றவர்கள், இந்த வீட்டுக்குத் தேய்மானம் ஏற்படாமல் பாதுகாப்பதற்கு குறைந்த பட்சம் ஒரு ஸ்கூதியாவது அங்கே கொடுத்தே ஆகவேண்டும். தான தர்மங்களின் கூடுதலுக்கு ஏற்றபடி எத்தனை வழிபாடு வேண்டுமானாலும் சொல்ல அனுமதிப்பார்கள். அந்த வீட்டின் காப்பாளர்கள் இவற்றையெல்லாம் எங்களிடம் சொன்னார்கள். அதன்படி, அங்கே கொடுக்க வேண்டிய பணத்தையும் கொடுத்து நம் தேவாலயங்களின், மக்களின் நன்மைக்காக நாங்கள் இருவரும் ஒவ்வொரு வழிபாடு சொன்னோம். கடவுளிடமும் கன்னி மாதாவிடமும் பிரத்தியேகமாகப் பிரார்த்தித்துக் கொண்டோம். பிற்பாடு நாங்கள் இரண்டு வழிபாடு சொல்லி, அதற்கான தட்சிணையை அந்த வீட்டின் பிரத்தியேக நோக்கங்களுக்காக நன்கொடையளித்தோம்.

லோரேத்து பெரியதொரு பக்தி மையம் என்பதால், இதைப் பற்றித் தெரிந்துகொள்ள நம் மக்களுக்கு ஆர்வம் இருக்கும். தெய்வ மாதாவான பரிசுத்த மரியத்தின் வீட்டை நஸ்ரஸ் நகரத்திலிருந்து, தேவதைகள் எடுத்து இத்தாலி நகரத்திற்குக் கொண்டு சென்றன. லோரேத்துக்கு வருவதற்கு முன்பு தல்மஸ்யோ, அல்ஸன்யோ எனும் இரண்டு இடங்களில் வைக்கப்பட்டு வெகு காலத்துக்குப் பிறகு லோரேத்தா என்னும் வனப் பிரதேசத்தை வந்தடைகிறது. இந்த வீடு இங்கே வந்ததற்குப் பிறகு, ஆடு மாடு மேய்த்துக்கொண்டிருந்த இடையர்கள், ஓர் இரவு இங்கே பெரியதொரு பிரகாசத்தைப் பார்த்தார்கள். பக்கத்தில் வந்து பார்த்தபோது இந்த வீடும் இதன் உள்ளே உள்ள புனிதப் பொருட்களும் அவர்களின் பார்வையில் பட்டன. இந்த வீடு முன்பு அங்கே இல்லாதிருந்ததாலும் அங்கே வேறொன்றும் காணாததாலும் இது அதிசயமாக அங்கே வந்த ஒரு வீடு என்றும் இதில் தெய்வாம்சமான ஏதோ ஒன்று இருக்கிறது என்றும் அவர்களுக்குப் புரிந்தது. அவர்கள் அதை மக்களுக்கு அறிவித்தார்கள். மக்கள், ஆயருக்கு விவரம் சொன்னார்கள்.

ஆயர், இடையர்கள் சொன்ன அதிசய சம்பவத்தின் உண்மை விவரத்தை ஆராய்ந்தார். அது உண்மைதான் என்று தெரிந்த பிறகு இந்த வீட்டின் ரகசியத்தை ஆராய்ந்தார். கடைசியில் இது தெய்வ மாதாவின் வீடல்லாது வேறொன்றல்ல என்று முடிவு செய்தார். அவர் நஸ்ரஸுக்கு ஆள் அனுப்பி விசாரித்ததில், அங்கே தேவ மாதாவும் புனித யௌஸேப்பும் வசித்திருந்த வீடு காணாமல் போயிருந்தது. அந்த வீட்டின் இடத்தையும் வீட்டையும் அங்கிருந்து பெயர்த்தெடுத்திருக்கும் அடையாளமும் தெரிந்தது. அங்குள்ள மக்கள் அதற்குச் சாட்சியளிக்கவும் செய்தார்கள். இதுதான் ஐதீகம்.

அன்றிலிருந்து இன்றுவரை கத்தோலிக்க ராஜாக்களும் பிரபுக்களும் விசுவாசிகளும் இந்த வீட்டின் மீதான பக்தியின் அடையாளமாகப் பெருந்தொகைகளும் வைரக் கற்களும் தங்க வெள்ளிப் பாத்திரங்களும் நன்கொடையளித்து வருகிறார்கள். எனவே இதற்குப் பெரிய சொத்து இருக்கிறது. ஸிஸ்தூஸ் போப்பாண்டவர் அந்தப் பிரதேசத்தில் பிறந்தவர் என்பதாலும் அவருக்கு இதன் மீது பெரிய பக்தி இருந்ததாலும் இந்த வீட்டைச் சுற்றிலும் ஓர் அழகான தேவாலயத்தைக் கட்டினார். அதில் பல பலி பீடங்களும் மற்ற அலங்காரங்களும் செய்தார். இந்த வீட்டைச் சுற்றி மற்றொரு வீட்டை, முதல்தரமான பளிங்குக் கற்களால் கட்டினார். தேவதை வந்து கன்னிமேரியிடம் மங்கள வார்த்தை சொன்ன சிறு சன்னலையும் அதற்கு முன்னால் உள்ள பலி பீடத்தையும் வெள்ளித் தகட்டால் பொதிந்தார்.

வீட்டின் உட்புறத்தை வெள்ளித் தகட்டால் பொதிய முயன்றார் என்றாலும் அதில் வெற்றி பெறவில்லை. தகடு பதிக்க வேலையாட்கள் பல முறை பாடுபட்டார்கள். ஒரு சுவரில் தகடு ஒட்டிக் கொள்ளும்போது மற்ற சுவர்களில் பதிக்கப்பட்ட தகடு கழன்று விழும். இப்படிப் பலமுறை நடந்ததால், தகடு பதிப்பது என்பது முடியாத காரியம் என்று புரிந்தது. அந்த முயற்சியைக் கைவிட்டுவிட்டார்கள். தன் வீடு வறுமை நிலையில் இருப்பதுதான் தேவ மாதாவுக்கு விருப்பம் என்று நினைத்து அவர்கள் இந்த முயற்சியைக் கைவிட்டார்களாம்.

இந்த வீட்டின் உள்ளே ஒரு பலிபீடமும் அதன்மீது சுவரோடு சேர்ந்து, குழந்தை யேசுவைக் கையிலேந்தியிருக்கும் மாதாவின் திருவுருவமும் உண்டு. இந்த உருவத்தின் நிறம் கருப்பு. இது ஏன் இப்படிக் கருப்பாக இருக்கிறது என்று நான் கேட்டேன். இந்த வீட்டைக் கண்டுபிடித்தபோது இந்த உருவமும் அதில் இருந்தது என்றும் இதில் இத்தாலி நாட்டில் செய்யப்பட்டதென்றும் பதில்

கிடைத்தது. தவிர, பலிபீடத்தின் இருபுறமும் இரண்டு மூன்று சிறிய மண் பாத்திரங்களும் மரக் கரண்டிகளும் இருப்பதைப் பார்த் தோம். அவற்றைக் குறித்து விசாரித்தபோது, கர்த்தரின் அம்மா பயன்படுத்திய கருவிகள் இவை என்று சொன்னார்கள்.

இந்த வீட்டைத் துப்புரவு செய்யும்போதான தூசியும், இதனுள்ளே உருகி விழும் மெழுகும் அதிசயமான வகையில் நோய் களைக் குணப்படுத்துவதால், இந்த வீட்டைத் துப்புரவு செய்யும் பிரான்ஸிஸ்கன் துறவிகள் இந்தத் தூசியைக் கொண்டு சென்று அழகாகக் காகிதத்தில் மடித்து தங்கத் தகட்டில் வைத்து முத்திரை குத்தி விசுவாசிகளுக்குக் கொடுப்பதுண்டு. மெழுகு கொண்டு சிறிய மெழுகுவர்த்திகளும் செய்து கொடுக்கிறார்கள். இது இடி, சூறாவளி, பேய் பீடிப்பு ஆகியவற்றிலிருந்து காத்து ரட்சிக்கிறது. இந்த வீடு நிலத்தைத் தொடாமல் நான்கு விரலளவு உயர்ந்திருக்கிறதென்று சொல்லப்படுகிறது. சுற்றிலும் பளிங்குக் கற்களால் மற்றொரு வீடு கட்டியிருப்பதால், அது உண்மைதானா என்று தெரிந்துகொள்ள முடியவில்லை. முற்காலத்தில் இந்த இடம் வனப் பிரதேசமாக இருந்தாலும், இந்தப் புனித வீடு இங்கே வந்ததற்குப் பிறகு பல பக்தர்களும் இங்கே வந்து சேர்ந்து வசிக்கத் தொடங்கினார்கள். இப்போது அது ஒரு சிறிய நகரம்போன்று ஆகியிருக்கிறது. இந்த இடத்தின் சிறப்பால், அன்றாடப் பயன்பாட்டுப் பொருட்களுக்கு பொதுவாக விலை குறைவு.

ஐந்தாம் ஸிஸ்தூஸ் போப்பாண்டவரின் வீட்டுக்கு பளிங்கு மேற் புறமும், வெளியே தேவாலயமும் அமைந்திருப்பதைத் தவிர அங்கே ஒரு ஆயரையும் நியமித்திருக்கிறார்கள். அங்கே ஒரு ஸெமினரியும் ஸ்தாபித்தார்கள். ஸெமினரி மாணவர்களுக்கும் ஆசிரியர்களுக்கும் செலவுக்கான நிதிகளும் கட்டளையிடப்பட்டி ருக்கிறது. இப்படியெல்லாம் செய்த போப்பாண்டவரின் நினைவை நிலை நிறுத்தவும் அவர் மீதான நன்றியின் அடையாளமாகவும் அவரின் பெரியதொரு சிலையை செம்பால் வார்த்து உருவாக்கி தேவாலயத்தின் முன் பக்கத்துக்கு இடதுபுறம் ஸ்தாபித்திருக் கிறார்கள்.

நாங்கள் இந்த வீட்டுக்கு வந்து வழிபாடு சொல்லி மேற்படி தொமினிக்கன் ஆசிரமத்தில் தங்கியிருந்தோம். அப்போது, அந்த வீட்டின் மேலதிகாரியாக இருக்கும் தொமினிக்கன் பாதிரி, அங்கே நீண்ட நாட்களுக்கு முன்பு வாழ்ந்து இறந்த ஒரு புண்ணியவதியின் கதையைச் சொன்னார். அவர் அந்தப் புண்ணியவதிக்குப் பாவ மன்னிப்பு வழங்குபவராயிருந்தார். அந்தப் பெண்ணின் இறை

நேசமும் புண்ணிய வாழ்க்கையும் பிராயச்சித்த செயல்பாடுகளும் அசாதாரணமாக இருந்தன. அந்தப் பெண் ஆன்மீக சித்திரவதைக் காக மார்பில் அணியும் முட்களையும் தலையில் வைத்திருந்த முள்முடியையும் மற்ற பலவற்றையும் அவர் எங்களுக்குக் காட்டி னார். பெண்மணி பயன்படுத்தியிருந்த ஒரு சிலுவை உருவத்தையும் தவம் புரியும் இடத்தையும் அங்கே சுவரின் மீது வீழ்ந்திருந்த ரத்தத் தடங்களையும் நாங்கள் பார்த்தோம்.

இவ்வளவான பிறகு மார்க்கெஸும் யௌஸேப்பு பாதிரியும் எல்லோரிடமும் விடைபெற்று அங்கே வந்தார்கள். அங்கிருந்த புரோகிதர்களும் வீட்டு அதிகாரிகளும் மார்க்கெஸின் நண்பர்கள். எனவே அவரின் வேண்டுகோளின்படி புனித வீட்டின் காணிக்கைப் பொருட்களான வைரங்களையும் தங்க வெள்ளிப் பாத்திரங்களையும் மற்ற விலையுயர்ந்த பொருட்களையும் எங்களுக்குக் காட்டினார்கள்.

இவ்வாறு எங்களுக்கு அங்குள்ள விஷயங்களெல்லாம் முடிந்தது. அப்போது, இந்தப் புனிதவீடு போன்று ஒரு தேவால யத்தை மலங்கரையில் கட்டவேண்டும் என்ற வேண்டுதலின்படி அதன் நீளமும் அகலமும் மற்ற விளக்கங்களும் உள்ள ஒரு புத்த கத்தை வாங்கினோம். அதன் பிறகு மேற்படி தொமினிக்கன் பாதிரி யிடம் கணக்குத் தீர்த்து எங்களுக்காகச் செலவு செய்த பணத்தை யும் கொடுத்து மார்க்கெஸும் யௌஸேப்பு பாதிரியும் மல்பானும் நானும் அங்கிருந்து புறப்பட்டோம். மறுநாள் 'அங்கோணா' நகரத்தை அடைந்தோம். அங்கே, அந்த வருடம் ப்ரொப்பகந்தா லிருந்து புறப்பட்ட ஸெமினரிக்காரர்கள் சிலரைச் சந்தித்தோம்.

அன்று அங்கே தங்கிய பிறகு நாங்கள், நிகழ்ச்சிகளைத் திட்ட மிட்டோம். மார்க்கெஸும் யௌஸேப்பு பாதிரியும் வெனிஸ் நகரைக் காண விருப்பம் தெரிவித்ததால், ஜெனோவாவில் சந்திக்க நிச்சயித்துக்கொண்டு விடைபெற்றுப் பிரிந்தோம். நாங்கள் நேராக ஜெனோவாவுக்குப் புறப்பட்டோம். போப்பாண்டவரின் கீழுள்ள அங்கோணா நகரத்தில் அதிகம் தங்க வேண்டி வரவில்லை. அதனால் அதை வர்ணிக்குமளவு நினைவுகளும் இல்லை. இது இத்தாலியின் மிகப் பெரிய நகரங்களில் ஒன்று என்றும் கடல் அருகிலிருந்ததால் அது ஒரு துறைமுக நகரம் என்றும் மட்டும் குறிக்கலாம். இப்போதைய போப்பாண்டவர் அந்தத் துறைமுகத்தை மிகவும் மேம்படுத்தியிருக்கிறார். அதனால் அங்கே வியாபாரத்திற்கு, துர்க்கிகள் உட்பட்ட பற்பல நாட்டினரும் பற்பல மதத்தினரும் வருகிறார்கள். வெளிநாட்டினரின் ஆதிக்கத்தையும் பேரளவான வியாபாரத்தையும் குறிப்பிட்டுச் சொல்ல வேண்டும்.

நாங்கள் அங்கே சென்றபோது யௌஸேப்பு பாதிரியின் நண்ப ரான ஒரு ப்ரொப்பகந்தா ஸெமினாரிக்காரர், க்வாரன்டைன் என்று சொல்கிற நாற்பது நாள் கழித்து லாஸரெத்தெ என்ற இடத்தில் வசிப்பதாக அறிந்தோம். அவரைப் பார்க்கச் சென்றபோது அந்தத் துறைமுகத்தின் சிறப்பைப் பார்ப்பதற்கு எங்களுக்கு வாய்ப்பு ஏற்பட்டது.

56 அங்கோணாவிலிருந்து ஜெனோவாவுக்கு, அங்கு சென்ற பிறகு ஏற்பட்ட சம்பவங்கள்

நானும் மல்பானும் அங்கோணாவிலிருந்து புறப்பட்டு பாண்ணோ, அபஸரெ, செஸென்னா, பொளோஞ்ஞா, பாமா, ப்யாச்சென்ஸா ஆகிய நகரங்களைக் கடந்து, ரோமிலிருந்து புறப்பட்டு 1780ஆம் ஆண்டில் ஜூலை 3ஆம் தேதி ஜெனோவாவை அடைந்தோம்.

மேற்படி நகரங்களின் வழியாக வந்தோம் என்பதைத் தவிர அங்கே எங்கும் தங்கவில்லை. அதனால் அவற்றைப் பற்றியொன்றும் இங்கே எழுதவில்லை. நாங்கள் ஜெனோவாவுக்கு வந்த உடனே அங்கே நம் நண்பரான போர்த்துகீஸ் ராஜாவின் கான்சலைச் சென்று பார்த்தோம். ரோமிலிருந்து ராஜப் பிரதிநிதி கொடுத்தனுப்பிய கடிதங்களைக் கொடுத்தோம். அவர் எங்களை தகுந்தபடி வரவேற்றார். முன்பு தங்கியிருந்த ஒஸ்தரியாவுக்கு அழைத்துச் சென்றார்கள்.

இப்படி இந்த ஒஸ்தரியாவில் நாங்கள் தங்கியிருக்கும்போது சில நண்பர்கள் வந்து எங்களை அழைத்துச் சென்று கத்ரீனா புண்ணியவதியின் சவ உடலையும் ஏழை நோயாளிகளுக்காகக் கட்டப்பட்டிருக்கும் மருத்துவமனையையும் காட்டினார்கள். மருத்துவமனையில் நாங்கள் வியப்பான பல விஷயங்களைப் பார்த்தோம். அவற்றில் ஒன்று, ஒட்டிப் பிறந்த இரண்டு குழந்தைகளின் உடல்களை கண்ணாடிக் கூட்டில் வைத்திருந்தது. இந்தக் குழந்தைகள் ஒருவரை ஒருவர் அணைத்துக் கொண்டிருப்பது போலவும், எதிரெதிரே ஏதோ பேசிக்கொண்டு படுத்திருப்பது போலவும்தான் காணப்பட்டது. இவர்களில் உடல்கள் வெவ்வேறாக இருந்தாலும் வயிறுகள் ஒட்டி, பிரிக்க முடியாதவாறு இருக்கின்றன.

ஒரு பெண் தன் செலவில் ஒரு ஸெமினரி கட்டி, அதில் வசிப்பவர்களின் பராமரிப்பிற்கான பொருளாதாரத்தையும் ஆயத்தம் செய்து வைத்திருப்பதாய் அறிய முடிந்தது. மற்றொரு பெண் பிரசவித்த ஒரு நண்டையும் நாங்கள் பார்த்தோம். இப்படிச் சிறிய, அபூர்வமான பலவற்றை அங்கே பார்க்க முடிந்தது. தவிர, அங்குள்ள நோயாளிகளையும், அவர்களுக்குப் பணிவிடை செய்யும் கமில்லோஸ்கரான பாதிரிகளையும் மற்ற சேவையாளர்களையும் பார்த்தோம். அவர்களின் சேவைகள் குறையற்ற முழுமையானவை.

இதைத் தவிர எங்களை மற்றொரு தேவாலயத்திற்கு அழைத்துச் சென்று, அதன் பரிமாணத்தையும் கட்டடக்கலை அழகையும் கோபுரத்தின் உயரத்தையும் எங்களுக்குக் காட்டினார்கள். தங்கம் மற்றும் வெள்ளியிலான தேவாலயக் கருவிகள் அனேகத்தை அங்கே பார்த்தோம். இந்த தேவாலயத்தைக் கட்டியதும் இந்தக் கருவிகளை நன்கொடையளித்ததும் அங்குள்ள பன்னிரண்டு கானோனிஸ்தர்களுக்கு செலவுக்கான பொருளாதாரத்தை ஏற்பாடு செய்து வைத்திருப்பதும் ஒரு பெரு மதிப்பிற்குரிய பெண்மணிதான் என்றறிந்தோம்.

நாங்கள் இப்படி ஒஸ்தரியாவில் தங்கியிருக்கும்போது, பழைய காலத்தில் மல்பான் ரோமில் படித்துக்கொண்டிருந்த சமயத்தில் நண்பராயிருந்த மர்ச்செல்லோ அபாத்தெ தெல்மாரெ என்றதொரு வைதீகர் அங்கு வந்து எங்களைப் பார்த்துப் பெரு மகிழ்ச்சியை வெளிப்படுத்தினார். எங்களை அவர் வசிக்கும் இடத்துக்கு அழைத்துச் சென்று விருந்தளித்தார். ரோம் விஷயங்களைப் பற்றிப் பேசிக்கொண்டிருக்கும்போது அவர், ரோமில் தனக்கு ஏற்பட்ட ஒன்றிரண்டு மோசமான அனுபவங்களைத் துயரத்துடன் சொன்னார். அதைப் பற்றி அவர் எழுதிய ஒரு துண்டுப் பிரசுரத்தையும் எங்களுக்குத் தந்தார். ரோம் செய்யும் அநியாயத்திற்கு இப்படியெல்லாம் செய்துதான் ஆகவேண்டும் என்றும் குறிப்பிட்டார்.

இவர் வீட்டுக்கு நாங்கள் சென்றபோது அங்கே பட்டு நூல் புழுக்களை வளர்ப்பதைப் பார்த்தோம். அவற்றைப் பாதுகாக்கும் ரீதியையும் முட்டையிட வைத்து வளர்க்கும் முறையையும் உணவளிக்கும் விதத்தையும் கேட்டறிந்தோம். நம் நாட்டில் உள்ள வண்ணத்துப் பூச்சியின் புழுக்களைப்போலத்தான் இதுவும்.

இந்த வைதீகர் மிகுந்த அறிவும் உழைப்பும் உள்ள ஒருவர். இவர் இத்தாலி மொழியில் பல புத்தகங்களும் எழுதியிருக்கிறார்.

நாங்கள் விடைபெற்று வந்தபோது, அவரே எழுதி அச்சிடச் செய்த ஒரு பெரிய வேத பாட நூலின் நான்கு பாகங்களை மல்பானுக்குப் பரிசளித்தார்.

இப்படி ஓஸ்தரியாவில் ஐந்தாறு நாட்கள் தங்கிய பிறகு ஜெனோவாவிலிருந்து லிஸ்பனுக்கான கப்பலைக் கண்டுபிடிக்கவும், மார்க்கெஸூம் யெளஸேப் பாதிரியும் வந்து சேரவும் மிகுந்த சமயம் பிடிக்கும் என்று தெரிந்தது. ஓஸ்தரியாவில் ஆகும் செலவு தாங்க முடியாதது. அதனால் முன்பு பல முறை குறிப்பிட்டிருக்கும் எங்கள் நண்பரான மர்க்கெஸா நிக்ரோனி என்ற சீமாட்டியைப் பார்த்து, மற்றொரு வசிப்பிடத்திற்கு முயன்றோம். அவரின் முயற்சியின் விளைவாக நகரத்திற்கு வெளியில் கூப்பிடு தொலைவில் உள்ள மார் ஆகஸ்தீனோஸின் நிஷ்பாதுக சபையினர் தங்கியிருக்கும் மதோனத்தா என்ற ஆசிரமத்திற்கு நாங்கள் இடம் மாறினோம். அங்குள்ள சுப்பீரியரிடம் பேசி எங்களுக்கு அன்றாடம் எவ்வளவு செலவு வருமென்று கணக்கிட்டு, நாங்கள் சொல்லும் வழிபாட்டுக் கான தர்மத்தை அதில் கழித்துக்கொள்ளும்படிச் செய்தார்கள்.

மதோனத்தா என்ற இந்த ஆசிரமத்தின் கட்டட வேலை மிகவும் அழகானது. சற்றும் சமமற்ற ஒரு குன்றின்மேல் ஆசிரமம் இருக் கிறது. அங்கே வெட்டிச் சமதளமாக்கி முக்கியமான ஒரு இடத்தில் தேவாலயம் கட்டி தேவாலயத்தின் உள்ளே மூன்று அடுக்கில் அழகான ஒரு பலிபீடத்தையும் கட்டியிருக்கிறார்கள். இந்தப் பலி பீடத்தின் மேலே ஆகஸ்தீனோஸ் புனிதரின் உருவத்தைப் பிரதிஷ்டை செய்திருக்கிறார்கள். உருவத்தின் முன்னால்தான் பலி பீடம். அதன் பின்னால் பாதிரிகள் தொழுவதற்கான இடம். பலி பீடத்தின் பேழையில் பரிசுத்த பிரசாதத்தை எப்போதும் எழுந்தருளச் செய்து வைத்திருக்கிறார்கள். மிகவும் கீழே உள்ள மூன்றாவது பலிபீடத்தை, மேல் பலிபீடத்தின் வரிசையில் அல்லா மல் சற்று முன்புறமாகத் தள்ளி அமைத்திருக்கிறார்கள். இந்தப் பலிபீடத்தில் யேசு மிசிஹாவின் சவ உடலை மடியில் கிடத்தி யிருக்கும் மாதாவின் உருவத்தைப் பிரதிஷ்டை செய்திருக்கிறார்கள். இந்தப் பலிபீடத்தில் வழிபாடு சொல்வதை, மேலே தேவாலயத்தின் ஹைக்கலாவில் (மக்கள் இருக்கும் இடம்) நிற்பவர்கள் பார்க்கலாம். ஹைக்கலாவின் முன்னால் செம்புக் கம்பிகளிட்டிருக்கிறார்கள். பலபீடங்களின் மேற்பாகத்திற்கும் கீழ்பாகத்திற்கும் நடுவே முன்புறத் தில் அமைக்கப்பட்டிருக்கும் ஹைக்கலாவில் நின்றால் அதன் முன் பாகத்தில் உள்ள மூன்று பலிபீடங்களிலும் சொல்லும் வழிபாட்டைச் சிரமமின்றிப் பார்க்கலாம். இந்த விதத்தில் இது அமைக்கப்பட்டிருக்கிறது.

நடுவில் உள்ள பலிபீடத்தின் பின்னால்தான் அணியறை இருக்கிறது. அதை ஒட்டி ஆசிரமம். ஆசிரமத்தில் பல வரிசைகளாக அறைகளைக் கட்டியிருக்கிறார்கள். அறைகளின் அழகும் நேர்த்தியும் பாராட்டுக்குரியவை. இந்த அறைகளிலும் அணியறையி லும் உணவுக்கூடத்திலும் சரக்கு அறையிலும் கிடைக்கத் தக்கபடி, சுவர் வழியாகக் குழாய் பொருத்தி வற்றாத நீரூற்றுகளிலிருந்து தண்ணீர் கொண்டு வந்து விநியோகம் செய்கிறார்கள். இப்படி ஒவ்வொன்றையும் பார்த்தால், ஆசிரமம் சிறியதாக இருந்தாலும் பார்வையாளர்களுக்கு வியப்பும் ஆர்வமும் ஏற்படுத்தும். இந்தச் சிறிய இடத்தில் இதெல்லாம் உட்கொள்ள வைத்து ஆசிரமம் கட்டிய பாதிரியின் அறிவு நுட்பத்தை இத்தாலியர்களெல்லாம் பாராட்டுகிறார்கள். அவர் மீதான மரியாதையின் காரணமாக அவரின் நிழற்படத்தை அங்கே வரைந்து வைத்திருக்கிறார்கள். தவிர, அவர் பெயரைக்கூட மிகவும் மரியாதையுடன்தான் உச்சரிக்கிறார்கள்.

மீள் பார்வை

ஐரோப்பாவில் யாராவது மற்றவர்களைவிட ஏதாவது விஷயத்தில் திறமையை வெளிப்படுத்தினால் அவர் வாழ்ந்திருக்கும் போதே அங்கீகரித்து மரியாதை செய்வார்கள். அவர் இறந்துவிட்டால் அவர் நினைவை நிலை நிறுத்துவதற்கு சித்திரங்கள் வரைந்தோ சிலைகள் செய்தோ பிரதிஷ்டை செய்வார்கள். அவர் வாழ்க்கை வரலாற்றையும் பணிகளையும் எழுதிப் புத்தகமாக்கி விளம்பரம் செய்வார்கள். இந்த அங்கீகாரத்தையும் விளம்பரத்தையும் மற்றவர்கள் பார்க்கும்போது தங்கள் நினைவையும் நிலை நிறுத்த வேண்டும் என்ற ஆசை ஏற்படும். முயற்சியுடையவர்கள் கடும் பிரயத்தனம் செய்து இலட்சியத்தை அடைவார்கள்.

சுப்பீரியரும் அவருக்குப் பிறகான பாதிரியார்களும் மிகவும் அன்பு மரியாதைகளுடன் எங்கள் வசதிகளைப் பார்த்துக் கொண்டதால் அந்த ஆசிரமத்தில் தங்கியிருப்பது மகிழ்ச்சியளித்தது. மர்க்கெஸா நிக்ரோனி என்ற சீமாட்டியின் வீடு இந்த ஆசிரமத்திற்குப் பக்கத்திலிருந்தது. எனவே நாங்கள் பலமுறை அங்கே சென்று சந்தித்தோம். இந்தப் பெண்மணி எங்கள் மீதுள்ள அன்பின் காரணத்தால் ஒன்றிரண்டு முறை தேவாலயத்துக்கு வந்து எங்களைச் சந்தித்துப் பேசினார்கள். என்றும் காலையில் குடிப்பதற்கு சாக்கலேட் என்றதொரு பானத்தையும் கொடுத்து அனுப்பினார்கள். இதற்கு மேலாக, நம் நண்பரான கான்சலும் அவர் தம்பியும் ஆசிரமத்திற்குப் பலமுறை வந்து எங்களைப் பார்த்தார்கள். நாங்கள் அவரின் வீட்டுக்குச் சென்றபோது அவரும் அவர் மனைவியும் மிகவும் மகிழ்ச்சியாக எங்களை வரவேற்றார்கள். ஏதாவது தேவையென்றால் தெரிவிக்க வேண்டும் என்றும் சொன்னார்கள்.

57 ஜெனோவாவிலிருந்து கார்திச்செ(Cardiz)வுக்கும் அங்கு சென்ற பிறகும்

நாங்கள் மதோனத்தாவில் வசிக்கும்போது தேவையானதை யெல்லாம் கான்சலிடம் வாங்கிக்கொள்ள வேண்டும் என்று கயெத்தானோஸ் பாதிரியிடமிருந்து கடிதம் வந்தது. தன் மகன் யௌஸேப்பு பாதிரிக்கும் எங்களுக்கும் தேவையான உதவிகளை யெல்லாம் செய்து எங்களை விரைவில் போர்த்துகீஸுக்கு அனுப்ப வேண்டும் என்று ராஜ கட்டளை உள்ளதாக கான்சலுக்கும் அவர் எழுதியிருந்தார். இந்தக் கடிதங்களிலோ, ரோமிலிருந்து ப்ரந்தாம் அனுப்பிய கடிதங்களிலோ நம் விஷயம் தொடர்பான செய்திகள் ஏதுமில்லை. அதனால், கொடுங்கல்லூர் பேராயர் பதவிக்கான ஆளை விரைவில் முடிவு செய்து அனுப்ப முயற்சி செய்ய வேண்டும் என்று கயெத்தானோஸ் பாதிரிக்கும் உண்மையும் நெறியும் குலப் பெருமையும் உள்ள ஒரு போர்த்துகீஸியரை கொடுங்கல்லூருக்குப் பெயர் அறிவிக்க வேண்டும் என்று விஷ்கோந்திக்கும் கடிதங்கள் அனுப்பினோம்.

நாங்கள் மதோனத்தாவில் தங்கியிருக்கும்போது அங்குள்ள பாதிரிகள் தாங்களுக்கு, இந்தியாவில் எங்காவது ஒரு மிஷன் களம் ஏற்பாடு செய்து கொடுத்தால் நல்லது என்று சொன்னார்கள். என்றாலும் நாங்கள், உறுதியொன்றும் கொடுக்காமல், முயற்சி செய்கிறோம் என்று சொல்லித் தவிர்த்தோம்.

மீள் பார்வை

மிஷனரிக்காரரர்களான சன்னியாச வைதீகர்கள் ஆசையுடனும் பணிவுடனும்தான் இங்கே வருகிறார்கள் என்றாலும், இங்கே வந்த

பிறகு தங்களுக்கும் தங்கள் சமூகத்துக்குமான காரிய லாபத்தைத் தேடுகிறவர்களாக மாறுகிறார்களே தவிர, யேசு மிசிஹாவின் விஷயத்தைத் தேடுபவர்களாக இல்லை என்று நாம் அனுபவத்தா லறிவோம். கடவுளுக்காகத்தான் மிஷன் செயல்பாடுகள் நடத்து கிறார்கள் என்றால் தங்கள் சொந்த சன்னியாச சபைக்காக பிரத்தி யேகமாக வேண்டுகோள் விடுப்பதற்கான தேவை இல்லையல்லவா. அவர்களின் சமூகத்துக்கு மிஷன் களம் வேண்டும் என்று சொன் னது, தங்கள் சொந்தக் காரிய லாபத்துக்காகத்தான் என்று நாங்கள் நியாயமாக யூகித்தோம். கர்மலீத்தர்கள் நெடுங்காலத்துக்கு முன்பு தொடங்கி இங்கே செய்து வருவதும் அப்படித்தானே.

இப்படி ஒரு மாதம்வரை நாங்கள் மதோனத்தாவில் வசிக்கும் போது தேவையான உடைகளும் சில புத்தகங்களும் வாங்கினோம். அப்போது கயெத்தானோஸ் பாதிரியின் மகனும் மார்க்கெஸ் குஸ் தந்தீனியும் சொல்லி வைத்திருந்ததுபோல ஜெனோவாவுக்கு வந்து சேர்ந்தார்கள். ஆயினும் கப்பல் இன்னும் வரவில்லை. தொடர்ந்த நாட்களில் யௌஸேப்பு பாதிரியும் குஸ்தந்தீனியும் அடிக்கடி ஆசிர மத்திற்கு வந்து எங்களைச் சந்தித்துக் கொண்டிருந்தார்கள். அவர் களுக்கும் சேர்த்து இங்கே இடமில்லாத காரணத்தால் அவர்கள், நாங்கள் முதலில் தங்கியிருந்த ஓஸ்தரியாவிலேயே தங்கினார்கள்.

இதற்குப் பிறகு ஜெனோவாவிலிருந்து ஸ்பெயினின் ஆட்சி யிலுள்ள கார்திச்செ நகரத்துக்குச் செல்லும் ஒரு கப்பலைக் கண்டு பிடிக்க முடிந்ததால், எங்களை கார்திச்செவுக்குக் கொண்டு சேர்க்க ஏற்பாடு செய்வதாக கான்சல் சொன்னார். அப்படியே ஆகட்டும் என்று நாங்களும் சம்மதித்தோம். கான்சல், அதற்கு வேண்டிய ஏற்பாடுகளையெல்லாம் செய்து தந்தார். நாங்கள் மர்க்கெஸா நிக்ரோனி சீமாட்டியிடமும் பாதிரிகளிடமும் நண்பர்களிடமும் விடைபெற்று பட்டணத்துக்கு வந்தோம். கப்பல் புறப்படுவதற்கு பிறகும் மூன்று நான்கு நாட்கள் தாமதமானது. அதனால் மார்க்கெஸும் யௌஸேப்பு பாதிரியும் தங்கியிருந்த ஓஸ்தரியாவில் நாங்களும் சென்று சேர்ந்து கொண்டோம்.

அப்போது அங்குள்ள சில கர்மலீத்தா பாதிரிகள் வந்து யோஹன்னான் தெஸெந்த மர்கரீத்தா என்ற பாதிரியின் விஷயம் பற்றி எங்களிடம் கேட்டார்கள். எங்களுக்கு ஒன்றும் தெரியாது என்று சொல்லி அவர்களை அனுப்பினோம்.

கான்சல், நாங்கள் மதோனத்தாவில் வசித்த செலவை எங்கள் வழிபாட்டு தட்சிணையைக் கழித்துக்கொண்டு ஆசிரம நிர்வாகியி டம் கொடுத்தார்.

நாங்கள் இப்படி ஒஸ்தரியாவில் தங்கியிருக்கும்போது சன்னி யாசியான புனித பௌலோசின் சபையைச் சேர்ந்த பிலிப்போஸ் என்ற பறங்கிப் பாதிரி ஜெனோவாவிலிருந்து எங்களுடன் சேர்ந்து லிஸ்பனுக்கு வருவதற்காக, எங்களுக்கும் கான்சலுக்குமான ப்ரந்தா மின் கடிதங்களுடன் வந்து சேர்ந்தார். ஐம்பத்து நான்காம் அத்தியா யத்தின் கடைசிப் பகுதியில் சொன்னதுபோன்று மோன்ஸிஞ்ஞோர் பொர்ஜ்யா எங்களுக்காகப் போப்பாண்டவரிடம் கேட்டு வாங்கிய இரண்டாயிரம் மெழுகு ரூபங்களை ப்ரந்தாமிடம் கொடுத்திருந்தார்; ப்ரந்தாம் அவற்றை இந்தப் பாதிரியிடம் கொடுத்து அனுப்பியி ருந்தார். ஆனால், அவற்றில் நல்லதும் பெரியதுமான ரூபங்களெல் லாம் வழியில் திருடு போய்விட்டன. மிச்சமிருந்த பாதியை அவர் எங்கள் கையில் கொடுத்தார்.

கப்பல் புறப்படும் நாள் நெருங்கியபோது கான்சலும் அவர் மனைவியும் எங்களைப் பார்க்க வந்தார்கள். வேண்டியவர் களுக்கெல்லாம் மீண்டும் பயணம் சொல்லிக்கொண்டு அங்கே சென்ற ஐம்பத்து ஆறாம் நாள் மல்பான், நான், யௌஸேப்பு பாதிரி, மார்க்கெஸ் குஸ்தந்தீனி, பிலிப்போஸ் பாதிரி ஆகிய ஐந்து பேர் ஒன்றாக யோஹன்னான் விப்திங்கமாஸா எனும் ஜெனோவா கேப்டனின் கப்பலில் ஏறி கார்திச்செவுக்குப் புறப்பட்டோம்.

கான்சல் எங்களுக்கு கார்திச்செவுக்குச் சென்றால் அங்கிருந்து போர்த்துகீஸுக்குச் செல்வதற்கான பணம் கிடைக்கத் தக்கவாறு ஒரு கடிதமும் அதைத் தவிர நூற்று முப்பது ஸ்கூதியும் கொடுத்து அனுப்பினார்.

மிக நல்ல ஒரு மனிதனாயிருந்தார் கேப்டன். போதாக்குறைக்கு, எங்களை நல்ல முறையில் உபசரித்து அழைத்துச் சென்று சேர்க்க வேண்டும் என்று கான்சல் தனிப்பட்ட வகையில் சொல்லியனுப்பி யிருந்தாரல்லவா. எப்படியானாலும் கேப்டன் எங்களுக்கு எந்தக் குறையும் ஏற்படாமல் வேண்டியதையெல்லாம் தந்து அழைத்துச் சென்றார். அவர்மீது எங்களுக்கு மிகவும் அன்பு ஏற்பட்டது. வழியில் ஓர் இரவு ஏறத்தாழ மூன்று மணிக்கு மிகவும் ஆபத்தான லெயோன் ஜலசந்தியைக் கடந்து செல்லும்போது பயங்கரமான காற்றும் கொந்தளிப்பும் ஏற்பட்டது. யானைத் தும்பிக்கைபோன்ற சுழற்காற்று கப்பலின் முன்னாலும் பின்னாலும் காட்சிப்பட்டது. நாங்கள் மிகவும் அஞ்சி கடவுளிடமும் புனித மாதாவிடமும் பிரார்த் தனை ஆரம்பித்தோம். கையிலிருந்த புனித மெழுகு உருவத்தைக் கடலிலிட்டோம். கடல் மெல்ல சாந்தமடைந்தது. பிறகு எந்த ஆபத்துமில்லாமல் அந்த அபாயமான இடத்தைக் கடந்து

ஆயுளோடும் ஆரோக்கியத்தோடும் மேற்சொன்ன ஆண்டிலேயே செப்டம்பர் இருபத்தி எட்டாம் தேதி கார்திச்செவுக்கு வந்து சேர்ந்தோம்.

கார்திச்செ என்பது ஐரோப்பாவில் உள்ள சிறிய நகரங்களில் ஒன்று. இங்குள்ள துறைமுகம் ஸ்பெயின் (இஸ்பான்யா) நாட்டிலுள்ள விசாலமான நல்லதொரு துறைமுகம். எல்லா ஐரோப்பிய நாடுகளிலிருந்தும் ஆசியாவிலிருந்தும் பல கப்பல்களும் விற்பனைச் சரக்குகளும் அங்கே வந்து சேர்வதுண்டு. ஐரோப்பாவில் அதிக வர்த்தகமும் அதிக மக்கள் போக்குவரத்துமுள்ள நகரங்களில் ஒன்றாக இது மாறியிருக்கிறது. நகரம் சம தளத்தில் அமைந்திருக்கிறது. நீரூற்றுக் குழாய்களை வரிசையாக நிர்மாணித்திருக்கிறார்கள். வீடுகள் மிகப் பெரியதாகவோ, நிறைய மாடிகள் உள்ளதாகவோ இல்லையென்றாலும் பார்வைக்கு அழகான நிறைய வீடுகள் அங்கே இருக்கின்றன. நகரத்தைச் சுற்றிலும் வலுவானதொரு கோட்டை இருக்கிறது. கோட்டைக்கு மேலே பெரிய துப்பாக்கிகளைப் பொருத்தியிருக்கிறார்கள். துறைமுகத்திற்கு நேராக இரண்டு வாயில்கள் இருக்கின்றன. தடை செய்யப்பட்ட பொருட்களை உள்ளே கடத்தாமலிருக்க அங்கே காவல்காரர்களையும் நியமித்திருக்கிறார்கள். இந்த வாயில்களை இரவு ஒன்பது மணிக்குப் பூட்டுவார்கள். அதனால் நகரத்திற்கு நல்லதொரு மதிலும் பாதுகாப்பும் உண்டென்பது மட்டுமல்ல, கள்ளப் பொருட்களை நகரத்திற்குள் கொண்டு செல்லவும் வழியில்லை.

இந்த நகரத்திற்குச் சென்றவுடன் இங்குள்ள ஒஸ்தரியாவில் தங்குவதற்கு ஏற்பாடு செய்தோம். பிறகு, ஜனோவாவில் உள்ள அன்பிற்குரிய கான்சலுக்கு, நாங்கள் கார்திச்செவுக்கு வந்து சேர்ந்த விவரத்தைத் தெரிவித்து ஒரு கடிதம் எழுதி கேப்டனிடம் கொடுத்து அனுப்பினோம். கான்சல் எங்களுக்குக் கொடுத்திருந்த கடிதத்தை அங்குள்ள அவரின் நண்பரான ஒரு வியாபாரியிடம் கொடுத்து, அங்கிருந்து போர்த்துகீஸுக்கான வழிச் செலவுக்கான முப்பத்து மூன்று ஸ்கூதி பெற்றுக்கொண்டோம்.

மறுநாள் சனிக்கிழமையானதால் பக்கத்திலொரு தேவாலயத்தில் வழிபாடு பார்க்கச் சென்றோம். ஆயரைப் பார்த்து அனுமதி வாங்க நேரமில்லாததால் நாங்கள் நால்வரும் அன்று வழிபாடு சொல்லவில்லை. பிலிப்போஸ் பாதிரி அங்கே பழக்கமானவர் என்பதால் அவர் மட்டும் வழிபாடு சொன்னார்.

வழிபாடு பார்த்த பிறகு நகரத்தின் கவர்னரைப் பார்ப்பதற்காக அவரின் மாளிகைக்குச் சென்றோம். அப்போது பன்னிரண்டு

வயதான ஒரு குழந்தை வந்து எங்களிடம் லத்தீன் மொழியில் பேசத் தொடங்கினான். எங்கிருந்து வருகிறீர்கள், எங்கே போகிறீர்கள் என்றும் மற்றும் பல கேள்விகளும் அவன் கேட்டான். அவனது பேச்சுப் பாணியும் அறிவுத் திறனும் எங்களுக்கு வியப்பளித்தன. அவனுக்குப் பதில் சொல்லிக் கொண்டிருக்கும்போது, கவர்னருடன் பேசிக்கொண்டிருந்த அந்தப் பகுதியின் ஆயர் வெளியே இறங்கிவந்தார். அதன்பிறகு கவர்னர் எங்களை அழைக்கச் செய்தார். யார் என்ன என்று விசாரித்துவிட்டு, நாங்கள் கேட்ட அனுமதிப்பத்திரம் எழுதித் தந்தார்.

இதன்பிறகு நாங்கள் தங்கியிருந்த ஒஸ்தரியாவுக்கு வந்தோம். தொடர்ந்து, போர்த்துகீஸுக்கான பயணத்தைப் பற்றி ஆலோசித்தோம். பிலிப்போஸ் பாதிரி விசாரித்த வகையில், போர்த்துகீஸின் கீழுள்ள தவிரா என்ற புகழ்பெற்ற தெருவிலிருந்து சில ஏழை வியாபாரிகள் அங்கே வந்திருக்கிறார்கள் என்றறிந்தோம். அவர்கள் தங்கியிருக்கும் இடத்துக்குச் சென்று பேசி அவர்களுடன் தவிரா வரை செல்வதற்கான ஏற்பாடுகள் செய்தோம்.

இந்த வியாபாரிகள் மேலும் இரண்டு நாட்கள் தங்க வேண்டியிருந்ததால், மறுநாள் நாங்கள் மேற்படி தேவாலயத்துக்குச் சென்று வழிபாடு சொன்னோம். புதியதொரு வழிபாட்டு முறையைப் பார்த்து அங்குள்ள மக்கள் வியப்படைந்தார்கள். இந்தச் செய்தி நகரத்தில் பரவியது. அவ்வாறு, நகரத்தில் உள்ள ஒரு பெரிய மனிதர் தன் வீட்டில் வழிபாடு சொல்லிவரும் தொமினிக்கன் பாதிரியார் மூலம், நாங்கள் அவர் வீட்டுக்குச் சென்று வழிபாடு சொல்ல வேண்டும் என்று சொல்லியனுப்பினார். நாங்கள் அன்றே பயணம் புறப்பட வேண்டியிருந்ததால் அவர் வீட்டுக்குச் சென்று வழிபாடு சொல்ல முடியவில்லை. ஆயினும் நாங்கள் அவரைப் பார்த்துச் சொல்லிவிட்டுத்தான் சென்றோம். நாங்கள் கல்தாய ஸுரியானிக்காரர்கள் என்று அறிந்தபோது அவர் கல்தாய பாத்ரியர்க்கா மார் யௌஸேப்பு தன் வீட்டில் வழிபாடு சொன்னதைப் பற்றியும் பாத்ரியர்க்காவின் புண்ணிய வாழ்க்கையைப் பற்றியும் சொன்னார்.

58. கார்திச்செயிலிருந்து தவிராவுக்கும் அங்கிருந்து லிஸ்பனுக்குமான பயணம்

மேற்சொன்ன வியாபாரிகளுக்கு கார்திச்செயிலுள்ள வேலைகள் முடிந்து அவர்களின் சொந்த ஊரான தவிராவுக்குச் செல்வதற்கான நேரம் வந்தது. அப்போது நாங்கள் எங்கள் சுமைகளை எடுத்துக்கொண்டு இந்த ஏழைகளின் படகில் ஏறினோம். அன்று இரவுப் பயணம் அந்த விதமாக முடிந்தது. மறுநாள் பயணம் துன்பகரமாகத் தோன்றியது. தோணியில் நிழலுக்கென்று மேல் மறைப்போ, கூடாரமோ எதுவுமில்லை. கடும் வெயில். உணவு சாப்பிடுவதற்கு ஏற்ற இடங்கள்கூட கரைக்கருகே எதுவும் காணவில்லை. அப்படி ஒருநாள் பயணத்தில் தவிரா என்ற தெருவுக்கு வந்தோம். அப்போது ஏறத்தாழ இரவு நான்கு நாழிகை இருக்கும். அங்கே பிலிப்போஸ் பாதிரியின் சன்னியாச சமூகத்தைச் சேர்ந்த ஓர் ஆசிரமம் உண்டு. அங்கே தங்கலாம் என்று நினைத்து நாங்கள் சென்றோம் என்றாலும், எங்களை ஏற்றுக்கொள்ள அவர்கள் விரும்பவில்லை. அதனால் பிலிப்போஸ் பாதிரியும் அங்கே தங்க விரும்பவில்லை. இப்படி நாங்கள் ஐவரும் சேர்ந்து, அழைத்து வந்த தோணி உரிமையாளரின் வீட்டுக்குச் சென்று தங்கலாம் என்று புறப்பட்டோம். தெருவின் மேலதிகாரி வசிக்கும் இடத்தின் வழியாகத்தான் செல்லவேண்டும். அவர் பிலிப்போஸ் பாதிரியின் நண்பரும்கூட. வழியில் அங்கே சென்று குசலம் பேசிக்கொண்டிருக்கும்போது அவர் எங்கள் சிரமத்தைப் புரிந்துகொண்டார். போகும்வரை அந்த வீட்டில் தங்கிக்கொள்ளும்படிச் சொன்னார். அவரும் ஓர் ஏழை மனிதர்தான். ஆயினும் எங்களை அங்கே

நல்ல மனதுடனும் மகிழ்ச்சியுடனும் வரவேற்று உபசரித்தார். தவிரா என்பது ஒரு சிறிய இடம் என்று சொன்னேன் அல்லவா. அங்குள்ள பெரும்பாலானோர் ஏழைகள். அதனால் உணவுக்கு மாமிசமும் பிறவும் கிடைப்பது சிரமம். ஆயினும், கடலோரப் பிரதேசம் என்பதால் நிறைய மீன் கிடைத்தது.

இந்தத் தெருவில் யூஸெ கயெத்தானோஸ் என்றொருவர் வசித்தார். இவருக்கும் கயெத்தானோஸ் பாதிரிக்கும் பெரிய நட்பு இருந்தது. எனவே, பாதிரியின் மகன் யௌஸேப்பு பாதிரியும் நண்பர்களும் அங்கே வந்திருக்கிறார்கள் என்று அறிந்து கொண்டார். மறுநாள் அவர் தன் மகனிடம் சொல்லியனுப்பி எங்களை விருந்துக்கு அழைத்தார். அங்கே ஒரு வெட்ட வெளி இடத்தில் நடக்கும் அந்திச் சந்தையையும் அங்கு வரும் ஆட்களின் கொடுக்கல் வாங்கல்களையும் வியாபாரப் பொருட்களையும் நாங்கள் வேடிக்கை பார்த்துக்கொண்டிருந்தோம். அப்போது மேற்படி இளைஞன் அங்கே வந்து, தன் வீட்டுக்கு விருந்துக்கு வரவேண்டும் என்றும் தன் அப்பா சொல்லியனுப்பினார் என்றும் மரியாதையாகச் சொல்லி எங்களை அழைத்தான். அதன்படி நாங்கள் ஐவரும் யூஸெ கயெத்தானோஸின் வீட்டுக்குச் சென்றோம். உணவுக்குப் பிறகு பயணத்தைப் பற்றிப் பேசிக் கொண்டிருக்கும் போது அவரிடம், லிஸ்பனுக்குச் செல்லும் வழி என்னவென்று கேட்டோம். அவர், தற்சமயம் லிஸ்பனுக்குச் செல்லும் படகு எதுவு மில்லை என்றும் கடல் வழியாகச் செல்வது கஷ்டமென்றும் சொன்னார். தங்குவதற்கோ, அங்கே எங்கும் ஒரு வீடுகூடக் கிடைக் கவும் இல்லை. அதனால் எங்கள் சுமைகளை அவர் வீட்டில் வைத்துவிட்டு, தரை மார்க்கமாகவே லிஸ்பனுக்குச் சென்று விடலாம் என்று முடிவு செய்தோம். ஐவருக்கும் சேர்த்து ஐந்து குதிரைகளையும் அவற்றைச் செலுத்துவதற்கான குதிரைக்காரர் களையும் வாடகைக்கு அமர்த்திக்கொண்டு மறு நாளே அங்கிருந்து புறப்பட்டோம். யூஸெ கயெத்தானோஸ் பாதிரி, நாங்கள் அவரிடம் ஒப்படைத்திருந்த பொருட்களை எந்தச் சேதமுமின்றி கடல் வழியாக லிஸ்பனுக்கு அனுப்பித் தரவும் செய்தார்.

இவ்வாறு நாங்கள் தவிராவிலிருந்து குதிரையில் லிஸ்பனுக்குப் புறப்பட்டோம். ஏழு நாட்கள் துன்பகரமான பயணம். தவிராவி லிருந்து லிஸ்பனுக்கான வழி நம் கடநாட்டிலிருந்து கிழக்கு முட்டத் திற்கு பன்னிக்குன்று ஏறிப் போவதுபோல மலையும் சரிவும் குண்டும் குழியும் நிறைந்தது. பெரிய மலைகளும் செங்குத்தான சரிவுகளும் உண்டு. பெரும்பாலும் மலை விளிம்பில்தான் வழி.

குதிரையின் கால் சற்றே சறுக்கினால் பேராழமான பள்ளத்தாக்கில் சென்று விழ வேண்டியதுதான். மிகவும் கவனமாகப் பயந்து பயந்து தான் நாங்கள் பயணம் செய்தோம். வழியில் மனிதர்கள் உள்ள இடங்கள் அரிது. அப்படியான இடங்கள் வெகு தூரத்தில் இருந்தன. ஒரு வீட்டிலிருந்து புறப்பட்டு, இரவு தங்குவதற்கு மற்றொரு வீட்டைக் கண்டுபிடிக்க வேண்டும் என்றால் பகல் முழுதும் ஓய்வின்றி நடக்கவேண்டும். இப்படிக் கண்டுபிடிக்கும் வீடுகளும் மிகவும் வறிய மனிதர்களின் வீடுகளாயிருக்கும். காற்றிலிருந்தும் மழையிலிருந்தும் காத்துக்கொள்வதற்கான பொருட்களைக்கூட அவர்கள் மிகத் தொலைவான இடங்களிலிருந்துதான் கொண்டு வருகிறார்கள். மிக வறிய ரீதியிலான உணவுப் பொருட்களைத் தவிர வேறொன்றும் கிடைக்கவில்லை. ஆயினும் அந்த ஏழை மக்கள் மகிழ்ச்சியாக எங்களை வரவேற்று தங்களால் முடிந்தவரை உபசரித்தார்கள். நாங்கள் அதற்கான பணத்தை அவர்களிடம் கொடுத்தோம்.

ஒரு வீட்டிலிருந்து புறப்பட்டால் மற்றொரு வீட்டை அடைவது வரையிலான வழி குதிரைக்காரர்களுக்கு நன்றாகத் தெரிந்திருந்தது. அதனால் வழியின் தூரத்தையும் நிலையையும் அவர்கள் சொல்லித் தந்தார்கள். எனவே சந்தர்ப்பத்திற்கு ஏற்ற வகையில் வேகத்தைக் கூட்டியும் குறைத்தும் பயணித்தோம். இப்படி ஆறு நாட்கள் முழுதும் நடந்தோம். ஏழாம் நாள் மதியப் பொழுதில் ஒரு வீட்டைச் சென்றடைந்து அங்கே கிடைத்த உணவைச் சாப்பிட்டோம். அங்கிருந்தும் புறப்பட்டு இரவு எட்டு நாழிகை ஆனபோது, வழியில் கண்ட ஒரு வீட்டுக்குச் சென்றோம். அங்கே உலர்ந்த திராட்சையும் பழைய அப்பமும் நாட்டுச் சாராயமும் தவிர வேறு எதுவும் இல்லை. தேவைப்பட்டவர்கள் அதை வாங்கிச் சாப்பிட்டுப் பயணம் தொடர்ந்தார்கள். இரவு சற்றும் தூங்காமல் நடந்து மறுநாள் கருக்கல் பொழுதில் லிஸ்பனின் கிழக்கு நதிக்கரையை அடைந்தோம். உடனே நம் குதிரைகளுக்கும் குதிரைக்காரர்களுக்கும் கூலியைக் கொடுத்து அனுப்பினோம்.

இந்த நதியைக் கடந்து லிஸ்பனுக்குச் செல்ல வேண்டும் என்றால் மூன்றரைக் காத தூரம் நடக்கவேண்டும். காலை ஆறு மணிக்கு ஒரு படகு இருக்கிறது. அக்கரை செல்ல வேண்டியவர்கள் ஆறு மணிக்கு முன்பு படகுத் துறைக்கு வந்துவிட வேண்டும். அதனால், ஐந்து மணிக்காவது அங்கே சென்று சேர்ந்துவிட வேண்டும் என்றுதான் நாங்கள் இரவு முழுதும் தளராமல் நடந்தோம். நாங்கள் சென்றடைந்த பிறகு விரைவிலேயே படகுக்காரர்கள்

பெரியதொரு படகுடன் அங்கே வந்தார்கள். அங்கே கூடியிருந்த வர்களிடமெல்லாம் கட்டணம் வசூலித்து, எங்களையெல்லாம் படகில் ஏற்றிக்கொண்டு லிஸ்பனுக்குப் புறப்பட்டார்கள். வழியில் எதிரே படகில் வருகிற கயெத்தானோஸ் பாதிரியையும் அந்தோ ணியோ தெலெரோஸ என்ற நண்பரையும் சந்தித்தோம். எங்களைப் பார்த்தவுடன் படகுகளை நெருங்கச் செய்து, பிலிப்போஸ் பாதிரி யைத் தவிர எங்கள் நால்வரையும் தங்கள் படகில் ஏற்றிக் கொண்டார்கள்.

தொடர்ந்துள்ள காரியங்களை விவரிப்பதற்கு முன்பு லூவிஸ் அந்தோணி யாரென்றும், அவருக்கும் கயெத்தானோஸுக்கும் இடையிலுள்ள நட்புறவு என்னவென்றும் தெரிந்திருக்க வேண்டிய அவசியமுண்டு. அந்தோணி, இப்போதைய ராணியின் தந்தை தோம் யூஸெயின் காலத்தில் கப்பல் வேலைகளின் மேற்பார்வையாளராக வந்து, துறைமுகத்திலுள்ள ராஜ பவனத்தில் ஓர் அதிகாரியாக வாழ்க்கையை ஆரம்பித்தவர். அந்த ராஜாவின் காலத்தில் இவர் பல காரியங்களிலும் தலையிட்டு முக்கிய மனிதர்களின் பகைக்கு ஆளாகிவிட்டார். தோம் யூஸெயின் காலம் முடிந்து ராணியின் ஆட்சி ஆரம்பித்தபோது மேற்படி பெரிய மனிதர்கள் இவரைப் பழி வாங்க ஆயத்தமானார்கள். அப்போது கயெத்தானோஸ் பாதிரி தலையிட்டார். கயெத்தானோஸுக்கு ராணியிடமும் மற்ற முக்கியஸ்தர்களிடமும் செல்வாக்கு இருந்ததல்லவா. அவர் ஒவ்வொரு வீட்டிலும் ஏறி இறங்கி லூவிஸ் அந்தோணிக்காக மத்தியஸ்தம் பேசி ஒரு விதமாக இணக்கம் ஏற்படுத்தினார். அதன் பிறகு லூவிஸ் அந்தோணி, கயெத்தானோஸின் கட்டளைப்படி நடப்பவராக ஆனார். அவரின் காரியங்களையெல்லாம் கயெத்தா னோஸ் பாதிரியின் விருப்பத்தின்படிதான் செய்கிறார். இவர் துறைமுகத்தில் ஒரு முக்கியமான அதிகாரியாக இருந்ததால், நாள் தோறும் காலையில் தன் வீட்டிலிருந்து கப்பல் பணிச்சாலைக்கு படகில் செல்வது வழக்கம். பெரும்பாலும் கயெத்தானோஸ் பாதிரி யும் உடனிருப்பார். அப்படித்தான் அவர்கள் வழி நடுவே எங் களைச் சந்தித்தார்கள். அவர்களின் படகில் ஏற்றி எங்களையும் கப்பல் பணிச்சாலைக்கு அழைத்துச் சென்றார்கள். எங்களைப் பார்த்ததில் கயெத்தானோஸ் பாதிரி பெரிய மகிழ்ச்சியை வெளிப் படுத்தினார். ஒவ்வொருவரையும் மாறி மாறி கட்டியணைத்துக் கொண்டார். பயண விவரங்களை ஆர்வத்துடன் கேட்டார்.

59 | அர்ஸெனான் எனும் பெயருடைய கப்பல் பணிச்சாலைக்கு நாங்கள் சென்ற பிறகு

நாங்கள் ரோமிருந்து லிஸ்பனுக்கு வந்தால் காரியத்தை முடித்து இந்தியாவுக்குத் திரும்புவதுவரை, லிஸ்பனில் இரண்டு கனவான்களின் வீட்டில் இரண்டிரண்டு பேராக வசிப்பதற்கு கயெத்தானோஸ் பாதிரி முன்கூட்டி ஏற்பாடு செய்திருந்தார். இந்த விவரத்தை கப்பல் பணிச்சாலைக்குச் சென்றபோது கயெத்தானோஸ் பாதிரி எங்களிடம் சொன்னார். கனவான்களின் வீட்டில் தங்குவதற்கு பல ஒழுங்கு முறைகளைக் கடைபிடிக்க வேண்டும். அதனால் நாங்கள் முதல் பயணத்தில் தங்கியிருந்த ஸம்பெந்து என்ற ஆசிரமத்தில் தங்க முடிந்தால் நன்றாயிருக்கும் என்று கயெத்தானோஸ் பாதிரியிடம் சொன்னோம். அந்த ஆசிரமவாசிகள் முன்பு எங்களிடம் மிகவும் நன்றாக நடந்து கொண்டதும் மற்றொரு காரணம். நாங்கள் சொன்னதை கயெத்தானோஸ் பாதிரியும் புரிந்துகொண்டார். அவர் ஸம்பெந்து ஆசிரம நிர்வாகிக்கு ஒரு கடிதம் கொடுத்து அனுப்பினார். யோசித்துச் சொல்கிறோம் என்று பதில் கிடைத்தது. லூவிஸ் அந்தோணி எங்களுக்கு உணவு வரவழைத்து கொடுத்தார். அதன் பிறகு கயெத்தானோஸ் பாதிரியும் மல்பானும் சேர்ந்து, விஷ்கோந்தியைப் பார்ப்பதற்கு அவர் வீட்டுக்குச் சென்றார்கள். கயெத்தானோஸின் ஆலோசனைப்படி நானும் மார்க்கெஸும் கப்பல் பணிச்சாலையிலேயே தங்கினோம். மாலை நேரத்தில் கயெத்தானோஸ் பாதிரியும் மற்றவர்களும் விஷ்கோந்தியின் வீட்டிலிருந்து வந்தார்கள். நாங்கள் எல்லோரும் சேர்ந்து இரவு தூங்குவதற்கு லூவிஸ் அந்தோணியின் வீட்டுக்குச்

சென்றோம். வீட்டுக்காரர்களெல்லாம் மிகுந்த மகிழ்ச்சியோடும் மரியாதையோடும் எங்களை வரவேற்றார்கள். மாளிகையில் நால் வருக்கு இடமும் கட்டில்களும் ஏற்பாடு செய்து தந்தார்கள். அது மட்டுமல்ல, அங்கே தங்கிய நாட்களின் செலவுகளையெல்லாம் லூவிஸே ஏற்றுக்கொண்டார்.

இவ்வாறு அன்றைய நாள் கழிந்தது. மறுநாள் ராணியையும் ராஜாவையும் பார்ப்பதற்கு, நாங்கள் தங்கியிருந்த இடத்தின் கிழக்குப் பகுதிச் சதுக்கத்தின் பக்கத்தில் உள்ள ராஜபவனத்துக்குச் சென்றோம். அவர்கள் இருவரும் குளிப்பதற்காக ஒன்றாகப் புறப் பட்ட நேரம். நாங்கள் சென்று இருவரின் கரங்களையும் முத்த மிட்டோம். நானும் மல்பானும் சென்று கரங்களை முத்தமிடும் போது ராணி, “இவர்கள் ரோமுக்குச் சென்றும் ஒன்றும் கிடைக்க வில்லையே” என்றார்கள். கயெத்தானோஸ் பாதிரி, “தங்களின் கருணையால் எல்லாம் கிடைக்கும்” என்று பதில் சொன்னார். அதன்பிறகு நாங்கள் லூவிஸ் அந்தோணியின் வீட்டுக்குத் திரும்பி னோம். உணவருந்தி அங்கேயே தங்கினோம். இப்படி அங்கே தங்கியிருப்பதற்கிடையில், மார்க்கெஸ் அல்ஜெ எனும் அரசாங்க கஜானா அதிகாரி, இந்திய விவகாரத் துறை அதிகாரி, இதர வெளி நாட்டு விவகார அதிகாரியின் வீடுகளுக்கெல்லாம் சென்று அவர் களைச் சந்தித்தோம். நாங்கள் வந்திருக்கும் விவரத்தை அறிவித்துக் கொண்டோம். இவர்களெல்லாம் மகிழ்ச்சியுடன் எங்களை வரவேற்றார்கள். பிற்பாடு கயெத்தானோஸ் பாதிரியும் எங்களைச் சிலமுறை இந்த மந்திரிகளின் வீட்டுக்கு அழைத்துச் சென்றிருக் கிறார். இப்படி நாங்கள் எல்லோரும் எட்டு நாட்கள் லூவீஸ் அந்தோணியோவின் வீட்டில் தங்கினோம். அதன்பிறகு ஸம்பெந்து என்ற ஆசிரமத்தில் தங்குவதைப் பற்றி யோசித்துச் சொல்வதாக எழுதியிருந்தார்கள் அல்லவா, அந்த முடிவைச் சொல்வதற்காக ஆசிரமத்திலிருந்து தூதன் வந்தான். ஆசிரமத்தில் இருவருக்கு இடம் தருவதாகவும், ராஜகட்டளை ஏற்பட்டால் மற்ற இருவருக்கும் தருவ தாகவும் எங்களிடம் தெரிவித்தான். உடனே கயெத்தானோஸ் பாதிரி, மல்பானையும் தன் மகன் யௌஸேப்பு பாதிரியையும் ஸம்பெந்து ஆசிரமத்தில் தங்க வைத்தார். நானும் மார்க்கெஸூம் லூவிஸ் அந்தோணியோவின் வீட்டிலேயே தொடர்ந்து தங்கி னோம். கயெத்தானோஸ் பாதிரி, ரோமிலிருந்து வந்த கார்லோஸ் பாதிரி என்ற நாலாம் பட்டக்காரனுக்கும் (பாதிரியாருக்கான ஒரு தகுதி நிலை) தர்ஸீஸ் என்ற இளைஞனுக்கும் ராஜாவிடமிருந்து செலவுப் பணம் வாங்கிக் கொடுத்து விஜோஸெ தெ பௌலா என்ற புனிதரின் சபையினர் நடத்தும் ரெல்யம் கொலீஸ் எனும்

ஸெமினரியில் படிக்க வைத்திருந்தார். அவர்களையும் தன் மகன் யௌஸேப்பு பாதிரியுடன் தங்க வைத்தால் தன் மகனுக்குப் புகழும் மரியாதையும் பெருகும் என்றறிந்தார். எனவே கயெத்தானோஸ் ராஜாவைப் பார்த்து, ஸெமினரியிலிருந்து வரும் செலவுப் பணத்தை ஸம்பெந்து ஆசிரமத்திலிருந்து கொடுக்கும்படி ஏற்பாடு செய்தார். அவர்களையும் அழைத்துச் சென்று ஸம்பெந்து ஆசிரமத்தில் தன் மகனுக்குக் கூட்டாகத் தங்க வைத்தார்.

இப்படி இவர்கள் நால்வரும் ஸம்பெந்து ஆசிரமத்திலும், நானும் மார்க்கெஸூம் லூவிஸ் அந்தோணியோவின் வீட்டிலும் தங்கியிருந்தோம். அப்போது ஏதோ சில காரணங்களால் லூவிஸ் அந்தோணியோவுக்கும் கயெத்தானோஸ் பாதிரிக்கும் இடையில் பிணக்கம் ஏற்பட்டது. மல்பானும் மார்க்கெஸ் குஸ்தந்தீனியும் இந்த பிணக்கத்தைத் தீர்த்து இணக்கம் ஏற்படுத்த முயன்றார்கள். ஆயினும் பயனில்லை. அது மட்டுமல்ல, மார்க்கெஸூக்கும் கயெத்தானோஸ் பாதிரிக்கும் கொஞ்சம் கொஞ்சமாக விரோதம் ஏற்பட்டது. அது எப்படியென்றால், ஐம்பத்து ஐந்தாம் அத்தியாயத்தில் சொன்னது போல மார்க்கெஸ் குஸ்தந்தீனி மிகுந்த பக்தியும் தூய்மையும் கொண்டவர். ஒவ்வொரு புனிதரின் பெருநாளன்று நகரத்தில் எங்காவது அந்தப் புனிதரின் பெயரிலுள்ள தேவாலயம் இருந்தால், அங்கே சென்று பிரார்த்தனைகள் நடத்துவது என்பது அவர் கடைபிடித்து வந்த பல புண்ணிய காரியங்களில் ஒன்று. லிஸ்பனில் இந்த வழக்கத்தைத் தொடர்வதற்கு கயெத்தானோஸ் பாதிரி இடையூறு செய்தார். மார்க்கெஸ் இந்த இடையூறுகளையெல்லாம் பொருட்படுத்தாமல் தன் விரதத்தைத் தொடர்ந்து வந்தார். அவர்களுக்கிடையில் விரோதம் ஏற்பட இதுதான் காரணம். கயெத்தானோஸ் பாதிரிக்கும் லூவிஸ் அந்தோணியோவுக்கும் பிணக்கம் ஏற்பட்டது என்றாலும், லூவிஸ் அந்தோணியோ தன் வீட்டில் வசிக்கும் எங்களுடன் முன்புபோலவே அன்புடன் நடந்து வந்தார். இப்படி நாங்கள் மூன்று மாத காலம் வரை லூவிஸ் அந்தோணியோவின் வீட்டில் தங்கினோம். அப்போது கயெத்தானோஸ் பாதிரி என்னையும் ஸம்பெந்து ஆசிரமத்திற்கு அழைத்துச் செல்வதற்கும், தன் மகனுக்கும் மல்பானுக்கும் எனக்கும் ராஜாவிடமிருந்து செலவுப் பணம் வாங்கித் தருவதற்கும் ஏற்பாடு செய்தார். மார்க்கெஸூக்கும் இப்படி ஏற்பாடு செய்ய முயன்றார் என்றாலும் அவர் ஒரு வைதீகரல்லாததால் முடியவில்லை. ஆயினும் எங்கள் மூவருக்குமான உணவு தாராளமாக நால்வருக்குப் போதும் என்று, அவரையும் ஆசிரமத்திற்கு அழைத்து வர அனுமதி பெற்றார். உடனே ஆசிரமத்திற்குச் சென்று தங்கும்படி கயெத்தானோஸ்

சொன்னார் என்றாலும், பிறவித் திருநாளுக்கு (கிறிஸ்துமஸுக்கு) இரண்டு நாட்கள் மட்டுமேயிருந்ததால் அந்தக் கட்டத்தில் லூவிஸ் அந்தோணியோ எங்களை அனுப்பவில்லை. திருநாள் முடிந்து நாங்கள் அங்கிருந்து விடைபெற்றபோது, எங்கள் இருவருக்கும் ஆன செலவுக்கான தொகையை கயெத்தானோஸ் பாதிரி கொடுக்க முற்பட்டார். என்றாலும், லூவிஸ் அந்தோணியோ அதை வாங்கவில்லை.

நாங்கள் இருவரும் லூவிஸ் அந்தோணியோவின் வீட்டிலிருந்து ஸம்பெந்து ஆசிரமத்துக்கு வந்து மற்றவர்களுடன் ஒன்றாகத் தங்கினோம். அதன் பிறகு கயெத்தானோஸ் பாதிரி என்னையும் மல்பானையும் அழைத்துச் சொன்னார்: "உங்களுக்கு இங்குள்ள முறைகளும் வழக்கங்களும் தெரியாது. நீங்கள் இந்த விஷயத்திற்குத் தனியாக முயன்றால், காரியம் சுபமாக முடிவதற்குப் பதிலாக எதிராக நடப்பதற்கு வாய்ப்பிருக்கிறது. அதனால், நான் சொல்லாமல் என்னிடம் ஆலோசிக்காமல் நீங்கள் முக்கியஸ்தர்களின் வீடுகளுக்கும் முக்கிய அதிகாரிகளின் வீடுகளுக்கும் சென்று அவர்களிடம் உங்கள் விஷயங்களைப் பேசாதீர்கள். உங்கள் காரியத்திற்கு எந்தக் குறையும் வராமல் விரைவில் நிறைவேறுவதற்கு ஏற்ற வழியில் நான் முயற்சி செய்கிறேன். நீங்கள் நினைப்பதைவிட அழகாக காரியங்களைச் சாதித்துத் தருகிறேன்."

இப்படி, தன் அனுமதியில்லாமல் நாங்கள் முக்கியஸ்தர்களின் வீடுகளுக்குச் செல்வதை அவர் தடுத்தார். எங்கள் பரிச்சயமின்மையால் (பேச்சுத் திறன் குறைவால்) அவரின் எச்சரிக்கையைக் கடைபிடித்தும் வந்தோம்.

மீள் பார்வை

கயெத்தானோஸ் பாதிரி இந்தத் தடை விதித்தது, எங்களின் அனுபவக் குறைவின் காரணத்தாலோ மொழித்திறன் இன்மையாலோ எங்கள் காரியத்திற்கு ஏதாவது பாதகம் ஏற்பட்டுவிடக்கூடும் என்பதால் அல்ல. நாங்களும் செயல்பட்டு முயன்றால், அவர் நினைத்த துறையில் காரியத்தைக் கொண்டு சென்று கட்ட முடியாது போகும் என்ற பயத்தால்தான். பிற்பாடு நடந்த சம்பங்கள் இதை நிரூபித்தன.

கோவாவிலிருந்து வந்த இரண்டு மாணவர்களும் நாங்கள் இருவரும் மல்பானும் யௌஸேப்பு பாதிரியும் இந்த ஆசிரமத்தில் தங்கியதன் பிறகு, மேற்சொன்ன நிக்லாவா எனும் நண்பரின் வீட்டுக்கு ஒருவர் சென்று அவரின் செலவில் வழிபாடு

சொன்னார். எங்களில் ஒருவரின் வழிபாட்டு தட்சிணையை கயெத்தானோஸ் கொடுத்தார். எனக்கு உடல் நிலை சரியில்லாமல் போவதுவரை நான் அங்கே சென்று தவறாமல் வழிபாடு சொல்லிக் கொண்டிருந்தேன். கயெத்தானோஸ் பாதிரி பகல் நேரத்தில் எங்களுடன் உணவருந்தினார். எங்களுக்குப் பல நல்லுபதேசங்களும் புத்திமதிகளும் சொல்லிக்கொண்டிருந்தார்.

கயெத்தானோஸ் பாதிரி, கோவாவின் முன் பேராயருக்கும் இப்போதைய பேராயருக்கும் எதிராக, கோவாவிலுள்ள பல தேசியர்களான பாதிரிகளுக்கு எதிராக பல விண்ணப்பங்களை ராஜாவுக்குச் சமர்ப்பித்து வந்தார். ஒரு முறை என்னையும் மல்பானையும் தன் மகனையும் ராஜாவிடம் அழைத்துச் சென்றார். ராஜாவின் கரத்தை முத்தமிட்டு, மல்பானைச் சுட்டிக்காட்டிச் சொன்னார்: "இதோ மலங்கரையிலுள்ள தேவாலயங்களின் ஐக்கியத்திற்காகவும் கிறிஸ்தவ வாழ்க்கையின் ஒற்றுமைக்காகவும் வந்திருக்கும் கரியாட்டி. இவரை கொடுங்கல்லூர் பேராயராக ஆக்கினால்தான் அங்கே நலமாயிருக்கும். இதையெல்லாம் தாங்கள் சரியாகப் புரிந்துகொண்டு கோவா பேராயரின் காரியத்தை முடிவு செய்தால் மற்ற காரியங்கள் முடிவது மிகவும் சுலபமாயிருக்கும். நன்மையும் ஏற்படும். அதனால் அதை விரைவில் முடிவு செய்யக் கருணை காட்டவேண்டும்." இதைக் கேட்ட ராஜா, "அதையெல்லாம் யோசித்து முடிவு செய்யலாம்" என்று பதில் சொன்னார். நாங்கள் வசிப்பிடத்திற்குத் திரும்பினோம். இதற்குப் பிறகு கயெத்தானோஸ் பாதிரி எங்களைத் தவிர்த்துவிட்டு தன் மகனை அழைத்துக் கொண்டு ராஜாவிடம் செல்வதும் மனக் குறைகள் பல சொல்வதும் வழக்கமானது. கோவாவின் பேராயர் கிழக்குத் திசையின் முழு தலைவர் என்ற வழக்கம் இருந்ததால், அந்தப் பதவி தனக்குக் கிடைக்கும் என்று கயெத்தானோஸ் பாதிரிக்கு பெரிய எதிர்பார்ப்பு இருந்தது. அந்தப் பதவி கைக்கு வந்த பிறகு தான் ஒட்டு மொத்த இந்தியாவின் சபை ஆட்சி விவகாரங்களை நிர்வாகம் செய்யலாம் என்று அவர் நினைத்துக்கொண்டிருந்தார். கொடுங்கல்லூர் ஆயம் குறித்த, இந்தியாவிலுள்ள மற்ற ஆயங்களைக் குறித்த விஷயங்களை அவ்வப்போது ராஜாவிடம் சொல்கிறார் என்றாலும் கோவா பேராயர் இடத்துக்காகத்தான் ஆர்வத்துடன் முயற்சி செய்து வந்தார். மேற்படி வார்த்தைகளிலிருந்தும் மற்ற பல காரியங்களிலிருந்தும் எங்களுக்கு அது நன்றாகப் புரிந்தது. ஆயினும், கயெத்தானோஸ் பாதிரிக்கு ராஜாவிடமும் மந்திரிகளிடமும் உள்ள செல்வாக்கை அறிந்திருந்ததாலும் எங்களின் அனுபவமின்மையையும் மொழித் திறன் குறைபாட்டையும் நினைத்தும் எப்படியாவது

இந்தியாவின் காரியங்கள் விரைவில் முடியவேண்டும் அல்லவா என்று எண்ணியும் நாங்கள் இவ்வளவு காலம் கயெத்தானோஸ் பாதிரியின் சொற்படி கேட்டுக்கொண்டிருந்தோம். இதற்கிடையில் மார்க்கெஸ் குஸ்தந்தீனி, தன் விருப்பம்போல உடனே இந்தியாவுக்குச் செல்வது சாத்தியமல்லவென்று அறிந்ததாலும் கயெத்தானோஸ் பாதிரியுடனான வெறுப்பு நாளுக்கு நாள் அதிகரித்து வந்ததாலும் தன் சொந்த ஊரான தொலந்தீனாவுக்கே திரும்பிச் சென்றார். அவர் திரும்புவதற்கு முன்பு, எனக்குத் தருவதற்காக சில கம்மீஸ்களையும் (வைதீகரின் உட்சட்டை) வெள்ளைக் கைக் குட்டைகளையும் விரிப்புகளையும் லூவிஸ் அந்தோணியோவின் வீட்டில் வைத்துவிட்டுச் சென்றிருந்தார். லூயிஸ் அந்தோணியோ அவற்றையெல்லாம் நாங்கள் இந்தியாவுக்கு வரும் கட்டத்தில் எனக்குக் கொடுத்தனுப்பினார்.

60 கயெத்தானோஸ் பாதிரியின் பிறகான நடவடிக்கைகள்

மேற்சொன்னதுபோன்று கோவா பேராயர் பதவிக்கான முயற்சியை கயெத்தானோஸ் பாதிரி தொடர்ந்து கொண்டிருந்தார். ஆனால் அதற்குக் காலதாமதம் ஏற்படுகிறது என்றறிந்து அவர், இந்தச் சமயத்தினிடையில் கோவாவில் அனுகூலமான ஒரு சூழ்நிலையை உருவாக்குவதற்கான முயற்சியைத் தொடங்கினார். கோவாவில் புதியதொரு சன்னியாச சபையைத் தொடங்குவதற்கு ராஜாவிடம் அனுமதி வாங்கி மார் விஞ்சென் ஸியூஸ் தெ பௌலோ என்ற சபையைச் சேர்ந்த இரண்டு பாதிரிகளை முன்பே கோவாவுக்கு அனுப்பியிருந்தார். அதைப் பூர்த்தி செய்து கோவாவில் சரியான அடிப்படையை உறுதி செய்வதற்காக, அதே சபையைச் சேர்ந்த எட்டுப் பாதிரிகளை வரவழைத்து கோவாவுக்கு அனுப்ப அரசாங்க அனுமதி வாங்கி ரோமில் உள்ள ராஜப் பிரதிநிதிக்கு அனுப்பினார். இந்தக் கடிதத்துடன் ரோமில் உள்ள தன் சொந்தப் பிரதிநிதியான ப்ரந்தாமுக்கும் மற்ற சிலருக்கும் எழுதினார். அதன் பயனாக மேற்படி சன்னியாச சபையைச் சேர்ந்த இன்னும் நால்வர் இந்தியாவுக்குச் செல்வதற்காக ரோமிலிருந்து புறப்பட்டு லிஸ்பனை வந்தடைந்தார்கள். கயெத்தானோஸ் உடனே ராஜாவைப் பார்த்து அனுமதி வாங்கி அவர்களை அந்த ஆண்டிலேயே இந்தியாவுக்கு அனுப்பினார்.

இந்த சன்னியாச வைதீகர்கள் லிஸ்பனிலிருந்து செல்லும்போது பயணச் செலவுக்கு ஐம்பது மொனத்தா வீதம் அளிப்பதற்கும் மற்ற வசதிகள் செய்துகொடுப்பதற்கும் ராணி உத்தரவிட்டார்கள்

(ஒரு மொனத்தா மூன்று பொற்காசு மதிப்பு வரும்). கயெத்தா னோஸ், யௌஸேப்பு பாதிரியையும் அனுப்ப நினைத்தார் என்றா லும் அதற்கான தொகையை ராஜா அனுமதிக்கவில்லை. இத்தா லியப் பாதிரிகளை வரவழைத்து கோவாவுக்கு அனுப்பும் கயெத்தா னோஸின் யத்தனத்திற்கு ராஜாவும் ராணியும் தடை சொல்ல வில்லை. ஆயினும், இந்த சன்னியாச சபையைச் சேர்ந்த திறமை யான வைதீகர்கள் போர்த்துகீஸிலேயே இருக்கும்போது அவர் களை எந்த வகையிலும் பொருட்படுத்தாமல் இத்தாலியர்களை எழுதி வரவழைத்து கோவாவுக்கு அனுப்புவதைப் பற்றி போர்த்து கீஸில் பரவலான ஆட்சேபங்கள் எழுந்தன. இந்திய விவகார அதிகாரியான மர்த்திங்ஙு தெ மெலிடமும் குற்றச்சாட்டுகள் சென்றன. இந்த எதிர்ப்புகள் அடிப்படையற்றவை அல்லவென்றும் கயெத்தானோஸ் பாதிரி பக்கத்திலிருந்தே பாதம் செய்கிறார் என்றும் அவருக்குச் சந்தேகம் ஏற்பட்டது. இப்படியிருக்கும்போது தான் கொச்சியில் விகாரி ஜனரலாக கொச்சி ஆயத்தை ஆண்டு கொண்டிருந்த கயெத்தானோஸ் கொயித்தா என்ற கோவா பாதிரி, கோவாவிலிருந்து லிஸ்பனுக்கு வருகிறார். அவர் வந்தவுடனே கயெத்தானோஸ் அவரை அழைத்துச் சென்று அங்குள்ள ஒரு சீமாட்டியின் வீட்டில் தங்க வைத்தார். எங்களுடன் இந்தியாவுக்கு வருவதுவரை அவர் அங்கேயே தங்கினார். கோவா பேராயர் பதவி தனக்குக் கிடைக்கும் என்பதும் அவ்வாறு இந்திய சபை அனைத்தின் ஆட்சியதிகாரியாகவும் ஆகிவிடலாம் என்பதும்தானே கயெத்தானோஸின் கனவு. இந்தியாவில் நற்செய்தி செயல்பாடுகள் முழுப் பொறுப்பும் தன் தலையில்தான் என்பதுபோன்று அவர் நடந்துகொண்டார். இந்தியாவில் உள்ள எல்லா ஆயர்களையும் ஆயங்களையும் அவர் ஆட்சி செய்தே ஆகவேண்டும். அவரே ஆயர்களைப் பார்த்து வைத்திருக்கிறார். கொடுங்கல்லூர் ஆயத் திற்கு கரியாட்டி மல்பான். கொச்சியில் மேற்படி பிரான்ஸிஸ்கோஸ் கயெத்தானோஸ் பாதிரி. மலாக்கா ஆயராக பிரான்ஸிஸ்கன் சபையைச் சேர்ந்த மற்றொரு பறங்கிப் பாதிரி. மைலாப்பூர் ஆயர் இறந்துவிட்டார் என்று கேள்விப்பட்ட உடனே அந்தப் பதவிக்கு ரோமில் உள்ள தன் நண்பரான ப்ரந்தாம். இப்படி ஒவ்வொருவரை அவர் பார்த்துவைத்தார். (அவரே, யௌஸேப்பு அந்தோணி என்ற கோவாப் பாதிரி லிஸ்பனுக்கு வந்த உடனே அவரை மைலாப்பூருக் கும் ப்ரந்தாமை மலாக்காவுக்கும் மாற்றவும் செய்தார்). இவர்களை யெல்லாம் இப்படியே நியமித்தே ஆக வேண்டும் என்று மொத்தத் தில் ராஜாவுக்கு விண்ணப்பம் சமர்ப்பித்தார். மலாக்கா ஆயராக தான் முடிவு செய்த அலக்ஸாந்த்ரெயோஸ் என்ற பிரான்ஸிஸ்கன்

பாதிரியை நியமித்தே ஆக வேண்டும் என்று கட்டாயப்படுத்தவும் தொடங்கினார்.

ஆனால், ஆயராவதற்கு ஆட்களைத் தேர்ந்தெடுப்பதும் ராஜாவின் பெயரால் அறிவிப்புக் கொடுப்பதும் போர்த்துகீஸின் உள் நாட்டு விவகாரங்களை நிர்வகிக்கும் முக்கிய அதிகாரியான விஷ்கோந்தியின் பொறுப்பிலிருக்கிறது. விஷ்கோந்திக்கு, கயெத்தா னோஸ் பாதிரியின் வேட்பாளரான பிரான்ஸிஸ்கன் பாதிரியின் பெயரைப் பரிந்துரைக்க சற்றும் விருப்பமில்லை என்று ராஜா வுக்குப் புரிந்ததால் அவர் ஒவ்வொரு சாக்குப் போக்குகள் சொல்லி நீட்டிக்கொண்டு சென்றார். கடைசியில் ராஜா, கயெத்தானோஸின் இடைவிடாத நிர்ப்பந்தத்திற்கு ஆட்படவும் செய்தார். அவர் விஷ் கோந்தியிடம், மேற்சொன்ன பிரான்ஸிஸ்கன் பாதிரியையே மலாக்கா ஆயராக அனுப்ப வேண்டும் என்று கட்டளையிட்டார். விஷ்கோந்தி தன் விருப்பத்துக்கு எதிரான ஒரு முடிவெடுக்க வேண்டிய கட்டாயத்துக்கு ஆட்பட்டார். விஷ்கோந்திக்கு கயெத்தா னோஸின் மீதான வெறுப்பு அதிகரிக்க இது காரணமானது என்று சொல்ல வேண்டியதில்லை அல்லவா. விஷ்கோந்தி சாந்த மனம் படைத்தவராகவும் இறையச்சம் உள்ளவராகவும் இருந்ததாலும் கயெத்தானோஸ் ராஜாவின் அன்பிற்குரியவர் என்று அறிந்திருந் ததாலும் அந்த வெறுப்பை வெளியே காட்டாமல் மனதில் வைத்துக் கொண்டார். இப்படிக் கயெத்தானோஸ் பாதிரி அனைவரையும் வென்று தன் லட்சியத்தைப் பெரும்பாலும் நிறைவேற்றிக்கொண்டு வரும் காலத்தில், நல்ல பக்குவமும் அறிவுமுள்ள யௌஸேப்பு அந்தோணியோ கொன்ஸாலெஸ் என்ற பாதிரியும் அவருடன், ரோமில் உள்ள ஈனோஸியோஸ் பிந்து என்ற புகழ்பெற்ற மனிதரின் மகன் அந்தோணி பிந்து என்ற ஒரு இளைஞரும் கோவாவிலிருந்து லிஸ்பனுக்கு வந்தார்கள். உடனே கயெத்தானோஸ் பாதிரி, மைலாப்பூர் ஆயராக்க நிச்சயித்திருந்த ப்ரந்தாமை மாற்றி அந்த இடத்தில் யௌஸேப்பு அந்தோணியோ பாதிரியைப் பரிந்துரைத் தார். கானோன் நியமங்களின்படி எதிலும் குறை வராதிருக்க பலவித சாஸ்திரங்களில் பட்டம் வாங்குவதற்காக அவரை ரோமுக்கு அனுப்பினார்.

மீள் பார்வை

கயெத்தானோஸ் பாதிரி, மேற்சொன்ன நபரை ரோமுக்கு அனுப்பியது பட்டம் வாங்குவதற்காக மட்டும் அல்ல. இந்தப் பாதிரி மிகவும் அறிவுத் திறனுள்ள ஆளானதால் தன் வழியில் ஒரு தடையாக ஆகாதிருப்பதற்குத்தான்.

இவர்கள் ரோமுக்குச் சென்றபிறகு கயெத்தானோஸ் பாதிரி முன்பே எழுதியனுப்பியிருந்தபடி மார் விஞ்சென் ஸியூஸ் தெ பௌலோ சபையிலிருந்து வரவிருந்த எட்டுப் பேரில் மிச்சமிருந்தவர்களும் லிஸ்பனுக்கு வந்து சேர்ந்தார்கள். முன்பே நால்வரை கோவாவுக்கு அனுப்பியிருந்தார் அல்லவா. இப்போது சொன்ன நான்கு பாதிரியார்களும் வந்து சேர்ந்த பிறகு கயெத்தானோஸ் பாதிரி ராஜாவைப் பார்த்து, அவர்களை கோவாவுக்கு அனுப்புவதற்கான உத்தரவு வாங்கினார். இந்திய விவகார மேலதிகாரியான மர்த்திங்நு தெ மெலுக்கு, இந்த இத்தாலியர்களை கோவாவுக்கு அனுப்ப விருப்பம் இல்லை. உத்தரவின்படியான காகிதங்களைக் கொடுப்பதற்கு அவர் தாமதம் செய்தார். அதைப்பற்றிக் கயெத்தானோஸ் புகார் செய்தார். ராஜா மர்த்திங்நு தெ மெலை அழைத்துக் கடினமாகக் கண்டித்து பலப் பிரயோகம்போல அனுமதிப் பத்திரம் கொடுக்கச் செய்தார். இவ்வளவு நடந்த பிறகு மேற்சொன்ன முக்கிய அதிகாரிகளுக்கு கயெத்தானோஸ் பாதிரியின் மீது கடும் பகை ஏற்பட்டது. ஆனால், தற்சமயம் ஏதும் செய்ய முடியாதல்லவா. ராஜாவுக்கு கயெத்தானோஸ் பாதிரியின் மீது பெரிய அன்பு. ராணி, தன் சிற்றப்பனும் கணவருமான ராஜாவின் விருப்பத்திற்கு எதிராக எதுவும் செய்ய மாட்டார்கள். அதனால் பிரபு, ராஜாவுக்குப் பிடிக்காத ஏதாவது விஷயம் கயெத்தானோஸின் தரப்பிலிருந்து ஏற்படுவதற்காக எதிர்பார்த்திருந்தார். அது மட்டுமல்ல, “கயெத்தானோஸ் பாதிரி, பறங்கிகளுக்குப் பதிலாக இத்தாலியர்களை வரவழைத்து கோவாவுக்கு அனுப்புகிறார்; மந்திரிகளின் விருப்பத்திற்கு எதிராக அவர்களைக் கொண்டே பல காரியங்களையும் செய்ய வைக்கிறார்; இந்தியரான கயெத்தானோஸ் பாதிரி லிஸ்பனுக்கு வந்து கட்டளையிடத் தொடங்கியிருக்கிறார்; ராஜாவையும் பறங்கிகளையும் ஏமாற்றுவதற்காகத்தான் இவர் முயற்சி செய்கிறார்” என்றும் பிறவும் அவர் பலரிடமும் சொல்லிக் குறைபட்டுக் கொண்டார். இப்படிக் கயெத்தானோஸுக்கு எதிரிகள் அதிகரிக்கத் தொடங்கினார்கள். ஆயினும் காரியங்கள் முன்சொன்ன விதமாகக் கிடக்கும்போது கயெத்தானோஸ் பாதிரிக்கு எதிராக எதுவும் செய்ய முடியாமல் எல்லோரும் அடங்கியிருந்தார்கள். பலப் பிரயோகம்போல மர்த்திங்நு தெ மெலிடம் அனுமதி வாங்கி நான்கு பாதிரிகள் இந்தியாவுக்குப் புறப்பட்டபோது அவர்களுக்கும் ராணியைக் கொண்டு, முதலில் சென்றவர்களுக்குக் கொடுத்ததுபோல ஐம்பது மொனத்தா வீதம் கொடுக்க வைத்தார். ஆனால் அந்தப் பணத்தைப் பயன்படுத்த அவர்களை அனுமதிக்கவில்லை. கயெத்தானோஸ் பாதிரி தன் தந்திரத்தால் அந்தப் பணத்தைக்

கொண்டு அவர்களைப் புத்தகம் வாங்கச் செய்தார். அதன் காரண மாக அவர்கள் மிகவும் துயரத்துடன் கோவாவுக்குச் சென்றார்கள்.

கயெத்தானோஸ் பாதிரி, அதிகாரிக்கும் எதிரிகளையும் மந்திரி களின் வெறுப்பையும் பொருட்படுத்தாமல் தன்மீது ராஜாவுக்கு உள்ள அன்பை முழுதாக நம்பிக்கொண்டு, கிடைக்கும் நேரத்தில் அதிகப்படியான காரியங்களைச் சாதித்துக்கொள்ள ஆயத்த மானார். மேற்படி வைதீகர்களை இந்தியாவுக்கு அனுப்பிய பிறகு மீண்டும் மார் கமில்லோஸ் புனிதரின் சன்னியாச சபையிலிருந்து பத்து இத்தாலியப் பாதிரிகளையும் வரவழைத்து கோவாவுக்கு அனுப்பவேண்டும் என்றும். பல மொழிகளிலும் அச்சிடத் தேவை யான எந்திரங்களையும் ஆட்களையும் சேர்த்து வரவழைத்து கோவாவுக்கு அனுப்பியே தீர வேண்டும் என்றும் முடிவு செய்தார். இந்த இரண்டு காரியங்களுக்காகவும் ராஜாவை நிர்பந்திக்கத் தொடங்கினார். கடைசியில் ராஜா அதற்குச் சம்மதித்தார். ரோமி லுள்ள ராஜப் பிரதிநிதிக்கு உத்தரவு அனுப்பினார். கயெத்தானோஸ் பாதிரியும் ப்ரந்தாமுக்கு எழுதினார். அந்தக் கடிதத்தில், மேற் சொன்ன பாதிரிகளை ஏற்பாடு செய்து அனுப்பவேண்டும் என்றும் லத்தீன், ஹீப்ரு, ஸுரியானி, கல்தாய, கிரீக், மலையாளம், கொங்கணி ஆகிய மொழிகளில் அச்செழுத்துக்கள் வார்த்து, நான்கு அச்சுப் பணியாளர்களையும் லிஸ்பனுக்கு அனுப்பவேண்டும் என்றும் கேட்டிருந்தார். அச்சு பற்றிய விஷயத்திற்கு மல்பானைக் கொண்டும் ஒரு கடிதம் எழுதச் செய்து ப்ரந்தாமுக்கு அனுப்பியிருந்தார். ராணியின் கடிதமும் கயெத்தானோஸ் பாதிரியின் கடிதமும் ப்ரந்தா முக்குக் கிடைத்தது. ராஜ பிரதிநிதிக்கான கடிதத்தில் தேவைகள் பொதுவாகச் சொல்லப்பட்டிருந்தனவே தவிர தெளிவான விவரங் கள் ஏதுமில்லை. அதனால் ராஜப் பிரதிநிதி, பொறுப்பை ப்ரந்தாமி டம் ஒப்படைத்தார். குறைந்த அவகாசத்தில் ப்ரந்தாம் எல்லா வற்றையும் ஏற்பாடு செய்தார்.

மலையாளம் அச்செழுத்து உருவாக்கத் தெரிந்த பணியாட்கள் குறைவாக இருந்தார்கள். ப்ரொப்பகந்தாவில் வேலைசெய்யும் ஊழியருக்கு அது தெரியும் என்றறிந்த ப்ரந்தாம் அவரைப் பார்த் துப் பேசினார். ஆனால், ப்ரொப்பகந்தாவின் செயலர் மோன்ஸிஞ் ஞோர் பொர்ஜ்யா சம்மதிக்கவில்லை. மிச்ச எழுத்துக்களையெல் லாம் தயார் செய்தார்கள். மலையாள எழுத்துக்களை அவர் மிலானில் ஏற்பாடு செய்தார். அது ப்ரொப்பகந்தாவில் உள்ளதை விடவும் சிறப்பாக இருந்தது. கயெத்தானோஸ் பாதிரி எழுதி அனுப்பியிருந்ததைவிட மிக அதிக அச்சுக்கள் உருவாக்கி விட்ட தால், அவரும் ராஜாவும் கணக்கிட்டிருந்ததைவிட அதிகப் பணம்

செலவானது. இந்த விஷயத்தில் ராஜாவுக்கு பாதிரியின் மீது சற்று எரிச்சல் ஏற்படவும் செய்தது. ஆனால் ராஜா, குற்றம் கயெத்தானஸ் பாதிரியினுடையது அல்லவென்று புரிந்துகொண்டதால் அவர்கள் அன்பிற்குப் பங்கம் எதுவும் ஏற்படவில்லை.

ஆயினும் கயெத்தானோஸ் பாதிரியால் இந்த நிலையில் அதிக நாட்கள் பற்றிப் பிடித்திருக்க இயலவில்லை. அவருக்காக மிக அதிகம் பணம் செலவிட வேண்டி வந்ததில் ராஜாவுக்கு வருத்தம் ஏற்பட்டிருக்கிறதென்று மந்திரிகள் மோப்பம் பிடித்தார்கள். இதுதான் நல்ல வாய்ப்பு என்று கணித்து அவர்கள் ராஜாவிடம் சென்றார்கள். கயெத்தானோஸ் பாதிரி மோசடிப் பேர்வழி என்றும் ராஜாவைச் சுரண்டுவதற்காக நெருங்கியிருக்கிறார் என்றும் பிறவும் சாத்தியமானபடி சொன்னார்கள். ராஜாவுக்கு கயெத்தானோஸின் மீதான நேசம் குறையவில்லை என்றாலும், அவர்கள் சொன்னதைப் பற்றி மனதில் சலனம் ஏற்பட்டது. கயெத்தானோஸ் பாதிரியோ, அந்த அன்பின் மீதான முழு நம்பிக்கையுடன் முன்னோக்கிச் சென்றார். ஆணவம் அவர் கண்களை மறைத்தது. தான்தான் கோவா பேராயராக ஆகவிருப்பதாகவும் அதற்குத் தகுதியுடைய வேறு யாரும் இல்லையென்றும் அவர் வெளிப்படையாகச் சொல்லத் தொடங்கினார். இது ராஜாவின் செவிகளுக்கும் சென்று சேர்ந்தது. கயெத்தானோஸ் பாதிரி இதுவரை செய்த எல்லா பிரயத்தனங்களுக்கும் அடியில் இந்தப் பதவி மோகம்தான் இருக்கிறதென்றும் மந்திரிகள் சொல்வதெல்லாம் உண்மைதானென்றும் அப்போது அவருக்குப் புரிந்தது. அத்துடன் அவருக்கு கயெத்தானோஸ் பாதிரியின் மீதிருந்த நேசம் அணைந்தது. ஆயினும் பாதிரி பார்க்கச் செல்லும்போது ராஜா சந்திப்பு அனுமதித்தார்; பேசினார். கயெத்தானோஸின் மீது ராஜாவுக்கு இருந்த நேசம் மறைந்தது என்று புரிந்துகொண்ட மந்திரிகள், இத்தாலியிலிருந்து கயெத்தானோஸ் சிரமப்பட்டு வரவழைத்த பாதிரிகளையும், அச்சுக் கருவிகளையும் இந்தியாவுக்கு ஏற்றி அனுப்பாமல் அங்கேயே தடுத்து வைத்தார்கள். சிலரை இத்தாலிக்குத் திருப்பி அனுப்பினார்கள். சிலர் இன்றுவரை லிஸ்பனில் வசித்து வருகிறார்கள்.

61 மேல் விவரித்த காரியங்கள் நடப்பதற்கிடையில் நம் காரியத்துக்கு என்ன ஆயிற்று?

கயெத்தானோஸ் பாதிரியின் கதையைத்தான் இதுவரை சொல்லி வந்தோம். இனி நம் காரியத்தைத் தொடர வேண்டியிருக்கிறது. மேற் குறித்த சம்பவங்களெல்லாம் நடக்கும் நீண்ட கால அளவில் கயெத்தானோஸ் பாதிரியிடம் பலமுறை நம் காரியங்ளைப் பற்றிச் சொல்வதுண்டு. என்றாலும், அவர் பல உபாயங்களும் நல்லுப தேசங்களும் கொண்டு எங்களை அடக்கி வைப்பதுதான் வழக்கம். இதற்கிடையே ரோமிலிருந்து வரும்போது சொல்லி வைத்திருந்தது போன்று ப்ரொப்பகந்தாவிலிருந்து லிஸ்பனுக்குக் கொடுத்து அனுப்பியிருந்த, மலையாளத்தில் அச்சடித்த வேத நூல்கள் (சுருக்க மான வேத அர்த்தம்) அடங்கிய மூன்று பெட்டிகளை எங்களுக்குத் தர வேண்டுமென்று அங்குள்ள பேப்பல் பிரதிநிதிக்குக் கடிதம் வந்தது. ரோமிலிருந்து புதிதாக நான்கு பெட்டிகள் கொடுத்தனுப் பவும் செய்தார்கள். இப்படி வழிபாட்டு முறைப் புத்தகங்களும் வேத அர்த்தச் சுருக்கங்களும் அடங்கிய ஏழு பெட்டிகள் எங்க ளுக்குக் கிடைத்தன. இந்த உதவிக்கு நன்றி சொல்லி நாங்கள் கர்தினாலுக்கு ஒரு கடிதம் எழுதினோம். தவிர எங்களுக்கு மற்றொரு புத்தகப் பெட்டியும் கிடைத்தது. அதன் கதை இப்படி:

இப்போது ஆட்சி செய்யும் ராணியின் தந்தை தோம் யூஸெ நாட்டை ஆட்சி செய்யும் காலத்தில் கேரளத்துக்கு அனுப்புவதற் காக ரோமிலிருந்து சில பொருட்களை போர்த்துகீஸுக்குக் கொடுத்து அனுப்பியிருந்தார்கள். ஆனால், அவற்றையெல்லாம் இங்கே தடுத்து வைத்தார்கள். ராஜா மறைந்து, இப்போதைய

ராணி அதிகாரத்திற்கு வந்தவுடன் கிட்டங்கிகளையெல்லாம் பரி சோதித்தார்கள்; ராஜாவுடையது அல்லாத பொருட்களை யெல்லாம் அதனதன் உரிமையாளர்களுக்குக் கொடுத்தார்கள். உரிமையாளர் யாரென்று கண்டுபிடிக்க முடியாத பொருட்களை விற்று பொதுநிதியில் சேர்ப்பதற்கும் உத்தரவானது. நாங்கள் லிஸ்பனில் வசிக்கும் காலத்தில் இந்தப் பொருட்களின் பரி சோதனை நடந்து கொண்டிருந்தது. பரிசோதனையில், மலையாளத் தில் அச்சிடப்பட்ட புத்தகங்கள் நிறைந்த ஒரு பெட்டி கண்டு பிடிக்கப்பட்டது. ஆனால், இது எந்த நாட்டு மொழியென்று அவர் களுக்குப் புரியவில்லை. அதன் உரிமையாளர் யாரென்றும் தெரிய வில்லை. அதை விற்றுவிடலாம் என்று முடிவு செய்தார்கள். அதைப் பரிசோதித்தவர்களில் ஒருவர் மேற்சொன்ன லூவிஸ் அந்தோணியோ. ஒருநாள் பேசிக்கொண்டிருக்கும்போது, இப்படி யொரு பெட்டி கண்டுபிடிக்கப்பட்டிருக்கிறதென்றும் அதில் உள்ள எழுத்து எந்த மொழியென்றோ உரிமையாளர் யாரென்றோ தெரியவில்லை என்றும் விற்க முடிவு செய்திருக்கிறார்கள் என்றும் அவர் சொன்னார். அது ஒருக்கால், எங்கள் மொழியிலுள்ள நூல் களாயிருக்கலாம் என்று மல்பான் சொன்னார். மறுநாளே மல்பான், லூவிஸ் அந்தோணியோவுடன் சென்று புத்தகங்களைப் பார்த்தார். அவை மலையாளத்திலுள்ள சுருக்க வேத அர்த்த நூல்கள் என்று தெரிந்தது. ப்ரொப்பகந்தாவிலிருந்து அனுப்பப்பட்டதென்றும் புரிந்தது. இந்த விவரத்தைப் பேப்பல் பிரதிநிதியிடம் சொன்னோம். அவர் உடனே பெட்டியை வாங்கிக் கைவசம் வைத்துக்கொண்டு ரோமுக்கு எழுதினார். இந்தப் புத்தகங்களை எங்களிடம் கொடுக்கச் சொல்லி ரோமிலிருந்து அனுமதியும் வந்தது. அவ்வாறு, மலையாளப் புத்தகங்களின் மற்றொரு பெட்டியும் எங்களுக்குக் கிடைத்தது. அதற்கு நன்றி சொல்லி நாங்கள் ரோமுக்கு எழுதி னோம். இப்படிக் கிடைத்தப் புத்தகங்களையெல்லாம், நாங்கள் லிஸ்பனிலிருந்து இத்தியாவுக்குப் புறப்படுவதுவரை எங்களுக்கும் கயத்தானோஸ் பாதிரிக்கும் நண்பரான நிக்லாவா கொர்னலி என்ற ஆங்கிலேய வியாபாரியின் வீட்டில் பத்திரப்படுத்தினோம்.

நாங்கள் ரோமிலிருந்து லிஸ்பனுக்கு வந்து அங்கே கயெத்தா னோஸ் பாதிரியின் பொறுப்பில் வசிக்க நேர்ந்த நீண்டகால அளவில், மல்பனானுக்கும் பேப்பல் பிரதிநிக்குமான ஆழ்ந்த நட்பின் காரணமாக வாரம் ஒருமுறையேனும் அவரும் கயெத்தா னோஸ் பாதிரியின் மகன் யௌஸேப்பு பாதிரியும் சேர்ந்து பேப்பல பிரதிநிதியின் வீட்டுக்குச் செல்வதும் சாப்பிடுவதும் வழக்கமா யிருந்தது. ஒரு நாள் அங்கே சென்றபோது மல்பானைத் தனியாக

அழைத்து பேப்பல் பிரதிநிதி சொன்னார்: "கயெத்தானோஸ் பாதிரியின் கீழே இருப்பதால்தான் உங்கள் காரியத்துக்கு முடிவு ஏற்படவில்லை. அதனால் அவரிடமிருந்து விலகுவதற்கு முயற்சி செய்ய வேண்டும்." அறிவும் விவேகமும் கொண்ட மற்ற பாதிரிகளும் இதைத்தான் எங்களிடம் சொன்னார்கள். ஆயினும், கயெத்தானோஸின் வாக்கு வன்மையை நினைத்தும், எங்கள் திறமைக் குறைவின் காரணமாகவும், அவரைவிட்டு நாங்கள் விலக முயன்றால் அவர் எங்களுக்கு எதிராகத் தீங்கு செய்வார் என்று பயந்தும் நாங்கள் இத்தனைக் காலம் தயங்கிக் கொண்டிருந்தோம். இப்படியிருக்கும்போது ஒருநாள் மல்பானும் யௌஸேப்பு பாதிரியும் விஷ்கோந்தியின் வீட்டுக்குச் சென்றார்கள்(தானோ தன் மகனோ இல்லாமல் முக்கியப்பட்டவர்களின் வீடுகளுக்குச் செல்லக்கூடாது என்று கயெத்தானோஸ் பாதிரி தடை செய்திருக்கிறார் அல்லவா). விஷ்கோந்தி மல்பானைப் பார்த்துக் கேலியாகச் சொன்னார்: "கரியாட்டி, நீங்கள் நன்றாக எழுதியிருக்கிறீர்கள். இனி போர்த்து கீஸிலேயே தங்கினால் போதும்." இந்த வார்த்தைகளைக் கேட்டு மல்பானுக்கு மிகவும் வருத்தம் ஏற்பட்டது. என்றாலும், விஷ்கோந்திக்கு எங்கள்மீது அன்பில்லாத காரணத்தால் இப்படிச் சொல்லவில்லை; எங்கள் காரியத்தை நாங்களே பார்க்காமல் நாங்கள் கயெத்தானோஸைச் சார்ந்திருப்பதால்தான் இப்படிச் சொல்கிறார் என்று பிறகு எங்களுக்குப் புரிந்தது. இப்படி இருக்கும் காலத்தில் பேப்பல் பிரதிநிதி இறந்துபோனார். மற்றொரு பிரதிநிதி வருவது வரை, அவரின் உதவியாளராயிருந்த அந்தோணி பாத்தெ என்ற வைதீகரை இடைக் காலப் பிரதிநிதியாக ரோமிலிருந்து நியமிக்கவும் செய்தார்கள். மேற்சொன்னதற்குப் பிறகு இன்னும் கொஞ்சம் நாட்கள் நாங்கள் கயெத்தானோஸ் பாதிரியின் கீழே வசித்தோம். ஆயினும் காரியத்துக்கு ஒரு முடிவு ஏற்படாததாலும் கயெத்தானோஸின் வார்த்தைகளுக்கு எந்த உறுதியும் இல்லாததாலும் நாங்கள் மீண்டும் யோசிக்கத் தொடங்கினோம். இவரின் கீழே கிடந்தால் ஒருபோதும் காரியத்தை முடித்துக்கொண்டு போக முடியாது என்று விவரமான பலரும் எங்களுக்கு அறிவுறுத்தினார்கள். இனி இந்தப் பொறுமையைக் கைவிட வேண்டும். மலங்கரை சபையின் முன்னால் குற்றமற்றவர்களாயிருக்க எமது காரியங்களைப் பார்க்கவேண்டும். கயெத்தானோஸ் இல்லாமல் அவரவரின் திறமையின்படி, வந்த காரியங்களுக்காக தங்கள் நிலையில் பாடுபட வேண்டும். இந்த முறை காரியம் பலிக்கவில்லையென்றால் எப்படியாவது பிச்சை எடுத்தேனும் துர்கிகளின் நாட்டில் கல்தாய[36] பாத்ரியர்க்கா மார் யௌஸேப்பு இருக்கும் நியூபெர்க்கிம் என்ற

இடத்துக்குச் சென்று யாராவது ஆயரை நம் பிரதேசத்துக்குக் கொண்டுசென்றாவது இந்த வெளி நாட்டாரின் அடிமைத்தனத்தி லிருந்தும் ஆணவத்திலிருந்தும் தப்பிக்க வேண்டும். இப்படி யெல்லாம் நாங்கள் ஆலோசித்து முடிவெடுத்த பிறகு எங்களது மிக்க அன்பிற்கும் நம்பிக்கைக்குமுரிய சிலரின் அறிவுரை பெற்றோம். முக்கியமாக விஷ்கோந்தியின் செயலரான ப்ரின்ஸிப்பா மஷ்க்கரெஞ்ஞ என்ற முக்கிய மனிதரிடமும் நாங்கள் ஆலோசித் தோம். காரியம் நடக்கவேண்டும் என்றால் அப்படித்தான் செய்ய வேண்டும் என்று அவர்களெல்லாம் ஏக மனதாகச் சொன்னார் கள். இது எதுவும் கயெத்தானோஸ் பாதிரிக்குத் தெரியாது. நாங்கள் கயெத்தானோஸின் கீழே வசிக்கும் காலத்தில் கிடைக்கும் நேரத்தைப் பயன்படுத்தி மல்பான், மலங்கரை சபையின் சுருக்க மான வரலாற்றை பறங்கி மொழியில் எழுதியிருந்தார். மார் தோமா அப்போஸ்தலர் கேரளத்திற்கு வந்தது முதல் நம் காலம் வரையிலு மான வரலாறு. பௌலீஸ்தர்களின் வரவும் அவர்களின் செயல் பாடுகள், நெடுங்காலத்துக்குப் பிறகான கர்மலீத்தர்களின் களப் பிரவேசம், அவர்களின் பூர்வகால நடவடிக்கைகளும் இப்போ தைய தீங்குகளும், நாங்கள் எப்படி மலங்கரை சபைக் கூட்டத்தின் கட்டளையின்படி மலையாளக்கரையிலிருந்து புறப்பட்டோம், ரோமுக்குச் சென்று ஏற்பட்ட அனுபவங்கள் ஆகியவற்றையெல் லாம் அந்த வரலாற்றில் பதிவு செய்திருக்கிறார். அதைப் பார்க்க விரும்புகின்றவர்களுக்காக இந்தப் புத்தகத்தின் கடைசிப் பகுதியில் இணைக்க எண்ணம்(இந்தச் சபை வரலாறு முழு வடித்தில் கிடைக்கவில்லை).

கயெத்தானோஸ் பாதிரியைத் தவிர்த்துவிட்டு சொந்த நிலையிலி ருந்து முயற்சியைத் தொடங்கலாம் என்று முடிவு செய்த பிறகு மல்பான், மேற்குறிப்பிட்ட மலங்கரை சபை வரலாற்றையும் கையில் எடுத்துக்கொண்டு, விஷ்கோந்தியின் தேவாலயத்தில் விகாரியா யிருந்த யூஸே கயெத்தானோஸ் மெஷ்கீத்தா என்ற பாதிரி நண் பரைச் சந்தித்தார். இவர் பண்டிதர்; முதிர்ந்த அறிவு படைத்தவர். அவரிடம் எங்கள் கதைகளையெல்லாம் சொன்னார். கயெத்தா னோஸின் கீழே வெகுநாட்களாக இருந்து வருவதையும், அதனால் மலங்கரை தேவாலயங்களுக்கான காரியங்களுக்குக் கெடுதல் ஏற்படுவதையும் அவரிடம் விரிவாகச் சொன்னார். இதைப்பற்றித் தயவு செய்து விஷ்கோந்தியிடம் சொல்லவேண்டுமென்று அவரிடம் தாழ்மையாகக் கேட்டுக்கொண்டார். அவர் விஷ்கோந்தியிடம் பேசு வதாக ஏற்றுக்கொண்டார். அவர் காரியங்களை மேலும் தெளி வாகப் புரிந்துகொள்வதற்காக மல்பான், மேற்குறித்த கையெழுத்துப்

பிரதியை அவரிடம் கொடுத்துவிட்டு வந்தார். இதற்குப் பிறகு மல்பான், இரண்டு நாட்கள் கழித்து விளைவைத் தெரிந்துகொள்ள வீட்டுக்குச் சென்றார். அப்போது, விஷ்கோந்தி எதுவும் தெரியாதது போல இப்படிச் சொன்னதாக மெஷ்கீத்தா தெரிவித்தார்: "மலங்கரையிலுள்ள தேவாலயங்களின் காரியத்திற்காக கரியாட்டி வந்திருக்கிறார் என்பதைத் தவிர எதற்கு வந்தார், எப்படி வந்தார் என்ற எதுவும் எனக்குத் தெரியாது. என்னிடம் இந்த விஷயங்களை இதுவரை சொன்னதுமில்லை. இது என்னிடம் சொல்ல வேண்டிய விஷயமில்லைபோலிருக்கிறது." அப்படியென்றால் இனி இந்த விஷயத்தைப் பற்றி விஷ்கோந்தியைப் பார்த்து நேரடியாகப் பேச வேண்டும் அல்லவா; அதற்கு என்ன வழி என்று மல்பான் கேட்டார். "அதற்கான வழியை நான் சொல்கிறேன். இன்றைக்கு மூன்றாம் நாள் விஷ்கோந்தியின் வீட்டுக்கு வாருங்கள்" என்று அவர் பதில் சொன்னார்.

கயெத்தானோஸ் பாதிரி, மலங்கரையின் காரியங்களை யெல்லாம் ராஜாவிடமும் விஷ்கோந்தியிடமும் மற்ற முக்கிய அதிகாரிகளிடமும் தேவையானபடி சொல்லி உறுதி செய்திருப் பதாக எங்களிடம் சொல்லி வந்திருந்த எதுவும் உண்மையல்ல வென்று, விஷ்கோந்தியின் மேற் குறித்த வார்த்தைகளிலிருந்து எங்களுக்கு நன்றாகப் புரிந்தது.

62 | விஷ்கோந்திக்கும் மல்பானுக்குமிடையே நடந்த உரையாடலும் அதன் பிறகான விளைவுகளும்

மெஷ்கீத்தா பாதிரி சொல்லியிருந்த நாளன்று விஷ்கோந்தியை வீட்டிலேயே இருக்கச் செய்திருந்தார். ஆனால், இடைவிடாத மழையின் காரணத்தால் அன்று மல்பான் அங்கே செல்ல முடியவில்லை. மல்பான் மறு நாள் மெஷ்கீத்தாவின் வீட்டுக்குச் சென்று, மழையின் காரணத்தால் வரமுடியாது போனதற்கு மன்னிப்புக் கேட்டுக்கொண்டார். அன்றைய நாளில் விஷ்கோந்தி அங்கே இல்லை. அதனால் மற்றொரு நாளில் சந்திக்கலாம் என்று முடிவு செய்து பிரிந்தார்கள். பிற்பாடு விஷ்கோந்திக்கு ஓய்வான ஒருநாளை மெஷ்கீத்தா குறித்துக் கொடுத்து அனுப்பினார். அன்று மல்பான் மெஷ்கீத்தாவையும் அழைத்துக்கொண்டு விஷ்கோந்தியின் வீட்டுக்குச் சென்றார். விஷ்கோந்தியும் குடும்ப உறுப்பினர்களும் மல்பானைப் பார்த்தவுடன் முன்பைவிட அதிக அன்புடனும் மரியாதையுடனும் எங்களை வரவேற்று காலை உணவளித்தார்கள். அதன்பிறகு விஷ்கோந்தி மல்பானைத் தனியாக உள்ளே ஓர் அறைக்கு அழைத்துச் சென்று, தன்னிடம் சொல்ல வேண்டிய காரியம் என்னவென்று கேட்டார். "மலங்கரைப் பிரதேசத்தின் தேவாலயங்களின் விஷயமாக சபையினர் அனுப்பி நாங்கள் வந்திருக்கிறோம். ரோமுக்குச் செல்வதற்கு முன்பு, எங்கள் கோரிக்கைகள் அடங்கிய விண்ணப்பத்தை ராணியிடம் சமர்ப்பித்திருக்கிறோம். கயெத்தானோஸ் பாதிரி, இந்த விஷயங்களை உங்கள் அனைவரிடமும் சொல்லி தீர்வுக்கான வழி ஏற்பாடு செய்திருப்பதாக எங்களிடம் தவறாகச் சொல்லிவிட்டார். அதனால்தான் நாங்கள் உங்களிடம் எதுவும் சொல்லாதிருந்தோம்" என்றிப்படி மல்பான் ஒவ்வொன்றை

யும் விளக்கிச் சொன்னார். விஷ்கோந்தி அதையெல்லாம் கவன மாகக் கேட்ட பிறகு மல்பானிடம் சொன்னார்: “நீங்கள் மலங் கரைப் பிரதேசத்தின் காரியத்துக்காகத்தானே வந்திருக்கிறீர்கள், அது தொடர்பான உங்கள் விண்ணப்பங்களை எழுதி எடுத்து வாருங்கள். அதற்கு நான் நிவாரணம் செய்கிறேன்.” மல்பான் திரும்பி வந்து முப்பத்து மூன்றாம் அத்தியாயத்தில் சொல்லியிருப் பது போன்று, ராணிக்குச் சமரப்பித்த ஆறு கோரிக்கைகளும் உட்கொண்ட ஒரு மனுவைத் தயாரித்தார். கோரிக்கைகள் மேற் சொன்னவைதான் என்றாலும் அதில் இன்னும் கொஞ்சம் விளக்க மாகவும் அழுத்தமாகவும் எழுதியிருந்தார். அதைக் காண விருப்ப முள்ளவர்களுக்காக இங்கே பிரதி செய்கிறேன்(மூலநூலில் போர்த்துகீஸ் மொழியிலான பிரதி கொடுக்கப்பட்டிருக்கிறது).

இதில் அடங்கியிருக்கும் விஷயங்களை முப்பத்து இரண்டாம் அத்தியாயத்தில் விவாதித்திருப்பதாலும் நூலின் நீளத்திற்குப் பயந்தும் மலையாள மொழிபெர்ப்பை இங்கே கொடுக்கவில்லை. இப்படி இந்த விண்ணப்பம் தயாராக்கிய பிறகு, விஷ்கோந்தி சொல்லியனுப்பியது போன்று அவர் வீட்டுக்குக் கொண்டு சென் றோம். விஷ்கோந்தி மல்பானை ரகசியமாக அழைத்துச் சென்று விண்ணப்பத்தை வாங்கிப் படித்துப் பார்த்தார். இதில் ஏதாவது குறையிருந்தால் சொல்லுங்கள், மாற்றி எழுதித் தருகிறேன் என்று மல்பான் தெரிவித்தார். அதற்குப் பதிலாக விஷ்கோந்தி, “இதற்குக் குறையொன்றுமில்லை. வேறு விண்ணப்பம் எழுத வேண்டிய அவசியமில்லை. இந்த விண்ணப்பத்தில் உள்ள விஷயங்கள் பற்றி நான் ராணியிடம் பேசிய பிறகு பதில் சொல்கிறேன்” என்று சொல்லி விண்ணப்பத்தை ஏற்றுக்கொண்டார். அப்போது விஷ் கோந்தியிடம் மல்பான் சொன்னார்: “இந்தக் கோரிக்கைகளை தெளிவாகவும் நுட்பமாகவும் விளங்கிக்கொள்வதற்கு மலங்கரைப் பிரதேசத்தின் சபைச் சரித்திரத்தைத் தெரிந்துகொள்வது நன்றா யிருக்கும். மார் தோமா அப்போஸ்தலர் அங்கே வந்து கிறிஸ்து மதத்தை ஸ்தாபித்த பிறகான வரலாறு முழுவதையும் நான் பறங்கி மொழியில் எழுதியிருக்கிறேன். அதையும் கொண்டு வந்து உங்களி டம் தருகிறேன்.” அப்படியே ஆகட்டும் என்று சொல்லி விஷ் கோந்தி மல்பானுக்கு விடை கொடுத்தார். பிற்பாடு ஒருநாள் மல்பான் விஷ்கோந்தியின் வீட்டுக்குச் சென்றபோது, மெஷ்கீத்தா விடம் கொடுத்திருந்த சபை வரலாற்றையும் வாங்கிக்கொண்டு சென்றிருந்தார். அதையும் விஷ்கோந்தியிடம் கொடுத்துவிட்டுத் திரும்பினார். அதன் பிறகு அதே வாரத்திலேயே நானும் மல்பானும் சேர்ந்து, அரசாங்க கஜானா அதிகாரியான மார்க்கஸ் அஞ்செலா

என்ற பிரபுவின் வீட்டுக்குச் சென்றோம். "மலங்கரை தேவாலயங்களின் காரியங்களுக்காக நாங்கள் லிஸ்பனுக்கு வந்தோம். என்றாலும், கயெத்தானோஸ் பாதிரி உங்கள் ஒவ்வொருவரையும் பார்த்துக் காரியங்களையெல்லாம் எடுத்துரைத்து சரிப்படுத்தியிருப்பதாக எங்களிடம் சொல்லி நம்ப வைத்திருந்தார். அதனால்தான் நாங்கள் இவ்வளவு காலம் மௌனமாக இருந்தோம். ஆனால், இப்போது கயெத்தானோஸின் வார்த்தைகள் உண்மையல்ல, வெறும் தந்திரம் மட்டும்தானென்று புரிந்துகொண்டோம். அதனால் நாங்கள் ஒரு விண்ணப்பத்தை விஷ்கோந்தியிடம் கொடுத்திருக்கிறோம்" என்றும் பிறவும் அவரிடம் சொன்னோம். எங்கள் காரியத்தை நிறைவேற்றி அனுப்புவதற்கு அவரும் உதவி செய்ய வேண்டும் என்றும் கேட்டுக்கொண்டோம். நாங்கள் கயெத்தானோஸ் சொல்லியிருந்த தந்திரங்களை விவரித்து, எங்களுக்கு வேண்டிய ஒத்தாசைகள் செய்து தரவேண்டும் என்று தாழ்ந்து பணிந்து கேட்டுக்கொண்டபோது அவர் மிகவும் மகிழ்ச்சியடைந்தார். நாங்கள் கயெத்தானோஸிடமிருந்து பிரிந்துவிட்டோம் என்பதை அறிந்ததால் ஏற்பட்ட மகிழ்ச்சி. அவர், தனக்கு கயெத்தானோஸிடம் வெளியே உள்ள ஆசாரங்களைத் தவிர உள்ளில் இணக்கமில்லையென்று தெளிவுபடுத்தவும் செய்தார்.

இந்தச் சம்பவங்களுக்குப் பிறகு காரியத்திற்கு முடிவு ஏற்படுவது வரை விஷ்கோந்தி மற்றும் மெஷ்கீத்தாவின் வீடுகளுக்கு வாரம் ஒருமுறை மல்பான் தனியாகவும் மார்க்கஸ் அஞ்செலாவின் வீட்டுக்கு நானும் மல்பானும் சேர்ந்தும் சென்று புகார் கூறுவதை வழக்கமாக்கிக் கொண்டோம். பலமுறை விஷ்கோந்தி மற்றும் மெஷ்கீத்தாவின் வீட்டில் உணவருந்தி மலங்கரையின் கதைகள் பேசவும் சந்தர்ப்பம் ஏற்பட்டது. இதனிடையே நான் ஒரு விஷயத்தை எழுதி உருவாக்கத் தொடங்கினேன். மலங்கரைப் பிரதேசத்தைச் சேர்ந்த ஒருவர் அங்கே ஆயரானால் ஏற்படும் நன்மை தீமைகளையும் பறங்கி நாட்டுக்காரன் ஆயரானால் ஏற்படும் நன்மை தீமைகள் அனைத்தையும் நான் அதில் கடவுளின் முன்னால் நேர்மையாக விவாதித்தேன். அதைப் படிக்கக் கேட்டு மல்பான், குற்றங் குறைகளையெல்லாம் நீக்கி, சில பகுதிகளுக்கு இன்னும் கொஞ்சம் விளக்கம் கொடுத்துச் சரிப்படுத்தினார். மேற்சொன்ன இரண்டு விதத்திலான முடிவும் எங்களுக்கும் சபைக்கும் சம்மதமாயிருக்கும் என்றும் இரண்டில் ஏதாவது ஒரு விதத்தில் விரைவில் பிரச்சினையைத் தீர்க்க வேண்டும் என்றும் எழுதிச் சேர்த்து ஒரு விண்ணப்பப் படிவமாக விஷ்கோந்தியிடம் கொடுப்பதற்காக மெஷ்கீத்தா பாதிரியிடம் கொடுத்தோம். இந்தத்

விண்ணப்பத்தின் வாசகங்களைக் கீழே இணைக்கிறேன். (இந்த விண்ணப்பம் காணவில்லை).

இதற்கு மேலாக விஷ்கோந்தியின் செலயரான முக்கியஸ்தரின் வீட்டுக்குப் பலமுறை சென்று அவரிடமும் இந்தக் காரியத்துக்காக வேண்டுகோள் விடுத்தோம். தவிர, விஷ்கோந்தியின் உறவினரான ஒரு மருமகனும் பெரும் நீதிமானுமான (இவரின் தகுதியைப் பார்த்து ராணி இவரைப் பிற்பாடு மார்க்கஸ் ஆக உயர்த்தினார்) கஸ்தென் மெலியோர் என்ற பிரபுவைப் பார்த்து அவரிடமும் விஷயங்களையெல்லாம் சொன்னோம். அவர் மல்பானை மரியாதையுடன் வரவேற்று, முடிந்த உதவிகளையெல்லாம் செய்வதாக வாக்குறுதியளித்தார். அந்த வாக்குறுதியைச் சற்றும் பிறழாமல் கடைப்பிடித்தார். நாங்கள் லிஸ்பனிலிருந்து வருவதுவரை இந்தப் பிரபு எங்கள் மீது மாறா அன்பையும் மகிழ்ச்சியையும் பொதிந்தார்.

63

நாங்கள் தனியாக முயற்சி செய்வதையறிந்த கயெத்தானோஸ் பாதிரியின் எதிர்வினையும் எங்கள் காரியத்துக்கு ஏற்பட்ட பரிணாமமும்

ஐம்பத்து ஒன்பதாம் அத்தியாயத்தில் நாங்கள் ஸம்பெந்து என்ற ஆசிரமத்தில் தங்கத் தொடங்கிய பிறகு பெரும்பாலும் கயெத்தா னோஸ் பாதிரி அங்கு வருவதும் எங்களுடன் சேர்ந்து உணவருந் துவதும் வழக்கமாயிருந்தது. அந்த சந்தர்ப்பங்களிலெல்லாம் கொஞ்சம் தன் உயர்வுகளைச் சொல்லிக் கொண்டதற்கும், கொஞ் சம் எங்களுக்கு அறிவுரை சொன்னதற்கும், கொஞ்சம் எங்கள்மீது குற்றம் சாட்டியதற்கும், கொஞ்சம் கோவா பேராயரை விமர்சித்த தற்கும், கொஞ்சம் பாதிரியார்களைப் பழித்துப் பேசியதற்கும் மேலாகப் பல விண்ணப்பங்களையும் எழுதித் தயாரித்து வந்தார். இப்படிக் கொஞ்சம் நாட்கள் கடந்தபிறகு ஏதோ காரணம் தொடர் பாக சம்பெந்து என்ற அந்த ஆசிரமத்தின் தலைவருடன் பிணங்கிப் பிரிந்தார். பிற்பாடு முன்புபோலப் போக்குவரத்து இல்லை. அந்தச் சந்தர்ப்பத்தில் நாங்கள் அவரின் தடை உத்தரவுகளை மீறி விஷ் கோந்தி மற்றும் மார்க்கஸ் வீடுகளுக்குச் செல்வதாக அவர் புரிந்து கொண்டார். மெஷ்கீத்தா பாதிரி ஒருமுறை மல்பானைப் பார்ப் பதற்கு ஆசிரமத்துக்கு வந்த விவரத்தையும் அவர் அறிந்தார். நாங் கள் அவரைத் தவிர்த்துவிட்டு எங்கள் காரியத்துக்காக எத்தனிக்கத் தொடங்கியிருக்கிறோம் என்று நிச்சயமாகவே அவர் யூகித்தார். அதனால் அவரும் அவர் மகனும் கோபம் கொண்டார்கள். ஒரு முறை அவர், “கரியாட்டியின் விஷயத்திற்கெல்லாம் நான் பேசி முடிவு செய்து வைத்திருக்கிறேன், அதையெல்லாம் வீணாக்குவதற் குத்தான் அவர் இப்போது முயற்சி செய்கிறார்” என்று எங்களிடம்

சொல்லும்படி தன் மகனிடம் சொல்லியனுப்பினார். இப்படி ஒன்றுக்கும் மேற்பட்ட முறை யௌஸேப்பு பாதிரி எங்களிடம் வந்து சொன்னாலும் நாங்கள் அதையொன்றும் பொருட்படுத்த வில்லை; தொடர்ந்து முக்கிய அதிகாரிகளின் வீடுகளுக்கும் முக்கிய மனிதர்களின் வீடுகளுக்கும் சென்று சந்தித்து வந்தோம். இதனால் கயெத்தானோஸ் பாதிரிக்கு எரிச்சல் ஏற்பட்டது. அப்படியிருக்கும் போது அவர் காலில் ஏதோ நோய் ஏற்பட்டிருக்கிறதென்று கேள்விப்பட்டோம். தனிப்பட்ட மரியாதைக்குப் பங்கம் வராதிருக்க நான் சென்று அவரைப் பார்த்தேன். என்னைப் பார்த்தவுடன், "கரியாட்டி இப்போது எதற்கு விஷ்கோந்தி, மார்க்கஸ் வீடுகளில் ஏறியிறங்கிக் கொண்டிருக்கிறார்? உங்கள் காரியத்துக்குத் தேவை யான வழிகளையெல்லாம் நான் எல்லோரிடமும் பேசி ஏற்பாடு செய்து வைத்திருந்தேன். அதற்கு இடையூறு ஏற்படுத்துவதற்குத் தான் கரியாட்டி இப்படித் திரிந்துகொண்டிருக்கிறார். மெஷ்கீத்தா என்ற சுத்தாத்மாவான பாதிரியின் மூலம் காரியத்தைச் சாதிக்கலாம் என்று நினைப்பது படு முட்டாள்தனம். கரியாட்டி நம்பக்கூடாத ஆள் என்று முன்பே எனக்குத் தெரியும்" என்றும் பிறவும் சொல்லி வசைபாடத் தொடங்கினார். அதையெல்லாம் பெரிய ஏற்றத் தாழ்வுகள் இல்லாமல் நான் மல்பானிடம் சொன்னேன். ஆயினும் பொருட்படுத்தாமல் மல்பான் பழையபடி சந்திப்புகளைத் தொடர்கிறார் என்றறிந்த கயெத்தானோஸ் கடுங்கோபம் கொண் டார். எங்களைப் பற்றி அவதூறு பேசத் தொடங்கினார்: "இந்த மலையாளி முட்டாள்கள் இங்கே வந்து அலைவதைப் பார்த்து இரக்கப்பட்டு அவர்களுக்கு வேண்டிய உதவிகளையெல்லாம் நான் செய்து கொடுத்தேன். இப்போது அதையெல்லாம் மறந்து இந்த நன்றி கெட்டவர்கள் நான் சொல்லிக்கொடுத்த புத்திமதிகளை யெல்லாம் மீறி என்னிடம் சொல்லாமல் தங்கள் காரியங்களைப் பார்த்துக்கொள்ளலாம் என்று நினைக்கிறார்கள். ஒருமுறை ராஜா வும், இவர்கள் ஆணவக்காரர்களென்றும் நன்றி கெட்டவர்களென் றும் என்னிடம் சொன்னார். இவர்கள் மற்றொரு ராஜாவின் கீழே உள்ளவர்கள் அல்லவா, இவர்கள் விண்ணப்பத்துடன் என்னிடம் வர என்ன உரிமை இருக்கிறது என்று ராஜா கேட்டார். அவர் களின் விஷயங்களை நான் தீர்மானித்து வைத்திருந்தேன், அவர் களே அதைக் கெடுத்துவிட்டார்கள் என்று அவர் சொன்னார். இவர்களுக்கு உதவி செய்ய வேண்டிய எந்தக் கடமையும் ராணிக்கு இல்லை." கயெத்தானோஸ் பாதிரி இப்படியெல்லாம் வெளியில் உள்ளவர்களிடமும் தன் நண்பர்களான பெரிய மனிதர்களிடம் பிரச்சாரம் செய்ய ஆரம்பித்தார்.

இந்தப் பிரச்சாரம் அதிகரித்து வந்தபோது மல்பான் நம் காரியத்துக்காக விஷ்கோந்தியை மேலும் மேலும் இறுகப் பிடித்தார்; விஷ்கோந்தி, மற்ற யாரையும்விட அதிகமாக அதில் உற்சாகம் காட்ட வும் செய்தார். இதையறிந்த கயெத்தானோஸ் பாதிரி வேறொரு பிரச்சாரத்தைத் தொடங்கினார்: "மலையாளத்துக்காரர்கள் தங்கள் காரியத்துக்கு விஷ்கோந்தி ஏற்றபடி உதவுவார் என்றெண்ணி அவர் வீட்டில் ஏறி இறங்கித் திரிந்துகொண்டிருக்கிறார்கள். விஷ்கோந்தி திருடனென்றும் ஏமாற்றுக்காரனென்றும் அவர்களுக்குத் தெரி யாது. கண்ட சிக்கலில் மாட்டிவிடுவான் அவன். அவர்களைக் காரியத்தில் சம்பந்தப்படுத்தாமல் சொல்லி அனுப்பிவிடுவான். அவர்களின் காரியத்துக்கு முற்றிலும் விரோதமாக நிற்பது விஷ் கோந்திதான்." இப்படி விஷ்கோந்தி ஒரு மோசடிப் பேர்வழி என்று ஏற்படுத்துவதற்கான முயற்சியின் பகுதியாக தன் மகன் யேஸேப்பு பாதிரியை இத்தகைய தகவல்களுடன் எங்களிடம் பலமுறை அனுப்பினார். ஒருமுறை கயெத்தானோஸ் பாதிரியே ஸம்பெந்து ஆசிரமத்துக்கு வந்து முகத்தைக் கடுகடுவென்று வைத்துக்கொண்டு இதை எங்களிடம் சொன்னார்.

மீள் பார்வை

கயெத்தானோஸ் பாதிரி, எங்கள் காரியங்களுக்கு நன்மை செய்கிறேன் என்று சொல்லி எங்களைத் தன் ஆதிக்கத்தில் தங்க வைத்தது கடவுளின் பொருட்டோ, மலங்கரை தேவாலயங்களுக்கு நன்மை செய்யவேண்டும் என்று நினைத்தோ அல்ல. தன் காரியத்தை நடத்த வேண்டும், தனக்குச் சீடர்கள் வேண்டும் என்ற எண்ணத்தால் மட்டும்தான். அதெல்லாம் இப்போது தெளிவாகி விட்டது. கடவுளுக்காகவும் மலங்கரை தேவாலயங்களின் நன்மைக் காகவுமென்றால், நாங்களே அதற்காக முயலத் தொடங்கியபோது அதற்கு இடையூறு ஏற்படுத்த முயன்றிருக்க மாட்டார். எங்களுக்கும் விஷ்கோந்திக்கும் பிணக்கம் ஏற்படுத்துவதற்கேற்ற, காரியங்களைச் சிக்கலாக்குவதற்கேற்ற பிரச்சாரங்களை ஆரம்பித்திருப்பதைப் பார்க்கும்போது, முன்பு எங்களுக்காக வாதிட்டதெல்லாம் தன் காரியத்தை நிறைவேற்றிக் கொள்ளத்தான் என்பது தெளிவாகும். கயெத்தானோஸும் அவர் மகனும் எங்களைப் பற்றி வெளியே சொல்லிக்கொண்டிருப்பதையும் அவர்கள் எங்களிடம் விஷ்கோந்தி யைப் பற்றி நேரடியாகச் சொன்னதையும் கேட்டபோது, எங்களுக் குச் சில அச்சங்கள் ஏற்பட்டன. விஷ்கோந்திக்கு எங்கள்மீது இப்போது நேசம் என்றாலும், இந்த நேசத்தை வெறுப்பாக மாற்ற கயெத்தானோஸ் பாதிரியின் நயவஞ்சகத் தந்திரங்களால்

முடியலாம் என்று நாங்கள் பயந்தோம். மல்பான் இந்த விவரத்தை மெஷ்கீத்தா பாதிரியிடம் சொன்னார். கயெத்தானோஸ் வெளியே யும் உள்ளேயும் நடத்தி வரும் கெட்ட பிரச்சாரங்களைப் பற்றியும் சொன்னார். அதைக் கேட்டு மெஷ்கீத்தா, "நீங்கள் சற்றும் பயப்பட வேண்டாம். கயெத்தானோஸ் பாதிரி நினைத்தால் உங்களை எதுவும் செய்துவிட முடியாது" என்றிப்படி காரண காரிய சகிதம் மல்பானுக்கு உறுதியளித்தார். இப்பிரகாரம் மெஷ்கீத்தா பாதிரி யிடமிருந்து உறுதி கிடைத்தது என்றாலும் கயெத்தானோஸ் பாதிரி யின் துர்புத்தியும் குண விகாரமும் வாக்குச் சாதுர்யமும் ராஜாவுட னான நெருக்கமும் தொடர்ச்சியாக ராஜாவைச் சந்திப்பதும் எங்க ளுக்குக் கவலை ஏற்படுத்தின. பழங்காலத்தில் தாவீது ராஜா, கர்த்தரே என்னை அஹிதோப்போலின் நாவிலிருந்து என்னைக் காப்பாற்றுங்கள் என்று வேண்டியதுபோன்று, கயெத்தானோஸின் நாசகரமான வாத்தைகளிலிருந்து எங்களைக் காப்பாற்றுங்கள் என்று நாளில் பல முறை நாங்கள் கடவுளிடம் வேண்டுவது வழக்கமாயிருந்தது. தவிர, இந்த நாட்களில் எங்களை அலட்டிக் கொண்டிருந்த பயத்தையும் மனத் துயரையும் நீக்கும்படி ஒவ்வொரு முழு கொந்த (முழு ஜபமாலை) ஜபித்து நான் பிரத்தியேகம் தேவ மாதாவிடம் வேண்டிக்கொண்டேன்.

இதன் பிறகு ஒருநாள் நானும் மல்பானும் சேர்ந்து விஷ்கோந்தி யின் வீட்டுக்குச் சென்றோம். அவர் உணவு உண்டுகொண்டிருக்கும் அறைக்கு எங்களையும் அழைத்தார்கள். அங்கே சென்று அமர்ந்த போது, மல்பானின் முகம் மிகவும் வாடியிருப்பதை விஷ்கோந்தியின் மனைவி (விஷ்கோந்தெஸா) கவனித்தார்கள். அவர்கள் தன் கணவரின் காதில் ஏதோ ரகசியமாகச் சொன்னார்கள். சற்று நேரம் கழித்து விஷ்கோந்தி கேட்டார்: "கரியாட்டி, நீங்கள் ஏன் கவலைப்படுகிறீர்கள்? எந்த வருத்தமும் வேண்டாம். நல்ல மன உறுதியுடனும் தெளிவுடனும் கடவுளிடம் வேண்டிக்கொண்டால் போதும். நீங்கள் நினைப்பதைவிடவும் விரைவாகவும் அழகாகவும் உங்கள் காரியங்கள் முடியப்போகின்றன." இதைக்கேட்டு மல்பான், "எனக்கு மனக்கவலை ஏதுமில்லை. தங்களின் கட்டளைக்கு நான் ஆட்பட்டிருக்கிறேன்" என்று ஆசாரமாகப் பதில் சொன்னார். இதைக் கேட்டுக்கொண்டிருந்த விஷ்கோந்தியின் சகோதரி, விஷ்கோந்தியின் வார்த்தைகள் குறித்து பிரத்தியேக மகிழ்ச்சியை வெளிப்படுத்தியபடி, "காரியம் உடனே முடியும்" என்று மல்பானைச் சமாதானப்படுத்தினார்கள். உடனே நான் சொன் னேன், "எங்களுக்கு கயெத்தானோஸ் பாதிரியின் சமூகத்தைச் சேர்ந்த ஒருவர்தான் ஆயராக வேண்டும் என்றில்லை. நல்ல

குணமும் அறிவுமுள்ள ஒரு பறங்கி நாட்டுக்காரனாக இருந்தாலும் போதும்." மேசையிலிருந்தவர்களுக்கெல்லாம் இதைக்கேட்டு மகிழ்ச்சி ஏற்பட்டது.

மேற்சொன்னபடி வாரம் ஒருமுறை மார்க்விஸின் வீட்டிலும் நாங்கள் சந்திப்பு நடத்தினோம். சிலமுறை அவரே எங்களை வரவேற்று அமர வைத்துப் பேசுவார். அப்படிச் செய்ய நேரமற்ற சந்தர்ப்பங்களில், "உங்கள் விஷயமெல்லாம் எப்போதும் என் மனதிலிருக்கிறது. அதெல்லாம் நிறைவேறும் வாய்ப்பு வரும்" என்று பணியாள் மூலமாகத் தெரிவித்தும் வந்தார். ஆயினும் மார்க்விஸின் மனைவி (மார்க்கெஸா) கயெத்தானோஸ் பாதிரியின் மீது மிகவும் அன்பாக இருந்ததாலும் கயெத்தானோஸ் பாதிரி எங்களைப் பற்றிப் பலவும் அவர்களிடம் சொல்லியிருந்தாலும் இந்த நாட்களி அவர்களுக்கு (மார்க்கெஸாவுக்கு) எங்கள்மீது பெரிய நேசமொன்றுமில்லை. இப்படியெல்லாம் இருக்கும்போது, எலும்பில்லாத நாக்கைக்கொண்டு எப்படியும் பேசும் கயெத்தானோஸ் பாதிரி, எங்களைப் பற்றி வெளியே சொல்லும் அவதூறுகளை மூடவும் நாங்கள் விஷ்கோந்தியின் வீட்டுக்குச் செல்வதை முடக்கவும் உபாயம் யோசித்தார். அதன்படி, "விஷ்கோந்தி, கொடுங்கல்லூர் பேராயராக அந்த ஆயத்தின் விகாரி ஜனரலாயிருக்கும் பௌலீஸ்தா பாதிரிதான் வேண்டுமென்று ராஜாவை நிர்பந்தித்தார். அது சாத்தியமல்ல, அது கரியாட்டியாகத்தான் இருக்க வேண்டும் என்று நான் ராஜாவிடம் முடிவாகச் சொல்லிவிட்டேன். விஷ்கோந்தி, தான் நினைத்துக் காரியம் நடக்காமல் ஏமாற்றமடைந்திருக்கிறார். ஆயினும் இந்த மலையாளத்துக்காரர்கள் விஷ்கோந்திதான் தங்கள் நண்பர் என்று நினைத்து அவர் பின்னால் நடக்கிறார்கள் என்பது முட்டாள்தனம்" என்றும் பிறவும் எங்களிடம் சொல்லத்தக்க வண்ணம் யௌஸேப்பு பாதிரியிடம் சொல்லி அனுப்பினார். இதைக்கேட்டவுடன் இதன் உண்மை என்னவென்றறியும்படி மெஷ்கீத்தா பாதிரியிடம் சொன்னோம். அவர் இதைப் பற்றி விஷ்கோந்தியிடமே கேட்டார். தான் கனவில்கூட அப்படியொரு விஷயத்தைச் சிந்தித்ததில்லையென்று விஷ்கோந்தி அவர் முன்னால் சத்தியம் செய்தார்.

64. பேராயராக மல்பானின் பெயர் முன்மொழியப் படுவதும் அதன் பிறகான சம்பவங்களும்

கயெத்தானோஸ் பாதிரியும் அவர் மகனும் எங்களைப் பார்த்தால் கூடப் பேசுவதில்லை. நம் காரியத்துக்கு அவர்கள் ஏதும் தடை ஏற்படுத்துவார்களோ என்ற எங்கள் பயமும் அதிகரித்தது. கடவு ளிடமும் தேவமாதாவான பரிசுத்த கன்னி மரியத்திடமும் மன முருகிப் பிரார்த்திப்பதைத் தொடர்ந்து வந்தோம். அப்படியிருக்கும் போது ஒருநாள் விஷ்கோந்தியின் வீட்டுக்குச் சென்றோம். மல்பானைப் பார்த்தவுடன் விஷ்கோந்தி, "உங்கள் விஷயம் நான் நினைத்திருந்ததைவிட வெகு தூரம் முன்னேறியிருக்கிறது" என்றார். நாங்கள் அதைக்கேட்டு, காரியங்கள் மேலும் சிக்கலாகிவிட்டன என்று நினைத்தோம். அவர் சொன்னதன் பொருள் புரியாததால், "நீங்கள் என்ன சொன்னீர்கள்?" என்று மல்பான் எடுத்துக் கேட்டார். அவர் சொன்னதையே திரும்பச் சொல்லியபடி உள்ளே சென்றார். பிரயத்தனமெல்லாம் வீணாகிவிட்டதே என்ற துக்கத்து டன் நாங்கள் திரும்பி வந்தோம். வழியில் மெஷ்கீத்தா பாதிரியின் வீட்டுக்குச் சென்றோம். விஷ்கோந்தி சொன்னதை அவரிடம் கூறினோம். அதைக் கேட்டவுடன் அவர் பெரிதும் மகிழ்ச்சியடைந் தார். "காரியமெல்லாம் சரியாகிவிட்டது. நீங்கள் விரும்பிய காரியங ்களெல்லாம் பலித்திருக்கின்றன" என்று சொல்லி மல்பானுக்கு ஆறுதல் கூறி அனுப்பினார். மெஷ்கீத்தா பாதிரி பலவிதத்திலும் சமாதானம் சொன்னார் என்றாலும் நாங்கள் விஷ்கோந்தியின் வார்த்தைகளுக்கும் இந்த ஆறுதல் வார்த்தைகளுக்குமிடையே எந்தப் பொருத்தத்தையும் பார்க்கவில்லை. அதனால் விஷ்கோந்தி என்ன நினைத்து அப்படிச் சொன்னார் என்று அறிவதற்காக,

அவரின் வார்த்தைகளைப் பலரிடமும் சொன்னோம். மல்பான் கிரகித்ததுதான் சரியென்று அவர்களும் கருத்துச் சொன்னார்கள். கயெத்தானோஸின் பிடிவாதமான எதிர்ப்புச் செயல்பாடுகளாலும் எங்கள் நிராதரவாலும் அற்பமான காரியங்களுக்குக்கூட லிஸ்ப னில் ஏற்படும் என்று கேள்விப்பட்ட நெடிய கால தாமதத்தாலும் பிரயத்தனமெல்லாம் பாழாயிற்றே என்று நாங்கள் துயருற்றிருக்கும் போது இதோ மனதுடைந்தவர்களுக்கு ஆறுதலளிக்கிற, தன் தாசர் களை என்றும் காத்து ரட்சிக்கிற கடவுளின் கருணைப் பார்வை எங்கள் மீது விழுந்தது. நாங்கள் விஷ்கோந்தியைப் பார்த்துவிட்டு வந்த மூன்றாம் நாள் ஜூலை மாதம் பதினேழாம் தேதி புதன் கிழமை மார் அல்லேசு புனிதரின் திருநாள் தினத்தில், மல்பானை கொடுங்ஙல்லூர் பேராயராக பெயரறிவித்த ராணியின் உத்தரவை விஷ்கோந்தி கொடுத்தனுப்பினார். அந்த உத்தரவின் மொழி பெயர்ப்பை இங்கே தருகிறேன்:

“தாங்களின் தூய வாழ்க்கையையும் அறிவையும் பாராட்டுக் குரிய குணச்சிறப்புகளையும் கண்டறிந்து தாங்களை கொடுங் ஙல்லூர் பேராயராக பெயர் அறிவிக்க ராணி திருவுளம் கொண்டி ருக்கிறார். அந்தப் பதவிக்குத் தேவையான பொருட்களையும் உறுதி செய்யும் உத்தரவுகளையும் குறித்த நேரத்தில் பெற்றுக்கொள்ள வேண்டுமென்று இதன்மூலம் நான் தங்களுக்கு அறிவித்துக் கொள் கிறேன். தன் ராஜாங்க அதிகாரத்தைப் பயன்படுத்தி அம்மாவே தாங்களின் நியமன உத்தரவை எழுதி ஆணையிட்டிருப்பதன்படி,

அரசு விவகாரங்களுக்கான தலைமைச் செயலகத்திலிருந்து

1782, ஜூலை 16ஆம் தேதி

விஷ்கோந்தி

(முகவரி) வணக்கத்திற்குரிய மார் ஜோஸப் கரியாட்டில் அவர்களுக்கு.

நாங்கள் ஒன்றாக இருந்த சந்தர்ப்பத்தில்தான் விஷ்கோந்தியின் இந்த அறிவிப்புக் கிடைத்தது. இதை வாசித்துக் கேட்டவுடன் கயெத்தானோஸின் மகன் முகம் வெளிறியது. அவர் அரை மணி நேரம் அமைதியாக இருந்துவிட்டார். தேவதைகளுக்குக்கூட தடுமாற்றத்தை ஏற்படுத்தக்கூடிய இந்தப் பெரிய பதவிக்கு ஏற்ற அறிவும் தகுதியும் தர்மமும் தனக்கில்லையே என்று நினைத்து மல்பான் வெகுநேரம் சஞ்சலம் கொண்டார். ஆயினும் தெய்வத் திருமனதையும் நம் தேவாலயங்களின் நிலைகளையும் இப்போதைய

துன்பங்களையும் நினைத்து அந்தப் பதவியை ஏற்றுக்கொள்ளவே முடிவு செய்து, செய்தி கொண்டு வந்தவருக்கு ஒரு மொனத்தா சன்மானம் அளித்து அவரை அனுப்பி வைத்தார்.

மீள் பார்வை

மேற்படி நியமனப்பத்திரம், மிகவும் நெருக்கடிகளை அனுபவிக்கும் நம் தேவாலயங்களை நோக்கி கடவுள் பார்த்த கருணைப் பார்வைதான்; அது பாதுகாப்பின் அடையாளமும்தான். இந்த உண்மைகளை எல்லோரும் ஏற்றுக்கொண்டார்கள். ஏனென்றால் ராணிக்குப் பாவமன்னிப்பு வழங்குபவர்கூட நம் எதிரிகளின் இனத்தைச் சேர்ந்த நிஷ்பாதுக கர்மலீத்தரான ஒரு ஆயர். அவர் நம் பிரத்தியேக எதிரியான போனவெந்துரா பாதிரியின் ஆத்ம நண்பரும்கூட. கர்மலீத்தர்களுக்கு ராணியின்மீது அபாரமான செல்வாக்கு இருக்கிறது. ரோமும் நமக்கு எதிரான நிலைப்பாடு எடுத்திருக்கிறது. கயெத்தானோஸ் பாதிரி நமக்கெதிராக சர்வ சக்தியுடனும் களத்திலிறங்கியிருக்கிறார். இந்தப் பதவியை யாராவது மலையாளிக்குக் கொடுத்தால் கயெத்தானோஸ் பாதிரி அதன்பேரில் கோவாக்காரர்களை அணி திரட்டிக்கொண்டு பலமாக உரிமைவாதம் எழுப்புவார் என்பதும் தெளிவு. (கோவாக்காரர்களின் பெயரால் கயெத்தானோஸ் பிற்பாடு இந்த உரிமைவாதத்தை எழுப்பியதை நாம் பின்னால் பார்க்கலாம்). இப்படியான உரிமைவாதங்களையும் கஷ்டங்களையும் யோசித்தால் இந்தியர்கள் எவருக்கும் இந்தப் பதவியைக் கொடுக்காமல் யாராவது ஒரு பறங்கியையே பெயர் மொழிவது சாத்தியமானதாகவும் சுலபமானதாகவும் இருந்தது. இவ்வளவு தடைகள் இருந்தாலும் அதையெல்லாம் பொருட்படுத்தாமல் அந்நியநாட்டை, அந்நிய இனத்தைச் சேர்ந்த நம் கரியாட்டி மல்பானையே தேர்ந்தெடுத்து அனுப்பவேண்டும் என்று ராணிக்கும் மந்திரிகளுக்கும் ஒன்று போலவே தோன்றச் செய்தது நம் இனத்தின் மீதும் தேவாலயங்களின் மீதுமான கடவுளின் தனிப்பட்ட கருணைதான். இந்தக் கருணைக்காக நாமெல்லாம் என்றும் கடவுளுக்கு நன்றி சொல்லக் கடமைப்பட்டவர்கள். சிந்திக்கும் மனிதர்களுக்கு இதையெல்லாம் எடுத்துச் சொல்லவேண்டிய அவசியம் இல்லையல்லவா.

இப்படி அறிவுப்புப் பத்திரிகை கிடைத்த உடனே என் மனதில் ஏற்பட்ட எண்ணத்தை நான் மல்பானிடம் சொன்னேன். கயெத்தானோஸ் பாதிரி இன்று நமக்கு எதிரியாக இருந்தாலும் இந்தக் காரியத்துக்குத் தொடக்கமிட்டது அவர்தான். நாம் இப்போது சென்று அவரிடம் நன்றி சொல்லவேண்டும். அது கடவுளுக்கு

விருப்பமானதொரு காரியமாயிருக்கும். அது மட்டுமல்ல, நம் இதயத் தூய்மையையும் நன்றியையும் புரிந்துகொள்ளும்போது கயெத்தானோஸ் பாதிரிக்கும் பச்சாதாபம் தோன்றும். நம்மைப் பற்றிப் பரப்பிக்கொண்டிருக்கும் அவதூறுகள் குறித்து அவர் வெட்கப்படுவார் என்ற அந்த அபிப்பிராயத்தைக் கேட்டவுடன் வேறொன்றும் யோசிப்பதற்கில்லாமல், அப்படியே செய்வோம் என்று மல்பானும் சம்மதித்தார். நாங்கள் இருவரும் புறப்பட்டோம். நடந்தே கயெத்தானோஸ் பாதிரியின் வீட்டுக்குச் சென்றோம்.

மீள் பார்வை

கயெத்தானோஸின் வீட்டுக்குச் சென்ற இந்தச் செயலை நினைத்து இப்போதுகூட பயம் ஏற்படுகிறது. அது அவ்வளவு பெரிய அபத்தமாயிருந்தது. ஆனால், மேற்சொன்னது போன்று மனத் தூய்மையுடனும் நல்ல நோக்கத்துடனும் செய்த ஒரு காரிய மாக இருந்ததால் அதன் ஆபத்துகளிலிருந்து கடவுள் எங்களைக் காப்பாற்றினார். கடைசியில் காரியங்களெல்லாம் நலமே முடிந்தன என்று சொன்னால் போதும். தொடர்ந்த சம்பவங்களை வாசித் தால் அது நன்றாகப் புரியும்.

நியமன செய்தியை அறிந்திராத கயெத்தானோஸ் பாதிரி முற்றி லும் எதிர்பாராத வகையில் நாங்கள் வருவதைப் பார்த்து திகைத் திருக்கும்போது, பேராயர் அவரை வணங்கி இப்படிச் சொன்னார்: “நான் நம்புவதற்கேற்ற ஆள் இல்லையென்று நீங்கள் சொல்லி யனுப்பியதை நான் கேட்டேன். நீங்கள் என்னைப் பற்றி அப்படி நினைக்க வேண்டாம். உதவி செய்தவர்கள் மீது நன்றியும் அன்பும் உள்ளவன் நான்.” தொடர்ந்து அறிவுப்புப் பத்திரத்தை கயெத்தா னோஸிடம் கொடுத்தார். அதைப் படித்துவிட்டு அவர் என்னவோ கலக்கமடைந்து அரை மணி நேரம் எதுவும் பேசாதிருந்தார். பிற்பாடு அவர் புத்தி செயல்படத் தொடங்கியது. அவர் பிரயத்த னத்தின் பயனாகத்தான் இந்தக் காரியம் நடந்தது என்று நினைத் துத்தான் நாங்கள் நன்றி சொல்லச் சென்றிருக்கிறோம் என்று நினைத்து மனோதைரியத்தை மீட்டெடுத்து மகிழ்ச்சி பாவித்து ஆணவத்துடன் எங்களிடம் சொன்னார்: “கோவாவின் பேராயரும் ராஜாவின் முன்னால் தெய்வப் பிரதிநிதியும் நான்தான். இந்த விஷயமும் இந்தியாவின் சபை தொடர்பான மற்ற காரியங்களும் என் எல்லைக்கு உட்பட்டவை. நான் பாடுபட்டதால்தான் விஷயம் இதுவரை வந்திருக்கிறது. விஷ்கோந்தி ஆரம்பத்திலிருந்து கடைசி வரை உங்கள் காரியத்திற்கு எதிராயிருந்தார்.” இப்படி நீண்ட நேரம் பலவாறாகப் பிதற்றிய பிறகு உடனே ஆள் அனுப்பி (ஐம்பத்து

எட்டாம் அத்தியாயத்தில் சொல்லியிருப்பதுபோன்று) அங்கே பக்கத்தில் ஒரு முக்கியமான பெண்மணியின் வீட்டில் வசித்திருந்த கொச்சி ஆயத்தின் கவர்னரான ப்ரம்ஸிஸ்கோஸ் கயெத்தானோஸ் கொயித்தா என்ற பாதிரியை வரவழைத்தார். தன் நண்பரான மற்றொரு பறங்கியையும் வரவழைத்தார். பேராயருக்குக் கிடைத்த அறிவிப்பை அவர்களிடம் காட்டினார். தன் பிரயத்தனத்தின் பயன் தான் இதுவென்று வீறாப்புப் பேசினார்; தன் வீரச் செயல்களை ஒவ்வொன்றாக அவர்களிடம் விவரமாகச் சொல்லவும் செய்தார்.

இதன் பிறகு, "ஆயர் நியமன அறிவிப்புக் கிடைத்தால் ராணி மற்றும் மந்திரிகளின் வீடுகளுக்குச் சென்று நன்றி சொல்வதற்கு முன்பு வேறு எந்த இடத்துக்கும் செல்வது சரியல்ல. அதுவரை ஸம்பெந்து ஆசிரமத்திலேயே இருந்தால் போதும். மறுநாள் வியாழக்கிழமை. அது ராணியையும் மந்திரிகளையும் பார்ப்பதற்கு ஏற்ற நாள். கூடுதல் விவரங்களை நான் பிறகு தெரிவிக்கிறேன்" என்று சொல்லி கயெத்தானோஸ் பாதிரி எங்களை அனுப்பினார்.

நாங்கள் ஸம்பெந்து ஆசிரமத்திற்கு வந்த உடனே, அங்குள்ள பாதிரிகள் நியமனச் செய்தியை அறிந்துகொண்டார்கள். ஆசிரமத் தலைவரும் மற்ற பாதிரிகளும் வந்து பேராயரைப் பாராட்டி அமைதியான முறையில் வாழ்த்துகளைத் தெரிவித்துக்கொண்டார்கள். உடனே லிஸ்பன் வழக்கப்படி தேவாலயத்தில் தொடர் மணி அடிக்கப்பட்டது. மகிழ்ச்சியின் வெளிப்பாடாக மாலை நேரத்தில் ஆசிரமத்தின் அறைகளிலெல்லாம் தீபம் ஏற்றினார்கள்.

கயெத்தானோஸ் பாதிரி எங்களுக்குக் குடிப்பதற்குத் தேநீரும் காப்பியும் ஆறு புட்டி ஒயினும் கொடுத்தனுப்பினார். பின்னால் அவரே, ப்ரம்ஸிஸ்கோஸ் கயெத்தானோஸ் பாதிரியையும் அழைத்துக்கொண்டு வந்தார். பேராயர் எப்படி வழிபாடு சொல்ல வேண்டும் என்றும் வழிபாடு சொல்பவருக்கு என்னவெல்லாம் வேண்டும் என்றும் மற்றும் சில ஆலோசனைகளும் சொன்னார். பிறகு, "ராணியைப் பார்ப்பதற்கு நாளையே போகலாம். நான் உடன் வந்தால் ராஜாவுக்குப் பிடிக்காது. நீங்கள் நாளைக் காலை எட்டு மணிக்கு வண்டி பிடித்து என் வீட்டுக்கு வாருங்கள்" என்று சொல்லிச் சென்றார்.

65 | ராணியையும் ராஜாவையும் பார்த்துப் பேராயர் நன்றி சொல்கிறார்

கயெத்தானோஸ் பாதிரி எங்களுடன் ராணியையும் மந்திரிகளை யும் பார்க்க வருவது எங்களுக்கு விருப்பமான காரியமாக இல்லை. கயெத்தானோஸ் புதிதாகப் பயன்படுத்திக்கொள்வதற்கு ஒரு வாய்ப்புக் கொடுக்கக்கூடாது என்றும் நினைத்திருந்தோம். அவர்கள் ஏதும் தவறாக நினைத்துக்கொள்வார்களோ? விஷ்கோந் திக்கே அவரை உள்ளூரப் பிடிக்கவில்லையென்றாலும் வெளியே நாகரிகமாகப் பழகுகிறார் அல்லவா. அதுபோலத்தான் நாங்களும் ஆசாரமும் மரியாதையும் காட்டினோம் என்றே அவர்கள் நினைப் பார்கள். அவருடன் ஒன்றாகச் சென்றதால் எங்கள்மீது எரிச்சல் ஏற்படாது. போதாக் குறைக்கு ராணி மற்றும் ராஜாவின் முன்னால் எப்படி நடந்துகொள்வது என்ற அனுபவமும் எங்களுக்கு இல்லை. இவர் உடனிருந்தார் என்றால், ஆசார மரியாதைகள் எதற்கும் குறைவு ஏற்படாமல் பார்த்துக்கொள்வார். இப்படியெல்லாம் யோசித்து, கயெத்தானோஸ் பாதிரி சொன்னதுபோன்றே செய்ய லாம் என்று முடிவு செய்தோம். மறுநாள் காலையில் வண்டி பிடித்து எட்டு மணிக்கு அவரின் வீட்டுக்குச் சென்றோம்.

நாங்கள் ஸம்பெந்து ஆசிரமத்திலிருந்து புறப்பட்டபோது எங்கள் நண்பரான மெஷ்கீத்தா பாதிரியிடமும் கஸ்தென் மார்க்கஸ் மெலியோர் எனும் பிரபுவிடமும் நியமனச் செய்தியைச் சொல்லும் படி ஐம்பத்து ஒன்பதாம் அத்தியாயத்தில் குறிப்பிட்டிருந்தபடி எங்களுடன் ஒன்றாகத் தங்கியிருந்த கார்லோஸ் எனும் கோவாக் கார பாதிரியிடம் சொல்லியிருந்தோம். செய்தி அறிந்து மெஷ்கீத்தா

பாதிரியார் மார்க்கஸுடனும் மார்க்கெஸாவுடனும், பேராயரைப் பார்த்து வாழ்த்துச் சொல்ல ஆசிரமத்துக்கு வந்தார். பேராயர் அங்கு இல்லாததால் தாங்கள் வந்த விவரத்தைப் பேராயரிடம் தெரிவிக்கும்படிச் சொல்லிவிட்டுச் சென்றார்.

நாங்கள் கயெத்தானோஸ் பாதிரியின் வீட்டுக்குச் சென்று, காலை வழக்கமான காபி பருகினோம். அவருடன் சேர்ந்து, ராஜா வும் ராணியும் அப்போது வசித்து வந்திருந்த கெலூஸா அரண் மனைக்குச் சென்றோம். நாங்கள் வந்திருக்கும் விவரத்தை அறிவித் தோம். சற்று நேரத்திற்குப் பிறகு ராணி வெளியே இறங்கி, நாங்கள் நிற்பதற்கு முன்னால் உள்ள கூடத்துக்கு வந்தார்கள். உடனே பேரா யரும் நானும் உள்ளே சென்றோம். பேராயர் மண்டியிட்டு ராணி யின் கரத்தை முத்தமிட்டார். "நான் தகுதியற்றவனாயினும் எனக்கும் என் சமூகத்துக்கும் திருவுளத்திலிருந்து அளித்த இந்தப் பதவிக்காக வும் பெருமைக்காகவும் திருவுளத்திற்கு நன்றி சொல்கிறேன். திருவுளத்திற்கும் அவரது குடும்ப உறுப்பினர்களுக்கும் நன்மை புரியும்படி கடவுளிடம் வேண்டுகிறேன். இந்தப் பெரிய பதவிக்குத் தேவையான நல்வினைகளை எனக்குத் தரவேண்டும் என்று நான் கடவுளிடம் யாசிக்கிறேன்" என்று பேராயர் சொன்னார். அதற்குப் பதிலாக ராணி, "இந்தப் பதவிக்குத் தேவையான நல்வினைகளையும் ஞானத்தையும் தரும்படி கடவுளிடம் வேண்டுவதுதான் முக்கிய மானது" என்று சொன்னார். உடனே நானும் மண்டியிட்டு ராணி யின் கரத்தை முத்தமிட்டேன்.

அப்போது கயெத்தானோஸ் பாதிரி முன்னே வந்து ராணியைப் பார்த்துச் சொன்னார்: "திருவுளத்தின் முன்னோர்கள் வாள் முனையால்தான் நாடுகளை வெல்ல முயன்றார்கள். அவர்கள் போரிட்டு இந்தியாவின் பல பிரதேசங்களையும் கைப்பற்றினார் கள். ஆனால், நாடு பிடிப்பதற்கு அதைவிடத் தலைசிறந்த வழி நற்செய்தி செயல்பாடுகள்தான் என்று தாங்கள் புரிந்துகொண்டீர் கள். நல்ல வழியும் கடவுளுக்கு விருப்பமான வழியும் இதுதான். தாங்களின் முன்னோர்கள் இப்படி நடந்துகொண்டிருந்தால் இன்று இந்தியா முழுதும் தங்களுக்குக் கீழ்ப்பட்டதாயிருந்திருக்கும். தாங்கள் செய்த இந்த நற்செயலுக்காக தங்களின் கரத்தையல்ல, கால்களை நான் முத்தமிடுகிறேன்." இப்படிச் சொல்லிக்கொண்டு அவர் சாஷ்டாங்கமாக விழுந்தார். உடனே ராணி, "கயெத்தா னோஸ் பாதிரி இப்படிச் செய்யவேண்டாம்" என்று சொல்லிக் கால்களைப் பின்னால் இழுத்துக்கொண்டு வேறொன்றும் சொல்லாமல் உள்ளே சென்றுவிட்டார்கள்.

ராணி உள்ளே சென்றவுடன் ராஜா வெளியே வந்து அந்தக் கூடத்தில் இருந்த ஒரு நாற்காலியில் அமர்ந்தார். அப்போது பேரா யரும் கயெத்தானோஸ் பாதிரியும் நானும் ராஜாவின் முன்னால் மண்டியிட்டு அவர் கரத்தை முத்தமிட்டோம். பேராயர் மேற் சொன்ன விதம் நன்றி சொன்னார். ராஜா மிகவும் மகிழ்ச்சியாக அதை ஏற்றுக்கொண்டு, "இந்த நல்மனதிற்கும் நல்லறிவுக்கும் குறைவு வராமல் எப்போதும் கடவுளிடம் பிரார்த்திக்க வேண்டும்" என்று பதில் சொன்னார். உடனே கயெத்தானோஸ் பாதிரி இப்படிச் சொன்னார்: "இந்தியாவின் காரியத்தில் தாங்கள் என்னிடம் கட்டளையிட்டிருந்ததையெல்லாம் சாத்தான் தடுத்துவிட்டான். கடவுளின் சக்தியும் தூண்டலும் கொண்டு தாங்கள் இந்தத் தடைகளையெல்லாம் வென்று, கொடுங்கல்லூர் பேராயரின் இந்த ஒரு விஷயத்திற்கு முடிவு செய்து விட்டீர்கள். அதற்காக நான் திருவுளத்திற்கு நன்றி தெரிவித்துக்கொள்கிறேன். மிச்சமுள்ள காரியங்களுக்கும் அப்படியே முடிவு காண்பீர்கள் என்று கடவுளை யும் தங்களின் நல் மனதையும் நான் நம்புகிறேன்." இப்படிப் பலவும் அவர் சொல்லி முடித்தபிறகு நான் முன்னே தள்ளி நின்று, "மலங் கரை முழுவதற்குமாக தாங்கள் செய்த இந்தப் பெரிய கருணைச் செயலுக்கு நானும் மலங்கரையிலுள்ள என் வம்சம் முழுதும் தங்களுக்கு நன்றி தெரிவித்துக்கொள்கிறோம்" என்று சொன்னேன். இதையெல்லாம் ராஜா அமைதியுடன் மகிழ்ச்சியாகக் கேட்டுக் கொண்டிருந்த பிறகு, "இவர் யார்?" என்று கயெத்தானோஸ் பாதிரியிடம் கேட்டார். மலங்கரைப் பிரதேசத்தின் காரியத்துக்காக தேவாலயத்தினரால் தங்களிடம் அனுப்பப்பட்டவர் என்று கயெத்தானோஸ் பதில் சொன்னார்.

இப்படி ராஜாவுக்கு நன்றி சொல்லிப் பிரிந்ததும், பக்கத்திலி ருந்த, ராணிக்குப் பாவமன்னிப்பு வழங்குபவரான பேராயரையும் பார்த்தோம். அவர் கரத்தை முத்தமிட்டு நன்றி சொன்னோம். சற்று நேரத்துக்குப் பிறகு ராஜாவின் மகன் பிரின்ஸிப்பாவும் அவர் தம்பி இம்பாந்தாவும் வெளியே வந்தார்கள். அவர்களின் கரங்களை யும் முத்தமிட்டுச் சுருக்கமாக நன்றி தெரிவித்துக்கொண்டோம்.

இவ்வாறு, ராஜ குடும்ப உறுப்பினர்களிடம் நன்றி சொல்லிப் பிரிந்து கெலூஸாவின் பக்கத்தில் உள்ள இம்பெல்லா எனும் இடத் துக்கு வந்தோம். அங்கே வசிக்கும், இதர ஐரோப்பிய அரசு விவகார அதிகாரியான ஆயெர்தேஸா எனும் மந்திரியைச் சந்தித்தோம். சற்றும் தாமதிக்காமல் அங்கிருந்து புறப்பட்டு விஷ்கோந்தியின் வீட்டுக்கு வந்தோம். விஷ்கோந்தி எங்களைப் பார்த்தவுடன் எழுந்து

மிகவும் மகிழ்ச்சியுடன் வரவேற்று நலம் விசாரித்தார். நாங்கள் நிறைய நல்ல வார்த்தைகளில் பேரளவிலான நன்றியை அவருக்குத் தெரிவித்துக்கொண்டோம். அதன் பிறகு விஷ்கோந்தி பேராயரைப் பார்த்து, "அப்படியென்றால் இனி ராணியைப் பார்த்துக் கரத்தை முத்தமிட வேண்டுமல்லவா?" என்று கேட்டார். ராணியைப் பார்த்து கரம் முத்தமிட்டு வரும் வழிதான் என்று கயெத்தானோஸ் பாதிரி பதில் சொன்னார். விஷ்கோந்தி அறிவித்தார்: "அப்படி யென்றால் இனி தங்களின் மாட்சிமைக்குத் தேவையானதையெல் லாம் செய்து தர முயல்கிறேன்." அவ்வாறு ராணியின் பெயரால் விஷ்கோந்தி பேராயருக்கு 'மாட்சிமை'ப் பதவியளித்தார்.

ராணியிடம் சென்று கரத்தை முத்தமிட்டுவிட்டுத்தான் வருகிறோம் என்று கயெத்தானோஸ் பாதிரி சொன்னதற்கு குறிப் பாக எந்தப் பதிலையும் விஷ்கோந்தி சொல்லவில்லை. என்றா லும், அவருக்கு அதில் மகிழ்ச்சியுள்ளதாகத் தோன்றவில்லை. தான்தான் எங்களை ராணியிடம் அழைத்துச் சென்று கரத்தை முத்தமிட வைத்திருக்க வேண்டும் என்று அவருக்கு ஆசை இருந்தது என எங்களுக்கு அப்போது தோன்றியது.

இப்படிச் சற்று நேரம் கடந்தபோது விஷ்கோந்தியின் மனைவி விஷ்கோந்தெஸா அந்த அறைக்கு வந்தார்கள். நாங்கள் எல்லோரும் எழுந்து அவர்களிடமும் நன்றி தெரிவித்துக்கொண்டோம். அவர்கள் ஒரு புன்னகையுடன், "கயெத்தானோஸ் பாதிரியும் இங்கே வருவார் என்று நான் முன்பே இங்கே சொல்லிக்கொண்டி ருந்தேன்" என்று சொன்னார்கள். அங்கே நீண்ட நேரமிருந்து பேசியபிறகு, உணவு நேரமானதால் எங்களையும் உணவுக்கு அழைத் தார்கள். விஷ்கோந்திக்கும் அவர் மனைவிக்கும் கயெத்தானோஸ் பாதிரியை உள்ளுக்குள் பிடிக்கவில்லையென்றாலும் வெளிப்படை யாக அன்பும் உபச்சாரங்களும் காட்டுவதில் அவர்கள் எந்தக் குறையும் வைக்கவில்லை. இப்படி உணவறையில் சாப்பிட்டுக் கொண்டிருந்தபோது கயெத்தானோஸ் பாதிரி எங்களைப் பற்றி இப்படிச் சொல்லத் தொடங்கினார்: "இந்தப் பையன்கள் என்னைத் தவறாகப் புரிந்து கொண்டிருக்கிறார்கள். இவர்களின் விஷயத்தில் நான் தேவையானபடி முயற்சி செய்யவில்லை என்று நினைத்து நீண்ட நாட்கள் இவர்கள் என் வீட்டுக்கு வராமல் பிணங்கிக் கொண்டிருந்தார்கள். இப்போது இவர்களின் காரியத்துக்கு முடிவு வந்தபோதுதான் நான் இவர்களுக்காக எவ்வளவு பாடுபட்டேன் என்று இவர்களுக்குப் புரிந்தது. உடனே என்னிடம் வந்து, தங்க ளுக்கு என்னைப் பற்றி ஏற்பட்ட தவறான புரிதலுக்காக கண்ணீரு

டன் மன்னிப்புக் கேட்டார்கள். இவர்களும் இந்தியர்கள் என்பதால், யாராவது ஏதாவது சொன்னாலும் காரியத்தை நெருங்கும்போது இவர்கள் என்னைக் கைவிட்டுச் செல்லவில்லை. இந்த விஷயத்தில் பல எதிரிகள் உருவானாலும் என் மன உறுதியும் விவேகமும்தான் வெற்றிக்குக் காரணமாயின. மிச்சமுள்ள காரியங்களையெல்லாம் இப்படியே வென்றெடுப்பேன்." இப்படி, விஷ்கோந்திக்கும் அவர் மனைவிக்கும் தவறான எண்ணமும் பகையும் தோன்றத்தக்க விதத்தில் அவர் பிரசங்கத்தைத் தொடர்ந்தார். அப்போது எங்களுக்கு மிகமிக வெட்கமும் இவருடன் வந்தது அவமானமாகிவிட்டதே என்ற எண்ணமும் ஏற்பட்டது. ஆயினும் அங்கே ஏதும் பிரச்சனை வந்துவிடக் கூடாதே என்று நினைத்து அவர் சொன்னவற்றைப் பற்றி நாங்கள் ஒரு வார்த்தையும் பேசவில்லை.

கயெத்தானோஸ் பாதிரியின் பேச்சு நடந்து கொண்டிருக்கும் போது விஷ்கோந்தெஸா முகத்தில் உணர்ச்சி மாற்றங்களுடன் அடிக்கடி, பேராயரின் முகத்தைப் பார்த்துக்கொண்டிருந்தார்கள். இவர்கள் கயெத்தானோஸ் பக்கமல்லவா இருக்கிறார்கள் என்று அவர்களின் மனது சொன்னது. விஷ்கோந்தியின் முகத்தில், காரியம் முடிந்தவுடனே கயெத்தானோஸ் பக்கம் சேர்ந்த இவர்கள் திருடர்கள், மோசடிக்காரர்கள் என்ற எண்ணமே பிரதிபலிப்பதை நாங்கள் பார்த்தோம். அது குறித்து எங்களுக்கு மிகப் பெரிய துயரம் ஏற்பட்டது. இதற்கு உடனே ஒரு பரிகாரம் கண்டுபிடித்தே ஆக வேண்டும் என்று முடிவு செய்தோம்.

இதெல்லாம் முடிந்து நாங்கள் லிஸ்பனுக்குச் செல்லும் வழியில் கயெத்தானோஸ் சொன்னார்: "கோவாவின் பேராயர் நான்தான் என்பதால், உங்களின் பதவி பெருமைகளுக்காக ரோமில் விண்ணப்பிக்க வேண்டிய அவசியமில்லை. நான் கொடுத்தாலே தாராளமாகப் போதும். எனக்கும் பெயரறிவித்து உத்தரவு கிடைத்தவுடன் அபிஷேகமும் பெற்றுக்கொண்டு நாமெல்லோரும் ஒன்றாகக் கோவாவுக்குச் செல்லலாம். அங்கு சென்று ஒரு பிரத்தியேக மத மாநாடு ஏற்பாடு செய்து தேவையான சட்டங்களையும் கட்டுப்பாடுகளையும் உருவாக்குவோம்." இப்படி ஒவ்வொரு நம்பிக்கையாகச் சொல்லிக்கொண்டு நடந்து, நேரம் ஏறத்தாழ ஐந்து மணி ஆனபோது மர்திங்ஙு தெ மெல் என்ற முக்கிய அதிகாரியின் வீட்டுக்குச் சென்றோம். அவர் இங்கே இல்லை. எனவே, பிற்பாடு ஒருசமயம் வரலாம் என்று நினைத்து அங்கிருந்து அதிக தூரமற்ற மார்க்கஸ் அஞ்செலாவின் வீட்டை நோக்கி நடந்தோம். நாங்கள் அங்கே சென்று அறிவுப்புக் கொடுத்தவுடன் அவர் எங்களைத் தன்

அறைக்கு அழைத்து வரச் செய்தார். நாங்கள் சென்று அவருக்கு நன்றி தெரிவித்துக்கொண்டோம். "உங்கள் காரியமெல்லாம் நிறை வேறும் என்று நான் முன்பே சொன்னதன் அர்த்தம் இதுதான்" என்று மார்க்கஸ் எங்களிடம் சொன்னார். நாங்கள் முன்பு அவர் வீட்டுக்குச் சென்றபோது அவரிடம், ராணியிடமிருந்து எங்களுக்குச் சட்டை தைப்பதற்கான பணம் வாங்கித் தரவேண்டும் என்று கேட்டிருந்தோம். அது அவர் மனதில் இருந்தது. அவர் பகையும் தந்திரமும் நல்ல சாமர்த்தியமும் உள்ள ஆளாயிருந்ததால், கயெத்தா னோஸ் பாதிரியுடன் நாங்கள் சென்றோம் என்றாலும் எங்கள் நோக்கங்கள் இருவேறானவை என்று அவருக்கு நன்றாகத் தெரியும். நாங்கள் ஒன்றாகச் சென்றதில் அவருக்கு எந்தவொரு தவறான எண்ணமும் ஏற்படவில்லை. அது மட்டுமல்ல, எங்களுக்கு உடை கள் தைத்து வாங்கித் தரவேண்டும் என்று மார்க்கஸ் கயெத்தா னோஸிடமே உத்தவிட்டார். ஆனால், அதற்கு ராணி அனுமதித்த ஐம்பது மொனத்தாவை கயெத்தானோஸின் கரத்தில் கொடுக்கவு மில்லை. கொஞ்சம் நாட்களுக்குப் பிறகு எங்களிடமே அதை ரகசியமாகக் கொடுத்தார்.

அங்கிருந்து புறப்பட்டு மோன்ஸிஞ்ஞோர் மெஷ்கரெத்தா என்றதொரு மரியாதைக்குரிய வைதீகரின் வீட்டுக்கு நடந்தோம். தனக்கும் இந்த வைதீகருக்கும் நட்பு இருந்ததால் கயெத்தானோஸ் பாதிரி, "பல எதிர்ப்புகளையும் கடந்து நான் காரியத்தை வென் றேன்" என்று சொல்லி தன் அறிவுத் திறனை அவரிடம் காட்டு வதற்கு அங்கும் சூழலை உருவாக்கினார். இந்த வைதீகர், நாங்கள் ரோமிலிருந்து வந்த காலத்தில் எங்கள்மீது பெரிய அன்புடனி ருந்தார். எங்களுக்கும் கயெத்தானோஸ் பாதிரிக்கும் ஒரு பொது நண்பராயிருந்தார் அவர். ஆனால் பிற்பாடு கயெத்தானோஸின் நாக்கின் கெடுதியின் காரணமாக அவர்மீதும் எங்கள் மீதும் பிணக்கம் கொண்டார். அவ்வாறு நாங்கள் அவர் வீட்டுக்குச் சென்று வருவதையும் நிறுத்திவிட்டோம். அப்புறம் கயெத்தா னோஸ் பாதிரிக்கும் எங்களுக்கும் பிரிவு ஏற்பட்ட பிறகு நானும் மல்பானும் சேர்ந்தும் மல்பான் தனியாகவும் இரண்டு மூன்று முறை இவர் வீட்டுக்குச் சென்றிருக்கிறோம். இவர் லிஸ்பனில் பல முக்கியஸ்தர்களின் நண்பராயிருந்ததால் நம் காரியத்துக்கு ஏதாவது உதவியுண்டாகலாம் என்று நினைத்துத்தான் சென்றோம். ஆனால் அவரிடமிருந்து நாங்கள் எதிர்பார்த்ததற்கு மாறாக எங்களி டம் அவமரியாதையாக நடந்து கொண்டதால் பிற்பாடு நாங்கள் அங்கே செல்லவில்லை.

ஆனால், கயெத்தானோஸ் பாதிரிக்கும் அவருக்கும் இடையிலிருந்த விலகல் சமீபகாலத்தில் எப்படியோ மறைந்துவிட்டது. அவர்கள் மீண்டும் நண்பர்களானார்கள். அவரின் வீடுவரும் வழியிலிருந்ததால் பேராயர் நியமனச் செய்தியை அவரிடம் தெரிவித்து விடலாம் என்று நாங்கள் சொன்னதை கயெத்தானோஸ் பாதிரியும் ஏற்றுக்கொண்டதற்கு இதுதான் காரணம்.

இந்த வைதீகரைப் பார்த்துப் பேசிய பிறகு, கயெத்தானோஸ் பாதிரிக்கும் எங்களுக்கும் நண்பரான கெடெதோ பீத்தோஸ் என்ற முக்கியஸ்தரின் வீட்டுக்குச் சென்றோம். அப்போது அங்கே பல பெரிய மனிதர்களும் பிரபுக்களும் கூடியிருந்தார்கள். அவர்கள் அனைவரும் பேராயரைப் பார்த்து மகிழ்ச்சியையும் மரியாதையையும் வெளிப்படுத்தி வாழ்த்துச் சொன்னார்கள். அங்கே பார்க்க நேரிட்டதில் ஒருவர், எங்கள் நண்பரான மார்க்கஸ் தெ கஸ்தென் மெலியோர் எனும் பிரபுவின் மனைவியான மார்க்கெஸா. அவர் எங்களைப் பார்த்து மிகவும் மகிழ்ந்தார். "நானும் என் கணவரும் இந்த விஷயத்துக்காக மிக அதிகம் பாடுபட்டோம். அதனால், பெயர் அறிவித்த செய்தி கேள்விப்பட்டவுடன் மகிழ்ச்சியைத் தெரிவித்துக்கொள்ள நாங்கள் இருவரும் ஸம்பெந்து ஆசிரமத்துக்கு வந்தோம். அப்போது பேராயர் இல்லாததால் விவரத்தை அங்கே சொல்லிவிட்டு வந்தோம்" என்று எங்களிடம் சொன்னார். நாங்கள் அவரிடம் பிரத்தியேகமாக நன்றி தெரிவித்துக்கொண்டோம். இதெல்லாம் முடிந்து இரவு ஏறத்தாழ எட்டு மணியானபோது ஸம்பெந்து ஆசிரமத்திற்கு வந்தோம்.

66

மறுநாள் பேராயரை எங்கள் நண்பரான மெஷ்கீத்தா பாதிரி சந்தித்ததும் நாங்கள் அவரை அழைத்துக்கொண்டு விஷ்கோந்தியின் வீட்டுக்குச் சென்று, கயெத்தானோஸ் பாதிரி ஏற்படுத்திய சிக்கலைத் தீர்த்ததும் பிறவும்

மேற்சொன்னவிதம் கயெத்தானோஸ் பாதிரியோடு சேர்ந்து சென்ற தால் விஷ்கோந்தியின் வீட்டில் எங்களுக்கு ஏற்பட்ட பலவீனத்தைச் சரி செய்ய என்ன வழி என்று யோசித்துக் கொண்டிருந்தபோது தான் கடவுள் உதவி புரிந்தார். மறுநாள் எங்கள் நண்பரான மெஷ்கீத்தா பாதிரி, பேராயரைப் பார்த்து வாழ்த்துச் சொல்ல ஸம்பெந்து ஆசிரமத்துக்கு வந்து எங்களைச் சந்தித்தார். பெயர் அறிவிக்கப்பட்ட உத்தரவு வந்ததை தன்னிடம் சொல்லவில்லை என்று குறைபட்டுக்கொண்டார். பேராயர் அதன் காரணத்தை விவரித்தார்; அவர் எங்களுக்காகப் பாடுபட்டதற்கு மிக ஆழ்ந்த முறையில் நன்றி தெரிவித்துக்கொண்டார். “கயெத்தானோஸ் பாதிரி யுடன் விஷ்கோந்தியின் வீட்டுக்குச் சென்றது போதுமானதல்ல. நாம் இருவரும் சேர்ந்து ஒருமுறை சென்றே ஆகவேண்டும்” என்று பேராயர் சொன்னதற்கு, “அப்படியென்றால் நாளையே அப்படிச் செய்வோம்” என்று அவர் ஏற்றுக்கொண்டார். அவ்வாறே இரு வரும் முடிவு செய்தபின் அவர் புறப்பட்டுச் சென்றார்.

சொல்லிச் சென்றதுபோலவே மெஷ்கீத்தா பாதிரி மறு நாள் காலையில் விஷ்கோந்தியின் வீட்டுக்குப் போகத் தயாராகி, நாங்கள் வசிக்கும் ஆசிரமத்திற்கு வண்டியுடன் வந்தார். பேராயர் சற்றும் தாமதிக்காமல் அவருடன் வண்டியில் ஏறிப் புறப்பட்டார். பேராயர் சென்று அரை நாழிகை கடந்தபோது கயெத்தானோஸ் பாதிரி ஆசிரமத்திற்கு வந்தார். பேராயர் விஷ்கோந்தியைப் பார்க்கச் சென்றிருக்கிறார் என்றறிந்து முற்றிலும் அதிருப்தியுடன் தன் வீட்டுக் குத் திரும்பிச் சென்றார்.

மெஷ்கீத்தாவுடன் விஷ்கோந்தியின் வீட்டுக்குச் செல்லும் வழியில் பேராயர், கயெத்தானோஸ் பாதிரியுடன் விஷ்கோந்தியின் வீட்டுக்குச் சென்றதற்கான காரணங்களையும் சென்றபிறகு ஏற்பட்ட அனுபவங்களையும் ஒன்றுவிடாமல் சொன்னார். விஷ்கோந்தியின் வீட்டில் உள்ளவர்கள் ஸுரியானி முறையிலான வழிபாடு பார்த்ததில்லை என்றும் பார்த்தால் நன்றாயிருக்கும் என்றும் விஷ்கோந்தியின் மனைவி சொல்லியிருந்தார்கள். அதை மதித்து பேராயர் புறப்படும்போது விஷ்கோந்தியின் வீட்டில் வழிபாடு சொல்வதற்கான ஸுரியானி வழிபாட்டுப் புத்தகத்தையும் கையில் எடுத்துக்கொண்டிருந்தார்.

விஷ்கோந்தியின் வீட்டுக்குச் சென்றவுடன் பேராயரை வெளிக் கூடத்தில் இருக்க வைத்துவிட்டு மெஷ்கீத்தா உள்ளே சென்றார். சற்று நேரத்திற்குப் பிறகு விஷ்கோந்தெஸா வெளியே வந்தார். அவரைப் பார்த்தவுடன் பேராயர் எழுந்து ஆசாரப்படி மரியாதை செய்தார். அப்போது விஷ்கோந்தெஸா மனத்தாங்கலான குரலில், “மேன்மை பொருந்திய தாங்கள் வழிபாடு சொல்ல வந்திருப்பீர்கள் அல்லவா, கொஞ்சம் காத்திருக்க வேண்டும்” என்று சொல்லிக் கொண்டு மீண்டும் உள்ளே சென்றார்கள். அதன் பிறகு உள்ளிருந்து மெஷ்கீத்தா பாதிரியுடன் நீண்டநேரம் பேசினார்கள்.

விஷ்கோந்தி, ராணியைப் பார்க்கச் சென்றார். விஷ்கோந்தெஸா வழிபாட்டுக்கு வேண்டிய பொருட்களையெல்லாம் ஆயத்தம் செய்து, பேராயரை வழிபாடு சொல்ல அழைத்தார்கள். பேராயர் வழிபாடு சொன்னார். விஷ்கோந்தெஸா அதைப் பார்த்தார்கள். அதன்பிறகு விஷ்கோந்தெஸா பேராயருக்குக் காபி கொடுத்தார்கள். சற்று நேரம் அங்கிருந்து பேசிய பிறகு உள்ளே சென்று மீண்டும் மெஷ்கீத்தா பாதிரியுடன் பேசத் தொடங்கினார்கள்.

இப்படியிருக்கும்போது விஷ்கோந்தியும் வந்தார். உணவு நேரமானதால் எல்லோரும் உணவறைக்குச் சென்றார்கள். அங்கே பேராயர், கயெத்தானோஸ் பாதிரியுடன் சேர்ந்ததற்கான காரணங்களையும் பிறவற்றையும் விவரித்துச் சொன்னார். எல்லாவற்றையும் கவனமாகக் கேட்ட பிறகு விஷ்கோந்தி, “நல்லதாய்ப் போயிற்று. இப்படியான சந்தர்ப்பங்களில் அப்படித்தான் செய்யவேண்டும்” என்று பதில் சொன்னார்.

உணவு முடிந்து விஷ்கோந்தெஸா நல்லபடியாக மனம் தெளிந்து சொல்லத் தொடங்கினார்: “நீங்கள் கயெத்தானோஸ் பாதிரியின் கீழே வாழவில்லை. எங்கள் கீழேதான் வாழ்கிறீர்கள். நீங்கள் அவருக்கு அந்தளவு பயப்பட வேண்டிய அவசியமில்லை. அவரால்

உங்களுக்கு ஒரு கெடுதலும் செய்ய முடியாது. உங்களுக்கு நான்கு காசு தேவையாக இருக்கிறது என்றாலும் அவரிடம் செல்ல வேண்டிய அவசியமில்லை. அதை ராணி உங்களுக்கு வழங்குவார் இன்னொரு விஷயம். இந்த ஜூலை 25ஆம் தேதிதான் பிரின்ஸிப்பாவின் (prince) மனைவி பிரிஞ்செஸ்ஸாவின் (princess) பிறந்த நாள். அன்று ராணியின் அரண்மனைக்குச் சென்று கரம் முத்தமிடும் பழக்கம் உண்டு. போக வேண்டும். இல்லையென்றால் ராணி அதைக் கவனிப்பார்கள். தவிர, இடைக்கால பேப்பல் பிரதிநிதியைச் சென்று பார்த்து ஆயர் பதவிக்குத் தேவையான பரிசோதனைகளையெல்லாம் முடிக்கவேண்டும். அதற்கான உத்தரவுகளெல்லாம் தலைமைச் செயலகத்திலிருந்து சென்றிருக்கின்றன. இதையெல்லாம் நீங்களே செய்யாமல் கயெத்தானோஸ் பாதிரியைச் சார்ந்திருந்தால் நீங்கள் இங்கிருந்து செல்லக்கூடிய வாய்ப்பு ஏற்படும் என்று தோன்றவில்லை." விஷ்கோந்தெஸாவின் இந்த ஆலோசனைகளையெல்லாம் கேட்ட பிறகு பேராயர், மெஷ்கீத்தாவுடன் ஸம்பெந்து ஆசிரமத்துக்குத் திரும்பினார்.

கயெத்தானோஸ் பாதிரி மீண்டும் வந்தார். கடந்த அத்தியாயத்தில் சொல்லியிருப்பதுபோல மார்க்கஸ் அஞ்செலாவின் கட்டளைப்படி, பேராயருக்கு உடை தைப்பதற்கான பணத்தைக் கொண்டு வந்து தையற்காரரிடம் கொடுத்தார். விஷ்கோந்தெஸா சொன்னபடி இந்த மாதம் 25ஆம் தேதி ராணியைச் சந்திக்கச் செல்ல வேண்டியிருப்பதால் அதற்கு முன்பு உடைகளைத் தைத்துத் தரவேண்டும் என்று தையற்காரரிடம் பேராயரும் சொன்னார். அவர் முக்கியமான உடைகளையெல்லாம் 25ஆம் தேதிக்குள் தைத்துக்கொண்டு வரவும் செய்தார்.

அதன் பிறகு, பேராயராக பெயர் அறிவுப்புக் கிடைத்த விவரத்தை, ரோமிலுள்ள ப்ரொப்பகந்தா அதிபரான அந்தோநெல்லி கர்தினாலுக்கும் மோன்ஸிஞ்ஞோர் பொர்ஜ்யாவுக்கும் அங்குள்ள மற்ற நண்பர்களுக்கும் நம் மாணவர்களுக்கும் எழுதி அனுப்பினோம். தவிர, மார்க்கஸ் தெ கஸ்தென் மெலியோரின் வீட்டுக்குச் சென்று அவரிடமும் நன்றி தெரிவித்துக்கொண்டோம்.

கயெத்தானோஸ் பாதிரியுடன் இணக்கமாகவும் ஒற்றுமையாகவும் இருப்பதற்காக நாங்கள் செய்த முயற்சிகளெல்லாம் விரைவிலேயே பயனற்றுப் போயின. எப்படி என்று சொல்கிறேன். இந்த மாதம் 25ஆம் தேதி பிரின்செஸ்ஸாவின் பிறந்த நாளுக்கு ராணியின் கரத்தை முத்தமிடச் செல்லும் விவரத்தை மறைத்து விட்டோம் என்று வராதிருக்க, நாங்கள் அதைக் கயெத்தானோஸ்

பாதிரியிடம் தெரிவித்தோம். அவர், போகாதீர்கள் என்று பதில் கொடுத்து அனுப்பினார். எப்படியாவது இவருடன் இணக்கமாக இன்னும் ஒருநாள் கழியட்டும் என்று நினைத்து பேராயர், இவரின் மகன் யௌஸேப்பு பாதிரியைப் பிரத்தியேகமாக அழைத்து வரவழைத்தார். "ஆசிரமத்தில் உள்ள பாதிரியார்களெல்லாம், பிறந்த நாளன்று ராணியின் கரத்தை முத்தமிட வேண்டும் என்று அறிவுறுத்தினார்கள்; அப்படிச் செய்யாமலிருந்தால் கவனிப்பார்கள் என்று விஷ்கோந்தெஸாவும் மார்க்கஸ் தெ கஸ்தென் மெலியோரும் சொல்லி அனுப்பியிருக்கிறார்கள்; இதுவொன்றும் அறியாமல்தான் கயெத்தானோஸ் பாதிரி, போகக் கூடாது என்று சொல்லியனுப்பியிருப்பார். அவரிடம் இந்த விவரங்களை எடுத்துச் சொல்லி அனுகூலமான பதில் வாங்கி வரவேண்டும்" என்று சொல்லி ஏற்பாடு செய்து அனுப்பினோம்.

யௌஸேப்பு பாதிரி தன் அப்பா கயெத்தானோஸ் பாதிரியிடம், பேராயர் சொன்னதையெல்லாம் விளக்கமாகச் சொன்னார். உடனே கயெத்தானோஸ் பாதிரி தன் நண்பர்களையெல்லாம் அழைத்து ஆலோசித்த பிறகு, "என்னவானாலும் போகக்கூடாது" என்று தடை உத்தரவு பிறப்பித்து அனுப்பினார்.

மீள் பார்வை

கயெத்தானோஸ் பாதிரி எங்கள் விஷயத்தைக் குறிப்பிடும் போது, கொடுங்ஙல்லூர் பேராயராக ஆக வேண்டியவர் கரியாட்டிதான் என்று சொல்வதுண்டு. அதோடு சேர்த்து இந்தியாவில் உள்ள மற்ற ஆயங்களின் ஆயர்களாக தன் பெயரையும் மற்ற சில கோவாக்காரர்களின் பெயர்களையும் நிச்சயித்திருந்தார். அதற்கெல்லாம் பிரச்சாரமும் செய்து வந்தார். அதனால் ஒன்று, தான் முடிவு செய்து வைத்திருந்த ஆட்களைத்தான் ஆயர்களாக்க வேண்டும்; இல்லையென்றால் அவர்களில் யாரும் வேண்டாம் என்ற தன்மையில்தான் அவர் முயற்சி செய்து வந்தார். தன் விருப்பத்திற்கு எதிராக நம் பேராயருக்கு மட்டும் இந்தப் பதவி கிடைத்ததால், மற்றவர்களுக்கும் கிடைக்கும்வரை, கிடைத்த இந்தப் பதவியை உறுதிப்படுத்தாமல் பார்த்துக்கொள்ள வேண்டும் என்பதுதான் அவர் எண்ணம். நம் பேராயருக்குக் கிடைத்தது இழப்பாகாதிருக்க வேண்டுமென்றால் முடிந்தவரை விரைவாக மற்றவர்களையும் நியமிக்க வேண்டும். அதற்கான சூழ்நிலையை உருவாக்கத்தான் கயெத்தானோஸும் நண்பர்களும் சேர்ந்து முயற்சி செய்து வந்தார்கள். அன்று அங்கே கூடியிருந்த சிலரிடமிருந்து பிற்பாடு கரம் முத்தமிடச் செல்லக் கூடாது என்று சொன்னதன் பின்னால் உள்ள ரகசியம் இதுதான் என்று அறிந்துகொள்ள முடிந்தது.

என்னவாயினும் ராணியின் கரத்தை முத்தமிடச் செல்லாதீர்கள் என்ற தடையுத்தரவைக் கேட்டபோது கயெத்தானோஸ் பாதிரியுடன் இணக்கமாக இருப்பதற்குச் செய்யும் முயற்சியெல்லாம் வீண்தான் என்று நாங்கள் முடிவு செய்தோம். நமக்கு நன்மை செய்வதற்கல்ல, நாசத்தை ஏற்படுத்தத்தான் அவர் முயல்கிறார். நம் மக்களுக்கு இந்தப் பெருமை கிடைப்பதற்கு கயெத்தானோஸ் பாதிரிதான் காரணம் என்று சொல்வது, யேசு கிறிஸ்து பூமியில் அவதரிப்பதற்கு ஆதத்தின் பாவம்தான் காரணம் என்று சொல்வதுபோலத்தான். அவர் பாடுபட்டதெல்லாம் அவருக்காகத்தான்; நமக்காக அல்ல. அதற்கொன்றும் அவருக்கு நன்றி காட்டவேண்டிய அவசியமில்லை. அவரது கட்டளையின்படி நடக்கவேண்டும் என்ற கடமையும் நமக்கு இல்லை. இப்படி முடிவு செய்து உறுதிப்படுத்தி அவரின் தடை உத்தரவைப் பொருட்படுத்தாமல் நாங்கள், குறிப்பிட்ட தினத்தன்று ராணியின் கரத்தை முத்தமிடச் சென்றோம்.

ராஜ குடும்ப உறுப்பினர்களின் பிறந்த நாளன்று ராஜாவின் முன்னால் சென்று கரம் முத்தமிடுவது அங்குள்ள அரண்மனை வட்டாரத்தில் ஒரு ரகசியக் கொண்டாட்டம். அதை நம் மக்கள் தெரிந்து கொள்வதற்காக, லிஸ்பனில் பார்த்ததுபோன்று இங்கே விவரிக்கிறேன். இந்த நாட்களில் தலை நகரில் உள்ள முக்கியஸ்தர்களும் பிரபுக்களும் ஆயர்களும் மற்றும் பெரிய மனிதர்களெல்லாம் ராணியின் அரண்மனைக்குச் செல்கிறார்கள். அரண்மனையின் முன்புறக் கூடம் சித்திரங்கள் வரையப்பட்ட துணிகளால் அலங்கரிக்கப்பட்டிருக்கும். அமர்வதற்கு நாற்காலி எதுவும் இருக்காது. இந்தக் கூடத்துக்குச் சென்று, ராஜாவும் ராணியும் வருவதுவரை எல்லோரும் ஏதாவது பேசிக்கொண்டு காத்து நிற்கிறார்கள்.

இப்படி நிற்கும்போது இந்தக் கூடத்திற்குப் பக்கத்தில், தமாஸ்கன் பட்டால் அலங்கரித்த அறையில் ராணியும் அவர் தங்கைகளும் மகளும் சிறப்பான உடைகள் அணிந்து வந்து சேர்கிறார்கள். அங்கே வரிசையாக இடப்பட்டிருக்கும் நாற்காலிகளில் வலதுமுனையில் ராணியும் அதற்கு அடுத்ததாக அவர் மகளும் தங்கைகளும் ஸ்தான வரிசைப்படி அமர்ந்திருக்கிறார்கள். தொடர்ந்து ராணியின் வலதுபாகத்தில் நான்கு முக்கிய அதிகாரிகளும் மற்ற பிரதான ராஜ சேவகர்களும் ஸ்தான வரிசைப்படி அணிவகுத்து நிற்கிறார்கள். அதற்குப் பக்கத்திலிருக்கும் அலங்கரிக்கப்பட்ட கூடத்தில் ராஜாவும் மகன் பிரின்ஸிப்பாவும் இம்பாந்தாவும் வந்து அமர்ந்திருக்கிறார்கள். அவரின் சேவகர்களும் இருபுறமும் வரிசையாக நிற்கிறார்கள். இப்படி எல்லாம் ஆயத்தமாகி

முடியும்போது இரண்டு கூடங்களின் வாயிலும் திறக்கிறது. முன்னால் உள்ள கூடத்தில் காத்து நிற்கும் முக்கியஸ்தர்கள் ஒவ்வொருவராக முன்னால் நடந்து, முதலில் ராணி இருக்கும் அறையில் அமைதியாகப் பிரவேசித்து, ராணியின் குடும்ப உறுப்பினர்களின் வலது வசத்திற்குச் சென்று அங்கே நிற்கும் முக்கிய அதிகாரிகளையும் முக்கியஸ்தர்களையும் வணங்கி ராணியின் முன்னால் தலைகுனிந்து மண்டியிடுகிறார்கள். அப்போது ராணி, ஆசாரப்படித் தன் கரத்தை நீட்டுகிறார்கள். முன்னால் வந்திருக்கும் ஆள் கரத்தை முத்தமிட்டு எழுந்து மீண்டும் தலை குனிந்து இடது பாகத்தில் நிற்கும் ஸிஞ்ஞோர்கள்(திருவாளர்கள்) ஒவ்வொருவரையும் வணங்குகிறார்கள். பிறகு சற்றுத் தூரத்தில் விலகி ராணிக்கும் குடும்ப உறுப்பினர்களுக்கும் நேர்முகமாக நின்று மீண்டும் தலைகுனிந்த பிறகு அடுத்த கூடத்திற்குச் செல்கிறார்கள்.

அங்கே ராஜாவும் பிள்ளைகளும் இருக்கும் இடத்துக்கு முன்னால் சென்று மேற்சொன்னபடி வலதுபாகமாக வந்து முக்கியஸ்தர்களை வணங்கி மண்டியிட்டு ராஜாவின் அவர் பிள்ளைகளின் கரங்களை முத்தமிட்டு எழுகிறார்கள். பிறகு தலை குனிந்து இடது பகுதியில் உள்ளவர்களையும் வணங்கி நடந்து சற்று அகன்று ராணியின் முன்னால் செய்ததுபோன்று, மீண்டும் திரும்பி நின்று தலை குனிந்து முதலில் நின்றிருந்த கூடத்துக்குச் செல்கிறார்கள். இப்படி எல்லோரும் கரத்தை முத்தமிட்ட பிறகு ஒவ்வொருவரும் அவரவர் வீடுகளுக்குப் பிரிந்து செல்கிறார்கள். இந்த ஆசார முறையின்படி நாங்களும் மற்றவர்களுடன் சென்று கரத்தை முத்தமிட்டுத் திரும்பி வந்தோம்.

பிறகு வந்த, கரம் முத்தமிடும் நாட்களிலும் முடக்கம் வராமல் சென்று கரம் முத்தமிட்டு வந்தோம். நாங்கள் கரம் முத்தமிடச் சென்றபோது அங்கே, இந்திய விவகாரங்களைக் கவனிக்கிற முக்கிய அதிகாரியைப் பார்த்தோம். பேராயர் அவரிடம், அவருக்கு நன்றி சொல்ல நாங்கள் அவர் வீட்டுக்குச் சென்றபோது அவரைப் பார்க்க முடியவில்லையென்றும் சீக்கிரமே மீண்டும் வருவோம் என்றும் சொன்னார். அதிகம் தாமதிக்காமல் ஒரு நாள் அங்கே சென்று அவரிடம் நன்றி சொன்னோம்.

நாங்கள் பெய்யாவுக்குச் சென்றபோது அங்கே சபைத் தலைவராக இருந்த மார் யொக்கிம் போர் ஜெ தெவி காரோவா என்பவரைப் பற்றி 28ஆம் அத்தியாத்தில் சொல்லியிருக்கிறேன் அல்லவா. அன்று கரம் முத்தமிட வந்தவர்களில் அவரும் இருந்தார். எங்களை அங்கே பார்த்தபோது இவ்வளவு காலம் லிஸ்பனில்

இருந்தாலும் தன் வீட்டுக்கு வரவில்லையே என்று அவர் குறை பட்டுக்கொண்டார். மறு நாளே வரவேண்டும் என்று அழைத்தார். எங்களிடம் பேசுவதற்குப் பல விஷயங்கள் இருக்கின்றனவென்றும் தேவையென்றால் தன் வண்டியை அனுப்புவதாகவும் சொன்னார். பேராயர் அதற்கு நன்றி சொல்லி, "வண்டி அனுப்ப வேண்டாம். நாங்கள் நாளையே வருகிறோம்" என்று பதில் சொன்னார்.

இப்படி அங்கிருந்து புறப்பட்ட பிறகு முன்பு பலமுறை குறிப்பிட்டிருக்கும் லூவிஸ் அந்தோணியோ தெலெரோஸா என்பவரின் வீட்டுக்குச் சென்று உணவருந்தி எங்கள் வசிப்பிடத்துக்கு வந்தோம். யொக்கிம் போர் ஜெ தெவி காரோவா என்ற பேராயரிடம் சொல்லியிருந்ததுபோன்று நாங்கள் மறுநாளே அவர் வீட்டுக்குச் சென்றோம். அவருடன் சேர்ந்து சாப்பிட்டு பற்பல விஷயங்களையும் பேசிக்கொண்டு மாலைவரை அங்கே இருந்தோம். மாலையில் நாங்கள் வீட்டுக்கு வரும்போது இடைக்கால பேப்பல் பிரதிநிதியின் வீட்டுக்குச் (அது வழி நடுவில்தான் இருந்தது) சென்று பரிசோதனை விஷயம் பற்றிப் பேச எண்ணியிருந்தோம். ஆயினும் அவர் அங்கே இல்லையென்றறிந்து வந்துவிட்டோம்.

நாங்கள் எல்லா விதத்திலும் அகன்றுவிட்டோம் என்று கயெத்தானோஸ் பாதிரி புரிந்து கொண்டுவிட்டார். அவர் ஐரோப்பாவில் உள்ள கோவாக்காரர்களையெல்லாம் ஒருங்கிணைத்து தங்களுக்கு ஏதேனும் பதவி கிடைக்குமா என்று பார்ப்பதற்கு உறுதி கொண்டார். 60ஆம் அத்தியாயத்தில் சொன்னதுபோன்று டாக்டரேட் பட்டம் பெற ரோமுக்குச் சென்றிருக்கிற யௌஸேப்பு அந்தோணியோ கொன்ஸாலெஸ் எனும் கோவா பாதிரிக்கு, உடனே கோவாவுக்கு வரவேண்டும் என்று கடிதம் எழுதினார். அதன்படி அவர் வந்தார்.

67 இடைக்கால பேப்பல் பிரதிநிதியின் வீட்டுக்குச் சென்று பேராயர் பரிசோதனை முடித்ததும் அதன் பிறகான சம்பவங்களும்

சற்றும் தாமதமின்றி இடைக்கால பேப்பல் பிரதிநிதியிடம் சென்று தேவையான பரிசோதனைகள் செய்யவேண்டும்; தலைமைச் செயலகத்திலிருந்து அதற்கான கட்டளைகள் வந்திருக்கின்றன என்று விஷ்கோந்தெஸா, பேராயரிடம் சொல்லியிருந்தார்கள். நாங்கள் அதன்படி யொக்கிம் பேராயரைப் பார்த்துத் திரும்பும் வழியில் அங்கே சென்ற விஷயத்தைக் கடந்த அத்தியாயத்தில் சொன்னேனல்லவா. மறு நாள் மீண்டும் சென்று நான் அவரைச் சந்தித்தேன். இடைக்காலப் பிரதிநிதி எங்கள் நண்பர்; அவரும் எங்கள் காரியத்துக்காக முன்கையெடுத்து முக்கியப்பட்டவர்களிட மெல்லாம் பேசி வந்திருக்கிறார். எனவே, நான் சென்றதறிந்து உடனே அவர் என்னை அறைக்கு அழைக்கச் செய்து அமரச் சொல்லி உபசரித்தார். பிறகு, வந்தகாரியம் என்னவென்று கேட் டார். நான் சொன்னேன்: “கரியாட்டி மல்பானை கொடுங்கல்லூர் பேராயராகப் பெயர் அறிவித்த விஷயத்தை நீங்கள் கேள்விப்பட்டி ருப்பீர்கள் அல்லவா. இந்தக் காரியத்தில் தேவையான பரிசோ தனைகளை இங்கே வந்து விரைவில் முடிக்க வேண்டுமென்றும் தலைமைச் செயலகத்திலிருந்து அதற்கான அறிவிப்புகளைத் தங் களுக்கு அனுப்பியிருப்பதாகவும் விஷ்கோந்தெஸா சொன்னார் கள். அதற்கு என்னவெல்லாம் வேண்டும் என்றும் எந்த நாளில் வரவேண்டும் என்றும் கேட்டறிய பேராயர் என்னை அனுப்பி யிருக்கிறார். நேற்று இது தொடர்பாகப் பேராயரும் நானும் இங்கே வந்திருந்தோம். தங்களைப் பார்க்க முடியவில்லை. இன்று நான்

தங்களைப் பார்க்க வந்ததற்கான காரணம் இதுதான்.” பேப்பல் பிரதிநிதி பதில் சொன்னார்: “பேராயரின் புரோகித ஸ்தானத்திற் கான சான்றிதழும் டாக்டரேட் கிடைத்ததன் புத்தகமும் அவரின் குணத்திற்கு இரண்டு சாட்சிகளும் கொடுங்கல்லூர் ஆயத்தின் நிலையைப் பற்றிச் சொல்ல வேறு இரண்டு சாட்சிகளும் தேவை. குணத்திற்கு சாட்சி சொல்ல ஸம்பெந்து ஆசிரமத்திலிருந்து இரண்டு பாதிரியார்கள் வந்தால் போதும். கொடுங்கல்லூர் ஆயத்தைப் பற்றிச் சாட்சி சொல்ல ஒன்று, நீங்கள் போதும். அந்தப் பிரதேசத்தைப் பற்றித் தெரிந்த மற்றொருவரைத் தேடவேண்டிய அவசியமிருக்கிறது. அப்படி ஒருவரை விசாரித்துக் கண்டுபிடித்து நாளை மறு நாள் வாருங்கள். நான் இங்கே காரியத்தை முடித்துத் தருகிறேன்.” இதன் பிறகு கயெத்தானோஸ் பாதிரியைப் பற்றியும் பிறவும் சற்று நேரம் அங்கே பேசிக்கொண்டிருந்த பிறகு நான் திரும்பி வந்தேன். பேப்பல் பிரதிநிதி சொல்லியனுப்பியதை யெல் லாம் பேராயரிடம் தெரிவித்தேன்.

பேராயர் ஸம்பெந்து ஆசிரம அதிபரிடம் இந்த விவரங்களை யெல்லாம் சொன்னார். தன் குணத்திற்குச் சாட்சி சொல்ல இந்த ஆசிரமத்திலிருந்து இரண்டு சாட்சிகளை அனுப்ப வேண்டும் என்றும் கேட்டுக்கொண்டார். அப்படியே செய்வதாக ஆசிரம அதிபர் பதிலளித்தார். ஆனால், அனுப்பும் சாட்சிகளை முன்கூட் டியே சத்தியம் செய்ய வைத்து உறுதிப்படுத்திக்கொள்ள வேண்டும் என்று அவருக்குத் தோன்றியது. அவர் ஆசிரமத்திலுள்ள சிறியவர் முதல் பெரியவர்வரையான அனைவரையும் அழைத்து, பேராயரின் குணத்தைப் பற்றியும் நடவடிக்கைகளைப் பற்றியும் ஒவ்வொருவ ரிடமும் தனித்தனியாகக் கேட்டார். எல்லோரும் திருப்திகரமான பதிலையே சொன்னார்கள். தாங்கள் சொன்னதைப் பற்றி சத்தியம் செய்ய வைத்த பிறகு ஆசிரம அதிபர், போக வேண்டிய ஆட்களை முடிவு செய்தார். ஒருவர் ஆசிரம அதிபர். மற்றொருவர் அவரின் பொது ஆன்மீக ஆலோசகரான ஒரு பாதிரியார். இப்படி, குணத் திற்கு சான்றிதழ் வழங்க இருவரை முடிவு செய்த பிறகு, கொடுங் கல்லூர் ஆயத்தைப் பற்றி சாட்சி சொல்ல ஒரு ஆள் நான் இருக் கிறேன். இன்னொருவராக யார் வேண்டும் என்று ஆலோசித்தோம். மலங்கரை ஆயத்தில் செயல்பட்டு அங்குள்ள நிலவரங்கள் அறிந்த பல பாதிரியார்கள் லிஸ்பனில் இருக்கிறார்கள். இந்த விஷயத்திற்கு அவர்கள் யாரையும் அழைக்கத் தோன்றவில்லை. காரியங்களைச் சிரமமின்றி முடிக்க வேண்டும் அல்லவா. அதற்கு, பக்கத்தில் ஒரு சீமாட்டியின் வீட்டில் வசித்து வரும் கொச்சி ஆயத்தில் கவர்னரா யிருந்த ப்ரம்ஸிஸ்கோஸ் கயெத்தானோஸ் என்ற பாதிரிதான் ஏற்ற

வராயிருப்பார் என்று எங்களுக்குத் தோன்றியது. அவர் மலங்கரைப் பிரதேசத்துக்கு வந்து அங்குள்ள நிலைமைகளை அறிந்தவருமாவார். நான் அவர் வீட்டுக்குச் சென்று இந்த விஷயத்தை அவரிடம் சொன்னவுடனே, “இவ்வளவு அவசரம் ஏன்? கொச்சி ஆயத்திற்கும் ஓர் ஆயரைப் பெயர் அறிவித்த பிறகு கொடுங்நல்லூர் ஆயரின் காரியத்தைப் பார்த்தால் போதாதா?” என்று கேட்டார். அதற்கு நான் சொன்னேன்: “இது முதலில் முடியட்டும். கொச்சி ஆயத்திற்கான பெயர் அறிவிக்கப்படும்போது நாம் அதையும் நிறைவேற்றுவோம்.” அவர், “அப்படியானால் வண்டி அனுப்புங்கள். நான் பேப்பல் பிரதிநிதியின் வீட்டுக்கு வந்து சாட்சி சொல்கிறேன்” என்று சம்மதித்தார்.

இப்படி ஒரே நாளில் காரியங்களையெல்லாம் முடிவு செய்து உறுதிப்படுத்தினோம். மறு நாள் பேராயர், பேப்பல் பிரதிநிதியின் வீட்டுக்குச் செல்வதற்கு முன்பே முறைப்படி ஆசிரம அதிபரும் பொது ஆன்மீக ஆலோசகரும் சேர்ந்து சென்று பேராயரின் குண நலன்கள் குறித்தும் நடத்தை குறித்தும் சத்தியம் செய்து சாட்சியளித்தார்கள். அவர்கள் சென்றவுடன் நானும் ப்ரம்ஸிஸ்கோஸ் கயெத்தானோஸ் பாதிரியும் வண்டியில் அங்கே சென்றோம்.

பாதிரியார்கள் வெளியே வந்த உடனே நாங்கள் உள்ளே வந்து நாற்காலியில் அமர்ந்தோம். பேப்பல் பிரதிநிதி கேள்வி கேட்கத் தொடங்கினார். “கொடுங்நல்லூர் ஆயத்தின் பரப்பளவு என்ன? அங்குள்ள நஸ்ரானிகளின் எண்ணிக்கை எவ்வளவு? எந்தெந்த நாட்டினரின் கோட்டைகளும் தேவாலயங்களும் அங்கே இருக்கின்றன?” என்றும் பிறவும் கேட்டார். தெரிந்த பதில்களையெல்லாம் சொன்னோம். தொடர்ந்து, “இந்தப் பேராயர் பதவியின் ஆரம்பமும் மரபும் என்ன?” என்று கேட்டார். பதில் சொன்னோம். அடுத்த கேள்வி: “இந்தப் பேராயர் கோவா பேராயரின் கீழே உள்ள பேராயரா?” நான் சொன்னேன்: “கோவா பேராயரின் கீழே உள்ள ஆயரல்ல. கோவாவில் பேராயர் ஏற்படுவதற்கு முன்பே அங்கமாலியில் பேராயர் இருந்தார். அங்கமாலி பேராயரின் கீழே ஸெக்காதோரெ என்ற தீவிலும் மான்ஸீனா என்ற தீவிலும் ஒவ்வொரு ஆயர் இருந்தார் என்று பழைய வரலாறுகளில் படித்திருக்கிறேன். பறங்கிகள் வந்ததற்குப் பிறகு ஆயத்தைப் பிரித்து, கீழுள்ள ஆயர் பதவிகளை நிறுத்தினார்கள். என்றாலும், பேராயர் பதவியையும் அதிகாரத்தையும் நிறுத்த முயன்றும், மலங்கரை தேவாலயத்தினர் சம்மதிக்காததால் அது முடியவில்லை. அதனால், கோவாவின் கீழே உள்ள ஆயர் அல்ல. கோவா பிரதேசத்துக்கு

கோவா ஆயர் என்பதுபோல மலங்கரைப் பிரதேசத்திற்கு அதிகாரத் துடனும் பதவியுடனும் நம் பேராயரும் இருக்கிறார்.”

என் பதிலைக் கேட்டவுடன் ப்ரம்ஸிஸ்கோஸ் பாதிரி, “அப்படி யொன்றுமல்ல. மலங்கரையின் பேராயருக்கு பேராயர் என்ற பெயர் மட்டும்தான் உண்டு. எந்தவொரு அதிகாரமும் இல்லை. அவர், கோவா பேராயரின் கீழுள்ள ஓர் ஆயர் மட்டும்தான். பேராயர் என்ற பதவிப் பெயரே எட்டாம் க்லெமன்ட் போப்பாண் டவர் கொடுத்தது. அதற்கு முன்பு ஆயர் என்ற பெயர் மட்டும்தான் இருந்தது. அதனால் கோவா பேராயரின் கீழுள்ள மற்ற ஆயர் களைப்போல இவரும் கோவாவுக்கு ஆட்பட்டிருக்க வேண்டும்” என்று மறுத்தார். அப்படியல்ல என்று நான் சொன்னேன். இப்படி நாங்கள் இருவரும் சற்று நேரம் வாதிட்டோம். நான் சொன்ன நியாயங்களுடன்தான் பேப்பல் பிரதிநிதியின் அனுதாபம் இருந்தது. ஆயினும் அவர் எதுவும் பேசவில்லை. பேராயர் வந்தபிறகு அவரு டன் சேர்ந்து ஆலோசித்து முடிவு செய்யலாம் என்று மட்டும் சொன்னார். கோவா பேராயருக்கான முதன்மை ஸ்தானத்தை இந்தப் பேராயர் அங்கீகரிக்கிறாரா? என்று கேட்டதற்கு, “கோவா வின் பேராயரை தன் மேலதிகாரியாக இவர் அங்கீகரிக்கவில்லை யென்றாலும், போப்பாண்டவரும் போர்த்துகீஸ் ராஜாவும் அளித்தி ருக்கும், இந்தியாவின் பேராயர்களில் முதன்மை முக்கியத்துவ முடையவர் என்ற ஸ்தானம் கோவா பேராயருக்கு உண்டு என்று நான் ஏற்றுக்கொள்கிறேன்” என்று நான் சொன்னேன். அவர் அதைக் காகிதத்தில் குறித்துக்கொண்டார். உடனே பேராயரும் அங்கே வந்தார்.

கொடுங்கல்லூர் பேராயர், கோவா பேராயரின் கீழுள்ளவர் என்றும் அல்லவென்றும் எனக்கும் ப்ரம்ஸிஸ்கோஸ் கயெத்தா னோஸ் பாதிரிக்கும் நடந்த உரையாடலைப் பற்றி பேப்பல் பிரதி நிதி பேராயரிடம் சொன்னார். “இதைப்பற்றி நீங்கள் என்ன நினைக்கிறீர்கள்?” என்று கேட்டார். “கொடுங்கல்லூர் பேராயர், கோவா பேராயரின் கீழேயுள்ளவர் என்று கேள்விப்பட்டதில்லை” என்று பேராயர் பதில் சொன்னார். “கோவா பேராயருக்கு இந்தியாவில் உள்ள முதன்மை ஸ்தானத்தை அங்கீகரிக்கிறீர்களா?” என்று கேட்டதற்கு, “கோவா பேராயரை என் பேராயராக அங்கீகரிக்கவில்லை. ஆயினும் இந்தியாவில் உள்ள பேராயர்களில் முதன்மை இடம் அவருக்கு உண்டு என்று நான் சம்மதிக்கிறேன்” இப்படி நான் சொன்னது போலவேதான் பேராயரும் பதில் சொன்னார்.

பேராயரின் பதில் ப்ரம்ஸிஸ்கோஸ் கயெத்தானோஸ் பாதிரிக்குச் சினமூட்டியது. அவர் பிடிவாதமாகத் தர்க்கம் செய்ய ஆரம்பித்தார். உடனே நாங்கள் இடைக்காலப் பேப்பல் பிரதிநிதி யிடம் சொன்னோம்: "இது இப்படியொரு விவாதத்திற்குரிய விஷய மாயிருக்கும் செய்தியை ரோமுக்கு அறிவித்தால் போதும். இதிலுள்ள விவரங்களெல்லாம் ரோமுக்குத் தெரியும் என்பதால் அவர்கள் நியாயப்படி முடிவு செய்துகொள்வார்கள்." பேப்பல் பிரதிநிதி இந்த ஆலோசனையை ஏற்றுக்கொண்டார். பேராயர், தன் புரோகித சான்றிதழையும் டாக்டரேட் புத்தகத்தையும் பேராய ரிடம் கொடுத்தார். அதன்பிறகு அவர் அங்கு இடப்பட்டிருந்த பட்டுத் தலையணையில் மண்டியிட்டு விசுவாச சத்தியப் பிரமாணம் செய்தார். பேப்பல் பிரதிநிதி அதை ஏற்றுக்கொண்டார்.

அதன் பிறகு எல்லோரும் அவரவர் வசிப்பிடங்களுக்குப் பிரிந்து சென்றார்கள். பேப்பல் பிரதிநிதி வாங்கிக்கொண்ட புரோ கிதச் சான்றிதழை பேராயரிடம் திரும்பக் கொடுக்கவில்லை. ஒருவர் ஆயரானால் அதுதான் வழக்கம். இதன்பிறகு நாங்கள், ப்ரம்ஸிஸ் கோஸ் பாதிரியுடன் ஏற்பட்ட தர்க்கத்தைப் பற்றிச் சிந்தித்தோம். இந்த விஷயத்துக்கு இன்னும் எதிரிகள் ஏற்படுவார்கள் என்பதற்கு அது எங்களுக்கு ஒரு அடையாளமாயிருந்தது. அதனால் பேப்பல் பிரநிதியின் மூலமாக ஒரு தனிப்பட்ட விண்ணப்பத்தை ரோமுக்கு அனுப்பலாம் என்று முடிவு செய்தோம். "கொடுங்கல்லூர் பேராய ரின் பதவியைப் பற்றி இப்படி ஒரு தர்க்கம் ஏற்பட்டிருக்கிறது. இந்தப் பதவி எனக்குச் சொந்தமான பதவியல்ல; மலங்கரை தேவாலயத்தினர் அனைவருக்குமான மொத்த உரிமை. அவர்களின் சம்மதமும் அனுமதியும் இல்லாமல் என்னிஷ்டப்படி அதில் எதை யாவது கூட்டுவதற்கோ குறைப்பதற்கோ எனக்கு அதிகாரமில்லை. அதனால் முன் பேராயர்களுக்குக் கொடுத்து வந்திருந்த பதவியைச் சற்றும் கூடுதல் குறைவு இல்லாமல் அப்படியே நிலை நிறுத்தி நியமன உத்தரவு கொடுத்தனுப்ப வேண்டும்" என்று பேப்பல் பிரதிநிதியின் மூலம் கர்தினாலுக்கும் மோன்ஸிஞ்ஞோர் பொர்ஜ்யா வுக்கும் பேராயர் எழுதி அனுப்பினார்.

68 இடைக்காலப் பேப்பல் பிரதிநிதியின் பரிசோதனைக்குப் பிறகு நடந்த சம்பவங்கள்

பேப்பல் பிரதிநிதியின் வீட்டில் கொடுங்கல்லூர் பேராயரின் பதவியைப் பற்றி எனக்கும் ப்ரம்ஸிஸ்கோஸ் பாதிரிக்கும் ஏற்பட்ட தர்க்கத்தை கயெத்தானோஸ் பாதிரி கேட்டபோது, “குரைக்க நினைத்திருந்த நாயின் தலையில் தேங்காய் வந்து வீழ்ந்ததுபோல” என்ற பழமொழியில் சொல்கிற அனுபவம்தான் ஏற்பட்டது. அவர் நமக்கெதிராக பிரச்சினைகள் உருவாக்குவதற்குக் காரணங்கள் தேடி அலைந்துக் கொண்டிருந்தார். இப்போது மனதில் ஒரு தெளிவான ஒரு காரணம் கிடைத்துவிட்டது. இதைப் பற்றிக்கொண்டு பிடிவாதத்தை அதிகப்படுத்த வேண்டியதுதான் என்று அவர் முடிவு செய்தார். தான் வழக்கமாகச் சந்தித்துக்கொண்டிருக்கும் முக்கிய அதிகாரிகளின் வீடுகளுக்கும் பிரபுக்களின் வீடுகளுக்கும் ஓடி ஓடிச் சென்று பிரச்சாரம் செய்யத் தொடங்கினார். “இந்த மலையாளிகளுக்கு போர்த்துகீஸ் ராஜாவிடம் பணிவு இல்லையென்றாலும் அவர்களுக்கு உதவி செய்யலாம் என்று இடைவிடாமல் பாடுபட்டு ராஜாவுக்கு எண்ணத்தை ஏற்படுத்தி கொடுங்கல்லூர் பேராயர் பதவிக்கு கரியாட்டியை அறிவிக்கச் செய்தேன். இந்தப் பெரிய உதவிக்கு நன்றி காட்டி ராஜ கட்டளைக்கும் மரபுக்கும் ஏற்றபடி இசைந்து இருப்பதற்குப் பதிலாக, பூர்வ கானோன் சட்டங்களையும் போப்பாண்டவரின் கட்டளைகளையும் இந்தியாவில் போர்த்துகீஸ் ஆட்சி தொடங்கி இன்றுவரை நிலவிவரும் முறைகளையும் கோவா பேராயருக்கு கொடுங்கல்லூர் ஆயத் தலைவர்கள் அளித்து வந்த கீழ்ப்படிதலையும் மறுத்து, அவற்றை

யெல்லாம் இல்லாமற் செய்வதற்குத்தான் இந்த மலையாளிகள் ஆரம்பித்திருக்கிறார்கள். இவர்கள் இவ்வளவு நன்றி கெட்டவர் களாகவும் திமிர் பிடித்தவர்களாகவும் இருப்பார்கள் என்று எனக்கு முன்பே தெரிந்திருந்தால் நான் இவர்களுக்காக ஒரு சுண்டு விரலைக்கூட அசைத்திருக்க மாட்டேன். அவர்களைப் பற்றி இதெல்லாம் தெரிய வந்தபோதுதான் நான் இவர்களுக்காகப் பாடு பட்டது குறித்து வருந்துகிறேன்." கயெத்தானோஸின் மகன் யௌஸேப்பு பாதிரியும் இந்தப் பிரச்சாரத்தை தனக்குத் தெரிந்தவர் களிடமெல்லாம் பரப்பினான். இது தொடர்பாக அங்கும் இங்கும் வாதப் பிரதிவாதங்கள் ஏற்பட்டன. தவிர, பேராயருக்கு அனுப்பும் நியமன உத்தரவில் கோவாவின் மேலதிகாரத்தைப் பிரத்தியேக மாகக் குறிப்பிட வேண்டும் என்று கயெத்தானோஸ் பாதிரி, ப்ரந்தாம் பாதிரிக்குக் கடிதம் எழுதவும் செய்தார்.

பறங்கிகளின் இதயத்தைத் தொடும் இத்தகைய பிரச்சாரங் களை கயெத்தானோஸும் அவர் மகனும் நடத்தி வருவதை அறிந்து பெருந்துயரமும் மனத் துன்பமும் ஏற்பட்டது. ஆயினும் எங்களுக்கு உண்மையைக் கைவிட மனம் வரவில்லை. கொடுங்கல்லூர் பேராயரின் தலைமையையும் பேராயரின் பதவியையும் நீக்கி அவரைக் கோவாவின் கீழுள்ள ஆயராக்குவதற்கு போர்த்துகீஸ் ராஜாவும் எட்டாம் க்லெமன்ட் போப்பாண்டவரும் சேர்ந்து ஒரு முயற்சி செய்தார்கள். ஆனால், நினைவுக்கப்பாலுள்ள காலம் முதல் எங்கள் தேவாலயத்திற்குள்ள பதவிப் பெருமைகளை நீக்குவதற்கு மலங்கரை தேவாலயத்தினர் சம்மதிக்கவில்லை. அதற்கு எங்களுக்கு மனமில்லை என்று அவர்கள் சொன்னது நியாயம்தான் என்று அதிகாரிகள் ஏற்றுக்கொள்ள வேண்டிவந்தது. அதனால் முன் பிருந்த நிலைக்கு மாற்றம் ஏற்படுத்தாமல், கோவா பேராயருக்கு இந்திய சபைத் தலைவர்களில் முதன்மையானவர் என்ற பதவிப் பெயர் மட்டுமே கொடுத்தார்கள். இந்த ஸ்தானம் கோவா பேராய ருக்கு உண்டென்று கொடுங்கல்லூர் பேராயரும் மக்களும் ஏற்றுக் கொண்டிருக்கிறார்கள் என்று நாங்களும் எங்கள் நண்பர்களிட மெல்லாம் சொல்லிவந்தோம். இப்படியிருக்கும்போது விஷ்கோந்தி யும் விஷ்கோந்தெஸாவும் கெலூஸாவிலிருந்து லிஸ்பனுக்கு வந்தார் கள். அவர்களைப் பார்ப்பதற்கு நானும் பேராயரும் சென்றோம். அப்போது விஷ்கோந்தியின் எழுத்தர்களில் ஒருவரான யோஹன் னான் க்ரிஸோஸ்தோமஸ் என்னிடம் கொடுங்கல்லூர் பேராயர் பதவியைக் குறித்துப் பேசினார். இடையில் அவர் கேட்டார்: "இந்தப் பேராயர் முற்காலத்தில் மார் அப்ரஹாம் பேராயரின் வழி வந்தவர்தானே?" அப்படித்தான் என்று நான் பதில்

சொன்னேன். யோஹன்னான் க்ரிஸோஸ்தோமஸ் நன்கு சபைச் சரித்திரம் அறிந்தவராயிருந்தார். உடனே அவர் சொன்னார்: "அப்படியென்றால் இந்தப் பேராயருக்கு பாலியோ என்ற பதவி உடை உண்டு. அது குறித்து சற்றும் சந்தேகிக்க வேண்டாம். அதற்காக விண்ணப்பம் சமர்ப்பிக்க பேராயர் வெள்ளைக் காகிதத்தில் ஒப்பிட்டுத் தர வேண்டியிருக்கிறது." பேராயரிடம் சொல்லலாம் என்று நான் பதில் சொன்னேன். பேராயர் விஷ்கோந்தியிடமும் விஷ்கோந்தெஸாவிடமும் பேசிக்கொண்டிருந்தார். நாங்கள் இருவரும் அங்கே சென்றோம். யோஹன்னான் க்ரிஸோஸ்தோமஸ் மேற்படி காரியத்தை பேராயரிடம் சொன்னார். மறுநாளே பேராயர் அதுபோன்று ஒரு காகிதத்தில் ஒப்பிட்டுக்கொடுத்தார்.

கயெத்தானோஸ் நடத்திய பிரச்சாரங்கள் நம் காரியத்துக்கு சற்றும் தடை ஏற்படுத்தவில்லை. ராணிக்கும் மந்திரிகளுக்கும் அதுவொரு குழப்பத்தை ஏற்படுத்தியது. கோவா கொடுங்கல்லூர் சபைத் தலைவர்கள் பற்றிய விவாதம் முக்கியஸ்தர்களின் வீடுகளிலிருந்து ராஜா ராணியின் காதுகளை அடைந்தது. கொடுங்கல்லூர் பேராயரை கோவாவின் கீழே கொண்டு வருவதற்கு பழைய காலத்தில் ஏதும் தடையும் இருந்தது என்றால் அதை நீக்கி அவரை கோவாவின் கீழிலுள்ள ஆயராக ஆக்கியே தீர வேண்டும் என்றும் அதன்படி ரோமிலிருந்தான நியமன உத்தரவில் பதிவு செய்து வாங்க வேண்டும் என்றும் ரோமில் உள்ள ராஜப் பிரதிநிதிக்கு அவர்கள் பிரத்தியேகமாகக் கடிதம் எழுதி அனுப்பினார்கள். இந்தக் கடிதம் ரோமில் கிடைத்த உடனே ராஜப் பிரதிநிதி போப்பாண்டவரைச் சந்தித்து ராணியின் திருவுளம் இப்படியிருப்பதால் பேராயருக்கு நியமன உத்தரவு அனுப்பும்போது, பேராயர் என்ற அழைப்பு வெறும் மரியாதைக்காக மட்டும் உள்ளதுதான் என்றும் அதிகாரத்தைக் குறிப்பதல்ல என்றும் இந்தப் பதவிப் பெயர் தனக்கு இருக்கிறது என்றாலும் கொடுங்கல்லூர் பேராயர், கோவாவின் கீழே உள்ள ஆயரென்றும் பிரத்தியேகமாக அதில் பதிவு செய்து அனுப்ப வேண்டும் என்று கேட்டுக்கொண்டார்.

போப்பாண்டவர் இந்த விஷயத்தைக் குறித்து விசாரணை ஆரம்பித்தபோது சென்ற அத்தியாயத்தில் சொன்னதுபோன்று, கர்தினாலுக்கும் மோன்ஸிஞ்ஞோர் பொர்ஜ்யாவுக்கும் பேராயர் அனுப்பிய கடிதங்களைக் குறித்து அறிய நேர்ந்தது. இது விவாதத்திற்குரிய ஒரு விஷயம்தான் என்று புரிந்தவுடனே போப்பாண்டவர், இதைப் பற்றி முழுமையாகப் படித்தே தீரவேண்டும் என்று நினைத்து கொடுங்கல்லூர் பேராயர்களின் பதவி அதிகாரங்கள் பதிவு செய்து

வைத்திருக்கும் புத்தகத்தை எடுத்துப் படித்தார். அதில், அங்கமாலி என்றும் கொடுங்ஙல்லூர் என்றும் அழைக்கப்படுகிற ஆயத்தின் பேராயர் மலங்கரைப் பிரதேசத்தின் ஒட்டு மொத்தப் பேராயரும் சபைத் தலைவரும் ஆவார் என்று எழுதியிருப்பதை அறிந்தார். அதைத்தவிர, அவர் கோவா பேராயருக்கு ஆட்பட்ட வர் என் பதைக் குறித்தான ஒரு வார்த்தையும் அதில் இல்லை. அதனால் மிகப் பழங்காலம் முதற்கொண்டு உள்ள இந்தப் பதவியில் சற்றும் குறைக்கவோ கூட்டவோ செய்வது சாத்தியமல்ல என்று முடிவு செய்து முற்காலத்தில் கொடுங்ஙல்லூர் பேராயர்களுக்குக் கொடுத் திருந்ததுபோன்று நியமன உத்தரவு கொடுக்கும்படி போப்பாண்ட வர் கட்டளையிட்டார். கோவா பேராயருக்குக் கீழடங்கும் விஷ யமோ, கொடுங்ஙல்லூர் பேராயரின் பேராயர் பதவி மரியாதைக் கானது மட்டும்தான் என்ற விஷயத்தையோ தனியாகவொன்றும் எழுத வேண்டியதில்லை என்பதுதான் போப்பாண்டவரின் முடிவு. அதன்படி எழுத்தர்கள் எழுதினார்கள். இந்த நியமன உத்தரவை ராஜப் பிரதிநிதி பார்த்தார். ராணியின் விருப்பத்தின்படி தான் போப்பாண்டவரிடம் கேட்டுக்கொண்ட விஷயம் இந்த நியமன உத்தரவில் இல்லையென்றும் அதைத் தனியாக எழுதத்தான் வேண்டும் என்றும் அவர் போப்பாண்டவரிடம் சொன்னார். போப்பாண்டவர் அது சாத்தியமல்லவென்று மறுத்தார். இப்படி போப்பாண்டவருக்கும் ராஜப் பிரதிநிதிக்கும் நீண்டநேரம் தர்க்கம் நடந்தது. கடைசியில் மேற்சொன்ன விளக்கத்தைச் சேர்க்காமல், எழுதிய நியமன உத்தரவை வாங்கிக்கொள்ள ராஜப் பிரதிநிதிக்கு மனதில்லை என்று வந்தபோது போப்பாண்டவர் மற்றொரு வழி கண்டுபிடித்தார். நியமன உத்தரவில் எதையும் கூட்டவோ குறைக் கவோ செய்யாமல், கொடுங்ஙல்லூர் பேராயருக்கு அந்தப் பதவிப் பெயர் உண்டு என்றாலும் அது மரியாதையைக் குறிப்பதுதான் என்றும் அவர் கோவா பேராயருக்கு ஆட்பட்டிருக்க வேண்டும் என்றும் போப்பாண்டவர் ஒரு உத்தரவைப் பிறப்பிப்பதுபோல மற்றொரு காகிதத்தில் எழுதி, ராஜப் பிரதிநிதியின் கையில் கொடுத்து அவரது பிடிவாதத்தை முடித்தார். ரோமில் கயெத்தா னோஸ் பாதிரிக்காகச் செயல்பட்டிருந்த ப்ரந்தாம் லிஸ்பனுக்கு வந்தபோது, இப்படியொரு தர்க்கம் ஏற்பட்டது என்று ரகசியமாகச் சொன்னார்; அது எங்கள் காதுகளையும் எட்டியது.

அதனால் கீழே சொல்வதுபோல ராணி நியமன உத்தரவை பேராயருக்காகக் கொடுத்தபோது ராஜப் பிரதிநிதியின் பிடிவாதத் தைத் தீர்ப்பதற்காக போப்பாண்டவர் கொடுத்த மேற்சொன்ன பிரத்தியேகக் காகிதத்தைக் கொடுத்தனுப்பவும் இல்லை.

நம் காரியத்துக்குத் தடை ஏற்படுத்துவதற்காக தான் சொல்லித் திரிந்ததெல்லாம் வீணாயிற்று என்றும், பேராயருக்கு நியமன உத்தரவை வரவழைத்துக் கொடுக்க தலைமைச் செயலகத்திலிருந்து ரோமுக்குக் கடிதம் சென்றிருக்கிறதென்றும் கயெத்தானோஸ் பாதிரி அறிந்தவுடன் இப்படிச் சொல்லத் தொடங்கினார்.

“கரியாட்டிக்கு நியமன உத்தரவு அனுப்ப தலைமைச் செயல கத்திலிருந்து கடிதம் சென்றிருக்கிறது. ஆனால், கரியாட்டியைப் பெயர் அறிவித்தது மார்க்கஸ் அஞ்செலாவுக்குச் சற்றும் பிடிக்க வில்லை. அதனால் நியமன உத்தரவு வந்தால் கரியாட்டிக்குக் கொடுக்கக் கூடாதென்று அவர் ராஜாவிடம் சொல்லி ஏற்பாடு செய்திருக்கிறார் என்று ராஜாவே என்னிடம் சொன்னார்.” இதைப் பற்றி கயெத்தானோஸ் பாதிரி எங்களிடம் சொன்னது; “எப்படி யானாலும் நியமன உத்தரவைக் கொடுக்காதீர்கள் என்று நான் ராஜாவிடம் சொல்லியிருக்கிறேன்.” என்பதுதான்.

மீள் பார்வை

கயெத்தானோஸ் பாதிரிக்கு ஒரு விஷயத்தைப் பரப்ப வேண்டும் என்று தோன்றினால், அது மோசமான காரியம் என்றால் மற்ற யாரின் பேரிலாவது விளம்பரப்படுத்துவார். ஒருக்கால் இது, கன்ன டியர்களுக்கும் (கர்நாடகத்தினர்?) ஆயர் பதவி கிடைப்பதுவரை நம் பேராயருக்கு வரும் நியமன உத்தரவை வைத்துத் தாமதம் செய்ய உதவிகரமாயிருக்கலாம். இல்லையென்றால் இதைக்கேட்டு அஞ்சி நாங்கள் கயெத்தானோஸின் உபதேசத்தைப் பெறுவோம். அப்போது நியமன உத்தரவை ஏற்பதில் தாமதம் ஏற்படுத்தலாம் இப்படி ஏதாவது சிந்தித்துத்தான் மார்க்கஸ் அஞ்செலாவின் பெயரைச் சொல்லி இப்படி ஒரு பிரச்சாரம் ஆரம்பித்திருப்பார் போலிருக்கிறது. கயெத்தானோஸின் இந்தப் பிரச்சாரத்தைப் பற்றி விஷ்கோந்தி அறிந்தார். அதில் எங்களுக்கு ஏதாவது மனச் சஞ்சலம் ஏற்பட வாய்ப்பிருக்கிறது என்று கருதி அவர் உடனே எங்களை அழைத்தார்; “தலைமைச் செயலகத்திலிருந்து கடிதம் சென்றிருக் கிறது, இன்னின்ன நாட்களில் அதற்கு நடவடிக்கைகளும் சர்ச்சை களும் ஏற்பட்டன, சற்றும் தாமதமின்றி நியமன உத்தரவு இங்கு வந்து சேரும்” என்று சொல்லி எங்கள் மனதிற்கு உறுதியளித்தார்; ஒன்றிற்கு மேற்பட்ட முறை.

69

ரோமிலிருந்து நியமன உத்தரவு வரும் வரையிலான சம்பவங்களும், வந்ததற்குப் பிறகு அது பேராயருக்குக் கிடைத்ததும்

பெயரறிவிப்பு விவரத்தை அரசாங்க தலைமைச் செயலகத்திலிருந்து ரோமுக்கு எழுதி அனுப்பினால், நியமன உத்தரவு வருவதற்கிடையிலான நேரத்தில், தேர்ந்தெடுக்கப்பட்ட ஆயர்கள் விண்ணப்பம் தயாரிக்க வேண்டும்; தங்களின் ஆயப் பிரதேசத்தின் முக்கிய அதிகாரிகளின் மூலமாக அதை ராணிக்குச் சமர்ப்பித்து உத்தரவு வந்தால் உடனே அபிஷேகம் நடத்துவதற்கான ஆயத்தங்களுக்காக கருவூலத்திலிருந்து நான்காயிரம் கர்ஸாதா வாங்கவேண்டும். தலைமைச் செயலகத்திலிருந்து கடிதம் சென்ற பிறகு, இந்த விஷயத்தை விஷ்கோந்தியும் பிறரும் எங்களுக்குத் தெரிவித்தார்கள். எனவே பேராயர் அதற்கான ஒரு விண்ணப்பத்தைத் தயாராக்கி இந்த விவகாரத்துறை முக்கிய அதிகாரியான மத்திங்நு தெ மெலிடம் கொடுத்தார். இந்த விஷயத்தைக் கயெத்தானோஸ் பாதிரி அறிந்தார். உடனே அவர் பிரச்சாரம் செய்யத் தொடங்கினார். “கரியாட்டியைப் பேராயராக்க இந்திய விவகாரத்துறை அதிகாரியான மர்த்திங்நு தெ மெலுக்குச் சற்றும் விருப்பமில்லை. தன் விருப்பத்திற்கு எதிராகப் பெயரறிவிக்கப்பட்டதால், அபிஷேகத்திற்கான பணத்தைக் கொடுக்காமல் அதை முடக்க வேண்டும் என்றுதான் அவர் முயல்கிறார்” என்றும் பிறவும் அவர் பிரச்சாரம் செய்தார். இதற்குப் பிறகு இரண்டு முறை நாங்கள் இந்திய விவகார முக்கிய அதிகாரியிடம் சென்றும் விண்ணப்பத்துக்குப் பதில் கிடைக்காமல் வந்தபோது, கயெத்தானோஸ் பாதிரியும் அவரைச் சேர்ந்தவர்களும் எங்களைக் கேலி செய்யவும் சிரிக்கவும் ஆரம்பித்தார்கள். இப்படிக்

கன்னடியர்களெல்லாம் எங்களுக்கு எதிராக இருந்தார்கள். என்றாலும் அவர்களில் ஒருவர் எங்கள்மீது மிகுந்த அன்பும் அக்கறையும் கொண்டிருந்தார்; முன்பு சொல்லப்பட்டிருக்கும் யௌஸேப்பு அந்தோணியோ என்ற பாதிரி. அவரைப் பார்ப்பதற்காக ஒரு நாள் சென்றோம். அப்போது அவர், நாங்கள் மர்த்திங்நு தெமெல் என்ற முக்கிய அதிகாரியிடம் சென்ற விவரங்களையெல்லாம் கேட்டார். விண்ணப்பத்திற்கு இதுவரை அவர் பதில் தரவில்லை என்று நான் விவரம் சொன்னேன். உடனே அவர், "பேராயரிடம் பணம் இல்லையென்றால் என்னிடம் பணம் இருக்கிறது. எனக்கு இப்போது செலவு ஏதுமில்லை. நான் கடன் தருகிறேன்" என்று சொன்னார். அத்தியாவசியத் தேவைக்கான பணம் எங்களிடம் இருக்கிறது; உங்களைச் சிரமப்படுத்த விரும்பவில்லை என்று நான் சொல்லியும் என்னிடம் இரண்டு மொனத்தா கொடுத்து அனுப்பினார். இந்த விவரத்தைக் கயெத்தானோஸ் பாதிரி அறிந்தவுடன் யௌஸேப்பு பாதிரியிடம் சச்சரவு செய்தார். நீங்கள் பணம் கொடுத்து அனுப்பியிருக்கவில்லையென்றால் கரியாட்டி என் காலடிக்கு வந்திருப்பார் என்றும் பிறவும் சொல்லி அவரை மிகவும் கடிந்து கொண்டார்.

ஆனால், கயெத்தானோஸ் பாதிரி மற்றும் அவர் கூட்டத்தினரின் கேலி நீள்வதற்கு கடவுள் அனுமதிக்கவில்லை. மூன்றாம் முறை நாங்கள் முக்கிய அதிகாரியைப் பார்க்கச் சென்றோம். நாங்கள் வந்திருக்கும் விவரத்தை அறிந்தவுடனே அந்த அதிகாரி, பாத்தியோ என்ற பெயருள்ள தலைமைச் செயலகத்திற்குச் சென்றால் உடனே விண்ணப்பத்திற்குப் பதில் கிடைக்கும் என்று அவர் சொல்லி அனுப்பினார். நாங்கள் சற்றும் தாமதிக்காமல், பக்கத்திலிருந்த அந்த தலைமைச் செயலகத்துக்குச் சென்றோம். அங்குள்ள அதிகாரிகள் பேராயரிடம் மிகவும் மரியாதை காட்டிச் சொன்னார்கள்: "தங்களின் மாட்சிமை சமர்ப்பித்த விண்ணப்பத்திற்கு ராணியின் உத்தரவு தயாராகிவிட்டது. இனி ராணி ஒப்பிட வேண்டியது தான் பாக்கி. அவர்கள் ஒப்பிட்டவுடன் ஸம்பெந்து ஆசிரமத்திற்குக் கொடுத்து அனுப்பிவிடுகிறோம்." நாங்கள் இதைக் கேட்டு சமாதானத்துடன் திரும்பினோம். எல்லாத் தடைகளிலிருந்தும் எங்களை என்றென்றும் காத்து ரட்சித்து வரும் கடவுளிடமும் தேவ மகனின் அம்மாவான பரிசுத்த கன்னி மேரியிடமும் மனப்பூர்வமாக நன்றி தெரிவித்துக்கொண்டோம்.

மேற்படி அதிகாரி சொல்லியனுப்பியதுபோன்றே ராணியின் கையெழுத்தையும் பெற்று, அரசாங்க கருவூலத்திலிருந்து நான்

காயிரம் கர்ஸாதா வாங்கிக்கொள்வதற்கான உத்தரவைக் கொடுத்து அனுப்பினார்கள். மறுநாள் மர்திங்நு தெ மெலின் வீட்டுக்குச் சென்று அவருக்கு நன்றி தெரிவித்துக் கொண்டோம். தவிர, அர சாங்க கருவூல அதிகாரியான மார்க்கஸ் அஞ்செலாவின் வீட்டுக் குச் சென்று உத்தரவைக் காட்டி அவரின் கையெழுத்தையும் வாங்கினோம். கருவூலத்திற்குச் சென்று பணம் வாங்குவதற்கு பேரா யருக்குப் பரிச்சயம் இல்லாததால் நண்பரான தோமா பாதிரியிடம் உத்தரவைக் கொடுத்து அனுப்பினோம். அவர் அதை கருவூல அதிகாரியிடம் கொடுத்து நான்காயிரம் கர்ஸாதா வாங்கி வந்தார். அதன் பிறகு நானும் பேராயரும் சென்று ராணியைச் சந்தித்துக் கரம் முத்தமிட்டு நன்றி தெரிவித்தோம்.

இப்படிப் பணம் வாங்கிய பிறகு அந்த நாட்டிலேயே மலையாள நாட்டுக்கு வரச் சாத்தியமாகும் என்ற நம்பிக்கையில் நம் பிரதேசத் துக்குத் தேவையான புத்தகங்களும் சேகரித்து ஆயத்தமாகி யிருக்கும்போது, ரோமிலிருந்தான உத்தரவும் வந்து சேர்ந்தது. இந்த விவரத்தைப் பேராயரிடம் தெரிவிப்பதற்கு விஷ்கோந்தி, கயெத்தா னோஸ் பாதிரியின் மகன் யௌஸேப்பு பாதிரியிடம்தான் சொல்லி யனுப்பினார். யௌஸேப்பு பாதிரி இந்தச் செய்தியைப் பேராயரி டம் சொன்னார்.

நியமன உத்தரவு வந்த நாட்களில் ராணியும் ராஜாவும் ஸ்ளவ்த் தெராவுக்குச் செல்வதற்கான ஆயத்தத்திலிருந்தார்கள். அவர்கள் லிஸ்பனிலிருந்து ஸ்ளவ்த்தெராவுக்கான வழி நடுவில் உள்ள ஸம்மொரா என்ற இடத்திலிருந்து பிப்ரவரி ஆறாம் தேதி நியமன உத்தரவையும் பாலியோ என்ற திருவுடையையும் ரோமிலிருந்து பேராயருக்கு வந்த, பதவிக்குரிய மற்ற விஷயங்களையும் கொடுத்து அனுப்பினார்கள். அவற்றின் மொழி பெயர்ப்புகளை இந்தப் புத்தகத்தின் கடைசிப் பகுதியில் சேர்க்க எண்ணியிருக்கிறேன்.

இப்படி நியமன உத்தரவையும் ராணியின் கடிதத்தையும் பெற்றுக்கொண்ட பிறகு மறுநாள் பேராயர், விஷ்கோந்தியின் வீட்டுக்குச் சென்று எல்லா உதவிகளுக்கும் நன்றி சொன்னார். ராணிக்கு நன்றி தெரிவிக்க ஸ்ளவ்த்தெராவுக்குப் போவதைப் பற்றி விஷ்கோந்தியிடம் கருத்துக் கேட்டார். அப்போது விஷ்கோந்தி, "நான் ஸ்ளவ்த்தெராவுக்குப் பயணம் புறப்படுகிறேன். அங்கே சென்றவுடன் ராணியிடம் உங்கள் விஷயத்தைச் சொல்கிறேன். அதற்காக நீங்கள் பெரியதொரு தொகையைச் செலவிட்டுச் சிரமப் பட வேண்டாம்" என்று பதில் சொன்னார். இனி ஆயர் அபிஷே கம் எப்படியென்று பேராயர் கேட்டார். இதை ராணியிடம்

கேட்டுச் சொல்கிறேன் என்றார் விஷ்கோந்தி. அவர் மிக்க மகிழ்ச்சி யுடனும் அன்புடனும் எங்களை அனுப்பி வைத்தார்.

விஷ்கோந்தியும் குடும்ப உறுப்பினர்களும் ராணிக்கு முன்பே ஸ்ளவத்தெராவுக்குச் செல்வதற்காக மறு நாளே புறப்பட்டார்கள்.

நியமன உத்தரவை தாமதிக்க வைப்பதற்காக தான் செய்த முயற்சிகளெல்லாம் வீணாயின என்றறிந்த கயெத்தானோஸ் பாதிரி, சற்றும் தாமதமின்றி அபிஷேகத்துக்கு முன்பு ஒரு கடைசி முயற்சி செய்து பார்த்துவிடலாம் என்று முடிவு செய்தார். எனவே ராஜாவைப் பார்ப்பதற்கு லிஸ்பனிலிருந்து புறப்பட்டு ஸ்ளவத்தெராவுக்குச் சென்றார். கயெத்தானோஸின் சுபாவத்தை யும் மனக் குறையையும் என்னவென்று சரியாக அறிந்த எங்கள் நண்பரான கோவாக்காரர் யௌஸேப்பு அந்தோணியோ பாதிரி விரைந்து எங்களிடம் வந்தார். "கயெத்தானோஸ் ஸ்ளவத்தெரா வுக்குச் சென்றிருக்கிறார். அதனால் நீங்கள் உடனடியாக ஆயர் அபிஷேகம் நடத்த வேண்டும்" என்று சொன்னார். அபிஷேகத் தைத் தாமதித்தால், கயெத்தானோஸின் புகாரைக் கேட்டு ராஜா மனம் இரங்கி ஏதாவது சிக்கல் ஏற்படுத்த வாய்ப்பிருக்கிறது என்றும் அவர் அபிப்பிராயப்பட்டார். இவ்வளவு அனுக்கிரகங்கள் செய்த கடவுள் அப்படியொரு வாய்ப்பை ஏற்படுத்த மாட்டார் என்ற நம்பிக்கையின் காரணமாக நாங்கள் அந்த நண்பரின் அறிவுரையை அவ்வளவு முக்கியமாக நினைக்கவில்லை. கயெத்தானோஸின் புகார் எங்களுக்குத் தீங்கானதாக இருக்கும் என்பதில் எங்களுக்குச் சந்தேகம் இல்லை.

கயெத்தானோஸ் பாதிரி ஸ்ளவத்தெராவுக்குச் சென்றடைவ தற்கு முன்பே கோவா பேராயர் பதவிக்கும் கொச்சி ஆயர் பதவிக் கும் மைலாப்பூர் ஆயர் பதவிக்கும் பெயர் அறிவிப்புகள் வெளியிடப் பட்டன. மந்திரிகளில் சிலர், "கோவா பேராயராக தான்தான் ஆவேன் என்று எல்லாரிடத்திலும் சொல்லிக்கொண்டிருந்த கயெத்தானோஸ் பாதிரி வெட்கித் திரும்பி வந்து கோவா பேராய ருக்கு வாழ்த்துச் சொல்ல நேர்ந்திருக்கிறது" என்று சொல்லிச் சிரிக்கத் தொடங்கினார்கள். அது எப்படியென்றால், கோவா வுக்கோ கொச்சிக்கோ மைலாப்பூருக்கோ அறிவிக்கப்பட்டவர்களில் ஒருவர்கூட கயெத்தானோஸ் பாதிரி விரும்பிய, சொல்லித் திரிந்த கோவாக்காரர் அல்ல. இந்த விவரமறிந்து அவர் ராஜாவிடம் இறுதிப் புகார் தெரிவித்தார். அதாவது, "இந்த மலையாளத்தினர் போர்த்துகீஸ் ராஜாவின் பிரஜைகளோ, ராஜாவுக்குப் பணிந்து நடப்பவர்களோ, வரி செலுத்துபவர்களோ அல்ல. அவர்கள்

வேறொரு ராஜாவின் கீழே இருப்பவர்கள். ஆயினும் அவர்களில் ஒருவருக்கு பேராயர் பதவியளிக்க ராஜாவும் ராணியும் முடிவு செய்தார்கள். நாங்கள் கோவாகாரர்கள் பலரும் இங்கே இருக் கிறோம். நாங்களெல்லாம் போர்த்துகீஸ் ராஜாவின் பிரஜைகளு மாவோம். அவருக்கு அடிமைப் பணி செய்தும் வரி கொடுத்தும் வாழ்ந்து வருகிறோம். எங்களில் அறிவுள்ள பாதிரியார்களும் குறை வில்லை. அவர்களில் ஒருவருக்கேனும் இந்தப் பதவியைக் கொடுக்க வேண்டும் என்று தோன்றவில்லையல்லவா. இப்படி மலையாளத் தினரை உயர்த்தவும் கோவாக்காரர்களைத் தாழ்த்தவும் செய்த விவரம் கோவாவில் உள்ளவர்களுக்குத் தெரியும்போது பல சிக்கல் களும் கலகங்களும் ஏற்படும் என்பதில் சந்தேகமில்லை. இப்போதா வது திருவுளம், அதையெல்லாம் தவிர்ப்பதற்கு என்ன வழியென்று யோசிக்க வேண்டும்." என்றிப்படி இருந்தது அந்தக் கடைசி புகார்.

உண்மையில் ராஜாவின் அந்தஸ்தையும் சர்வாதிகாரத்தையும் கேள்விக்குட்படுத்தும் வகையிலான இந்தப் புகார் ராஜாவுக்குச் சற்றும் பிடிக்கவில்லை. அதனால் கயெத்தானோஸ் பாதிரி ஒரு பதிலுக்காக ஸ்ளவ்த்தெராவில் தங்கியிருந்தும், ஒருமுறை பார்ப்ப தற்குக்கூட ராஜா அனுமதி கொடுக்கவில்லை. ஆனால் நல்லவரான விஷ்கோந்தி, கயெத்தானோஸ் பாதிரி தனக்கு எதிராக நடத்திய துர்பிரச்சாரங்களையெல்லாம் மறந்து ஸ்ளவ்த்தெராவில் உள்ள தன் வீட்டில் அவரை வரவேற்றுத் தங்க வைத்துத் தேவையானதை யெல்லாம் கொடுத்து உபசரித்தார். நம் பேராயரின் பதவியேற்பை உடனே நடத்த முடிவு செய்திருக்கிற விவரத்தை எங்களுக்குத் தெரிவிக்க வேண்டிய பொறுப்பை விஷ்கோந்தி, கயெத்தானோஸ் பாதிரியிடம் அளித்தார். அவர் அந்த விவரத்தைத் தன் மகனுக்கு எழுதினார். அவர் மகன் எங்களிடம் தெரிவித்தார்.

மீள் பார்வை

விஷ்கோந்தி, ரோமிலிருந்து நியமன உத்தரவு வந்த விவரத்தை எங்களிடம் தெரிவிக்கும்படி கயெத்தானோஸின் மகன் யௌஸேப்பு பாதிரியிடம்தான் பொறுப்பளித்தார். அபிஷேகத் துக்கு எங்களை ஆயத்தமாகும்படி அறிவித்ததும் கயெத்தானோஸ் பாதிரியின் மூலம்தான். விஷ்கோந்தி இவை இரண்டையும் நோக்க மற்றுச் செய்ததாக நினைக்கவேண்டாம். கரியாட்டிக்குப் பேராயர் பதவி கொடுக்காதிருக்கவும் பதவியேற்பைக் குறித்த நேரத்தில் நடத்தாதிருக்கவும் பிரயத்தனம் செய்து பிரச்சாரம் செய்து நடந்த வர்களைக் கொண்டே, அவர்களின் விருப்பத்திற்கு எதிரான அறிவிப்புகளைக் கொடுக்க வைக்கவேண்டும் என்று விஷ்கோந்தி

மனப்பூர்வமாக நினைத்ததால்தான் அவர்களுக்கு இந்தப் பொறுப்புகளைக் கொடுத்தார் என்று தோன்றுகிறது.

அங்கே எட்டு நாட்கள் தங்கித் துன்புற்றும் ராஜாவைப் பார்க்கவும் பேசவும் முடியாமல் மனம் சலிப்புற்றும் கயெத்தானோஸ் பாதிரி மற்றொரு வழிக்குத் திரும்பினார். தான் சென்ற காரியம் நிறைவேறவில்லை; தன் வஞ்சனையும் கள்ளமும் பறங்கிகளுக் கிடையில் விளம்பரமாகவும் செய்யும். அப்படியென்றால் இனி மலையாளிகளிடம் சேர்ந்துவிடலாம். ஆனால், நேரடியாக அணுகினால் மலையாளிகள் நம்பமாட்டார்கள். அதற்கொரு கோணல் வழி கண்டுபிடிக்க வேண்டும் என்று நினைத்துக்கொண்டு அவர் ஸ்ளவ்த்தெராவிலிருந்து புறப்பட்டார். ப்ரம்ஸிஸ்கோஸ் கயெத்தானோஸ் கொயித்தா என்ற பாதிரி வசித்துவரும் தென்னா ரோஸா சீமாட்டியின் வீட்டுக்குச் சென்றார். அந்தச் சீமாட்டியும் அவர்கள் மகனும் இந்தியாவுக்குச் செல்ல ஆயத்தமாகியிருக்கிறார்கள். அதற்கு விண்ணப்பம் கொடுக்கச் செய்து, அரசு அனுமதி வாங்கிக் கொடுத்த பிறகு அந்தச் சீமாட்டியை எங்களை அணுகுவதற்கு நியமித்தார். அந்தப் பெண்மணி எங்களின் நண்பரல்லவா. யாருக்கும் தெரியாமல் ரகசியமாகவும் அவசரமாகவும் ஆயர் அபிஷேகத்தை நடத்தவில்லையென்றால் ஏதாவது இடையூறு ஏற்படுவதற்கு வாய்ப்பு இருக்கிறது என்று எங்களிடம் அறிவிக்கும்படிதான் சீமாட்டிக்குப் பொறுப்பளித்திருந்தார். அந்தப் பெண்மணி தன் பணியாளை ஆசிரமத்திற்கு அனுப்பினார். பணியாள் வந்தபோது நாங்கள் இல்லை. நாங்கள் வருவதுவரை அவர் காத்திருந்தார். வந்த உடனே இப்படி தென்னா ரோஸா சொல்லியனுப்பினார் என்று எங்களிடம் தெரிவித்தார்.

இந்த முன்னறிவிப்பில் எங்களுக்குப் பெரிய ஆச்சரியமொன்றும் ஏற்படவில்லை. ஆயினும் கயெத்தானோஸ் பாதிரியின் நயவஞ்சகத்திலும் கபட சூழ்ச்சியிலும் எங்களுக்கு எப்போதும் சந்தேகமிருந்தது. அதனால் நான் மறுநாளே சென்று எங்கள் நண்பரான மார்க்கஸ் கஸ்தென் மெலியோர் என்ற பிரபுவிடமும் மெஷ்கீத்தா பாதிரியிடமும் இந்த விஷயத்தைச் சொன்னேன். அவர்களின் பதில் சுவையாயிருந்தது: "ராணி அவ்வளவு புரிதலும் புத்தியுமற்ற மரம் மட்டையல்ல. ஆயர் அபிஷேகத்தை ரகசியமாக மறைத்து நடத்தப் போவதில்லை. வேண்டியவர்களையெல்லாம் அழைத்து கொண்டாட்டமாகத்தான் நடத்தப்படவிருக்கிறது. இந்தப் பொய் பித்தலாட்டங்களுக்கு நீங்கள் ஏன் அஞ்சுகிறீர்கள்?"

70 நம் பேராயரின் ஆயரபிஷேகமும் அதன் பிறகான சம்பவங்களும்

மேற்சொன்னவாறு மார்க்ஸ் தெ கஸ்தென் மெலியோரும் மெஷ்கீத்தா பாதிரியும் தைரியமளித்து எங்கள் மனத்துக்கு உறுதி யேற்படுத்தினார்கள். என்றாலும், பாக்கியப் பரீட்சை வேண்டாம் என்று நினைத்து முடிந்தவரை விரைவாக ஆயரபிஷேகத்தை நடத் துவதற்கான ஆலோசனைகளை ஆரம்பித்தோம். ஆனால், கயெத்தானோஸ் மற்றும் அவர் கூட்டத்தினரின் எண்ணம் என்ன? லிஸ்பனில் எங்களுக்குப் பெரிய பரிச்சயம் ஒன்றுமில்லையென்று அவர்களுக்குத் தெரியும். எங்கள் மொழியின் போதாமையையும் வாக்குத்திறன் குறைபாட்டையும் பலவீனமான புத்தி சாமர்த்தியத் தையும் அவர்கள் அறிந்திருந்தார்கள். அவர்களின் உதவியில்லாமல் சில காரியங்கள் எப்படியோ நடந்தன என்றாலும் ஆயரபிஷேகம் ஏற்பாடு செய்வதற்கு எங்களால் முடியாமல் வரும்போது நாங்கள் கயெத்தானோஸின் காலடிக்குச் செல்வோம் என்பதுதான் அவர் களின் கணக்கீடு. கயெத்தானோஸும் அவர் கூட்டத்தினரும் அப்ப டியொரு நேரத்தை எதிர்பார்த்து இருக்கும்போது, அகதிகளுக்கு உதவி செய்பவனும் தன்னைச் சார்ந்தவர்களுக்கு அவமானம் ஏற்ப டுத்தாதவனுமான இறைவன், எங்களுக்குத் திறமை இல்லாததையும் சாமர்த்தியம் இல்லாததையும் பார்த்து அனுக்கிரகத்தின் திருக் கண்கள் திறந்தான். கயெத்தானோஸின் கனவுகளை பயனற்றுப் போகச் செய்தான். ஸம்பெந்து ஆசிரமவாசிகளின் மனதில் சூட்டை யும் சுறுசுறுப்பையும் ஏற்படுத்தினான். ஆசிரம உறுப்பினர்கள், முடிந்தவரைக் கொண்டாட்டமாக தங்களின் தேவாலயத்தில்

அபிஷேக காரியத்தை நடத்த வேண்டுமென்று முடிவு செய்தார்கள். அவர்கள் வரிந்து கட்டிக்கொண்டு களமிறங்கினார்கள். ஆசிரமத்தின் நிர்வாகப் பொறுப்பு வகிக்கும் தோமா பாதிரி பார்த்ரியர்க்கன் தேவாலயத்துக்குச் சென்று, தேவாலய காரியங்களில் அனுபவமுள்ள யொவாக்கிம் எனும் புகழ்பெற்ற ஒருவரை வரவழைத்து அபிஷேகத்துக்குத் தேவையான உடைகளும் அலங்காரங்களும் தயாரிப்பதற்கு ஏற்பாடு செய்தார். அவர் விரைவாகவும் அழகாகவும் அவற்றையெல்லாம் ஆயத்தம் செய்தார்.

இதற்குப் பிறகு நாங்கள் அறிவும் விவேகமும் உள்ள ஸம்பெந்து ஆசிரமத் தலைவரிடம், அபிஷேகம் அளிக்க வேண்டிய பிரதான புரோகிதர் யாராயிருக்க வேண்டும், எந்த நாளில் நடத்த வேண்டும் என்றுமான விஷயங்களை ஆலோசித்தோம். கோவா பேராயரின் முக்கியத்துவத்தை ஏற்றுக்கொள்ள இந்த மலையாளத்துக்காரர்கள் தயாராக இல்லையென்று கயெத்தானோஸும் அவர் கூட்டத்தினரும் நடத்தும் பிரச்சாரத்தை நீர்த்துப்போகச் செய்யவும் வேறு பல நடைமுறை நோக்கங்களை முன்னிறுத்தியும் முன்னாள் கோவா பேராயராயிருந்து விலகி ஓய்வு பெற்று லிஸ்பனில் வசிக்கும் தோம் பிரான்ஸிஸ்கோஸ் தெ அபஸூதா எனும் வணக்கத்திற்குரிய மனிதரை முக்கியப் புரோகிதராக்க வேண்டும் என்றும் எழுபதாம் ஞாயிற்றுக்கிழமை என்று சபைப் பஞ்சாங்கத்தில் சொல்லப்படும் நாளில் அபிஷேகத்தை நடத்த வேண்டும் என்றும் அவர் ஆலோசனை கூறினார். அதன்படி பேராயர் முன்னாள் கோவா பேராயரின் வீட்டுக்குச் சென்று அவரிடம், ஸம்பெந்து ஆசிர தேவாலயத்துக்கு வந்து தன்னைப் பதவியில் அமர்த்த வேண்டும் என்று கேட்டுக்கொண்டார். அவர் அந்த வேண்டுகோளை ஏற்றுக் கொண்டார். அதன் பிறகு மய்யா, மக்கா என்ற பிரதேசங்களின் ஆயர்களைச் சென்று பார்த்து, இந்த அபிஷேகச் சடங்கில் சக புரோகிதர்களாக அமைய வேண்டும் என்று கேட்டுக்கொண்டார். அவர்கள் இருவரும் ஏற்றுக்கொண்டார்கள். பிற்பாடு நான்கு முக்கிய அதிகாரிகளின் வீடுகளுக்கும் மார்க்கஸ் தெ கஸ்தென் மெலியோர் என்ற பிரபுவின் வீட்டுக்கும் நம் நண்பர்களான வேறு பலரின் வீடுகளுக்கும் சென்று அவர்களை அபிஷேகத்தில் கலந்து கொள்ளும்படி அழைத்தோம். மெஷ்கீத்தா பாதிரியையும் பிரத்தியேகமாக அழைத்தோம். கயெத்தானோஸ் பாதிரியையும் லிஸ்பனில் உள்ள கோவாகாரார்களையும் அழைக்க மறக்கவில்லை.

விஷ்கோந்தி இன்னும் ஸ்ளவ்த்தெராவிலிருந்து லிஸ்பனுக்குத் திரும்பியிருக்கவில்லை. அதனால் அவருக்கும் விஷ்கோந்தெஸாவுக்

கும் கடிதம் மூலம் விவரம் தெரிவித்தோம். பிரதான புரோகிதர், அபிஷேக நாள் ஆகியற்றை விவரமாக அவருக்கு எழுதினோம். இவ்வாறு, தேவையான ஆயத்தங்களையெல்லாம் பூர்த்தி செய்தோம். மேற் குறித்த ஞாயிற்றுக் கிழமை, பார்த்ரியர்க்கன் தேவாலயத்திலிருந்து ஆராதனை முறைகளின் மல்பான்களும், அப்போஸ்தலருக்கு அடுத்த எழுத்தரும் வந்து சேர்ந்தார்கள்.

தோம் பிரான்ஸிஸ்கோஸ் பேராயரும் மய்யா மற்றும் மக்காவின் ஆயர்களும் தங்கள் பதவிச் சின்னங்கள் அணிந்து, பத்து மணிக்கு, ஸம்பெந்து ஆசிரம தேவாலயத்துக்கு வந்தார்கள். அவர்கள் வந்து சேர்ந்தபோது முறைப்படி தேவாலய மணிகள் முழக்கிக் கொண்டாட்டமாக வரவேற்றார்கள். ஆசிரமத் தலைவரும் மற்றப் பாதிரிகளும் பெரும் சந்தோஷத்துடனும் உற்சாகத்துடனும் அபிஷேக நேரத்து பாட்டுக்கள் பாடினார்கள்; இசைக் கருவிகள் வாசித்தார்கள். இப்படி மிகவும் ஆடம்பரமாக அபிஷேகச் சடங்கு நிறைவேற்றப்பட்டது. கொண்டாட்டத்திற்கு வந்து சேர்ந்த ஆயர் களைவிடவும் உயர்வான பதவி உடைகளணிந்து, ரோமின் ஆயர்களின் நியமப் புத்தகத்தில் பதிவு செய்யப்பட்டிருக்கும் முறைப் படி, மிசிஹா பிறந்து 1783ஆம் வருடம், பிப்ரவரி 17ஆம் தேதி, எழுபதாம் ஞாயிற்றுக்கிழமை என்று சொல்கிற நோன்பு ஆரம்பத் தின் முதல் நாளுக்கு முதல்நாள் ஞாயிற்றுக்கிழமை, லிஸ்பனில் மார் பெனதிக் தோஸ் புனிதரின் துறவிகள் வசிக்கும் ஸம்பெந்து ஆசிரம தேவாலயத்தில், மார் தோம் பிரான்ஸிஸ்கோஸ் தெ அபஸூதா என்ற முன்னாள் கோவா பேராயரிடமிருந்து, மய்யா ஆயர் மார் வர்த்துல்மா மற்றும் மக்கா ஆயர் மார் அலக்ஸாந்த் ரெயோஸ் ஆகியோரின் சக புரோகிதத்துவத்தில், முன்பு அங்கமாலி என்றும் இப்போது கொடுங்கல்லூர் என்றும் சொல்லப்படும் மலங்கரைப் பிரதேசத்தின் பேராயராக, மார் யௌஸேப்பு கரியாட்டி அவ்வாறு பதவியேற்றார்.

நம் வணக்கத்திற்குரிய பெரியோர்கள் பலரும் காண விரும்பி யிருந்த காரியத்தை நம் கண்கொண்டு காண, எல்லையற்ற கருணை யுடைய கடவுள் வாய்ப்பு ஏற்படுத்தினார். அதற்கு நாமெல்லாம் கடவுளை பிரத்தியேகமாகத் துதித்துக் கொண்டாட வேண்டும். மேலும் நம் மக்களின் அடிமைத்தனத்தையும் துன்பத்தையும் நீக்கிக் காப்பாற்ற வேண்டும் என்றும் எப்போதும் பிரார்த்திக்க வேண்டும்.

ஆயரபிஷேக சடங்குகளில் கலந்துகொள்ள ஆண் பெண் வேறுபாடின்றி சிறியவர் முதல் பெரியவர்வரை ஸம்பெந்து ஆசிரம தேவாலயத்திலும் சுற்றுப் புறங்களிலும் நிறைந்து கூடினார்கள்.

அவர்களில் பணக்காரர்களும் ஏழைகளும் வேலைக்காரர்களும் எஜமான்களும் இருந்தார்கள். தேவாலயத்தில் நின்று திரும்புவ தற்குக்கூட இடமில்லை. மார்க்கஸ் தெ கஸ்தென் மெலியோரும் மார்க்கஸ் அஞ்செலாவின் மகன் தொ கயெத்தானோஸும் அவர் கள் போன்ற எங்கள் வணக்கத்திற்குரிய நண்பர்களும் இந்தக் கொண்டாட்டத்தின் சிறப்பை அதிகரித்தார்கள்.

சடங்குகளில், கயெத்தானோஸ் பாதிரியும் லிஸ்பனிலிருந்த மற்ற கோவா பாதிரிகளும் கலந்துகொண்ட விஷயத்தைக் குறிப்பிட்டுச் சொல்ல வேண்டும். கயெத்தானோஸ் பாதிரியின் மகன் அந்தச் சந்தர்ப்பத்தில் ஒரு உரை நிகழ்த்த எழுதிப் படித்து வந்திருந்தார் என்றாலும் ஆசிரமவாசிகள் அனுமதிக்காததால் அது நடக்க வில்லை. ஆசிரமத் தலைவர், அபிஷேகச் சடங்கிற்கு வந்த ஆயர் களுக்கு ஒரு சிறப்பான விருந்து ஏற்பாடு செய்திருந்தார். ஆனால், அபிஷேகம் நடத்திக் கொடுக்கவேண்டும் என்று சொல்வதற்கு நம் பேராயர் சென்றபோது, விருந்திற்குப் பிரத்தியேகமாக அழைக் காததால் பிரதான புரோகிதர் சடங்கில் கலந்துகொள்ளத் தயங்கி னார். கடைசியில் நம் பேராயரும் ஆசிரமத் தலைவரும் வேண்டிக் கேட்டுக்கொண்டு அவரைச் சம்மதிக்கச் செய்தார்கள். இப்படி முன்னால் கோவா பேராயரும் சக புரோகிதர்களான மக்கா, மய்யா ஆயர்களும் விருந்துண்டு ஓய்வெடுத்த பிறகு ஏறத்தாழ ஐந்து மணிக்கு தங்கள் வீடுகளுக்குத் திரும்பினார்கள். நம் பேராயரும் ஆசிரமத் தலைவரும் ஆசிர வாயில்வரை உடன் சென்று அவர் களை வழியனுப்பி வைத்தனர்.

நம் பேராயரின் பதவியேற்புக்கு முன்பு அவரும் கயெத்தா னோஸ் பாதிரியின் மகன் யௌஸேப்பு பாதிரியும் ஒரே அறையில் தான் தங்கியிருந்தார்கள். அவர் இளைஞராகவும் எங்கள்மீது எரிச்சல் கொண்டவராகவும் இருந்ததால் பேராயரிடம் முற்றிலும் மரியாதை இல்லாமல் நடந்துகொண்டார். பெரும்பாலும் அவரின் ஆணவம் சகித்துக்கொள்ள முடியாதபடி இருந்தது. எனவே பேராயர், அபிஷேகத்துக்குப் பிறகு வேறொரு அறை கொடுக்க வேண்டும் என்று ஆசிரமத் தலைவரிடம் கேட்டுக்கொண்டிருந்தார். அதை மதித்து ஆசிரமத் தலைவர், அபிஷேகத்துக்குப் பதினைந்து நாட்களுக்கு முன்பே இரண்டாவது மாடியில் உள்ள அறையை பேராயருக்கு ஏற்பாடு செய்து கொடுத்தார். பிற்பாடு பேராயர் லிஸ்பனிலிருந்து இந்தியாவுக்கு வருவதுவரை இந்த அறையில்தான் தங்கியிருந்தார்.

மறுநாள் பேராயர் தன் அபிஷேகச் சடங்குக்கு வந்து கலந்து கொண்ட முக்கிய மனிதர்களின் வீடுகளுக்குச் சென்று அவர் களுக்கு நன்றி தெரிவித்துக்கொண்டார். இதன்பிறகு ரோம் சபை யின் இப்போதைய ஆசாரப்படி பேராயர் பதவியை முழுமை செய்வதற்கான பாலியோ என்ற திருவுடையை, கொச்சி ஆயரிட மிருந்தோ, மலாக்கா ஆயரிடமிருந்தோ பெற்றுக்கொள்ள வேண்டும் என்று ரோமிலிருந்து கட்டளை வந்தது. அதன்படி பேராயர், மலாக்கா ஆயர் மார் அலக்ஸாந்த்ரெயோஸின் வீட்டுக்குச் சென்று இந்த விஷயத்திர்காக கேட்டுக்கொண்டார். அவர் ஸம்பெந்து ஆசிரமத்துக்கு வந்து மார்ச் 17ஆம் தேதி நம் பேராயருக்கு பாலியோ அணிவித்தார்.

சில நாட்களுக்குப் பிறகு விஷ்கோந்தியின் குடும்பம் ஸ்ளவ்த் தெராவிலிருந்து வந்துவிட்டதாக அறிந்து, நானும் பேராயரும் அவர் வீட்டுக்குச் சென்றோம். பேராயரைப் பார்த்தவுடனே விஷ்கோந்தி மிகவும் மரியாதையாக எழுந்து வந்து கரத்தை முத்தமிட்டு அவரின் கழுத்திலிருந்த சிலுவையைக் கையில் பிடித்துக்கொண்டு சொன்னார்: “ இனி எந்தப் பயமும் வேண்டாம், இந்தச் சிலுவை யைக் கழுத்திலிருந்து கழற்ற எவராலும் முடியாது.” கயெத்தா னோஸ் பாதிரியின் அவதூறுப் பிரச்சாரங்களின் காரணமாக நாங்கள் மிகவும் அஞ்சி வாழ்திருந்தோம் என்று புரிந்து கொண்டி ருந்தார் என்பதுதானே அப்படிச் சொன்னதின் அர்த்தம்? தவிர, மலங்கரைக்கு ஆயராக மலங்கரைவாசிதான் வேண்டும் என்ற எங்களின் பொது முடிவை முன்னிருத்தி அவர் எங்களிடம் ரகசிய மாக, “முன்பு ஏற்பட்டதுபோல மலங்கரைக்கு ஆயர் இல்லாத நிலை ஏற்படாதிருக்க, அங்கே சென்ற உடனே வாரிசு யாரென்று முடிவு செய்துவிட வேண்டும்” என்று சொன்னார்.

அடுத்த மற்றொரு நாள் நாங்கள் இந்திய விவகாரத் துறை அதிகாரியான மர்த்திங்நு தெ மெலைப் பார்க்கச் சென்றோம். அவர் சொன்னார்: “பதவியேற்பு முடிந்துவிட்டதல்லவா. இனி இந்தியாவுக்குப் புறப்பட முயற்சி செய்யுங்கள். கப்பல் தயாராக இருக்கிறது.” எங்களுக்கு இங்கே வேறு சில வேலைகளும் முடிய வேண்டியிருக்கின்றன என்று பேராயர் சொன்னார். அப்படியென் றால் பார்க்கலாம் என்று சொல்லி அவர் எங்களை அனுப்பி னார். பிற்பாடு விஷ்கோந்தியின் வீட்டுக்கு நாங்கள் சென்றபோது, “இந்திய விவகாரத்துறை அதிகாரி எங்களை இந்தியாவுக்கு அனுப்ப அவசரப்படுகிறார்” என்று பேராயர் சொன்னார். உடனே விஷ்கோந்தி, “தங்களின் மாட்சிமைக்கு, ராணியிடம் ஏதாவது

விண்ணப்பமளிக்க வேண்டியிருக்குமானால், எழுதிக்கொண்டு வந்து என்னிடம் கொடுங்கள். நான் ராணியிடம் சொல்கிறேன்" என்றார். பேராயர் அதன்படி விண்ணப்பங்கள் தயார் செய்தார். மார் ஸல்வதோர் தொஸரயிஸ் என்ற பேராயரின் காலத்துடன் நிறுத்திய மாதப் படியை மீண்டும் கொடுப்பதற்குத் தயவுண்டாக வேண்டும், மார் தோமா ஆயரை சபையில் ஏற்றுக்கொள்ள தயவுண்டாக வேண்டும், மலங்கரை ஸெமினரியைக் கட்டச் செய்ய வேண்டும், புத்தகங்கள் வாங்க தொகை அனுமதிக்க வேண்டும், அரசு செலவில் எங்களை மலங்கரைக்கு அனுப்பவேண்டும் என்றான காரியங்களை நான்கு பிரத்தியேக விண்ணப்பங்களாகத் தயார் செய்தார். சொன்னபடியே விஷ்கோந்தி அவற்றை வாங்கி ராணியிடம் சமர்ப்பித்தார். இவையெல்லாம் இந்தியா தொடர்பான காரியங்கள் என்பதால் இந்திய முக்கிய அதிகாரியான மர்த்திங்ஙு தெ மெலிடம் கொடுத்து அனுப்பும்படி ராணி உத்தரவிட்டார்கள். அதன்படி விஷ்கோந்தி, விண்ணப்பங்களையெல்லாம் இந்திய விவகார அதிகாரியிடம் கொடுத்தனுப்பினார். இந்த விண்ணப்பங் கள் நூலின் இறுதியில் இணைக்கப்பட்டிருக்கின்றன.

இந்தியாவுக்கான முக்கிய அதிகாரி இந்த விண்ணப்பங்களை யெல்லாம் வாசித்துப் பார்த்தார். ஒருவரை அதிகம் நேசிப்பதை மற்றொருவரால் சகித்துக்கொள்ள முடியாது என்பதுதானே உலகத் தன்மை. விஷ்கோந்தியின்மீது எங்களுக்கு வெகு நேசமும் நெருக்க மும் உண்டு என்பதை அவரால் சகித்துக்கொள்ள முடியவில்லை. அவர் இதயத்தில் பாம்பின் வன்மம் நிறைந்தது. அந்த வருடமே எங்களை இந்தியாவுக்கு அனுப்பும் காரியத்தில் அவர் அலட்சியம் காட்டினார்.

அந்த வருடத்தில் இந்தியாவுக்கு வரச் சாத்தியமாகாது என்று புரிந்துகொண்ட நாங்கள், லிஸ்பனிலிருந்து மலங்கரைக்கு வரும் மய்யழிக்காரரான ஓர் இளைஞரிடம், பேராயரின் பதவியேற்பு முடிந்த விவரத்தையும் பிறவற்றையும் மலங்கரையிலுள்ள நம் சபை யினர் அறிவதற்காகக் கொடுத்தனுப்பினோம்.

சில நாட்களுக்குப் பிறகு கொச்சியிலிருந்து காஞ்ஞிரப்பள்ளிக் காரர் சாண்டிப் பாதிரியார் எழுதிய கடிதம் எங்களுக்குக் கிடைத் தது. அதிலிருந்து, மலங்கரையிலிருந்து நாங்கள் வந்ததற்குப் பிறகான காரியங்களை ஏறத்தாழ அறிந்துகொள்ள முடிந்தது. இந்த நேரத்தில் ரோமிலிருந்து புதியதொரு பேப்பல் பிரதிநிதி வந்தார். மர்த்திங்ஙு தெ மெல் என்ற முக்கிய அதிகாரிக்கு எங்கள் மீதுள்ள பகையின் காரணத்தால் பிறகும் இரண்டரை வருடம் நாங்கள் இந்தியாவுக்கு

வர முடியாமல் லிஸ்பனில் வசிக்க நேர்ந்தது. என்றாலும், இதற் கிடையில் நம் பிரதேசத்துக்கும் மக்களுக்கும் தேவையான பல காரியங்களிலும் அனுகூலமான முடிவுகள் ஏற்பட்டதாக அறிய முடிந்ததிலும் மார் தோமா ஆயரின் காரியம் நலமே நிறைவேறியதி லும் நாங்கள் மகிழ்ச்சியடைந்தோம். கடவுளின் தனிபட்ட அனுக்கி ரகத்தின் மூலமாகத்தான் இப்படியெல்லாம் நடந்தது என்று புரிந்து நாங்கள் அவருக்கு எப்போதும் நன்றி தெரிவித்தோம்.

71

மேற்படி முக்கிய அதிகாரியின் வெறுப்பின் காரணமாக நாங்கள் லிஸ்பனில் வசிக்க வேண்டி வந்த காலத்தில் நடந்த சம்பவங்கள்

இந்தியாவுக்கான விவகாரங்களைக் கவனிக்கும் முக்கிய அதிகாரி மர்த்திங்ஞு தெ மெலின் பகையின் காரணத்தால் மலங்கரைக்குப் புறப்பட முடியாமல் நாங்கள் லிஸ்பனில் வசிக்கும் காலத்தில் நேசத்தின், ஒற்றுமையின் எதிரியான சாத்தான் எங்களுக்குத் துன்பம் புரியவும் துயரமளிக்கவும் ஒருபோதும் தயங்கவில்லை. அது என்னவென்றால், நெடுங் காலமாக மலங்கரையிலுள்ள நம் மக்களைக் கடித்துக் கிழித்து ரத்தம் குடித்து உதிர வெறியில் பிரக்ஞையற்று உன்மத்தமாகி மகிழ்ந்து மயங்கிக் கிடந்த அந்தக் கொடூரப் புலி, தன் தலை நடுவில் ஒரு சூலம் பாய்ந்தது என்று அறிந்தபோது பெரும் பீதியடைந்தது. அதைத் தன் தலையிலிருந்து அகற்ற சர்வ சக்தியுடனும் போராடத் தொடங்கியது.

பழைய ஏற்பாட்டில் பரவோன் ராஜா, ஆதி யௌஸேப்பு என்ற வணக்கத்திற்குரியவரிடம் உள்ள அன்பின் காரணத்தால் இஸ்ராயேல் மக்களை மெஸ்ரேனுக்கு (எகிப்துக்கு) வரவழைத்து கருணையோடும் மகிழ்ச்சியோடும் காப்பாற்றி வந்திருந்தான். இந்த ராஜா காலக்கிரமத்தில் அவர்களின் எதிரியாகி விவரிக்க முடியாத அளவுக்கு அவர்களைத் துன்புறுத்தவும் நசுக்கவும் செய்த கதையைக் கேட்டிருக்கிறீர்கள்தானே. கடைசியில் பேருன்னதனின் கருணையால் மோசே என்றொரு மீட்பர் அவர்களுக்குக் கிடைத்தார். பிற்பாடு பரவோன் அவரை அழிப்பதற்கு முயற்சி செய்தான். அதுபோன்றுதான் ஆரம்ப காலத்தில் பணிவுடனும் கீழ்ப்படிதலான பாவத்துடனும் மலங்கரைக்கு வந்து பிறகு

ஆணவத்துடனும் அதிகார கர்வத்துடனும் அங்குள்ள மக்களை அடிமையாக்கி ஆண்டு வந்த ஆட்களுக்கு, மலங்கரைக்கு ஒரு மீட்பர் உருவாவதும் அவர்கள் விடுதலையாவதும் பிடிக்கவில்லை. அந்த மீட்பர் தன் மக்களிடம் வரும்போது தங்களின் ஆட்சி முடிந்துவிடும் என்றறிந்து, அவர்கள் அவரை மலங்கரைக்கு வர விடாமல் லிஸ்பனிலேயே தடுத்து வைப்பதில் சர்வ சக்தியையும் பயன்படுத்தி முயற்சி செய்யத் தயங்கவில்லை. இந்திய விவகாரத் துறை முக்கிய அதிகாரி மர்திங்ஙு தெ மெலுக்கு எங்களைப் பிடிக்க வில்லை என்று புரிந்துகொண்ட நம் எதிரிகளான பாதிரியார்களும் பிறரும் களம் புகுந்து நமக்கு எதிராகப் பிரச்சாரம் ஆரம்பித்தார்கள்: "இந்தியாவிலிருந்து வந்த அந்நியக் கலாசாரத்தைச் சேர்ந்த இந்த ஏழைப் பாதிரியை கொடுங்ஙல்லூர் பேராயராக நியமித்ததுபோன்ற முட்டாள்தனம் வேறொன்று உண்டா? இது போர்த்துகீஸ் நாட்டின் சட்ட திட்டங்களுக்கு எதிரானது அல்லவா? இதன் பிறகு பறங்கி களுக்கும் பிற ஐரோப்பியர்களுக்கும் இந்தியாவில் உள்ள பதவியும் அதிகாரமும் தொலைந்து போகாதா? போர்த்துகீஸ் ராஜா, பறங்கி இனத்தைச் சேர்ந்த ஒருவரைத்தான் ஆயராகப் பெயர் அறிவிக்க வேண்டும் என்று அரசமைப்புச் சட்டத்தில் எழுதியிருப்பதற்கு அர்த்தமில்லையா? அந்நிய இனத்தைச் சேர்ந்த ஒருவன் ஆயராக வந்தால் போர்த்துக்கீஸ் ராஜாவின் மீது நம்பிக்கையும் கீழ்ப்படிதலும் இருக்காது என்று புரிந்துகொண்டு அறிவுப்பூர்வமாக எழுதி வைத்த தல்லவா அது? அதைப் புறக்கணித்துக்கொண்டு இந்தக் கரியாட் டியை கொடுங்ஙல்லூர் பேராயராக நியமித்த ராணி என்னவொரு முட்டாள்தனமான செயலைச் செய்துவிட்டார்! இவர் மலங்கரைக்குச் சென்றால் உடனே மலையாளிகள் பறங்கிகளையும் மற்ற ஐரோப்பியர்களையும் புறந்தள்ளி இந்தப் பேராயருக்குக் கீழே வந்துவிட மாட்டார்களா? பிற்பாடு அவர்கள் தங்கள் சொந்த இனத்தைச் சேர்ந்தவர்களையே ஆயர்களாகப் பதவியேற்றத் தொடங்கமாட்டார்களா? இது மட்டுமல்ல, இந்தியாவில் உள்ள மற்ற இனத்தாரும் தங்கள் ஆயர்களைப் பெற இதுதான் வாய்ப் பென்று அறிந்து அதற்கான முயற்சியை ஆரம்பிக்க மாட்டார்களா? இந்தியாவில் நம் ராஜாவுக்குள்ள அதிகாரத்தையும் ஐரோப்பியர் களுக்குள்ள மரியாதையையும் ஒரேயடியாகத் தொலைத்து முழுகும் செயலைத்தான் ராணி செய்துவிட்டார்கள்!" இப்படியெல்லாம் மனிதர்களுக்குச் சூடேற்றும் வகையிலான பிரச்சாரங்கள் பலவும் நடந்தன. எங்களுக்கு எதிராக வரும் பிரச்சாரங்களுக்கு முக்கிய அதிகாரி பிரத்தியேகமாகச் செவி கொடுத்தார். பிரச்சாரகர்கள் அத்துடன் நிறுத்திவிடவில்லை. எங்கள் ஆன்மத் தோழர்களான

விஷ்கோந்தி, மார்க்கஸ் அஞ்செலா முதலியோரின் வீடுகளுக்கு மதிப்பும் மரியாதையுமுள்ள மல்லர்களான போர்த்துகீஸ் பாதிரியார்களே சென்று எங்களுக்கு எதிராக விஷம் ஏற்றினார்கள்.

இதற்கிடையே நடந்த ஒரு சிறிய சம்பவத்தைச் சொல்ல வேண்டியிருக்கிறது. நம் நண்பரான மெஷ்கீத்தா பாதிரி தன் மருமகனுக்கு பட்டம் கொடுக்க வேண்டும் என்று பேராயரிடம் கேட்டார். பாத்ரியர்க்காவில் அனுமதி வாங்கினால் அப்படியே செய்து விடலாம் என்று பேராயர் சம்மதித்தார். மெஷ்கீத்தா பாதிரி, பாத்ரியர்க்காவுக்கு விண்ணப்பம் சமர்ப்பித்து அனுமதி வாங்கிய பிறகு தன் மருமகனை பேராயரிடம் அனுப்பினார். பேராயர், லத்தீன் மொழியிலிருந்து மொழி பெயர்த்து உருவாக்கிய ஸுரியானி முறையில் அவருக்குப் பட்டம் கொடுத்தார்.

லிஸ்பனில் ஆயராகப் பதவியேற்பவர் மக்களுக்கு ஆசி வழங்க வேண்டும்[37] என்றொரு வழக்கம் உண்டு. இந்த வழக்கத்தின்படி அந்தச் சடங்கிற்குத் தேவையான ஏற்பாடுகளையெல்லாம் தான் செய்வதாக பேராயரிடம், நம் நண்பரும் ஸம்பெந்து ஆசிரத்தின் முன்னாள் நிர்வாகியுமான (இப்போதைய எம்ப்ரல்லா ஆசிரமத் தலைவர்) தோமா பாதிரியார் சொன்னார். பேராயர் பாத்ரியர்க்காவிலிருந்து அதற்கான அனுமதி வாங்கினார். எம்ப்ரல்லா ஆசிரமத் தேவாலயத்தில்தான் இந்தச் சடங்கு. விவரமறிந்து குறிப்பிட்ட நாளில் ஆசிரமத் தேவாலயத்தில் இந்த ஆசியைப் பெற்றுக்கொள்ள மக்கள் கூடி நிறைந்தார்கள். பேராயர், மேல் நிலைப் புரோகிதருக்கான பதவி உடைகளையெல்லாம் அணிந்துகொண்டு, இந்தப் பிரசாதத்தின் பெருமையைப் பற்றியும் அதைப் பெறுபவர்களுக்கு இருக்க வேண்டிய தகுதியைப் பற்றியும் அரை மணிநேரம் பிரசங்கம் செய்தார். அதன்பிறகு, அங்கே கூடியிருந்த மக்களுக்கு பிரசாதம் வழங்கினார். ஸம்பெந்து ஆசிரமத்தின் பாதிரிகள் பேராயருக்குப் பக்கத்திலிருந்து பணிவிடை செய்தார்கள். சடங்கை ஸுரியானி மொழியில் நடத்தலாம் என்று பேராயர் முயன்றார். என்றாலும், இந்த மொழியை அறிந்திராத நாட்டில் அது சந்தேகங்களுக்கு இடமளிக்கும் என்று, ஆராதனை முறைகளின் மல்பானும் பிறரும் அபிப்பிராயப்பட்டார்கள். எனவே பேராயர் லத்தீன் மொழியிலேயே சடங்கின் வசனங்களை உச்சரித்தார். மதியத்திற்குப் பிறகு இரண்டு மணித்து ஆரம்பித்த சடங்கை, பிரசாதம் பெற நிறைந்த அளவிலான மக்கள் வந்து சேர்ந்ததால் ஐந்தரை மணிக்குத்தான் முடிக்க இயன்றது.

இப்படி மெஷ்கீத்தா பாதிரியின் மகனுக்குப் பட்டம் கொடுத்ததையும் எம்ப்ரல்லா தேவாலயத்தில் மக்களுக்கு ஆசி வழங்கியதையும் நம் எதிரிகள் அறிந்தார்கள்; அவற்றைக் குறித்தும் துர் வியாக்கியானங்கள் உருவாக்கிப் பரப்பினார்கள். "இந்தப் பேராயருக்கு சபையின் கானோன் சட்டங்கள் தெரியாது. ஸுரியானிக்காரன் லத்தீன்காரனுக்குப் பட்டமளிப்பது கானோன் நியமத்திற்கும் மரபுக்கும் எதிரானது. தன் முறையைவிட்டு லத்தீன் மொழியில் மக்களுக்கு ஆசி வழங்க இவருக்கு என்ன உரிமையிருக்கிறது. என்னவாயினும் இவர் ஆயத்தை ஆள்வதற்குத் தகுதியற்றவர்." இப்படியிருந்தது அவர்களின் பிரச்சாரம்.

மீள் பார்வை

நம் பேராயர் ஸுரியானி முறைப்படி லத்தீன்காரனுக்குப் பட்டம் கொடுத்தது நியாயம் அல்லவென்று சொல்லிப் பரப்பி மக்களுக்குத் தவறான புரிதலை ஏற்படுத்திய பாதிரியார்களே, மலங்கரையிலுள்ள ஸுரியானிக்காரர்களான நமக்கு லத்தீன் முறைப்படி பட்டம் தருவது உண்டல்லவா. இப்படி அவர்கள் சந்தர்ப்பத்திற்கு ஏற்றபடி தங்களுக்கு அனுகூலமான வகையில் நியமத்திற்கு விளக்கம் சொல்வதைப் பார்க்கும்போது எனக்குச் சிரிப்பு வருகிறது.

மேற்சொன்ன இரண்டு விஷயங்களிலும் நம் எதிரிகள் நடத்தும் பிரச்சாரம் பாரபட்சமானது என்றும் பகைமையை உருவாக்கக் கூடியதென்றும் அறிவுள்ளோரெல்லாம் அறிவார்கள். ஆயினும் அறிவற்றவர்களுக்கு சந்தேகத்தை ஏற்படுத்த வாய்ப்புள்ளதாலும், நம் பேராயருக்கு இப்படியெல்லாம் செய்ய உரிமையுண்டா என்று நம் நண்பர்களே சந்தேகம் கேட்கும்படி நேரிட்டிருப்பதாலும், உங்களிடம் கேட்பவர்களுக்கு பதில் சொல்வதற்கு நீங்கள் தயாராக இருக்க வேண்டும் என்று பரிசுத்த பத்ரோஸ் அப்போஸ்தலர் அறிவுறுத்தியிருப்பதாலும் பேராயரின் மேற்சொன்ன இரண்டு செயல்களுக்கான இறையியல் ரீதியான நிரூபணத்தை நான் லத்தீன் மொழியில் ஒரு கட்டுரையாக எழுதினேன். அதை, யூஸெ யொவாக்கிம் எனும் நம் நண்பரான ஒரு பறங்கியைக் கொண்டு போர்த்துகீஸ் மொழியில் மொழி பெயர்க்கச் செய்து, சந்தேகத்தை ஏற்படுத்தியவர்களின் கையில் கொடுத்தேன். தவிர, நம் எதிரிகளின் குற்றச்சாட்டுகளுக்குப் பதில் கொடுக்க வேண்டியது சுயமரியாதையைக் காத்துக்கொள்வதற்கும் நம் நியாயத்தை மற்றவர்களுக்கு உணர்த்துவதற்கும் அவசியமானதல்லவா. அதனால் பேராயரும் தாமதிக்காமல், நம் விசுவாசங்களின் முக்கிய அம்சங்களின்

சுருக்கங்கள் அடங்கிய ஒரு ஆயரறிக்கையை[38] மிகவும் பொருத்த மாக லத்தீனில் எழுதித் தயாரித்து, மலையாளத்தில் மொழி பெயர்த் தார். ஒரு பக்கம் லத்தீனும் மறுபுறம் மலையாளமுமாக புத்தகத்தில் பிரதி செய்து அழகாகப் பைண்டு செய்து தங்க மெருகிட்டு ஒரு பிரதியை ராஜாவுக்கும் மற்றொன்றை விஷ்கோந்திக்கும் கொடுத் தார். இப்படி, நம் பேராயர் அறிவற்றவர் என்று பேசித் திரிந்த துஷ்டர்களைத் தலைகுனியச் செய்தோம். இந்த ஆயரறிக்கை பண்டி தர்களுக்கிடையே மதிப்பை ஏற்படுத்தியது. நான் எழுதிய கட்டுரை யையும் பேராயரின் அறிக்கையையும் இந்த நூலின் இறுதியில் சேர்க்க எண்ணியிருக்கிறேன்.

இப்படியிருக்கும்போது, பேராயருக்கு அந்த ஆண்டில் கொடுக் கும் மாதப்படி கொடுக்கப்படவில்லையென்று விஷ்கோந்தியின் மகள் கொந்தஸ்ஸா தெ ஒபித்துர்ஸா அறிந்தாள். அவளுக்கு எங்கள்மீது இரக்கம் ஏற்பட்டது. உடனே அவள் பேராயரின் நியமன உத்தரவைப் பறங்கி மொழியில் மொழி பெயர்க்கச் செய்து ஒரு விண்ணப்பத்தையும் எழுதி வாங்கி கருவூலத்தில் கொடுத்து, அந்த வருடத்திற்கான மாதப்படியை வாங்கித் தந்தாள். தொடர்ந்து பேராயர் லிஸ்பனில் வசித்து வந்த காலம் முழுதும் முறைப்படி மாதப்படி வாங்கித் தந்தது இந்தப் பெண்தான். இதற்கிடையே நான் பெரியம்மையால் பாதிக்கப்பட்டேன். எனக்குக் குணமான போது இந்த நோய் பேராயருக்கு ஆரம்பித்தது. அவருக்குச் சிகிச்சை யளிக்க வந்த பர்ப்ரோஸா என்ற மருத்துவரும் அந்தோணி தெஸ்ஸா என்ற உதவியாளரும் சொன்னதுபோன்று, பேராயருக்கு வந்த அம்மை நோய் அந்த வருடம் லிஸ்பனில் ஏற்பட்டதிலேயே பயங்கரமாகவும் மரணாபத்தாகவும் இருந்தது. இதையறிந்து எங்கள் எதிரிகள் மிகவும் மகிழ்ந்தார்கள். இத்துடன் இலக்கை வென்று விடலாம் என்று அவர்கள் ஆசையுடன் இருந்தபோது, எல்லையற்ற கருணையுடைய சர்வ வல்லமை படைத்த இறைவன் தன் மகத்து வத்தைக் காட்டினான். எதிரிகளின் கேலிக்கு நம்மை இரையாக்கா மல், அவர்களின் எதிர்ப்புகளைத் தோற்கடித்தபடி நோயைக் குணப் படுத்தி பேராயரை மரணத்தின் வாயிலிருந்து காப்பாற்றினான். அவர் சிறுகச் சிறுக முற்றிலும் நலமடைந்தார்.

நோயுற்றிருக்கும்போது, கயெத்தானோஸ் பாதிரியும் மற்ற கோவாக்காரர்களும் அடிக்கடி வந்து பார்த்துவிட்டுச் சென்றார்கள் என்றும் குறிப்பிட்டுச் சொல்லிவிடுகிறேன்.

இப்படி நோய் குணமான பிறகு, இந்தியாவுக்கு வருவதற்கு ஒரு கப்பல் தயாராக இருக்கிறது என்று நாங்கள் கேள்விப்பட்டோம்.

எங்களையும் இந்த ஆண்டில் இந்தியாவுக்கு அனுப்ப வேண்டும் என்ற விண்ணப்பத்துடன் பேராயர் மீண்டும் இந்திய விவகாரத் துறை முக்கிய அதிகாரியை அணுகினார். அது பலிக்கவில்லை யென்றும் புரிந்தது. மேலும் ஒரு வருடம் லிஸ்பனில் தங்க நேர்ந்தது. இந்தக் காலத்தில் நமக்கெதிராக (இன்று கொச்சி ஆயரான) யௌஸேப்பு ஸொல்லிதெரெ என்ற கர்மலீத்தா பாதிரியும் மலங்கரை மிஷனரிக்காரர்களும் எழுதியனுப்பிய விண்ணப்பங் களும் கடிதங்களும் லிஸ்பனுக்கு வந்ததைப்போல ரோமுக்கும் வந்தன.

72 பாதிரி யௌஸேப்பு தெ ஸொல்லிதெரெ என்ற இன்றைய கொச்சி ஆயரும் மலங்கரை மிஷனரிக் காரர்களும் நம்மைப்பற்றி எழுதியனுப்பிய புகார்கள்

மார் தோமா ஆயரின் விஷயத்தில் விசாரணைகள் நடத்துவதற்கு, போப்பாண்டவரின் பெயரால் கர்தினால் அந்தோநெல்லி, அன்று கொச்சி ஆயரும் இன்று கோவா ஆயருமான மரியாதைக்குரிய யௌஸேப்பு தெ ஸொல்லிதெரெய்க்கு ஒரு கட்டளை அனுப்பி யிருந்ததைப் பற்றி 51ஆம் அத்தியாயத்தில் சொல்லியிருப்பது நினைவிருக்கிறதல்லவா. அவர் எழுதியனுப்பிய பதில் கொஞ்சம் நல்ல முறையிலும், கொஞ்சம் தோன்றியபடியும், கொஞ்சம் நமக்கு அனுகூலமாகவும், கொஞ்சம் நமக்கு எதிராகவும், கொஞ்சம் உண்மையாகவும், கொஞ்சம் பொய்யாகவும் உள்ளதொரு நீளமான பதில். அதை இங்கே பெயர்த்தெழுதத் தொடங்கினால் நாம் விஷயத்திலிருந்து மிகவும் விலகிவிடுவோம் என்று தோன்றியதால், அதை நூலின் முடிவில் சுருக்கமாகக் கொடுக்கலாம் என்று கருதுகிறேன்.

நமக்கு மதத்தைக் கற்று கொடுக்கும் நம் எஜமானர்கள் நம்மைப் பற்றி எழுதியனுப்பியது என்னவென்றறிய நம் மக்களுக்கு விருப்பம் ஏற்படாதிருக்காது. நாம் மிகவும் அன்பு செய்கின்ற, மதிக்கின்ற நம் எஜமானர்கள் நம்மை எப்படி நேசிக்கிறார்கள் என்றும் அந்நிய நாடுகளில் அவர்கள் நம்மை எப்படி மதிக்கிறார்கள் என்றும் தெரிந்து கொள்வதற்காக, அந்த அறிக்கையில் அடங்கியிருக்கும் சில விஷயங்களை மட்டும் இங்கே சுருக்கமாக எழுதுகிறேன். அதாவது:

1. கரியாட்டில் யௌஸேப்பு பாதிரியையும் அவர் நண்பரையும் போர்த்துகீஸுக்கு அல்ல, ரோமுக்கு மட்டும்தான் அனுப்பி யிருக்கிறார்கள்.

2. ஒரு ஸுரியானி ஆயருடையவும்; இரண்டு ஸுரியானி மல்பான்களுடையவும்; பத்து மிஷனரிக்காரர்களுடையவும்; சுய சமூகத்தைச் சேர்ந்த 32 மாணவர்களுக்கு வேண்டிய ஒரு ஸெமினரியின் காரியத்திற்காகவும்தான் அவர்களை அனுப்பியிருக்கிறார்கள்.

3. கரியாட்டியும் அவர் குழுவினரும் கிளம்பியிருப்பது லௌகீக காரியங்களுக்காக மட்டும்தான்; வேறு எதற்காகவும் அல்ல.

4. கரியாட்டியின் இந்தப் பயணம் திருவிதாங்கூர் ராஜாவுக்குப் பிடிக்கவில்லை. அவர் அதைப் பற்றி விசாரித்து வருகிறார்.

5. அவர் இந்த ஊருக்குத் திரும்பி வந்தால் முன்பு இருந்ததை விடப் பெரிய பிரச்சினையும் கலகமும் இந்தப் பிரதேசத்தில் ஏற்படும்.

6. குலப் பெருமையுள்ள ஸுரியானிக்காரர்கள் யாரும் கரியாட்டியை ஆயராக ஏற்றுக்கொள்ள மாட்டார்கள்.

7. மலங்கரையில் உள்ள மக்களுக்கு ஆள்வதற்குத் தெரியாது. அது மட்டும் அல்ல, சொந்த சமூகத்தைச் சேர்ந்த ஆயர்களை அவர்கள் அனுசரிக்கவும் மாட்டார்கள்.

8. மிஷனரிக்காரர்களை மலங்கரைக்கு அனுப்பிக்கொண்டிருக்க வில்லையென்றால் அகிறிஸ்தவர்கள் மதம் மாற மாட்டார்கள்.

9. மிஷனரிக்காரர்கள் இப்போது பல கஷ்டங்களையும் சகித்துக்கொண்டிருக்கிறார்கள். இவற்றைவிடப் பெரிய துன்பங்கள் நேரிட்டாலும் ரோமிலிருந்து பிரத்தியேகக் கட்டளை வருவதுவரை அவர்கள் இப்போதுள்ள லத்தீன் தேவாலயங் களையும் ஸுரியானி தேவாலயங்களையும் கைவிட மாட்டார்கள்.

10.மார் தோமா ஆயரைப் பற்றிச் சொன்னால், அவர் கத்தோலிக்கராக சம்மதித்திருக்கிறார் என்பது உண்மைதான். ஆனால், அது அவர் சொல்கிற நிபந்தனையின்படிதான் இருக்க வேண்டும். உதயம்பேரூர் மத மாநாட்டின் முடிவுகள் அவருக்கு ஏற்புடையவை அல்ல. அவர் இப்போதும் பழைய தவறுகளைத் திரும்பச் செய்துகொண்டிருக்கிறார். இப்போதும் அவர் புனிதப் பொருள் வியாபாரம் (Simoniac - கோயில் மானியங்களை

> விற்று வில்லங்கம் செய்பவர்) செய்கிறார். லௌகீக நோக்கங்களை முன்னிறுத்தித்தான் அவர் கத்தோலிக்க நம்பிக்கையை ஏற்றுக்கொள்ள வருகிறார். மார் தோமா சத்திய விசுவாசத்தை ஏற்றுக்கொண்டால் அவரின் மக்கள் அவரைக் கைவிட்டு இடத்தூட்டுக்காரரான கூரில்லோஸை வரவழைத்து தங்களின் ஆயராகப் பதவியேற்றுவார்கள்.

இப்படியெல்லாம் நம் காரியங்களைப் பற்றி எழுதிய பிறகு அந்த அறிக்கையில் தன் சொந்த விஷயங்கள் இரண்டை எழுதியிருந்தார். அதாவது, யோஹன்னான் மரியம் பாதிரி விகாரி அப்பஸ்தோலிக்கா ஆனார் என்றும், யௌஸேப்பு மரியம் பாதிரி சென்னபட்டணத்தில் இறந்தார் என்றும் இந்த அறிக்கைக்கு மேலாக மலங்கரையிலுள்ள மிஷனரிக்காரர்கள் வேறு பல கடிதங்களையும் எழுதி அனுப்பியிருந்தார்கள். ஆயினும் லிஸ்பனிலுள்ள பேப்பல் பிரதிநிதியின் கைக்கு வந்த இந்த அறிக்கையின் வாக்கியங்களை மட்டுமே நாம் சூட்சுமமாகத் தெரிந்துகொள்ள முடிந்தது. அதை மட்டும் இங்கே சுருக்கமாகத் தந்திருக்கிறேன்.

கடவுளின் நற்செய்தியையும், அவருக்கு விருப்பமான நற்செயல்களையும் நமக்குக் கற்றுக்கொடுப்பதற்காக தொலைதூர ஐரோப்பிய நாடுகளிலிருந்து மிகவும் கஷ்டப்பட்டுத் துன்புற்று நம் நாட்டுக்கு வந்து சேர்ந்த மிஷனரிக்காரர்களை நாம் கடவுளின் தூதர்களைப்போல வரவேற்றோம். அவர்கள் சொல்வதை இறைவாக்குப்போலக் கேட்டோம். ஆனால், நற்செய்தி ஊழியர்களான உண்மையும் நெறியுமுள்ள பாதிரியார்களுக்குப் பொருந்தாத காரியங்களைத்தான் அவர்கள் எழுதியனுப்பினார்கள். மேற் சொன்ன அறிக்கையை எழுதியனுப்பிய ஆயரிடம் ஒரு சாதாரண மனிதனின் மொழியில் நான் கேட்கிறேன்:

கரியாட்டி பாதிரியும் அவர் குழுவினரும் மலங்கரைப் பிரதேசத்திலிருந்து ஐரோப்பாவுக்குச் சென்றது எதற்கு என்று நன்றாக விசாரித்து அறிந்துதானா நீ இப்படி எழுதினாய்? அல்லது உன் இதயத்தின் கொடூரத்தையும் வன்மத்தையும் வெளிப்படுத்துவதற்கும் ஐரோப்பியர்களை ஏமாற்றுவதற்கும் எழுதினாயா? எங்கள் பயணத்தின் நோக்கத்தை நீ அறிந்திருக்கவில்லையென்று உன் மனசாட்சியே உன்னிடம் சொல்லியிருக்கும். நீ எழுதியது சுத்த மோசடியென்று, பார்ப்பவர்களுக்கெல்லாம் புரியும். அது எப்படியென்றால் எங்கள் சபை எங்களை அனுப்புவது எதற்கு என்று வார்த்தைகளால் சொல்லியனுப்பியது மட்டுமல்ல, எழுதிக் கொடுத்தும் அனுப்பியது. யாருக்காவது சந்தேகம் இருந்தால் எங்களிடமுள்ள

கடிதத்தையும் அத்தாட்சியையும் பார்த்து சந்தேகத்தைத் தீர்த்துக் கொள்ளலாம். அப்படியிருக்கும்போது, உன் இந்த அறிக்கை உன் கொடுமனதையும் பகையையும் வெளிப்படுத்துவதற்கு மட்டும் தான் உதவி செய்யும்.

நீ எழுதியனுப்பிய காரியங்களைக் குறித்து உனக்கு ஏதாவது சந்தேகம் இருந்தால், ஒவ்வொன்றைக் குறித்தும் வாதிட்டு உனக்கு நான் புரிய வைக்கிறேன்.

மேற்சொன்ன அறிக்கையில் நீ எழுதியனுப்பிய விஷயங்களில் சில எங்களுக்கு மட்டுமல்ல, எங்கள் சமூகத்தினர் அத்தனை பேருக்கும் அவமானம் ஏற்படுத்துபவை என்பதால் கொஞ்சம் கடுமையான மொழியில் பதில் சொல்ல வேண்டும் என்று எனக்குத் தோன்றுகிறது. இனப் பற்றால் ஏற்படும் இந்தக் கடுமையைப் பார்த்து நீ சங்கடப்படாதே. ஏனென்றால் தன் இனம் மொத்தத்துக்கும் வரும் அவமானத்தைத் துடைக்க வேண்டிய கடமை எல்லோருக்கும் உண்டு.

கரியாட்டி யௌஸேப்பு பாதிரியும் அவரைச் சேர்ந்தவர்களும் போர்த்துகீஸுக்கு அல்ல, ரோமுக்கு மட்டும்தான் அனுப்பப் பட்டார்கள் என்று நீ சொல்லியிருப்பதைப் படித்தால், "கயிறு என்றெண்ணி கருநாகத்தைப் பிடித்தான்" எனும் குழந்தைக் கதை போன்றிருக்கிறது. நாங்கள் எதற்குப் புறப்பட்டோம் என்பதைப் பற்றி நீ இவ்வளவெல்லாம் அறிந்திருக்கும் நிலையில், எங்கள் சமூகத் துக்கும் தேவாலயங்களுக்கும் உதவியும் உயர்வும் ஏற்படும் காரியங் களுக்கு முடிந்தவரையிலான எல்லாப் பிரயத்தனத்தையும் செய்து கொள்ளும்படி, எங்கள் சபை எங்களுக்கு வார்த்தை மூலமாகவும் எழுத்து மூலமாகவும் முழுமையான அதிகாரம் கொடுத்திருக்கும் விவரத்தை நீ அறியாதிருந்தது எனக்கு மிகவும் வியப்பாக இருக் கிறது. ஏலியா தீர்க்கதரிசியைப் பிடிப்பதற்கு ஸிரியா ராஜா அனுப் பிய படைகளுக்கு ஏற்பட்டதுபோன்று உனக்கும் ஏதோ ஏற்பட்டிக்க வேண்டும். ஸிரியா ராஜா, இஸ்ராயேல் ராஜாவுக்கு எதிராகப் படை ஆயத்தம் செய்தான். இஸ்ராயேலை வஞ்சக வலையில் வீழ்த்த ஸிரியாக்காரர்கள் பல கபட தந்திரங்களும் செய்து பார்த் தார்கள். ஆனால் ஏலியா தீர்க்கதரிசி ஒவ்வொரு மோசடி வேலை யையும் தன் ஞான திருஷ்டியால் அறிந்து இஸ்ராயேல் ராஜாவிடம் தெரிவித்து வந்ததால் அவை எதுவும் பலிக்கவில்லை. இஸ்ராயேல் காரர்கள் எல்லா சதியிலிருந்தும் தப்பினார்கள். ஏலியா தீர்க்கதரிசி தான் இஸ்ராயேல்காரர்களை இப்படிக் காப்பாற்றி வருகிறார் என்று ஸிரியா ராஜா தெரிந்துகொண்டான். ஏலியா

தீர்க்கதரிசியைப் பிடித்துக் கட்ட வேண்டும் என்பதுதான் அடுத்த முயற்சி. ஸிரியா படை, தீர்க்கதரிசி இருந்த கர்மல மலையைச் சூழ்ந்தது. தீர்க்கதரிசியின் பணியாள் இதைப் பார்த்துக் கலவர மடைந்து ஓடிச் சென்று தீர்க்கதரிசியிடம் விவரத்தைச் சொன்னார். அவரிடம் சொன்னார் தீர்க்கதரிசி: "நீ அஞ்ச வேண்டாம். எதிரிப் படையைவிட அதிகமான ஆட்கள் நம்மிடம் இருக்கிறார்கள்."

இப்படிச் சொன்ன பிறகு தீர்க்கதரிசி, அந்தப் பணியாளனின் கண்களைத் திறந்தருளும்படி கடவுளிடம் வேண்டினார். கடவுள் பணியாளனின் கண்களைத் திறந்தார். சுற்றிலும் உதவிக்கு நிற்கும் எண்ணற்ற ஆண்களைக் காட்டினார். அதன் பிறகு தீர்க்கதரிசி தன்னைப் பிடிக்க வந்தவர்களிடம் தயக்கமின்றிச் சென்று, "நீங்கள் யாரைத் தேடி வந்திருக்கிறீர்கள்?" என்று கேட்டார்: "நீங்கள் தேடி வந்த ஆள் இங்கே இல்லை. என்னுடன் வந்தால் காட்டுகிறேன்" என்று சொல்லிக்கொண்டு அவர் அவர்களை இஸ்ரயேல் ராஜா இருக்கும் சமரேன் நகரத்துக்கு அழைத்துச் சென்றார். தீர்க்கதரிசி யின் பிரார்த்தனையால் கடவுள் அவர்களின் கண்களைக் கட்டியிருந்தார். அதனால் எங்கே செல்கிறோம் என்று தெரியாமல் அவர்கள் தங்கள் எதிரியின் முன்னால் சென்றார்கள். அதுபோன்று நீதிமானான கடவுள் இங்கே உன் கண்களைக் கட்டியிருப்பதாக எனக்குத் தோன்றுகிறது. காரணம் நான் சொல்கிறேன், நாங்கள் ஒரு பறங்கிக் கப்பலில் ஏறி பறங்கி நாட்டுக்குப் புறப்பட்டிருக்கிறோம் என்று முன்பே உனக்குத் தெரியும். கொடுங்கல்லூர் பேராயர் இயற்கையெய்திய விவரமும் அடுத்த பேராயரைப் பெயர் அறிவிக்க வேண்டிய அதிகாரம் போர்த்துகீஸ் ராஜாவுக்குத்தான் இருக்கிறது என்ற விஷயமும் உனக்குத் தெரியும். நாங்கள் போர்த்துகீஸுக்குச் சென்றால் இந்த விஷயத்தைக் குறித்து ராஜாவுக்கு விண்ணப்பம் சமர்ப்பிப்போம் என்றும் உன்னால் ஊகிக்க முடிந்திருக்கும். ஆயினும் நாங்கள் ரோமுக்கு மட்டும் அனுப்பப்பட்டவர்கள் என்ற தவறான புரிதல் உனக்கு ஏற்பட்டதென்றால், எங்கள் தேவாலயத் தினரின் பிரார்த்தனையின் காரணமாக சர்வேஸ்வரன் உன் கண்களைக் கட்டிவிட்டதுதான் காரணமாக இருக்கவேண்டும். இல்லையென்றால் நாங்கள் ரோமுக்குச் செல்லும் விவரமறிந்து ரோமிலுள்ள அதிகாரிகளை எங்கள் எதிரிகளாக்கிவிட்டது போன்று, போர்த்துகீஸில் உள்ளவர்களையும் எங்கள் எதிரிகளாக மாற்றிவிட நீ சர்வ சக்தியுடனும் கடும் முயற்சி செய்திருப்பாய். நீ சொல்கிறாய், ஒரு ஸுரியானி ஆயர் தொடர்பான, இரண்டு ஸுரியானி மல்பான்கள் சம்பந்தமான, பத்து நற்செய்தி ஊழியர்கள் பற்றிய, 32 மாணவர்களுக்குத் தேவையான ஒரு ஸெமினரி குறித்த

விஷயங்களுக்காகத்தான் எங்களை அனுப்பியிருக்கிறார்களென்று. நல்லது, நல்ல காரியம். நீ ஒன்றுக்கொன்று முரணாகப் பேசாதிருந் தால் உன் இந்த வார்த்தைகளைப் பலரும் நம்பியிருப்பார்கள். ஆனால், வாலும் தலையும் இல்லாமல் ஒன்றுக்கொன்று முரண் பாடாக நீ பேசுவதை எல்லோரும் தெளிவாகப் பார்க்க முடிவதால் படுமுட்டாள்களைத் தவிர அறிவுள்ளவர்கள் யாரும் உன் இந்த வார்த்தைகளை நம்ப மாட்டார்கள். ஏனென்றால் கரியாட்டில் பாதிரியும் குழுவினரும் ரோமுக்கு அனுப்பப்பட்டவர்கள் என்று நீ முதலில் கூறினாய். ஸுரியானி ஆயரையும் ஸுரியானி மல்பான் களையும் அழைத்து வருவதற்காகத்தான் அவர்கள் அனுப்பப்பட்டி ருக்கிறார்கள் என்று இரண்டாவதாகச் சொல்கிறாய். ஸுரியானி அறிந்த ஒரே ஒரு ஆள்கூட இல்லாத, லத்தீன்காரர்கள் மட்டுமுள்ள ரோமுக்கு, ஸுரியானி ஆயரையும் மல்பான்களையும் கொண்டு வருவதற்காக அனுப்பியிருக்கிறார்கள் என்றால் யார் இதை நம்பு வார்கள்? ஸுரியானிக்கார ஆயரையும் ஸுரியானி மல்பான்களை யும் அழைத்து வரத்தான் எங்கள் சபை எங்களை அனுப்பியிருக்கிற தென்றால், ஸுரியானிகளின் நாடான பாபேலிக்கோ, நியூபக்க ரிக்கோ, முஸூலிக்கோ, ஸுரியானி படிக்கவும் படிப்பிக்கவும் செய்கிற ஏதாவது இடத்திற்கோ எங்களை அனுப்பியிருக்க வேண் டும். அப்படிச் செய்யவில்லையல்லவா. ரோமுக்குத்தான் எங்களை அனுப்பியிருக்கிறார்கள் என்ற உண்மையை நீ முன்பே சொல்லி விட்டாயல்லவா. அப்படியிருக்கும்போது, ஸுரியானிக்காரர்களைக் கொண்டு வருவதற்குத்தான் எங்களை அனுப்பினார்கள் என்று இரண்டாம் மூச்சில் சொல்லி நம்ப வைக்க முயன்ற உன் அகங்கா ரத்தை நினைத்தால் எனக்கு ஆச்சரியமாக இருக்கிறது. கரியாட்டில் பாதிரி முன்பு ரோமுக்குச் சென்றிராத ஆளாக இருந்தால், ஸுரியானிக்காரர்களைத் தேடி அவர் ரோமுக்குச் சென்றார் என்று சொன்னால் யாராவது நம்பியிருப்பார்கள். ரோமில் ஸுரியானிக் காரர்கள் இல்லையென்பது உனக்குத் தெரியவில்லை என்றுகூட சொல்வதற்கு வழியில்லை. உனக்கு ரோமில் உள்ள நிலை நேரடி யாகத் தெரியும். இந்த உண்மைகளெல்லாம் உனக்கு எதிராக இருக் கும்போது, ஸுரியானிக்காரர்களைக் கொண்டு வருவதற்குத்தான் எங்களை ரோமுக்கு அனுப்பினார்கள் என்று சொன்னால், அறிவுள்ளவர்கள் யாரும் அதை நம்ப மாட்டார்கள்.

நீ இப்படி சந்தேகப்படவும் சொல்லவும் தேவையான அளவு சங்கதிகள் இருக்கின்றன என்று ஒப்புக்கொள்கிறேன். ஏனென்றால், நாங்கள் ஸுரியானிக்காரர்கள். மார் தோமா அப்போஸ்தலர் எங்கள் நாட்டில் நற்செய்தியை அறிவித்த காலம் முதல் இன்றுவரை

முடங்காமல் ஸுரியானியில்தான் எங்கள் தேவாலயங்களின் வழிபாட்டு முறைகளை நடத்தி வருகிறோம். இதைப் பார்த்துப் பொறாமை கொண்ட உன் பெரியவர்கள், எங்கள் தேவாலயங் களின் இந்தப் புராதன முறையை மாற்றுவதற்கு முடிந்ததை யெல்லாம் செய்து பார்த்தார்கள்; பலிக்கவில்லையென்றறிந்து சலித்துப்போய் பின்வாங்கிவிட்டார்கள். இன்று உன் முயற்சி என்ன? உன் முன்னோர்களின் பிரயத்தனத்தைவிட நல்லதா? நிச்சயமாக அதைவிட இழிவாகிறது. உன் எண்ணத்தையும் செயலை யும் நுட்பமாகப் பார்த்தால், தன் பெரும் பக்தியை வெளியே காட்டுவதற்காக தன் சம்பளத்தைச் செலவிட்டு ஒரு பெரிய மணி வாங்கி தேவாலயத்தில் கட்டித் தொங்கவிட்ட பிசாசின் செயல்போலத்தான் இருக்கிறது. வழிபாட்டு நேரத்தை மக்களுக்கு அறிவிக்க ஒரு பெரிய மணி வார்க்கச் செய்து தொங்கவிட்டது உலகின் பார்வையில் ஒரு புண்ணிய காரியமல்லவா. ஆனால், பிசாசின் மனதிலிருந்தது என்ன? மணி இல்லாதபோது நேரம் அறிவதற்குச் சிரமமாக இருந்ததால், தேவாலயத்தில் வழிபாடு நடத்துவதற்கு நீண்ட நேரம் முன்பே மக்கள் தேவாலயத்துக்கு வந்துவிடுவார்கள். வழிபாடு ஆரம்பிப்பதுவரை அவர்கள் அங்கே பிரார்த்தனை செய்து வந்தார்கள். இந்த விசுவாசத்தைப் பார்த்துச் சகிக்க முடியாமல்தான் சாத்தான் மணி வாங்கி தேவாலயத்தில் கட்டியது. மக்கள் இனி வழிபாடு ஆரம்பித்தவுடன்தான் தேவாலயத்துக்கு வருவார்கள். உன் மனோபாவமும் இதுதான். நீ வெகுகாலம் ரோமில் விண்ணப்பித்து மலங்கரைக்கு ஒரு ஸெமினரி அனுமதித்தாய். இந்தியாவைச் சேர்ந்த ஆறுபேருக்கு ரோமில் உள்ள ப்ரொப்பகந்தாவில் இடம் இருந்தது. அதில் நால்வருக்குக் கொடுத்து வந்திருந்த கல்வி உதவித் தொகையை நீ மலங்கரையி லுள்ள உன் ஸெமினரிக்கு வளைத்துக்கொண்டாய். உலகத்தின் பார்வையில் உன் செயல் எவ்வளவோ நன்மை மிக்கது! வறியோ ரும் துன்புற்றோருமான மலங்கரைக்காரர்களிடம் கருணையும் இரக்கமும் ஏற்பட்டு அவர்களின் அறியாமையைப் போக்கி கண் களைத் திறந்துவிட்டு, அவர்களை அறிவாக வளர்த்துக்கொண்டு வருவதற்காக ரோமுக்குச் சென்று இடைவிடாமல் பிரயத்தனம் செய்து மலங்கரைக்கு ஒரு ஸெமினரி கொண்டு வந்தாய் அல்லவா என்று, பார்ப்பவர்களுக்கெல்லாம் தோன்றும். ஆனால், கள்ளத் தீர்க்கதரிசிகளும் போலி மீட்பர்களும் யாரென்று அவர்களின் செயல்களைப் பார்த்துப் புரிந்துகொள்ள வேண்டும் என்று புனித நூலில் சொல்லியிருப்பதுபோன்று உன் மனதில் என்ன எண்ணமி ருந்தது என்று உன் செயல்களை அவதானிக்கும் அறிவாளிகள்

புரிந்து கொள்வார்கள். அது என்னவென்றால், உன் இந்த செமினரியில் படித்து வெளியே வரும் ஆட்கள் ஏதாவது படித்து விட்டுத்தான் வருகிறார்களா? அவர்கள் லத்தீன் மொழியாவது படிக்கிறார்களா? அவர்களுக்கு எழுத்துகூடத் தெரியாதென்பது மலங்கரையில் பிரசித்தம். அவர்களுக்கு ஸுரியானி தெரியுமா? அவர்களில் பலருக்கு, வழிபாட்டிலும் பிரார்த்தனையிலும் சொல் லும் வார்த்தைகளின் அர்த்தம்கூடத் தெரியாது. பிறகு அவர்கள் அங்கே என்ன படிக்கிறார்கள்? உனக்கு அடிமை வேலை செய்ய அவர்கள் அங்கே படிக்கிறார்கள். தவிர, மலையாளத்தில் அறிவும் அடிப்படையுமற்ற குழந்தைகளுக்காக எழுதித் தயாரித்திருக்கிற வேத பாடமும் ‘நான்கு மொழி கூதாச’(வழிப்பாட்டுப் புத்தகம்) என்று சொல்கிற படு மோசடியையும் நீ அவர்களுக்குக் கற்றுத் தருவாய். மலையாளத்தில் உருவாக்கிவிட்டிருக்கும் இந்தப் படுவஞ்சனைகளைப் படிப்பதற்கு செமினரி இருந்தே ஆக வேண்டும் என்ற கட்டாயம் இருக்கிறதா? இந்த வேலைக்கு யாராவது கிராமத்து ஆசிரியரே போதும். இதற்கு ஒரு பள்ளிக்கூடம் ஆரம்பித்தாலே தாராளமாகப் போதும். அப்படியென்றால், செமினரி உண்டாக்கியதும் அதற்கு ரோமிலிருந்து பணம் வாங்கிய தும் எதற்கு? உனக்கு அடிமைப் பணி செய்ய நிறைய ஆட்களை வார்த்தெடுக்க வேண்டும். உன் அருமை பெருமைகளையெல்லாம் எல்லோருக்கும் தெரிவிக்கவும் வேண்டும். எங்கள் சமூகம் மிக நெருக்கடியையும் துன்பங்களையும் அனுபவித்து வந்தது என்றாலும் கடவுளின் அருளால் எங்கள் முன்னோர்கள் ஒரு நிதிபோன்று எங்களுக்குக் கையளித்த புனித நூல் குறித்த அறிவைக்கூட அழித்த படிதான், மேற்சொன்ன மலையாளத்தில் எழுதிய படு வஞ்சனை களைச் சொல்லிக்கொடுத்து மலங்கரை கிறிஸ்தியானிகளை ஒவ்வொரு மொழியும் தெளிவான உச்சரிப்பும் புனித நூல் பரிச்சயமும் இல்லாத மூடர்களாக்கிவிட்டு நீ அவர்களை உன் சொற்படிக் கொண்டு வருகிறாய். உன் இந்த சதி மற்றும் கொடுமை யின் காரணமாக 1773இல் மார் ப்லாரன்ஸியூஸ் பேராயரின் சவ அடக்கப் பிரச்சினையைத் தொடர்ந்து எங்கள் தேவாலயத்தினர் அங்கமாலியில் கூடி உன் தலைமையிடமான வராப்புழயிலிருந்து இந்த செமினரியை ஆலங்காட்டுக்கு மாற்ற வேண்டும் என்று கேட்டார்கள். நீ அதற்குச் சம்மதிக்கவும் செய்தாய். பிறகும் உன் நயவஞ்சகத்தின் மூலமாக; எம் மக்களின் திறமைக்குறைவு மற்றும் கஷ்டத்தின் காரணமாக, உன் இருப்பிடமான வராப்புழயையே நீ செமினரி இருக்கும் இடமாக ஆக்கி விட்டாய். அப்படி உன் விருப்பம்போல உனக்குப் பணிவிடை செய்ய எங்கள் உதவிக் குருக்களை அதில் நீ புகுத்தவும் செய்தாய்.

அவ்வாறு எங்கள் மக்களுக்கு மிக முற்காலத்திலிருந்தே இருந்து வந்த அந்தஸ்தையும் அவர்களின் பூர்வ ஆசார முறைகளையும் அழிப்பதற்கு நீ எப்போதும் முயற்சித்துக்கொண்டிருப்பதில் மலங்கரையினருக்கு முற்றிய வெறுப்பு உள்ளதென்று உனக்கே நன்றாகத் தெரியும். அதனால் இந்தத் தொலைதூர பூமிக்கு எங்களை அனுப்பியிருக்கிறார்கள் என்று கேள்விப்பட்டபோது, அது ஸுரியானி ஆயரையும் மல்பான்களையும் கொண்டு வருவதற்காகத்தான் என்று நீ சந்தேகித்ததில் தவறில்லை. ஆனால் முன்பு நான் தெளிவுபடுத்தியிருப்பதுபோன்று, உன் வாதங்களுக்கு நீயே எதிர் வாதம் செய்திருப்பதால் ஐரோப்பாவில் யாருக்கும் அது புரியவில்லை.

மூன்றாவதாக நீ சொல்கிற கரியாட்டியும் குழுவினரும் புறப்பட்டது, லௌகீகக் காரியங்களுக்காகத்தானே தவிர வேறொன்றுக்காகவும் அல்ல. இது எவ்வளவு பெரிய நகைச்சுவையாக எனக்குத் தோன்றுகிறது என்று என்னால் விவரிக்க முடியவில்லை. "ஒன்று படித்திருக்க வேண்டும், இல்லையென்றால் குடித்திருக்க வேண்டும்" என்று மலையாளத்தில் ஒரு பழமொழி இருக்கிறது. நீ இந்த அறிக்கையை எழுதியது படித்துவிட்டு அல்ல, குடித்துவிட்டுத்தான் என்று எனக்குத் தோன்றுகிறது. அது ஏனென்றால், மனிதர்களின் விசுவாசங்களையும் அவர்கள் அறிய வேண்டியவற்றையும் மாற்றுவதற்கு முயற்சிக்கும் ஒருவர் தனக்கு எதிராகவே பேசுவதைவிட கேலிக்குரியதாக என்ன இருக்கிறது? ஸுரியானி ஆயர், மல்பான்கள், ஸெமினரி சம்பந்தப்பட்ட காரியங்களுக்காகத்தான் கரியாட்டியையும் குழுவினரையும் அனுப்பியிருக்கிறார்கள் என்று இரண்டாம் பாராவில் சொன்னதற்குப் பிறகு, லௌகீக காரியங்களுக்காகத்தான் புறப்பட்டார்கள் என்று நீ மூன்றாம் பாராவில் சொல்கிறாய். நான் உன்னிடம் கேட்கிறேன், ஆயருக்காகவும் ஆன்மிக குருக்களுக்காகவும் வழிபாட்டு முறைகள் பயிற்றுவிக்க ஸெமினரிக்காகவும் பிரயத்தனம் செய்வது லௌகீக காரியமா? ஆன்மிக காரியமா? இது லௌகீக காரியம் என்றால் மிசிஹா கர்த்தரும் அப்போஸ்தலர்களும் சபைத் தந்தைகளும் கற்றுக்கொடுத்து வந்ததெல்லாம் லௌகீக காரியங்கள். தெய்வீக காரியங்கள் அல்ல. நீ இதை ஏற்றுக்கொள்கிறாயா? யாராவது இதை ஏற்றுக்கொள்வார்களா? அப்படியென்றால், ஸுரியானி ஆயருக்காகவும் மல்பான்களுக்காகவும் ஸெமினரிக்காவும்தான் எங்களை அனுப்பியிருக்கிறார்கள் என்று நீ சொல்லிவிட்ட நிலையில் லௌகீக காரியங்களுக்காக அல்ல, ஆன்மீக காரியங்களுக்காகத்தான் நாங்கள் புறப்பட்டிருக்கிறோம் என்று நீயே சொல்லியிருக்க வேண்டும். ஆனால் நீ நேர்

எதிராகச் சொல்லியிருக்கிறாய். இப்படித் தன் வாதங்களுக்கு எதிராக ஒருவர் பேசும்போது அதற்கு நான் என்ன பதில் சொல்வது? உன்னிடம் சொல்வதற்கு எனக்கு, கோரிந்துகாரர் களிடம் பௌலோஸ் அப்போஸ்தலர் சொன்ன வாக்கியங்களைத் தவிர வேறொன்றும் தோன்றவில்லை. மிசிஹாவுக்காக முட்டாளானவர்கள் நாங்களும், அறிவாளிகள் நீங்களும். சிறந்தவர்கள் நீங்களும், அற்பமானவர்கள் நாங்களும். நீங்கள் செய்வதெல்லாம் கடவுளுக்காக, நாங்கள் செய்வதெல்லாம் லௌகீக காரியங்களுக்காக. முற்காலத்தில் தந்தையரின் காலத்தில் ஸுரியானிக்காரரான மார் செமயோன் என்ற ஆயர் மலங்கரைக்கு வந்தபோது அவரைக் கொண்டு சதியாக, ஆஞ்சலோஸ் என்ற ஆயரைப் பதவியிலமர்த்திய பிறகு, அர்த்த ராத்திரியில் யாருக்கும் தெரியாமல் செமயோன் ஆயரைப் பிடித்துப் புதுச்சேரிக்குக் கொண்டு சென்று ஒரு அறையில் பூட்டி வைத்துக் கொன்றதும்; மார் கப்ரியேல் பேராயர் மலங்கரைக்கு வந்து, தனக்கு போப்பாண்டவரின் நம்பிக்கைதான் உள்ளதென்று வெளிப்படையாக அறிவித்தும் அவரைக் குறித்து ரோமுக்கு அறிக்கை அனுப்பி அவர் இடத்தூட்டுக்காரர் ஏமாற்றுக்காரர் என்று ரோமிலிருந்து உத்தரவு வரவழைத்ததும்; இடப்பள்ளிக்காரர் சாக்கோ பாதிரியின் காரியத்தில் உண்மை நிலையை விசாரித்து அறியாமலும் மரண நேரத்தில் அவர் பாவ மன்னிப்புப் பெற வேண்டும் என்று கேட்டுக்கொண்டும் அனுமதிக்காமலும் சிறையிலடைத்துக் கொன்ற பிறகு பாயில் சுற்றிக் கட்டி நாயைப் புதைப்பதுபோலப் புதைத்ததும்; நான்கு தேவாலயத்தினர் விசாரித்து தீர்ப்புச் சொல்லாமல் தண்டிப்பதில்லையென்று 1773ஆம் ஆண்டு நீங்களே அங்கமாலியில் எழுதித் தந்த பிறகு, எங்கள் மக்களுக்குச் சக்தியில்லாததால், எழுதித் தந்ததையெல்லாம் புறக்கணித்து பனச்சிக்கல் வர்கீஸ் பாதிரியாரை மலையாற்றூர் தேவாலயத்தில் புது ஞாயிறன்று மக்கள் கூட்டத்தின் நடுவிலிருந்து, குற்றத்தை வெளிப்படுத்தாமல் பிடித்துக் கட்டி கழுத்தில் சங்கிலியிட்டு இழுத்துச் சென்று, தேவாலயத்தினர் விசாரித்து தீர்ப்புச் சொல்ல வாய்ப்புக் கொடுக்காமல் கட்டிலின் மீது கிடத்தி வடுகர்களைக் கொண்டு தாக்கச் செய்ததும்; எங்கள் தேவாலயத்தின் பெருநாள் கொண்டாட்டத்திற்கு வந்துவிட்டு அங்கே வசூலாகும் காணிக்கைப் பணம் முழுவதையும் அபகரித்துச் சென்று ஊதாரித்தனமாகச் செலவு செய்வதுமெல்லாம் நீங்கள் கடவுளுக்காகச் செய்தது. நாங்கள் நெடுந் தொலைவு நாட்டிலிருந்து தேவாலயத்தினரின் கட்டளைப்படி கஷ்டப்பட்டுப் பயணம் புறப்பட்டிருப்பது லௌகீக காரியத்துக்காக! நன்றாயிருக்கிறது உங்கள் நியாயம். மற்றவர்கள்

அறிவும் புத்தியுமற்ற விலங்குகளாயிருந்தால் மிகவும் நன்றாக இருந்திருக்கும்.

ஆனால் மற்ற மனிதர்களுக்கு உன்னைப்போல அறிவும் விவேகமும் உள்ளதால் நீ சொன்னதொன்றும் ஐரோப்பாவில் யாருக்கும் புரியவில்லை. அதையெல்லாம் நம்புவதற்கேற்ற ஆட்களைக் கண்டு பிடிப்பது சிரமம். ஆயினும் உண்மையை மறுத்து இப்படியெல்லாம் சொல்லி மற்றவர்களுக்குத் தவறான புரிதலை ஏற்படுத்த நினைக்கும் உனக்கு எல்லுமோஸ் என்ற கள்ளத் தீர்க்கதரிசியின் அனுபவம் ஏற்பட்டுவிடாமல் கவனமாக இருக்க வேண்டும். முன்பொருமுறை ஸர்ஜியோஸ் பௌலோஸ் எனும் நீதிமானை உண்மையை விட்டு வழி தவறச் செய்ய முயற்சி செய்த அந்த எல்லுமோஸின் கதையை நீ கேட்டிருப்பாய்தானே? அவனைக் கடவுள் தண்டித்தது போன்று உன்னைத் தண்டிக்காதிருப்பதற்கு நீ பிரத்தியேகமாகக் கடவுளிடம் வேண்டிக்கொள்.

மலையாளக்கரையிலிருந்து மார் கரியாட்டி புறப்பட்டதைக் குறித்து திருவிதாங்கூர் ராஜா விசாரித்து வருகிறாராம்.

இதென்ன நகைச்சுவை! மலையாளக்கரையிலிருந்து அந்நிய நாடுகளுக்குச் செல்கிற மனிதர்களைக் குறித்தெல்லாம் எங்கள் ராஜா விசாரிப்பதுண்டோ? மலையாளத்திலிருந்து வருடந்தோறும் எத்தனையோ பேர் புறப்பட்டு மைலாப்பூருக்கும் பிறவிடங்களுக்கும் செல்கிறார்கள். எங்கள் ராஜா அவர்களைக் குறித்தெல்லாம் விசாரிப்பதுண்டா? மலங்கரையிலுள்ள உன் கூட்டத்தினர் பற்பல முறை ஐரோப்பாவுக்குச் செல்வதுண்டல்லவா. அவர்களைப் பற்றி எங்கள் ராஜா விசாரிப்பதுண்டா? அப்படியொன்றை இதுவரை கேள்விப்பட்டதில்லை. பிறகு கரியாட்டி புறப்பட்டதைக் குறித்து மட்டும் இந்த விசாரணை வருவதற்குக் காரணம் என்ன? கரியாட்டி தன் ராஜாவுக்கு எதிராக ஏதாவது சதித்திட்டத்துக்குப் புறப்பட்டாரா? ஐரோப்பிய மக்கள் இதற்குள் அதன் உண்மை நிலையை எங்கள் வார்த்தைகளிலிருந்து புரிந்துகொண்டு விட்டிருக் கிறார்கள். எங்கள் அருமை ராஜாவைப் பற்றி நாங்கள் எப்படிச் சொல்லியிருக்கிறோம் என்று அவர்களுக்கெல்லாம் தெரியும். அவரின் ராஜ்ஜியத்தின் உறுதியைப் பற்றியும் அவருடைய பெரும் படையைக் குறித்தும் கோட்டைகளின் சக்தியைப் பற்றியும் படைக் கருவிகளின் வகைகளைப் பற்றியும் நாங்கள் எப்படியெல்லாம் போப்பாண்டவரிடமும் போர்த்துகீஸ் ராஜாவிடமும் சொல்லி யிருக்கிறோம் என்று அவர்களுக்குத் தெரியும். இப்படியிருக்கும் போது எங்கள் ராஜா நாங்கள் புறப்பட்டதைப் பற்றி விசாரணை

நடத்தினார் என்றால், அது உன் பொய் மற்றும் அவதூறின் காரணமாகத்தான் இருக்க வேண்டும். நாங்கள் எங்கள் ராஜாவுக்கு மிகவும் அன்புடனும் மரியாதையுடனும் பணிந்து வாழ்கிறோம். நன்மை புரிந்தவர்களுக்கு தீங்கு ஏற்படுத்துவது உன் குணம். நீ செல்லும் நாட்டிலெல்லாம் எங்கள் ராஜாவைத் தாழ்த்தியும் அவமானப்படுத்தியும் பேசுவது வழக்கம். அதுபோல் நாங்களும் எங்கள் ராஜாவைப் பற்றிப் பேச வேண்டும் என்று நினைத்து, நீ எங்களைப் பற்றி மிகவும் மோசமாக எங்கள் ராஜாவிடம் சொல்லியிருக்க வேண்டும். ராஜா, உன் வார்த்தைகளைக் கேட்டு எங்கள் பயண நோக்கத்தைப் பற்றி விசாரிக்கவும் செய்திருக்க வேண்டும். ஆனால், காரியத்தின் உண்மைப் பொருள் வெளியே வரும்போது இப்படியான அவதூறுகளுக்கு என்ன நடக்கும் என்று உனக்குத் தெரியுமல்லவா? தெரியாதென்றால் நான் சொல்லித் தருகிறேன். அமதத்தாவின் மகன் ஹாமானுக்கு நடந்ததாக எஸ்தேரினின் புத்தகத்தில் விவரித்திருக்கும் அனுபவம்தான் உனக்கு ஏற்படும். ஹாமான், அஸ்வரூஸ் ராஜாவின் மந்திரியாயிருந்தான். யூதனான மர்தூக்கெயின் மீதான பகையின் காரணமாக ஹாமான் யூதர்களைப் பற்றி ராஜாவிடம் அவதூறு பேசி அவர்களை யெல்லாம் அழிப்பதற்கு உத்தரவு பெற்றான். ஆனால், யூதர்களின் மீது கடவுளின் கருணை ஏற்பட்டது. ராஜா, எஸ்தேர் என்ற ராணியின் வேண்டுகோளின் காரணமாக விஷயத்தின் உண்மை நிலை என்னவென்று உணர்ந்துகொண்டார். அவர் ஹாமானின் கொடுமையையும் சதியையும் புரிந்துகொண்டார். அவர் இஸ்ராயேல்காரர்களை (யூதர்களை) காப்பாற்றினார்; ஹாமானை யும் அவனது எட்டுப் பிள்ளைகளையும் சொந்த பந்தங்களையும் வதம் செய்தார். அதுபோன்று கடவுளின் கருணையால், காரியத் தின் உண்மை நிலையும் நீ எங்களிடமும் ராஜாவிடமும் காட்டிய மோசடி வேலையும் வெளிப்படும்போது நாங்கள் காப்பாற்றப் படுவோம்; நீயும் உன் வம்சத்தினரும் அழிந்துபோக வாய்ப்பிருக் கிறது. உனக்கு இந்தக் கெட்ட அனுபவம் ஏற்படாதிருக்க கடவுளிடம் வேண்டிக்கொள்.

கரியாட்டி இனி ஊருக்குத் திரும்பி வந்தால் இங்கே முன்பிருந் ததைவிடப் பெரிய பிரச்சினையும் கலகமும் இந்தப் பிரதேசத்தில் ஏற்படும் என்பதில் உனக்குச் சந்தேகமில்லை, அப்படித்தானே?

இதுவரை நீ சொல்லி வந்தது கடந்த காலத்தைக் குறித்தது. இப்போது நீ எதிர்காலத்தைப் பற்றித் தீர்க்கதரிசனம் சொல்லத் தொடங்கியிருக்கிறாய். உன் இதயத்தின் கொடிய குணத்தைப் பற்றி

நான் முன்பே தெரிந்துகொண்டிருக்கவில்லையென்றால் உனக்கும் பலாமைப்போலவும் கய்யாப்பாஸைப்போலவும் தீர்க்கதரிசன சக்தி இருக்கிறது என்று நானும் நம்பியிருப்பேன். ஆனால், உன் கொடிய குணம் எனக்குத் தெரியும் என்பதால் அந்தக் கொடுமையை நீ வாந்தியெடுத்தாய் என்பதைத் தவிர, தீர்க்கதரிசியின் கடமையை நிறைவேற்றினாய் என்று என்னால் சொல்ல முடியாது. நான் கேட்கிறேன், கரியாட்டி திரும்பி வரும்போது முன்பு இல்லாத எந்தப் பிரச்சினையும் கலகமும் ஏற்படும் என்று நீ சொல்கிறாய்? அவர் படை நடத்தி வருகிறாரா? மாறாக, நீயும் உன் முன்னோர்களும் சேர்ந்து எங்கள் நாட்டில் உண்டாக்கிய கலகங்களைத் தீர்த்து மலங்கரையில் ஒற்றுமையையும் ஐக்கியத்தையும் ஏற்படுத்தத்தான் நாங்கள் துன்ப துயரங்களைச் சகித்துக்கொண்டு ஐரோப்பாவில் வசித்தோம் என்று ஐரோப்பாவில் உள்ளவர்களும் மலங்கரையில் உள்ளவர்களும் பரவலாக அறிந்துவிட்டிருக்கிறார்கள். அப்படியிருக்கும்போது, நீ சொல்லும் இந்தப் பெரிய கலகம் என்ன? அதை ஏற்படுத்துவது யார்? இந்தப் பெரிய கலகம் எங்களின் தேவாலயங்களில் உள்ள பெரிய பிரச்சினையைத் தவிர வேறொன்றுமில்லை. அப்படி ஏற்படுவதற்குக் காரணம் உன்னைத் தவிர வேறு யாருமில்லை. ஒருவனின் கரத்தைப் பிடித்து மற்றவனை அடிக்கச் செய்கிற; அவனின் கரத்தைப் பிடித்து இவனை அடிக்கச் செய்கிற செயலைச் செய்து கொண்டே உன்னால் மலையாளத்தில் வாழ முடியும். இந்தப் பிரதேசத்தில் உள்ள நஸ்ரானிகளின் நிலையையும் மனதையும் நீ கவனித்து அறிந்திருக்கிறாய். அவர்கள் ஒன்று சேர்ந்து நின்றால் வேறு எந்த இனத்தாரும் அவர்களை ஆள்வது சாத்தியமல்ல. அவர்களுக்கிடையில் பூசலை ஏற்படுத்தினால் அவர்கள் என்றும் உன் காலடியில் கிடப்பார்கள் என்று நீ புரிந்துகொண்டாய். இல்லையென்றால் அவர்கள் அடிமைத்தனத்திலிருந்து விழித்தெழுந்து உனக்கெதிராகக் கையுயர்த்துவார்கள். உன் நம்பிக்கைக்கு உரியோரான எங்களில் சிலரிடமே நீ முன்பொருமுறை இந்த ரகசியத்தைக் கூறியிருக்கிறாய். எங்களின் பேராயர் வரும்போது இந்த ஏமாற்றும் தந்திரமும் கொண்டு தேவாலயத்தினரிடையில் பிணக்கத்தை ஏற்படுத்தி பெரியதொரு கலகத்தை உண்டாக்க வேண்டும் என்று நீ நினைத்திருக்கிறாய் என்பதுதானே நீ எழுதியதன் அர்த்தம்? நீ இப்படி எழுதியது போன்று செய்வதற்கு ஆயத்தமாக இருக்கிறாய் என்று நானும் அறிந்திருக்கிறேன். ஆனால், உன் இந்த எண்ணத்திற்கு என்ன நடக்குமென்று உனக்குத் தெரியாதென்றால் அதையும் நான் சொல்லித் தருகிறேன். கடவுளின் அருளால் எங்கள் சமுதாயத்

தினரின் கண்கள் திறக்கும். அன்று உனக்கு ஏற்படும் அனுபவம் முற்காலத்தில் அத்தால்யா என்ற கொடிய பெண்ணுக்கு ஏற்பட்ட தாகத்தான் இருக்கும். யூத ராஜாவான ஒக்கோஸ்யா, அத்தால்யா வின் மகன். தன் மகனான ராஜா இறந்துவிட்டான் என்றறிந்த அந்தக் கொடிய பெண், ராஜ குடும்பத்திலுள்ள எல்லோரையும் கொன்று நாட்டைக் கைப்பற்றினாள்.

ஆனால், கடவுளின் விருப்பத்திற்கேற்றபடி வாழ்ந்த தாவீதுக்காக யூத ராஜாவின் வம்சத்தை கடவுள் காத்து ரட்சித்தார். எப்படி தெரியுமா? மேற் சொன்ன பெண் தன் பிள்ளைகளையெல்லாம் கொன்றுவிட்டாள் என்றாலும் ஒக்கோஸ்யாவின் சகோதரியும் யோராம் ராஜாவின் மகளுமான யொஸபாயா, ஒக்கோஸ்யாவின் மகன் யோவாக்கிமை திருடிச் சென்று தேவாலயத்தின் பெரிய புரோகிதரான யொயாதாவிடம் கொடுத்தாள். யொயாதா இந்த இளவரசனை யாருக்கும் தெரியாமல் தேவாயத்திலேயே வளர்த்து வந்தார்.

இப்படி ஆறு வருடங்கள் கடந்த பிறகு யொயாதா என்ற பெரிய புரோகிதர், படைத் தளபதியையும் மக்களையும் தேவாலயத் துக்கு வரச் செய்து அவர்களிடம் இளவரசன் உயிருடன் இருக்கும் விவரத்தை அறிவித்தார். அவர்கள் மகிழ்ச்சியுடன் யொயாதை வணங்கி, அத்தால்யா என்ற அந்தக் கொடிய பெண்ணைப் பிடித்துக் கொன்றார்கள்.

அந்த வகையிலேயே நீ வெகுகாலம் உன் பித்தலாட்டத்தையும் சூழ்ச்சியையும் கொண்டு எங்கள் சமூகத்தின் அருமை பெருமை களையெல்லாம் அபகரித்து எங்களை உன் அடிமைகளாக்கி எங்கள் தேவாயலங்களின் பூர்வ ஆசார முறைகளையெல்லாம் மிச்சமின்றி அழிப்பதற்கு நீ இன்றுவரை சர்வ சக்தியையும் பயன் படுத்தி முயற்சி செய்து வருகிறாய். ஒரு நாள் எங்கள் இனத்தின் கண்கள் திறக்கப்படும். அன்று, மேற்சொன்ன கொடிய பெண் ணுக்கு ஏற்பட்ட அனுபவம் உனக்கும் ஏற்படலாம்.

இதைப்பற்றி உனக்குச் சந்தேகம் இருக்கிறதா? அப்படி யென்றால் பழைய காலத்தில் எங்கள் முன்னோர்கள் செய்த செயல் என்னவென்று விவரித்தால் உன் சந்தேகம் தீர்ந்துவிடும். அன்று பறங்கிகள் ஆணவத்தோடும் ஆடம்பரத்தோடும் கொச்சி யில் வாழ்ந்திருந்த காலத்தில், மலையாளக்கரைக்கு வந்த ஒரு ஸுரியானி ஆயரை, பௌலீஸ்தா பாதிரிகளின் தூண்டுதலால் பறங்கிகள் கட்டிக் கடலில் ஆழ்த்திவிட்டார்கள். இந்தச் செய்தி

மலங்கரையில் பரவிய உடனே மலங்கரையில் உள்ள நஸ்ரானிகளெல்லாம் எந்தத் தயக்கமும் இல்லாமல் கொச்சி கோட்டையின் வாயிலிலுள்ள மட்டாஞ்சேரி தேவாலயத்தில் பெருங்கூட்டமாகக் கூடினார்கள். இனிமேல் ஒருபோதும் பௌலீஸ்தா பாதிரிகளுக்குக் கட்டுப்படுவதில்லையென்று சத்தியம் செய்தார்கள். அப்படி வரும்போது அவ்வளவு ஒன்றும் பலமில்லாத உன்னிடமும் அதுபோன்று நடந்துகொள்ள அவர்களின் மக்களான எங்களுக்கு இன்று சக்தியில்லாமல் இல்லை. இன்று எங்கள் சமுதாயத்திற்கான நெருக்கடியின் காரணத்தாலும் வேற்றுமையின் காரணத்தாலும் அப்படியொன்றும் நடக்காது என்றுதான் நீ நினைத்துக் கொண்டிருப்பாய். வேண்டாம், வேண்டாம். அப்படியொன்றும் நினைக்க வேண்டாம். கடவுள் எங்கள் மக்களின் இதயங்களை மாற்றுவதற்கு அருள் புரியும்போது இதெல்லாம் சம்பவிக்க ஒரு நொடி போதும். உதாரணம் சொல்கிறேன். ஆஹாப் என்ற கொடிய இஸ்ராயேல் ராஜாவை வம்சத்துடன் அழிப்பதற்கு கடவுள் உளங்கனிந்த காலத்தில் ஏலியா தீர்க்கதரிசி, நாம்ஸியாவின் மகனான யோஸபாத்தின் மகனும் படைத் தலைவனுமான யெஹுவை இஸ்ராயேல் ராஜாவாக அபிஷேகம் செய்யவேண்டும் என்று, ஒரு தீர்க்கதரிசியிடம் ரகசியமாகச் சொல்லியிருந்தார். இவன் படை ஆயத்தங்களுடன் யெஹுவின் இருப்பிடத்திற்குச் சென்று அவனைத் தனியாக அழைத்து ஓர் அறைக்குக் கொண்டு சென்றான். கதவைச் சாத்தித் தாழிட்டு, யெஹுதான் இஸ்ராயேல் ராஜாவென்றும் கொடியவனான அந்த ஆஹாபின் வம்சத்தை அழிக்க வேண்டும் என்பதுதான் கடவுளின் எண்ணம் என்றும் சொன்ன பிறகு கதவைத் திறந்து ஓடிவிட்டான்.

யெஹு தன் படைகளிடம் திரும்பிச் சென்றபிறகு படையாளிகள், அந்தப் பைத்தியக்காரன் இவ்வளவு ரகசியமாகச் சொன்னது என்னவென்று அவர்கள் கேட்டார்கள். யெஹு, “இந்த மனிதன் யாரென்றும் அவன் சொன்னது என்னவாக இருக்குமென்றும் உங்களுக்குத் தெரியுமல்லவா” என்று பதில் சொன்னான். “அவன் சொன்னது பொய்தான் என்றாலும் அது என்னவென்று நீ எங்களிடம் சொல்” என்று படை வீரர்கள் கட்டாயப்படுத்தினார்கள். அப்போது யெஹு ஒரு வேடிக்கை என்ற நிலையில், “இஸ்ராயேல் ராஜாவாக உன்னை நான் அபிஷேகம் செய்திருக்கிறேன்” என்றுதான் அவன் என்னிடம் சொன்னான்” என்று பதில் சொன்னான். இதைக் கேட்ட படை வீரர்களின் நெஞ்சில் கடவுள் உடனே ஆவேசத்தை ஏற்படுத்தினார்; அவர்கள் ஒவ்வொருவரும் சற்றும் தாமதமின்றி முன்னே வந்து தங்கள் தங்கள்

சட்டைகளைத் தரையில் ஒன்றின் மேல் ஒன்றாக அடுக்கி ஒரு சிம்மாசனம் உருவாக்கினார்கள். அதன் மீது யெஹூவை அமர வைத்து தங்கள் ராஜாவாக அறிவித்தார்கள். யெஹூ உடனே தன் படையுடன் சென்று கொடியவன் ஆஹாபின் வம்சத்தை அழித்தான். அதற்குப் பரிசாகக் கடவுள் யெஹூவின் வம்சத்திற்கு நான்கு தலைமுறைவரை இஸ்ராயேல் அரசாட்சியைக் கொடுத்தார்.

அதுபோன்று எங்கள் மக்களின் இதயத்தில் கடவுள் மாற்றம் ஏற்படுத்துகிறார் என்றால், வலுவற்ற ஒரு சிறிய குழந்தை சொன்னாலும் போதும், அந்த வார்த்தையைக் கேட்டு எல்லோரும் ஒன்றாக இறங்கிப் புறப்பட்டுவிடுவார்கள். நொடி நேரத்திற்குள் உன் திமிரும் அகம்பாவமும் அஸ்தமிக்கவும் செய்யும். எங்கள் பேராயர் மலங்கரைக்கு வந்தால் உன் இந்த சதியும் மோசடியும் வெளிப்பட்டுவிடும் என்று உனக்குத் தெரியுமென்பதால்தான் அவரின் வருகைக்கு நீ இந்தளவு அஞ்சுகிறாய். இத்தகைய தந்திரங்களை நீ எழுதி அனுப்பவும் இதுதான் காரணம் என்று எனக்குத் தோன்றுகிறது. அந்நிய சமூகங்களிலிருந்து நீ எங்களுக்கு ஏற்படுத்திய தொல்லைகளைத் தீர்த்த கடவுள், எங்கள் இனத்தின் பிரச்சினைகளிலிருந்தும் எங்களைக் காப்பாற்றுவார் என்று எங்களுக்கு உறுதியான நம்பிக்கையிருக்கிறது.

நீ சொல்கிறாய், எங்கள் சமூகத்தைச் சேர்ந்த மக்களிலேயே குலப் பெருமையுள்ளவர்கள் யாரும் கரியாட்டியை ஆயராக அங்கீகரிக்க மாட்டார்கள் என்று. உன் பார்வையில் குலப் பெருமையுள்ளவர் யார்? தோல் வெளுத்த ஐரோப்பியர்களைத் தவிர வேறு யாரையும் நீ குலப்பெருமை உள்ளவர்களாக அங்கீகரிப்பதில்லை அல்லவா. தோலின் கறுப்பிலும் வெளுப்பிலும்தான் நீ குலப்பெருமையைக் காண்கிறாய். ஆனால், உன் இந்த மடத்தனத்தை பூமியில் யாரும் ஏற்றுக்கொள்ள மாட்டார்கள். குலப் பெருமைக்கு ஆதாரமாக எல்லா நாட்டிலும், குடும்பங்களின் பழமையையும் ராஜாங்கப் பெருமைகளையும் மக்களிடமிருந்து கிடைக்கும் மரியாதையையும்தான் கருதி வருகிறார்கள். இந்த அளவுகோலைக் கொண்டு நீயும் உன் கூட்டத்தினரும் யாரென்றும் மார் தோமா நஸ்ரானிகள் யாரென்றும் அளந்து பார்க்கலாம். உன் குலப்பெருமையைப் பற்றி, உன் கூட்டத்தினரின் குலப் பெருமையைப் பற்றி நான் அறிந்திருக்கின்ற காரியங்களை நான் வெளிப்படுத்துவது குறித்து அவமானமாக நினைக்காதே.

ஆனால், மார் தோமா நஸ்ரானிகளின் நிலை அப்படியல்ல. அவர்களின் கிறிஸ்தவ விசுவாசத்தின் பழமையையும் மேன்மைச்

சிறப்புகளின் நிலையையும் யோசித்துப் பார். சேரமான் பெருமா ளென்ற மகாராஜா, மார் தோமா நஸ்ரானிகளுக்கு இதர சமூகத் தினரைவிட அதிகமான பெருமைகளும் பதவிகளும் அளித்தார். அவர்களுக்கு, ராஜ மக்கள் என்று அர்த்தமுள்ள மாகா பிள்ளமார் என்ற ஸ்தானத்தைக் கொடுத்தார். அன்று முதல் இன்றுவரை மலங்கரையில் ராஜாக்களின் சம்மதத்தோடு அந்தப் பெயரை அவர்கள் எப்போதும் காத்து வருகிறார்கள். உன் முன்னோர்கள் எழுதிய புத்தகங்களில் நீ இதைப் பார்க்கலாம். உன் சொந்தக் கண்கொண்டும் நீ அதைப் பார்த்துவிட்டிருக்கிறாய். இந்த இரண்டு விஷயங்களைக் கிரகித்தால் நம்மில் யார் குலப் பெருமை உள்ளவர் என்று தெரிந்துவிடும். நீயும் உன் கூட்டதினரும்தான் குலப் பெருமையுள்ளவர்கள் என்று நீ சொல்லித் திரிவதற்கு எந்த அடிப் படையும் இல்லையா? அல்ல. சில அடிப்படைகள் இருக்கும். அதை ஒன்றுக்கு மற்றொன்றாக நீ தவறாகப் புரிந்து கொண்டி ருக்கிறாய் என்பதுதான் விஷயம். நீ எங்கள் தேவாலயங்களுக்கு வரும்போது நாங்கள் உன் முன்னால் ஆசாரமும் பக்தியும் காட்டி நிற்கிறோம்; உனக்கு மரியாதை செய்கிறோம்; உன்னை அனுசரிக் கிறோம்; உன்னை நாற்காலியிலும் பல்லக்கிலும் சுமந்து செல் கிறோம்; எங்கள் பாதிரியார்களும் மக்களும் உன்னைப் புடை சூழ்ந்து வருகிறார்கள். இதையெல்லாம் பார்க்கும்போது நீ குலப் பெருமையுள்ளவன் என்றும் நாங்கள் உனக்கு மரியாதை செய்யக் கடமைப்பட்டவர்களென்றும் தவறாகப் புரிந்துகொள்கிறாய். எங்களுக்கு உன்னைவிடக் குலப் பெருமை குறைவாக இருப்பதால் தான் நாங்கள் இதையெல்லாம் செய்கிறோம் என்று நீ நினைக் கிறாய். அதை உன் செயல்களில் வெளிப்படுத்தவும் செய்கிறாய்.

அப்படியென்றால், தோல் வெளுத்த ஒரு செருப்புத் தைப்பவர் வந்தால் நீ உடனே அவருக்கு நாற்காலி கொடுத்து அமர்த்துவாய்; எங்கள் சமூகத்தில் முக்கியமானவர்களான தரகர்களோ பாதிரியார் களோ வந்தால் உன் முன்னால் நிற்கத்தான் வேண்டும். அவர்களில் யாராவது ஏதாவது உடற் பலவீனத்தால் உன் முன்னால் அமர்ந்து விட்டால் உடனே உன் முகம் வாடும். நான் உன்னிடம் சொல் கிறேன், உன் ஆணவம் உன்னை ஏமாற்றியிருக்கிறது. ஏனென்றால், நாங்கள் மேற் சொன்ன பெருமையெல்லாம் உனக்குத் தருவது உன் குலப் பெருமை கொண்டோ எங்கள் குலத் தாழ்ச்சி கொண்டோ அல்ல. எங்கள் பெரியோர்கள் மிகப் பழங்காலத்தி லிருந்தே எங்களுக்கு, கடவுளையும் தாய் தந்தையையும் குருக்களை யும் புரோகிதர்களையும் போற்ற வேண்டும் என்று கற்பித்து வருகிறார்கள். மலங்கரையிலுள்ள நஸ்ரானிகளான நாங்களும்

எங்கள் நம்பிக்கைக்குக் குறைவு ஏற்படாமல் இந்த ஆசார அனுஷ்டானங்களையெல்லாம் காத்து வரவும் செய்கிறோம். நீ எங்கள் குருவாக, வேதங்களின் அறிவுகளை எங்களுக்குப் பரிமாற வந்தவன். அதனால் கடவுளின் பொருட்டு உனக்கு நாங்கள் மரியாதை செய்கிறோம். அதைப் பார்க்கும்போது உன் குலப் பெருமை கொண்டும் எங்கள் குலத் தாழ்ச்சி கொண்டும்தான் நாங்கள் உன்னை மேன்மைப்படுத்துகிறோம் என்று நீ தவறாகப் புரிந்து கொள்கிறாய். நீயோ, குலப் பெருமை உள்ளவனுக்குப் பொருந்தாத விதம், நாங்கள் செய்யும் நன்மைகளுக்குப் பதிலாகத் தீமை செய்து எங்களைப் பற்றி வெளிநாடுகளில்கூட தவறாகச் சொல்லிப் பரப்புகிறாய்; எழுதியனுப்புகிறாய்.

சொந்த சமுதாயத்தினர்கூட கரியாட்டியை ஆயராக ஏற்றுக்கொள்ள மாட்டார்கள் என்று நீ சொல்வது குறித்து எனக்கு வியப்பு ஏற்படுகிறது. இதைக் கேட்பவர்களுக்கெல்லாம் இது ஒரு வெறும் பொய் என்று சொல்லாமலே தெரியும் என்பதால், இதற்குப் பதில் சொல்ல வேண்டிய அவசியம் இல்லை. ஆயினும் உன் ஆணவத்தின் அளவைக் காட்டுவதற்காக சுருக்கமான வார்த்தைகளில் பதில் எழுதுகிறேன். கரியாட்டியை அவர் சமூகத்தினர் ஆயராக ஏற்கவில்லையென்றால் வேறு யாரை ஏற்பார்கள்? உடனடியான உன் பதில், உன்னை ஏற்றுக்கொள்ள வேண்டும் என்பதாயிருக்கும். பரவாயில்லை. கரியாட்டியின் சமூகத்தினருக்கு, கரியாட்டியைவிட உன்னை எஜமானாக ஏற்றுக்கொள்வதில் விருப்பம் இருக்கலாம்! ஏனென்றால் நீ விலங்காலும் அடி உதைகளாலும் வசவுகளாலும் அவமானத்தினாலும் தினந்தோறும் உன் வடுகரைப் போல குறைவற்று அவர்களை மரியாதை செய்து வருகிறாய் அல்லவா. இதை மற்றவர்களிடம் சொல்லி நம்ப வைக்கலாம் என்று நீ துணிந்ததுதான் எனக்கு வியப்பு. மலங்கரையிலுள்ள நஸ்ரானிகளின் கலகத்தை முடிக்கவும் திருச்சபையுடன் இணக்கத்தை ஏற்படுத்தவும் தன்னையும் ரோம சபையில் ஏற்றுக்கொள்ள வேண்டும் என்று மார் தோமா ஆயர் உன்னிடமும் உன் பெரியோர்களிடமும் கூறினார். அதற்காக ஒரு கடிதம்கூட நீ எழுதியனுப்பவில்லை. ஆனால், கரியாட்டி மலங்கரையில் உள்ள தன் மக்கள் மீதும் தேவாலயங்கள் மீதுமான தன் அன்பின் காரணத்தால் அவர்களின் இடையிலான பிரச்சினையைத் தீர்ப்பதற்குத் தன் உயிரையும் பொருட்படுத்தாமல் புறப்பட்டபோது நீ அதற்கு இடையூறு ஏற்படுத்தத்தான் செய்தாய். எங்களுக்கு இவ்வளவு பெரிய உதவியைச் செய்த உன்னை எங்கள் ஆயராக ஏற்றுக்கொள்ள மலங்கரையினருக்குப் பெரிய சந்தோஷமாக இருக்கும். நேர் மாறாக, மேற்

சொன்ன மகா துரோகங்களைச் செய்த கரியாட்டியை அவர்கள் ஆயராக ஏற்றுக்கொள்ள மாட்டார்கள்! நன்மை செய்தவர்களுக்குத் தீமை செய்யும் உன் முறை, மலங்கரையினரிடம் ஏற்படும் என்று நீ நினைக்கவே வேண்டாம். இப்படிப்பட்ட 'பூச்சாண்டிப் பேச்சுக்கள்' பேசாதிருப்பதுதான் நல்லது. ஏனென்றால், கரியாட்டி ஒரு சாதாரண பாதிரியாராக இருந்தபோதுகூட மலங்கரை நஸ்ரானிகள் உனக்கானதைவிட அதிக மரியாதையுடன் ஆடம்பரமாக அவரை ஏற்றுக்கொண்டிருந்தார்கள் என்று பிரதேசவாசிகள் எல்லோருக்கும் தெரியும். குலப் பெருமையுள்ளவர்கள் கரியாட்டியை ஆயராக ஏற்க மாட்டார்கள் என்று சொல்லும்போது, குலப் பெருமையுள்ளவர்களின் கூட்டத்தில் நீ காண்பது உன்னைத்தான் என்று எனக்குத் தோன்றுகிறது. உன் இந்த வார்த்தைகளின் அர்த்தம், கரியாட்டியை உன் ஆயராக நீ ஏற்றுக்கொள்ளமாட்டாய் என்பதுதான். ஆயர்களுக்கிடையில் வேறுபாடு பார்ப்பது மன்னிக்க முடியாத பாவம் என்று நீதான் எங்களுக்குக் கற்றுக் கொடுத்து வருகிறாய். கடவுள், உன் ஆயராக, மலங்கரையினரின் ஆயராகத் தேர்ந்தெடுத்த கரியாட்டியை நீ ஆயராக ஏற்றுக்கொள்ள மாட்டாய் என்று சொல்கிறாய். அப்படியென்றால் நான் கேட்கறேன்:

மலங்கரையினருக்கும் ஐரோப்பியர்களுக்கும் பாவத்தில் வித்தியாசம் உண்டா? மலங்கரையினர் செய்தால் குற்றம் என்ற ஒரு காரியத்தை ஐரோப்பியர்கள் செய்தால் குற்றமில்லை என்று ஆகுமா? எது பெரிய குற்றம் என்று நீ என்னிடம் சொல். ஆயர்களுக்கிடையில் வேறுபாடு பார்ப்பதா, உங்களை ஆள்வதற்கென்று சர்வேஸ்வரன் நியமித்தளித்த ஆயரை ஏற்றுக்கொள்ளாதிருப்பதா? அது மன்னிக்க முடியாத குற்றம் என்று நீதான் சொல்லிக் கொடுக்கிறாய். ஆயினும் நீ அதைச் செய்யப்போகிறாய் என்று சொல்லிக் கொண்டு, குற்றமற்ற காரியமாக நீயே தீர்ப்பளிக்கவும் செய்கிறாய். இதென்ன இப்படி? உன் முன்னோர்கள் நீதிக்கு எதிராகவும் மோசடியாகவும் மார் செமயோன் என்ற ஸுரியானி ஆயரிடமிருந்து ஆஞ்சலோஸ் ஆயருக்குப் பலவந்தமாக பட்டம் வாங்கிக் கொடுத்ததுபோன்று, கரியாட்டி மோசடியையும் பித்தலாட்டத்தையும் பயன்படுத்தி பேராயர் பதவியைப் பெற்றார் என்பதா உன் எண்ணம்? அதை உன் மனதுடன் வைத்துக்கொள். ஏனென்றால் இன்று நடைமுறையிலுள்ள சபைச் சட்டங்களுக்கு எந்தக் குறையையும் ஏற்படுத்தாமல் போர்த்துகீஸ் ராஜா பெயரறிவிக்கவும், போப்பாண்டவர் நல்ல மனதுடனும் சம்மதத்துடனும் நியமன உத்தரவு தரவும், இப்படி முறைப்படி மலங்கரை ஆயராகப் பதவி

யேற்றவர்தான் கரியாட்டி. அவரை ஏற்க முடியாது என்று சொல்லும்போது நீ யாரை மறுக்கிறாய்? கரியாட்டியையா? அல்ல, அல்ல. கரியாட்டியை ஆயராக நியமித்த மிசிஹா கர்த்தாவையும் அவரின் சொர்க்கத் தந்தையையும்தான் நீ ஏற்காதிருக்கிறாய். உனக்குச் சந்தேகம் இருந்தால் புனித நூலை எடுத்துப் பார். அதில் மிசிஹா எஜமான் தன் அப்போஸ்தலர்களிடமும் அவர்களின் சீடர்களான ஆயர்களிடமும் சொல்லியிருக்கிறார். "உங்களை ஏற்றுக்கொள்பவன் என்னை ஏற்றுக்கொள்கிறான். உங்களைத் துன்புறுத்துகிறவன் என்னையும் என்னை அனுப்பியவரையும் துன்புறுத்துகிறார்." இவற்றையெல்லாம் மிகத் தெளிவாக நற்செய்தி களின் மூலம் கர்த்தர் அருளிச் செய்திருக்கிறார். அப்படியிருக்கும் போது உன் ஆயராக நீ கரியாட்டியை ஏற்றுக்கொள்ள மாட்டாய் என்று சொன்னபோது, நீ அவரை ஏற்றுக்கொள்ள மாட்டேன் என்று சொல்லவில்லை; கரியாட்டியை ஆயராகத் தேர்ந்தெடுத்த மிசிஹா கர்த்தாவையும் அவரின் தந்தையையும் ஏற்றுக்கொள்ள மாட்டேன் என்றுதான். உன் நாவிலிருந்து இவ்வளவு பெரிய ஆணவச் சொல் புறப்பட்டதால், முற்காலத்தில் ஏசய்யா தீர்க்கதரிசி யின் மூலமாக அஸ்ஸீரியின் ராஜாவான ஸென்னா ஹரீமிடம் கடவுள் அருளிச் செய்த வார்த்தைகளை உன்னிடமும் அருளிச் செய்யலாம். தன் படைத் தலைவன் ரம்புசாக்காவைக் கொண்டு தெய்வ தூஷணம் சொல்ல வைத்த ஸென்னா ஹரீம் ராஜாவிடம், ஏசய்யா தீர்க்கதரிசியின் மூலமாக கடவுள் இப்படித்தான் அருளிச் செய்தார்: "இப்படி நீ யாரை நிந்தித்தாய்? யாரை நீ தூஷித்தாய்? யாருக்கெதிராக நீ குரலுயர்த்தினாய்? மேல் நோக்கி நீ முஷ்டியை உயர்த்தினாய். உன் இருப்பையும் புறப்பாட்டையும், உன் பிரவேசத் தையும் வழியையும், உன் கோபத்தையுமெல்லாம் நான் முன்பே அறிந்திருக்கிறேன். எனக்கெதிராக நீ அகம்பாவமாகப் பேசினாய். அது என் செவிகளில் கேட்டது. அதனால் உன் மூக்கில் வளைய மிட்டு, உன் வாயில் பலமான ஆணியேற்றி நீ வந்த வழியிலேயே நான் உன்னைத் திருப்பி அனுப்புவேன்." கடவுளின் இந்த சாப வசனங்களை நீ கேட்காதிருக்க வேண்டும் என்றால், நீ இப்படிப் பேசிய பாவத்தைப் பற்றி வருந்த வேண்டும்.

மலங்கரையில் உள்ள மக்களுக்கு ஆளத் தெரியாது என்றும் அவர்கள் சுய சமூகத்தைச் சேர்ந்த ஆயருக்குப் பணிய மாட்டார்கள் என்றும் நீ சொல்கிறாய். உன் வார்த்தைகளில் இரண்டு விஷயங்கள் அடங்கியிருக்கின்றன. ஒன்று, அவர்களுக்கு ஆளக்கூடிய திறமை யில்லை. இரண்டு, அவர்கள் தங்கள் சொந்த சமூகத்தைச் சேர்ந்த ஆயருக்குப் பணிய மாட்டார்கள். இந்த இரண்டு விஷயங்களுக்கும்

நான் வெவ்வேறு பதில் சொல்ல ஆயத்தமாகிறேன். மலங்கரைக்காரர்களுக்கு ஆளத் தெரியாது என்று நீ சொன்னது கொஞ்சம் கடுமையாகிவிட்டது. இது, எங்கள் மகாராஜா கேட்டால்கூட மகிழ்ச்சியடையும் காரியம் அல்ல. அவரும் ஒரு மலையாளி அல்லவா. ஆயினும் அவரின் வம்சம் மிகவும் அறிவுத் திறனுடனும் ஆற்றலுடன் ஆண்டு வருகிறார்கள் என்று மலையாளத்தினர் மட்டுமல்ல, நீயும் அறிந்திருக்கிறாய். ஐரேப்பாவில் உள்ள மற்றவர்களும் புரிந்துகொண்டிருக்கிறார்கள். ஆனால், ராஜ ஆட்சியைப் பற்றியல்ல, தேவாலய ஆட்சியைப் பற்றித்தான் நீ சொன்னாயென்று உடனே எனக்குப் பதில் சொல்வாய். கரியாட்டி மல்பானைத் தவிர மலங்கரையிலுள்ள மற்ற யாராவது ஸுரியானிக்காரர் பேராயர் பதவியேற்கும் சந்தர்ப்பத்தில் நீ இதைச் சொல்கிறாயென்றால், ஐரோப்பாவில் உள்ளவர்கள் யாராவது அதை நம்பியிருப்பார்கள். ஆனால், உன்னைவிடப் பத்தாயிரம் மடங்கு சிறப்பாக ஆளத் தெரிந்த புரோகிதர்கள் எங்கள் தேவாலயங்களில் உண்டென்று இந்தப் பிரதேசவாசிகள் எல்லோருக்கும் தெரியும். கரியாட்டியோ, பதினொரு வருட காலம் சபையின் தலைமையிடமும் வேத சாஸ்திரத்தின் ஆஸ்தானமுமான ரோமில் வசித்து, உன்னைப்போன்று அல்ல, உன்னைவிட மிகச் சிறந்த வகையில் எல்லா சாஸ்திரங்களையும் முழுமையையாகக் கற்றுத் தேர்ந்து டாக்டரேட் பட்டம் பெற்ற ஆளானதால் நீ சொன்னதை ஐரோப்பாவில்கூட யாரும் நம்பவில்லை. அது மட்டுமா? லத்தீன் மொழியும் எல்லாவித தெய்வ சாஸ்திரங்களும் மலையாள மொழியும் மலங்கரையிலுள்ள நஸ்ரானிகளின் ஆசார முறைகளும் நன்கறிந்திருக்கிற கரியாட்டியைவிட, மலையாள மொழிகூட தெரியாத உனக்கு நன்றாக ஆளத் தெரியும் என்று சொல்லும்போது உன் அகங்காரத்தைப் பார்த்து மக்கள் மூக்கின் மேல் விரல் வைத்திருப்பார்கள்.

இனி மலங்கரையிலுள்ள எங்கள் நிலையைப் பற்றிச் சொல்கிறேன். நீ எங்கள் மலங்கரையை எப்படி ஆள்கிறாயென்று நாங்கள் எல்லோரும் நாள்தோறும் எங்கள் கண்களால் பார்த்திருப் பதால், சிறியதொரு பதில் தாராளமாகப் போதும். அது என்ன வென்றால், எல்லோருக்கும் வெளிப்படையாகத் தெரிந்த விஷய மல்லவா. மலங்கரையிலுள்ள மக்கள் தங்கள் சொந்த சமூகத்தைச் சேர்ந்த ஆயர்களுக்கு ஆட்பட மாட்டார்கள் என்று நீ இரண்டா வதாகச் சொல்கிற காரியத்தை மலங்கரையிலுள்ள மக்கள் கேட்டால் சிரிக்கத்தான் செய்வார்கள்.

தந்தையின் மரியாதையும் செல்வமும் பிள்ளைகளுக்கு என்பதுபோல, இனத்தைச் சேர்ந்த ஒருவருக்குள்ள பதவி பெருமைகளும் புகழும் இனம் முழுதுக்கும் உரியதாகிறது. இந்தச் சாதாரண இன உணர்வு மலங்கரையினருக்கு மட்டும் இல்லை யென்று நீ சொல்கிறாய். மலங்கரையில் உள்ள மக்கள் அவ்வளவு மோசமானவர்கள் என்றும் துஷ்டர்கள் என்றும்தான் அதற்கு அர்த்தம். ஐரோப்பியர்களுக்கு நீ எங்களைப் பற்றி அளிக்கும் அறிவு இதுதான். நான் உன்னிடம் கேட்கும் கேள்விகளுக்கு நீ என்னிடம் நேரடியாகப் பதில் சொல்வாயா?

கரியால் ஹென்ரீக்கா என்ற போர்த்துகீஸ் ராஜா இறந்தவுடன் கஸ்தெல் ராஜா வாரிசுரிமை எழுப்பிக்கொண்டு போர்த்துகீஸ் நாட்டை வென்று ஐம்பது வருடம் ஆண்டார். அவ்வாறு போர்த்துகீஸ் ராஜ்ஜியம் கஸ்தெல்லியர்களுக்கு அடிமைப்பட்டது. பறங்கிகள் தங்களுக்கு ஏற்பட்ட அவமானத்தையும் தோல்வியையும் நினைத்துத் துயருற்றிருக்கும்போது ஒரு நாள் அவர்களில் முக்கியஸ்தர்களிடமெல்லாம் ஆலோசித்தார்கள்; ஒரு மனதாக தங்கள் இனத்தவர்களையெல்லாம் ஒருங்கிணைத்தார்கள்; நான்கு மணி நேரத்திற்குள் கஸ்தெல்லியர்களையெல்லாம் அடித்து வெளியேற்றினார்கள். ஜன்மா என்ற பிரபு ஆட்சியை முடித்து ஜெர்மானியர்கள் வந்து நாட்டை வென்ற பிறகு ஒரு நாள் ஜன்மாக்காரர்கள் எல்லோரும் சேர்ந்து ஒரு இரவில் ஒருங்கிணைந்து, நாட்டை ஆட்சி செய்துகொண்டிருந்த ஜெர்மானியர்களைப் புறக்கணித்தார்கள். முன்பு போப்பாண்டவர்கள் ரோமிலிருந்து தங்கள் தலைமையிடத்தை மாற்றி பிரான்ஸிலுள்ள அவிஞ் ஞோனைத் தலைமையிடமாக ஆக்கி நெடுங்காலம் கழித்து (அந்தக் காலம் முழுக்கவும் பிரான்ஸ்காரர்கள்தான் போப்பாண்ட வர்களாயிருந்தார்கள்) அங்கிருந்து மீண்டும் தலைமையிடத்தை ரோமுக்கு மாற்றினார்கள். இது பதினொன்றாம் கிரிகரி போப்பாண்டவரின் காலத்தில் நடந்தது. அவர் இயற்கையெய்திய பிறகு அடுத்த வாரிசைத் தேர்ந்தெடுக்க ஆசாரப்படி கர்தினால்கள் ஒரு அறைக்குள் புகுந்து கதவடைத்தார்கள். இதையறிந்த ரோமாக்காரர்கள் கர்தினால்கள் கூடியிருக்கும் அறையை முற்றுகையிட்டு, "நீங்கள் தேர்தெடுக்கும் போப்பாண்டவர் ரோமாக்காரராக இல்லையென்றால் இத்தாலியராகவாவது இருக்க வேண்டும். அல்லாமல், மற்ற தேசத்தினர் யாரையாவது தேர்ந் தெடுத்தால் உள்ளே நுழைந்த கர்தினால்களில் ஒருவனைக்கூட உயிருடன் வெளியே விடமாட்டோம்" என்று அச்சுறுத்தினார்கள்; பலாத்காரமாக, ரோமைச் சேர்ந்த ஆறாம் உர்பன் போப்பாண்ட

வரைத் தேர்ந்தெடுக்க வைத்தார்கள். இதெல்லாம் எதற்காக? எதற்கு நான் பழைய விஷயங்களைச் சொல்கிறேன், இன்று நடக்கும் விஷயங்களையே நாம் பேசலாம். இத்தாலிக்காரன் போர்த்து கீஸிலும் போர்த்துகீஸ்காரன் இத்தாலியிலும் பிரெஞ்சுக்காரன் ஜெர்மனியிலும் ஜெர்மனிக்காரன் பிரான்சிலும் ஆளச் சென்றால் அங்குள்ள மக்களுக்குச் சந்தோஷமாயிருக்குமா? நிச்சயமாக இல்லை. ஒவ்வொருவருக்கும் ஆட்சித் தலைவர்களாக அவரவர் சமூகத்தைச் சேர்ந்தவர்களே கிடைத்தால்தான் நிறைவாக இருக்கும் என்று நீயே சொல்வாய். இது எதனால்?

மேற்சொன்னதுபோன்று தந்தையின் மரியாதையும் பொருளும் பிள்ளைகளுடையதாயிருப்பதுபோன்று, இனத்தில் ஒருவனுக்குள்ள புகழும் மரியாதையும் அந்த இனத்தைச் சேர்ந்தவர்கள் அனைவருக்கும் உள்ளதுதான். இது இனத்தவர்களுக்கெல்லாம் தெரியும். அது மட்டுமல்ல, அந்தந்த இனத்தை ஆள்பவர்கள் அந்தந்த இனத்தைச் சேர்ந்தவர்களாக இருந்தால்தான், இனத்தின் உயர்வும் உன்னதங்களும் புகழும் ஒற்றுமையும் இழப்பாகாமல் காத்துப் பராமரிக்க முடியும். இது எல்லோருக்கும் தெரிந்த இயல்பான நியாயம்தான். மனித வர்க்கத்தின் இந்த விருப்பமும் மன நிலையும் நல்லது என்று கடவுளே அங்கீகரித்திருக்கிறார்.

எகிப்தில் அடிமைகளாக இருந்த இஸ்ராயேல் மக்களை காப்பாற்ற அவர்களின் இனத்திலிருந்தே கடவுள் மோசேயை அனுப்பினார். அதற்காக வேறு எந்த இனத்தாரையும் நியமிக்க வில்லை. அதுபோன்று மிசிஹா கர்த்தாவும் தன் நற்செய்தியை உலகமெங்கும் அறிவிப்பதற்கு அப்போஸ்தலர்களைத் தேர்ந்தெடுத்த போது, இந்த அறிவிப்பை ஏற்றுக்கொள்ள இருப்பவர்களில் முக்கிய இனத்தவரான யூதர்களிடமிருந்தே அப்போஸ்தலர்களைத் தேர்ந்தெடுத்தார். இவர்கள் தங்களுக்குக் கொடுக்கப்பட்ட கட்டளையின்படி ஒவ்வொரு நாடுகளுக்கும் நற்செய்தி அறிவிக்கச் சென்றார்கள்; அங்குள்ள மக்களை மதமாற்றம் செய்த பிறகு அதே மக்களிடமிருந்துதான் தகுதியுள்ளவர்களைத் தேர்ந்தெடுத்து சபை ஆட்சியை ஒப்படைத்தார்கள். திருச்சபையும் இந்த வழியில்தான் பயணிக்கிறது. ஒவ்வொரு பிராந்திய சபையிலும் ஆயராக இருக்க வேண்டியது அந்தப் பிரதேசத்தைச் சேர்ந்த பாதிரியார்களிட மிருந்து தேர்தெடுக்கப்பட்டவர்களாக இருக்க வேண்டும் என்று பொது மத மாநாடுகள் முடிவு செய்திருக்கின்றன. இந்த முடிவின் படி ஐரோப்பா முழுதும் ஆசியாவின் பல இடங்களிலும் செய்து வருகிறார்கள். ரோமில், ஆயர் நியமனப் புத்தகத்தில் ஆவணப்

படுத்தப்பட்டிருப்பதுபோன்று, ஆயர்களைப் பதவியேற்றும் நேரத்தில் இதைப் பற்றிக் கேள்வியும் எழுதுவதுண்டு. இதெல்லாம் இப்படியிருக்கும்போது இந்த இனத்திற்குப் பொருத்தமான விருப்பத்தையும் மனதையும் மறுத்துக்கொண்டு, மலங்கரையினர் மட்டும் தன் சமூகத்து ஆயர்களுக்கு ஆட்படமாட்டார்கள் என்று நீ சொல்கிறாயே. இதை நீ தனியாகக் கண்டுபிடித்தாயா, அல்லது யாராவது உனக்குச் சொல்லிக்கொடுத்ததை நீ திரும்பச் சொல் கிறாயா? இது நீயே கண்டுபிடித்த ரகசியம் என்றால் உன்னிடம் நான் சொல்கிறேன், உன் இந்த எண்ணம் மிக மிகவும் முட்டாள் தனம். யாராவது உனக்குச் சொல்லிக் கொடுத்த தென்றால், மலங்கரையினரின் மனோபாவத்தையெல்லாம் தேடிக் கண்டு பிடித்த அந்த வித்வானை எனக்குக் கொஞ்சம் காட்டவேண்டும். உனக்குத் தெரியுமா? மலங்கரையிலுள்ள எங்கள் சகோதரர்களான புத்தன்கூறுகாரர்கள் எதனால் எங்களுடன் ஐக்கியப்படாமல் விலகி நிற்கிறார்கள். திருச்சபைக்கும் சத்தியவிசுவாசத்துக்கும் எதிராக ஏதாவது செய்ய விருப்பங்கொண்டா? அல்லவே அல்ல. அந்நிய நிறத்திலும் முறையிலும் வந்து எங்கள் முன்னோர்களின் ஆசார முறைகளையும் வழிபாட்டு முறைகளையும் அழிக்க முயன்ற உனக்குப் பணிவதில்லை என்ற அவர்களின் சபதத்தால்தான். மலங்கரையினர் சொந்த இனத்தைச் சேர்ந்த ஆயர்களுக்குக் கட்டுப்பட மாட்டார்கள் என்று சொல்வது வெறும் பொய். எங்கள் சமூகத்தைச் சேர்ந்தவரான மார் அலக்ஸாந்த்ரெயோஸ் ஆயரின் கதையை யோசித்துப் பார். ஆனால், மலங்கரையிலுள்ள மக்கள் வறியவர்களானதால் ஓர் ஆயருக்குத் தேவையானதை யெல்லாம் கொடுத்துக் காப்பாற்ற அவர்களுக்குத் திறனில்லை என்றும், அதனால் அவர்கள் சொந்த இன ஆயர்கள் வேண்டு மென்று அவர்கள் விரும்பவில்லையென்றும் நீ என்னிடம் சொல்லக்கூடும். அதற்கு நான் பதில் சொல்கிறேன். எங்கள் இனத்தை இவ்வளவு நிந்திப்பதற்குக் காரணமானது, உன் இந்த எண்ணம்தான். மலங்கரையில் உள்ள தேவாலயங்களின் பெயரையும் சொல்லி ரோமிலிருந்து நீ இரந்து வாங்கிய, எங்கள் பாதிரியார்களுக்குக் கொடுக்கிற இரண்டு புட்டி ஒயினுக்காகவும் மூன்று நாழி கோதுமைக்காகவும் மலங்கரையிலுள்ள பாதிரியார் களெல்லாம் உனக்குக் கீழே கிடக்கவேண்டும் என்று நீ நினைக் கிறாய். இல்லை, நிச்சயமாக இல்லை. உன் இந்த நினைப்பு முற்றிலு மான முட்டாள்தனம். ஏனென்றால், எங்களுக்குத் தின்பதற்கும் குடிப்பதற்கும் மற்ற விஷயங்களுக்கும் எங்கள் உழைப்பின் பயன் போதுமானதாக இருக்கிறதென்றால், அது எங்கள் தேவாலயங்

களின் வழிபாட்டுக்குத் தேவையான ஒயினையும் கோதுமையையும் வாங்குவதற்கும் போதுமானதாக இருக்கும் என்று நீ அறிந்திருக்க வேண்டும். சுய சமூக ஆயரின் காரியத்திலென்றால், நான் கேட்கிறேன், நீயும் உன் முன்னோர்களும் மலங்கரைக்கு வருதற்குச் சற்று முன்புவரை மலங்கரையிலிருந்த ஆயர்களையும் துறவிகளையும் பாதிரியார்களையும் யார் காப்பாற்றி வந்தார்கள்? அவர்களுக்கு நீயும் உன் மூத்தோர்களும் மாதப்படி கொடுத்து அனுப்பியிருந்தீர்களா? இல்லையல்லவா. மாறாக அவர்கள், மலங்கரையிலுள்ள விசுவாசிகளின் தானம் கொண்டு எவ்வளவோ அந்தஸ்தாகவும் உயர்வாகவும் வாழ்ந்திருந்தார்கள் என்று நாங்கள் கேள்விப்பட்டிருக்கிறோம். அது மட்டுமல்ல, அதற்கான வெளிப்படையான ஆதாரங்கள், எல்லோரும் பார்க்கத் தக்கபடி இன்றுவரை மலையாளத்தில் நிலை நிற்கின்றன. மலங்கரை மக்கள் அவர்களின் சபைத் தலைவர்களைக் காப்பாற்றியிருந்ததைத் தவிர, தங்கள் தான தருமங்களை பாக்தாதிலுள்ள தங்களின் பாத்ரியர்க் கீஸ்வரை கொடுத்து அனுப்பிக்கொண்டிருந்தார்கள் என்று உன் முன்னோர்கள் எழுதிய புத்தகத்திலிருந்தே நீ படித்தறியலாம்.

ஆனால், இந்த நாட்களில் நீ சொல்வதுபோல மலங்கரை யிலுள்ள மக்கள் ஏழைகள். உண்மைதான். ஆயினும் உன் நாட்டில் உன் இனத்தார் செய்து வருவதுபோன்று மனைவியையும் பிள்ளை களையும் விட்டுவிட்டு வெளி நாட்டுக்குச் செல்கின்றவர்களையும், உண்பதற்கில்லாமல் பிள்ளைகளைக் கூலிக்குக் கொடுப்பவர் களையும், இப்படிப்பட்ட மற்ற இழி செயல்கள் செய்பவர்களையும் மலங்கரையிலெங்கும் உன்னால் கண்டுபிடிக்க முடியாது. பிறகோ, இங்குள்ளவர்களெல்லாம் அவரவரின் துன்பத்திலும் தங்கள் மனைவி மக்களைக் காப்பாற்றி வருபவர்கள். அப்படியிருக்கும் போது தங்களுக்கு ஆன்மீகச் சேவை புரிகின்ற, சுய சமூகத்தைச் சேர்ந்த சபைத் தலைவர்களுக்கும் பாதிரியார்களுக்கும் தேவைப் பட்ட நேரத்தில் தேவையானதைக் கொடுத்து அவர்களைக் காப்பாற்ற வேண்டும் என்ற கடவுள் கட்டளையின்படி நாங்கள் செய்யமாட்டோமா! அவர்களை எங்களால் முடிந்தவரை காப்பாற்றுவதில் மலங்கரையிலுள்ள மக்கள் இன்றுவரை குறை வைத்ததில்லை. இனியும் குறை வைக்க மாட்டார்கள் என்று நீ அறிந்துகொள். இன்னும் உனக்கு ஏதாவது சந்தேகம் இருந்தால், புத்தன் கூற்றுக்காரர்களான எங்கள் சகோதரர்கள் என்ன செய்கிறார்கள் என்று கவனித்துப் பார்த்தால் உனக்கு அதன் உண்மை அர்த்தம் விளங்கும். பரிசுத்த பௌலோ அப்போஸ்தலர் சொல்வதுபோன்று ஆன்மாவின் காரியங்களில் தங்களுக்கு உதவி

செய்பவர்களுக்கு உடல் ரீதியான காரியங்களைச் செய்து கொடுப்பது பெரிய பாரமல்ல. அவர்களுக்குத் தேவையானதைத் தானம் செய்வதாலொன்றும் வறுமை அதிகரித்துவிடாது. மாறாக, செல்வத்திற்கெல்லாம் அதிபதியான கடவுள், தனக்காகச் செய்த இந்த நற்செயலைப் பார்த்து மகிழ்ந்து தன் புனித அனுக்கிரகத்தையும் சாந்தியையும் நிறைவாகச் சொரிந்தளிப்பார். அவ்வாறு சம்பத்தும் மதிப்பும் அதிகரிக்கத்தான் செய்யும். இது உலக அனுபவமாகிறது. சந்தேகமிருந்தால் மலங்கரையின் பூர்வ வரலாற்றைப் பார்த்தால் போதும்.

மலங்கரையில் மிஷனரிக்காரர்கள் இல்லையென்றால் வேற்று மதத்தினர் கிறிஸ்தவ மதத்தை ஏற்றுக்கொள்ள மாட்கள் என்றும், இதர கிறிஸ்தவப் பிரிவினரின் விஷயத்தைப் பற்றி யோசிக்கவே வேண்டாம் என்றும் நீ எட்டாவதாகச் சொல்கிறாய்.

உன் இந்த வார்த்தைகளைக் கேட்பவர்களுக்கு உடனே உன் அறிவுச் சூன்யமும் அவிவேகமும் தெளிவாகும். நீயும் உன் முன்னோர்களும் மலங்கரைக்கு வருவதற்கு முன்பு அங்கே நஸ்ரானிகள் இல்லையா? எல்லோரும் வேற்று மதத்தினராயிருந்தார்களா? இதுதான் உன் எண்ணமென்றால் நான் உன்னிடம் சொல்கிறேன். நீ நினைப்பதுபோன்று அல்ல. நீயும் உன் வம்சத்தினரும் ஈசோ மிசிஹாவென்றும் சத்திய விசுவாசமென்றும் கேள்விப்பட்டே இராத காலத்தில் மலங்கரையில் விசுவாசிகளும் பாதிரியார்களும் இருந்தார்கள். மலங்கரை வட்டாரத்திலுள்ள தேவாலயங்களைக் கவனித்தால் அதன் உண்மை நிலை தெளிவாகும். இங்குள்ள தேவாலயங்களில் பெரும்பான்மையானவை, பிரதேசத்தின் பெரிய தேவாலயங்கள்கூட நீயும் உன் பிதாக்களும் மலங்கரை என்ற பெயரைக் கேட்பதற்கு முன்பு கட்டப்பட்டவை. இது மலங்கரையிலுள்ள எல்லோருக்கும் தெரிந்த விஷயம் மட்டுமல்ல, உனக்கும் தெரிந்ததுதான். இனியும் உனக்குச் சந்தேகமிருந்தால் பறங்கிகள் இந்தியாவுக்கு வந்த கதையை எழுதியிருக்கும் யோஹன்னான் தெ பெரேரா சொல்வதைக் கேள். இவர் தன் வரலாற்றுப் புத்தகத்தில் மூன்றாம் பாகத்தில் பதினொராம் அத்தியாயத்தில் மலங்கரை நஸ்ரானிகள் குறித்துச் சொல்லும்போது இப்படி எழுதுகிறார்: "நாம், அதாவது பறங்கிகள் இந்தியாவுக்குச் செல்வதற்கு வெகுகாலம் முன்பே அல்மேனியாக்காரர்கள் அதாவது கல்தாய பாத்ரியர்க்காவுக்குக் கீழே அங்கே நிறைய நஸ்ரானிகள் இருந்தார்கள். அதனால் அந்த வட்டாரத்தைப் பிரித்து ஆட்சி நடத்துவதற்காக நான்கு ஆயர்களை அனுப்பினார்கள். அங்கு சென்றவுடன் அவர்களில்

இருவர் இறந்துபோனதால் மிச்சமுள்ள இருவர், பிரதேசத்தை இரண்டாகப் பிரித்தார்கள். 'கன்னியாகுமரியைத் தலைமையிடமாக்கி தெற்குப் பாகத்தை இளையவனுக்கும், கொடுங்ஙல்லூரைத் தலைமையிடமாக்கி வடக்கு பாகத்தை மூத்தவனுக்கும்.' இதைத் தவிர அஸ்ஸெம்மான், மலங்கரை நஸ்ராணிகளின் புராதனத்தைப் பற்றியும் வளர்ச்சியைப் பற்றியும் கிழக்கு நாட்டைப் பற்றிய தன் புத்தகத்தில் (Bibliotheca Orientalis) வாதிடவும் கோதிச்செ பீதரென்ஸ்யெ என்ற நூலிலிருந்து மேற்கோள் காட்டவும் செய்கிறார். இப்போது உனக்கு என்ன தோன்றுகிறது? நீயும் உன் ஆசான்களும் மலங்கரைக்கு வருவதற்கு முன்பு மலங்கரையில் கிறிஸ்தவ மதம் இருந்ததா இல்லையா? அன்றைய கிறிஸ்தவர்கள் எப்படி வாழ்ந்திருந்தார்கள் என்றும் உனக்குத் தெரிய வேண்டாமா? கேட்டுக்கொள். அவர்கள் நல்ல ஒற்றுமையுடனும் அன்புடனும் ஒரே எண்ணத்துடனும் கருத்துடனும் ஆசாரத்துடனும் நம்பிக்கையுடனும் கடவுளை வணங்கியும் சமூகத்தின் நன்மையின் மீது கவனம் வைத்தும் வாழ்ந்து வந்தார்கள். (ஆனால் நீங்கள் மலங்கரைக்கு வருவதற்கு முன்பு மலங்கரை நஸ்ராணிகள் நெஸ்தோரியன்[39] மத விரோதத்திலிருந்தார்கள் என்றும் திருச்சபைக்குக் கட்டுப்பட்டு நடக்கவில்லையென்றும் புளித அப்பத்தைப் பயன்படுத்தி வழிபாடு சொல்லியிருந்தார்கள் என்றும் பாதிரியார்களெல்லாம் மணம் செய்துகொண்டிருந்தார்கள் என்றும் என்னவெல்லாம் சடங்குகள் இருக்கின்றனவென்று அவர்களுக்குத் தெரிந்திருக்கவில்லையென்றும் நீ என்னிடம் சொல்வாய். (நான் அதற்கெல்லாம் பதில் சொல்ல ஆரம்பித்தால் நம் இந்தப் புத்தகம் மிகவும் பெரியதாகிவிடும். அதனால் கடவுள் எனக்கு ஆயுளும் அமைதியுமளிப்பாரென்றால் நான் நினைத்திருப்பதுபோன்று, உன் முன்னோர்களும் நீயும் மலங்கரைக்கு வந்ததைப் பற்றி நான் ஒரு புத்தகம் எழுதும்போது, நீ சொல்வதற்கெல்லாம் நியாயமான பதிலை நான் தருவேன்). நீயும் உன் முன்னோர்களும் மலங்கரைக்கு வந்ததற்குப் பிறகு உள்ள நிலைமை என்ன? மேற் சொன்ன ஒற்றுமையும் நேசமுமெல்லாம் மறைந்துவிட்டது. யாராலும் தீர்க்க முடியாத கலகங்கள் வெடித்துப் புறப்பட்டன.வெளியிலுள்ள மக்களிடம் நஸ்ராணிகளின் மதிப்பு வீழ்ச்சியடைந்தது. மத மாற்றம் செய்பவர்களின் நிலை என்ன? உனக்கு என்ன தோன்றுகிறது? உன் முன்னோர்கள் மலங்கரைக்கு வந்தபோது அங்கே கண்டுபிடித்த நஸ்ராணிகளெல்லாம் உன் நாடான ஐரோப்பாவிலிருந்து வந்தார்கள் என்று நீ நினைத்தாயா? அது அப்படியல்ல. அவர்கள், சத்திய விசுவாசத்தை ஏற்றுக்

கொண்ட மலங்கரை மக்கள்தான். நீயும் உன் ஆசான்களும் வருவதற்கு முன்பே மலங்கரையில் நற்செய்தி ஊழியர்கள் இருந்தார்கள் என்று அர்த்தம். அப்படியென்றால் நாம் சிந்திக்க வேண்டிய விஷயம், அந்தப் பழைய காலத்திலும் இந்தக் காலத்திலும் சத்திய விசுவாசத்தை ஏற்றுக்கொண்டு வாழ்பவர்களுக்கு இடையிலான வித்தியாசம் மட்டும்தான். பழைய காலத்தில் மலங்கரையிலுள்ள குலங்களையும் வீடுகளையும் இனங்களையும் சேர்ந்த மக்கள் எல்லோரும் எந்தத் தயக்கமும் மறுப்பும் இல்லாமல் இந்தப் புனித நம்பிக்கையை ஏற்றுக்கொண்டார்கள். ஏற்றமுடையோரும் ஏழைகளும் முக்கியஸ்தர்களும் புறக்கணிக்கப்பட்டோருமெல்லாம் இந்த நம்பிக்கையில் ஒரு பிதாவின் மக்களைப்போல கிறிஸ்தவமான ஐக்கியத்துடனும் நேசத்துடனும் எந்தப் பிணக்கமும் பிரிவும் இல்லாமல் வாழ்ந்தார்கள்; தங்களின் ஆன்மாவுக்கும் உடலுக்கும் சமுதாயத்துக்கும் நாட்டுக்கும் முன்னேற்றம் ஏற்பட உழைக்கவும் செய்தார்கள்.

ஆனால் நீயும் உன் முன்னோர்களும் மலங்கரையில் கால் வைத்த பிறகு உன் துர் செயல்களாலும் மோசமான நடத்தையாலும் சத்திய விசுவாசத்துக்குக்கூட மதிப்பு போய்விட்டது. வெளி இனத்தாரிடையில் கிறிஸ்தவர்களுக்கு கெட்ட பெயரையும் மானக் கேட்டையும் ஏற்படுத்தினாய். மலங்கரையிலுள்ள அவிசுவாசிகள் வறுமைத் துயரால் தொட்டுத் தின்றுவிட்டோ (தாழ்ந்த சாதிக்காரர்களுடன் சேர்ந்து உண்பது), சாதிப் பிரஷ்டம் சம்பவித்தோ தன் சமுதாயத்தில் நிலைக்க முடியாமல் வரும் யாராவது பாவப்பட்ட மக்களல்லாது முக்கியப்பட்டவர்கள் யாரும் மத மாற்றம் செய்ய வில்லை. இப்படி சாதிப் பிரஷ்டம் வந்ததால் மதம் மாறுகின்ற வர்களையும் உன் சூதான தந்திரங்களைக் கொண்டு பிரித்து மலங்கரை நஸ்ரானிகளின் ஒற்றுமையையும் சக்தியையும் குறைப்பதற்கு நீ முயற்சி செய்து வருகிறாய். சிலரை முண்டுக்காரன் (முண்டு எனும் வேட்டி உடுத்தும் சொந்த ஊர் கிறிஸ்தவர்) என்றும் சிலரை மார்க்கக்காரர்கள் (கிறிஸ்தவர்களில் ஒரு பிரிவினர்) என்றும் மற்ற சிலரை சட்டைக்காரர்கள் என்றும் அழைத்து வெவ்வேறு ஆசாரங்களையும் வழிபாடுகளையும் ஏற்படுத்தி, ஒரே ரத்தமும் சதையுமாக வாழ்ந்திருந்த மலங்கரை மக்களை தீர்வற்ற கலகங்களிலும் போட்டிகளிலும் வீழ்த்திவிட்டாய். மலங்கரையிலுள்ள பழைய நஸ்ரானிகளிலோ, மற்ற சாதியினரைவிடப் பொய்க் கௌரவமும்... *(மூல நூலில் இங்கே சில பகுதிகள் விடுபட்டிருக்கின்றன).*

...மலங்கரையிலுள்ள எங்கள் தேவாலத்தினரை விட்டுச் செல்ல மனம் இல்லாமல்தான் என்று நீ பதில் சொல்வாய். ஆனால், உன்னிடம் நான் கேட்கிறேன். நீ ஈசோ மிசிஹாவுக்காகப் பாடுபட மனம் உள்ளவன்தான் என்றால், நீ சீனாவுக்கோ அதுபோன்ற மற்ற நாடுகளுக்கோ ஏன் போகவில்லை. அங்கே சென்றால் எந்தச் சந்தேகமுமில்லாமல் அடி வாங்குவாய் என்று உனக்குத் தெரியும். உதாரணமாக செல்ல (Ceylon?) எனும் தீவில் உன் சமூகத்தினர் நற்செய்தி அறிவிக்கச் சென்ற கதை உனக்குத் தெரியுமல்லவா. அங்குள்ள மக்களும் ராஜாவும் நல்லறிவும் நல்மனதும் கொண்டவர்களாயிருந்தார்கள். அவர்கள் உங்களை அன்புடனும் அனுசரணையோடும் வரவேற்றார்கள். உங்களுக்குப் பெரிய மதிப்பு மரியாதைகள் காட்டினார்கள். எல்லா இடங்களுக்குச் செல்லவும் எல்லாப் பிரிவு மக்களையும் ஞானஸ்நானப்படுத்தவும் அனுமதியளித்தார்கள். அங்குள்ள ராஜாவின், மக்களின் தயையாலும் நல்மனதாலும் தந்த இந்தப் பெருமைகளையெல்லாம் உனக்குப் பயந்து தந்தது என்று நீ தவறாகப் புரிந்துகொண்டாய். இப்போது நீ மலங்கரையில் காட்டுவதுபோன்று உன் சமூகத்தின் ஆணவத்தையும் திமிரையும் அங்கும் காட்டத் தொடங்கினாய். உனக்குக் கீழே வந்து சேர்ந்த கிறிஸ்தவர்களை ராஜாவுக்கு எதிராகத் திரட்டி கலகங்கள் ஏற்படுத்தினாய். ராஜா மிகவும் பிரயாசைப் பட்டேனும் கடைசியில் உன்னை அடக்கினார். உன் சமூகத்தை முற்றிலுமாக வேருடன் அங்கிருந்து அகற்றினார். ஈசோ மிசிஹா தொங்கி இறந்த சிலுவையைத் தன் நாட்டுக்கு வருவதற்கான பாலமாகப் பயன்படுத்திய சுவாமித் துரோகிகளான (எஜமானை ஏமாற்றுபவர்களான) கிறிஸ்தவர்கள் நாட்டிற்குள் நுழையக்கூடாது என்று தடையும் பிறப்பித்தார். இப்படி உன் இனத்தவர்களின் ஆணவத்தால், சுவாமித் துரோகத்தால், நன்றி கெட்டத்தனத்தால் ஈசோ மிசிஹாவுக்கும் அவரது பரிசுத்த மார்க்கத்துக்கும் சம்பவித்த தாழ்வு நீ அறியாததல்ல. அதுபோல நீ சீனாவில் அதே போன்று செய்த சதியாலும் கொடுஞ்செயலாலும் அங்கே நீ பல கலகங் களையும் பிரச்சினைகளையும் ஏற்படுத்துவதாகப் புரிந்துகொண்ட சீனத்து ராஜாவும் நீயும் உன் சமூகத்தாரும் அங்கே நுழையக் கூடாது என்று தடை செய்திருக்கிறார் என்றும் உனக்கு நன்றாகத் தெரியும். அங்கே எங்கும் மிசிஹாவுக்காகப் பாடுபடச் சென்றால் அனுபவிக்க நேரக்கூடிய சங்கடங்கள், மலங்கரையில் இன்றனுபவிக்கும் சங்கடங்களைவிடக் கொஞ்சம் வித்தியாசமாக இருக்கும் என்ற அச்சத்தால் நீ இங்கேயே மிசிஹாவுக்காகப் பாடுபட்டுவிடலாம் என்று முடிவு செய்தாய். அப்படி வரும்போது

எங்கள் நாட்டில் நீ அனுபவிக்கும் சங்கடங்கள் என்னவென்றும் சிந்திக்க வேண்டும் அல்லவா. யார் உனக்குச் சங்கடங்கள் ஏற்படுத்துகிறார்கள் என்று அறிய வேண்டியிருக்கிறது. உன்னிடம் கேட்கிறேன். மலங்கரையில் உனக்கு இவ்வளவு சங்கடங்கள் ஏற்படுத்துவது யார்? எங்கள் ராஜாவா? அல்லது நாங்களா? எங்கள் ராஜாவின் விஷயத்தைப் பற்றிச் சொன்னால், மலங்கரை யிலுள்ள மார் தோமா நஸ்ராணிகளான நாங்கள் உன்னை எங்கள் குருவாகவும் ஆன்மீகப் பிதாவாகவும் அங்கீகரித்து மரியாதை செய்வதால் எங்கள் ராஜாவும் உன்னை மதித்துப் போற்றுகிறார். அதே மரியாதையை வெளி சமூகத்தாரும் உனக்குத் தருகிறார்கள். அதில் ஆணவங்கொண்டு ராஜாவை அவமதித்து நீ காட்டும் அவிவேகத்துக்கும் கேடுகளுக்கும், துன்பம் அனுபவிப்பதும் பிராயச் சித்தம் செய்வதும் நீ அல்ல. எங்கள் தேவாலயத்தினர்தான். நான் சொல்வது பொய் என்று நீ நினைக்கிறாயா? அல்லவே அல்ல. சந்தேகமிருந்தால், நான் பழைய கதையொன்றும் சொல்லாமல் நம் காலத்தில் ஏற்பட்ட சம்பவங்களையே சொல்கிறேன். மலையாற்றூரில் புது ஞாயிற்றுக்கிழமை பெருநாளன்று ராஜ கட்டளையின்படி ஒரு திருடனைப் பிடித்துக் கட்டி வைத்தார்கள். ஆணவக்கார க்லம்மீஸ் பாதிரி, ராஜ கட்டளையைப் புறக்கணித்து அவனை அவிழ்த்துவிட்டார். அதற்கு அபராதம் கட்டியது யார்? பாதிரியா? மலையாற்றூர் தேவாலயத்தினரா?

பாதிரி தப்பித்துவிட்டார். மலையாற்றூர் தேவாலயத்தினர் அபராதம் கட்டினார்கள். இது எல்லோருக்கும் தெரிந்த கதை. மேற்படி தேவாலயத்திலேயே நடந்த மற்றொரு சம்பவத்தைச் சொல்கிறேன். பிற்காலத்தில் ஆயரான ஸாலஸ் பாதிரி தேவாலயத்தின் கணக்குக் கேட்கும் சமயத்தில் சபை உறுப்பினர் களில் ஒருவரான கூனன் வர்க்கிக்கு காரணமற்று ஓர் உதை கொடுத்தார். பாதிரி செய்த இந்த அநியாயத்துக்கு ராஜா விளக்கம் கேட்டார். அதற்கு, குற்றத்தை ஒப்புக்கொண்டதும் அபராதம் கட்டியதும் பாதிரியல்ல, தேவாலயத்தினர்தான். கடைசியில் ஸாலஸ் ஆயர், முன் மரபில் இல்லாதபடி ராஜ அனுமதிகோரி, மார் தோமா நஸ்ராணிகளின் பாரம்பரிய உரிமைகளை அழிக்க முயன்றதும், சாட்சி விசாரணைக்குப் பிறகு முடிந்த அந்தப் பிரச்சினையை மீண்டும் உயர்த்திப் பிடித்ததும் ராஜா அபராதம் விதித்ததுமான கதைகள் இந்தப் புத்தகத்தில் முன்பே சொல்லப்பட்டிருக்கின்றன. அங்கும் ஆயர் செய்த குற்றத்திற்குப் பிராயச்சித்தம் செய்ததும் பணம் கொடுத்ததும் ஆயரல்ல; எங்கள் தேவாலயத்தினர்தான். இதுபோன்று எத்தனையோ சம்பவங்களைச் சொல்ல முடியும்.

இப்படியிருக்கும்போது எங்கள் ராஜாவிடமிருந்து உனக்குச் சங்கடம் ஏற்படும் என்று சொன்னால், அது எனக்குப் புரியவில்லை; இது யாருக்குப் புரியுமென்றும் தெரியவில்லை. இனி உனக்குக் கஷ்டமளிப்பது ராஜாவல்ல, மலங்கரை நஸ்ரானிகள்தான் என்று சொல்ல நீ முற்படுவாயானால் அது உண்மையா பொய்யா என்று மலங்கரையில் உள்ளவர்களுக்கெல்லாம் தெரியும். நீங்கள் எங்கள் தேவாலயங்களுக்கு வரும்போது உங்களை எங்கள் சபையும் வைதீகரும் எவ்வளவு ஆசாரத்துடனும் மரியாதையுடனும் வரவேற்கிறோம். உங்களுக்கு வேண்டியதையெல்லாம் எந்தக் குறையுமின்றிக் கொடுப்பதற்காக நாங்கள் எவ்வளவு துன்பங்களைச் சகித்துக்கொள்கிறோம். நீங்கள் எங்கள் மக்களுக்கு அளிக்கும் நிந்தனையையும் அவமானத்தையும் அடியையும் இடையூறுகளையும், வேறொரு இடத்திற்குச் சென்று புகார் சொல்லாமல் கடவுளை நினைத்து நாங்கள் சகித்துக் கொண்டிருக்கிறோம். இதெல்லாம் பிரதேசத்தில் எல்லோருக்கும் தெரிந்த விஷயங்கள்தான்.

இப்படியிருக்கும்போது நீ மலங்கரையில் பற்பல துன்பங்களை அனுபவித்து வருவதாக வெளிநாடுகளுக்கு எழுதியனுப்புவதைப் பற்றி யோசித்துப் பார்த்தால் இது மனிதர்களுக்குள்ள சாதாரண துன்பங்களிலிருந்து வேறுபட்ட மற்றொரு விதமான துன்பம். அதற்குக் காரணம் நிச்சயமாக நாங்கள்தான் என்று ஏற்றுக்கொள்கிறோம். இந்தத் துன்பங்கள் என்பவை என்ன? அதற்கு நாங்கள் எப்படிக் காரணமாகிறோம்? சொல்கிறேன். நல்ல நெருப்பு போன்றிருக்கும் சாராயமும் மாட்டிறைச்சியும் கோழியும் முட்டையும் மற்றுமான உணவும் குடியும்தான் உன் இங்குள்ள துன்பங்கள். அதைத் தின்று குடித்து மதர்த்துக் களிப்பதைத்தான், மலங்கரைப் பிரதேசத்தில் கிடந்து நீ பாடுபடுவதாகச் சொல்கிறாய். பெரிய பெருநாளும் வருமானமுமுள்ள எங்கள் தேவாயலங்களில் ஆண்டுதோறும் உன் கூட்டத்தினர் வந்து அங்கே வசூலாகிற காணிக்கைப் பணத்தையெல்லாம் வாரியள்ளி, மேற்படித் துன்பங்களை வாங்குவதற்கு உன் வீட்டுக்குக் கொண்டு செல்கிறார்கள். உண்மை கொண்டவர்களும் முட்டாள்களுமான நாங்கள் அவற்றையெல்லாம் அனுமதிக்கிறோம். அப்படியென்றால் மலங்கரையில் நீ பாடுபட்டுத் துன்பங்கள் அனுபவிப்பதற்கு நாங்கள்தானே காரணம்? இதற்காகத்தான் மலங்கரையில் மிசிஹாவுக்காகப் பாடுபட நீ ஓடி வருகிறாய். மேற்சொன்ன செல்ல நாட்டுக்கும் (சிலோன்) சீனாவுக்கும் சென்று மிசிஹாவுக்காகப் பாடுபட உனக்கு மனதில்லாததும் இதனால்தான்.

இதைவிடப் பெரிய துன்ப துயரங்களைச் சகிக்க வேண்டி வந்தாலும் ரோமிலிருந்தான பிரத்தியேக உத்தரவு இல்லாமல், மிஷனரிக்காரர்கள் இப்போது தங்களுக்குக் கிடைத்திருக்கும் லத்தீன் தேவாலயங்களையும் ஸுரியானி தேவாலயங்களையும் விட்டுவிட மாட்டார்கள் என்று நீ இறுதிப் பாராவில் சொல்கிறாய். நீயும் உன் கூட்டத்தினரும் மலங்கரைக்கு வந்து அனேக வருடங்கள் கடந்த பிறகு, இவ்வளவு காலம் சொல்லாத இந்த வாசகத்தை இப்போது சொல்வதற்குக் காரணம் என்ன? அதற்குக் காரணம் வேறொன்றுமல்ல, இப்போது மலங்கரைப் பிரதேசத்திற்கு அந்தப் பகுதியைச் சேர்ந்த ஒரு பேராயர் ஏற்பட்டிருக்கிறார். பிரதேசவாசிகள் அவரை ஏற்றுக்கொண்டு உன்னைப் புறந்தள்ளுவார்கள் என்று நீ அஞ்சுகிறாய். எங்கள் பேராயரின் பிடியில் இந்தத் தேவாலயங்களை விட்டுக் கொடுக்காமல், மிஷனரிக்காரர்களின் பிடியை இறுக்குவதற்குப் பிரயத்தனம் செய்ய வேண்டும் என்று உன் நாட்டினருக்கு நீ மறைமுகமாக உணர்த்துகிறாய். ஆனால், உன் இந்த வார்த்தைகளைக் கேட்பவர்கள் என்ன நினைப்பார்கள்? "மலங்கரையிலுள்ள தேவாலயங்கள் மிஷனரிக்காரர்களின் தந்தைகள் கட்டியது; இங்குள்ள மக்கள் மிஷனரிக்காரர்களின் அடிமைகள்; எடுபிடிகள்; மிஷனரிக்காரர்களின் அனுமதியில்லாமல் தேவாலயத்தினரால் இங்கு எதுவும் செய்துவிட முடியாது" என்று நினைப்பார்கள். ஆனால், நான் உன்னிடம் சொல்கிறேன், நீ அவ்வளவு உறுதிகொண்டிருக்க வேண்டாம். உன் தந்திரத்தாலும் மோசடியாலும் எங்கள் தேவாலயத்தினரில் சிலர் உனக்குச் சேவை புரிந்து நிற்கிறார்கள். என்றாலும் எங்கள் தேவாலயங்கள் உங்கள் முன்னோர்கள் கட்டியதொன்றுமல்ல. எங்களையும் எங்கள் தேவாலயங்களையும் யாரும் உனக்கு விற்கவுமில்லை. உன்னை ஏற்றுக்கொள்ள எங்கள் சபைக்கு மனமிருந்தால் ஏற்றுக் கொள் ளும். விருப்பமில்லையென்றால் பலவந்தமாக ஏற்றுக்கொள்ள வைக்க உன்னால் முடியாது. இதை நன்றாக மனதில் வைத்துக் கொள். இதுபோன்ற ஆணவ வசனங்களை இனிமேலாவது யாரிட மும் பேசாதே. உன் கீழேயுள்ள தேவாலயத்தினரை கைவிட மாட்டேன் என்று சொல்வதற்கான நியாயங்களை நீ தேடிக் கொண்டிருப்பாய். நான் கேட்கிறேன், நீ என்ன நியாயத்தைத் தேடுகிறாய்? தெய்வ கட்டளையையா, போப்பாண்டவரின் கட்டளையையா? நீ தெய்வ கட்டளையைத்தான் தேடுகிறாய் என்றால், எங்கள் பேராயர் மலங்கரையின் முழு ஆயராகத் தேர்ந் தெடுக்கப்பட்டு பதவியேற்ற நொடியில், நம் மதத்திற்கும் நஸ்ரானி

களின் பாதுகாப்புக்கும் தேவையான காரியங்களையெல்லாம் செய்வதற்கான ஆன்மீக அதிகாரத்தைக் கடவுளே அவருக்குக் கொடுத்திருக்கிறார். அவரின் அனுமதியும் சம்மதமும் இல்லாமல் அந்தப் பிரதேசத்தில் ஆன்மிகமான காரியங்கள் எதையும் யாரும் செய்யக் கூடாது. வேத சாஸ்திரப் பேரறிஞர்களின் தீர்ப்பு இதுதான் என்று உனக்கே தெரிந்திருக்கும். இனி போப்பாண்டவரின் கட்டளையைத்தான் நீ தேடுகிறாய் என்றால், ரோம சபையின் இப்போதைய நடைமுறையின்படி போப்பாண்டவர் நம் பேராயரின் தேர்ந்தெடுப்பை அங்கீகரித்து உறுதிப்படுத்தி, பேராயருக்குக் கொடுத்த நியமன உத்தரவில் மலங்கரைப் பிரதேசத்தின் முழு ஆன்மிக காரியங்களுக்கும் அவற்றுடன் தொடர்புடைய லௌகீக காரியங்களுக்கும் பரிபூரண அதிகாரமளித்திருக்கிறாரென்று அந்த உத்தரவைப் படித்துப் பார்த்தால் புரியும். அப்படியிருக்கும்போது, ரோமிலிருந்து பிரத்தியேகக் கட்டளை வராமல் தேவாலயத் தினரைக் கைவிடுவதில்லை என்று நீ சொல்வதின் அர்த்தம், கட்டளை வந்தாலும் தேவாலயத்தினரை நீ விடமாட்டாய் என்பது தான். எங்களுக்கிடையிலுள்ள பிரச்சினைகள் கடவுளனுக்கிரகத் தால் தீர்ந்து ஒற்றுமை ஏற்பட்டதற்குப் பிறகு, நீ அதன் பின்னரும் மலங்கரையில் நிலைப்பதற்கு முயல்கிறாயென்றால் அது இயற்கையானதும் தெய்வீகமானதும் மனுஷிகமுமான எல்லாச் சட்டங்களையும் அவமதித்தபடியான முயற்சியாக இருக்கும். அதன் மூலம், மிசிஹாவுக்குப் பின் வந்தவர்களுக்கும் உன் சேவைக்கு ஆட்பட்டவர்களுக்கும் நீ ஒரேபோன்று தீமை செய்வதாயிருக்கும். யாரிடமிருந்தெல்லாமோ பறித்துக்கொள்ள முயலும் உன்னை இங்கிருந்து வெளியேற்ற முயற்சி செய்பவர் கடவுளின் விருப்பத்தை நிறைவேற்றுபவரும் மலங்கரை தேவாலயத்தினருக்கும் மக்களுக்கும் நன்மை செய்தவருமாவார்.

எங்கள் பேராயரின் விஷயத்தைக் குறித்தும் மலங்கரையிலுள்ள மக்களின் விஷயத்தைக் குறித்தும் நீ எழுதியனுப்பியதற்கு சுருக்கமான பதில் சொல்லியாகிவிட்டது. இனி மார் தோமா ஆயரின் விஷயத்தைப் பற்றி எங்களைவிட அதிகமான அறிவுடன் ஐரோப்பாவில் உள்ள உன் இனத்தாருக்கு நீ எழுதியனுப்பியதை எடுத்துக்கொள்ளலாம். மார் தோமா சத்தியவிசுவாசத்துக்குத் திரும்பி வருவதைத் தடை செய்வதற்கு நீ எழுதியனுப்பிய நியாயங் கள் போதுமா என்று நான் சுருக்கமாகக் கொஞ்சம் பரிசோதித்துப் பார்க்கிறேன். முதலிலேயே நீ சொல்கிறாய்: "இவர் கத்தோலிக்கராக ஆக விரும்புகிறார் என்பது உண்மைதான். ஆனால் அது அவரின் விருப்பத்தின்படிதான், உதயம்பேரூர் மத மாநாட்டின்

நிபந்தனைகளுக்கு ஆட்பட்டு அல்ல” என்று. நான் உன்னிடம் கேட்கிறேன், மார் தோமா ஆயர் உதயம்பேரூர் மத மாநாட்டை அங்கீகரிக்கவில்லையென்று உன்னிடம் யார் சொன்னார்கள்? அவரே சொன்னாரா? சொல்லியிருப்பதற்கு வாய்ப்பில்லை. ஒருக்கால் உன் சொந்த எண்ணமாயிருக்கலாம். அப்படியென்றால் நேர்மாறாக நினைப்பதற்குத்தான் உனக்கு நியாயம் இருக்கிறது. அது என்னவென்றால், அவர் கத்தோலிக்கராக விரும்புகிறார் என்று நீ கூறினாயல்லவா. அப்படி கத்தோலிக்கனாகும்போது திருச்சபையின் படிப்புகளையும் எல்லா மத மாநாட்டுத் தீர்மானங்களையும் சந்தேகமின்றி ஏற்றுக்கொண்டே ஆக வேண்டும். அதோடு சேர்த்து, நம் மலங்கரைப் பிரதேசத்தில் பொதுவாக அனுசரித்து வரும் உதயம்பேரூர் மத மனாட்டின் முடிவுகளையும் கடைப்பிடிக்க வேண்டும். அதற்குச் சம்மதம் உள்ளவன்தான் கத்தோலிக்கனாக விரும்புகிறான். அவன் ஒருக்கால் உதயம்பேரூர் மத மாநாட்டின் முடிவுகளை ஏற்றுக்கொள்ளவில்லை என்றிருக்கட்டும். திருச்சபை அந்தக் காரணத்தால் அவனை ஏற்றுக்கொள்ளாதிருக்கலாமா? கூடாது. ஏனென்றால், உதயம்பேரூர் மத மாநாட்டின் முடிவுகள் விசுவாசத்தின் பிரிவுகள் என்று மிசிஹாவோ அவரது சீடர்களோ சொல்லிக்கொடுக்கவில்லை. திருச்சபை இதுவரை அப்படி அறிவித்ததும் இல்லை. எத்தனையோ நாடுகளில், உதயம்பேரூர் மத மாநாடு என்ற பெயரைக்கூட கேள்விப்பட்டிராத எண்ணற்ற கத்தோலிக்கர்கள் இருக்கிறார்கள். அது மட்டுமல்ல, மலங்கரையில் உள்ள வடக்குப் பகுதி தேவாலயங்கள் மேற்படி மத மாநாடு ஆரம்பித்த கட்டத்திலேயே அதை அங்கீகரிக்கவில்லை. இப்படி இந்த மத மாநாட்டின் முடிவுகளை அங்கீகரிக்காத நாடுகள் வேறு பலவும் இருக்கின்றன. அவர்களெல்லாம் இடத்தூட்டுகாரர்களா? அல்ல, அவர்களெல்லாம் கத்தோலிக்கர்கள் என்று நீயே சத்தியம் செய்கிறாய்.

பிறகு நீ எதனால் மார் தோமா ஆயரைப் பற்றி போர்த்துகீஸுக்கு மேற்கண்டவாறு எழுதி அனுப்பினாய்? உதயம்பேரூர் மத மாநாட்டின் முடிவுகள், விசுவாசத்தின் சாரமான ஓர் உண்மை; அதை ஏற்றுக்கொள்ளாமல் கத்தோலிக்க சபையில் சேர முடியாது என்று உனக்கு உண்மையிலேயே எண்ணம் உள்ளதாலா? அது அல்ல. மாறாக, உதயம்பேரூர் மத மாநாடு கூடுவதற்கு ராஜாதான் முன் முயற்சி செய்தார். அதனால் மார் தோமா, அந்த மாநாட்டை ஏற்றுக்கொள்ளாதவர் என்று சொல்லும்போது அவர்மீது போர்த்துகீஸ் ராணிக்கு எரிச்சல் ஏற்படும் என்றும், அவரின்

விஷயத்தை ராணி பரிசீலிக்க மாட்டார்கள் என்றும் உன் கபட புத்தியில் தோன்றியது. போர்த்துகீஸ் ராஜப் பிரதிநிதிக்கு நீ இப்படி எழுதி அனுப்பியதற்கான காரணம் இதுதான்.

நீ சொல்கிறாய், அவர் இதுவரை செய்து வந்த காரியங்களை இப்போதும் செய்துகொண்டிருக்கிறார் என்று. அதாவது புனிதப் பொருட்களை விற்றுக் (Simoniac: புனிதப் பொருட்களை விற்று லாபம் சம்பாதித்தல்) காசாக்குகிறார். இந்த விஷயத்தை இங்கே சர்ச்சை செய்ய ஆரம்பித்தால் மிகவும் நீண்டு போகும். அது மட்டுமல்ல, மலங்கரையில் யாரும் கேள்விப்பட்டிராத சில விஷயங்களையெல்லாம் நான் சொல்ல வேண்டி வரும். அது இங்குள்ள மக்களுக்கு 'கெட்ட பெயர்' ஏற்படுத்தவும் வாய்ப்பிருக்கிறது. ஏனென்றால் நீயும் உன் இனத்தாரும் எல்லா இடத்திலும் செய்து வரும் செயல்களையெல்லாம் நான் நன்றாக அறிந்திருக்கிறேன். ஆனால் அதையொன்றும் சொல்லாமல் மார் தோமா ஆயரின் செயல்களைப் பற்றி மட்டும் பேசுவதுதான் பொருத்தமாக இருக்கும்.

ஐரோப்பாவில் எல்லாயிடத்திலும் இருக்கும் வழக்கம்போன்று இங்கில்லை; மலங்கரையில் தேவாலயத்திற்கான பங்குப் பணம் யாரும் கொடுப்பதில்லை என்று உனக்கே நன்றாகத் தெரியும். மார் தோமா ஆயருக்கு ரோமிலிருந்தோ மற்ற இடங்களிலிருந்தோ யாரும் மாதப்படி அனுப்பவில்லை. வாழ்க்கைச் செலவுக்கு வியாபாரம் செய்ய வழியில்லை. ஐரோப்பாவிலும் மற்ற நாடுகளிலும் உன் கூட்டத்தினர் செய்துவருவதுபோன்று வீடுதோறும் ஏறியிறங்கி யாசிப்பதும் அவருக்கு ஏற்புடையதல்ல. பிறகு அவர் எப்படி வாழ்வார்? மனிதனல்லவா? பசியும் தாகமும் இருக்கும்தானே? பலிபீடத்தில் சேவை செய்பவன் பலிபீடத்தைக் கொண்டு வாழ வேண்டும் என்ற கடவுள் வாக்கு உண்டென்று உனக்குத் தெரியுமல்லவா. ஆன்மீக காரியங்களில் சேவை செய்பவன் உண்பதற்கும் உடுப்பதற்கும் தேவையானவற்றை மக்களிடமிருந்து வாங்குவதில் தவறொன்றுமில்லையென்று இறையியலில் சற்றேனும் பரிச்சயமுள்ளவர்களெல்லாம் ஒப்புக்கொள்வார்கள். நம் கர்த்தரின் சீடர்களும் பழைய காலங்களில் பரிசுத்த ஆயர்களும் மக்களிடமிருந்து காணிக்கைகள் வாங்கி அவற்றைக் கொண்டு வாழ்ந்து வந்தார்கள். அதுபோன்று மார் தோமா ஆயரும், மக்கள் தாங்களாக விரும்பித் தரும் காணிக்கைகளைக் கொண்டு வாழ்கிறார். இதைத் தவிர ஆன்மிக காரிய நிர்வாகத்திற்காக மக்களிடமிருந்து கட்டாய வசூல் எதுவும் செய்வதில்லை.

இவ்வாறு மக்கள் தாமாக விரும்பித் தருவதை வாங்கினால் சிமோனியா ஆகுமென்றால், நாமெல்லாம் சிமோனி வாங்குபவர் கள்தான். வழிபாடு சொல்லவும் பெண் கட்டவும் வீட்டை ஆசீர்வதித்துப் புனிதப்படுத்தவும் கிறிஸ்தவர்களுக்காகச் சடங்குகள் செய்யவும் மற்ற ஆன்மீக சேவைகளும் செய்வதற்கு நீயும் நானும் ஐரோப்பாவிலும் மலங்கரையிலும் எல்லா இடத்திலும் உள்ள புரோகிதர்கள், மக்கள் மனப்பூர்வமாகத் தரும் நன்கொடைகளை ஏற்று வருகிறோம்.

லௌகீக ஆர்வங்களை முன்னிட்டுத்தான் அவர் கத்தோலிக்க விசுவாசத்தை ஏற்றுக்கொள்ள முற்படுகிறார் என்று நீ சொல்கிறாய். இதை நீ எப்படி அறிந்தாய்? அவர் உன்னிடம் சொன்னாரா? அல்லது அவர் இப்படிச் சொல்வதைக் கேட்டவர் கள் யாரும் உன்னிடம் சொன்னார்களா? ஒரு மனிதனின் இதயத் தில் உள்ளது அந்த மனிதனைத் தவிர வேறு யாருக்கும் தெரியாது என்று பரிசுத்த பௌலோஸ் சொல்கிறார். நாமெல்லாம் அதை அனுபவத்திலிருந்து அறிவோம். நீ சொல்வாய் குறிப்பாக யாரும் சொல்லவில்லை, காரியங்களை நுட்பமாக அவதானித்தபோது கிடைத்த முடிவைத்தான் நான் எழுதியனுப்பினேன் என்று. ஆனால், காரியங்களை நுட்பமாக அவதானிக்கும்போதான என் முடிவு மார் தோமாவைப் பற்றி நீ எழுதியனுப்பியதன் பின்னால் விசுவாசத்தின் தீவிரமோ, உண்மையைச் சொல்ல வேண்டும் என்ற கட்டாயமோ இல்லை. மார் தோமா கத்தோலிக்க சபைக்கு வந்தால், பிறகு உனக்கும் உன் கூட்டத்தினருக்கும் மலங்கரையில் இடமற்றுப் போய்விடும் என்ற பயம்தான் இருக்கிறது. மலங்கரையிலுள்ள மக்களை உன் அடிமைத்தனத்திலிருந்து விடுவிக்கவும், இந்த இடத்தைவிட்டுச் செல்லவும் உனக்கு மனதில்லாமல்தான் நீ இதுபோன்ற கதைகளை உருவாக்குகிறாய் என்று யாராவது சொன்னால், அவர்களுக்குத் தருவதற்கு உன்னிடம் என்ன பதில் இருக்கிறது? ஆனால், ஒரு விஷயத்தை நீ அறிந்திருக்க வேண்டும். உயர்ந்த பதவியில் இருப்பவர்களுக்கு ஒரு விஷயத்தைப் பற்றி அறிக்கை அனுப்பும்போது ஊகங்களையும் அதற்கான தீர்வு களையும் எழுதி அனுப்பினால் போதாது. உண்மை நிலைகளை விசாரித்து அறிந்த பிறகுதான் எழுத வேண்டும். இல்லையென்றால் உனக்குத்தான் பொய்யன் கள்ளன் என்ற பெயர் ஏற்படும். ஐரோப்பாவிலெல்லாம் உனக்கு இப்போதுள்ள பெயர் அதுதானே. அதனால், மார் தோமா ஆயரைக் கத்தோலிக்க சபையில் ஏற்றுக் கொள்ளாதிருப்பதற்கு மூன்றாவதாக நீ எழுதியனுப்பிய இந்தப் பொய் போதுமென்று எனக்குத் தோன்றவில்லை.

காரணத்தை நான் சொல்கிறேன். உன் மனதின் ஊகத்தையும் ஆசையையும்தான் நீ இப்படி எழுதியனுப்பியிருக்கிறாய். மார் தோமாவின் கடிதங்களையும் பேச்சுக்களையும் அறிவாளர்களின் அபிப்பிராயத்தையும் (லௌகீக காரியங்களில் எதற்கும் அவருக்கு எந்தக் குறையுமில்லையென்று எல்லோருக்கும் தெரியும்) பார்த்தால், அவர் கத்தோலிக்க சபையில் சேர விரும்புவது தன் ஆன்மாவின் ரட்சிப்பிற்காக மட்டும்தான் என்று தெளிவாகும். திருச்சபைக்கு உள்ள கடமை என்பது வெளிப்படையாகக் காணப்படுவதையும் உண்மையென்று நிரூபிக்கப்படுவதையும் அனுசரித்துத் தீர்ப்பளிப்பதுதான் என்று வேத அறிஞர்கள் சொல்கிறார்கள். தவிர, உன் வக்கிரங்களை; உன் ஊகங்களை அனுசரித்து அல்ல. நீ தொடர்ந்து சொல்கிறாய், மார் தோமா சத்திய விசுவாசத்தை ஏற்றுக்கொண்டால், அவரின் மக்கள் உடனே அவரைக் கைவிட்டு, இடத்தூட்டுக்காரனாகப் புறந்தள்ளப்பட்ட கூரில்லோஸை வரவழைத்து தங்களின் ஆயராக்குவார்கள் என்று. நீ இப்படி எழுதியதன் பின்னால் உள்ள ரகசியம் வேறு யாருக்கும் புரியாது என்று நினைக்காதே. மார் தோமா ஆயரின் காரியத்தில் இடையூறு செய்ய, முடிந்த தந்திரங்களையெல்லாம் நீ முன்பே ரோமில் பிரயோகித்திருக்கிறாய். ஒருக்கால், மார் தோமாவுக்குக் கீழே உள்ள எண்ணற்ற ஆத்மாக்களை நினைத்தேனும் அவரைச் சபையில் ஏற்றுக்கொள்ளலாம் என்று ரோமிலும் போர்த்துகீஸிலும் ஒரு எண்ணம் ஏற்படலாம் என்று உனக்கு சந்தேகம் ஏற்பட்டது. அதைக் கெடுப்பதற்குத்தான் நீ இப்படி எழுதியனுப்பியிருக்கிறாய். ஆனால், நீ ஒரு விஷயத்தை அறிந்திருக்க வேண்டும். திருச்சபை பாரபட்சம் காட்டக் கூடாது. சத்திய விசுவாசத்தை விரும்பி வரும் எவரையும் கைவிடவும் கூடாது. மார் தோமா, தன் கீழே உள்ள யாரையும் சேர்க்காமல், தேவையான ஆயத்தத்துடன் சபையில் சேர வந்தால்கூட அவரைக் கைவிட திருச்சபைக்கு வழியில்லை. அவரை ஏற்றுக்கொண்டே ஆக வேண்டும்; ஆயராக அங்கீகரித்தே தீரவேண்டும். அதைத்தான் மிசிஹா கர்த்தர் நற்செய்திகளின் மூலமாகச் சொல்லிக் கொடுத்திருக்கிறார்.

மார் தோமா ஆயர் கத்தோலிக்க சபையில் சேர்ந்தால் அவரின் மக்கள் உடனே இடத்தூட்டுக்காரனான கூரில்லோஸை வர வழைத்து தங்களின் ஆயராக்கிவிடுவார்கள் என்று, மலங்கரையில் யாரேனும் சொன்னதைக் கேட்டுத்தான் நீ எழுதியனுப்பியிருப்பாய் என்று எனக்குத் தோன்றவில்லை. பிறகோ, தந்தை மகனையும் மகன் தந்தையையும் வஞ்சிக்கவும் காட்டிக் கொடுக்கவும் செய்யும் உன் நாட்டின் பழக்கத்தைத்தான் நீ சொல்லியிருக்கிறாய். ஆனால்,

எங்கள் மலங்கரை மக்களின் சுபாவத்திற்குச் சற்று வித்தியாசம் உண்டு. நாங்கள் எங்கள் முன்னோர்களையும் நியாயமான ஆன்மிக ஆசிரியர்களையும் நாங்கள் நம்பும் மனிதர்களையும் எப்போதும் நிந்திக்கவும் மாட்டோம்; கைவிடவும் மாட்டோம். எங்கள் பேராயருக்கு எதிராக நீ எழுதிய இரண்டாம் விஷயத்திற் கான பதிலில் நான் எழுதியதுபோன்று, புத்தன்கூற்றுக்காரர்கள் என்று சொல்கிற எங்கள் சகோதரர்கள் அந்நிய வம்சத்திலிருந்தும் கலாசாரத்திலிருந்தும் வந்த உனக்குப் பணிவதில்லை என்று மட்டுமே சபதம் செய்திருக்கிறார்கள். அவர்களுக்கு, பரிசுத்த சபை யின் மீதும் விசுவாசத்தின் மீதும் எந்த எதிர்ப்பும் இல்லை. அதனால் தங்களின் ஆன்மீக ஆச்சாரியரான மார் தோமா ஆயர் சத்திய விசுவாசத்தைக் கைக்கொள்ளும்போது, அவரின் கீழுள்ள சகல தேவாலயத்தினரும் அந்த விசுவாசத்தை ஏற்றுக்கொள்வதற்குத் தான் சாத்தியமும் நியாயமும் உள்ளன.

இப்படி உன்னால் முடிந்ததையெல்லாம் நீ தரையிலும் கடலி லும் செய்ய முயன்றாய். ஆயினும் கடைசியில் நீதான் மிச்ச மானாய். என்னவென்றால், திருச்சபையில் செய்ய முடிந்ததை யெல்லாம் செய்து (அதிகாரப்பூர்வமாக) எங்களை அனுப்பி இருக்கிறார்கள்.

73

கொச்சி ஆயரும் மிஷனரிக்காரர்களும் எங்களுக்கு எதிராக அறிக்கை அனுப்பியதற்குப் பிறகான சம்பவங்கள்

மேற்சொன்னதுபோன்று நமக்கெதிராகப் பேச லிஸ்பனிலேயே பல எதிரிகளும் தலை தூக்கிய நேரத்தில்தான், அவர்கள் எழுப்புகின்ற எதிர் வாதங்களுக்கு ஆதாரமாகவும் சாட்சியாகவும் கொச்சி ஆயர் மற்றும் மிஷனரிக்கார்களின் கடிதங்கள் வந்து சேர்கின்றன. உண்மையோ பொய்யோ என்று தெரியவில்லை, பிராந்திய ஆயரை நியமித்ததில் ராணிக்கே மன வருத்தம் இருக்கிற தென்றும் அதனால் நம் பேராயரை மலையாளத்துக்கு அனுப்பாமல் லிஸ்பனிலேயே தங்கச் செய்யப்போகிறார்கள் என்றும் பாதிரியார்கள் ஒரு செய்தியை லிஸ்பனிலெங்கும் சொல்லிப் பரப்பினார்கள். இது எங்கள் செவிகளையும் வந்தடைந்தது. நம் பேராயர் அந்த இரண்டு வருடமும் வழக்கப்படி வாரம் இரு முறை மர்த்திங்ஞு தெ மெல் என்ற இந்திய விவகார முக்கிய அதிகாரியின் வீட்டுக்குச் செல்லவும் அவரைப் பார்த்து சற்றுப் பேசவும் செய்து வந்தார். என்றாலும் அந்த அதிகாரி, எங்கள் இந்தியப் பயணத்தைப் பற்றி எதுவும் சொல்லவில்லை. விஷ்கோந்தி யின் வீட்டிலும் முன்பு எங்களுக்குக் கிடைத்திருந்த நேச உபச்சாரங்களின் சூடு கொஞ்சம் குறைந்திருப்பதாகத் தோன்றியது. இதன் காரணத்தால், நாங்கள் கேள்விப்படும் செய்தி உண்மையாக இருக்கும் என்ற சந்தேகம் எங்களுக்கு வலுப்பட்டது. நாங்கள் இது குறித்து, லிஸ்பனில் எங்கள் மீது மிகவும் அன்புகொண்ட சிலரிடம், குறிப்பாக முன்னால் கோவா பேராயரிடமும் பேசினோம். இப்படியெல்லாம் செய்தி உலவுவதன் காரணம் என்ன? நாங்கள்

என்ன தவறு செய்தோம் என்றெல்லாம் பேராயர் வருத்தப்பட்டது எப்படியோ மர்த்திங்நு தெ மெல் என்ற முக்கிய அதிகாரிகளின் செவிகளைச் சென்றடைந்தது என்று தோன்றுகிறது. என்னவெனில், மறு வாரம் வழக்கம்போல பேராயர் அவர் வீட்டுக்குச் சென்று பார்த்தபோது அதிகாரி சொன்னார்: "நாளை மறு நாள் வாருங்கள். உங்கள் காரியத்துக்கு முடிவு ஏற்பட்டுவிடும்." பேராயர் அவரை மீண்டும் சென்று பார்த்தார். அதிகாரி சொன்னார்: "நான் தங்களின் விஷயத்தை ராணியிடம் சொன்னேன். தங்களின் பிரதேசத்துக்குச் செல்வதுவரையிலான வழிச் செலவுக்காகத் தங்களிடம் எட்டாயிரம் ரூபாய் கொடுக்கும்படி உத்தரவாகியிருக்கிறது. இனி, இங்கிருந்து நேராகக் கோவாவுக்குச் செல்லும் ஏதாவது கப்பலைக் கண்டுபிடித்தால் உடனே உங்களை அனுப்பிவிடலாம். அதைப் பற்றிச் சந்தேகம் வேண்டாம். ஏனென்றால் நாங்களும் கிறிஸ்தவர்கள்தான். சொர்க்கத்திற்குச் செல்லவேண்டும் என்ற ஆசை எங்களுக்கும் உண்டு. கப்பல் பற்றி தாங்களே விசாரித்துக் கொள்ளுங்கள். சமீபத்தில் கோவாவுக்குச் செல்லும் ஏதாவது கப்பலைக் கண்டுபிடிக்கும் பட்சத்தில், தேவையான உத்தரவுகளையெல்லாம் உடனே தந்துவிடுகிறேன்." இதைக் கேட்டவுடன் பேராயர் மகிழ்ச்சியுடன் அவருக்கு நன்றி சொல்லி இப்படித் தொடர்ந்தார்: "நாங்கள் இவ்வளவு காலம் இங்கே தங்கி வருவதன் பிரத்தியேக நோக்கம், மார் தோமா ஆயரின் காரியத்தை நிறைவேற்றுவதுதான் என்று தாங்களுக்குத் தெரியுமல்லவா. அதனால் அந்த விஷயத்திலும் நல் மனது காட்டி ராணியிடம் சொல்லி கோவா பேராயரையும், மார் தோமா ஆயரின் விசுவாச சத்தியத்திற்கு உறுதி வாங்குவதற்கான அதிகாரத்துடன் மலங்கரைக்கு அனுப்பும்படி ராஜ உத்தரவு வாங்கித் தந்தால் பெரிய உதவியாயிருக்கும்." இதற்குப் பதிலாக அவர் தந்திரமாக, "மார் தோமா ஆயரின் காரியம் இங்கு தொடர்புடைய காரியம் அல்ல. அது ரோம் தொடர்பான காரியம். ஆயினும் இந்த விஷயம் குறித்து மலங்கரையில் நடந்ததையெல்லாம் எழுதிக்கொண்டு வாருங்கள். நான் கொஞ்சம் பார்க்கிறேன்" என்று சொல்லி அனுப்பினார்.

பேராயர் வீட்டுக்கு வந்து மார் தோமா ஆயரின் வரலாற்றையும் நியாயங்களையும் ஆரம்பம் முதல் எழுதித் தயாரித்து இந்த முக்கிய அதிகாரியின் கையில் கொடுக்கவும் செய்தார்.

தொடர்ந்து, முக்கிய அதிகாரி சொன்னதுபோன்று கப்பல் குறித்து விசாரிக்கத் தொடங்கினோம். யொக்கிம் பெத்ருபோலோ என்ற புகழ் பெற்ற வியாபாரியின் கப்பலை இந்தியாவுக்கு

அனுப்புகிறார்கள் என்று அறிந்தோம்; சென்று அவரைப் பார்த்தோம். ஆனால் அவரது கப்பல் மிகச் சிறியதாக, நிறையச் சரக்குகள் கொண்டதாக இருந்ததால் அதில் கொஞ்சமும் இடமில்லை என்று அறிந்து பின்வாங்கினோம். அதைத் தொடர்ந்த விசாரணையில் அந்தோணியோ பெரயிரா மெஷ்கீத்தா என்ற மற்றொரு வியாபாரியின் கப்பலை இந்தியாவுக்கு அனுப்பப் போகிறார்கள் என்று அறிந்தோம். பேராயர் அந்த வியாபாரியின் வீட்டுக்குச் சென்றார். கப்பலை இந்தியாவுக்குத்தான் அனுப்புவதாகவும் பேராயரை அழைத்துச் செல்வதில் தனக்கு மகிழ்ச்சியே என்றும் அவர் சொன்னார். ஒரு பொருளை நேராகக் கோவாவுக்கு அனுப்புவதற்கு இந்திய விவகார முக்கிய அதிகாரியான மர்த்திங்ஞ தெ மெலின் அனுமதிக்கு விண்ணப்பித்திருப்பதாகவும், அனுமதி கிடைக்கும் பட்சம் நேராகக் கோவாவுக்குச் சென்றுவிடலாம் என்றும் சொல்லி அவர் பேராயரை அனுப்பினார். பேராயர், மர்த்திங்ஞ தெ மெலிடமும் விஷ்கோந்தியிடமும், மெஷ்கீத்தா என்ற கப்பல்காரர் இப்படிச் சொன்னார் என்றும் அவரின் விண்ணப்பத்தை அனுமதிக்க தயவு ஏற்பட்டால் இந்தக் கப்பலிலேயே செல்ல முடியும் என்றும் சொன்னார்.

அடுத்த செப்டம்பர் சந்தர்ப்பத்தில் போகலாம் என்று நினைத்து நடக்கவில்லை. பிறகு மர்த்திங்ஞ தெ மெலும் விஷ்கோந்தியும் கப்பல் பற்றிய விஷயத்தைப் பேசவுமில்லை. இப்படியானபோது முன்பு கேள்விப்பட்ட செய்தியின் சந்தேகங்கள் எங்கள் மனதில் முளைவிடத் தொடங்கின. எல்லா சிக்கல்களிலிருந்தும் எங்களைக் காப்பாற்றி ஊர் செல்ல வைக்க வேண்டும் என்று கடவுளிடமும் தேவ மாதாவான பரிசுத்த கன்னி மேரியிடமும் நாங்கள் இரவு பகலாகப் பிரார்த்திக்கத் தொடங்கினோம். லிஸ்பனில் எங்களிடம் பழக்கமும் அன்பும் உள்ளவர்களிடமெல்லாம் சொல்லிக்கொண்டுமிருந்தோம். அப்படியிருக்கும்போது ராணியின் கரத்தை முத்தமிடும் ஒரு நாள் வந்தது. அப்போது பேராயரும் வழக்கம்போல கரம் முத்தமிடச் சென்றார். அங்கே மானுவல் யொவாக்கிம் என்ற கானோனிஸ்த வைதீகரைச் சந்தித்தார். இவர் ராஜாவுக்கும் இந்திய விவகார முக்கிய அதிகாரியான மர்த்திங்ஞ தெ மெலுக்கும் மற்ற முக்கியஸ்தர்களுக்கும் நண்பராகவும், பேராயரின் ஆஸ்தான தேவாலயத்தில் விகாரியாகவும் இருந்தார். பேராயரும் அவரும் பேசிக் கொண்டிருக்கும்போது அவர் கேட்டார்: “தாங்களின் ஆயரபிஷகம் முடிந்து நீண்ட காலம் ஆகிவிட்டதல்லவா. நீங்கள் ஏன் உங்கள் ஆயத்துக்குச் செல்லாமல் இங்கேயே இவ்வளவு காலம் தங்கியிருக்கிறீர்கள்?” இதைக் கேட்டுப் பேராயர்,

“எனக்காகச் சிரமப்பட மனமுள்ளவர்கள் இங்கே யாரும் இல்லாததால் நான் இங்கேயே தங்க நேர்ந்தது” என்று துயரத்துடன் சொன்னார். அவர் அதைக் கேட்ட பின் பேராயரிடம், “நல்லது, நான் கொஞ்சம் சிரமப்பட்டுப் பார்க்கிறேன்” என்று சொன்னார்.

இதற்குப் பிறகு இந்தக் கானோனிஸ்தர், பேராயரிடம் சொன்னதுபோன்று முயற்சி செய்யத் தொடங்கினார். அவர் இந்திய விவகார முக்கிய அதிகாரியிடம் இதைப் பற்றிப் பேசினார். இந்தச் சம்பவத்திற்குப் பிறகு மறு வாரம் பேராயர், மேற்படி முக்கிய அதிகாரியின் வீட்டுக்குச் சென்றார். அப்போது அதிகாரி, “பேராயர் ஆஸ்தான தேவாலயத்தின் கானோனிஸ்தர் மானுவல் யொவாக்கிம் பாதிரியைத் தெரியுமா?” என்று கேட்டார். தெரியும் என்று பதில் சொன்னார் பேராயர். “அப்படியென்றால் போய் அவரைப் பாருங் கள். அவர் சபை விஷயங்களில் அறிவும் அனுபவமும் உள்ளவர். அவர் காரியங்களை ஆராய்ந்து முறைப்படியான ஆலோசனை களைத் தருவார்” என்று அதிகாரி சொல்லி அனுப்பினார்.

மீள் பார்வை

பேராயரையும் கானோனிஸ்தரையும் ஒப்பிட்டால் இருவரில் பெரியவர் பேராயர்தான். ஆயினும் பேராயரிடம் அவரை அனுப்பாமல் அவரிடம் பேராயரை அனுப்புவதற்குக் காரணம், இந்த முக்கிய அதிகாரிக்கு எங்கள் மீதான அலட்சியமும் வெறுப்பும்தான். ஆனால் இந்தக் கானோனிஸ்தரின் வீடு ஸம்பெந்து ஆசிரமத்துக்கு அருகிலேயே இருந்தது. எனவே பேராயர், திரும்பி வரும் வழியில் அவர் வீட்டுக்குச் சென்றார். அப்போது அவர் அங்கே இல்லை. மறு நாள் நான் சென்று அவரைப் பார்த்தேன். மர்த்திங்நு தெ மெல் சொன்னபடி நேற்று பேராயர் இங்கே வந்தார்; உங்களைப் பார்க்க முடியாததால் இன்று என்னை அனுப்பியிருக்கிறார் என்று சொன்னேன். பதிலாக அவர், “நான் இன்றே ஆசிரமத்துக்கு வந்து பேராயரைப் பார்க்கிறேன்” என்று சொன்னார். நான் திரும்பி வந்து அந்தச் செய்தியைப் பேராயரிடம் அறிவித்தேன்.

இந்தக் கானோனிஸ்தருக்கு லிஸ்பனில் உள்ள காரியங்களின் நடைமுறைகள் நன்றாகத் தெரியும். அங்குள்ள பைத்தியக்கார ர்களும் இந்தியாவுக்குச் சென்று ஆளும் ஐரோப்பியர்களும் பெரும் பாலும் எங்கள் எதிரிகள் என்று அவர் அறிந்திருந்தார். எனவே, எங்களுக்காகத் தான் முயற்சி செய்வது வெளியே தெரியாதிருப்பதற் காக அன்று இரவு ஆசிரமத்துக்கு வந்து பேராயரைச் சந்தித்தார்.

அவர், பேராயரின் பாலியோ என்ற திரு உடையையும் நியமன உத்தரவையும் வாங்கிச் சென்றார். இந்தப் பொருட்களை வாங்கிச் செல்லும்போது தான் சற்றுப் பார்ப்பதற்குத்தான் என்பதைத் தவிர அவர் வேறொன்றும் சொல்லவில்லை. ஆயினும் மர்த்திங்ஙு தெ மெல் எனும் முக்கிய அதிகாரி சொல்லித்தான் அவர் இப்படிச் செய்வதாக நாங்கள் யூகித்தோம். பிற்பாடு நாங்கள் இதை அறிந்துகொண்டோம்.

இந்தக் கானோனிஸ்தருக்கு அனைவரிடமும் அன்பும் மிக அதிகமான செல்வாக்கும் இருந்ததால், எங்களுக்கான முயற்சியை ஆரம்பித்த பிறகு எங்களுக்கு எதிராக வந்த காகிதங்களும் நாங்கள் போர்த்துகீஸில் கொடுத்த விண்ணப்பங்களுமெல்லாம் அவர் கைக்கு வந்தன. அவர் அதையெல்லாம் படித்துப் பார்த்த பிறகு எங்களிடம் சொன்னார்: "உங்களுக்கு எதிராக வந்த கடிதங்களையும் உங்கள் விண்ணப்பங்களையும் நான் பாரபட்சம் இல்லாமல் படித்துப் பார்த்தேன். உங்கள் தரப்பில்தான் உண்மையும் நியாயமும் இருக்கிறது என்று எனக்குத் தெரிந்தது." தொடர்ந்து இந்தக் கானோனிஸ்தர் பலமுறை மர்த்திங்ஙு தெ மெல் என்ற முக்கிய அதிகாரியையும் நம் பேராயரையும் மாறி மாறி சந்தித்துப் பேசினார். பயணம் தொடர்பாக முன்பு அந்த முக்கிய அதிகாரி சொன்னதுபோன்று ஏற்பாடு செய்தார். அதற்குப் பிறகு மேற்படி முக்கிய அதிகாரி பேராயரிடம் இந்தச் சந்தேகங்களைக் கேட்கச் சொன்னார் என்று மட்டும் சொல்லவில்லை. ஆயினும் முக்கிய அதிகாரி சொல்லாமல் கானோனிஸ்தர் இப்படிக் கேட்கவில்லையென்று நாங்கள் ஊகித்தோம்.

இந்தச் சந்தேகங்கள் என்ன? 1. மலங்கரையிலுள்ள பிரதேச ஆயர்கள் இடத்தூட்டுக்காரர்களானதால்தான் அங்குள்ள மக்கள் ஐரோப்பிய ஆயர்களை வரவேற்கிறார்கள். நம் பேராயர் இந்தியாவுக்குச் சென்றால் அங்கே மிஷன் நடவடிக்கையில் ஈடுபட்டிருக்கும் இத்தாலியர்கள் மட்டுமல்ல, பறங்கிகளும் மற்ற ஐரோப்பியர்களுமெல்லாம் வெளியே போக நேரும். 2. நம் பேராயரின் பேச்சையும் குணத்தையும் கவனித்ததில், அவர் தன் பிரதேசத்துக்குச் சென்றால் ஒரு புதிய முறையை உருவாக்கி போப்பாண்டவருக்கும் போர்த்துகீஸ் ராணிக்கும் சம்மதமில்லை என்றால்கூட மலங்கரையில் உள்ளவர்களை ஆயர்களாக்குவதற்கும் அவ்வாறு மலங்கரை மக்களை அந்நிய இனத்தவரின் அடிமைத்தனத்திலிருந்து விடுவிக்கவும் வாய்ப்பிருக்கிறது.

இந்தச் சந்தேகங்களைப் போக்குவதற்குச் சாத்தியமான உபாயங்களையெல்லாம் இந்தப் பாதிரியாரிடம் நாங்கள் சொன்னோம். ஆயினும் சொந்த இனத்திற்கும் சொந்த மக்களுக்கும் நன்மை செய்ய வேண்டும் என்ற ஆசை எல்லா மனிதர்களுக்கும் இயல்பாகவே உள்ளதுதானே. அதனால் அவரின் சந்தேகங்களைத் தீர்ப்பதற்கு நாங்கள் சொன்ன நியாயங்களொன்றும் போதுமானதாக இல்லை. இந்தப் பேச்சுக்களுக்கிடையே நாங்கள் பல முறை இந்தக் கானோனிஸ்தரிடம் மார் தோமா ஆயரின் விஷயத்தைப் பற்றிச் சொன்னோம். அவர் இந்திய அதிகாரியிடம் பேசவும் செய்தார். ஆயினும் கடைசியில் அவர், இங்கே பாடுபட்டுப் பயனில்லை என்றும் ரோமுக்குச் சென்று அங்குள்ள பேராயரிடம்தான் சொல்லவேண்டும் என்றும் சொன்னார். அப்படி அந்த விஷயத்தை தேவையானபடி சாதிப்பது சிரமம் என்று எங்களுக்குப் புரிந்தது. நாங்கள் கடைசியாக அதைக் கடவுளின் கரங்களிலேயே சமர்ப்பித்தோம். ஆயினும் கடவுளனுக் கிரகத்தால் பேராயர் பதவி நம் கைக்கு வந்ததால், இந்த விஷயம் பெரிய அளவு எங்களைப் பாதிக்கவில்லை.

74 இதன் பிறகு மார் தோமா ஆயரின் காரியத்தில் ஏற்பட்ட சம்பவ விரிவு

இப்படி மார் தோமா ஆயரின் காரியத்திற்காக இவ்வளவு காலம் தாமதித்தும் இந்த விஷயம் குறித்து ரோமிலும் போர்த்துகீஸிலும் ஒரு அனுகூலமான கருத்தை ஏற்படுத்தி முடிவு செய்துகொண்டு போக முடியவில்லையே என்ற மனத் துன்பம் எங்களுக்கு இருந்தது. திருச்சபை மரபையும் வேத சாஸ்திர அறிஞர்களின் தீர்ப்பையும் தந்தைகளின் நடவடிக்கைகளையும் அனுசரித்து, ஓர் ஆயரின் விசுவாசப் பிரகடனத்தை அங்கீகரித்து அவரைச் சபையில் சேர்க்க, கத்தோலிக்க சபையிலுள்ள மற்றொரு ஆயருக்கு அதிகாரம் உண்டு. அதற்கு வேறு யாரின் கட்டளையும் அனுமதியும் தேவையில்லை. அதனால் நம் பேராயர் மலங்கரைக்குச் சென்ற பிறகு யாரின் அனுமதிக்காவும் காத்திருக்காமல் தன் அதிகாரத்தைப் பயன்படுத்தியே மார் தோமா ஆயரைக் கத்தோலிக்க சபையில் சேர்ப்பதற்குச் சிரமமில்லை. ஆயினும் மலங்கரையில் நம் ஒற்றுமைக்கு எதிரான பகைவர்கள் அதிகம்; மக்களோ அறிவு குறைந்தவர்கள். காரியத்தின் பொருளறியாது ஒன்றுக்கு மற்றொன்றாக வியாக்கியானங்கள் உண்டாக்குவார்கள் என்று எங்களுக்கு அச்சமிருந்தது. இனி எப்படியேனும் மலங் கரையைச் சென்றடைந்தால் இந்த விஷயத்தின் நியாயத்தையும் உண்மையையுமெல்லாம் மெதுவாக மக்களுக்குப் புரிய வைத்த பிறகு, மார் தோமா ஆயருக்கு வேண்டிய ஆயத்தம் இருந்ததென்றால் அவரைக் கத்தோலிக்க சபையில் சேர்த்துக்கொள்ளலாம். இப்படி முடிவு செய்து நாங்கள் பிரார்த்தனையைத் தொடர்ந்தோம்.

இதற்கிடையில் வேறொரு சம்பவம் ஏற்பட்டது. மார் தோமா ஆயரின் காரியத்தையும் நாங்கள் ரோமுக்குச் சென்ற காரியத்தையும் விசாரித்து அறிக்கை அனுப்பும்படி ப்ரொப்பகந்தா தலைவரான அந்தோநெல்லி கர்தினால், அன்று கொச்சி ஆயரும் இன்று கோவா பேராயருமான மானுவல் எனும் மேல் நிலைப் புரோகிதருக்கு எழுதியனுப்பியதாக நாற்பத்தி ஏழாம் அத்தியாத்தில் சொல்லியிருக்கிறேன் அல்லவா. அதன்படி இந்த மேல் நிலைப் புரோகிதர், மேற்சொன்ன காரியங்களை விசாரித்து அறியும்படி அன்று கொச்சியின் விகாரி ஜனரலும் இன்று கொச்சியின் ஆயருமான மார் யௌஸேப்பு ஸொல்லிதெரெ என்ற பாதிரியை மலங்கரைக்கு அனுப்பினார். இவர் எல்லாவற்றையும் விசாரித்தறிந்து கொச்சியிலிருந்து கோவாவின் பேராயருக்கு எழுதியனுப்பினார். கோவா பேராயரான மானுவல், அதே அறிக்கையைத்தான் ரோமுக்கு அனுப்பினார். (இந்த அறிக்கையைப் பற்றி எழுபத்திரெண்டாம் அத்தியாயத்தின் கடைசியில் சொல்லியிருக்கிறோம்). இந்தக் கடிதம் ரோமில் வாசித்தறியப்பட்டபோது பெரிய சிரமங்கள் ஏற்பட்டன. அதில், மலங்கரையிலுள்ள மக்களைக் குறித்தும் மார் தோமா ஆயரைப் பற்றியும் அவருக்குத் தோன்றியபடி உண்மைக்கு விரோதமான பல காரியங்களையும் எழுதியிருந்தார். ஆயினும் மார் தோமாவைப் பற்றியும் எங்கள் பயணத்தைக் குறித்தும் நாங்கள் போர்த்துகீஸிலும் ரோமிலும் சொன்ன உண்மைகளையெல்லாம் அவர் மறைமுகமாக அங்கீகரிக்கவே செய்திருந்தார். அதனால் கடைசியில் ரோமின் முடிவு அனுகூலமாக வந்தது. எப்படியானாலும், மலங்கரையில் சுய சமூகத்தைச் சேர்ந்த ஆயர் ஏற்பட்டுவிட்டார். அவர் மலங்கரைக்குச் சென்றால் மார் தோமாவை சட்டப்படி கத்தோலிக்க சபையில் சேர்த்துக்கொள்ள நேரிடலாம். அதைக் கேள்வி கேட்க ப்ரொப்பகந்தாவுக்கு அதிகாரமில்லை. அதனால் ரோமின் தீர்மானம், மார் தோமாவின் காரியத்தை முடிவு செய்ய நம் பேராயருக்கே பொறுப்பளித்துவிடலாம் என்பதாயிருந்தது. இப்படி ரோமில் எல்லோரும் கூடி ஆலோசித்து முடிவு செய்த விவரத்தை அங்குள்ள எங்கள் நண்பரான ப்ரந்தாம் பாதிரி, ஒரு கடிதத்தின் மூலம் பேராயருக்கு ரகசியமாகத் தெரிவித்தார்.

இந்தக் கடிதத்தின் உள்ளடக்கம் ரகசியம் என்றாலும், விஷ்கோந்தியும் மர்த்திங்ஙு தெ மெல் என்ற இந்திய விவகாரத் துறை முக்கிய அதிகாரியும் அறிந்தால் மகிழ்ச்சியடைவார்கள் என்று நினைத்தார் பேராயர். எனவே, அவர்களிடம் சொல்லும்படி, நமக் காக முயற்சி செய்யும் மானுவல் யொவாக்கிம் என்ற

கானோனிஸ்தரிடமும் லிஸ்பனிலுள்ள ஒரு சீமாட்டியிடமும் மட்டும் சொன்னார். நான் அப்போது வேறொரு இடத்தில் மறைவாக வசித்துக்கொண்டிருந்தேன். பேராயர், கடிதத்தின் வாசகத்தை எனக்கும் கொஞ்சம் கொடுத்து அனுப்பினார்.

கடிதம் கிடைத்த உடனே நான், இதைப் பற்றி பேராயர் ஏதாவது ஆலோசிக்க வேண்டியிருக்கும் என்று நினைத்து ஸம்பெந்து ஆசிரமத்துக்கு வந்தேன். ப்ரந்தாமின் கடிதத்தைப் பற்றியும் அதிலுள்ள விஷயத்தை ஒன்றிரண்டு பேரிடம் சொன்னது குறித்தும் நாங்கள் பேசினோம். இந்தச் செய்தி அதிகாரப்பூர்வமாக போர்த்துகீஸுக்கு வருவதற்கு முன்பு மர்த்திங்ஙு தெ மெல் எனும் இந்திய விவகார முக்கிய அதிகாரியிடம் சொல்வது பாதுகாப்பானது அல்லவென்றும், அவர் ஏதாவது இடையூறு செய்யலாம் என்றும் நான் சொன்னேன். நான் அன்றே மானுவல் என்ற கானோனிஸ்தரின் வீட்டுக்குச் சென்றேன். இந்த விஷயம் பற்றிப் பேசுவதற்காகச் சென்றதாகக் காட்டிக்கொள்ளாமல், சும்மா பார்ப்பதற்காக என்ற பாவத்தில்தான் சென்றேன். பேச்சிடையில் சந்தர்ப்பம் ஏற்படுத்தி இந்த விஷயத்துக்கு வந்தேன். மர்த்திங்ஙு தெ மெலிடம் இந்த விஷயத்தைச் சொன்னீர்களா என்று நான் கேட்டேன். இதுவரையிலும் அவரிடம் சொல்ல முடியவில்லை என்ற பதிலும் கிடைத்தது. உடனே நான் பல நியாயங்களும் எடுத்துரைத்து இந்தச் செய்தி அவ்வளவு நம்பகமானது அல்லவென்றும் மர்த்திங்ஙு தெ மெலிடம் சொல்ல வேண்டிய அவசியமில்லையென்றும் கானோனிஸ்தரிடம் கூறினேன்.

இப்படியான முன்னெச்சரிக்கை நடவடிக்கைகள் எடுத்தோமென்றாலும் இந்தச் செய்தி எப்படியோ மர்த்திங்ஙு தெ மெலின் செவியை அடைந்தது. அவர் இதைக் கேட்டவுடனே, “போர்த்துகீஸ் ராணியிடம் தெரிவிக்காமல் மார் தோமா ஆயரின் காரியத்தில் முடிவெடுக்கக்கூடாது. அல்லது முடிவெடுத்திருந்தாலும் அது என்னவென்று அறிவித்தே ஆக வேண்டும்” என்று ராஜ தலைமைச் செயலகத்திலிருந்து ராணியின் பெயரில் ரோமுக்கு அதிகாரப்பூர்வக் கடிதம் அனுப்பினார்.

மீள் பார்வை

இதிலிருந்தே தெரிந்துகொள்ளலாம், மார் தோமா ஆயரின் காரியம் ராணியின் எல்லைக்கு உட்பட்டதல்ல, ரோம் தொடர்பானது என்று. ராணி இதில் தலையிட வேண்டிய அவசியம் இல்லையென்று முன்பே முக்கிய அதிகாரி சொன்னதற்கு

பாரேம்மாக்கல் கோவர்ணதோர் | 419

வேறு நோக்கங்களும் இருந்தன. சொந்தப் பிரதேசத்தைச் சேர்ந்த ஆயரைப் பதவியில் அமர்த்தியதால், ஐரோப்பியர்களுக்கு அடிமைகளாக இருப்பதிலிருந்து மலங்கரை மக்கள் சுதந்திரமா வதற்கு வாய்ப்பு ஏற்படும் என்று அவருக்குத் தோன்றியது. ஆயினும், போர்த்துகீஸ் ராணியின் ஆர்வத்தின் மூலம் நம் பேராயருக்குப் பதவியளிக்கப்பட்டிருப்பதால் ராணியின் சம்மதம் இல்லாமல் பேராயர், மலங்கரைப் பிரதேசத்தில் புதிதாக ஒன்றும் செய்யத் துணிய மாட்டார் என்று அவருக்கு நம்பிக்கையிருந்தது. அல்லது ஏதாவது செய்தாலும் ராணிக்கு கேட்பதற்கு அதிகாரம் உண்டல்லவா. ஆனால், மார் தோமாவின் காரியம் தேவையானபடி நிறைவேறினால் மலங்கரை நஸ்ரானிகளுக்கு சக்தி அதிகரிக்கும். மார் தோமாவைப் பணிய வைப்பதற்கான அதிகாரம் போர்த்து கீஸுக்கு இல்லை. அதனால்தான் முக்கிய அதிகாரி தந்திரமாகத் தவிர்த்தார். ஆனால், மார் தோமாவின் காரியம் போர்த்துகீஸ் தொடர்பானது அல்லவென்று சொன்னது நல்ல நம்பிக்கையுடன் என்றால், அந்த விஷயத்தை ரோமில் முடிவு செய்தார்கள் என்று கேள்விப்பட்டபோது அதைப் பற்றி ஒரு விசாரணைக்கு முற்படா மல் ரோமில் உள்ள அதிகாரிகளின் இஷ்டம்போலச் செய்யட்டும் என்று நினைத்திருப்பார். மாறாக, ரோமில் முடிவெடுக்கப்பட்டது என்று அறிந்தபோது, முக்கிய அதிகாரி அதில் தாவி விழத்தானே செய்தார். அதனால், அவர் முன்பு சொன்னது ஆத்மார்த்தத்துடன் அல்லவென்று தெளிவாகிறது. மலங்கரையினருக்கு சக்திக்கு மேல் சக்தி அதிகரிக்காதிருப்பதற்குத் தடையாக ஒரு தந்திரம் பிரயோகித்தார், அவ்வளவுதான்.

மேற்படி அதிகாரப்பூர்வக் கடிதம் அரசாங்க தலைமைச் செயலகத்தின் தபால் மார்க்கமாக ரோமின் ராஜப் பிரதிநியிடம் சென்றது. அதே நேரம் ரோமின் முடிவு போர்த்துகீஸிலுள்ள பேப்பல் பிரதிநிதியிடமும் வந்து சேர்ந்திருந்தது. முன்பு இடைக்கால பேப்பல் பிரதிநிதியாயிருந்த ஔதித்தோர் ஸம்பெந்து ஆசிரமத்துக்கு வந்து பேராயரின் கரத்தில் நேரடியாக உத்தரவைக் கொடுத்தார். பேராயர் மற்றவர்களிடம் விவரம் சொன்னார்.

மீள் பார்வை

இங்கே, நம் காரியத்தின் மீதான கடவுளின் பிரத்தியேக உதவியைப் பார்க்கலாம். அரசாங்க தலைமைச் செயலகத்திலிருந்து அதிகாரப் பூர்வக் கடிதம் ரோமை அடைவதற்கு முன்பு, போப்பாண்டவரின் இந்த உத்தரவு ரோமிலிருந்து புறப்பட்டிருக் கவில்லையென்றால் காரியங்களுக்கெல்லாம் மீண்டும் சிக்கல்

ஏற்பட்டிருக்கும். ராஜ செய்தி ரோமை அடைந்தபோது, போப்பாண்டவரின் உத்தரவு போர்த்துகீஸை வந்தடைய கடவுள் வாய்ப்பு ஏற்படுத்தியதால், முக்கிய அதிகாரி நினைத்ததுபோன்று நம் காரியத்துக்கு இடையூறு ஏற்படுத்த முடியவில்லை. பின்வரும் சம்பவங்கள் அதை மேலும் தெளிவுபடுத்துகின்றன.

தலைமைச் செயலகத்திலிருந்தான செய்தி ரோமை அடைந்த போது மார் தோமாவின் காரியத்துக்கான அதிகாரப் பத்திரம் லிஸ்பனுக்குப் புறப்பட்டுவிட்டது என்ற விஷயத்தைப் புரிந்து கொண்ட ரோமின் போர்த்துகீஸ் ராஜப் பிரதிநிதி, போப்பாண்டவரின் உத்தரவு மற்றும் அது தொடர்பான ப்ரொப்பகந்தாவினுடைய பரிந்துரையின் பிரதிகளை வாங்கி மேற்சொன்ன முக்கிய அதிகாரிக்கு அனுப்பினார்.

முக்கிய அதிகாரி இந்தப் பிரதிகளை வாசித்தார் என்பது மட்டுமல்ல, தனக்கு உத்தரவு கிடைத்த விஷயத்தைப் பேராயரே அவரிடம் சொன்னார். அதன் பிறகு, இந்த அதிகாரப் பத்திரம் நம் பேராயருக்கல்ல, கோவா பேராயருக்குத்தான் கிடைக்க வேண்டியிருந்தது என்றும், நம் பேராயர் மார் தோமாவின் சார்பானவர் ஆனதால் உத்தரவைத் திருத்தி கோவா பேராயருக்குக் கொடுத்தனுப்ப வேண்டும் என்றும் அவர் சொல்லத் தொடங்கினார். இதையறிந்த பேராயர் மேற்படி கானோனிஸ்தரை அழைத்து முக்கிய அதிகாரியின் இந்த வீண் நம்பிக்கை வெறும் முட்டாள்தனமாகத்தான் முடியும் என்றும், பறங்கிகளின் விவரமற்ற தன்மையை விளம்பரமாக்கலாம் என்பதைத் தவிர அதனால் வேறு எந்தப் பிரயோஜனமும் ஏற்படாது என்றும் சொல்லியனுப்பினார். அதைக் கேட்டு முக்கிய அதிகாரி ஒரு விதமாக அடங்கினார். மார் தோமாவின் புனர் ஐக்கிய விஷயத்தைக் கையாள்வதற்கு உதவியாக கோவா பேராயரை உடன் அனுப்பினால் போதும் என்று தீர்மானிக்கவும் செய்தார்.

மீள் பார்வை

நம் பேராயர் மார் தோமாவின் சார்பானவர் என்பதால் மார் தோமாவைச் சேர்த்துக்கொள்வதற்கான அதிகாரம் அவருக்கு இருப்பது நல்லதல்ல என்றும், அதைக் கோவா பேராயருக்குக் கொடுக்கவேண்டும் என்பதுதான் முக்கிய அதிகாரியின் எண்ணம். நான் இந்த எண்ணத்தைப் பற்றி ஒன்று கேட்கிறேன். நம் பேராயர் மார் தோமாவின் சார்பானவர் என்று அவருக்குச் சந்தேக மிருந்தால், கோவா பேராயர் மார் தோமாவின் எதிரியென்று நாமும்

சந்தேகிக்கக் கூடாதா? தக்க நியாயம் இல்லாமல் மார் தோமாவை நம் பேராயர் சேர்த்துக்கொண்டு வருவாரென்றால், தக்க நியாயமிருந்தாலும் அதையொன்றும் பரிசீலிக்காமல் மோசடியையும் தந்திரத்தையும் பயன்படுத்தி மார் தோமாவை விலக்கிவிட கோவா பேராயர் முயற்சி செய்யமாட்டார் என்று என்ன உறுதியிருக்கிறது?

சுருக்கம் இதுதான்: மலங்கரை மக்களுக்கு சுதந்திரம் கிடைத்தால் நல்லது என்று நம்மிடையே பொதுவாக விருப்பமுள்ளது போன்று தங்கள் கட்டளைக்கு அடிபணிவதிலிருந்தும் தங்களுக்கு அடிமையாக இருப்பதிலிருந்தும் மலங்கரை மக்களை விட்டுவிடக் கூடாது என்று ஐரோப்பியர்களுக்குப் பொதுவான ஆசையுண்டு. இது யாருக்குத்தான் தெரியாது?

75 முக்கிய அதிகாரியின் அடுத்தகட்ட நடவடிக்கையும் அதைத் தொடர்ந்த சம்பவங்களும்

மேற்சொன்னதுபோன்று மர்த்திங்நு தெ மெல் என்ற முக்கிய அதிகாரி, மார் தோமாவின் காரியத்தில் நம் பேராயருக்கு வந்த அதிகாரப் பத்திரத்தைத் திருத்தி கோவா பேராயருக்குக் கொடுக்கச் செய்ய வேண்டும் என்ற விருப்பத்திலிருந்து தற்சமயம் பின் வாங்கினார். என்றாலும், எங்கள் மீது விரோதம் காட்டுவதிலிருந்து பின்வாங்கவில்லை. அது என்னவென்றால், இந்த நாட்களில் ஒரு முறை அவர் பேப்பல் பிரதிநிதியைச் சந்திக்கச் சென்றபோது, ப்ரொப்கந்தாவின் மிஷனரிக்காரர்களை மலங்கரையிலிருந்து வெளியேற்றத்தான் கொடுங்ஙல்லூர் பேராயர் முயல்கிறார் என்று சொன்னார். இது அவரின் பதவிக்கும் விசுவாசத்துக்கும் பொருத்தமான வார்த்தைகள் இல்லையல்லவா. பேப்பல் பிரதிநிதி இந்த வார்த்தைகளைக் கேட்டவுடனே, நம் பேராயரைப் பார்த்துப் பேச விருப்பமுண்டென்று சொல்லி ஸம்பெந்து ஆசிரமத்துக்கு ஆளனுப்பினார். அதன்படி பேராயர் ஒருநாள் பேப்பல் பிரதிநிதி யின் வீட்டுக்குச் சென்றார். பேச்சிடையே பேப்பல் பிரதிநிதி, மர்த்திங்நு தெ மெல் இப்படிச் சொல்வதற்கு என்ன காரணம் என்று கேட்டார். பேராயர், அதற்குக் காரணமான ஒரு சிறிய சம்பவத்தைச் சொன்னார். ஒருநாள் பேராயர் இந்த முக்கிய அதிகாரியின் வீட்டுக்குச் சென்று பேசிக்கொண்டிருந்தார். அப்போது முக்கிய அதிகாரி, மலங்கரையில் உள்ள மிஷனரிக்காரர் களைக் கடுமையாக விமர்சித்தார். அப்போது பேராயர் சொன்னார்: “ஏன் இப்படிக் கடுமையாக விமர்சிக்கிறீர்கள்? இப்படிச் செய்யத் தேவையில்லை. மலங்கரைப் பிரதேசத்தில்

மிஷனரிக்காரர்கள் வேண்டுமா வேண்டாமா என்று முடிவு செய்தால் போதும். அங்கே மிஷனரிக்காரர்கள் தேவையென்றால் இந்த விமர்சனம் தேவையற்றது. அவர்கள் அங்கே வேண்டா மென்றால் ராணியின் பெயரில் எனக்கு ஒரு கடிதம் கொடுங்கள். நான் தேவையானதைச் செய்கிறேன்." இப்படி ஒரு பதில் சொன்னதைத் தவிர முக்கிய அதிகாரியிடம் வேறொன்றும் சொல்லவில்லை என்ற பரம உண்மையை பேராயர், பேப்பல் பிரதிநிதியிடம் சொன்னார். இதைக் கேட்ட பேப்பல் பிரதிநிதி, பேராயர் சொன்னது நியாயமென்றும் பொருத்தமான வேறு எந்த பதிலும் சொல்வதற்கில்லையென்றும் பதில் சொன்னார்.

மீள் பார்வை

நம் பேராயரைப் பற்றி முக்கிய அதிகாரி பேப்பல் பிரதிநிதியிடம் சொன்ன, நேர்மையும் நெறியுமற்ற பேச்சுக்குக் காரணம் அவருக்கு மலங்கரையிலுள்ள ப்ரொப்பகந்தா மிஷனரிக் காரர்களின் மீதான அன்பென்று யாரும் தவறாக நினைத்துவிட வேண்டாம். இந்த மிஷனரிக்காரர்கள், இந்தியாவிலுள்ள பறங்கிகளின் மேலாதிக்கத்திற்கு முடிவு கட்டத்தான் முயற்சி செய்து கொண்டிருக்கிறார்கள் என்று அவர்களுக்கெல்லாம் தெரியும். அந்தக் காரணத்தால் இந்திய விவகார முக்கிய அதிகாரியான மர்த்திங்ஙு தெ மெலுக்கு அந்த மிஷனரிக்காரர்களிடம் பெரிய துவேஷம் உண்டென்ற காரியம் ரகசியம் அல்ல. நம் பேராயரைப் பதவியேற்றியதே மலங்கரையிலுள்ள மிஷனரிக்காரர்களை வேருடன் பிடுங்கியெறிவதற்குத்தான். ஆனால், இதெல்லாம் செய்து முடித்தபோது, இந்தியாவை ஆண்டு வந்த பல ஐரோப்பியர்களின் அவதூறுகள் முக்கிய அதிகாரியைச் சென்றடைந்தன. இந்தியாவி லிருந்து மிஷனரிக்காரர்களும் பறங்கிப் பாதிரிகளும் நமக்கெதிராக எழுதிய ஒரே விதமான கடிதங்கள் அவருக்குக் கிடைத்தன. மலங் கரையிலிருந்து ப்ரொப்பகந்தா மிஷனரிக்காரர்களைப் பிடுங்கி யெறியச் செய்த செயலின் மூலமாக, எல்லா ஐரோப்பியர்களும் அங்கிருந்து வெளியேற நேரும் என்று தோன்றத் தொடங்கிய போது தான், தாங்கள் செய்தது தேவையற்றது என்ற எண்ணம் இந்த முக்கிய அதிகாரிக்கும் லிஸ்பனில் உள்ள முக்கியஸ்தர்களுக்கும் ஏற்பட்டது. இனி இந்தப் பேராயரை மலங்கரைக்கு அனுப்பா திருந்தால் அதுவும் ஒரு குறையாக இழி பெயராக மீந்துவிடும் என்று எல்லோரும் அபிப்பிராயப்பட்டார்கள். அதனால், அனுப்பி விடலாம் என்று முடிவு செய்திருக்கும்போதுதான் அவர்களின் திட்டங்களுக்கு விரோதமாக, மார் தோமாவின் காரியத்தைப்

பேராயருக்கு அதிகாரப்படுத்தும் போப்பாண்டவரின் கடிதம் வந்தது. ப்ரொப்பகந்தாவும் போப்பாண்டவரும் சேர்ந்து அனுப்பிய அந்த உத்தரவைப் பார்த்தபோது, நம் பேராயரின் மீது ப்ரொப்பகந்தாவுக்கும் நம்பிக்கை உண்டு என்று முக்கிய அதிகாரி யூகித்தார். அதற்குப் பங்கம் ஏற்படுத்தத்தான் முக்கிய அதிகாரி பேப்பல் பிரதிநிதியிடம், மேற் சொன்ன விதம் ப்ரொப்பகந்தா மிஷனரிக்காரர்களின் வக்கீலாகப் பேசினார். இங்கே நமக்கு இரண்டு விஷயங்கள் தெளிவாகின்றன. அதாவது, நம் மக்களின் மீதான கடவுளின் எல்லையற்ற கருணையும் பறங்கிகளின் மனக் கொடூரமும்.

நம் பேராயரின் பதவியேற்பு முடிந்த பிறகு பறங்கிகளின் தலையில் ஏறிய சந்தேகம், முன்கூட்டியே போப்பாண்டவருக்கு இருந்திருந்தால் ஒருபோதும் பதவியேற்க முடிந்திருக்காது. மார் கரியாட்டியின் பெயரறிவிப்பு வந்த பிறகு ஆறு மாதங்களுக்குள் மேற்சொன்னவர்களின் யாரின் தலையிலும் இப்படி ஏதாவது எண்ணம் ஏற்படாதது நம் மக்களின் புண்ணிய பலன் என்றே சொல்ல வேண்டும். அது மட்டுமல்ல, நம் பேராயர் ரோமில் படிக்கும் காலத்தில் அராச்செல்லி என்ற ஆசிரமத்தின் பரிசுத்த ஆசார சீலரான மார் ஆஞ்சலோஸ் எனும் பிரான்ஸிஸ்கன் சன்னியாச புரோகிதன் செய்த தீர்க்கதரிசனம் நிறைவேறுவதற் காகவும்தான் அன்று கடவுள் அவர்களின் சிந்தனை சக்தியைத் தடுத்து வைத்திருக்க வேண்டும். கடவுள் நம் மக்களின்மீது தனிப் பட்ட கருணை காட்டினார் என்று நான் சொல்வதற்குக் காரணம் இதான்.

இதனால் பறங்கிகளின் மனக் கொடூரம் வெளிப்பட்டது என்று நான் சொல்வதற்கான காரணம் அவர்கள் செய்வதெல்லாம் தெய்வ நீதிக்காகவும் மலங்கரை மக்களின் பாதுகாப்புக்கானதாக வும் இருந்தால், தங்கள் ஆட்களுக்கு இந்தியாவில் தளர்ச்சி ஏற்படும் என்றும் மற்றுமான சந்தேகம் அவர்களுக்குக் கவலையேற்படுத்தி யிருக்காது. தங்கள் ஆட்களுக்குத் தளர்ச்சி ஏற்படும் என்ற சந்தேகம் உருவானபோது தாங்கள் செய்த நன்மையைப் பற்றி அவர்களுக்குப் பச்சாதாபமும் அச்சமும் ஏற்படுகிறதென்றால், அவர்கள் இதைச் செய்தது கடவுளின் புகழுக்காகவும் மலங்கரை மக்களின் மீதான அன்பை முன்வைத்துமல்ல, சொந்தக் காரிய லாபத்திற்காகத்தான் என்று தெளிவாகிறது. அதனால் நான் சொல்கிறேன், சந்தர்ப்பம் ஏற்படும்போது செல்வம் சேர்க்கவில்லையென்றால் கஷ்ட காலத்தில் கேடு விளையும் என்ற பழமொழிக்கு ஏற்றபடி, நேரம் நமக்கு அனுகூலமாக இருக்கும் இந்தக் கட்டத்தில் நம் இனத்தாரின்

நன்மைக்குத் தேவையானதைச் செய்யவும் 'வந்தேறி' களுக்கு அடிமைப் பணி செய்வதிலிருந்து விடுபடவும் நாம் வழி தேட வேண்டும். இல்லையென்றால் இனி இதுபோன்ற சந்தர்ப்பம் கிடைக்காது. நம் மக்கள் என்றும் கண்டவர்களிடமெல்லாம் அடி வாங்கவும் நேரிடும். அதனால் இவ்வளவு காலம் அனுபவித்து வந்த துயரங்களை என்றென்றும் அனுபவிக்காதிருக்க வேண்டும் என்றால் நம் மக்கள் இப்போது விழித்தெழுந்து செயல்பட வேண்டியிருக்கிறது. இதில் யாருக்கும் எந்த மனச் சங்கடமும் ஏற்பட வேண்டிய அவசியமில்லை. ஏனென்றால், ஒரு கூட்டத்தினர் கடவுள் கட்டளைகளைக்கூடப் புறக்கணித்து தங்கள் இனத்தின் பெருமைக்காகவும் சொந்தக் காரிய லாபத்துக்காகவும் அநியாயங் கள் செய்கிறார்களென்றால், நாம் தெய்வ மகத்துவத்தையும் நம் இனத்தின் நன்மையையும் முன்வைத்து நற்செய்தி எழுப்புதல்களுக் கும் சபை பாரம்பரியங்களுக்கும் பொருத்தமான காரியங்கள் செய்ய சற்றும் தயங்க வேண்டியதில்லை.

இப்படியிருக்கும்போது அறுபதாம் அத்தியாயத்தில் சொன்னது போன்று கயெத்தானோஸ் பாதிரியின் விண்ணப்பத்தின்படி இத்தாலியிலிருந்து வந்து சேர்ந்த அச்சு எந்திரங்களையும் அச்சுத் தொழிலாளர்களையும் கோவாவுக்கு அனுப்ப வேண்டுமா வேண்டாமா என்று லிஸ்பனில் பெரிய தர்க்கம் ஏற்பட்டது. அதைப் பற்றி ஒரு முடிவெடுக்க ராஜாவுக்குச் சிரமமாக இருந்தது. அவர் நம் பேராயரின் கருத்தை அறிய மாயினி என்ற பாதிரியை ஸம்பெந்து ஆசிரமத்துக்கு அனுப்பினார். அதற்கு பேராயர் இப்படி ஒரு பதில் எழுதிக் கொடுத்து அனுப்பினார்: "கயெத்தானோஸ் பாதிரி வேண்டுவதுபோன்று சர்வ சாஸ்திர நிலையம் என்றதொரு பெரிய ஆன்மீகப் பல்கலைக் கழகத்தை கோவாவில் ஸ்தாபிக்க ராஜா நினைக்கிறார் என்றால் அந்த அச்சுக் கருவிகளையெல்லாம் கோவாவுக்கு அனுப்ப வேண்டும். ஆனால், அப்படியொரு கல்விச் சாலையை நிறுவ நோக்கமில்லை என்றால், கோவாவில் லத்தீன் வழிபாட்டு முறை நடைமுறையிலிருப்பதால் லத்தீன் அச்சிடுவதற் கான கருவிகளை மட்டும் அங்கே அனுப்பலாம். ஸுரியானி மொழியிலும் கல்தாய மொழியிலும் உள்ள கருவிகள் கொண்டு போர்த்துகீஸிலோ கோவாவிலோ எந்தப் பயனும் இல்லை. மலையாளத்தில் கல்தாய ஸுரியானி முறை நடைமுறையில் உள்ளது. எனவே அவற்றை மலையாளத்திற்கு அனுப்பினால் பெரிய உதவியாக இருக்கும். இப்போது கேரளத்தில் பயன்படுத்திக் கொண்டிருப்பதெல்லாம் கையெழுத்துப் புத்தகங்கள்தான். அவற்றில் எழுத்துப் பிழைகளும் தவறுகளும் மிகுந்திருக்கின்றன.

அதனால் அவர்களுக்கு அச்சடித்த புத்தகங்கள் கிடைப்பது பெரிய அனுக்கிரகமாயிருக்கும்." பேராயர் இப்படிக் கருத்தைப் பதிவு செய்து மாயினி பாதிரியின் கையில் கொடுத்தனுப்பி நீண்ட நாள் ஆவதற்கு முன்பு, ரோமில் கயெத்தானோஸ் பாதிரியின் காரியங்களைக் கவனிப்பவரான ப்ரந்தாம் பாதிரி லிஸ்பனுக்கு வந்தார். அவர் மார் தோமா ஆயரின் காரியத்தில் ரோமில் ஏற்பட்ட நடவடிக்கைகளையும் அதற்காக தான் செய்த பிரயத்தனங்களையும் எங்களிடம் சொன்னார். நாங்கள் அவருக்கு மிகுந்த நன்றியையும் மரியாதையையும் சமர்ப்பித்தோம். தவிர, எங்களின் அன்பிற்குரிய சில வீடுகளுக்கு அழைத்துச் சென்று அவரை முறைப்படி அறிமுகம் செய்து வைத்தோம்.

இவ்வளவும் ஆனபோது எழுபத்து ஒன்றாம் அத்தியாயத்தில் குறிப்பிட்ட அந்தோணியோ பெரயிரா மெஷ்கீத்தா என்ற வியாபாரி பேராயரிடம் சொல்லியிருந்ததுபோல மர்த்திங்யு தெ மெல் எனும் இந்திய விவகார முக்கிய அதிகாரியை அணுகினார். பேராயரும், விஷ்கோந்தியிடமும் முக்கிய அதிகாரியிடமும் பரிந்துரை செய்திருந்ததன் காரணத்தாலும், குற்றவாளிகளும் படைக் கப்பல் களுமாக ஆண்டுதோறும் கோவாவுக்குக் கப்பல் அனுப்பும் வழக்கத்தின்படியும் இந்த ஆண்டில் இந்த வியாபாரியின் கப்பலை அனுப்ப முடிவு செய்தார்கள். முக்கிய அதிகாரி அதற்குத் தேவை யான உத்தரவுகளையெல்லாம் கொடுத்தார்; பயணத்திற்கான ஆயத்தங்களைப் பூர்த்தியாக்கினார்.

முன் அத்தியாயங்களில் விவரித்திருப்பதுபோன்று கயெத்தா னோஸ் பாதிரியும் மற்ற கோவாக்காரர்களும் ஆயரபிஷேகத்திற்கு முன்பு நமக்கு எதிராக இருந்தார்கள். என்றாலும் அபிஷேகத்திற்குப் பிறகு, தங்களின் முயற்சிகளெல்லாம் பயனற்றுப்போயின என்றறிந்து அடங்கி எங்களிடம் இரண்டுமற்ற விதத்தில் நடந்துகொள்ளத் தொடங்கியிருந்தனர். அவர்களில் யௌஸேப்பு அந்தோணியோ என்ற பாதிரி மற்றவர்களைவிட அறிவும் விவேகமும் உள்ளவராக இருந்ததால் எப்போதும் எங்கள் மீது அன்பும் தோழமையும் காட்டி வந்தார். அவர் அடிக்கடி வந்து எங்களைச் சந்தித்துப் பேசிக் கொண்டிருந்தார். அது மட்டுமல்ல, நாங்கள் லிஸ்பனில் தங்கியிருக் கும்போது மலையாளம் மற்றும் ஸுரியானி மொழியிலுள்ள முக்கிய மான அச்சடி எழுத்துக்களையெல்லாம் இவர் மூலமாக (எங்கள் பெயர் வெளியே தெரியாமல்) ரோமிலிருந்து வரவழைக்க முடிந்தது.

இப்படி நாங்கள் இரண்டு வருட காலம் லிஸ்பனில் தங்கி கடவுளின் கருணையால் நம் இனத்திற்குப் பல நன்மைகளையும்

மரியாதைகளையும் பெற்றோம். அதுபோன்று இந்த இரண்டு வருட காலம், லிஸ்பனில் உள்ள கோவாக்காரர்கள் எல்லோரும் சேர்ந்து தங்கள் சமூகத்திற்காக முடிந்த பிரயத்தனங்களையெல்லாம் செய்து பார்த்தும் எதுவும் நிறைவேறுவதாகத் தெரியவில்லை. அதனால் யௌஸேப்பு அந்தோணியோ என்ற பாதிரி எங்களுடன் இந்தியா வுக்கு வர முடிவு செய்தார். மேற்சொன்ன அந்தோணியோ பெரயிரா என்ற வியாபாரியுடன் பேசி நாங்கள் வரவிருந்த கப்ப லின் விகாரி என்ற நிலையில் உடன் வருவதற்கு ஏற்பாடு செய்தோம்.

இந்தப் பாதிரி இப்படி எங்களுடன் வருவதற்குத் தீர்மானித்தது உதவிகரமாக இருந்தது. பயணத்திற்கு வேண்டிய பொருட்களைச் சேகரிப்பதற்கு பேராயரே செல்வது சரியாக இருக்காது அல்லவா. எனக்கோ லிஸ்பனுக்குச் சென்ற பிறகு எப்போதும் உடல் நலப் பிரச்சினைகள் ஏற்பட்டுக்கொண்டிருந்தன. அங்கே தேவையான அனுபவம் இல்லை. இந்தச் சூழ்நிலையில் யௌஸேப்பு அந்தோணியோ பாதிரி பயணத்திற்கு வேண்டிய பொருட்களை யெல்லாம் வாங்கி பெட்டிகளிலும் பீப்பாய்களிலும் நிறைத்து ஆயத்தம் செய்தார். அவற்றின் கணக்கை மர்த்திங்ஙு தெ மெல் என்ற முக்கிய அதிகாரியிடம் காட்டி, கப்பலில் ஏற்றுவதற்கான உத்தரவும் வாங்கித் தந்தார்.

76 ராணியிடமும் பிறரிடமும் விடைபெற்றதும் அதன் பிறகான சம்பவங்களும்

இப்படியெல்லாம் ஆயத்தமாகி முடிந்தபோது கொச்சியில் விகாரி ஜனராலாயிருந்த, மேற்சொன்ன ப்ரம்ஸிஸ்கோஸ் கயெத்தானோஸ் பாதிரியும் எங்களுடன் பயணம் புறப்படுவதற்கு வந்தார். அவர் இந்தியாவிலிருந்து விருப்பங்கொண்டு புறப்பட்ட காரியம் எதுவும் நடக்கவில்லை. கொச்சியில் இல்லையென்றால் இந்தியாவில் ஏதாவது ஒரு இடத்தின் ஆயராக வேண்டும் என்று விரும்பித்தான் அவர் வந்தார். அந்த விருப்பங்களெல்லாம் வீணானதால் இந்தியாவுக்குத் திரும்பிவிட வேண்டியதுதான் என்று அவர் முடிவு செய்தார். கப்பல் உரிமையாளரான மெஷ்கீத்தா வியாபாரியைப் பார்த்தார். வியாபாரி, கப்பலுக்கான வைதீகராக (சாப்லயின்) இருந்துகொள்ளும்படிச் சொல்லி அனுமதியளித்தார். அப்படி ஒருவர் விகாரியும் மற்றொருவர் சாப்லயினுமாக இரண்டு பாதிரிகள் எங்களுடன் வர ஆயத்தமானார்கள்.

வழிப் பயணத்திற்கு வேண்டியதையெல்லாம் தயாராக்கி வைத்த பிறகு பேராயரும் நானும் ராணியின் அரண்மனைக்குச் சென்றோம். ராணியிடமும் ராஜாவிடமும் இளவரசன் பிரின்ஸிப்பாவிடமும் இம்பாந்தாவிடவும் கரம் முத்தமிட்டு விடைபெற்றோம். அவர்கள் அன்பு உபசாரங்களுடன் எங்களை வழியனுப்பினார்கள். பிரின்ஸிப்பாவின் மனைவி பிரிஞ்செஸ்ஸாவிடம் விடைபெற முடியவில்லை. அவர்கள் உடல் நலமின்றிப் படுத்திருந்தார்கள். அவர்களின் தலைமைப் பணியாளரிடம், அவர்களிடம் விவரத்தைத் தெரிவிக்க வேண்டும் என்று சொல்லிவிட்டு வந்தோம்.

நாங்கள் விடைபெறச் செல்லும் நாளை யௌஸேப்பு அந்தோணியோ எனும் கோவா பாதிரி அறிந்திருந்ததால், நாங்கள் அரண்மனைக்குச் சென்று பயணம் சொன்ன நாளிலேயே இவரும் ப்ரம்ஸிஸ்கோஸ் கயெத்தானோஸ் எனும் பாதிரியும் அங்கே சென்று ராஜாவையும் ராணியையும் பார்த்து விடைபெற்றார்கள்.

மீள் பார்வை

நாங்கள் விடைபெறச் சென்ற நாளிலேயே இந்தக் கோவாகாரரும் விகாரி ஜனரலும் வேறு நோக்கமற்றுத்தான் விடைபெறச் சென்றார்கள் என்று யாரும் நினைக்க வேண்டாம். மலங்கரையினர் ராஜாவின் அடிமைகளாக இல்லாதிருந்தும் அவர்களை ராஜா மரியாதை செய்தார். பதவிப் பெருமைகளும் கொடுத்தார். தாங்கள் ராஜாவின் அடிமைகளாக இருந்தும் இவ்வளவு நாளும் கிடந்து புகார் கூறியும் தங்களில் ஒருவருக்கும் எதுவும் தர ராஜா மனம் வைக்கவில்லை. இதைப் பற்றி ராஜாவிடம் கடைசியாக மற்றொரு முறை நினைவூட்டவும் ஏதாவது கிடைத்தால் வாங்கிக்கொள்ளவும் ஏற்ற சந்தர்ப்பம் இதுதான் என்று அவர்கள் கணக்கிட்டிருந்தார்கள். பேராயர் பயணம் சொல்லிவிட்டு வெளியே வந்த உடனே அவர்கள் நுழைந்தது இதற்காகத்தானிருக்க வேண்டும். ஆனால், அவர்களின் இந்த நிகழ்ச்சியும் வெற்றி பெறவில்லை.

வழிக்குத் தேவையானதையெல்லாம் நாங்கள் சேகரித்தோம். அந்தோணியோ பெரயிரா மெஷ்கீத்தா என்ற வியாபாரி கப்பலுக்குத் தேவையானதையெல்லாம் ஏற்பாடு செய்தார். ஆயினும் பின்னரும் பயணத்திற்கு அதிக நாட்கள் தாமதமானது. போர்த்துகீஸ் ராஜாவின் மகளை கஸ்தெல் ராஜாவின் மகனுக்கும், கஸ்தெல் ராஜாவின் மகளை பிரின்ஸிப்பாவின் மகனுக்கும் திருமணம் செய்ய முடிவு செய்திருந்த நாள் நெருங்கியதால் முக்கிய அதிகாரிகளெல் லாம் பெரிய வேலை நெருக்கடியிலிருந்தார்கள். பேராயரின் காரியத் துக்கும் இந்தியாவில் தேவையான மற்ற விஷயங்களுக்கும் இறுதித் தீர்மானங்கள் தருவதற்கு அவர்களுக்கு நேரமிருக்கவில்லை.

முக்கிய அதிகாரி இறுதித் தீர்மானம் தரவில்லை என்றாலும் பேராயரின் யாத்திரைக்கு எழுபத்தி மூன்றாம் அத்தியாயத்தில் சொல்லியிருப்பதுபோன்று 8000 ரூபாய் கொடுக்கப்பட்டு விட்டிருந்தது. மேற் சொன்ன திருமணங்கள் நடப்பதற்கிடையில் எங்கள் சுமைகளையெல்லாம் கப்பலில் ஏற்றினோம்; விஷ்கோந்தி யின் வீட்டுக்கும் மற்ற வேண்டப்பட்டவர்களின் வீடுகளுக் கெல்லாம் சென்று விடைபெற்றோம். பிரத்தியேகமாக மார்க்கஸ்

தெ கஸ்தென் மெலியோர் என்ற பிரபு அனைவரைவிடவும் எங்கள் மீது அதிகமான அன்பையும் மகிழ்ச்சியையும் எந்த வித்தியாசமும் இல்லாமல் என்றும் காட்டி வந்தார். எனவே அவர் வீட்டில் அதிக நேரம் செலவிட்டோம். அவர் மிகுந்த பக்தியும் இறையச்சமும் உள்ளவராக இருந்ததால் அன்று பாவ மன்னிப்புப் பெற்று பேராய ரின் கையிலிருந்து பிரசாதம் வாங்கிக்கொண்டார். நாங்கள் உணவு முடிந்து விடைபெற்றுப் புறப்பட்டபோது அவர் பேராயருக்கு சில பரிசுகளும் கொடுத்தார். அவற்றிலொன்று, அந்த நகரத்தின் பேராயரான மார் பார்த்தலூரம்மை தோஸா மர்த்தீரெஸாவின் தேவாலயப் பிரசங்கங்களும் உபதேசங்களும் அடங்கிய நூல்.

இதனிடையே கல்யாணக் கொண்டாட்டங்களெல்லாம் முடிந்திருந்ததால், நம் காரியத்திற்கான இறுதி முடிவைத் தெரிந்து கொள்வதற்கும் விடைபெறவும் பேராயர் மர்த்திங்நு தெ மெலின் வீட்டுக்குச் சென்றார். அப்போது அவர் பேராயருக்கு இரண்டு உத்தரவுகள் கொடுத்தார். ஒன்று மார் தோமா பேராயரின் காரியத்தைப் பரிசீலிப்பதற்கு கோவா பேராயரையும் நியமித்தி ருப்பதாக அந்தப் பேராயருக்கான ராணியின் கடிதம். மற்றொன்று மலங்கரையிலுள்ள மிஷனரிக்காரர்களெல்லாம் நம் பேராயருக்குக் கீழ்ப்பட்டு நடக்கவேண்டும் என்றும் அப்படி யாராவது கீழ்ப்படாத பட்சம், பேராயர் கோரும் உதவிகளைச் செய்து கொடுக்க வேண்டும் எனும் கோவாவில் ஆட்சியதிகாரிகளுக்கான கட்டளை. இவை இரண்டையும் பேராயரிடம் வாசித்துக் காட்டினார். படிக்கக் கேட்டு ஏற்றுக்கொண்டதாக பேராயரிடமிருந்து ஒரு பதிவும் எழுதி வாங்கிக்கொண்ட பிறகு அந்த முக்கிய அதிகாரி பேராயரைக் கட்டித் தழுவி வாழ்த்துக்கள் சொல்லி வாயில்வரை வந்து வழியனுப்பினார்.

கடைசியாக நாங்கள் ஸம்பெந்து ஆசிரமத்தில் வசிப்பவர்களி டம் விடைபெற்றோம். ஆசிரமத்திலிருந்து புறப்பட்டபோது, கப்பல்வரை உடன் வருவதற்காக ஆசிரமத்தின் தலைவரான பாதிரி யும் லிஸ்பனைச் சேர்ந்த மற்ற சில நண்பர்களும் எங்களுடன் புறப்பட்டார்கள்.

இப்படிப் பேராயரும் நானும் மேற்சொன்ன கோவா பாதிரிகள் இருவரும் ஆசிரமத் தலைவர் முதலானோரும் சேர்ந்து துறைமுகத்தையடைந்தோம். அங்கே மரபுப்படி, பத்தோமாரென்று அழைக்கப்படும் அரசாங்கக் கப்பலதிபர் ஆயத்தம் செய்திருந்த அரசுத் தோணிகளில் ஏறிக் கப்பலுக்குச் சென்றோம். இப்படி, மிசிஹா பிறந்து 1785ஆம் வருடம் ஏப்ரல் 20ஆம் தேதி நாங்கள் கப்பலில் ஏறினோம்.

கப்பலுக்குச் சென்றவுடனே யொவாக்கிம் என்ற கேப்டன் வந்து பேராயரை மரியாதையுடன் வரவேற்று அவருக்கென்று ஆயத்தம் செய்திருந்த அறைக்கு அழைத்துச் சென்றார். அதன் பிறகு ஆசிரமத் தலைவரும் எங்களுடன் வந்திருந்தவர்களுடன் எங்களைக் கட்டித் தழுவி விடைபெற்று அவரவர் வீடுகளுக்குத் திரும்பினார்கள்.

கப்பலில் பேராயருக்குப் பணிவிடை செய்வதற்கு நான்கு பேரை அழைத்துச் செல்ல அனுமதி கிடைத்திருந்தது. ஆயத்தம் செய்து வைத்திருந்த நான்கு பணியாளர்களில் இருவர் தலைமறை வாகிவிட்டதால் யௌஸேப்பு அந்தோணியோ என்ற கோவா பாதிரி, லிஸ்பனில் கண்டுபிடித்த இரண்டு முதியவர்களை இலவச மாக கோவாவரை அழைத்துச் செல்ல பேராயர் அனுமதித்தார். அவர்களும் எங்களுடன் கப்பலில் ஏறினார்கள்.

நாங்கள் கப்பலுக்கு வந்து இரண்டு நாழிகை கடந்தபோது எங்கள் அன்பிற்குரிய மார்க்கஸ் தெ கஸ்தென் மெலியோர் பிரபுவின் முக்கியப் பணியாளர் கப்பலுக்கு வந்து பேராயரிடம் இரண்டு கடிதங்களைக் கொடுத்தார். எங்களுக்குத் தேவையான உதவிகளைச் செய்யவேண்டும் என்று பய்யா நகரத்தின் கவர்னருக் கும், கோவாவின் கவர்னருக்கும் பிரபு எழுதிய கடிதங்கள் அவை. பேராயர் கடிதங்களைப் பெற்றுக்கொண்டு அந்தப் பணியாளரிடம், "இதைச் செய்த பிரபுவின் நல் மனதிற்கு மனப்பூர்வமாக நன்றி கூறியதாகத் தெரிவிக்க வேண்டும்" என்று சொல்லியனுப்பினார்.

இப்படிக் கிறிஸ்து வருடம் 1785ஆம் ஆண்டு ஏப்ரல் 20ஆம் தேதி நாங்கள் அனைவரும், மூன்று குற்றவாளிகளும், கப்பல் பணியாளர்களும், மற்ற பயணிகளும் ராஜ கட்டளைப்படி மொஸாம்பிக் செல்கிற தெஸம்பர்க்கா தோரர்களும் (சரக்குகளைப் பரிசோதிக்கும் ஒருவரும் பாதுகாக்கும் ஒருவரும்) பயணத்திற்கு ஆயத்தமாகி கப்பலில் ஏறினோம். என்றாலும், காற்று அனுகூல மாக இல்லாததால் 23ஆம் தேதிவரை அங்கேயே இருக்க நேர்ந்தது. இந்த நாட்களில் குற்றவாளிகளில் யாரும் தப்பித்துச் செல்லாதிருக்க ராணுவத்தினர், கப்பலருகே படகுகளில் ரோந்து சுற்றிக் கொண்டி ருந்தார்கள். அதுமட்டுமல்ல, ஸம்பெந்து ஆசிரமத்தில் எங்களுடன் நேசமாக இருந்த சில பாதிரிகள் கப்பலுக்கு வந்து எங்களைப் பார்த்துச் சென்றார்கள்.

புறப்படத் தாமதமாகிறதே என்று கலக்கத்துடன் கடவுளிடம் இரந்தும் பிரார்த்தித்துக்கொண்டுமிருந்தோம். அப்போது 23ஆம்

தேதி அனுகூலமான காற்று வீசத் தொடங்கியது. உடனே நங்கூரம் உயர்த்தப்பட்டது; கப்பல் எந்த அசைவும் குலுக்கலும் இல்லாமல் துறைமுகத்திலிருந்து வெளியே வந்தது. இந்தச் சந்தர்ப்பத்தில் கப்பல் உரிமையாளரான அந்தோணியோ பெரயிரா மெஷ்கீத்தா கப்பலுக்கு வந்து பேராயரைச் சந்தித்தார். எங்கள் உடைமைகளாக கப்பலில் ஏற்றிய பொருட்களுக்கு இந்திய முக்கிய அதிகாரி கொடுத்த அனுமதிப் பத்திரத்தை வாங்கிப் பார்த்தார்; அதன் ஒரு பிரதியை எழுதி வாங்கிச் சென்றார். கப்பலில் உள்ள பேராயரின் பொருட்களை எங்கே கேட்டாலும் அங்கே இறக்கிக் கொடுக்க வேண்டும் என்று கேப்டனிடம் சொல்லி ஏற்பாடு செய்துவிட்டுத் தான் அவர் சென்றார். ராஜாவிடம் இந்தக் காகிதத்தைக் காட்டி, பேராயரின் சுமைகளுக்கான கப்பல் கூலியை வாங்குவதற்காகத் தான் அந்தப் பிரதியை அவர் வாங்கிச் சென்றார்.

இப்படிக் கப்பல் துறைமுகத்திலிருந்து வெளியே வந்தபோது கோவா பாதியார்கள் ஒரு புகாருடன் பேராயரிடம் வந்தார்கள். அவர்களுக்குக் கப்பலில் அறை கொடுக்கப்படவில்லை. அவர்களுக்கென்று முடிவு செய்த இடம் கப்பலின் கீழ்த் தளத்திலிருந்தது. அது நோயாளிகள் படுப்பதற்காக ஒதுக்கியிருந்த அறைக்குப் பக்கத்திலிருந்தது. யௌஸேப்பு அந்தோணியோ பாதிரி பேராயரிடம், அங்கே இருப்பது மிகவும் சிரமம் என்றும் கப்பலின் கூடாரத்தில் ஆயத்தமாக்கியிருக்கும் அறையில் தங்களையும் தங்க வைக்க வேண்டும் என்றும் கேட்டுக்கொண்டார். அது எங்களுக்கு மிகவும் நெருக்கடி ஏற்படுத்தும் காரியமாயிருந்தது. ஆயினும் அந்தப் பாதிரியின் மீதான அன்பின் காரணத்தாலும் கடவுளுக்காக அவர்களுக்கு நன்மை செய்வதற்கான மனதின் காரணத்தாலும் பேராயர் சம்மதித்தார். அவர்களும் எங்களுடன் தங்கினார்கள் என்பதுமட்டுமல்ல, எங்களின் பொருட்களை அவர்களின் சொந்தப் பொருட்கள்போல பயன்படுத்திக் கொள்ளவும் அனுமதியளித்தோம். அவர்களிடம் பேராயருக்கு இருக்கும் நேசத்தையும் கருணையையும் பார்த்ததாலும், பேராயருக்குப் பிடிக்கும் என்று தோன்றியதாலும் அவர்களுக்கும் எங்கள் மேசையில் உணவளிப்பதற்கு கேப்டன் ஏற்பாடு செய்தார்.

77 | லிஸ்பனிலிருந்து கப்பலில் புறப்பட்டதற்குப் பிறகு ஏற்பட்ட அனுபவங்கள்

லிஸ்பனிலிருந்து புறப்பட்ட பிறகு அனுகூலமான காற்றும் வாய்ப்பும் அதிக நாட்கள் இருந்தன. ஜூன் பதிமூன்றாம் தேதி புனித அந்தோனீஸின் பெருநாளன்று, நாங்கள் எல்லோரும் மதிய உணவு முடித்த நேரம். அப்போது கப்பலின் பொறுப்பிலிருந்த மாலுமி காற்றின் போக்கைக் கவனிக்காமல் பாய்களை ஏற்றியதால், திடீரென்று கப்பல் ஒரு புறமாகச் சாய்ந்தது. கப்பலின் உள்ளே அலையடித்துப் புகுந்தது; பயணிகள் அஞ்சினார்கள். உடனே கேப்டன் ஓடி வந்து மாலுமி இருக்கும் கூடாரத்துக்குச் சென்று அவனைத் திட்டி, பாய்களைச் சுருக்கும்படிக் கட்டளையிட்டார். பாய்கள் சுருக்கப்பட்டவுடன் கப்பலின் ஆட்டமும் எங்களின் அச்சமும் அடங்கின.

பிற்பாடு நல்ல காற்றும் சூழலும் அமைந்தது. மகிழ்ச்சியாகப் பயணம் தொடர்ந்தோம். யாருக்கும் எந்த உடல் நலப் பிரச்சினை யும் இல்லை. லிஸ்பனிலிருந்து ரகசியமாகக் கப்பலில் ஏறிய ஒரு இளைஞனைத் தவிர வேறு யாரும் இறக்கவில்லை. அப்படி ஜூன் 23ஆம் தேதி புனித யோஹன்னான் மாம்தானாவின் பிறந்த நாளுக்கு முதல் நாள், அமெரிக்கக் கண்டத்தைச் சேர்ந்த பய்யா நகரத்தை நெருங்கினோம். அப்போது நள்ளிரவு நேரத்தில் எதிர் பாராத வகையில் ஒரு புயல் வீசியது. கேப்டனே அந்தப் புயலைப் பார்த்துப் பயந்தார். உடனே கப்பலின் பாயைச் சுருக்குவதற்காக, கப்பலில் உள்ள பணியாட்கள் பாய்மரத்தில் பற்றி ஏறினார்கள். அப்போது பாய்மரத்தின் உச்சிக்குச் சென்ற ஒரு பணியாள்

பிடிவிட்டு, கீழே நிற்பவரின் மேல் விழுந்தான். அவனும் பிடி நழுவி இருவரும் சேர்ந்து கடலில் விழுந்தார்கள். பிறகு அவர்களைப் பார்க்கவேயில்லை. அதன் பிறகும் காற்றும் மழையும் சற்றும் அடங்காமல் பயங்கரமாக அதிகரித்து வந்தன. இந்தக் காற்று எங்களுக்கு அனுகூலமான திசை நோக்கித்தான் வீசியது என்றாலும் சற்றும் எதிர்பாராமல் வீசியதாலும் கப்பல் கரை நெருங்கிய நேரமாக இருந்ததாலும் கரையின் நிலையைப் பார்த்தால் கப்பல் சென்று கரையில் மோதி உடைவதற்கு வாய்ப்பிருப்பதாகத் தோன்றியதாலும் கப்பல் பயணிகளுக்கு ஏற்பட்ட அச்சமும் வேதனையும் விவரிக்கக்கூடியதல்ல. கேப்டன் கலவரத்துடன் அங்குமிங்கும் ஓடிக்கொண்டிருந்தார். மாலுமிகள் நடுங்கி நின்று கொண்டிருந்தார்கள். கப்பலிலுள்ள மக்களில் சிலர் ரத்தமற்றுச் செத்தது போன்றிருந்தார்கள். அச்சத்தால் அலறினார்கள் சிலர். மற்ற சிலர் சிலுவையிலறையப்பட்ட திருவுருவத்தைக் கையில் பிடித்துக்கொண்டு பீதியுடன், தாங்கள் செய்த பாவங்களுக்காக வருந்தி கடவுளின் உதவியை வேண்டிக்கொண்டிருந்தார்கள். வேறு சிலர் உரத்த குரலில் கடவுளின் கருணையை யாசித்தார்கள். மற்ற சிலர் துக்கத்தை அடக்க முடியாமல் அங்குமிங்கும் ஓடினார்கள். யௌஸேப்பு அந்தோணியோ எனும் கோவா பாதிரி எல்லோரிடமும் தன் பாவங்களுக்கான வருத்தத்தை அறிக்கையிட்டு பிரார்த்திக்கும் நோக்கத்துடன் அலைந்துகொண்டிருந்தார். பேராயர் கப்பலின் மேல் தளத்திலுள்ள கூடாரத்தின் பின் புறத்தில் கவலையுடன் பார்த்துக் கொண்டிருந்து கடவுளிடம் பிரார்த்தித்தார்; அடிக்கடி கடலை ஆசீர்வதித்தார். ப்ரம்ஸிஸ்கோஸ் கயெத்தானோஸ் என்ற கோவா பாதிரியும் நானும் மற்ற சிலரும் சேர்ந்து மண்டியிட்டு கூட்டுப் பிரார்த்தனை சொல்லி எல்லாப் புனிதர்களையும் தொழுது, இந்த ஆபத்திலிருந்து காப்பாற்றும்படி கடவுளிடம் வேண்டினோம். இப்படிக் கப்பலில் ஏற்பட்ட களேபரங்களை விவரிக்காமல் இருப்பதுதான் நல்லது.

இந்தப் பெரும் பீதிக்கிடையில், நங்கூரமிடுக என்று மாலுமிகளில் சிலரும், அப்படிச் செய்யக் கூடாது; நங்கூரமிட்டால் கப்பல் சாயும்; அதிர்ஷ்டம்போல ஆகட்டும் என்று கருதி துறைமுகத்தை நோக்கிச் செலுத்துவதுதான் நல்லது என்று வேறு சிலரும் சொன்னார்கள். அதனால் தர்க்கம் ஏற்பட்டது. கடைசியில் எல்லோரும் சேர்ந்து, எது வந்தாலும் வரட்டும்; துறைமுகத்தை நோக்கிச் செலுத்துவோம் என்று முடிவு செய்தார்கள். அதிர்ஷ்டங்களையும் துரதிர்ஷ்டங்களையும் கடவுளின் திருக்கரங்களில் சமர்ப்பித்து கப்பலைத் துறைமுகத்தை நோக்கிச் செலுத்தினார்கள். எல்லாம்

வல்ல கடவுளின் தனிப் பெரும் கருணையென்றுதான் சொல்ல வேண்டும், துறைமுகத்திற்குள் செல்வதற்கான சிரமங்களை யெல்லாம் வென்று கப்பல் எங்கும் முட்டாமல் மோதாமல் துறை முகத்திற்குள் சென்றது. அப்போது மற்றொரு அச்சம் ஏற்பட்டது. பய்யா என்ற நகரத்தில் ஒரு கள்ளத் துறைமுகம் உண்டு. பல கப்பல்களும் நல்ல துறைமுகம் என்று நினைத்து இந்தக் கள்ளத் துறைமுகத்தில் அகப்பட்டுவிடுவதுண்டு. அந்தச் சிக்கலில் மாட்டிக் கொள்ளாமல் துறைமுகத்தை இனங்காண்பதற்கான அடையாள மாக கடலோரத்திலுள்ள ஒரு கோட்டையை நோக்கிச் சென்றோம். அப்போது கப்பலிலுள்ள பெரிய துப்பாக்கியால் ஒன்றிரண்டு முறை சுட்டார்கள். அதற்குப் பதிலாக கோட்டையிலிருந்து வெடியோசை எழுப்பினார்கள். என்றாலும், கப்பலில் உள்ள கலக்கத்தாலும் அலறல்களாலும் ஆரவாரக் குழப்பங்களாலும் எங்களால் அந்த ஓசையைக் கேட்க முடியவில்லை. அதிகமாகச் சொல்வானேன், வேறு வழியின்றி முன்னே செலுத்தப்பட்ட கப்பல் இந்தப் புயல் ஆரம்பித்ததன் மறு நாள் யோஹன்னான் மாம்தானாவின் பிறந்த தினத்துக்கு முந்தைய நாளான 23ஆம் தேதி பத்து மணிக்கு சாட்சாத் துறைமுகத்திற்கே சென்று நங்கூரமிட்டோம். அப்போதும் காற்று முற்றிலும் தணிந்திருக்கவில்லை. நங்கூரடமிட்ட பிறகு இந்தப் பெரிய விபத்திலிருந்து கடவுள் காப்பாற்றியதற்கு நன்றி தெரிவிப்ப தற்காக ப்ரம்ஸிஸ்கோஸ் கயெத்தானோஸ் பாதிரி வழிபாடு சொன்னார்; கப்பலில் இருந்தவர்களெல்லாம் வழிபாடு பார்த்து கடவுளைப் போற்றிப் பாடினார்கள். அதன்பிறகு கேப்டன், பேராயர் அங்கே காத்திருக்கும் விவரத்தை பய்யா நகரத்தின் கவர்னரான தொரெ தெ மெனேஸஸ்ஸிடம் அறிவித்தார்.

நாங்கள் லிஸ்பனிலிருந்து புறப்படுவதற்கு முன்பு ப்ரந்தாம் பாதிரி பய்யாவில் உள்ள விகாரி ஜனரலுக்கு ஒரு கடிதம் அனுப்பி யிருந்தார். ப்ரந்தாம் பய்யா நகரத்தில் பிறந்தவர்; விகாரி ஜனரலின் உறவினர். நம் பேராயர் பய்யாவுக்கு வருவதால், அவர்கள் திரும்பப் புறப்படுவதுவரை தங்குவதற்கு ஒரு வீடு ஏற்பாடு செய்துகொடுக்க வேண்டும் என்பதுதான் அந்தக் கடிதத்தில் உள்ள செய்தி. தவிர, வரும் நேரத்தில் பேராயரின் கையிலும் ஒரு கடிதம் எழுதிக் கொடுத்திருந்தார். பய்யாவுக்குச் சென்றால் எல்லா விஷயங்களை யும் விகாரி ஜனரலுடன் ஆலோசித்துச் செய்யவேண்டும் என்றும் சொல்லியனுப்பியிருந்தார்.

இதன்படி நாங்கள் பய்யாவுக்குச் சென்றவுடன் நம் பேராயர், விகாரி ஜனரலைப் பார்த்துக் கடிதத்தைக் கொடுப்பதற்கும் தான்

அங்கே வந்திருக்கும் விவரத்தை பய்யாவின் பேராயரிடம் அறிவிப்பதற்கும் யௌஸேப்பு அந்தோணியோ பாதிரியை அனுப்பினார். இவர் விகாரி ஜனரலைப் பார்த்து விவரம் சொன்ன உடனே, வீடு தயாராக இருக்கிறது என்று விகாரி ஜனரல் தெரிவித்தார். அதன் பிறகு பய்யா பேராயரிடமும், நம் பேராயர் அங்கே வந்திருக்கும் விவரத்தைச் சொன்னார்.

கப்பலும் பேராயரும் அங்கே வந்திருக்கும் செய்தியை அறிந்தவுடன் நகரத்தின் கவர்னர், கப்பலின் அருகே பாதுகாப்பு ரோந்து சுற்றும்படி பட்டாளத்தினரை அனுப்பினார். கப்பலில் இருந்த குற்றவாளிகளை வழக்கப்படி சிறைக்கு அழைத்துச் சென்றார்கள்.

பேராயரை வரவேற்பதற்கான ஏற்பாடு இன்னும் பூர்த்தியாக வில்லை என்று அறிவித்ததால் அன்றைய நாளில் கப்பலிலேயே இருக்க நேர்ந்தது. மறுநாள் யோஹன்னான் மாம்தானாவின் பிறவித் திருநாளின் காலையில் நாங்களெல்லாம் வழிபாடு பார்த்து காலை உணவு முடித்து இருக்கும்போது, பேராயரை அழைத்துச் செல்ல ஆட்கள் வந்தனர். கவர்னருக்கு உடல் நலமில்லாததால் கரையில் வரவேற்புக்கான ஏற்பாடுகளைச் செய்தபிறகு தன் பிரதான செயலரை கப்பலுக்கு அனுப்பியிருந்தார். கவர்னரின் படகையும் அதன் காவலுக்கு மற்றொரு படகையும் அனுப்பி யிருந்தார். இவர்கள் கப்பலுக்கு வந்து பேராயரைப் பார்த்துச் சற்று நேரம் பேசிக்கொண்டிருந்துவிட்டு கரைக்கு அழைத்துச் சென்றார்கள்.

பேராயர் கரைக்குச் செல்வற்கு, பேராயர் பதவிக்குப் பொருத்த மான சாதாரண ஆடைகள் அணிந்து அறையிலிருந்து வெளியே வந்தபோது கப்பலில் பறையொலித்தார்கள். கப்பலின் படையாளி கள் வரிசையாக நின்று அணிவகுப்பு மரியாதை செய்தார்கள். இப்படி எல்லோரும் படகில் ஏறி தொலைவு சென்றபோது கப்பலி லிருந்து வணக்கத்திற்கான வெடி முழக்கங்கள் ஒலித்தன. படகு கரை நெருங்கி வட்டவடிவக் கோட்டையின் அருகே சென்றபோது கோட்டையிலுள்ள பெரிய துப்பாக்கிகளிலிருந்து மரியாதை தெரிவிக்கும் வெடி முழங்கங்கள் எழுந்தன. கரையில் இறங்கும் நேரத்தில் கடற்கரையிலிருந்த தேவாலயங்களிலெல்லாம் மணிகள் ஒலித்தன. இத்தகைய ஏற்பாடுகளால் நகரம் முழுதும் ஓசை மயமாயிருந்தது.

கரையில் பேராயரின் வரவை எதிர்பார்த்து விகாரி ஜனரலும் அங்குள்ள பேராயரின் கானோனிஸ்தரும் ப்ரபிதோர் என்று அழைக்கப்படும் தூய்மைப்படுத்தும் வைதீகரும் மற்ற பல பாதிரியார்களும் நின்றிருந்தார்கள். அவர்கள் வந்து ஆசார மரியாதைகளின்படி பேராயரை வரவேற்றார்கள்.

பேராயர் கரையில் இறங்கும்போது அந்த நகரத்தில் உள்ள படையாளிகளெல்லாம் தங்களின் மேலதிகாரிகளுடன் இரு புறமும் வரிசையாக ஆயுதங்களை நிமிர்த்திப் பிடித்து நின்றிருந்தார்கள். அதனால் இவர்களின் வரிசை முடியும்வரை பேராயர் இந்த 'சுல்தான்' களின் நடுவே நடந்து செல்ல வேண்டியிருந்தது. அந்த இடத்தைக் கடந்த பிறகு நாங்களெல்லாம், கவர்னர் அனுப்பியிருந்த வாகனங்களில் ஏறி கவர்னரின் வீட்டுக்குப் புறப்பட்டோம்.

துறைமுகத்திலிருந்து கவர்னரின் வீடுவரை உள்ள வழியின் இரு புறமும் நின்றிருந்த பார்வையாளர்களின் எண்ணிக்கை இவ்வளவு என்று சொல்ல முடியாது.

இப்படிக் கொண்டாட்டமாக கவர்னரின் வீட்டுக்குச் சென்றபோது கவர்னர் இறங்கி வந்து ஆசார மரியாதைகளுடன் பேராயரை வரவேற்றார். நீண்ட நேரம் பேசிக்கொண்டிருந்தார். இந்த உபசரிப்புகளுக்கும் ஆசார மரியாதைகளுக்குமெல்லாம் பேராயர் கவர்னருக்கு நன்றி சொன்னார். தவிர, முன் அத்தியாயத்தில் சொல்லியிருந்ததுபோன்று மார்க்கஸ் தெ கஸ்தென் மெலியோர் பிரபு, கவர்னரிடம் கொடுக்கச் சொன்ன கடிதத்தையும் அவரிடம் கொடுத்தார். அங்கிருந்து புறப்பட்டு பேராயரின் தலைமைத் தேவாலயத்துக்குச் சென்றோம். அங்கே சென்றபோது தொடர் மணிகள் முழங்கின. பேராயரின் வீட்டில் கால் வைத்தவுடன், பேராயர் இறங்கி வந்து மிக்க மரியாதையுடன் நம் பேராயரை வரவேற்றார். நீண்ட நேரம் அங்கிருந்து உரையாடிய பிறகு, விகாரி ஜனரல் பேராயருக்காக ஆயத்தம் செய்திருந்த வீட்டுக்கு வந்தோம். நாங்களும் கோவா பாதிரிகளும், அங்கிருந்து வருவதுவரை அந்த வீட்டிலேயே தங்கினோம். நாங்கள் சென்ற தினத்தில் மாலை நேரத்தில் பய்யா பேராயர் நம் பேராயருக்கு எலுமிச்சம் பழங்களும் சர்க்கரையும் இனிப்புப் பதார்த்தங்களும் கொடுத்து அனுப்பினார்.

78 | பய்யாவில் இந்த வீட்டுக்கு வந்ததற்குப் பிறகான காரியங்கள்

இப்படி இந்த வீட்டுக்கு வந்த பிறகு, நாங்கள் கடவுளருளால் அபாயம் ஒன்றுமில்லாமல் உடல் நலத்துடன் பய்யாவை அடைந்த விவரத்திற்கு லிஸ்பனில் உள்ள நண்பர்களுக்கெல்லாம் கடிதம் எழுதி அனுப்பினோம்.

நாங்கள் இந்த வீட்டில் தங்கியிருந்த நாட்களில் கவர்னர் நம் பேராயரிடம் அன்புடனும் மரியாதையுடனும் நடந்துகொண்டார். பேராயர் வெளியே செல்ல வேண்டிய அவசியம் இருக்கிறது என்று அறிந்தால் அவர் தன் வண்டியைக் கொடுத்து அனுப்புவார். அவர் பல முறை எங்கள் இருப்பிடத்திற்கு வந்து பேராயரைச் சந்தித்தார். இதற்கு மேலாக ப்ரந்தாம் பாதிரியின் மைத்துனர்களும் மருமகள்களும், முன்பு நாங்கள் பய்யாவுக்குச் சென்றபோது பார்த்த பழக்கமும் அன்பும் கொண்ட மற்றவர்களும் பேராயரைப் பார்க்க வந்தார்கள். சிலர் அவருக்குச் சில பரிசுகளும் கொடுத்தார்கள் ... (இங்கே நிறையப் பகுதிகள் மூலத்திலிருந்து தொலைந்துபோனதாகத் தெரிகிறது)

...பின் புறத்திலிருந்தான இயக்கத்திற்கு கப்பல் ஆட்படாததால் முன் பகுதியைத் திருப்புவதற்கு மிகவும் பாடுபட வேண்டியிருந்தது. இப்படி ஒரு விதமாக முன் பகுதியைத் திருப்பி துறைமுகத்தின் உள்ளே திரும்ப வந்து கப்பல் முன்பு நின்ற இடத்திற்கே வந்து நங்கூரமிட்டது. அன்று இரவு எல்லோரும் கப்பலிலேயே அமைதியாகத் தங்கினோம். இந்தப் பிரச்சினைகள் ஏற்பட்டதன் இடையில் ஒருவன் அஞ்சிக் கடலில் குதித்து நீந்திக் கரை

சேர்ந்தான். இப்படி பய்யா துறைமுகத்திற்கே கப்பலைத் திருப்பிக் கொண்டு வந்த பிறகு இனி கப்பலைச் செப்பனிட்டு முடிவதுவரை பய்யாவிலேயே வசிக்க வேண்டியிருக்கும் என்று தெரிந்தது. எனவே மறு நாள் காலையில் பேராயர், யாருக்கும் அதிகம் சலிப்பூட்டா திருப்பதற்காகவும் சுதந்திரமாக இருப்பதற்காகவும் நகரத்திற்கு வெளிப்புறத்திலுள்ள ஏதாவதொரு வீட்டை விசாரிக்கலாம் என்று முடிவு செய்தார். அந்த விஷயத்தை விகாரி ஜனரலுடன் ஆலோசிப் பதற்காக யௌஸேப்பு அந்தோணியோ பாதிரியைக் கரைக்கு அனுப்பினார்.

இவர் கரைக்குச் சென்ற பிறகு ஏறத்தாழ ஒன்பது மணி ஆனபோது, எப்படியென்று தெரியவில்லை, கப்பல் நங்கூரமிட்டு நிற்கும் இடத்திலிருந்து அசைந்து இரண்டு முறை தண்ணீரின் அடியிலுள்ள தரையில் சென்று மோதியது. அப்படி மோதியதன் சக்தியால், கப்பலின் பின் பகுதியின் மீது பிணைத்திருந்த பலகை பெயர்ந்து விழுந்து தண்ணீரின் மீது மிதந்து வந்தது. இத்துடன் கப்பல் உடைந்துவிட்டது என்று நினைத்து பேராயருக்கும் கப்பலில் இருந்த மற்றவர்களுக்கும் விவரிக்க முடியாத அச்சம் ஏற்பட்டது. கேப்டன் உடனே கரையிலிருந்து உதவி அனுப்ப வேண்டும் என்பதற்கு அடையாளமாக கப்பலிலுள்ள பெரிய துப்பாக்கியால் சுட்டார். அடுத்த கணத்தில் கரையிலிருந்து நிறைய படகுகள் வந்து சேர்ந்தன. கப்பலில் இருந்த பலரும் இந்தப் படகு களில் ஏறிக் கரைக்குச் சென்றனர். எங்கள் உடனிருந்த தெஸம்பர்க்கா தோரர்கள் அந்தக் கூட்டத்தினருடன் கரைக்குச் சென்று நடந்த சம்பவங்களையெல்லாம் கவர்னரிடம் தெரிவித் தார்கள். உடனே முக்கிய செயலர்களுடன் சேர்ந்து வந்த கவர்னர், பேராயரைத் தன் வீட்டுக்கு அழைத்துச் சென்றார். அன்றைய நாளில் நானும் ப்ரம்ஸிஸ்கோஸ் கயெத்தானோஸ் பாதிரியும் கப்பலி லேயே தங்கினோம்.

பேராயர் கவர்னரின் வீட்டுக்குச் சென்று அங்கே உணவருந்தி இளைப்பாறும்போது, வீடு விசாரிக்கச் சென்ற யௌஸேப்பு அந்தோணியோ பாதிரி விகாரி ஜனரலைப் பார்த்துத் திரும்பி வந்தார். விகாரி ஜனரல், தனக்கு நிலமும் வீடும் இல்லையென்றும், பய்யாவில் வசிக்கும் யூஸெ பீரெஸ்ஸ என்ற ராஜ மந்திரிக்கு ஒரு நிலமும் வீடும் உண்டென்றும் அவரைப் பார்த்துக் கேட்டால் அங்கே தங்க அனுமதிக்கலாம் என்றும் சொன்னார். அதன்படி யௌஸேப்பு அந்தோணியோ யூஸெ பீரெஸ்ஸவைச் சந்தித்துப் பேசினார். அவர் நல்ல மனதுடன் அதற்குச் சம்மதித்து தன்

பணியாட்களில் முப்பது நாற்பது பேரை அனுப்பி ஒரே நாளிலேயே ... (இங்கும் நிறையப் பகுதிகள் தொலைந்துபோனதாகத் தெரிகின்றன).

...நாங்கள் வசிக்கும் வீட்டுக்கு வந்து தங்களின் பெருநாட்களில் கலந்துகொள்ள வேண்டும் என்று பேராயரிடம் கேட்டுக்கொண் டார்கள். என்றாலும் நாங்கள் கப்பல் ஏறும் அவசரத்திலிருந்ததால் அவர்களின் வேண்டுகோளைத் தவிர்த் தோம். இந்தச் சயமத்திற்குள் கப்பலின் இறுபுறமும் பலகை அடித்து கனம் செய்தார்கள். தவிர, கப்பலின் பாரத்தைக் குறைப்பதற்கு, கப்பலில் வந்த ஐம்பது குற்றவாளிகளை வேறொரு கப்பலில் மொஸாம்பிக் அனுப்புவதற் காக பய்யாவிலேயே தங்க வைத்துவிட்டுப் போக முடிவு செய்தோம். கேப்டன் பேராயரிடம், கப்பலில் பயணத்துக்கான ஏற்பாடுகள் பூர்த்தியாகிக்கொண்டிருப்பதாகவும் உடனே புறப்பட வேண்டும் என்றும் தெரிவித்தார். பேராயர், தயாராக வேண்டியது தான் என்று முடிவு செய்து கவர்னரின் வீட்டுக்கும் மற்ற வேண்டப் பட்டவர்களின் வீடுகளுக்கும் சென்று பயணம் சொல்லிக் கொண்டார். இப்படிக் குழப்பம் ஏற்பட்டு நாங்கள் மீண்டும் பய்யா நகருக்குத் திரும்பி வந்திருக்கிறோம் என்று அறிந்தபோது பய்யாவின் பேராயர் எந்த நியாயத்தின்படியேனும், நம் பேராயர் இருக்கும் இடத்திற்கு வந்து அவரைச் சந்தித்திருக்க வேண்டும். ஆனால், அவருக்கு அப்படிச் செய்ய வேண்டும் என்று தோன்றவில்லை. அதனால் அவரின் அரண்மனைக்கு மீண்டும் சென்று விடைபெற வேண்டுமென்று நம் பேராயருக்கு எந்தக் கடப்பாடும் இல்லை. என்றாலும், அவரிடம் விடைபெறாமல் இருக்கக் கூடாது என்று நம் பேராயருக்குத் தோன்றியது. சென்று பய்யா பேராயரைப் பார்த்து பயணம் சொல்ல வேண்டியது, கிறிஸ்தவ சக மனித நேசத்திற்கும் நல்ல முன்மாதிரிக்கும் தேவையென்று முடிவு செய்து அங்கே சென்றார். நம் பேராயர் இப்படிச் சென்று பார்த்தபோது, ஒரு முறையேனும் எங்கள் வீட்டுக்கு வந்து சந்திக்க முடியாத தன் குறையைக் குறித்து பய்யா பேராயருக்கு வெட்கம் ஏற்பட்டது. அந்த நற்செயலைச் செய்ய முடியாதுபோனதற்காக அவர் நம் பேராயரிடம் பல முறை மன்னிப்பு கேட்டுக்கொண்டார்.

இப்படி எல்லோரிடமும் விடைபெற்று வந்த பிறகும் மேலும் இரண்டு நாட்கள் கப்பலுக்குத் தாமதம் ஏற்பட்டது. நாங்கள் அதே வீட்டில் தொடர்ந்து தங்கினோம். அதற்கிடையில், தனக்கு ஏற்பட்ட மானக்கேட்டைத் தீர்ப்பதற்காக பய்யா பேராயர் எங்கள் வீட்டுக்கு வந்து நம் பேராயரைச் சந்தித்தார். நம் பேராயர் மிகவும் மரியாதையாக அவரை வரவேற்றார்.

அன்றே காலை உணவு முடிந்த நேரத்தில், அப்போது பய்யாவில் இருந்த ஆப்பிரிக்காவின் ஸெந்தோமெ என்ற தீவின் ஆயர் அங்கு வந்து பேராயைச் சந்தித்தார். பேராயர் அவரை நன்றியுடன் அனுப்பி வைத்தார்.

அடுத்த நாள் காலையில் கப்பல் தயாரானதால் கவர்னரும் யூஸெ பீரெஸ்ஸ என்ற ராஜ மந்திரியும் தலைமைச் செயலர்களும் சேர்ந்து படகுகளில் வந்தார்கள். பேராயரையும் எங்களையும் எங்கள் பொருட்களையும் படகுகளில் ஏற்றி கப்பலுக்குக் கொண்டு சென்றார்கள். அப்போது காற்று அனுகூலமாக இருந்ததால் கவர்னரும் மற்றவர்களும் திரும்பிச் சென்றார்கள்.

மதியத்திற்குப் பிறகு ஏறத்தாழ மூன்று மணி ஆனபோது அனுகூலமான காற்று வீசியது. கேப்டன்கூட எதிர்பார்க்காத விதமாக கவர்னர் தன் படகில் கப்பலின் அருகே வந்தார். இதைப் பார்த்த கேப்டன் உடனே நங்கூரத்தை உயர்த்தி பயணம் புறப்படக் கட்டளை கொடுத்தார். கவர்னர், கடந்த முறை செய்ததுபோன்றே துறைமுகத்திற்கு வெளிப்புறம்வரை பின்தொடர்ந்து வந்து எங்களுக்கு விடைகொடுத்து அனுப்பி வைத்தார்.

இப்படிக் கிறிஸ்து வருடம் 1785ஆம் ஆண்டு ஆகஸ்ட் 30ஆம் தேதி நாங்கள் மீண்டும் பய்யாவிலிருந்து புறப்பட்டோம். 1786ஆம் ஆண்டு மார்ச் 18ஆம் தேதி செல்லம் என்ற தீவைக் காண முடிந்தது.

பய்யாவிலிருந்து புறப்பட்ட பிறகு நன்னம்பிக்கை முனையைக் கடப்பதுவரை சில புயல்கள் வீசின என்றாலும், அப்போதெல்லாம் அனுகூலமான காற்று வீசியது; எந்தச் சிரமமும் பிரயாசையும் இல்லாமல் பல நாட்களில் இந்த முனையைச் சுற்றி வர முடிந்தது. அதனால் பயணம் பொதுவாக மகிழ்ச்சியாக இருந்தது என்று சொல்லலாம்.

இப்படிச் சந்தோஷமாக இருக்கும்போது ராணியின் பிறந்தநாள் வந்தது.

மேற்சொன்ன முனையைச் சுற்றிய பிறகு பிரெஞ்சுக்காரர்களின் மொரீஷ்யஸ் என்ற தீவைக் கடப்பதுவரை பல முறை காற்று அடங்கியிருந்தது; சில முறை எதிர் காற்று வீசியது. மொரீஷ்யஸின் பக்கத்தில் ஏற்பட்ட ஒரு பலத்த எதிர் காற்றில் எங்களுக்கெல்லாம் மிகவும் அச்சம் ஏற்பட்டது. அதாவது, வழியை முடிவு செய்வதற்காக, மொரீஷ்யஸ் தீவைப் பார்த்து அடையாளம் காண்பதற்காக அதைத் தேடி ஏறத்தாழப் பக்கத்தில் வந்தபோது

பயங்கரமான காற்றும் மேக மூட்டமும் ஏற்பட்டது. இந்தப் பிரதேசங்களில் சுழற்காற்று ஏற்படும் சமயம் இதுவென்றும், தீவு பக்கத்திலிருப்பதால் கப்பல் ஏதாவது பாறையில் சென்று மோதுமென்றும் நினைத்தோம். எல்லோரும் மிகவும் துயரத்துடன் இறையுதவி வேண்டிப் பிரார்த்தித்தோம். கடவுளின் அருளால் எந்தத் துன்பமும் ஆபத்தும் இல்லாமல் மொரீஷியஸ் தீவைக் கண்டுபிடிக்க வாய்ப்பு ஏற்பட்டது. அங்கே சென்று தண்ணீரும் உணவும் சேகரிக்கலாம் என்று பலருக்கு ஆசை இருந்தாலும் கேப்டன் அனுமதிக்கவில்லை.

இப்படி மொரீஷியஸ் தீவின் அடையாளத்தைப் பார்த்துப் பயணம் தொடர்ந்து நீண்ட நாட்களுக்குப் பிறகு, கப்பலில் தண்ணீரும் உணவும் பெரும்பாலும் தீர்ந்துவிட்டது. குற்றவாளிகளும் கப்பல் பணியாளர்களும் வயிற்று வலியால் துடித்தார்கள். சிலர் இறந்தார்கள்.

கப்பலில் ஏற்பட்ட உணவு மற்றும் தண்ணீர் பற்றாக்குறையின் காரணமாகவும் மனக் கஷ்டத்தின் காரணமாகவும் செல்லம் என்ற (Ceylon?) தீவுக்கு வருவதற்காக அடுத்த முயற்சி மேற்கொண்டோம். அந்தத் தீவிற்கருகே அட்ச ரேகை நான்கு டிகிரியை அடைந்த போது ஒரு பிரெஞ்சுக் கப்பலைப் பார்த்தோம். வழியைக் குறித்து, எங்கள் கப்பலிலிருந்து அந்தக் கப்பலுக்கு மெகாபோனில் உரக்கக் கேட்டோம். அந்தக் கப்பல் மிகவும் தூரத்தில் இருந்ததால் அவர்கள் சொன்ன பதிலைத் தெளிவாகக் கேட்க முடியவில்லை.

மறுநாள் மொரீஷியஸிலிருந்து புதுச்சேரிக்குச் செல்லும் மற்றொரு கப்பலைப் பார்த்தோம். எங்கள் கப்பலின் நோயாளி களுக்காக சில கோழிகள் வாங்க வேண்டியிருந்தது. எனவே, பிரெஞ்சுக் கேப்டனுக்கு சில அன்பளிப்புகள் கொடுத்து எங்கள் கப்பலின் முக்கிய மனிதர் ஒருவரையும் மற்ற சிலரையும் அனுப்பி னோம். அவர்கள் சென்று பிரெஞ்சு கேப்டனைப் பார்த்தார்கள். பரிசுகளைக் கொடுத்து, தேவையான பொருட்களை வாங்கிக் கொண்டு திரும்பினார்கள். பிரெஞ்சு கேப்டன் எங்கள் கேப்டனுக்கு ஒரு ஆட்டுக் கடாவையும் கொடுத்து அனுப்பியிருந்தார்.

அங்கிருந்து மீண்டும் பயணம் தொடங்கினோம். கடல் நீரோட் டத்தின் ஆதிக்கத்தால் மாலுமிகள் அறியாமல் கப்பல், தேவைக்கும் அதிகமாக கிழக்குப் பக்கமாகச் சென்று காற்றில்லாத இடத்துக்குப் போய்விட்டது. போதுமான உணவு தண்ணீர் இல்லாத காரணத் தால்; கப்பல் எந்தத் திசைக்கு வந்திருக்கிறதென்று தெரியாத காரணத்தால் நாங்கள் மிகவும் கஷ்டப்பட்டோம். கப்பலில்

நோயாளிகள் அதிகரித்துவந்தார்கள். என்ன செய்வதென்று தெரியாமல் நாங்கள் எல்லாப் புனிதர்களின் கூட்டுப் பிரார்த்தனை சொல்லி கடவுளிடம் வேண்டிக்கொள்ள ஆரம்பித்தோம். அன்றே ஆறுதலளிக்கும் சர்வேஸ்வரன் கருணையுடன் எங்களுக்கு அனுகூலமான காற்று வீசும்படிச் செய்தார். அப்படி மார்ச் 18ஆம் தேதி காலையில் செல்லம் என்ற தீவைக் கண்டுபிடித்தோம். கப்பலில் உள்ளவர்கள் வேதனையிலிருந்து மீண்டு ஆசுவாசமடைந்தார்கள்.

இப்படி மௌரீஷ்யஸ் என்ற தீவைக் கடந்து செல்லம் என்ற தீவைக் கண்டுபிடிப்பதுவரை கப்பலில் ஏற்பட்ட நோயால் 23 குற்றவாளிகளும் எட்டு ஒன்பது பணியாளர்களும் இறந்தார்கள். பேராயருக்காக லிஸ்பனிலிருந்து ஏறி வந்த முதியவர்களில் ஒருவரும் இறந்தார்.

மிச்சக் கதை

சிலோனை நோக்கிச் சென்ற கப்பல் காலே (Galle) தீவினருகே நங்கூரமிட்டதென்றும் அங்கிருந்து மலபார் கரை வழியே கொச்சி துறைமுகத்தை நெருங்காமல் கோவாவுக்குச் சென்றது என்றும் சில சமகால வரலாற்று நூல்களில் காணப்படுகிறது. கொச்சி துறைமுகத்தருகே கடந்து செல்லும்போது பாரேம்மாக்கல் தோமா பாதிரியார் மலங்கரையிலுள்ள தேவாலயத்தினருக்கு கப்பலிலிருந்து எழுதியனுப்பிய ஒரு கடிதம், ரோமின் கைப்பிரதி (Manuscript) நூலகத்திலிருந்து கண்டுபிடிக்கப்பட்டது. அதன் மொழிபெயர்ப்பு டாக்டர் ப்ளாஸிட் ஸி. எம். ஐ. யின் ஆங்கில மொழியாக்கத்தில் கொடுக்கப்பட்டிருக்கிறது. அதன் மலையாள மொழிமாற்றம் கீழே:

"மலங்கரையிலுள்ள நம் அண்ணன் தம்பிகள் அறிவதற்கு: உங்கள் முடிவின்படியும் கட்டளையின்படியும், மார் தோமா ஆயரின் காரியத்திற்காகவும் மலங்கரை தேவாலயங்களுக்குத் தேவையான காரியங்களுக்குமாக 1778ஆம் ஆண்டு நாங்கள் சபையின் தலைமையிடத்துக்குப் புறப்பட்ட விவரம் உங்களுக்குத் தெரியுமல்லவா. நாங்கள் கேரளக்கரையிலிருந்து புறப்பட்ட பிறகு வேண்டிய இடங்களிலெல்லாம் மேற்சொன்ன காரியங்களுக்கு விண்ணப்பங்கள் சமர்ப்பித்தோம். நாங்கள் எதிர்கொள்ள நேர்ந்த கடும் இடையூறுகளால் காரிய சாத்தியத்திற்கு மிகவும் கால தாமதம் ஏற்பட்டது. கடைசியில், கடவுளின் பிரத்தியேக கருணையாலும் உதவியாலும் எல்லாம் நல்லபடியாக முடிவடைந்தன. 1785ஆம் ஆண்டு ஏப்ரல் மாதம் லிஸ்பனிலிருந்து மலபாருக்குப் புறப்பட

எங்களால் முடிந்தது. இன்னும் முடிவு செய்யப்பட வேண்டியவை யாக பல விஷயங்கள் மிச்சமிருக்கின்றன; நேராகக் கோவாவுக்குச் செல்லும்படிதான் உத்தரவு கிடைத்திருக்கிறது; கொச்சியைச் சென்றடைந்தால் கப்பல் சற்றும் தாமதிக்காது. அதனால் மலங்கரை யிலிறங்காமல் நாங்கள் துரித கதியில் கோவாவுக்குச் செல்கிறோம். நாங்கள் கோவா சென்றவுடன் நம் எதிரிகள் என்னவெல்லாம் செய்வார்கள் என்று தெரியவில்லை. எப்படியானாலும் நாங்கள் அடுத்த செப்டம்பர்வரை அங்கே தங்க வேண்டியிருக்கும். அடுத்த செப்டம்பர் முடிந்த பிறகும் நாங்கள் ஊருக்கு வரவில்லை யென்றால் நம் தேவாலயங்களின் பெயரில் நீங்கள் எங்களுக்கு ஒரு கடிதம் அனுப்ப வேண்டும்; முடிந்தால் உங்களில் கொஞ்சம் பேர் கோவாவுக்கு வருவது மிகவும் நல்லதாயிருக்கும்.

1783 ஆம் ஆண்டு நான் உங்களுக்கு அனுப்பிய கடிதத்திலிருந்து நம் கரியாட்டி மல்பான் மலங்கரை சபையின் பேராயராக ஆகியிருக்கும் விவரத்தை நீங்கள் அறிந்திருப்பீர்கள் அல்லவா. நம் தேவாலயங்களுக்குத் தேவையான பொருட்களையெல்லாம் நாங்கள் கொண்டு வருகிறோம். கொச்சியிலிருந்து காஞ்ஞிரப் பள்ளிக்காரர் சாண்டிப் பாதிரியார் எழுதிய கடிதத்தில் பார்த்த சுருக்கமான சில விவரங்களைத் தவிர, நாங்கள் கேரளத்திலிருந்து வந்ததற்குப் பிறகு அங்கே எந்த இடத்தின் காரியங்களைப் பற்றியும் தெரிந்துகொள்ள முடியவில்லை. உங்கள் பிரார்த்தனைகள்; தியாகங்களின் பயனாக நாங்கள் இருவரும் நலமாக இருக்கிறோம். கடவுளிடமும் தேவ மாதாவிடமும் எங்களுக்காகத் தொடர்ந்து பிரார்த்திப்பதைக் கைவிடாதீர்கள் என்று எல்லோரையும் நான் அன்புடன் நினைவுகூர்கிறேன்.

கிறிஸ்து வருடம் 1786 புதிய (கிரிகோரியன்) கணக்கில் ஏப்ரல் மாதம் 2ஆம் தேதி, கப்பலிலிருந்து பாரேம்மாக்கல் தோமா பாதிரியார்."

மேற்சொன்ன கடிதத்திற்குப் பிறகான சம்பவங்கள் ஏறத்தாழ தெளிவற்றிருக்கின்றன. வெற்றி வாயிலை அடைந்த இந்த வீர இதிகாசம் எப்படியோ மிகவும் துக்ககரமான ஒரு பரிணாமத்தை அடைந்தது. கோவாவில் சந்தேகத்திற்கிடமான சூழ்நிலைகளில் கரியாட்டி பேராயர் அகால மரணமடைந்தார். இறப்பதற்கு முன்பு அவர், பாரேம்மாக்கல் தோமா பாதிரியாரை மலங்கரை சபையின் கவர்னராக நியமித்ததான ஒரு கடிதத்தை எழுதி வைத்திருந்தார். அந்தக் கடிதத்துடன் மலங்கரைக்கு வந்த தோமா பாதிரியார் நெடுங்காலம் மலங்கரை சபையை ஆண்டார். ஆயினும் கரியாட்டி

பேராயரின் வாழ்க்கை முடிவைக் குறித்து, அந்தக் கொடூரமான சம்பவத்தைக் குறித்து அவர் எதுவுமே பதிவு செய்யவில்லை. காரணமென்னவென்று நாம் ஊகித்துக்கொள்ளத்தான் வேண்டும். ரோமாபுரி யாத்திரையின் கையெழுத்துப் பிரதியை, பிரதி செய்து எழுதிய சமீப காலத்தவர்களில் ஒருவர் எழுதி வைத்த ஒரு அடிக் குறிப்பு அப்படியே இங்கே இணைக்கப்படுகிறது:

“செல்லம் என்ற தீவைக் கண்டதற்குப் பிறகு அங்கிருந்து கொச்சிக்கு வரவும், கொச்சியில் கூடுவதற்காக ஐரோப்பியாவி லிருந்து அனுப்பிய கடிதத்தின்படி ஸுரியானி கிறிஸ்தவர்கள் கூடுவதற்குச் சாத்தியமாகவில்லை. அதாவது, பேராயர் கொச்சியில் வந்து இறங்கும்போது எதிர்கொண்டு வரவேற்று அழைத்துச் செல்வதற்காக மரியாதைக்குரிய பாரேம்மாக்கல் தோமா தந்தையின் பெயரிட்ட அந்தக் கடிதம் தாமதமாகக் கிடைத்ததால் பேராயரின் கப்பல் கொச்சி துறைமுகத்திற்கு வந்தபோது வரவேற்புக்காரர்கள் யாரும் கொச்சிக்கு வந்திருக்கவில்லை. வரவேற்புக்காரர்கள் கொல்லத்திற்குச் சென்றிருப்பார்கள் என்று நினைத்து பேராயரின் கப்பல் கொல்லத்துக்குப் புறப்பட்டது. அங்கும் அவர்கள் இல்லை. அதன் பிறகு கோவாவுக்குச் சென்று, பேராயருக்கான ஆண்டுச் சம்பளமும் பிறவும் கோவாலிருந்து கிடைக்க வேண்டியிருந்ததால் அவற்றுக்கும் ஏற்பாடு செய்துகொண்டு ஊருக்குச் செல்லலாம் என்று முடிவெடுக்கப்பட்டது. கோவாவுக்குக் கப்பலைத் திருப்பி அங்கே சென்றார்கள். அங்கே சென்றதற்குப் பிறகு கோவா மாங்காய் தின்றார் என்றும் அதனால் காய்ச்சல் ஏற்பட்டது என்றும் சொல்கிறார்கள். காய்ச்சலுக்குக் கொடுத்த மருந்துகள் எதுவும் காய்ச்சலைப் போக்குவதற்கு அல்ல. மரியாதைக்குரிய பாரேம்மாக்கல் தோமா தந்தைக்கு, நோயாளியாயிருந்த பேராயரைக் காட்டவும் இல்லை. இறந்ததற்குப் பிறகுதான் காட்டினார்கள். பார்த்தபோது, இறந்து கிடந்த பாயையும் தலையணையையும் பரிசோதித்தபோது, மரியாதைக்குரிய தோமா தந்தையைக் கவர்ன ராக நியமித்து எழுதிய ஒரு கடிதம் கிடைத்தது. அங்கே பேராயரின் சவ அடக்கம் முடிந்த பிறகு, தோமா தந்தை ஊருக்கு வந்து கவர்னரானார். அவை தொடர்பாக மதிப்பிற்குரிய தோமா தந்தை யிடம் கேட்டால் அழுவதைத் தவிர பதிலொன்றும் சொல்வ தில்லை. அவரிடம் கேட்டவரை இப்படித்தான் தெரிகிறது.”

— முற்றும் —

சொற்பொருள்

1. **ஸுரியானி கிறிஸ்தவர்கள்(Syrian Christian):**
கேரத்தின் பழைய கிறிஸ்தவர்கள். ஸுரியானியை வழிபாட்டு மொழியாகப் பயன்படுத்தி வந்தவர்கள். மார் தோமா (தாமஸ்) நஸ்ரானிகள் என்பது புராதன பெயர். நஸ்ரானிகள்: (Nazerene) நாசரேத்திலிருந்து வந்தவர்கள், அந்தப் பரம்பரையைச் சேர்ந்தவர்கள், ஆதி கிறிஸ்தவர்கள் என்றெல்லாம் பொருள் வழங்கப்பட்டாலும் இது பொதுவாக 'கிறிஸ்தவர்கள்' என்பதைக் குறிக்கிறது.
2. **பாத்ரியார்க்கீஸ், பாத்ரியர்க்கா:**
ஆயர்களின் மீது அதிகாரமுள்ள ஆன்மிக அதிகாரி. (The highest Priest)
3. **பௌலஸ்த்யர்கள், பௌலீஸ்தர்கள்:**
ஜஸுட் (Jes'uit) பாதிரியார்கள். இக்னேஷியஸ் லயோலா என்பவரால் 1533ஆம் ஆண்டு நிறுவப்பட்ட இயேசு சங்கம் (Society Of Jesus) என்ற ரோமன் கத்தோலிக்க சங்கத்தின் உறுப்பினர்.
4. **கூனன் குரிசு சத்தியம்:**
கூனன் சிலுவை: கேரளத்தில் மட்டாஞ்சேரி தேவாலயத்தில் உள்ள புகழ் பெற்ற சிலுவை. 1653ஆம் ஆண்டு ஸுரியானி கிறிஸ்தவர்கள் போர்த்துகீஸியர்களுக்கும் ஸம்பாளூர் பாதிரிகளுக்கும் கார்ஸியா ஆயருக்கும் இனிமேல் கட்டுப்பட்டு நடக்கமாட்டோம் என்று இந்தச் சிலுவையின் நாற்புறமும் கட்டியிருந்த பெரிய கயிறுகளைப் பிடித்துக்கொண்டு சத்தியம் செய்தனர். அப்போது சிலுவை ஒரு புறமாகச் சரிந்ததால் இந்தப் பெயர் வந்தது.
5. **மிஷனரி(Mis'sionary):**
சயமப் பரப்புப் பணி அமைப்பு. அதைச் சார்ந்தவர்.
6. **கர்மலீத்தா:**
ரோமன் கத்தோலிக்க சபையில் ஒரு துறவியர் பிரிவு. (கர்மல என்ற மலையில் புனித ஏலியா நிறுவிய துறவி சபையின் தொடர்ச்சியான சமூகம்). **கப்பூச்சின்:** பிரான்சிஸ்கன் (தூய திரு. பிரான்ஸிஸ்-St. Francis Of Assisi) என்பவரால் 1209ஆம் ஆண்டு நிறுவப்பட்ட துறவி மடத்தைச் சேர்ந்த) துறவி. கப்பூஷ் என்ற தலைப்பாகை அணிவதால் இந்தப் பெயர்.
7. **புத்தன்கூறு, புத்தன்கூற்று:**
புதிய பந்தம். ப்ரோட்டஸ்டன்ட் சபை. ரோமன் கத்தோலிக்க சபையிலிருந்து தனிப் பிரிந்த ஸிரியன் சபை.
8. **விகாரி (Vicar):**
ஊர் மதகுரு. பிரதி குரு.
9. **அப்பஸ்தோலிக்கா**(Apostolic, Apostolical):
திருத் தூதர்களுக்குரிய, திருத்தூதர் இயல்புள்ள, போப்பாண்டவர் சார்ந்த, போப்பாண்டவர் நிலை சார்ந்த.
10. **ப்ரொப்பகந்தா**(Propaganda):
அயல் நாட்டில் சமயப் பரப்புப் பொறுப்புடைய உயர்படிக் குருமார்கள் குழு.
11. **விகாரி ஜனரல்:**
சமயப் பணியமைப்பு முதல்வர்.

12. மலங்கரை:
கேரளத்தின் மலபார் பகுதி.

13. தரவாடு:
பழமை வாய்ந்த பெரிய குடும்பம், அல்லது மரியாதைக்குரிய குடும்பம்.

14. மலங்கரைப் பிரதேசம்:
கொடுங்கல்லூர் பேராயமும் கொச்சி ஆயமும் உட்பட்ட பகுதி.

15. இடத்தூட்டு:
போப்பாண்டவரின் பரம அதிகாரத்தை அங்கீகரிக்காதவர்களை கத்தோலிக்கர்கள் இடத்தூட்டுகாரர்கள் என்று அழைத்தார்கள். (வலத்தூட்டுகாரர்கள்: ரோமன் கத்தோலிக்கர்கள்).

16. பட்டக்காரர்கள்:
பட்டம் ஏற்றவர்கள். கிறிஸ்தவர்களின் வைதீகர்கள் (பாதிரியார்கள்).

17. மாப்பிள்ளை:
வடக்கு கேரளத்தில் முஸ்லீம்களையும் தெற்கு கேரளத்தில் கிறிஸ்தவர்களையும் குறிக்கும் சொல்.

18. படிப்புர மாளிகை:
பிரதான வாயிலருகே உள்ள, விருந்தினர்கள் தங்குவதற்கான கட்டடம்.

19. இடப்பள்ளி ராஜாவுக்கு அன்று ஆட்சியதிகாரம் இல்லை.

20. திருப்பலி:
இயேசுவின் இறுதி விருந்தை நினைவுகூரும் ஒரு சடங்கு. திவ்ய பலி. புரோகிதரும் பிரார்த்தனைக்காரர்களும் புனிதப்படுத்தப்பட்ட அப்பத்தையும் ஒயினையும் அருந்துவது முக்கிய சடங்கு. அப்பமும் ஒயினும் கிறிஸ்துவின் ஆத்ம பலியின், கிறிஸ்துவுக்கும் பக்தர்களுக்குமான ஐக்கியத்தின் அடையாளமாகக் கருதப்படுகிறது.

21. தளவாய்:
திருவிதாங்கூர் மந்திரிக்கு வழங்கப்பட்டிருந்த பதவிப் பெயர்.

22. கைவைப்பு:
புரோகிதராகப் பதவியேற்பவரின் தலையில் உயர் நிலைப் புரோகிதர் கைவைத்து ஆசீர்வதிக்கும் சடங்கு. (கிறிஸ்துவிடமிருந்து அப்போஸ்தலர் களுக்குக் கிடைத்த புரோகித அதிகாரத்தை பின் தலைமுறைக்கு அளிப்ப தாக ஐதீகம்).

23. இடத்தூட்டிலிருந்து வலத்தூட்டுக்கு:
ப்ரோட்டஸ்டன்ட் சபையிலிருந்து கத்தோலிக்க சபைக்கு.

24. கணக்கு:
ஒரு பதவிப் பெயர். முற்காலத்தில் திருவிதாங்கூர் ராஜாக்கள் வழங்கி வந்திருந்தார்கள்.

25. துப்பாயி, சட்டைக்காரன்:
ஐரோப்பியர்களுக்கும் ஊர்ப் பெண்களுக்கும் ஏற்பட்ட உறவிலிருந்து தோன்றிய இனத்தைச் சேர்ந்தவர். Anglo -Indian. (துப்பாயி=த்விபாஷி= இரண்டு மொழி பேசுபவர்கள்).

26. வேணாடு:
திருவிதாங்கூரின் பழைய பெயர். வஞ்சி (தோணி) நாடு.

27. பிரான்ஸிஸ்கன் பாதிரியார்: (பார்க்க, எண் 6)

28. **அகஸ்தீனியன்**(Augustinian) **பாதிரியார்:**
தூய திரு. அகஸ்டைனை (St. Augustine) பின்பற்றும் துறவி.
29. **நிஷ்பாதுக கர்மலீத்தர்:** செருப்பணியாத கர்மலீத்தா பாதிரி,
ஸபாதுக கர்மலீத்தர்: செருப்பணிகிற கர்மலீத்தா பாதிரி.
30. **கப்பூச்சின்:** பார்க்க, எண் 6.
31. **கானோனிஸ்தா பாதிரிகள்(கானோனிஸ்தர்):**
கிறிஸ்தவ மதம் தொடர்பான சட்ட திட்டங்கங்களில் வல்லுனர்.
32. **யாக்கோபாய:**
அந்த்யோக்யா பாத்ரியார்க்கீஸை தலைவராக அங்கீகரிக்கும் கேரளத்தின் ஒரு சபைப் பிரிவு. (அந்த்யோக்யா: டர்க்கியின் எல்லையில் உள்ள ஒரு சிரியன் நகரம். நகரம் அழிந்ததற்குப் பிறகு நீண்ட காலம் அந்த்யோக்யா கிறிஸ்தவ சபையின் தலைமை இடமாக இருந்தது. இங்குதான், கிறிஸ்துவின் வழியைப் பின்பற்றுபவர்களுக்கு கிறிஸ்தவர்கள் என்ற பெயர் ஏற்பட்டது. கிறிஸ்தவ மத வரலாற்றில் இந்த இடத்துக்கு முக்கியத்துவம் உண்டு.)
33. **கல்தாய ஸுரியானி:**
கல்தாய ஸுரியானி சபையில் உறுப்பினர்களான கிறிஸ்தவர்கள்.
34. **தேவசகாயம்பிள்ளை:**
தெற்கு திருவிதாங்கூரில் நேமம் என்ற இடத்தில் மிஷனரியாக இருந்த திருத் தந்தை பூட்டாரி எஸ். ஜெ., அரண்மனை சேவர்களில் ஒருவராயிருந்த நீலகண்டப்பிள்ளைக்கு 1748ஆம் ஆண்டில் ஞானஸ் நானம் செய்தார். இந்த மத மாற்றத்தின் பின்னால், திருவிதாங்கூர் படைத் தளபதியாக இருந்த டிலனாயியும் செயல்பட்டிருந்தார். நீலகண்டப் பிள்ளைக்கு அன்று 32 வயது. அவர் தேவசகாயம்பிள்ளை என்று பெயர் சூட்டிக்கொண்டார். இந்த மாற்றத்தின் காரணமாக அவர் நான்கு வருடங் கள் சிறைத் தண்டனை அனுபவிக்க நேர்ந்தது. ராஜ கட்டளையின் பேரில் அவர் 1752ஆம் ஆண்டு கொல்லப்பட்டார்.
35. **தொமினிக்கன்** (Dominican):
புனித தொமினிக் (St. Dominic) எனும் அருட் பெரியாரால் 1215ஆம் ஆண்டு நிறுவப்பட்ட கறுப்பு உடையணிந்த துறவியர் சபை.
36. மலங்கரை வைதீகர் கல்தாய ஸுரியானி முறையைப் பயன்படுத்திப் பழகியிருந்ததால், கல்தாயரை வெளிநாட்டினராகக் கணிக்க வில்லையென்று தோன்றுகிறது.
37. **ஸ்தைர்ய லேபனம் வழங்குதல் எனும் சடங்கு:**
பரிசுத்த ஆத்மாவின் உற்ற இணக்கத்திற்கு ஆசி வழங்குதல்.
38. **ஆயரறிக்கை:**
இது மூலநூலில் ‘இடய லேகனம்’ என்று குறிக்கப்பட்டிருக்கிறது. இடையனான ஆயர் (சபைத் தலைவர்) தன் சபை உறுப்பினர்களுக்கு எழுதுவது.
39. **நெஸ்தோரியன்**(Nestorian):
முற்கால கான்ஸ்டாண்டி நோப்பிள் சமய முதல்வர் நெஸ்தோரியஸின் (கி.பி. 428), இயேசு கடவுள் தன்மையையும் மனிதத் தன்மையையும் வெவ்வேறாகக் கொண்டிருந்தவர் என்ற கொள்கையைச் சார்ந்தவர்.